മാർക്സ്
ഗാന്ധി
അംബേദ്കർ

ആധുനികതാവാദത്തിന്റെ
രാഷ്ട്രീയ സൗന്ദര്യശാസ്ത്രം

INSIGHT PUBLICA®

Nadakkavu, Kozhikode, Kerala
www.insightpublica.com
e-mail: insightpublica@gmail.com

Marx Gandhi Ambedkar

Aadhunikathavadathinte Rashtreeya Soundaryasasthram

P Pavithran

First Edition: August 2020
This Edition: January 2024

ISBN 978-93-5517-901-2
Printed and Published by
Insightinpublica Printers & Publishers Pvt. Ltd.
₹ 470

മാർക്സ്
ഗാന്ധി
അംബേദ്കർ

ആധുനികതാവാദത്തിന്റെ രാഷ്ട്രീയ സൗന്ദര്യശാസ്ത്രം

പി. പവിത്രൻ

INSIGHT PUBLICA®

കോഴിക്കോട് ജില്ലയിൽ വടകരക്കടുത്ത് മേമുണ്ടയിൽ ജനനം. അച്ഛൻ: ടി.എച്ച്. കുഞ്ഞിരാമൻ നമ്പ്യാർ. അമ്മ : പി.പി. ദേവിയമ്മ.

മേമുണ്ട ഹൈസ്കൂൾ, മടപ്പള്ളി ഗവ. കോളേജ്, തലശ്ശേരി ബ്രണ്ണൻ കോളേജ്, കോഴിക്കോട് സർവകലാശാല എന്നിവിടങ്ങളിൽ വിദ്യാഭ്യാസം. കാലടി സംസ്കൃത സർവകലാശാലയിൽ മലയാളം അധ്യാപകൻ.

ആധുനികതയുടെ കുറ്റസമ്മതം, ആശാൻ കവിത- ആധുനികാനന്തര പാഠങ്ങൾ, എം എൻ വിജയൻ എന്ന കേരളീയ ചിന്തകൻ, മാതൃഭാഷക്കു വേണ്ടിയുള്ള സമരം, പ്രണയരാഷ്ട്രീയം, കൊളണിയവാദം; സംസ്കാര പഠനവും സൗന്ദര്യശാസ്ത്രവും എന്നീ കൃതികൾ പ്രസിദ്ധീകരിച്ചിട്ടുണ്ട്.

ഭാര്യ: പി ഗീത, മക്കൾ: അതുൽ, അപർണ്ണ
വിലാസം: പ്രശാന്തി, അങ്ങാടിപ്പുറം, പിൻ 679321
ഫോൺ: 9495139971

പി. പവിത്രൻ

പ്രത്യയശാസ്ത്രവായനയുടെ നവീനത

മൗലിക ചിന്തയുടെ തിളക്കം കൊണ്ട് ഏറെ ശ്രദ്ധേയനായ മലയാളത്തിന്റെ എഴുത്തുകാരനും ചിന്തകനുമാണ് ഡോ. പി പവിത്രൻ. കളങ്കിതമല്ലാത്ത തന്റെ ചിന്തകൊണ്ട് അയാൾ മലയാളിയുടെ ആലസ്യത്തെ പ്രഹരിക്കുന്നു. കേരളത്തിലെ മാതൃഭാഷാ പ്രസ്ഥാനത്തിന്റെ നായകൻ കൂടിയായ ഡോ. പി. പവിത്രന്റെ ഏറ്റവും പുതിയ ഗവേഷണാത്മകമായ ഗ്രന്ഥമാണ് *മാർക്സ്, ഗാന്ധി, അംബേദ്കർ- ആധുനികതാവാദത്തിന്റെ രാഷ്ട്രീയ സൗന്ദര്യശാസ്ത്രം.*

മാർക്സിന്റെയും ഗാന്ധിയുടേയും അംബേദ്ക്കറിന്റെയും തത്ത്വശാസ്ത്രങ്ങളെ മുൻനിർത്തി മലയാളത്തിലെ പ്രമുഖ നോവലിസ്റ്റുകളായ ഒ.വി. വിജയൻ, ആനന്ദ്, മുകുന്ദൻ എന്നിവരുടെ നോവൽ വായനകളാണ് ഈ പുസ്തകം. മലയാളത്തിൽ ഇത്തരമൊന്ന് ഇതാദ്യമായിരിക്കും. ശുദ്ധസാഹിത്യ നിരൂപണത്തിനപ്പുറം മലയാളിയുടെ സാംസ്ക്കാരിക പ്രവർത്തനത്തിന്റെ ആശയാവലികൾ കൊണ്ടു തന്നെ സാഹിത്യത്തെ സമീപിക്കാനുള്ള അത്യന്തം ശ്രമകരവും അങ്ങേയറ്റം ഗഹനവുമായ ഒരു പ്രവൃത്തിയിലാണ് അദ്ദേഹം ഏർപ്പെട്ടിരിക്കുന്നത്. മലയാള നിരൂപണ ശാഖയിൽ പുതിയ ഒരു അനുഭവം ഇത് പ്രദാനം ചെയ്യും.

പുസ്തകം പ്രസിദ്ധീകരിക്കുന്നതിന് ഞങ്ങൾക്ക് അനുവാദം തന്ന ഡോ. പി പവിത്രനും പുസ്തക നിർമിതിയിൽ ആവശ്യമായ സഹായങ്ങൾ നൽകിയ പ്രിയ സുഹൃത്ത് ദേവേശൻ പേരൂരിനും സ്നേഹം.

സുമേഷ് ഇൻസൈറ്റ്

ഉള്ളടക്കം

ആമുഖം 9

രാഷ്ട്രീയഭാവനയുടെ കലാത്മകതയും
കലാഭാവനയുടെ രാഷ്ട്രീയതലവും 13

മാർക്സ്, ഗാന്ധി, അംബേദ്കർ-
സൗന്ദര്യശാസ്ത്ര പരിപ്രേക്ഷ്യം 21

നോവൽ-
സൗന്ദര്യവും രാഷ്ട്രീയവും 77

ആനന്ദ് 93

ഒ. വി. വിജയൻ 191

എം. മുകുന്ദൻ 241

മാർക്സ്, ഗാന്ധി, അംബേദ്കർ-
ഉത്തരാധുനിക ഘട്ടത്തിലെ മാറുന്ന മുൻഗണനകൾ 299

ഗ്രന്ഥസൂചി 325

ആമുഖം

കഴിഞ്ഞ നൂറ്റാണ്ടിന്റെ അവസാനദശകത്തോടെ മാർക്സിസം ആഗോളമായ വലിയ തിരിച്ചടി നേരിട്ടു. സോവിയറ്റ് യൂണിയനിലും കിഴക്കൻ യൂറോപ്യൻ രാജ്യങ്ങളിലും കമ്മ്യൂണിസം ഇല്ലാതായി. ഈ ഘട്ടത്തിൽ തന്നെ ഇന്ത്യയിൽ വലിയ രാഷ്ട്രീയ ചലനങ്ങളുമുണ്ടായി. ദേശീയ പ്രസ്ഥാനത്തിന്റെയും ഗാന്ധിയൻ ധാരയുടെയും തുടർച്ച അവകാശപ്പെട്ട ഇന്ത്യൻ നാഷണൽ കോൺഗ്രസിന്റെ ഏക കക്ഷി ഭരണ സാധ്യത ഇല്ലാതായി. പകരം ഹിന്ദുത്വ ശക്തികൾ മുഖ്യധാരയിലേക്ക് വന്നു. ഇതിൽ നിന്ന് നേരെ വിരുദ്ധമായ നിലപാടുകളോടെ ദളിത് പിന്നോക്ക ജനവിഭാഗങ്ങളെ മുൻനിർത്തിയുള്ള രാഷ്ട്രീയധാരയും ഇന്ത്യയിൽ ശക്തി പ്രാപിച്ചു. ഈ ഘട്ടത്തിലാണ് മാർക്സിനെയും ഗാന്ധിയെയും അംബേദ്കറെയും ചേർത്തുവെച്ചുള്ള ചിന്തയെക്കുറിച്ചുള്ള ആലോചനകളിലേക്ക് ഞാൻ എത്തിപ്പെടുന്നത്. ആധുനികതയെ പുതിയ തലത്തിൽ നോക്കാനുള്ള പ്രേരണയായിരുന്നു അത്. കൊളോണിയൽ ആധുനികത, ദേശീയവാദ ആധുനികത, കീഴാള-ജനകീയ ആധുനികത എന്നിങ്ങനെ ഇന്ത്യൻ ആധുനികതയിലെ ഉൾപ്പിരിവുകൾ കണ്ടെത്താനും അതിന്റെ അടിസ്ഥാനത്തിൽ സാഹിത്യ, സംസ്കാര പഠനങ്ങൾ നിർവഹിക്കാനും അന്ന് ശ്രമിച്ചു. ദേശീയവാദ ആധുനികതയിൽ മറ്റു ഘടകങ്ങളോടൊപ്പം ഗാന്ധിയൻ സ്വാധീനവും കീഴാള-ജനകീയ ആധുനികതയിൽ മാർക്സിസത്തിന്റെയും ദളിത് സമീപനത്തിന്റെയും ധാരകളുമാണ് അന്വേഷിച്ചത്.. യൂറോകേന്ദ്രിതരീതികളിൽനിന്ന് വ്യത്യസ്തവും മൂന്നാംലോകത്തെ പശ്ചാത്തലത്തിൽ നിർത്തിക്കൊണ്ടുമുള്ള ഇത്തരമൊരു നോട്ടമാണ് *ആധുനികതയുടെ കുറ്റസമ്മതം*

(2000) എന്ന ആദ്യകൃതിയിൽ സ്വീകരിച്ചത്. തുടർന്നെഴുതിയ പല ലേഖനങ്ങളിലും പഠനങ്ങളിലും ഇത് തുടർന്നു പോന്നിരുന്നു.

2006-2009 കാലത്താണ് ഇവിടെ പ്രസിദ്ധീകരിക്കുന്ന പഠനം നടത്തിയത്. യു.ജി.സിയുടെ ഒരു ഗവേഷണ അവാർഡ് ഈ പഠനത്തിന്റെ പശ്ചാത്തലമായി പ്രവർത്തിച്ചു. സൗന്ദര്യശാസ്ത്രപരമായ സമീപനങ്ങൾക്ക് ഇനി നിലനില്പില്ലെന്നും സംസ്കാരപഠനത്തിന്റെ രീതിശാസ്ത്രം മാത്രമാണ് ഇനി പ്രസക്തമെന്നുമുള്ള ഇടക്കാലത്തുണ്ടായ കാഴ്ചപ്പാട് തിരുത്താൻ ഈ കാലയളവ് സഹായിച്ചു. സാഹിത്യപഠനത്തെ വെട്ടിച്ചുരുക്കുന്ന അധികാരികളുടെ നിലപാടിനോടുള്ള വിമർശനം രൂപപ്പെടുത്തേണ്ടി വന്നതും ഈ പുനർവിചാരത്തിന് കാരണമായി. സംസ്കാരപഠനത്തിനും പ്രത്യയശാസ്ത്രവിമർശനത്തിനും വഴി മാറിക്കൊടുത്ത് അന്തർധാനം ചെയ്യേണ്ടതല്ല സൗന്ദര്യശാസ്ത്രം എന്ന തിരിച്ചറിവ് രാഷ്ട്രീയ സൗന്ദര്യശാസ്ത്രം എന്ന സങ്കല്പത്തെ വികസിപ്പിക്കുന്നതിന് സഹായിച്ചു.

ഇന്ത്യൻ ആധുനികതയുടെ ഭാഗമായി കേരളത്തിലെ ആധുനികതാവാദ പ്രസ്ഥാനത്തിലെ മൂന്ന് പ്രമുഖ എഴുത്തുകാരുടെ നോവലുകളെ മുൻനിർത്തിയാണ് ഈ പഠനം നടത്തിയത്. ആനന്ദ്, ഒ.വി. വിജയൻ, എം.മുകുന്ദൻ എന്നിവർ. പൊതുവെ ആധുനികതാവാദ കൃതികൾ അരാഷ്ട്രീയമാണ് എന്ന് അതിന്റെ അനുകൂലികളാലും പ്രതികൂലികളാലും വിശേഷിപ്പിക്കപ്പെട്ടിരുന്നു. അതിനെ ചുറ്റിപ്പറ്റിയാണ് മലയാളത്തിലെ ആധുനിക നിരൂപണത്തിലെ ധ്രുവങ്ങളും രൂപപ്പെട്ടത്.

അതുകൊണ്ടുതന്നെ ഈ പഠനത്തിന്റെ ഒന്നാമത്തെ ലക്ഷ്യം നോവലുകളിലുള്ള ഈ മൂന്നു ധാരകളുമായി ബന്ധപ്പെട്ട രാഷ്ട്രീയ ഘടകങ്ങളെ വസ്തുതാപരമായി രേഖപ്പെടുത്തുകയും വിശദീകരിക്കുകയും ചെയ്യുക എന്നതാണ്. പ്രത്യക്ഷതലത്തിൽത്തന്നെ രാഷ്ട്രീയ ഘടകങ്ങൾ പ്രമേയമായും ബിംബങ്ങളായും ചർച്ചകളായും മറ്റും നോവലുകളിൽ കടന്നുവരുന്നുണ്ടോ എന്നാണ് ഇവിടെ അന്വേഷിച്ചത്. മാർക്സിന്റെയും ഗാന്ധിയുടെയും അംബേദ്കർ ഉൾപ്പെടുന്ന കീഴാള പ്രസ്ഥാനത്തിന്റെയും സാന്നിധ്യം ചരിത്രപരമായി അപ്രത്യക്ഷമായിക്കഴിഞ്ഞുവോ എന്ന ഈ അന്വേഷണത്തിൽ വിവരണാത്മകത അനിവാര്യമാണ്. ആധുനികതാവാദം പ്രത്യക്ഷത്തിൽതന്നെ അരാഷ്ട്രീയമാണ് എന്ന പൊതുവായ നിലപാട് നിലനില്ക്കുന്ന സാഹചര്യത്തിലാണ് പഠനത്തിൽ വസ്തുതാ കേന്ദ്രിതമായ ഈ രീതി അനിവാര്യമായത്.

രണ്ടാമത്തേത്, നോവലിനെത്തന്നെ ഒരു രാഷ്ട്രീയ വ്യവഹാരമായി കണ്ട് അതിനെ ഗാന്ധിയൻ, മാർക്സിയൻ, അംബേദ്കറിയൻ പരിപ്രേക്ഷ്യത്തിൽ നിന്നുകൊണ്ട് വിമർശനാത്മകമായി സമീപിക്കലാണ്. ഇവിടെ ഗാന്ധിയും മാർക്സും അംബേദ്കറും ഉള്ളടക്ക പരിശോധന എന്ന രൂപത്തിലല്ല, വിമർശന പദ്ധതി എന്ന നിലയിലാണ് സ്വീകരിക്കപ്പെടുന്നത്.

രാഷ്ട്രീയഘടന പോലെ കലയും സിദ്ധമായതല്ല, സമരങ്ങളിലൂടെ രൂപപ്പെടുന്നതാണ്. രാഷ്ട്രീയസമരങ്ങൾ കലയെ എങ്ങനെ ഉള്ളടക്കത്തിലും സമീപനത്തിലും സ്വാധീനിക്കുന്നു എന്നത് കലയെയും രാഷ്ട്രീയത്തെയും സംബന്ധിച്ച അതിഭൗതികധാരണകളെ തിരുത്തിക്കുറിക്കും. രാഷ്ട്രീയസമരങ്ങളിലൂടെ സാധിച്ചെടുക്കേണ്ടത് ഉയർന്ന വിമർശനാവബോധവും ആഴത്തിലുള്ള വിനിമയശേഷിയുമുള്ള സൗന്ദര്യാത്മക സമുദായത്തെ തന്നെയാണ്. സൗന്ദര്യാത്മത്മക സൃഷ്ടികൾ ഉയർന്ന രാഷ്ട്രീയബോധത്തെ രൂപപ്പെടുത്തുന്നതിൽ പങ്കു വഹിക്കുകയും ചെയ്യുന്നു. മതേതരവും ജനാധിപത്യപരവുമായ ഇന്ത്യൻ സമൂഹത്തെയും കേരള സമൂഹത്തെയും രൂപപ്പെടുത്തുന്നത് ഈ പ്രയാണത്തിലെ നിർണായകമായ ഒരു ഘട്ടമാണ്. അരാഷ്ട്രീയമെന്ന് മുദ്ര കുത്തപ്പെട്ട ഒരു കാലഘട്ടത്തിലെ സാഹിത്യത്തിൽ രാഷ്ട്രീയത്തെയും ആധുനികതാവാദ കലയുമായി പ്രത്യക്ഷ ബന്ധമില്ലെന്നു കരുതപ്പെടുന്ന രാഷ്ട്രീയ സമീപനങ്ങളിൽ സൗന്ദര്യാത്മകതയെയും അന്വേഷിച്ചുപോവുകയാണ് ഇവിടെ ചെയ്തിട്ടുള്ളത്. സാഹിത്യത്തിലെ രാഷ്ട്രീയത്തെയും രാഷ്ട്രീയത്തിലെ സാഹിത്യത്തെയും ഈ നിലയിൽ കണ്ടെടുക്കാനുള്ള ശ്രമം എന്ന നിലയിൽ ഈ പഠനത്തെ വായനക്കാർക്ക് മുമ്പിൽ അവതരിപ്പിക്കുന്നു. ഇത് പ്രസിദ്ധീകരിക്കാൻ പ്രേരിപ്പിച്ച ദേവേശൻ പേരൂരിനും സന്നദ്ധമായ ഇൻസൈറ്റ് പബ്ലിക്കയ്ക്കും നന്ദി.

പി.പവിത്രൻ

രാഷ്ട്രീയഭാവനയുടെ കലാത്മകതയും കലാഭാവനയുടെ രാഷ്ട്രീയതലവും

സൗന്ദര്യശാസ്ത്രം (aesthetics) എന്നത് ഒരു ആധുനിക സങ്കല്പമാണ്. ആധുനികതയ്ക്കു മുമ്പുണ്ടായിരുന്ന കാവ്യശാസ്ത്ര(poetics)ത്തിൽ നിന്ന് വ്യത്യസ്തമാണത്. പ്ലാറ്റോയും അരിസ്റ്റോട്ടിലും തമ്മിൽ നടന്ന ചർച്ച കാവ്യശാസ്ത്രസംബന്ധിയായിരുന്നുവെന്നു പറയാം. ആധുനിക സൗന്ദര്യശാസ്ത്രത്തിന്റെ പല ഘടകങ്ങളുടെയും സൂചനകൾ അതിലുണ്ടായിരുന്നെങ്കിലും അത് ആധുനിക അർത്ഥത്തിലുള്ള സൗന്ദര്യശാസ്ത്രമായി വികസിച്ചുവെന്നു പറയാൻ സാധ്യമല്ല.

പാശ്ചാത്യ ചിന്താചരിത്രത്തിൽ ഇതാണ് സ്ഥിതിയെങ്കിൽ മറ്റു സംസ്കാരങ്ങളുടെ അവസ്ഥയും വ്യത്യസ്തമല്ല. ഇന്ത്യയിൽ സംസ്കൃതത്തിൽ അലങ്കാരശാസ്ത്രം, നാട്യശാസ്ത്രം, രസധ്വനി ചിന്തകൾ എന്നിങ്ങനെ സൗന്ദര്യത്തിന്റെ ഘടകങ്ങളിലൂന്നിയ ചർച്ചകളും വിശദമായ അന്വേഷണങ്ങളും വന്നിരുന്നെങ്കിലും അവയും ആധുനികാർത്ഥത്തിലുള്ള സൗന്ദര്യശാസ്ത്രമാണെന്ന് പറഞ്ഞുകൂടാ. ദ്രാവിഡ സൗന്ദര്യശാസ്ത്രമായി ഗണിക്കപ്പെടുന്ന തമിഴ് സാഹിത്യസമീപനങ്ങളുടെയും ചൈനീസ്, അറബി തുടങ്ങിയ മറ്റു സംസ്കാരങ്ങളിലെ കലാസമീപനങ്ങളുടെയും നിലയും ഇതിൽ നിന്ന് വ്യത്യസ്തമല്ല.

എന്താണ് ഇവയും ആധുനിക സൗന്ദര്യശാസ്ത്രവും തമ്മിലുള്ള വ്യത്യാസം? മനുഷ്യനെ മതാത്മകമോ ആത്മീയമോ ആയ ഒരു ഏകകമായി കാണുന്നതിനു പകരം ഭൗതികവും സാമൂഹ്യവും രാഷ്ട്രീയവുമായ കർതൃത്വമുള്ള ആധുനിക വ്യക്തിയായി കാണുന്നുവെന്നതാണ് ആധുനിക സൗന്ദര്യശാസ്ത്രത്തിന്റെ സവിശേഷത.

ആധുനികമായ മനുഷ്യന്റെ സ്വാതന്ത്ര്യബോധവുമായും സമൂഹത്തെ പുനഃസൃഷ്ടിക്കാനുള്ള മനുഷ്യന്റെ ശ്രമവുമായും ബന്ധപ്പെട്ടാണ് ഈ സങ്കല്പം ഉയർന്നുവരുന്നത്. അതു കൊണ്ടുതന്നെ സൗന്ദര്യം എന്നത് ആധുനികമായ അർഥത്തിൽ ഒരു രാഷ്ട്രീയസംജ്ഞയാണ്.

രാഷ്ട്രീയ സമ്പദ്ശാസ്ത്രത്തിന്റെ വിശകലനത്തിൽ ആരംഭിക്കുകയും അവിടെ അവസാനിക്കുകയും ചെയ്യുന്നതാണ് മാർക്സിസം എന്ന ധാരണയാണ് അതിനെ യാന്ത്രികവും ഭരണകൂടസംബന്ധിയുമായ യുക്തിയായി ഒതുക്കിയത്. സമ്പദ്ശാസ്ത്രത്തിനു മാത്രമല്ല, സൗന്ദര്യശാസ്ത്രത്തിനും രാഷ്ട്രീയമുണ്ടെന്നും അതിന്റെ വിശകലനം കൂടി ചേരുമ്പോഴാണ് സാമൂഹ്യഘടനയുടെ മാർക്സിസ്റ്റ് വിശകലനം പൂർത്തിയാകുക എന്നും വ്യക്തമാണ്. മനുഷ്യന്റെ അന്യവൽക്കരണത്തിലാണ് മാർക്സ് ആരംഭിക്കുന്നത്. സാമ്പത്തികവും രാഷ്ട്രീയവും മാത്രമല്ല ഈ അന്യവൽക്കരണം സൗന്ദര്യാത്മകം കൂടിയാണ്.

മാർക്സിന്റെ മൂലധനത്തിൽ മുതലാളിത്തത്തിന്റെ യുക്തി അദ്ദേഹം വിശദീകരിച്ച് വിമർശിക്കുന്നത് വരണ്ട സമ്പദ്ശാസ്ത്ര സംബന്ധിയായ കണക്കുകൾ മുന്നോട്ടുവെച്ചുകൊണ്ടു മാത്രമല്ല, പകരം ഷെയ്ക്സ്പിയർ ഉൾപ്പെടെയുള്ളവരെ ഉദ്ധരിച്ചുകൊണ്ട് മനുഷ്യന്റെ ആന്തരികതയിൽ അതെങ്ങനെ മാറ്റമുണ്ടാക്കുന്നുവെന്ന് വിശദീകരിച്ചുകൊണ്ടാണ്. സമ്പദ്ശാസ്ത്രമാണ് മാർക്സിസത്തിന്റെ ഏകമുഖമായ അടിത്തറ എന്ന് ഉറപ്പിക്കപ്പെട്ട്, ഭരണകൂടപരമായ ആസൂത്രണയുക്തിയായി അത് ആരംഭിക്കുകയും അവസാനിക്കുകയും ചെയ്തപ്പോൾ സംഭവിച്ചത് സൗന്ദര്യശാസ്ത്രപരമായ ഘടകങ്ങളുടെ നിരാകരണമാണ്. നിരാകരിക്കപ്പെട്ട ഈ തലത്തെ നമുക്ക് രാഷ്ട്രീയ സൗന്ദര്യശാസ്ത്രമെന്നു വിളിക്കാം. മാർക്സിന്റെ മൂലധനം ഒരേ സമയം രാഷ്ട്രീയ സമ്പദ്ശാസ്ത്രത്തിന്റെ വിമർശവും രാഷ്ട്രീയ സൗന്ദര്യശാസ്ത്രത്തിന്റെ വിമർശവുമായിരുന്നു.

രാഷ്ട്രീയത്തെയും സൗന്ദര്യശാസ്ത്രത്തെയും ബന്ധിപ്പിക്കുന്നതിന് വിവിധ തലങ്ങളുണ്ടെന്നു പറയാം. കലയും രാഷ്ട്രീയവും ആത്മനിഷ്ഠഘടകങ്ങൾ ചേർന്നതാണെന്നും രണ്ടിലും ഭാവനയുടെ ഘടകങ്ങളുണ്ടെന്നുമാണ് അതിന് നൽകാവുന്ന ഒരു വിശദീകരണം. തത്ത്വചിന്തയും ചരിത്രവും എല്ലാം ഭാവനാത്മകമായ രൂപകങ്ങളുടെ പ്രവർത്തന മണ്ഡലമാണെന്ന് ഹൈഡൻവൈറ്റും ദറീദയും നൽകുന്ന വിശദീകരണങ്ങളുമായി ഒത്തുപോകുന്നതായിരിക്കും അത്. സൗന്ദര്യബോധത്തിന് ഒരു രാഷ്ട്രീയ ജീവിതമുണ്ടെന്നുള്ളതാണ് നൽകാവുന്ന

മറ്റൊരു വിശദീകരണം. രാഷ്ട്രീയ വിഷയിയെ സംബന്ധിച്ച് ഴാക് റാൻസിയറെയുടെ സങ്കല്പം ഇതിനെ കൂട്ടിയിണക്കുന്നതാണ്. രാഷ്ട്രീയ വിഷയി എന്നത് സ്വത്വത്തിന്റെ നിലവിലുള്ള ഐക്യപ്പെടലിനെയും വർഗീകരണത്തെയും വെല്ലുവിളിക്കുന്നതാണ് (Ranciere 2004:90).

ഇത്തരം ആധുനികോത്തര വിശദീകരണങ്ങളിലെത്തുന്നതിനു മുമ്പ് ആധുനിക ഘട്ടത്തിൽത്തന്നെ കലയും രാഷ്ട്രീയവും എങ്ങനെ സ്വീകരിക്കപ്പെട്ടുവെന്ന് നോക്കേണ്ടതുണ്ട്. വ്യക്തിയുടെ സ്വാതന്ത്ര്യത്തിലൂന്നുന്ന ആധുനിക രാഷ്ട്രീയബോധവും വ്യക്തിയുടെ സൗന്ദര്യബോധത്തിലൂന്നുന്ന ആധുനിക സൗന്ദര്യബോധവും ചരിത്രത്തിൽ ഒരേ ഘട്ടത്തിലാണ് പിറവി കൊള്ളുന്നത് എന്നതാണ് പ്രധാനപ്പെട്ട കാര്യം. വ്യക്തിയുടെ ഭാവനാശേഷിയും രാഷ്ട്രീയ ഇച്ഛാശക്തിയും ഒന്നിച്ചാണ് ചരിത്രത്തിൽ അംഗീകരിക്കപ്പെട്ടതെന്നർത്ഥം. സ്വന്തമായ ഭാവനാസ്വാതന്ത്ര്യവും ഭാവനാലോകവും ഒരാൾക്കുണ്ടെന്നും അതിനനുസരിച്ചാണ് അയാൾ ലോകത്തെ കാണുകയും സൃഷ്ടിക്കുകയും ചെയ്യുന്നതെന്നും സൗന്ദര്യശാസ്ത്രം പ്രഖ്യാപിച്ചപ്പോൾ സ്വന്തമായ രാഷ്ട്രീയസ്വാതന്ത്ര്യം ഒരാൾക്കുണ്ടെന്നും അതിനനുസരിച്ച് അയാൾക്ക് രാഷ്ട്രീയ ജീവിതത്തിൽ ഇടപെടാമെന്നും രാഷ്ട്രീയ ഭാവന പ്രഖ്യാപിച്ചു.

രണ്ടു തരത്തിൽ ഇതു പറയാം. തത്ത്വചിന്തയിൽ സ്വതന്ത്ര ഇച്ഛാശക്തിയും വ്യക്തിസ്വാതന്ത്ര്യവും സ്ഥാപിക്കപ്പെട്ട ഘട്ടത്തിൽ തന്നെ അതിന് രാഷ്ട്രീയത്തിൽ പ്രതിഫലനവുമുണ്ടായി. മറ്റൊരു തരത്തിൽ പറഞ്ഞാൽ രാഷ്ട്രീയത്തിൽ വ്യക്തിമൂല്യങ്ങൾ സ്വീകരിക്കപ്പെട്ട ഘട്ടത്തിൽത്തന്നെ തത്ത്വചിന്തയിലും സൗന്ദര്യശാസ്ത്രത്തിലും അതിന്റെ പ്രയോഗമുണ്ടായി.

സൗന്ദര്യശാസ്ത്രം എന്ന പദം ആധുനികമായ അർത്ഥത്തിൽ ആദ്യം ഉപയോഗിക്കുന്നത് ബോംഗാർട്ടനാണ്-1750ൽ. അതിനെത്തുടർന്ന് ഇമ്മാനുവേൽ കാന്റ് അതു മുന്നോട്ടുകൊണ്ടുപോയി. അദ്ദേഹത്തിന്റെ *ശുദ്ധയുക്തിയുടെ വിമർശം* (Critique of Pure Reason 1781), *പ്രായോഗിക യുക്തിയുടെ വിമർശം* (Critique of Practical Reason 1788), *വിധിയുടെ വിമർശം* (Critique of Judgement 1790) എന്നീ പഠനപരമ്പരയിലെ മൂന്നാമത്തെ കൃതിയായ *വിധിയുടെ വിമർശ*ത്തിലാണ് ആധുനിക സൗന്ദര്യശാസ്ത്രത്തെക്കുറിച്ചുള്ള സങ്കൽപം വികസിപ്പിക്കുന്നത്. യുക്തിയുള്ള മനുഷ്യൻ എന്നതിനപ്പുറത്ത് ഭാവനയെ മനുഷ്യന്റെ അടിസ്ഥാനപരമായ ഒരു ശേഷിയായി സ്ഥാപിച്ചെടുത്തു

എന്നതാണ് കാന്റിന്റെ കലാചരിത്രത്തിലെ സ്ഥാനം. കാല്പനികതാപ്രസ്ഥാനത്തിന്റെ സൈദ്ധാന്തികമായ അടിത്തറയും കാന്റിന്റെ മനുഷ്യഭാവനയുടെ നിർമാണാത്മകശേഷിയിലുള്ള ഈ ഊന്നലായിരുന്നു.

യുക്തിക്കപ്പുറത്ത് സൗന്ദര്യബോധത്തിന്റെ സവിശേഷതയും പ്രാധാന്യവും കാന്റ് ഉറപ്പിച്ചത് *വിധിയുടെ വിമർശ*ത്തിലാണ്. യുക്തിപരതയെ ഉയർത്തിപ്പിടിച്ച്, റെനെ ദക്കാർത്തിന്റെ തുടർച്ചയിൽ ആധുനികതയുടെ ചിന്താപദ്ധതിക്ക് അടിത്തറയിട്ട ആളെന്ന നിലയിൽ കാന്റ് ഒരു കാലത്ത് സ്വീകരിക്കപ്പെടുകയും പില്ക്കാലത്ത് ആധുനികോത്തരതാ ചർച്ചകളിൽ വിമർശിക്കപ്പെടുകയും ചെയ്തിരുന്നു. എന്നാൽ അടുത്തകാലത്ത് കാന്റിന്റെ സൗന്ദര്യാത്മകതയെ സംബന്ധിച്ച സങ്കല്പങ്ങൾ പുനർ പാരായണത്തിന് വിധേയമാകുകയും അതിന്റെ രാഷ്ട്രീയ പ്രാധാന്യം വ്യക്തമാക്കപ്പെടുകയുമുണ്ടായി.

അന്തോണി. ജെ. കാസ്കാർഡി അദ്ദേഹത്തിന്റെ *പ്രബുദ്ധതയുടെ പ്രത്യാഘാതങ്ങൾ* (Consequences of Enlightenment) എന്ന പുസ്തകത്തിൽ സൗന്ദര്യത്തെത്തന്നെ വിമർശനാത്മകമായ ഒരു ക്രിയയായി കാന്റ് കണ്ടുവെന്നും യുക്തിയുടെ കേവലതയ്ക്കെതിരെയുള്ള വിമർശനമെന്ന നിലയിൽ അതിന്റെ രാഷ്ട്രീയ പ്രാധാന്യം ഉയർത്തിപ്പിടിച്ചുവെന്നും വിശദീകരിക്കുന്നുണ്ട്. ഴാക് റാൻസിയറെയെപ്പോലെയുള്ള സമകാലിക ഇടതുപക്ഷചിന്തകർ ഈ നിലപാട് കൂടുതൽ വികസിപ്പിക്കുകയുമുണ്ടായി.

സൗന്ദര്യാത്മകതയും രാഷ്ട്രീയവും തമ്മിലുള്ള ഈ ബന്ധത്തെ വ്യക്തിപരമായ സിദ്ധിയുടെ തലത്തിലാണ് ആധുനികതയിലെ വ്യക്തിവാദപരമായ സൗന്ദര്യശാസ്ത്രം നോക്കിക്കണ്ടതെങ്കിൽ സാമൂഹ്യതയിലൂന്നുന്ന പുതിയ സൗന്ദര്യശാസ്ത്രം അതിനെ സാമൂഹ്യരാഷ്ട്രീയതലങ്ങളിലുള്ള ഒരു നിർമിതിയായി മനസ്സിലാക്കും. തീർച്ചയായും ഒരു വശത്ത് മാർക്സിസവുമായി ബന്ധപ്പെട്ടാണ് ഈ ചർച്ചകൾ കൂടുതലായി വികസിച്ചത്. മറ്റൊരു ദിശയിൽ ഫ്രെഡറിക് നീഷെയുടെ ചിന്തകൾ ഇതിന് ആധുനികതാവിമർശനത്തിലൂന്നിയ പുതിയ തലം നല്കുകയും ചെയ്തു.

ഈ നിലയിലൊക്കെ നോക്കിക്കണ്ടാൽ രാഷ്ട്രീയം എന്നത് സാമ്പത്തികവും രാഷ്ട്രതന്ത്രപരവും മാത്രമായ ഒരു വാക്കല്ല, അത് സൗന്ദര്യാത്മകതലത്തിലുമുള്ള ഒരു വാക്കുകൂടിയാണ്. യുക്തിയുടെ മണ്ഡലത്തിലെ രാഷ്ട്രീയത്തെ മാത്രമല്ല, വികാരത്തിന്റെ

മണ്ഡലത്തിലെ രാഷ്ട്രീയത്തെക്കൂടിയാണ് അത് സൂചിപ്പിക്കുന്നത്. ഓരോ ചരിത്രഘട്ടവും അതിന്റേതായ സാമ്പത്തിക രാഷ്ട്രീയഘടന കൊണ്ടുമാത്രമല്ല അടയാളപ്പെടുത്തപ്പെടുന്നത്. അതിന്റേതായ സൗന്ദര്യബോധം കൊണ്ടുകൂടിയാണ്. സൗന്ദര്യബോധം ചരിത്രപരമാണ്. ചരിത്രം സൗന്ദര്യാത്മകതകൂടി ചേർന്നതാണ്. എല്ലാ വിപ്ലവങ്ങളും സൗന്ദര്യാത്മക വിപ്ലവങ്ങൾ കൂടിയാണ്. സൗന്ദര്യാത്മകതയെ സ്പർശിക്കാൻ കഴിയാത്ത വിപ്ലവങ്ങൾ അപൂർണമാണ്.

ആധുനികതാവാദവും ആത്മനിഷ്ഠതയുടെ രാഷ്ട്രീയവും

യഥാതഥവാദം (റിയലിസം) ലോകത്തെ അവതരിപ്പിച്ച രീതിശാസ്ത്രത്തെ അട്ടിമറിച്ചുകൊണ്ടാണ് ആധുനികതാവാദം കലാസാഹിത്യപ്രസ്ഥാനമെന്ന നിലയിൽ ചരിത്രത്തിലേക്ക് കടന്നുവരുന്നത്. ബാഹ്യലോകത്തിന് ഊന്നൽ നൽകുകയും ആത്മനിഷ്ഠതയെ അവഗണിക്കുകയും ചെയ്ത റിയലിസത്തിൽ നിന്ന് വ്യത്യസ്തമായി ആത്മനിഷ്ഠതയെ മുൻനിർത്തിയാണ് ആധുനികതാവാദം ലോകത്തെ നോക്കിക്കണ്ടത്. യാന്ത്രിക ഭൗതികവാദത്തോടും ഉപകരണയുക്തിയോടുമുള്ള കലാപമെന്ന നിലയിൽ വിപ്ലവകരമായിരുന്നു ഈ നിലപാട്. എന്നാൽ ആധുനികതാവാദം മുന്നോട്ടുവെച്ച ആത്മനിഷ്ഠതയ്ക്ക് ചരിത്രപരമായ പരിമിതിയുണ്ടായിരുന്നു. ബൂർഷ്വാമാനവികതയുടെ ചിന്താസംവർഗങ്ങളിലും സൗന്ദര്യസംവർഗങ്ങളിലുമാണത് രൂപപ്പെട്ടത്. ആൺകോയ്മാപരവും യൂറോകേന്ദ്രീകരണപരവുമായിരുന്നു അത്.

ആധുനികനിരൂപണം മനുഷ്യാവസ്ഥയെ മനുഷ്യൻ എന്ന ഏകതയിലൂന്നിയാണ് നോക്കിക്കണ്ടത്. ആധുനിക മനുഷ്യാവസ്ഥ എന്ന ഒരൊറ്റ സംവർഗമുപയോഗിച്ചാണ് അത് കാര്യങ്ങളെ പൊതുവെ വിശകലനം ചെയ്തത്. മലയാളത്തിൽ കെ. പി. അപ്പന്റെയും വി. രാജകൃഷ്ണന്റെയും ആഷാമേനോന്റെയും തലമുറ ഇതാണ് ചെയ്തതെന്നു കാണാം. എന്നാൽ ആധുനികതാവാദഘട്ടത്തിൽ മേൽക്കൈ നേടിയ അസ്തിത്വവാദപരമായ (അവർ ധരിച്ചുവെച്ച അസ്തിത്വവാദമെന്നു പറയാം) സമീപനത്തെ തള്ളിക്കൊണ്ടാണ് ആത്മനിഷ്ഠതയെ ആധുനികോത്തരത നോക്കിക്കണ്ടത്. ലക്കാനിയൻ സമീപനത്തിനു ശേഷം വന്ന സംസ്കാരപഠനത്തിലെ നിർണായകമായ വഴിത്തിരിവാണിത് (Zizek 2006).

ആധുനിക ഘട്ടത്തിൽ വസ്തുനിഷ്ഠ നിയമങ്ങൾ അന്വേഷിക്കുന്ന ഭൗതികവാദം ശാസ്ത്രമായും സാമൂഹ്യശാസ്ത്രമായും സമൂഹത്തെ

പുനർനിർമിക്കുന്നതിനുള്ള പ്രായോഗിക പ്രവർത്തനമായും വികസിച്ചു. മാർക്സിസം ഭൗതികവാദമെന്ന നിലയിൽ ബാഹ്യലോകത്തിന്റെ സാമൂഹ്യനിയമങ്ങൾ മനസ്സിലാക്കുകയും അതിനെ പരിവർത്തിപ്പിക്കാൻ ശ്രമിക്കുകയും ചെയ്തു. എന്നാൽ "വസ്തുനിഷ്ഠത"യിലുള്ള ഏകപക്ഷീയമായ ഊന്നൽ ആത്മനിഷ്ഠതയെ സംബന്ധിച്ച മാർക്സിന്റെ തന്നെ ആദ്യകാല നിലപാടുകളുമായി ഒത്തുപോകുന്നതായിരുന്നില്ല. റഷ്യൻ വിപ്ലവത്തിനു ശേഷം മാർക്സിസത്തിനകത്ത് ഈ വൈരുദ്ധ്യം വർധിച്ചുവരികയും ഗ്യേർഗി ലൂക്കാചിനെപ്പോലുള്ള ചിന്തകർ ആത്മനിഷ്ഠതയെ സംബന്ധിച്ച ഉത്കണ്ഠകളെ മാർക്സിസത്തിനകത്തേക്ക് തിരിച്ചുകൊണ്ടുവരികയും ചെയ്തു.

കലയിൽ ആധുനികതാവാദം മുന്നോട്ടുവെച്ച ആത്മനിഷ്ഠതലത്തെയും സൈദ്ധാന്തിക തലത്തിൽ മാർക്സിസത്തിന്റെ പിൽക്കാല ചർച്ചകളിൽ നിന്ന് ലഭ്യമാകുന്ന ആത്മനിഷ്ഠതയെ സംബന്ധിച്ച ഉത്കണ്ഠകളെയും സമന്വയിപ്പിക്കാൻ കഴിയുമോ? ഒരു തരത്തിൽ തിയോഡോർ അഡോർണോ ശ്രമിച്ചത് അതിനാണ്. ഉപകരണയുക്തിയെ നിഷേധിക്കുകയും മാർക്സിസത്തിലെ അന്യവൽക്കരണമെന്ന ആദ്യകാല പ്രമേയത്തെ മുന്നോട്ടുകൊണ്ടുപോകുകയുമാണ് അഡോർണോ ചെയ്തത്.

ആധുനികതാവാദത്തിന്റെ ആധുനികതാവിമർശനത്തെയും മാർക്സിസത്തിനകത്തെ ആധുനികതാവിമർശനത്തെയും ഒന്നിച്ച പരിഗണിക്കുമ്പോൾ ഈ വശം ശ്രദ്ധേയമാണ്. ഫ്രോയ്ഡ്, നീഷെ തുടങ്ങിയ സൈദ്ധാന്തികരുടെ ഇടനിലകൾ ഇതിൽ നിർണായകവുമാണ്.

അത്മനിഷ്ഠതയെ സംബന്ധിച്ച വിചാരംതന്നെ ചരിത്രപരമാണ്. അത് മൂന്നു ഘട്ടങ്ങളിലൂടെ കടന്നുപോകുന്നുണ്ടെന്നു കാണാം. മതാത്മകതയുടെ ആധുനിക പൂർവ്വഘട്ടത്തിൽ ആത്മാവ് എന്ന സങ്കല്പമായും ആധുനികഘട്ടത്തിൽ വ്യക്തിപരമായ ഈഗോ ആയും ആധുനികോത്തരഘട്ടത്തിൽ വിഷയി (Subject)ആയും.

വിശുദ്ധകുടുംബത്തിലും ജർമ്മൻ പ്രത്യയശാസ്ത്രത്തിലും ഈഗോവിനെ വിമർശിച്ച മാർക്സ് സാമൂഹ്യബന്ധമെന്ന വിഷയിത്വത്തിലാണ് എത്തിച്ചേരുന്നത്. മതത്തിലെ ആത്മാവ് ആ നിലയിൽ സാമൂഹ്യനിർമ്മിതിയായ വിഷയിയുടെ തലത്തിൽ മനസ്സിലാക്കപ്പെടേണ്ടതാണ്.

ആധുനികപൂർവമായ ആത്മ(soul)ബോധത്തിൽ നിന്ന് ആധുനികമായ സാമൂഹ്യസ്വത്വ(self, ego)ത്തിലേക്കും വിഷയിത്വ(subject)ത്തിലേക്കും മാറ്റി സ്ഥാപിച്ചുകൊണ്ടാണിത് സാധ്യമാകുക. ഈഗോ തന്നെ അപരത്വത്തിന്റെ ബലത്തിലാണ് രൂപപ്പെടുന്നത്. ഭാഷയിലാകട്ടെ അത് വിഷയിയായാണ് പ്രവർത്തിക്കുന്നത്. ആഖ്യാനകർത്തൃത്വം കേവലമായ മനുഷ്യകർതൃത്വമല്ലെന്നും അത് സാമൂഹ്യവും രാഷ്ട്രീയവുമായ വൈരുധ്യങ്ങൾക്കകത്തു നില്ക്കുന്ന കർതൃസ്ഥാനങ്ങളുടെ ഭാഗമാണെന്നും തിരിച്ചറിയുക പ്രധാനമാണ്. സൗന്ദര്യാത്മക വ്യവഹാരത്തെ സവിശേഷമായി കണ്ടുകൊണ്ടു തന്നെ ഈ വിശകലനം സാധ്യമാണ്. രചയിതാവിന്റെ വ്യക്തിസ്വത്വമല്ല, കൃതിയിലേത് എന്നും സമൂഹത്തിലും ഭാഷയിലും വിന്യസിക്കപ്പെടുന്ന വ്യവഹാരങ്ങൾ ഉള്ളടക്കിയിരിക്കുന്ന വിഷയിത്വത്തെയാണ് എഴുത്തുകാരൻ സ്വാംശീകരിക്കുന്നതെന്നുമുള്ള തിരിച്ചറിവാണിത്.

കലാഭാവനയും രാഷ്ട്രീയഭാവനയും തമ്മിലുള്ള ബന്ധം അടുത്ത കാലത്ത് കൂടുതൽ വ്യക്തമാക്കിയത് ആഖ്യാന ശാസ്ത്രവും നോവലിനെ സംബന്ധിച്ച ചർച്ചയുമാണ്.

നോവലിനെ ഒരു രാഷ്ട്രീയവ്യവഹാരമാണെന്ന നിലയിൽ ആധുനികരാഷ്ട്രത്തിന്റെ ആഖ്യാനമായി നോക്കിക്കാണുന്ന സമീപനവുമായി ചേർത്തുവെക്കുമ്പോഴാണ് ഈഗോ കേന്ദ്രിത ആത്മനിഷ്ഠതയിൽ നിന്ന് അത് പൂർണമായും സ്വതന്ത്രമാകുകയുള്ളൂ. മാർക്സിസത്തെയും ഗാന്ധിസത്തെയും അംബേദ്കറിസത്തെയും രാഷ്ട്രീയ വിഷയിത്വത്തിന്റെ മണ്ഡലമായി കണ്ട് അത് സൗന്ദര്യാവബോധത്തിൽ എങ്ങനെ കടന്നുകയറി നില്ക്കുന്നുവെന്ന് വ്യക്തമാകുമ്പോൾ ആധുനികവിമർശനത്തിൽ നിന്ന് വ്യത്യസ്തമായി ആധുനികതാവാദ കൃതികളെ സമൂഹത്തിലെ രാഷ്ട്രീയ പ്രക്രിയയുമായി ബന്ധിപ്പിച്ചു കാണാൻ കഴിയുന്നു. മുൻകൂട്ടി തയ്യാർ ചെയ്യപ്പെട്ടതല്ല, ഇടപെടുന്ന വ്യവഹാരങ്ങളിലൂടെ വളരുന്നതാണ് നോവലിലെ കർതൃത്വങ്ങൾ. അതുകൊണ്ടുതന്നെ വ്യവഹാരങ്ങളുടെ പ്രത്യയശാസ്ത്ര ബലതന്ത്രത്തിലൂടെയാണ് അത് രൂപപ്പെടുന്നതും നിർവഹണത്തിലെത്തുന്നതും.

നോവലിസ്റ്റായി നിന്ന് ആഖ്യാനം ചെയ്യുന്ന കർതൃത്വവും കഥാപാത്രകർതൃത്വത്തെപ്പോലെ വ്യവഹാരനിർമിതി തന്നെ. ഗാന്ധിയനും മാർക്സിയനും അംബേദ്കറിസ്റ്റുമായ സംവാദാത്മകയുക്തിയിലൂടെ ഈ വ്യവഹാരത്തെ വിമർശിക്കുമ്പോൾ അത് കർതൃനിർമിതിയുടെ രാഷ്ട്രീയത്തെ വെളിപ്പെടുത്തുന്നു. കേവലമായ

ഘടനാനിർണയവാദത്തിൽ നിന്ന് വ്യത്യസ്തമായി ഒരു രചയിതാവിന്റെ കൃതികൾ തമ്മിലുള്ള പരസ്പര ബന്ധവും തുടർച്ചയും അംഗീകരിച്ചുകൊണ്ടു തന്നെയാണ് ഇത് ഇവിടെ നിർവഹിക്കുന്നത്. സാമൂഹ്യനിർണയവാദത്തിന്റെ യാന്ത്രികതയെ നിരാകരിച്ച് എഴുത്തിന്റെ സർഗാത്മക സ്വാതന്ത്ര്യത്തെ വകവെച്ചുകൊടുക്കുന്നതുമാണിത്. അതേസമയം ആധുനികതാവാദ നിരൂപണം അടച്ചുകളഞ്ഞ സമൂഹത്തിലേക്കും രാഷ്ട്രീയപ്രയോഗത്തിലേക്കുമുള്ള വഴികൾ വീണ്ടും തുറക്കപ്പെടുകയും ചെയ്യുന്നു.

ഈ നിലയിൽ ആധുനികതാവാദ നോവലുകളെ പഠിക്കാനാണ് ഇവിടെ ശ്രമിക്കുന്നത്. ഇതിൽ രാഷ്ട്രീയഭാവനയുടെ കലാത്മകതയെക്കുറിച്ച് ആദ്യ അധ്യായത്തിൽ ചർച്ച ചെയ്യുന്നു. നോവലിനെ മുൻനിർത്തി കലാഭാവനയുടെ രാഷ്ട്രീയതലത്തെക്കുറിച്ചുള്ള ചർച്ച അടുത്ത അധ്യായത്തിലേക്ക് മാറ്റിവെക്കുന്നു.

മാർക്സ്, ഗാന്ധി, അംബേദ്കർ– സൗന്ദര്യശാസ്ത്ര പരിപ്രേക്ഷ്യം

ആധുനികതാവാദപരമായ സൗന്ദര്യശാസ്ത്രവുമായി ഗാന്ധിയുടെയും മാർക്സിന്റെയും അംബേദ്കറിന്റെയും രാഷ്ട്രീയ പ്രയോഗത്തെ സംവാദസന്നദ്ധമാക്കാൻ ആധുനികതാവാദത്തിന്റെ സൗന്ദര്യശാസ്ത്രത്തിന്റെ വ്യഖ്യാനങ്ങളോട് മാർക്സിന്റെയും ഗാന്ധിയുടെയും അംബേദ്കറിന്റെയും രാഷ്ട്രീയത്തെ ചേർത്തുവെക്കേണ്ടതുണ്ട്.

ഗാന്ധിയുൾപ്പെടെയുള്ള ആധുനികതയുടെ സ്വരങ്ങളോടുള്ള പ്രതികരണമായിരുന്നു അംബേദ്കർ. ആ നിലയിൽ അംബേദ്കറെ സംബന്ധിച്ച ആധുനികീകരണത്തിന്റെ ചർച്ചയെ അവസാന ഘട്ടത്തിലേക്ക് മാറ്റിവെച്ചുകൊണ്ട് ഗാന്ധിയെയും മാർക്സിനെയും മുൻനിർത്തിയുള്ള വീക്ഷണത്തെ ആധുനികതാവാദത്തിന്റെ സൗന്ദര്യശാസ്ത്രവുമായി ബന്ധപ്പെടുത്താൻ സാധ്യമാകുമോ എന്നു നോക്കാം.

തുടക്കത്തിൽ സൂചിപ്പിച്ച പോലെ റിയലിസത്തെ മാതൃകയാക്കിയെടുക്കുന്ന പാരമ്പര്യമാർക്സിസത്തിന് ആധുനികതാവാദവുമായി സംവാദസന്നദ്ധമാകുന്നതിന് ഒരു പരിധിയുണ്ട്. പിൽക്കാല മാർക്സിസത്തിന്റെ വളർച്ചയിലാണ് ഈ സംവാദ സാധ്യത തുറന്നത്. അതിൽ പ്രമുഖം തിയോഡർ അഡോർണോയുടെ വിമർശനവുമാണ്.

സൗന്ദര്യാത്മക വിമർശനത്തിൽ നിന്ന് രാഷ്ട്രീയ വിമർശനത്തിലേക്കും രാഷ്ട്രീയ പ്രയോഗത്തിലേക്കുമുള്ള യാത്രയായിരുന്നു ഗാന്ധിയുടേത്. സൗന്ദര്യാത്മകവും തത്ത്വചിന്താപരവുമായ വിമർശനത്തിൽ നിന്ന് രാഷ്ട്രീയ വിമർശനത്തിലേക്കും പ്രയോഗത്തിലേക്കും അവിടെ നിന്ന് വീണ്ടും സൗന്ദര്യാത്മക വിമർശനത്തിലേക്കുമുള്ള യാത്രയാണ് മാർക്സിസത്തിന്റേത് (അഡോർണോ വരെ എത്തിനിൽക്കുന്ന മാർക്സിസം).

അന്യവൽക്കരണം എന്ന പ്രമേയത്തിലാണ് മാർക്സ് ആരംഭിച്ചത്. അനുഭവനിഷ്ഠവും സൗന്ദര്യാത്മകവും ആ നിലയിൽ ആത്മനിഷ്ഠവുമായിരുന്ന ആ വിമർശനം. മാർക്സിന്റെ ഈ പ്രമേയത്തെ വീണ്ടും ആധുനികതാവാദവുമായി, അതിന്റെ സൗന്ദര്യാത്മകതയുമായി സംവാദ സന്നദ്ധമാക്കുകയാണ് അഡോർണോ ചെയ്തത്. ഗാന്ധിയാകട്ടെ ടോൾസ്റ്റോയിയിൽ നിന്നും ആരംഭിച്ച പാശ്ചാത്യ ആധുനികതയെ സംബന്ധിച്ച സൗന്ദര്യാത്മക വിമർശനത്തെ രാഷ്ട്രീയപ്രയോഗമായി മാറ്റുകയാണ് ചെയ്തത്. മുതലാളിത്ത ആധുനികതയ്ക്കുനേരെയുള്ള വിമർശനമായിരുന്നു മാർക്സിന്റേതും ഗാന്ധിയുടേതും.

മാർക്സിസത്തെ സംബന്ധിച്ച് മേൽപറഞ്ഞ മട്ടിലുള്ള സൗന്ദര്യശാസ്ത്ര ചർച്ച ഏറെ നടന്നുകഴിഞ്ഞിരിക്കുന്നു. എന്നാൽ ഗാന്ധിയൻ രാഷ്ട്രീയസമീപനത്തെ സൗന്ദര്യശാസ്ത്രമായി വികസിപ്പിക്കുന്ന പഠനങ്ങൾ കുറവാണ്. അതിനാൽ ഗാന്ധിയിലെ ടോൾസ്റ്റോയിയൻ സ്വാധീനത്തിലേക്ക് കടക്കുന്നതിനു മുമ്പ് ഗാന്ധിയൻ സൗന്ദര്യശാസ്ത്രം എന്ന ഒരു സാധ്യത അന്വേഷിക്കേണ്ടിയിരിക്കുന്നു.

ആത്മബോധത്തിന്റെ മൂന്നു ഘട്ടങ്ങൾ നാം നേരത്തെ നിരീക്ഷിച്ചു. ആത്മാവ്, ഈഗോ, വിഷയി എന്നിവയാണത്. ഗാന്ധിജി ആത്മവില്ലുന്നുന്നു. മതാത്മകമായ ആത്മാവിലാണ് അദ്ദേഹത്തിന്റെ സിദ്ധാന്തം കെട്ടിപ്പടുക്കുന്നത്. ആ അർത്ഥത്തിൽ ആധുനികപൂർവമായിരുന്നു അതെന്നുപറയാം. ഭക്തിപ്രസ്ഥാനം ഈ സൗന്ദര്യാത്മകതയെയാണ് പ്രതിനിധാനം ചെയ്തത്. വൈഷ്ണവഭക്തിപ്രസ്ഥാനത്തിന്റെ അഹങ്കാരനിരാകരണതത്ത്വത്തെ ആധുനികനാഗരികതയുടെ ആക്രമണോത്സുകമായ അഹത്തിനെതിരെ തിരിച്ചു വിടുകയായിരുന്നു ഗാന്ധി. സമൂഹമാണ് തന്നെക്കാൾ വലുത് എന്ന തിരിച്ചറിവാണ് ഒരു ഭൗതികവാദിയുടെ അഹങ്കാരത്തെ ഇല്ലാതാക്കുന്നതെങ്കിൽ ഈശ്വരനാണ് തന്നെക്കാൾ വലുതെന്ന അറിവാണ് ആത്മവില്ലുന്നന്ന ആത്മീയവാദിയുടെ അഹങ്കാരത്തെ ഇല്ലാതാക്കുന്നത്.

മോഹിത് ചക്രവർത്തി എഴുതിയ ഗാന്ധിയൻ സൗന്ദര്യശാസ്ത്ര(Gandhian Aesthetics)മാണ് ഗാന്ധിയൻ സൗന്ദര്യശാസ്ത്രത്തെ ആ പേരിൽ സമീപിക്കുന്ന ഒരു കൃതി. അഹത്തിന് പ്രാധാന്യം നൽകൽ, അഹിംസാത്മകത്വം, മതപരത, ദേശീയതയും അന്തർദേശീയതയും, സർവോദയം, സാമൂഹ്യമായ അവബോധം, അതിവർത്തനം എന്നീ പ്രമേയങ്ങളെ മുൻനിർത്തിയാണ് ഗാന്ധിയുടെ സൗന്ദര്യാത്മകത അതിൽ ചർച്ച ചെയ്യപ്പെടുന്നത്.

ഗാന്ധിയുടേത് അകത്തേക്കുനോക്കുന്ന സൗന്ദര്യശാസ്ത്ര (Aesthetics of inwardness)മാണ് എന്ന് അദ്ദേഹം പറയുന്നു (Mohit:1). സ്വയം സഹനം, സ്വയം പഠനം, സ്വയം ശുദ്ധീകരണം എന്നിവ ചേരുന്ന പരീക്ഷയാണത്. എത്രത്തോളമാണോ പരിത്യാഗം (sacrifice) അത്രത്തോളമാണ് സൗന്ദര്യാത്മകമായ പൂർത്തീകരണം (aesthetic efflorescence). അതിൽ സ്നേഹത്തിന്റെയും അഹിംസ യുടെയും ചേർച്ചയുണ്ട്. 1942 -ൽ ഗാന്ധി എഴുതിയ ഒരു സ്വകാര്യകത്തിൽ നിന്ന് ഗാന്ധിയുടെ വാക്യങ്ങളെത്തന്നെ മോഹിത് ചക്രവർത്തി ഉദ്ധരിക്കുന്നു: "ദൈവികമാണത്. ദൈവം നമ്മിലെല്ലാമുണ്ട്. അതിനാൽ നാം മറ്റുള്ളവരുമായി താദാത്മ്യം പ്രാപിക്കണം. സാധാരണ ഭാഷയിൽ അതിന് സ്നേഹം എന്നാണ് പറയുക. അത് നമ്മെ പരസ്പരവും ദൈവവുമായും ബന്ധിപ്പിക്കുന്നു" (2).

നിയമം, ആശയം എന്നീ തലങ്ങളിൽ നിന്ന് വ്യത്യസ്തമായി ആന്തരികമായി ദൈവത്തെ നിർവചിക്കുന്നു. ആളുകൾ നിറഞ്ഞ ഒരു ബോട്ടിലെ യാത്രക്കാരുടെ സ്വാതന്ത്ര്യമാണ് ഓരോ മനുഷ്യന്റെയും സ്വാതന്ത്ര്യമെന്നും മനുഷ്യനുള്ള സ്വാതന്ത്ര്യം അവനുപയോഗിക്കുന്നിടത്തോളമാണെന്നും അതിന്റെ കാരണം മനുഷ്യനിൽ അന്തർലീനമായും നിരുപാധികമായുമുള്ളത് സൗന്ദര്യാത്മകമായ ഭാവുകത്വമാണെന്നും ഗാന്ധി പറയുന്നു.

ആന്തരികമായ അച്ചടക്കത്തിലൂടെ ഓരോ മനുഷ്യനും തന്റെ യുക്തിയും ഭാവനയും വികസിപ്പിക്കണം. ഇതിന് രണ്ടു ഗുണഫലങ്ങളുണ്ട്. നിശിതമായ ആത്മപരിശോധന അത് ആവശ്യപ്പെടുന്നു. ഫലത്തെ അപ്രധാനമാക്കുന്ന പ്രവർത്തനത്തിന് അത് കാരണമാകുന്നു. അങ്ങനെ പ്രവൃത്തിയുടെ ഉദ്ദേശ്യം മാനവികവും ഗുണാത്മകവുമാകുന്നു. എല്ലാ കർമവും മാനുഷികതയോടുള്ള ആരാധനയാകുന്നു. ഇതിൽ "മത്തായിയുടെ സുവിശേഷ"ത്തിലെ ക്രിസ്ത്യൻ ആശയങ്ങൾ ഗാന്ധിയെ സ്വാധീനിച്ചിരിക്കാമെന്നും ചക്രവർത്തി പറയുന്നുണ്ട്(4).

സത്യാഗ്രഹം (സത്യഗ്രഹം) എന്നുള്ള ഗാന്ധിയുടെ സങ്കൽപം സൗന്ദര്യാത്മകമായ, ഭാവുകത്വപരമായ ഘടകങ്ങൾ ഉൾച്ചേർന്നതാണ്. ആചാര്യ കൃപലാനിയുടെ വ്യാഖ്യാനം ചക്രവർത്തി എടുത്തുകാട്ടുന്നു. മുൻകാലത്ത് നിലനിന്ന ആത്മീയതയിലൂന്നിയ വാദങ്ങളെല്ലാം തന്നോടും ദൈവത്തോടുമുള്ള വ്യക്തിയുടെ കടമയിലാണ് ഊന്നിയത്. അത് സാമൂഹ്യമായത് പരോക്ഷമായി മാത്രമായിരുന്നു; അതായത് കുറെ നല്ല വ്യക്തികൾ ചേരുമ്പോൾ അവർ

തങ്ങളറിയാതെ സമൂഹത്തെ സ്വാധീനിക്കുമെന്ന അർഥത്തിൽ. എന്നാൽ സത്യാഗ്രഹമാകട്ടെ ഒരേ സമയം വ്യക്തിപരവും സാമൂഹ്യവുമായ കടമയാണ്. കുടുംബപരമോ സാമൂഹ്യമോ രാഷ്ട്രീയമോ ഗ്രൂപ്പപരമോ വർഗപരമോ ആയ തെറ്റായ അധികാരത്തിന് അത് ഒരിക്കലും വഴിപ്പെടുകയില്ല. ഇതിനെല്ലാം പുറമെ സത്യാഗ്രഹം കൂട്ടായ പ്രവർത്തനവുമാണ്.

അതിന്റെ രാഷ്ട്രീയം കൃപലാനി ഇങ്ങനെ സംഗ്രഹിക്കുന്നു: വ്യക്തിപരമായ അവകാശത്തെ ന്യായീകരിക്കലോ വ്യക്തിപരമായ തന്റെ എതിർപ്പ് പ്രകടിപ്പിക്കലോ മാത്രമല്ല അത്, പകരം കൂട്ടായ രാഷ്ട്രീയ തീരുമാനമെടുക്കലാണ്. വേണ്ടിവന്നാൽ തെറ്റായ സാമൂഹ്യ സാമ്പത്തിക രാഷ്ട്രീയ വ്യവസ്ഥയ്ക്ക് അതിന്റെ പ്രവർത്തനം അസാധ്യമാക്കി അന്ത്യം കാണൽ കൂടിയാണ്. സത്യാഗ്രഹം നീതിക്ക് വിരുദ്ധമായിക്കൂടാ. നീതിക്ക് വിരുദ്ധമായ സത്യാഗ്രഹം അതിന്റെ ലക്ഷ്യങ്ങളെത്തന്നെ വഞ്ചിക്കുന്നു. സഹിഷ്ണുത വിജയത്തിന്റെ അടിസ്ഥാനപരമായ ഘടകമാണ്.

ആൾക്കൂട്ടത്തെ സത്യാഗ്രഹികളാക്കുക എന്നതായിരുന്നു ഗാന്ധിയുടെ ലക്ഷ്യം. അച്ചടക്കമുള്ള ഭടന്മാരെപ്പോലെ ജനക്കൂട്ടം പെരുമാറുന്നതുവരെ സത്യാഗ്രഹം സാധ്യമല്ല എന്ന് ഗാന്ധി പറയുന്നുണ്ട്. പുതിയതരം സൗന്ദര്യാത്മക വിപ്ലവകാരികൾ ഇതിന് ആവശ്യമാണ് . ഇതിലൂന്നിയ ആത്മസമർപ്പണത്തിലൂടെ മാത്രമേ നിഷ്കളങ്കരും ദുർബലരുമായവരെ സംരക്ഷിക്കാൻ കഴിയൂ. സത്യത്തെയും സൗന്ദര്യത്തെയും ബന്ധിപ്പിക്കുക വഴി ബാഹ്യമായ രാഷ്ട്രീയ ലക്ഷ്യങ്ങളെക്കാൾ മനസ്സിന്റെ ആന്തരികമായ നിറവിലും സൗന്ദര്യാത്മകതയിലുമാണ് ഗാന്ധി ഊന്നിയത് (12).

അഹിംസയുടെ വലിയ അധ്യാപകരായി ഗാന്ധിതന്നെ പറയുന്നത് ബുദ്ധനെയും മഹാവീരനെയും ടോൾസ്റ്റോയിയെയുമാണ് (37). സത്യത്തെ മതാത്മകതയുടെ അടിസ്ഥാന സങ്കല്പമായി ഗാന്ധി കണ്ടു. എല്ലാ മതങ്ങളും ഒരേ മാനവികതാവാദത്തിലേക്ക് വന്നു യോജിക്കുന്നതായി അദ്ദേഹം കണക്കാക്കി. ശാസ്ത്രീയമെന്നതിനേക്കാൾ ആധുനികപൂർവവും മതാത്മകവുമായ അടിത്തറയാണ് ഗാന്ധിയുടെ മാനവികതാവാദത്തിനുണ്ടായിരുന്നത്. എത്രത്തോളം വ്യക്തികളുണ്ടോ അത്രത്തോളം മതങ്ങളുമുണ്ട് എന്നു പറയുമ്പോൾ ഗാന്ധി ആധുനികവ്യക്തിബോധത്തെയും മതത്തെയും തമ്മിൽ ബന്ധിപ്പിക്കുകയാണ്. ഭൗതികശക്തിക്ക് പകരം ഗാന്ധി ആത്മീയവും

സൗന്ദര്യാത്മകവുമായ ശക്തി സമാഹരിക്കാനാണ് ശ്രമിച്ചത് (55). ഒരു മനുഷ്യന് മറ്റൊരു മനുഷ്യനമേൽ ശാരീരികമായ ശക്തി പ്രയോഗിക്കാൻ യാതൊരു അധികാരവുമില്ല.

ദേശീയതയെന്നത് സങ്കുചിതമല്ലേയെന്ന ടാഗ്ഗറിന്റെ ചോദ്യത്തിന് ദേശീയത ഏതെങ്കിലും ഒരു വ്യക്തിയുടെ താത്പര്യത്തിന് എതിരാണെങ്കിൽ താനതിനെ ബംഗാൾ ഉൾക്കടലിൽ എറിയുമെന്നായിരുന്ന ഗാന്ധിയുടെ മറുപടി. മാനവികതയോളം വിശാലമാണ് തന്റെ ദേശീയത എന്നും ഗാന്ധി പറഞ്ഞു (65). അഹിംസ പാലിക്കുന്ന വ്യക്തിയെ സംബന്ധിച്ചിടത്തോളം ലോകം മുഴുവൻ ഒരു കുടുംബമാണ്. അന്തർദ്ദേശീയമായ സഹകരണമനോഭാവത്തിന്റെ ആദ്യപടിയാണ് ഇന്ത്യയുടെ സ്വാതന്ത്ര്യം.

സാമൂഹ്യാവബോധത്തെയും ഗാന്ധി സൗന്ദര്യാത്മകതയിലൂന്നിയാണ് കണ്ടതെന്ന് ചക്രവർത്തി പറയുന്നു. ഗാന്ധിയുടെ ചർക്കയിലും സൗന്ദര്യാത്മകതയുടെ സാമൂഹ്യപ്രയോഗമാണുള്ളത് (104). വികേന്ദ്രീകരണം, യന്ത്രവൽക്കരണത്തോടുള്ള വിമർശനം എന്നിവയെല്ലാം ഈ സൗന്ദര്യാത്മകതയുമായി ബന്ധപ്പെട്ടാണ് നില്ക്കുന്നത്. ധാർമികവും സൗന്ദര്യാത്മകവുമായ സോഷ്യലിസ്റ്റ് എന്ന് ഗാന്ധിയെ അദ്ദേഹം വിശേഷിപ്പിക്കുന്നുണ്ട് (112). സാമൂഹ്യസൗന്ദര്യാത്മക കാഴ്ചപ്പാടിന്റെ കാര്യത്തിൽ ഗാന്ധി മാർക്സിനോട് അടുത്തുനില്ക്കുന്നുവെന്ന് ചക്രവർത്തി നിരീക്ഷിക്കുന്നു.

സാമൂഹ്യവും സൗന്ദര്യാത്മകവുമായ ഘടകങ്ങളെ വർഗസമരത്തിന്റെ കാഴ്ചപ്പാടിൽ നിന്നാണ് മാർക്സ് നോക്കിക്കണ്ടത്. പക്ഷേ ഗാന്ധി മാർക്സിൽ നിന്ന് വ്യത്യസ്തമായി വർഗ സഹകരണത്തിന്റെ കാഴ്ചപ്പാടിലാണ് എത്തിച്ചേരുന്നത്. "അടിസ്ഥാനപരമായി നമ്മുടേതിൽ നിന്നും വിഭിന്നമായ സങ്കല്പങ്ങളിലാണ് പാശ്ചാത്യരുടെ സോഷ്യലിസവും കമ്മ്യൂണിസവും നിലകൊള്ളുന്നത്. മനുഷ്യപ്രകൃതിയുടെ അനിവാര്യമായ അംശമാണ് സ്വാർത്ഥതയെന്നുള്ള അവരുടെ വിശ്വാസം അത്തരത്തിലുള്ള ഒരു സങ്കല്പമാണ്. എനിക്ക് അതിനോട് യോജിക്കാനാവില്ല. എന്തുകൊണ്ടെന്നാൽ മനുഷ്യനും മൃഗവുമായുള്ള പ്രാധാനവ്യത്യാസം മനുഷ്യന് ആത്മാവിന്റെ വിളി അനുസരിക്കാൻ കഴിയും എന്നതാണ്. അക്രമത്തിനും സ്വാർത്ഥതയ്ക്കും അതീതമായി ഉയരാനും അവന് കഴിയും" (മഹാത്മാഗാന്ധി 1999 ഖ 5-6).

പുതിയ മനുഷ്യനെ നിർമിക്കാനുള്ള ഗാന്ധിയുടെ ശ്രമത്തെ ആഫ്രിക്കൻ ചിന്തകനായ ഫ്രാൻസ് ഫാനന്റെ പുതിയ മനുഷ്യൻ എന്ന സങ്കല്പവുമായി ചക്രവർത്തി താരതമ്യം ചെയ്യുന്നുണ്ട് (Mohit: 130-1).

ഗാന്ധിയും മാർക്സും തമ്മിലുള്ള വ്യത്യാസം ടി. എസ്. ദേവദോസ് ഇങ്ങനെ ചുരുക്കി പറയുന്നുണ്ട്. അന്ത്യവിശകലനത്തിൽ ആത്മനിഷ്ഠമായ സ്വാതന്ത്ര്യത്തിന്റെ അടിസ്ഥാനപരമായ സംവർഗം മാർക്സിൽ നാം കാണുന്നില്ല. പകരം വസ്തുനിഷ്ഠമായ ശക്തികളുടെ ഓപറേറ്റീവ് മെക്കാനിസമാണ് (Devadoss 60). ഇതാണ് മാർക്സിസത്തെപ്പറ്റി പൊതുവെയുള്ള ധാരണയെന്ന കാര്യത്തിൽ സംശയമില്ല.

ഗാന്ധിയുടെ സാമൂഹ്യവും രാഷ്ട്രീയവുമായ വശത്തെ നിരാകരിച്ച് വ്യക്തിഗുണങ്ങളിൽ ഊന്നുന്നതിനെതിരെ വിമർശനവുമുണ്ടായിട്ടുണ്ട്. ആചാര്യ കൃപലാനി ഇതു സൂചിപ്പിക്കുന്നു. "ഗാന്ധിജിയെ വെറും ധാർമികപരിഷ്കർത്താവെന്നോ മഹാപുരുഷനെന്നോ മഹാത്മാവെന്നോ മാത്രം കരുതുന്നവർ അദ്ദേഹത്തിന്റെ പാഠങ്ങളും ജീവിതമൂല്യങ്ങളും മനസ്സിലാക്കാത്തവരാണ്. ലോകചരിത്രത്തിൽ സത്യവും അഹിംസയും ഒരു പുതിയ സൃഷ്ടിയൊന്നുമല്ല. യേശുക്രിസ്തു, ബുദ്ധൻ മുതലായ പഴയവരും പുതിയവരുമായ അനേകമനേകം മഹാത്മാക്കൾ സത്യത്തെയും അഹിംസയെയും പ്രചരിപ്പിച്ചിട്ടുണ്ട്. ഈ ഗുണങ്ങൾ-തത്ത്വങ്ങൾ സമുദായജീവിതത്തിലും രാഷ്ട്രീയജീവിതത്തിലും പരീക്ഷിച്ചുനോക്കിയത് ഗാന്ധിജി മാത്രമാണ്. ഗാന്ധിജിയെ സംബന്ധിച്ച ഈ മൗലികതത്ത്വം വിസ്മരിക്കുകയാണെങ്കിൽ അദ്ദേഹത്തിന്റെ മറ്റെല്ലാ പ്രവർത്തനങ്ങളും വിസ്മരിക്കുകയാണെന്നാണർത്ഥം" (ആചാര്യ കൃപലാനി : 76).

ഗാന്ധിയൻ സൗന്ദര്യാത്മകതയെയും സമ്പദ്ശാസ്ത്രത്തെയും ബന്ധിപ്പിക്കുന്ന പഠനങ്ങൾ നേരത്തെയുണ്ടായിട്ടുണ്ട്. ജെ.സി. കുമരപ്പ തുറന്ന ഈ വഴിയിലൂടെയാണ് പിൽക്കാലത്ത് ചെറുതാണ് സുന്ദരം (Small is Beautiful) എന്ന പുസ്തകമെഴുതിയ ഷൂമാക്കർ സഞ്ചരിക്കുന്നത്. കേവലവും സാമാന്യവുമായ വസ്തുനിഷ്ഠതയിലൂന്നുന്ന വീക്ഷണത്തിന് പകരമായി ആത്മനിഷ്ഠമായ ഘടകം കൂടിയാണ് സമ്പദ്ശാസ്ത്രത്തിൽ അദ്ദേഹം മുന്നോട്ടുവെച്ചത്. "വ്യക്തി നിഷ്ഠമായ മൂല്യകല്പനയിൽ വസ്തുവിന് സ്ഥിരമൂല്യമില്ല. ഒരു പ്രത്യേക വസ്തുവിനോടുള്ള പ്രിയത്തിന്റെ ഏറ്റക്കുറവനുസരിച്ച് മൂല്യത്തിന് വ്യക്തിതോറും മാറ്റമുണ്ടാകാം" (കുമരപ്പ : 21) എന്നു പറയുന്ന കുമരപ്പ ഗാന്ധിയൻ

മൂല്യത്തെ മുതലാളിത്തത്തിന് എതിരെ നിർത്തി ബദൽ നിർദ്ദേശി ക്കുകയാണ് ചെയ്തത്.

ഗാന്ധിയൻ പ്രസ്ഥാനത്തിന്റെ സാമൂഹ്യരാഷ്ട്രീയതയെയും അതിന്റെ ചരിത്രസന്ദർഭത്തെയും നിരാകരിച്ചാൽ അത് മറ്റൊരു വ്യഖ്യാനത്തിലേക്കാണ് എത്തിച്ചേരുക. ഗാന്ധി അഹിംസാത്മക നിസ്സഹകരണപ്രസ്ഥാനം മുന്നോട്ടുവെക്കുന്നതിനു മുമ്പു തന്നെ രവീന്ദ്രനാഥ ടാഗുറിന്റെ കൃതികളിൽ 1880-കൾ മുതൽ ഈ പ്രമേയ ങ്ങൾ വന്നുകഴിഞ്ഞിരുന്നു. എന്നാൽ ഗാന്ധിയുടെ സംഘടിതമായ നിസ്സഹകരണപ്രസ്ഥാനം നിഷേധാത്മകമായ വികാരങ്ങളാലും വംശീയവിരോധത്താലുമാണ് നയിക്കപ്പെടുന്നത് എന്ന് ടാഗോർ വിമർശിച്ചു (Biswas :264).

വ്യക്തിമൂല്യങ്ങളെ സാമൂഹ്യമൂല്യങ്ങളാക്കി മാറ്റിയതുപോലെ, സാമൂഹ്യമൂല്യങ്ങളെ വ്യക്തിപരമായ സ്നേഹമൂല്യങ്ങളായി ഗാന്ധി സമീപിക്കുന്നതു കാണാം. തോട്ടിപ്പണിയെടുക്കുന്ന ഭംഗികളോടുള്ള നാട്ടുകാരുടെ അയിത്തബോധത്തെ ഗാന്ധി വിമർശിച്ചത് അമ്മ കുട്ടിയുടെ ശരീരത്തിലെ അഴുക്കുകളഞ്ഞ് കുട്ടിയെ ശുചിയാക്കുന്ന പ്രവൃത്തിയോട് ഉപമിച്ചായിരുന്നു (മഹാത്മാഗാന്ധി 1999 :72-73). ഭംഗികളെ നികൃഷ്ടരായി കണക്കാക്കുന്ന ഹിന്ദുവും മുസൽമാനും ക്രിസ്ത്യാനിയും ലോകത്തിന്റെ അപമാനം അർഹിക്കുന്നുവെന്നും ഭംഗികൾ പരിഷ്കരിച്ച് ആ തൊഴിൽ വിടുമ്പോൾ മറ്റുള്ളവർ ആ തൊഴിലെടുക്കാൻ സന്നദ്ധമാകണമെന്നും ഗാന്ധി 1921-ൽത്തന്നെ സൂചിപ്പിക്കുന്നുണ്ട്. മുൽക്ക് രാജ് ആനന്ദിന്റെ *അയിത്തക്കാരനി*ലേയും തകഴിയുടെ *തോട്ടിയുടെ മകനി*ലെയും പിൽക്കാല പ്രമേയം ഗാന്ധി നേരത്തെതന്നെ കൈകാര്യം ചെയ്യുന്നുണ്ട് എന്നാണിത് വ്യക്തമാക്കുന്നത്. ഗാന്ധി ഇക്കാര്യത്തിൽ സമൂഹത്തിൽനിന്ന് സൗന്ദര്യാത്മകസമീപനത്തിലുള്ള പരിവർത്തനമാണ് ആവശ്യ പ്പെട്ടത്.

ഗാന്ധിയിലെ അകത്തേക്കു നോക്കുന്ന സമീപനത്തെ ഊന്നി ക്കൊണ്ട് ബിഖു പരേഖ് ഗാന്ധിയൻ സൗന്ദര്യശാസ്ത്രത്തിന്റെ സവി ശേഷതയെ വിശദീകരിക്കുന്നുണ്ട് (Bikhu: 266). നെഹ്റുവിന്റെയും ഗാന്ധിയുടെയും ആത്മകഥകൾ താരതമ്യം ചെയ്തുകൊണ്ട് ഗാന്ധിയു ടേത് ആത്മവിശകലനത്തിന്റെയും നെഹ്റുവിന്റേത് വിശദീകരണ ത്തിന്റേതുമാണെന്നും അതിൽ സവിശേഷമായ ഇന്ത്യൻ സ്വഭാവം പ്രകടിപ്പിക്കുന്നത് ഗാന്ധിയുടെ ആത്മകഥയാണെന്നും പരേഖ് പറയുന്നു.

ഗാന്ധിയെ സൗന്ദര്യശാസ്ത്രവുമായി ചരിത്രപരമായി ബന്ധിപ്പിക്കുന്ന മുഖ്യകണ്ണി അദ്ദേഹത്തിലെ ടോൾസ്റ്റോയിയൻ സ്വാധീനമാണ്. ഗാന്ധിയിൽ ടോൾസ്റ്റോയിക്കുള്ള സ്വാധീനം ഡേവിഡ് ഹാർഡിമാൻ ഗാന്ധി അദ്ദേഹത്തിന്റെ കാലത്തും നമ്മുടെ കാലത്തും (Gandhi in His Times and Ours) എന്ന പുസ്തകത്തിൽ വിവരിക്കുന്നുണ്ട്. ഏകരേഖീയമായ ചരിത്രബോധത്തെ ഉൾക്കൊള്ളാൻ ഗാന്ധി വിസമ്മതിച്ചു. യുദ്ധവും സമാധാനവും എന്ന നോവലിന്റെ അവസാനം ടോൾസ്റ്റോയ് ചരിത്രത്തെ സംബന്ധിച്ച ദീർഘമായ ചർച്ച നടത്തുന്നുണ്ട്. "പൊതുവായ ചരിത്രരചയിതാക്കൾ അധികാരമാണ് സംഭവങ്ങളെ ഉണ്ടാക്കുന്നത് എന്ന മട്ടിലാണ് എഴുതുന്നത്" എന്ന് ടോൾസ്റ്റോയ് വിമർശിച്ചു. അതിലൂന്നിയ കാര്യകാരണബന്ധം സങ്കല്പിക്കുന്നു. സംസ്കാരത്തിന്റെ ചരിത്രകാരന്മാരാകട്ടെ ചരിത്രമെന്നത് യുക്തിപരമായ ആശയങ്ങളുടെ പ്രവർത്തനമാണെന്നു വാദിച്ചു. എന്നാൽ മനുഷ്യതുല്യത എന്ന ആശയം ഫ്രഞ്ചുവിപ്ലവത്തിന്റെ ഭീകരതയിൽ കലാശിച്ചു എന്ന് ടോൾസ്റ്റോയ് പറഞ്ഞു. അതിനാൽ ഭൂതകാലമെന്നത് ബുദ്ധിജീവികളുടെ സ്വപ്നങ്ങളുടെ നിർമിതിയാണെന്നത് തെറ്റാണ്. അനേകം ആളുകൾ പല രീതിയിൽ പ്രവർത്തിച്ചിട്ടാണ് ചരിത്രം ഉണ്ടാകുന്നത്. അപ്രതീക്ഷിതമായ പ്രത്യാഘാതങ്ങളാണ് അതിനുണ്ടാകുന്നത്. ജനങ്ങൾ ധരിക്കുന്നത് അവർ സ്വതന്ത്രരാണെന്നാണ്. എന്നാൽ അവർ അറിയാത്ത നിയമങ്ങൾ അവരിൽ പ്രവർത്തിക്കുന്നു എന്ന് ടോൾസ്റ്റോയ് ദർശിച്ചു. ഈ അബോധമെന്താണ് എന്നാണ് ടോൾസ്റ്റോയ് നോവലിൽ അന്വേഷിക്കുന്നത്. അത് ദൈവികമാണെന്ന ഉത്തരത്തിലെത്തുകയും ചെയ്തു" (Hardiman : 34).

ടോൾസ്റ്റോയി 'ഫ്രീ ഹിന്ദുസ്ഥാൻ' എന്ന ജേണലിന്റെ പത്രാധിപരായ താരക്നാഥ് ദാസിനെഴുതിയ 'എ ലെറ്റർ റ്റു എ ഹിന്ദു' എന്ന കത്ത് അച്ചടിക്കാനുള്ള അനുവാദം ഗാന്ധി ടോൾസ്റ്റോയിയിൽ നിന്ന് നേടുന്നു. ഇതിനായി ടോൾസ്റ്റോയിക്ക് 1909 ഒക്ടോബറിൽ ഗാന്ധി കത്തെഴുതുന്നുണ്ട്. ടോൾസ്റ്റോയിയും ഗാന്ധിയും തമ്മിലുള്ള ബന്ധത്തെ ടോൾസ്റ്റോയിയുടെ പിൻഗാമിയായ എഴുത്തുകാരൻ മിഹായേൽ ഷൊളോഖോവ് പിന്നീട് അനുസ്മരിച്ചത് ചരിത്രപരമായ വലിയ വ്യത്യാസത്തിനിടയിലും ഇന്ത്യയിലെയും റഷ്യയിലെയും ജനങ്ങളുടെ സഹകരണസാധ്യതയെയാണ് അത് എടുത്തു കാട്ടിയത് എന്നാണ് (ഷൊളോഖോവ് : 353). സ്വന്തം സദാചാരസംഹിതകളാൽ നയിക്കപ്പെട്ടപ്പോഴും ഗാന്ധിയുടെ ആശയങ്ങൾ പ്രയോഗത്തിൽ പുതിയതും വിപുലവും ജീവമർമ്മസ്പർശിയും ദേശാഭിമാനപരവും

രാഷ്ട്രീയവുമായ അന്തസ്സത്ത സമ്പാദിച്ചുവെന്നും ഷൊളോഖോവ് പറയുന്നു. വ്യക്തിബോധത്തിനപ്പുറം ടോൾസ്റ്റോയിയുടെ കൃതികൾ റഷ്യൻ വിപ്ലവത്തിന്റെ കണ്ണാടിയായതെങ്ങനെ എന്ന ലെനിന്റെ കാഴ്ചപ്പാടുമായി ഇത് സമാനത പുലർത്തുന്നുണ്ട്.

ഗാന്ധിയിൽ ടോൾസ്റ്റോയിയും റസ്കിനും മറ്റും ചെലുത്തിയ സ്വാധീനത്തിനു പുറമേ, ഗാന്ധിയൻ സമീപനങ്ങൾ പിൽക്കാലത്തുണ്ടാക്കിയ സ്വാധീനങ്ങളെപ്പറ്റിയും വിശദമായി ചർച്ച ചെയ്യുന്നുണ്ട് തോമസ് വെബർ, ഗാന്ധി ശിഷ്യനും ഗുരുവുമെന്ന നിലയിൽ (Gandhi as Desciple and Mentor) എന്ന കൃതിയിൽ. ഹെൻറി സാൾട്ടിന്റെ വെജിറ്റേറിയനിസം എന്ന കൃതി ഗാന്ധിയെ ഇംഗ്ലണ്ടിൽ നിന്ന് സ്വാധീനിച്ചതും 1890-ൽ ലണ്ടനിലെ വെജിറ്റേറിയൻ സൊസൈറ്റിയിൽ അദ്ദേഹം എക്സിക്യൂട്ടീവ് അംഗമായതും വെബർ എടുത്തു പറയുന്നു. "ദ വെജിറ്റേറിയൻ" എന്ന ലേഖനം ഗാന്ധി അക്കാലത്ത് എഴുതുന്നുണ്ട്. അദ്ദേഹമെഴുതിയ "വെജിറ്റേറിയൻ മെസൻജർ" എന്ന ലേഖനം അക്കാലത്ത് വ്യാപകമായി സ്വീകരിക്കപ്പെടുന്നു.

മാർക്സിന് ഗ്രീക്ക് ക്ലാസിക്കുകളോടുള്ള ഒടുങ്ങാത്ത ആകർഷണം പ്രസിദ്ധമാണല്ലോ. അതേ തരത്തിൽ ഗാന്ധിയിലും സാഹിത്യം സ്വാധീനം ചെലുത്തുന്നുണ്ട്. ഗാന്ധിയുടെ വ്യക്തിപരമായ വികാസത്തിൽ സാഹിത്യത്തിനു പങ്കുണ്ട്. ആത്മകഥയിൽ "ശ്രവണ പിതൃഭക്തി", "ഹരിശ്ചന്ദ്ര" എന്നീ നാടകങ്ങൾ തന്നിലുണ്ടാക്കിയ സ്വാധീനത്തെക്കുറിച്ച് ഗാന്ധി പറയുന്നുണ്ടല്ലോ (1997:5-6). ഗാന്ധിയിലുണ്ടായിരുന്ന റൊമാന്റിക്കുകളുടെ സ്വാധീനം വെബർ സൂചിപ്പിക്കുന്നുണ്ട്. സഹനത്തിലൂടെ ശത്രുവിനെ മിത്രമാക്കുന്ന പ്രമേയമുള്ള ഷെല്ലിയുടെ "മാസ്ക് ഓഫ് അനാർക്കി" എന്ന കവിത ഗാന്ധി പിൽക്കാലത്ത് ഉദ്ധരിക്കുന്നത് വെബർ ചൂണ്ടിക്കാട്ടുന്നു. അത് ലണ്ടനിൽ ഷെല്ലിയൻ ആശയങ്ങളുടെ തിരിച്ചുവരവിന്റെ കാലമായിരുന്നുവെന്നും അക്കാലത്ത് ഷെല്ലി സൊസൈറ്റി ലണ്ടനിൽ സജീവമായി പ്രവർത്തിക്കുന്നുണ്ടായിരുന്നെന്നും അദ്ദേഹം പറയുന്നുണ്ട്.

ഗാന്ധി സ്വാധീനിച്ച മേഖലകൾ പലതാണ്. ആധുനികോത്തര സൗന്ദര്യശാസ്ത്രത്തിന്റെ വിവിധ മണ്ഡലങ്ങൾ അവയിൽപെടുന്നു. അമേരിക്കയിലെ കറുത്ത വർഗക്കാരുടെ പ്രസ്ഥാനത്തെ ആഴത്തിൽ ഗാന്ധി സ്വാധീനിച്ചിട്ടുണ്ട്. സഹനസമരത്തിന്റെ പ്രയോഗപാഠങ്ങൾ താൻ ഗാന്ധിയിൽ നിന്നാണ് പഠിച്ചതെന്ന് മാർട്ടിൻ ലൂഥർ കിംഗ് പറയുന്നുണ്ട്. ഗാന്ധിയുടെ മുഖ്യകൃതികളെല്ലാം വായിച്ച കിംഗ്

ഗാന്ധിയുടെ അഹിംസാത്മകമായ സമരമാണ് അമേരിക്കൻ ഐക്യ നാട്ടുകളിലെ വംശീയ പ്രശ്നത്തിന് യുക്തിപരവും ധാർമികവുമായ പരിഹാരം എന്നും പറയുന്നുണ്ട് (Weber: 165).

സുന്ദർലാൽ ബഹുഗുണയുടെ ഹിമാലയൻ താഴ്വരകളിലെ സമരം പോലെ ഇന്ത്യയിലെ ഗാന്ധിയുടെ തുടർച്ചകൾക്ക് ശേഷം നാലു പ്രധാന മണ്ഡലങ്ങളിൽ ഗാന്ധി ചെലുത്തിയ സ്വാധീനം വെബർ സൂചിപ്പിക്കുന്നു. അഗാധ പരിസ്ഥിതിവാദം എന്ന നിലയിൽ ഉയർന്നു വന്ന പുതിയ പരിസ്ഥിതി ദർശനം, യുദ്ധമില്ലായ്മ എന്ന ലക്ഷ്യത്തിനപ്പുറത്തെത്തിയിരിക്കുന്ന സമാധാനത്തിനുവേണ്ടിയുള്ള അന്വേഷണങ്ങൾ, ബുദ്ധിസ്റ്റ് സമ്പദ്ശാസ്ത്രം എന്ന പേരിലറിയപ്പെടുന്ന ജനകേന്ദ്രിത സാമ്പത്തിക ശാസ്ത്രം, അഹിംസാത്മകതയിലൂന്നിയ രാഷ്ട്രീയ പ്രയോഗം എന്നീ മണ്ഡലങ്ങളാണവ (Weber: 189).

ഗാന്ധിയിലെ ടോൾസ്റ്റോയിയുടെ സാന്നിധ്യം മാർക്സിസ്റ്റ് ചിന്തകർ നേരത്തെതന്നെ കണ്ടറിഞ്ഞിരുന്നു. ഡാങ്കേ പറഞ്ഞു: "..ആധുനിക ഇന്ത്യയിലേക്ക് കടന്നുവന്ന ഒരു മഹാത്മാ സ്വാതന്ത്ര്യ സമ്പാദനത്തിനായി അവലംബിക്കാവുന്ന പുതിയ മാർഗങ്ങളെക്കുറിച്ച് പരീക്ഷണങ്ങൾ നടത്തിക്കൊണ്ടിരിക്കുന്നു. തിലക് ആരംഭിച്ച സമരമുറകൾ മാറ്റിവെച്ച് ടോൾസ്റ്റോയിയുടെ മാർഗങ്ങൾ അതിനായി പരീക്ഷിക്കപ്പെടുന്നു" (ഡാങ്കേ: 39).

പ്രാമാണിക മാർക്സിസ്റ്റ് ചിന്തകനായ അന്റോണിയോ ഗ്രാംചി ഗാന്ധിയുടെയും ടോൾസ്റ്റോയിയുടെയും സഹനസമരമാതൃകയെക്കുറിച്ച് പരാമർശിക്കുന്നുണ്ട്. ആദ്യകാല ക്രിസ്ത്യാനിറ്റിയോട് രണ്ടും സാദൃശ്യം പുലർത്തുന്നുവെന്നാണ് ഗ്രാംചിയുടെ നിരീക്ഷണം (Gramsci:107).

ഗാന്ധിയിൽ കാണുന്ന ജനകീയ അംശത്തെ പ്രശംസിക്കുന്ന ഇ. എം. എസ് ഇന്ത്യൻ ബൂർഷ്വാസിയുടെ വൈരുധ്യങ്ങളുടെ സമാഹാരമായി ഗാന്ധിയെ കാണുന്നു. "സാമൂഹ്യവും സാമ്പത്തികവും സാംസ്കാരികവുമായ പല പ്രശ്നങ്ങളെപ്പറ്റിയും അദ്ദേഹം പുറപ്പെടുവിച്ചിട്ടുള്ള അഭിപ്രായങ്ങൾ പിന്തിരിപ്പനാണെന്നു നാം കരുതിയേക്കും (സംശയരഹിതമായും അതിൽ പലതും പിന്തിരിപ്പനാണുതാനും). എന്നാൽ ഒരു വശത്ത് വമ്പിച്ച കർഷക ജനവിഭാഗവും മറുവശത്ത് ആധുനിക ദേശീയ ജനാധിപത്യപ്രസ്ഥാനത്തിന്റെ നാഗരിക പ്രതിനിധികളും നേതാക്കന്മാരും തമ്മിൽ ബന്ധം സൃഷ്ടിക്കുന്നതിന് അദ്ദേഹത്തെ സഹായിച്ചത് ഈ പിന്തിരിപ്പൻ വീക്ഷണഗതിയായിരുന്നു എന്നുള്ള

വസ്തുത വിസ്മരിക്കുന്നത് വലിയ അബദ്ധമായിരിക്കും. ഗ്രാമങ്ങളിലെ ദരിദ്രരായ ബഹുജനങ്ങളെ ആധുനിക ദേശീയ ജനാധിപത്യപ്രസ്ഥാനത്തിലേക്ക് കൊണ്ടുവരികയെന്ന അത്യധികം വിപ്ലവകരമായ പ്രതിഭാസം കൈവരുത്തുന്നതിന് ഗാന്ധിക്ക് തന്റെ പിന്തിരിപ്പൻ സാമൂഹ്യവീക്ഷണം കൊണ്ടു സാധിച്ചു. ഇത് ഒരു വിരോധാഭാസമായി ത്തോന്നാനിടയുണ്ട്. നാടുവാഴിത്തവുമായി സഖ്യത്തിലേർപ്പെട്ടുകൊണ്ടാണ് ബൂർഷ്വാസി നമ്മുടെ ദേശീയ ജനാധിപത്യപ്രസ്ഥാനത്തിന് നേതൃത്വം കൊടുത്തത് എന്നതിൽനിന്നുളവായ രാജ്യത്തെ യഥാർഥ രാഷ്ട്രീയ ജീവിതത്തിൽ നിലവിലുള്ള വൈരുധ്യത്തിന്റെ പ്രകടനം തന്നെയാണ് ഈ വിരോധാഭാസം" (ഇ. എം. എസ് 1994: 221).

സ്വാതന്ത്ര്യാനന്തരം ഇന്ത്യൻബൂർഷ്വാസിയുടെ മൂല്യങ്ങളുമായി ഗാന്ധിയൻ മൂല്യങ്ങൾ തെറ്റിപ്പിരിഞ്ഞതിന്റെ സൂചനയും ഇ. എം. എസ് നൽകുന്നുണ്ട്. "ബൂർഷാസിയുടെ മുന്നണിനേതാവായിരുന്ന ചരിത്രത്തിൽ ഗാന്ധിയെങ്കിലും എല്ലായ്പോഴും എല്ലാ കാര്യത്തിലും അദ്ദേഹം ബൂർഷ്വാസിയുമായി സാത്മ്യം പ്രാപിച്ചിരുന്നു എന്ന് അർത്ഥമാക്കാൻ പാടില്ല. നേരെ മറിച്ച് അദ്ദേഹത്തിന്റെ സ്വാഭാവികമായ പ്രത്യേകത കൊണ്ടും ഏതൊരു വർഗത്തിന്റെ സുഹൃത്തും താത്വികനേതാവും മാർഗദർശകനും ആയിരുന്നുവോ അദ്ദേഹം, ആ വർഗത്തിന്റെ പ്രത്യേക സ്വഭാവ വിശേഷതയാലും പല സന്ദർഭങ്ങളിലും പല പ്രശ്നത്തിലും അദ്ദേഹത്തിന്റെ ശബ്ദം ന്യൂനപക്ഷത്തിന്റേതോ അല്ലെങ്കിൽ ഒറ്റപ്പെട്ടതോ ആയിരുന്നു. അങ്ങനെയുള്ള എല്ലാ സന്ദർഭങ്ങളിലും വ്യത്യസ്തമാർഗങ്ങളിലൂടെ താത്കാലികമായി തങ്ങൾക്ക് പോകാം എന്ന ഒത്തുതീർപ്പ് അദ്ദേഹവും അവരും തമ്മിൽ ഉണ്ടായി. വീണ്ടും വീണ്ടും പ്രകടമാക്കപ്പെട്ട ഒരു പ്രതിഭാസമായിരുന്നു ഇത്."

ചില സാന്മാർഗിക മൂല്യങ്ങളിൽ ഗാന്ധി ചെലുത്തിയിരുന്ന നിർബന്ധം ഒരവസരത്തിൽ ബൂർഷ്വാസിക്ക് സഹായകമായിരുന്നു എങ്കിലും അദ്ദേഹത്തിന്റെ ജീവിതത്തിലെ അവസാനദിനങ്ങളിൽ അവർക്ക് അത് പ്രതിബന്ധമാകുകയായിരുന്നു എന്ന് ഇ എം എസ് അഭിപ്രായപ്പെടുന്നു. സ്വാതന്ത്ര്യാനന്തരം ബൂർഷ്വാസിക്ക് സാമ്രാജ്യത്വത്തിനെതിരായി എന്തെങ്കിലും ചെയ്യാനുണ്ടെങ്കിൽ അത് സർക്കാർ നിലവാരത്തിൽ ചെയ്യാൻ കഴിയുമായിരുന്നു. അതിനാൽ ബഹുജനങ്ങളെ സമരത്തിലേക്ക് നയിക്കേണ്ടത് അവർക്ക് ആവശ്യമായിരുന്നില്ല എന്നതാണ് ഗാന്ധിയും സ്വാതന്ത്ര്യാനന്തര ഇന്ത്യൻ ഭരണകൂടവും തമ്മിൽ വേർപെട്ടതിനുള്ള ന്യായം ഇ. എം. എസ് നൽകുന്നത്. "ഗാന്ധി രാഷ്ട്രപിതാവായിത്തീരാൻ ശരിക്കും കാരണം

അദ്ദേഹം വെച്ചുപുലർത്തിയിരുന്ന ആദർശവാദം ബൂർഷ്വാസിയുടെ കയ്യിൽ പ്രായോഗികമായ പ്രയോജനകരമായ ഒരു രാഷ്ട്രീയായുധമായിരുന്നു എന്നതാണ്. എന്നാൽ സ്വാതന്ത്ര്യലബ്ധിക്കുശേഷമുള്ള വർഷങ്ങളിൽ അദ്ദേഹത്തിന്റെ ആദർശവാദം ബൂർഷ്വാസിയുടെ താത്പര്യത്തിന് ഒരു പ്രതിബന്ധമായിരുന്നതുകൊണ്ട് ജീവിതത്തിന്റെ അവസാനദിവസങ്ങളിൽ അദ്ദേഹം അവരിൽനിന്ന് ഏറെക്കുറെ ഒറ്റപ്പെടുകയും ചെയ്തു."

ഗാന്ധിയും പാശ്ചാത്യ ആധുനികതാവിമർശവും

ഗാന്ധിയെ ആധുനികയുക്തിയുടെ വിമർശകനായാണ് പൊതുവെ വിലയിരുത്താറുള്ളത്. രണ്ടു തരത്തിൽ ഇതിന് വ്യഖ്യാനമുണ്ടായിട്ടുണ്ട്. ആധുനികതയ്ക്കു മുമ്പുള്ള ഒരു കാലഘട്ടത്തിന്റെ പ്രതിനിധിയാണ് ഗാന്ധി എന്നതാണ് ഒരു വീക്ഷണം. മാർക്സിയൻ വിമർശനത്തിൽ (ഇ. എം. എസിന്റേതുൾപ്പെടെ) ഈ നിലപാടുണ്ട്. *ഹിന്ദ് സ്വരാജി*നെ അതിന്റെ പ്രഖ്യാപനമായി പരിഗണിക്കാറുമുണ്ട്.

ആധുനികതയിലെ അന്യവൽക്കരണത്തെ ഗാന്ധി വിമർശിച്ചിട്ടുണ്ട്. ആധുനികത (ആധുനിക നാഗരികത, "modern civilisation")യും അന്യവൽക്കരണവും തമ്മിലുള്ള ബന്ധം *ഹിന്ദ് സ്വരാജിൽ* ഗാന്ധി വിശദമാക്കുന്നതിന്റെ ഒരു സന്ദർഭം റെയിൽവേയെ വിമർശിക്കുന്നതാണ്. മനുഷ്യന്റെ കൈകാലുകൾക്കുല്പാദിപ്പിക്കാൻ കഴിയുന്ന വേഗമാണ് പ്രകൃതിനിയമമനുസരിച്ച് അവനു ഹിതമായിട്ടുള്ള വേഗപരിധി. റെയിൽ വഴിയോ മറ്റു തരത്തിലോ ഉല്പാദിപ്പിക്കുന്ന അതിദ്രുതഗതിയാണ് ആധുനികവിഭ്രാന്തികളിൽ മിക്കതിനും ഉറവിടം (മഹാത്മാഗാന്ധി 2001 : 24-25). ആധുനികതാവാദികളിൽ ചിലരുടെ വിമർശനത്തിന് സമാനമാണിത്.

ആധുനിക നാഗരികതയ്ക്കു നേരെയുള്ള തന്റെ വിമർശനം പടിഞ്ഞാറിന് നേരെയുള്ള പൊതുവായ വിരോധമല്ലെന്നു ഗാന്ധി പല തവണ വ്യക്തമാക്കിയിട്ടുണ്ട്. തന്റെ പാശ്ചാത്യഗുരുക്കന്മാരെക്കുറിച്ച് ഗാന്ധി തന്നെ സൂചിപ്പിച്ചിട്ടുണ്ട്. "എനിക്ക് ഒരാചാര്യനെ ലഭിച്ചിട്ടുണ്ട്-തോറോ (Thoreau). "നിയമ ലംഘനത്തിന്റെ കർത്തവ്യം" (Duty of Civil Obedience) എന്ന അദ്ദേഹത്തിന്റെ ഉപന്യാസം ദക്ഷിണാഫ്രിക്കയിലെ എന്റെ ചെയ്തികളെ ശാസ്ത്രീയമായി സമർത്ഥിച്ചിരിക്കുന്നു. ഗ്രേറ്റ് ബ്രിട്ടൻ എനിക്കു റസ്കിനെ തന്നു. അദ്ദേഹത്തിന്റെ അൺടു ദിസ് ലാസ്റ്റ് എന്ന ഗ്രന്ഥം വക്കീലും നഗരവാസിയും ആയിരുന്ന എന്നെ ഒരു രാത്രികൊണ്ട് ഒരു കൃഷിക്കാരനാക്കി മാറ്റി.

ഡർബിൻ വിട്ട്, അടുത്ത റെയിൽവേ സ്റ്റേഷനിൽനിന്ന മൂന്നമൈൽ ദൂരെയുള്ള ഒരു കൃഷിസ്ഥലത്തേക്ക് ഞാൻ താമസം മാറ്റി. അഹിംസയ്ക്കു യുക്തിപൂർവ്വമായ അടിസ്ഥാനം കാണിച്ചു തന്ന ടോൾസ്റ്റോയിയെ റഷ്യയിൽ നിന്ന് എനിക്കു ലഭിച്ചു. ദക്ഷിണാഫ്രിക്കയിലെ എന്റെ പ്രവർത്തനപ്രസ്ഥാനത്തെ, ശൈശവാവസ്ഥയിൽത്തന്നെ, അതിന്റെ അത്ഭുതകരമായ സാധ്യതകളെപ്പറ്റി എനിക്കു പിന്നെയും പഠിക്കാനുണ്ടായിരുന്നപ്പോൾ, ടോൾസ്റ്റോയി അനുഗ്രഹിക്കയുണ്ടായി. ലോകത്തിലെ ചവിട്ടിത്താഴ്ത്തപ്പെട്ട മനുഷ്യർക്ക്, ഭാവിയിൽ ആശയുടെ സന്ദേശം എത്തിക്കാനിടവരുന്ന ഒരു പ്രസ്ഥാനമാണ് ഞാൻ നയിക്കുന്നതെന്ന് എനിക്കെഴുതിയ ഒരു കത്തിൽ പ്രവചിച്ചത് അദ്ദേഹമാണ്. ഇതിൽ നിന്ന് നിങ്ങൾക്കു മനസ്സിലാകും , ഗ്രേറ്റ് ബ്രിട്ടനോടും പാശ്ചാത്യരോടും ശത്രുത കാണിക്കുന്ന മനോഭാവത്തിലല്ലാ, ഞാൻ ഇപ്പോഴത്തെ സംരംഭത്തിലേർപ്പെട്ടിരിക്കുന്നതെന്ന്. അൺടു ദിസ് ലാസ്റ്റ് എന്ന ഗ്രന്ഥത്തിലെ സന്ദേശം ഉൾക്കൊള്ളുകയും അതിന്റെ സാരം ബോധ്യപ്പെടുകയും ചെയ്തതിനു ശേഷം, വ്യക്തിയേയും തൽസ്വാതന്ത്ര്യത്തെയും അടിച്ചമർത്തുന്ന സിദ്ധാന്തമടങ്ങിയ 'ഫാസിസ'ത്തെയോ 'നാസിസ'ത്തെയോ അംഗീകരിക്കുകയെന്ന കുറ്റം ചെയ്യാൻ എനിക്കു സാധ്യമല്ല" (കൃഷ്ണ കൃപലാനി, 1964:117-118).

ഗാന്ധിയിലെ പാരമ്പര്യപരവും ആധുനികവുമായ ഘടകങ്ങൾ ഏതെല്ലാമെന്ന് അന്വേഷിക്കുന്ന പഠനങ്ങൾ ഉണ്ടായിട്ടുണ്ട്. എ. എൽ. ബഷാം ഗാന്ധിക്ക് സ്ത്രീവിമോചനത്തെയും അധ്വാനത്തിന്റെ മഹത്വത്തെയും കുറിച്ചുള്ള വീക്ഷണങ്ങൾ പാരമ്പര്യത്തിൽ നിന്ന് ലഭിച്ചതല്ലെന്നും മറ്റു കാര്യങ്ങൾ അദ്ദേഹം ഇന്ത്യൻ പാരമ്പര്യത്തിൽ നിന്ന് എടുത്തതാണെന്നും വാദിക്കുന്നുണ്ട് (Basham :40).

ഗാന്ധിയുടെ വീക്ഷണം ആധുനികതാവിരുദ്ധമോ ആധുനികപൂർവമോ ആണെന്ന വാദത്തെ വിമർശിക്കുന്ന പഠനങ്ങളും നിരീക്ഷണങ്ങളും ഇന്ന് വന്നു കഴിഞ്ഞിട്ടുണ്ട്. അതിലൊന്നാണ് ലോയ്ഡ് റുഡോൾഫും സൂസൻ ഹോബർ റുഡോൾഫും ചേർന്ന് എഴുതിയ ആധുനികോത്തര ഗാന്ധിയും മറ്റു പ്രബന്ധങ്ങളും (Postmodern Gandhi and Other Essays) എന്ന പുസ്തകത്തിലേത്. രണ്ടുതരത്തിൽ ആധുനികം എന്ന പദത്തെ റുഡോൾഫുമാർ നിർവചിക്കുന്നു. സ്ഥലം, കാലം, പരിതസ്ഥിതി എന്നീ നിലകളിലും ചരിത്രവുമായി ബന്ധപ്പെട്ട സംവർഗമെന്ന നിലയിലും കാണലാണ് ഒന്ന്. രണ്ടാമത് അതിനെ ജ്ഞാനശാസ്ത്രപരമായി പരിഗണിക്കലാണ്.

ഒന്നാംലോക മഹായുദ്ധം മനുഷ്യാവസ്ഥയെ സംബന്ധിച്ച ദുരന്ത ചിത്രം സൃഷ്ടിക്കും മുമ്പ് പടിഞ്ഞാറ് പുരോഗതിയെന്ന സങ്കല്പത്തെ ഏകപക്ഷീയമായി വാഴ്ത്തുകയായിരുന്നുവെന്നും എന്നാൽ 1909- ലെ *ഹിന്ദ് സ്വരാജിൽ* ഗാന്ധി അക്കാലത്തു തന്നെ യാതൊരു സംശയവു മില്ലാതെ പുരോഗതി സങ്കല്പത്തെ വിമർശിച്ചുവെന്നും റുഡോൾഫുമാർ വിശദീകരിക്കുന്നു. സാർവലൗകിക സത്യങ്ങൾ, വസ്തുനിഷ്ഠ ജ്ഞാനം, ബൃഹദാഖ്യാനം എന്നിവയെ വിമർശിച്ചുകൊണ്ട് ആധുനികോത്തര മായ വിമർശനത്തെ ഗാന്ധി മുൻകൂട്ടിക്കണ്ടു. പതിനേഴാം നൂറ്റാണ്ടിൽ പ്രകൃതിശാസ്ത്രം അടിസ്ഥാനപരമായ തത്ത്വചിന്ത, ന്യൂട്ടോണിയൻ ശാസ്ത്രം, ദക്കാർത്തിയൻ തത്ത്വചിന്ത എന്നിവയുമായി ബന്ധപ്പെട്ടു നിലവിൽവന്ന ആധുനികതയെത്തന്നെയാണ് ഗാന്ധി വിമർശിച്ചത്.

ഗാന്ധിയുടെ വിമർശനം ആധുനികപൂർവമല്ലെന്നതിനു നിരവധി വാദങ്ങൾ റുഡോൾഫുമാർ മുന്നോട്ടുവെക്കുന്നുണ്ട്. ഗാന്ധിയുടെ മതത്തോടുള്ള സമീപനം ആധുനികതയ്ക്കു മുമ്പുള്ളതിൽ നിന്നും വ്യ ത്യസ്തമായിരുന്നു എന്നതാണ് ഒന്ന്. അനാദിയും വിശുദ്ധവും വെളി പാടുപരവുമായ, ആത്മബോധത്തിന്റെ സ്പർശമില്ലാത്ത സത്യത്തെ ഗാന്ധി അംഗീകരിച്ചിരുന്നില്ല. ഭഗവദ്ഗീതയെത്തന്നെ ഒരു കാവ്യമാ യാണ് ഗാന്ധി കണ്ടത്. വെജിറ്റേറിയനിസം പോലുള്ള ആശയങ്ങൾ പാശ്ചാത്യചിന്തകരിൽ നിന്നാണ് അദ്ദേഹം സ്വീകരിച്ചത്.

ഗാന്ധിക്ക് കിഴക്കും പടിഞ്ഞാറുമുള്ള സമകാലികരിൽ നിന്നുള്ള വ്യത്യാസം റുഡോൾഫുമാർ വ്യക്തമാക്കുന്നു. തന്റെ ഇന്ത്യയിലെ സമകാലികരെപ്പോലെ കൊളോണിയൽ ആധുനികതയുടെ ആകർ ഷണത്തിൽ അദ്ദേഹം പെട്ടില്ല. യൂറോപ്പിലും അമേരിക്കയിലുമുള്ള സമകാലികരെപ്പോലെ ടെക്നോക്രാറ്റുകളും എഞ്ചിനിയർമാരും മാനേജർമാരും പ്രയോഗവത്കരിക്കുന്ന ശാസ്ത്രവിജ്ഞാനത്തിലും പ്രബുദ്ധതായുക്തിയിലും അദ്ദേഹം വിശ്വസിച്ചില്ല.

എന്നാൽ സത്യത്തിലും അഹിംസയിലുമുള്ള ഗാന്ധിയുടെ വിശ്വാ സത്തെ ജൈനമതത്തിലെ അനേകാന്തവാദവുമായി ബന്ധിപ്പിച്ചു വ്യാഖ്യാനിച്ചവരുണ്ട്. ദ്വൈതവും അദ്വൈതവും ഒന്നിച്ചംഗീകരി ക്കുന്നത് എങ്ങനെ എന്ന ചോദ്യത്തിന് താൻ ജൈനമതത്തിലെ അനേകാന്തവാദമാണ് ഇക്കാര്യത്തിൽ സ്വീകരിക്കുന്നത് എന്നും സത്യവും അഹിംസയും അനേകാന്തവാദത്തിന്റെ യുക്തിയിൽ സാധുവാകുന്നതും ഗാന്ധി സൂചിപ്പിച്ചു (Raghava : 226). ഇക്കാര്യം എം. പി. മത്തായി ഗാന്ധിയുടെ പ്രപഞ്ചവീക്ഷണത്തിന്റെ ഭാഗമായി

കാണുന്നുണ്ട്. സത്യം കാണുന്നയാളുടെ വീക്ഷണത്തിനനുസരിച്ച് മാറുന്നു എന്ന ജൈനവീക്ഷണം സ്വാഭാവികമായും മറ്റുള്ളവരുടെ സത്യത്തെ അംഗീകരിക്കലിലേക്കും അഹിംസയിലേക്കും നയിക്കുന്നു (മത്തായി 61). ഏകവിഷയിത്വത്തെ മുന്നോട്ടുവെക്കുന്ന ആധുനികതായുക്തിയുടെ നിഷേധമായിവരുന്ന ജൈനവാദം അതുണ്ടായ കാലത്ത് ജീവിതനിഷേധിയായാണ് പ്രവർത്തിച്ചതെങ്കിൽ ഗാന്ധിയിൽ അത് ധനാത്മകമായ രാഷ്ട്രീയ സിദ്ധാന്തത്തിന് അടിത്തറയായി എന്നതാണ് പ്രധാനം.

ഗാന്ധിയൻ സൗന്ദര്യശാസ്ത്രവും ആധുനികതാവാദ സൗന്ദര്യചിന്തയും

ആധുനികതാവാദത്തിന്റെ പാശ്ചാത്യ സന്ദർഭം ആധുനികതായുക്തിയുടെ വിമർശനമായി ഇന്ന് തിരിച്ചറിയപ്പെട്ടിട്ടുണ്ട്. മാർക്സിയൻ ധാരയിൽ നിന്നുള്ള ഈ വിമർശനത്തിന് സൈദ്ധാന്തികമായ അടിത്തറയൊരുക്കിയത് അഡോർണോയാണ്. ഹോക്ഹീമറും അഡോർണോയും ചേർന്ന് രചിച്ച പ്രബുദ്ധതയുടെ വൈരുദ്ധ്യാത്മകത(Dialectic of Enlightenment)യിലും തുടർന്ന് നിഷേധാത്മക ഭൗതികവാദ (Negative Dialectics) ത്തിലും സൗന്ദര്യാത്മക സിദ്ധാന്ത(Aesthetic Theory)ത്തിലും അഡോർണോ ഇത് വിശദീകരിച്ചു. അങ്ങനെയെങ്കിൽ ആധുനികതയെ വിമർശിച്ച ഗാന്ധിയൻ സൗന്ദര്യശാസ്ത്രം ആധുനികതാവാദത്തിന്റെ സൗന്ദര്യാത്മകതയുമായി ഒത്തുപോകുന്നതാണോ?

ആധുനികതയുടെ സൗന്ദര്യശാസ്ത്രത്തെ സൗന്ദര്യശാസ്ത്രത്തിന്റെ മണ്ഡലത്തിൽ നിന്നുകൊണ്ടുതന്നെ ടോൾസ്റ്റോയി *എന്താണ് കല?* എന്ന തന്റെ ഗ്രന്ഥത്തിൽ വിമർശിക്കുകയുണ്ടായി: “മാനവസമുദായത്തിന് പ്രാപ്തമായിട്ടുള്ള അത്യുൽകൃഷ്ടമായ അനുഭൂതികളെ, മതബോധത്തിൽ നിന്ന് ഉറന്നുവരുന്ന അനുഭൂതികളെ സംക്രമിപ്പിക്കുന്ന കലാപ്രവർത്തനത്തിനു പകരം സമുദായത്തിലെ ഒരു പ്രത്യേകവിഭാഗത്തിന് ഏറ്റവും കൂടുതൽ ആനന്ദം നൽകുക എന്ന ലക്ഷ്യത്തെ മുൻനിർത്തിയുള്ള കലാപ്രവർത്തനം യൂറോപ്പിലെ ഉന്നതവർഗ്ഗക്കാരുടെ വിശ്വാസരാഹിത്യത്തിന്റെ ഫലമായി സംഭവിച്ചതാണ്. കലയുടെ അപാര മണ്ഡലത്തിൽനിന്ന് ഈ പ്രത്യേകവിഭാഗത്തിൽപ്പെട്ട ആളുകൾക്ക് ആനന്ദം നൽകുന്നതിനെ മാത്രം വേലികെട്ടിത്തിരിച്ച് കലയെന്ന പേരുനൽകി” (ടോൾസ്റ്റോയി: 62). പുതിയ പ്രസ്ഥാനങ്ങൾ പ്രത്യേക വർഗത്തിന്റെ വിശേഷാധികാരത്തെ ഉറപ്പിക്കുന്നതിനാ ണെന്നും

ടോൾസ്റ്റോയി പറഞ്ഞു: "എങ്ങനെയായാലും ഉപരിവർഗത്തിലെ ആളുകൾ കരുതുന്നത് സമ്പന്നരും പണ്ഡിതരുമായ തങ്ങൾ പാവപ്പെട്ടവരും പഠിപ്പില്ലാത്തവരുമായ തൊഴിലാളികളിൽ നിന്നു വ്യത്യസ്തരായി നിലനില്ക്കുന്ന കാലത്തോളം മാത്രമേ തങ്ങളുടെ ഔന്നത്യം നിലനിർത്താൻ സാധിക്കയുള്ളൂവെന്നാണ്. അതുകൊണ്ട് തങ്ങളുടെ പ്രത്യേകാവകാശങ്ങളെ ശാശ്വതീകരിക്കാനുതകുന്ന പുതിയ ജീവിതധാരണകൾ കണ്ടെത്താൻ അവർ പരിശ്രമിച്ചേക്കാം. അത് ഒരുപക്ഷേ, പ്രാചീനതയിലേക്കുള്ള തിരിച്ചുപോക്കിന്റെ രൂപത്തിലോ മിസ്റ്റിസിസത്തിന്റെ രൂപത്തിലോ ഹെലനിസത്തിന്റെ രൂപത്തിലോ അതിമാനുഷനിലുള്ള വിശ്വാസത്തിന്റെ രൂപത്തിലോ ആയിരിക്കാം. എങ്ങനെയായാലും മാനവക്ഷേമം കുടികൊള്ളുന്നത് ഐക്യത്തിലും സാഹോദര്യത്തിലുമാണെന്ന സർവ്വസമ്മത സത്യത്തെ, ഇഷ്ടപ്പെട്ടാലും ഇല്ലെങ്കിലും ശരി, സ്വയം സന്നദ്ധമായോ അല്ലാതെയോ അംഗീകരിക്കാതെ വയ്യ." അഡോർണോ ആധുനികതാവാദത്തെ പിന്തുണയ്ക്കുമ്പോൾ ടോൾസ്റ്റോയ് അതിനെ വിമർശിക്കുകയാണ് ചെയ്യുന്നത്. എന്നാൽ ആധുനികത്വ (modernity) ത്തെ രണ്ടു പേരും ഒരുപോലെ വിമർശിക്കുന്നു. ആധുനികത്വത്തിന്റെ വിമർശമാണ് യുദ്ധാനന്തര സാഹചര്യത്തിൽ ആധുനികതാവാദത്തിൽ അഡോർണോ കണ്ടതെങ്കിൽ യുദ്ധത്തിനുമുമ്പുള്ള ഘട്ടത്തിലെ കലയിൽ വരേണ്യതയാണ് ടോൾസ്റ്റോയ് ദർശിച്ചത്.

ഇതാണ് ആധുനികതാവിമർശനത്തിന്റെ സൗന്ദര്യശാസ്ത്രത്തെ ഗാന്ധിയുടെ സമീപനവുമായി ബന്ധിപ്പിക്കാവുന്ന ഒരു തലം. എന്നാൽ കൂടുതൽ സൂക്ഷ്മമായ ആധുനികതാവിമർശനത്തിന്റെ മറ്റൊരു തലമുണ്ട്. ഗാന്ധിയുടെ *ഹിന്ദ് സ്വരാജി*ലെ വിമർശനത്തെ ഹോക്ഹീമറും അഡോർണോയും ചേർന്ന് എഴുതിയ *പ്രബുദ്ധതയുടെ വൈരുധ്യാത്മകത*യിലെ വാദങ്ങളുമായി താരതമ്യം ചെയ്താൽ ഇക്കാര്യത്തിൽ ചില വെളിച്ചങ്ങൾ ലഭിക്കും. ഹോക്ഹീമറുടെയും അഡോർണോയുടെയും സമീപനത്തിന്റെ അടിത്തറ മാക്സ് വെബറിന്റെ വിമർശനമാണെന്ന് ഹാബർമാസ് ചൂണ്ടിക്കാട്ടുന്നുണ്ട്. മാർക്സിന്റെ മൂലധനത്തെ വീണ്ടും വസ്തുരതിയുടെയും അന്യവൽക്കരണത്തിന്റേയും യുക്തിയുമായി ബന്ധിപ്പിച്ച് പ്രശ്നവൽക്കരിക്കാൻ ലൂക്കാചിനെയും ഹോക്ഹീമറെയും അഡോർണോവിനെയും സഹായിച്ചത് വെബറിന്റെ വിമർശനമാണെന്നാണ് ഹാബർമാസിന്റെ അഭിപ്രായം (Habermas 1987:53).

ആധുനികോത്തര ഗാന്ധിയും മറ്റു പ്രബന്ധങ്ങളും എന്ന ഗ്രന്ഥത്തിൽ റുഡോൾഫുമാർ പാശ്ചാത്യ ആധുനികീകരണത്തിന്റെ യുക്തിയിൽ നിന്നെന്നപോലെ തന്നെ പാശ്ചാത്യ ആധുനികതാവാദത്തിന്റെ അടിത്തറയായ സമീപനങ്ങളിൽ നിന്നും ഗാന്ധി എങ്ങനെ വ്യത്യസ്തനാണ് എന്നു പറയുന്നുണ്ട്. തന്റെ സമകാലികനായ മാക്സ് വെബറിനെപ്പോലെ ഗാന്ധി ആധുനികതയെ ഒരു ഇരുമ്പുകൂടായി കണ്ടില്ല എന്ന് റുഡോൾഫുമാർ ഗാന്ധിക്ക് വെബറുമായുള്ള വ്യത്യാസം സൂചിപ്പിക്കുകയും ചെയ്യുന്നു.

വെബറിലൂടെ ലൂക്കാചിലേക്കും ഹോക്ഹീമറിലേക്കും അഡോർണോയിലേക്കുമാണ് ഹാബർമാസ് എത്തുന്നത്. എന്നാൽ വെബറിലൂടെ ടോൾസ്റ്റോയിയിലൂടെ, ഗാന്ധിയിലേക്കും ഒരു വഴിയുണ്ട്. ഈ നിലയിൽ മാർക്സിന്റെ പാരമ്പര്യവും ഗാന്ധിയൻ സമീപനവും തമ്മിൽ ആധുനികതാവിമർശനത്തെ മുൻനിർത്തി ഒരു താരതമ്യം സാധ്യമാണ്. ആധുനികതാവാദത്തിന്റെ പാശ്ചാത്യ ധാരയെയും ആധുനികതാവിമർശനത്തിന്റെ ഇന്ത്യൻ-ഗാന്ധിയൻ ധാരയും തമ്മിലുള്ള താരതമ്യം ആ നിലയിൽ സാധ്യമാകും.

*ഹിന്ദ് സ്വരാജി*ലെ ഗാന്ധിയുടെ വിമർശനത്തിന് സമാനമായ വിമർശനം ടോൾസ്റ്റോയി മുന്നോട്ടുവെക്കുന്നുണ്ട്: "പ്രകൃതിശാസ്ത്രരംഗത്തുണ്ടായിട്ടുള്ള എല്ലാ കണ്ടുപിടുത്തങ്ങളും പ്രധാനവും പ്രയോജനപ്രദവുമാണെന്നു തോന്നുന്നത്, ജീവിതകാലം മുഴുവൻ അതിനുവേണ്ടി ചെലവഴിച്ചവർക്കു മാത്രമാണ്. എന്നാൽ കണ്ണുതുറന്നു ചുറ്റുപാടും നോക്കിക്കാണാതിരിക്കുന്നതുകൊണ്ടും പ്രധാനപ്പെട്ടതു വാസ്തവമായി കാണാതിരിക്കുന്നതുകൊണ്ടുമാണ് അത്തരക്കാർക്ക് അങ്ങനെ തോന്നുക. തങ്ങളുടെ പഠനവിഷയങ്ങളെ നിരീക്ഷിക്കാനുപയോഗിക്കുന്ന മനോവിജ്ഞാനീയപരമായ ഭൂതക്കണ്ണാടിയിൽ നിന്ന് ചുറ്റുപാടും ഒന്നു കണ്ണോടിച്ചാൽ, അവർക്ക് ഈ ദുരഭിമാനത്തിനു വക നൽകുന്നതെല്ലാം എത്ര നിസ്സാരമാണെന്നു മനസ്സിലാകും. എൻഡൈമൻഷണൽ ജ്യോമെട്രിയും ക്ഷീരപഥത്തിന്റെ സ്പക്ട്രം അനാലിസിസും പരമാണുഘടനയും ശിലായുഗ മനുഷ്യന്റെ തലയോടിന്റെ വലിപ്പവും അതുപോലുള്ള നിസ്സാരകാര്യങ്ങളും മാത്രമല്ല, അങ്ങനെ നിരർത്ഥകമായി കാണാൻ കഴിയുന്നത്. നാം ഒരു കാലത്ത് പണ്ഡിതന്മാരുടെ വികലബുദ്ധിക്ക് വിട്ടുകൊടുത്ത ദൈവശാസ്ത്രം, നീതിശാസ്ത്രം, അർത്ഥശാസ്ത്രം, ധനതത്ത്വശാസ്ത്രം തുടങ്ങിയ അറിവുകളെ വച്ചുകൊണ്ടു നോക്കുമ്പോൾ പരമാണുജീവികൾ, എക്സ്റേ മുതലായവയെ സംബന്ധിച്ചുള്ള നമ്മുടെ അറിവുപോലും നിരർത്ഥകമാണെന്നു കാണാൻ

കഴിയും. യഥാർത്ഥശാസ്ത്രത്തിനനുയോജ്യമായ ധർമ്മം, നമ്മിൽ താൽപര്യമുളവാക്കുന്നവയെക്കുറിച്ചുള്ള പഠനമല്ല, ജീവിതത്തെ എങ്ങനെ പ്രതിഷ്ഠിക്കണമെന്നതിനെക്കുറിച്ചുള്ള–അതായത്, മതം, ധർമ്മം, സാമൂഹികജീവിതം എന്നിവയെക്കുറിച്ചുള്ള–പഠനമാണെന്ന് ബോധ്യപ്പെടാൻ നാം ചുറ്റുപാടുമൊന്ന് കണ്ണോടിച്ചാൽ മാത്രം മതി. പ്രസ്തുത വിഷയങ്ങൾക്ക് പരിഹാരം കണ്ടെത്താതിരുന്നാൽ പ്രകൃതിയെ സംബന്ധിച്ച എല്ലാ അറിവും ഉപദ്രവകരവും വ്യർത്ഥവുമായിരിക്കും."

വെബറും ടോൾസ്റ്റോയിയും തമ്മിലുള്ള ബന്ധം റുഡോൾഫുമാർ വിശദീകരിക്കുന്നുണ്ട്. ഗാന്ധിയെ തന്റെ ആത്മീയമായ പിന്തുടർച്ചാവകാശിയായി ടോൾസ്റ്റോയി തന്റെ ജീവിതത്തിന്റെ അവസാന വർഷം പ്രഖ്യാപിച്ചു. 20- ാം നൂറ്റാണ്ടിന്റെ തുടക്കത്തിലെ ദശകത്തിൽ "മറ്റെ പടിഞ്ഞാറി"ന്റെ മുഖ്യപ്രതിനിധിയായിരുന്നു ടോൾസ്റ്റോയി. അദ്ദേഹം ആധുനിക പുരോഗതിക്കും അക്രമോത്സുകമായ സാമ്രാജ്യത്വത്തിനും എതിരുനിന്നു. "ശാസ്ത്രം ഒരു തൊഴിലെന്ന നിലയിൽ" എന്ന തന്റെ പ്രസിദ്ധമായ ലേഖനത്തിൽ വെബർ ടോൾസ്റ്റോയിയുടെ വിമർശനത്തെ വരവുവെക്കുന്നുണ്ട്. നീഷെയെ പരാമർശിച്ച ശേഷം വെബർ ടോൾസ്റ്റോയിയെക്കുറിച്ചു പറയുന്നു. നാമെന്താണ് ചെയ്യേണ്ടത്? നാം എങ്ങനെയാണ് ജീവിക്കേണ്ടത് എന്ന മർമ്മപ്രധാനമായ ചോദ്യത്തിന് ശാസ്ത്രത്തിൽ ഉത്തരമില്ല. തെരഞ്ഞെടുക്കേണ്ട കാര്യങ്ങൾ വ്യക്തമാക്കാൻ ശാസ്ത്രത്തിന് കഴിയും. എന്നാൽ എന്താണ് തെരഞ്ഞെടുക്കേണ്ടതെന്ന് വ്യക്തമാക്കാൻ അതിന് കഴിയില്ല. ആധുനികതയുടെ അനിവാര്യസ്വഭാവത്തിന്റെയും അതിന്റെ നിഷേധാത്മകമായ പ്രത്യാഘാതങ്ങളുടെയും ഇടയിൽ വിഭജിത മനസ്സായാണ് വെബർ അന്ത്യകാലം കഴിച്ചതെന്ന് റുഡോൾഫുമാർ പറയുന്നു.

ആധുനികതാപദ്ധതിയെ പ്രതിസന്ധിയിലാക്കിയ ഒന്നാം ലോകമഹായുദ്ധം നൽകിയ ആഘാതമാണ് ഗാന്ധിയെ പടിഞ്ഞാറ് സ്വീകാര്യനാക്കിയ ഒരു ഘടകവും. യുദ്ധത്തിന്റെ വിമർശകനായിരുന്ന റൊമെയ്ൻ റൊളാങ്ങാണ് 1923-ൽ *മഹാത്മാ ഗാന്ധി* എന്ന ഗ്രന്ഥത്തിലൂടെ പടിഞ്ഞാറൻ ബൗദ്ധികജീവിതത്തിന്റെ ശ്രദ്ധയിലേക്ക് ഗാന്ധിയെ കൊണ്ടുവന്നത്. ഇക്കാര്യം ക്ലോദ് മർക്കോവിറ്റ്സ് വിശദമാക്കുന്നുണ്ട് (Markovits : 17).

പ്രൊട്ടസ്റ്റന്റ് ധാർമികതയും മുതലാളിത്തത്തിന്റെ സ്പിരിറ്റും തമ്മിലുള്ള ബന്ധം അതിനെക്കുറിച്ച് വിധികല്പിക്കാതെ വെബർ

വിശദീകരിച്ചപ്പോൾ മാർക്സ് മതവും സാമൂഹ്യപരിവർത്തനവും തമ്മിലുള്ള ബന്ധത്തിൽ വൈരുധ്യം കാണുകയും മതവും സമൂഹ്യമണ്ഡലവും തമ്മിലുള്ള വൈരുധ്യത്തെ മതപരതയ്ക്കു പുറത്തു നിന്നുകൊണ്ട് പരിഹരിക്കാൻ ശ്രമിക്കുകയും ചെയ്തുവെന്ന് നിരീക്ഷിക്കുന്നവരുണ്ട് (John : 68).

മാർക്സിനെ ഫ്രോയ്ഡുമായി ബന്ധിപ്പിച്ചാണല്ലോ മാർക്സിയൻ സംസ്കാര വിശകലനത്തിന്റെ പുതിയ വളർച്ചകൾ ഉണ്ടായത്. അത്തരത്തിൽ ഗാന്ധിയെയും ഫ്രോയ്ഡുമായി ബന്ധിപ്പിക്കാനുള്ള ശ്രമങ്ങൾ നടക്കുന്നുണ്ട്. എറിക് എറിക്സൺ 'ഗാന്ധിയുടെ സത്യം' (Gandhi's Truth) എന്ന പേരിൽ അത്തരത്തിലുള്ള പഠനങ്ങൾ നടത്തിയിട്ടുണ്ട്. ഗാന്ധിയെക്കുറിച്ചുള്ള സുധീർകക്കറിന്റെയും മറ്റും പഠനങ്ങളാകട്ടെ വ്യക്തിപരതയിൽ നിന്ന് സ്വതന്ത്രമായി ഗാന്ധിയെ ഒരു രാഷ്ട്രീയ പ്രക്രിയയുടെ ഭാഗമായി കാണുന്നതിൽ വിജയിച്ചിട്ടുമില്ല.

ആധുനികതയെ മറികടക്കുന്നതിൽ ഗാന്ധി എങ്ങനെ നിലനിന്ന സ്ത്രീപുരുഷ സമവാക്യം ലംഘിച്ചുവെന്ന് മധു കിഷ്വാർ തന്റെ ലേഖനത്തിൽ വിശദീകരിക്കുന്നുണ്ട് (Madhu: 318). അതുവരെ സ്ത്രീകൾക്കായി കല്പിച്ചിരുന്ന ചർക്കപോലുള്ള കാര്യങ്ങൾ പുരുഷന്റെയും ജീവിതത്തിന്റെ ഭാഗമാക്കിയതിൽ ഇതാണുള്ളത്. ഗാന്ധിയുടെ വ്യക്തിപരമായ പരിമിതികളെ ലംഘിക്കുന്നതായിരുന്നു സ്ത്രീ പങ്കാളി ത്തത്തിന്റെ രാഷ്ട്രീയത്തിൽ അദ്ദേഹത്തിന്റെ സംഭാവന എന്നും അവർ പറയുന്നുണ്ട്. ഇത് പുരുഷാധിപത്യത്തിലൂന്നിയ ബ്രാഹ്മണ്യത്തിന്റെ പ്രത്യയശാസ്ത്രത്തെ എങ്ങനെ പ്രകോപിപ്പിച്ചുവെന്നും അത് ഗാന്ധിയുടെ വധത്തിലെത്തിച്ചേർന്നതെങ്ങനെ എന്നും ആശിഷ് നന്ദി വിവരിക്കുന്നുണ്ട് (Nandi : 52-53). രജനി കോത്താരിയും ഗാന്ധിയൻ കാഴ്ചപ്പാടിനെ സമകാലത്തുവെച്ച് പരിശോധിക്കുന്നുണ്ട്.

ആധുനിക പരിഷ്കാരങ്ങളെ വിമർശിക്കുന്ന ഗാന്ധിജിയിൽ ആധുനികോത്തര പരിസ്ഥിതിവാദത്തിന്റെ ഘടകങ്ങൾ കണ്ടെടുക്കുന്ന പഠനങ്ങൾ ഉണ്ടായിട്ടുണ്ട്. അത് ഉണ്ടായിക്കൊണ്ടിരിക്കുന്നുമുണ്ട്. മലയാളത്തിൽത്തന്നെ ഇത്തരം പഠനങ്ങൾ വന്നുകൊണ്ടിരിക്കുന്നു. തന്റെ പ്രകൃതികൃഷിയുമായി ഗാന്ധിയൻ സമീപനത്തിനുള്ള ബന്ധം ഫുക്കുവോക്ക സൂചിപ്പിക്കുന്നത് ഡോ. കെ. വേലായുധൻ നായർ നിരീക്ഷിക്കുന്നുണ്ട് (വേലായുധൻ നായർ: 109). കെ. അരവിന്ദാക്ഷന്റെയും സി. പി. ഗംഗാധരന്റെയും മറ്റും പഠനങ്ങളും ഈ വഴിയിൽ നടന്നിട്ടുണ്ട്.

അംബേദ്കറുടെ ജാതി വിമർശം

അംബേദ്കർ എന്ന വ്യക്തിയുടെ ചിന്തകളെയും പ്രയോഗത്തെയും മുൻനിർത്തി അംബേദ്കറിസം എന്ന വാക്ക് ഉപയോഗിച്ചുതുടങ്ങിയിട്ടുണ്ട്. മാർക്സിസത്തെപ്പോലെ അംബേദ്കറിസവും ഇന്ത്യയിൽ ഇന്ന് ഒരു ജീവിക്കുന്ന ശക്തിയാണെന്ന് ഗെയ്ൽ ഓംവെദ്ത് നിരീക്ഷിക്കുന്നു (Omvedt: 1994 : 223). അത് ദളിത് പ്രസ്ഥാനത്തിന്റെ പ്രത്യയശാസ്ത്രത്തെ നിർവചിക്കുന്നുവെന്നും കൂടുതൽ വിശാലമായ തലത്തിൽ ജാതിവിരുദ്ധ പ്രസ്ഥാനത്തെയും അത് പ്രതിനിധീകരിക്കുന്നുവെന്നും ഓംവെദ്ത് വാദിക്കുന്നു. തൊഴിലാളിവർഗപ്രസ്ഥാനത്തിന്റെ ഒരു ധാരയെന്ന നിലയിൽ മാർക്സിസത്തെ മാർക്സിന്റെ സിദ്ധാന്തവൽക്കരണത്തിൽ നിന്ന് വ്യത്യസ്തമായി കാണണമെന്നു പറയുന്നതുപോലെ ജാതിയെയും മുതലാളിത്തത്തെയും ഇല്ലാതാക്കാനുള്ള ആഗ്രഹത്തെ ഇന്ത്യൻ യാഥാർഥ്യത്തെ വിശകലനം ചെയ്യാൻ ശ്രമിച്ച ആക്റ്റിവിസ്റ്റായ ഈ സിദ്ധാന്തകനിൽ നിന്ന് വ്യത്യസ്തമായി കാണണമന്നും അവർ പറയുന്നു. അംബേദ്കർ ചിന്തയുടെതായി അവർ എടുത്തു പറയുന്ന കാര്യങ്ങൾ ഇതാണ്:

"ഒന്നാമതായി, ദളിതജനങ്ങളുടെ ആവശ്യങ്ങളുമായി യാതൊരു ഒത്തു തീർപ്പുമില്ലാത്ത സമർപ്പണം. ജാതിവ്യവസ്ഥയും അതുൾക്കൊള്ളുന്ന ബ്രാഹ്മണാധിപത്യവും പൂർണമായി ഇല്ലാതാക്കലാണത്.

രണ്ടാമത്, അതേപോലെതന്നെ ഇന്ത്യൻ യാഥാർഥ്യത്തിനുള്ള പൂർണമായ സമർപ്പണം. ഇന്ത്യയുടെ വമ്പിച്ച ജനകീയമായ യാഥാർഥ്യത്തിനുമേൽ ഒരു ഹിന്ദു ഐഡന്റിറ്റി അടിച്ചേല്പിക്കുന്ന വ്യാഖ്യാനങ്ങളിൽ നിന്ന് അതിനെ മോചിപ്പിക്കൽ.

മൂന്നാമതായി, ജാതി ഇല്ലാതാകണമെങ്കിൽ ഹിന്ദുയിസം ഒരു മതമെന്ന നിലയിൽ ഇല്ലാതാകണമെന്ന ബോധ്യം. പകരം മറ്റൊരു മതം കണ്ടെത്തണമെന്ന കാഴ്ചപ്പാട്, ആ മതമാകട്ടെ അദ്ദേഹത്തിന് ബുദ്ധമതവുമായിരുന്നു. ബുദ്ധമതം തനിക്കും തന്നെ പിന്തുടർന്ന് ആ മതം സ്വീകരിച്ച അനുയായികൾക്കും മാത്രമല്ല, ഇന്ത്യക്കാർക്കാകെ ബാധകമാകണമെന്ന ധാരണ.

നാലാമതായി, സോഷ്യലിസമായി വ്യാഖ്യാനിക്കാവുന്ന വിശാലമായ സാമ്പത്തികമായ റാഡിക്കലിസം. ലിബറൽ ജനാധിപത്യവുമായി കൂടിക്കലർന്നതും അതിൽ നിന്ന് ജനിക്കുന്നതുമാണത്. അത് വ്യക്തിപരമായ അവകാശങ്ങളോട് അനുഭാവപൂർവം ഐക്യപ്പെട്ടു നില്ക്കുന്നതുമാണ്.

അഞ്ചാമതായി, ശക്തമായ യുക്തിവാദപരത. ഹിന്ദു മതത്തിലെ അന്ധവിശ്വാസങ്ങളെ ആക്രമിക്കുന്നതും അതേ സമയം താൻ സ്വീകരിച്ച ബുദ്ധമതത്തെ ന്യായീകരിക്കുന്നതുമാണത്. വിമോചനപരമായ ദൈവശാസ്ത്രമായി അതിനെ യുക്തിപരമായി വ്യാഖ്യാനിക്കാൻ ക്ഷമവുമാണത്.

അവസാനമായി, സ്വതന്ത്രമായ ദളിത് പ്രസ്ഥാനത്തിലേക്ക് ചായുന്ന രാഷ്ട്രീയം. ഇത് സാമ്പത്തികമായും സാമൂഹ്യമായും ചൂഷണം ചെയ്യപ്പെട്ട വിഭാഗങ്ങളുമായി കണ്ണിചേർന്നു നില്ക്കുന്നു. ബ്രാഹ്മണിസവും മുതലാളിത്തവും കൂടിച്ചേർന്നുനില്ക്കുന്ന അനന്യമായ വേദിയായ കോൺഗ്രസിന് ബദലുമാണിത്" (Omvedt : 223-4).

ബ്രാഹ്മണിസത്തിന്റെ വിശകലനവും വിമർശനവുമാണ് അംബേദ്കറുടെ സൈദ്ധാന്തിക സംഭാവനകളിൽ പ്രമുഖം. ബ്രാഹ്മണിസത്തിന്റെ അടിസ്ഥാനതത്ത്വങ്ങൾ അഞ്ചാണെന്ന് അംബേദ്കർ പറയുന്നു:

1. വ്യത്യസ്തവർഗങ്ങൾ തമ്മിൽ തുല്യതയില്ലായ്മ.
2. ശൂദ്രരുടെയും മറ്റു വർഗങ്ങളുടെയും സമ്പൂർണമായ നിരായുധീകരണം.
3. ശൂദ്രരുടെയും തൊട്ടുകൂടാത്തവരുടെയും വിദ്യാഭ്യാസത്തിനുള്ള പൂർണമായ നിരോധനം.
4. അധികാരത്തിലും ആധികാരികതയിലും ശൂദ്രരും തൊട്ടുകൂടാത്തവരും എത്തുന്നതിലുള്ള സമ്പൂർണനിരോധനം.
5. സ്വത്തുണ്ടാക്കുന്നതിൽ ശൂദ്രർക്കും തൊട്ടുകൂടാത്തവർക്കുമുള്ള നിരോധനം.

(Ambedkar 2002 :151)

ബ്രാഹ്മണരെപ്പോലെ സ്വന്തം ബൗദ്ധികശേഷിയെ മറ്റൊരു വർഗത്തെ അടിച്ചമർത്താൻ വേണ്ടി ഇത്രയും ഉപയോഗിച്ച ഒരു വർഗവുമില്ലെന്നും അദ്ദേഹം പറയുന്നു.

ഗാന്ധിസത്തിന്റെ ശക്തനായ എതിരാളിയായിരുന്നു അംബേദ്കർ. ദേശീയവാദപരമായ ആധുനികതയെ രണ്ടുതരത്തിൽ അംബേദ്കർ വിമർശിച്ചു. ഒന്ന് ദേശീയ പ്രസ്ഥാനം എന്ന നിലയിൽ കോൺഗ്രസിന്റെ പരിപാടിയെയും പ്രവർത്തനത്തെയും; രണ്ട്, ഗാന്ധിസത്തെയും ഗാന്ധിയെയും.

മി. ഗാന്ധിയും അയിത്തക്കാരുടെ വിമോചനവും (Mr. Gandhi and the Emancipation of the Untouchables), റാനഡേയും ഗാന്ധിയും ജിന്നയും ("Ranade, Gandhi and Jinnah") , *കോൺഗ്രസും ഗാന്ധിയും അയിത്തക്കാരോട് എന്താണ് ചെയ്തത്*(What Congress and Gandhi bave done to the untouchables) എന്നീ പ്രമുഖ കൃതികൾ തന്നെ ഗാന്ധിസത്തെ നേരിട്ടു കൈകാര്യം ചെയ്യുന്നതാണ്. "ജാതി നിർമ്മൂലനം" എന്ന 1936- ൽ തയ്യാറാക്കിയ പ്രസംഗത്തിലും അനുബന്ധമായി ജാതിവിഷയത്തിൽ ഗാന്ധിക്കുള്ള മറുപടിയുണ്ട്. തുടർന്നും അവർ പൊതുവായ പലതും പങ്കിട്ടുവെങ്കിലും 1933 -ന ശേഷം അംബേദ്കർ ഗാന്ധിയുമായി തുടർച്ചയായ സമരത്തിലേർപ്പെട്ടുവെന്ന് റോഡ്രിഗ്വസ് നിരീക്ഷിക്കുന്നുണ്ട് (Rodrigues :23).

1943-ലെ 'റാനഡേയും ഗാന്ധിയും ജിന്നയും' എന്ന ലേഖനത്തിൽ അംബേദ്കർ പറയുന്നു: "ഞാൻ വിഗ്രഹാരാധകനല്ല, അത് ഉടയ്ക്കുന്നതിൽ വിശ്വസിക്കുന്നവനാണ്. ഗാന്ധിയെയും ജിന്നയെയും ഞാൻ വെറുക്കുന്നുണ്ടെങ്കിൽ അത് ഞാൻ ഇന്ത്യയെ കൂടുതലായി സ്നേഹിക്കുന്നു എന്നതുകൊണ്ടാണ്" (Ambedkar 2002: 120). രാഷ്ട്രീയ പരിഷ്കാരങ്ങളോ സാമൂഹ്യപരിഷ്കാരങ്ങളോ മുഖ്യം എന്ന ചോദ്യമാണ് ഈ ലേഖനത്തിൽ അംബേദ്കർ ഉന്നയിക്കുന്നത്. അമേരിക്കൻ രാഷ്ട്രതന്ത്രജ്ഞനായ ജെഫേഴ്സൺ രാഷ്ട്രീയമെന്നത് ഭരണകൂടത്തിന്റെ പോലീസിംഗ് മാത്രമാണെന്നും അത് ജനങ്ങളുടെ അവകാശങ്ങൾ തടസ്സം കൂടാതെ നിലനിർത്തലാണെന്നും പറയുന്നുണ്ട്. എന്നാൽ ദളിതരെ സംബന്ധിച്ചിടത്തോളം അവകാശങ്ങൾ തന്നെയില്ല. അതിനാൽ സാമൂഹ്യപരിഷ്കരണത്തിനും മുമ്പ് രാഷ്ട്രീയ പരിഷ്കരണമാണ് വേണ്ടതെന്ന വാദം ഇക്കാര്യത്തിൽ നിരർത്ഥകമാകുന്നു. മൗലികാവകാശങ്ങൾ സമുദായത്തിനാൽ തന്നെ എതിർക്കപ്പെടുകയാണെങ്കിൽ ഒരു നിയമത്തിനും പാർലമെന്റിനും ജുഡീഷ്യറിക്കും അത് അതിന്റെ യഥാർഥ അർഥത്തിൽ ഉറപ്പിക്കാൻ സാധ്യമല്ല. അമേരിക്കൻ നീഗ്രോകൾക്കും ജർമനിയിലെ ജൂതർക്കും മൗലികാവകാശങ്ങൾ കൊണ്ട് എന്തു കാര്യം എന്ന് അംബേദ്കർ ചോദിക്കുന്നു.

ദേശീയ പ്രസ്ഥാനം സ്വാംശീകരിച്ച സവർണമൂല്യങ്ങൾക്ക് നിരവധി ഉദാഹരണങ്ങൾ അംബേദ്കർ എടുത്തുകാട്ടുന്നു: 1919 -ൽ ഗാന്ധി കോൺഗ്രസിന്റെ നേതൃത്വമേറ്റെടുത്ത ശേഷം കോൺഗ്രസുകാർ നിയമസഭ ബഹിഷ്കരിക്കാൻ ആലോചിച്ചു. കോൺഗ്രസ് സ്ഥാനാർത്ഥികളെ നിർത്തിയില്ലെന്നു മാത്രമല്ല, ഹിന്ദുക്കളാരും നിയമസഭയിൽ പോകുന്നില്ലെന്നു വരുത്തുകയും ചെയ്തു. നിയമസഭയെന്നത്

മോശപ്പെട്ട സ്ഥലമാണെന്ന പ്രതീതിയുണ്ടാക്കാനാണ് അവർ ശ്രമിച്ചത്. "ആരു പോകും നിയമസഭയിൽ? ബാർബർമാർ, പോർട്ടർമാർ, ചെരുപ്പുകുത്തികൾ, അടിച്ചുവാരുന്നവർ എന്നിവർ മാത്രം" എന്നു പ്ലക്കാർഡിൽ പ്രദർശിപ്പിച്ചുകൊണ്ടുള്ള ജാഥകൾ. ഒരാൾ ചോദ്യം ചോദിക്കും. മറ്റുള്ളവർ അതിന് ഉത്തരം നൽകും എന്നതായിരുന്നു രീതി. 1920 -ൽ സെൻട്രൽ പ്രൊവിൻസിൽ ഈ നിലപാട് സ്വീകരിച്ചു. ചെരുപ്പുകുത്തി, പാൽക്കാരൻ, ബാർബർ എന്നിവരെയാണ് കോൺഗ്രസ് സ്ഥാനാർത്ഥികളായി നിർത്തിയത്. സ്വരാജിന്റെ മാന്ത്രിക വടികൊണ്ട് ഭരണവർഗം ഇല്ലാതാവുകയില്ല. ഇന്ത്യ സ്വതന്ത്രമായിത്തീർന്നാൽ എന്താകും അവസ്ഥ? ഒരു ഭരണവർഗമെന്ന നിലയിൽ സവർണർ അധികാരം കയ്യാളും. അടിയാളവർഗങ്ങളെ സംബന്ധിച്ചിടത്തോളം അവർ ഇന്ത്യയിൽ പ്രതീക്ഷിക്കുന്നത് ഒരു ജീവിതതത്ത്വശാസ്ത്രമെന്ന നിലയിലും സാമൂഹ്യക്രമമെന്ന നിലയിലും ബ്രാഹ്മണിസത്തിന്റെ പൂർണമായ തകർച്ചയാണ്.

ഗാന്ധി സ്വയം ഗാന്ധിസം എന്ന ഒന്നില്ലെന്നു പറയുമ്പോഴും ഗാന്ധിസത്തെ വിശദീകരിക്കുന്ന എഴുത്തുകൾ ഗാന്ധിയിൽ നിന്നു വരികയും ഇന്ത്യക്കകത്തും പുറത്തുമുള്ള അനേകം ആളുകളുടെ ശ്രദ്ധ ഈ വിഷയത്തിൽ തിരിയുകയും ചെയ്തിരിക്കുന്നു എന്ന് അംബേദ്കർ ഗാന്ധിയെ വിമർശിക്കേണ്ടതിന്റെ രാഷ്ട്രീയ പ്രാധാന്യത്തിന് അടിവരയിടുന്നു. മാർക്സിസത്തിനെതിരെ അതിനെ മുന്നോട്ടുവെക്കാനുള്ള വിശ്വാസംപോലും അതിൽ ചിലർക്കുണ്ടായിക്കഴിഞ്ഞുവെന്നും അംബേദ്കർ കാണുന്നു. പ്രാദേശികതയിലുള്ള ഊന്നലാണ് ഗാന്ധിസത്തിന്റെ പ്രധാനഭാഗം എന്ന വാദം അംബേദ്കർ അംഗീകരിക്കുന്നില്ല.

ജാതിയെപ്പറ്റി ഗാന്ധിക്കുള്ള നിലപാടിനെ ചരിത്രപരമായി അംബേദ്കർ വിശകലനം ചെയ്യുന്നു. ജാതി വ്യവസ്ഥയെപ്പറ്റിയുള്ള ഗാന്ധിയുടെ നിലപാട് 1921-22 ൽ പൂർണമായി വികസിക്കുകയുണ്ടായി. ഗുജറാത്തിയിലെ *നവജീവൻ* പത്രത്തിൽ വന്ന അതിന്റെ വിവർത്തനം കൊടുത്തുകൊണ്ട് അംബേദ്കർ ഗാന്ധിയുടെ വാദങ്ങൾ സംഗ്രഹിക്കുന്നു:

1. ഹിന്ദു സമുദായം നിലനില്ക്കുന്നതിനു കാരണം അത് പണിഞ്ഞിട്ടുള്ളത് ജാതിവ്യവസ്ഥയിലാണെന്നതാണ്.
2. സ്വരാജിന്റെ ബീജങ്ങൾ കണ്ടെത്തേണ്ടത് ജാതി വ്യവസ്ഥയിലാണ്. വ്യത്യസ്ത ജാതികൾ വ്യത്യസ്ത

പട്ടാളഡിവിഷൻപോലെയാണ്. എല്ലാ ഡിവിഷനും സാകല്യത്തിന്റെ നന്മയ്ക്കു വേണ്ടി പണിയെടുക്കുന്നു.

3. ജാതിവ്യവസ്ഥയെ ഉണ്ടാക്കാൻ കഴിഞ്ഞ ഒരു സമുദായം സംഘാടകത്വത്തിൽ അനന്യശേഷിയുള്ളതായിരിക്കുമെന്ന് പറയേണ്ടതുണ്ട്.

4. പ്രാഥമിക വിദ്യാഭ്യാസം നല്കുന്നതിൽ ജാതിക്ക് മുൻകൂറായി തയ്യാറായ ഒരു വഴിയുണ്ട്. എല്ലാ ജാതികൾക്കും അതിലെ കുട്ടികളുടെ വിദ്യഭ്യാസ ചുമതല ഏറ്റെടുക്കാൻ കഴിയും.

എന്നു തുടങ്ങി ഒമ്പതു കാര്യങ്ങൾ അംബേദ്കർ ഗാന്ധിയുടെതായി ഉദ്ധരിക്കുന്നുണ്ട്. മിശ്രഭോജനത്തെ ഗാന്ധി എതിർത്തത് ഒരാൾ ഒറ്റയ്ക്കാണ് ഭക്ഷണം കഴിക്കേണ്ടത് എന്നു പറഞ്ഞാണ്. മിശ്രവിവാഹമില്ല എന്നതുകൊണ്ട് ജാതിവ്യവസ്ഥ മോശമാണെന്നു പറയാൻ കഴിയില്ല എന്നും ഗാന്ധി വാദിച്ചു.

ഇതിൽ ഏറ്റവും പ്രധാനം ജാതിയും അച്ചടക്കവും തമ്മിലുള്ള ബന്ധത്തെക്കുറിച്ചുള്ള ഗാന്ധിയുടെ കാഴ്ചയാണ്. ജാതി എന്നത് നിയന്ത്രണത്തിന്റെ മറ്റൊരു പേരാണ്. ആനന്ദത്തിന് ജാതി നിയന്ത്രണമേർപ്പെടുത്തുന്നു. ഒരാളുടെ ആനന്ദത്തിനുവേണ്ടി ജാതിവരമ്പുകളെ ലംഘിക്കാൻ അത് അനുവദിക്കുന്നില്ല. മിശ്രവിവാഹത്തിനും മിശ്രഭോജനത്തിനും ജാതിവെച്ച നിയന്ത്രണത്തിന്റെ അർഥമതാണ് എന്ന് ഗാന്ധി. ജാതി നശിപ്പിച്ച് പാശ്ചാത്യ സാമൂഹ്യാവസ്ഥ സ്വീകരിക്കുക എന്നാൽ ജാതിയുടെ ആത്മാവായ പാരമ്പര്യതൊഴിലിന്റെ തത്ത്വം ഹിന്ദുക്കൾ കയ്യൊഴിയുക എന്നതാണ്. പാരമ്പര്യതത്ത്വം എക്കാലത്തേക്കുമുള്ളതാണ്. അതിനെ മാറ്റുക എന്നാൽ ക്രമമില്ലായ്മ ഉണ്ടാക്കുകയാണ്. സമൂഹത്തിന്റെ സ്വാഭാവികമായ ക്രമമാണ് ജാതിവ്യവസ്ഥ. ഇന്ത്യയിൽ അതിന് മതപരമായ ഒരു പരിവേഷം നൽകിയിരിക്കുന്നു. ഇക്കാരണങ്ങളാലെല്ലാം ജാതി വ്യവസ്ഥയെ ഇല്ലാതാക്കുന്നതിന് താൻ എതിരാണ് എന്ന് ഗാന്ധി പറയുന്നതും അംബേദ്കർ ഉദ്ധരിക്കുന്നു.

എന്നാൽ 1925 ആകുമ്പോഴേക്കും ഗാന്ധി ജാതി ഇന്നത്തെ രീതിയിൽ നിലനില്ക്കുന്നതിൽ കാര്യമില്ല എന്ന കാഴ്ചപ്പാടിലെത്തുന്നു. ശാസ്ത്രങ്ങൾക്ക് വിപരീതമാണതെന്നും ജാതിയുടെ എണ്ണം അനന്തമാണ് എന്നും മിശ്രവിവാഹത്തിന് നിരോധമുണ്ട് എന്നും ഇത് ഉന്നതിയുടെ വഴിയല്ല, വീഴ്ചയുടെ വഴിയാണ് എന്നും ഗാന്ധി പറഞ്ഞുതുടങ്ങുന്നു. ഇതിന് പരിഹാരം ജാതികൾ ലയിച്ചു ചേർന്ന്

വലിയ ജാതിയാകുകയാണ് എന്നും അത്തരത്തിൽ നാലു വലിയ ജാതികളാണ് വേണ്ടതെന്നും ഗാന്ധി പറഞ്ഞു.

ഗാന്ധിയുടെ ഈ പുതിയ നിർദ്ദേശത്തിലും പഴയ വർണവ്യവസ്ഥയുടെ സാന്നിധ്യം മറ്റൊരു രൂപത്തിൽ അംബേദ്കർ ദർശിക്കുന്നു. വർണത്തിന്റെ വിഭജനം ജനനത്തെ അടിസ്ഥാനമാക്കിയാണ്. മറ്റു ജാതിക്കാർക്കും മറ്റുജാതികളുടെ കാര്യങ്ങൾ പഠിക്കാം. പക്ഷേ ജീവസന്ധാരണത്തിന് സ്വന്തം ജാതിത്തൊഴിലിൽ തന്നെയാണ് ഏർപ്പെടേണ്ടത് എന്നാണ് ഗാന്ധിയുടെ പക്ഷം. വർണവ്യവസ്ഥയിൽ ഒരാൾക്കും അയാളുടെ ജോലി തെരഞ്ഞെടുക്കാൻ അവകാശമില്ല. അയാളുടെ ജോലി പാരമ്പര്യമായി നിശ്ചയിക്കപ്പെടുന്നുവെന്ന നിലപാട് ഗാന്ധി അപ്പോൾ സൂക്ഷിച്ചുവെന്ന് അംബേദ്കർ വിമർശിക്കുന്നു.

അതുപോലെ തന്നെ പ്രധാനമാണ് സാമ്പത്തിക ജീവിതത്തെക്കുറിച്ചുള്ള ഗാന്ധിയുടെ വിമർശനം. പുരോഗതിയുടെ ക്ലോക്ക് പിന്നിലേക്ക് തിരിക്കാനാണ് താൻ ശ്രമിക്കുന്നത് എന്നാണ് ഗാന്ധി പറഞ്ഞത്. യന്ത്രത്തോടുള്ള ഗാന്ധിയുടെ എതിർപ്പിനെപ്പറ്റി അംബേദ്കർ വിശദീകരിക്കുന്നു. ചർക്കയുടെ ആദർശവൽക്കരണത്തിൽ യന്ത്രത്തോടുള്ള എതിർപ്പാണുള്ളത്.

ഗാന്ധിയുടെ വർഗസഹകരണത്തെക്കുറിച്ചുള്ള മാർക്സിസ്റ്റ് വിമർശനം അംബേദ്കറും പങ്കിടുന്നു. യജമാനനും തൊഴിലാളിയും ഒരേ കുടുംബത്തിലെ അംഗങ്ങളാകയാൽ സഹനസമരമാണ് തൊഴിലിടങ്ങളിൽ നടത്തേണ്ടത് എന്നാണ് ഗാന്ധിയുടെ അഭിപ്രായം. പാട്ടത്തിലുള്ള ജന്മിയുടെ അധികാരത്തെ താൻ ചോദ്യം ചെയ്യുകയില്ല എന്നും ഏതു ഘട്ടത്തിലും സൗഹൃദപൂർണമായ ചർച്ചയാണ് ഇക്കാര്യത്തിൽ വേണ്ടതെന്നും ഗാന്ധി പറയുന്നു. സാമ്പത്തിക കെടുതികളെക്കുറിച്ചുള്ള ഗാന്ധിയുടെ വിശകലനത്തിൽ പുതുതായി ഒന്നുമില്ലെന്നും റൂസ്സോവിന്റെയും റസ്കിന്റെയും ടോൾസ്റ്റോയിയുടെയും അവരുടെ സ്കൂളിന്റേയും ചിന്തകൾ ആവർത്തിക്കുക മാത്രമാണ് അദ്ദേഹമെന്നും അംബേദ്കർ വിമർശിക്കുന്നു.

അധ:കൃത ജാതിയെക്കുറിച്ചുള്ള ഗാന്ധിയൻ സംവർഗങ്ങൾ ഭരണ-സിവിൽ സ്ഥാപനങ്ങൾ ഉപയോഗിക്കുന്നതിനെതിരെയും അംബേദ്കർ പ്രതിഷേധിക്കുന്നുണ്ട്. 1938 -ൽ ബോംബെ നിയമസഭയിൽ നിന്ന് അദ്ദേഹം ഇറങ്ങിപ്പോകുന്നത് "ഹരിജൻ" എന്ന ഗാന്ധിയുടെ പ്രയോഗം ബില്ലിൽ ഉള്ളതുകൊണ്ടാണ്.

ഇറങ്ങിപ്പോകുന്നതിനു മുമ്പ് അദ്ദേഹം പറഞ്ഞു. "എനിക്കു പറയുവാനുള്ളത് ഇത്രയും മാത്രമാണ്. കൂടുതൽ നല്ല പേര് എനിക്കിപ്പോൾ നിർദ്ദേശിക്കാൻ കഴിയുകയില്ല. എങ്കിലും ഹരിജൻ എന്ന പേര് ഇപ്പോൾ പ്രായോഗികാർത്ഥത്തിൽ അസ്പൃശ്യ എന്ന പ്രയോഗത്തിന്റെ പര്യായമായിത്തീർന്നിട്ടുണ്ടെന്നു പറയേണ്ടിയിരിക്കുന്നു. അതിലപ്പുറമൊന്നും ആ പേരിൽ അവശേഷിക്കുന്നില്ല. ഹരിജൻ എന്ന പദം ഷെഡ്യൂൾഡ് ക്ലാസ് എന്ന പ്രയോഗവുമായി ഇപ്പോൾത്തന്നെ അഭിന്നത പ്രാപിച്ചിട്ടുണ്ടെന്ന് ബഹുമാനപ്പെട്ട പ്രധാനമന്ത്രിക്കു ഞങ്ങളെപ്പോലെ തന്നെ തോന്നിയിരുന്നെങ്കിൽ തൽക്കാലത്തേക്ക് ആ വാക്കു പിൻവലിക്കുകയായിരുന്നു അദ്ദേഹത്തിന്റെ ധർമ്മം. പിന്നീട് മറ്റൊരു പ്രയോഗം കണ്ടുപിടിക്കുന്നതിനു വേണ്ടി. അദ്ദേഹത്തിനു ഞങ്ങളുമായി ചർച്ച ചെയ്യാമായിരുന്നു. എങ്കിലും അദ്ദേഹത്തിന്റെ വാദമുഖങ്ങൾ ഞങ്ങൾക്കൊന്നും ബോധ്യം വരുത്തിയിട്ടില്ല. അതുകൊണ്ടു ഞങ്ങൾ ഇറങ്ങിപ്പോകുന്നു" (അംബേദ്കർ 1997: 144).

ഗാന്ധിയെ വിമർശിക്കുമ്പോഴും അംബേദ്കർ മാർക്സിസ്റ്റ് ചിന്തകരിൽ നിന്ന് വ്യത്യസ്തമായി മതാത്മകതയുടെ അടിത്തറ സൂക്ഷിക്കുന്നുണ്ട്. മതാത്മകതയിലുള്ള അദ്ദേഹത്തിന്റെ ഊന്നൽ പിൽക്കാലത്ത് പ്രകടവുമാണ്. അതിനാൽ ഒരു വശത്ത് ഭൗതികവാദവും മറുവശത്ത് മതാത്മകതയും അംബേദ്കറിൽ കാണാം. സാമ്പ്രദായികമായ ദൈവവിശ്വാസമോ ആത്മാവിലുള്ള വിശ്വാസമോ അംഗീകരിക്കാത്ത ബുദ്ധമതമാണ് അംബേദ്കർ ഉയർത്തിപ്പിടിക്കുന്നത് എന്നതിനാൽ ഇതിൽ പ്രത്യക്ഷത്തിൽ തോന്നുന്നത്ര വൈരുധ്യമില്ല തന്നെ. 1954 -ൽ "എന്റെ വ്യക്തിപരമായ തത്ത്വശാസ്ത്രം" എന്ന പേരിലുള്ള ഒരു റേഡിയോ പ്രഭാഷണത്തിൽ അംബേദ്കർ പറഞ്ഞു. "എന്റെ സാമൂഹ്യതത്ത്വശാസ്ത്രത്തെ മൂന്നു വാക്കിലൊതുക്കാം. സ്വാതന്ത്ര്യം, സമത്വം, സാഹോദര്യം. ഞാൻ അത് ഫ്രഞ്ചു വിപ്ലവത്തിൽനിന്ന് കടം വാങ്ങിയതാണെന്ന് ആരും പറയരുത്. അതിൽ നിന്നല്ല ഞാനതെടുത്തത്. എന്റെ തത്ത്വചിന്തയുടെ വേര് മതത്തിലാണ്, രാഷ്ട്രമീമാംസയിലല്ല" (Limbale: 47).

ബുദ്ധന്റെ വഴിയെ മുൻനിർത്തി ഗാന്ധിയെ വിലയിരുത്താൻ അംബേദ്കറെ പിന്തുടർന്ന പിൽക്കാല ദളിത് ചിന്തകരും ശ്രമിക്കുന്നുണ്ട്. കാഞ്ച ഐലയ്യ പറയുന്നു: "വാസ്തവത്തിൽ ആ കാലത്ത് ഗൗതമൻ കടന്നുപോയത് ഒരു പ്രത്യേക ചിന്താരീതിക്ക് അനുയോജ്യമായി ശരീരത്തിനെയും മനസ്സിനെയും പാകപ്പെടുത്തി എടുക്കാനുള്ള കഠിനമായ പരിശീലനത്തിലൂടെയും ഏകാഗ്രതയിലൂടെയും

ആയിരുന്നു. ആധുനിക കാലത്ത് ഗാന്ധിജിയും അല്പം വ്യത്യസ്തമായിട്ടാണെങ്കിലും ഇതേ പരിശീലനമാണ് സ്വയം ചെയ്തുപോന്നത്. പക്ഷേ ഗാന്ധിജിയുടെ സ്വയം പരിശീലനത്തിൽ ഈശ്വരൻ എന്ന സങ്കല്പനം ഉണ്ടായിരുന്നു. ഗൗതമൻ അതിഭൗതിക ചിന്തയിൽ നിന്ന് ഭൗതികവാദത്തിലേക്ക് നീങ്ങാൻ ശ്രമിച്ചപ്പോൾ ഗാന്ധിജി രാഷ്ട്രീയ ചിന്തയിൽ ഭൗതികവാദം സുസ്ഥാപിതമായ ഒരു കാലഘട്ടത്തിൽ തിരിച്ച് അതിഭൗതികമായ ചിന്താരീതിയിലേക്ക് പോകാനാണ് ശ്രമിച്ചത്. ഇവിടെയാണ് ഗാന്ധിജിയുടെ പ്രതിലോമസ്വഭാവം വ്യക്തമാകുന്നത്. വലിയൊരളവിൽ ഗൗതമന്റെ പുരോഗമന സ്വഭാവവും"

(ഐലയ്യ 2006 : 68)

ആധുനിക ഇന്ത്യയിൽ ബുദ്ധന്റെ സ്വാധീനം ഗാന്ധിയിലും അംബേദ്കറിലും ദർശിച്ച ഐലയ്യ അവർ രണ്ടു പേരിലും അത് എങ്ങനെ വ്യത്യസ്തമായി എന്നു വിശദീകരിക്കുന്നുമുണ്ട്: "ആധുനിക ഇന്ത്യയിൽ ബുദ്ധന്റെ സ്വാധീനമുള്ള രണ്ട് ചിന്തകന്മാരെ കാണാം- അംബേദ്കർ, ഗാന്ധി. എന്നാൽ രണ്ടു തരത്തിലാണ് ബുദ്ധസ്വാധീനം അവരിൽ പ്രതിഫലിച്ചുകാണുന്നത്. ഉപഭോഗസംസ്കാരത്തെ ചെറുക്കാൻ വ്യവസായവത്കരണം തന്നെ വേണ്ട എന്നു വെയ്ക്കാനാണ് ഗാന്ധി നിർദ്ദേശിച്ചത്. എന്നാൽ അംബേദ്കറാകട്ടെ വ്യവസായവത്കരണം ദാരിദ്ര്യനിർമ്മാർജ്ജനത്തിനുള്ള ഒരു വഴിയാണ്, ഉപഭോഗപരതയുടെ പ്രശ്നത്തിൽ സമഭാവനയും നീതിയും നടപ്പാക്കി പരിഹരിക്കാനാകണം എന്നാണ് വിശ്വസിച്ചത്. വ്യവസായവത്കണത്തെ അട്ടിമറിക്കാതെ തന്നെ സമത്വത്തിൽ അധിഷ്ഠിതമായ ഒരു വ്യവസ്ഥ സ്ഥാപിക്കുന്നതിനാണ് ആധുനിക വ്യവസായവത്കൃതസമൂഹത്തിൽ ബുദ്ധന്റെ ലളിത ജീവിതസിദ്ധാന്തം പ്രയോഗിക്കേണ്ടത്" (ഐലയ്യ 2006 : 218).

അറിവിനെ ഉല്പാദനവുമായി ബന്ധപ്പെടുത്തുന്നതിൽ ബ്രാഹ്മണ്യവും ബുദ്ധമതവും സ്വീകരിച്ച വ്യത്യസ്ത നിലപാടുകൾ വെച്ചുകൊണ്ടാണ് ഈ വൈരുധ്യത്തെ ഐലയ്യ നോക്കിക്കാണുന്നത്. ഉല്പാദനത്തിൽ നിന്ന് സ്വതന്ത്രമായ ഒന്നായിട്ടാണ് വിദ്യാഭ്യാസത്തെ ബ്രാഹ്മണ്യം നോക്കിക്കണ്ടത്. നേരെ മറിച്ച് ബുദ്ധന്റെ ജ്ഞാനവ്യവസ്ഥ കാർഷികോത്പാദനവുമായി ബന്ധപ്പെട്ടാണ് വികസിച്ചത്. രണ്ടാമതായി ബ്രാഹ്മണ്യം താഴ്ന്ന ജാതിക്കാരെ അവർ ജാതിശ്രേണിയിൽ ബ്രാഹ്മണരിൽ നിന്ന് എത്രത്തോളം അകന്നിട്ടാണോ, അത്രത്തോളം അപമാനവൽക്കരിക്കുകയാണ് ചെയ്തത്. ലളിത ജീവിതത്തിലുള്ള ഊന്നൽ സമത്വത്തിന് വഴി തെളിയിക്കുന്നതായിരുന്നു. എന്നാൽ

ലാളിത്യത്തിന്റെ പേരിൽ ഉല്പാദനശക്തികളെ തടയണമെന്ന് ബുദ്ധൻ ഒരിക്കലും വാദിച്ചില്ല. ഉല്പാദക ശക്തികൾക്ക് വികസിക്കാൻ സഹായകമായ ഒരു വ്യവസ്ഥ കെട്ടിപ്പടുക്കാനാണ് അദ്ദേഹം ശ്രമിച്ചത്. മൃഗശക്തി ഉപയോഗിച്ചാൽ കാർഷികോല്പാദനം കൂട്ടാമെന്ന് അറിഞ്ഞുതന്നെയാണ് അദ്ദേഹം യജ്ഞങ്ങളിലും യാഗങ്ങളിലും കാലികളെ കൊല്ലുന്നതിനെ എതിർത്തത്.

ബുദ്ധജൈനമതങ്ങളുടെ സ്വാധീനമുള്ള ഗാന്ധിയും ബുദ്ധമതത്തിൽ ചെന്നു ചേർന്ന അംബേദ്കറും തമ്മിൽ വൈജാത്യമെന്നതുപോലെ സമാനതകളുമുണ്ടെന്നതിൽ സംശയമില്ല. ഹിംസാത്മകമായ മാറ്റത്തിനെതിരായിരുന്നു രണ്ടുപേരും. ഗാന്ധിയുടെ അഹിംസ ഒരു തത്ത്വമായിരുന്നെന്നും അംബേദ്കറുടെത് ഒരു അടവുനയം മാത്രമാണെന്നും പറയുന്നവരുണ്ട്. എന്നാൽ "ബുദ്ധനോ കാൾമാർക്സോ" എന്ന പിൽക്കാല ലേഖനത്തിൽ അഹിംസയെ ഒരു തത്ത്വമായിത്തന്നെയാണ് അംബേദ്കർ കണ്ടതെന്നു പറയാം.

മതാത്മക വിമർശനവും ആധുനിക സാഹിത്യ വിമർശനവും

ഗാന്ധിയെയും അംബേദ്കറിനെയും പരസ്പരവിരുദ്ധമായി നില്ക്കുന്നവരെന്ന മട്ടിൽ നോക്കിക്കാണുന്ന രീതിയിൽ നിന്ന് വ്യത്യസ്തമായ സമീപനമാണ് ഡി. ആർ. നാഗരാജ് തന്റെ *ജ്വലിക്കുന്ന പാദങ്ങൾ* (Flaming Feet) എന്ന പുസ്തകത്തിൽ സ്വീകരിക്കുന്നത്. "ഹരിജൻ പ്രശ്നങ്ങൾ കൈകാര്യം ചെയ്യുന്നതിൽ ഗാന്ധിയൻ രാഷ്ട്രീയ മാതൃക പുലർത്തിയ നിലപാടുകൾ അവയുടെ നേട്ടങ്ങളുടെ അടിസ്ഥാനത്തിൽ തീവ്രമായ വിശകലനത്തിന് വിധേയമാക്കേണ്ടതാണ്. 1960-കളിലും അതിനുശേഷമുള്ള കാലയളവിലും കോൺഗ്രസിലെ ഹരിജൻ നേതൃത്വത്തിനെതിരെ ദളിതരിലെ കോപിഷ്ഠരായ യുവാക്കൾ നടത്തിയ കലാപങ്ങളാണ് ഇത്തരമൊരു ചോദ്യമുന്നയിക്കാൻ നമ്മെ നിർബന്ധിതരാക്കിയത്... മുതിർന്ന ഹരിജൻ നേതാക്കൾക്കെതിരെ നടത്തിയ വിധിപ്രസ്താവങ്ങൾ, അവരെ രൂപപ്പെടുത്തിയ ചരിത്രപരമായ ഘടകങ്ങളുടെ സങ്കീർണതകളെക്കുറിച്ചുള്ള അജ്ഞതകളാൽ വളരെ പരുക്കനും ഒപ്പം തന്നെ കുറ്റകരവുമായിരുന്നില്ലേ? അതാണ് ചരിത്രത്തിന്റെ വഴി പിഴപ്പിക്കുന്ന സൗന്ദര്യം. ഭാഗികമായ വീക്ഷണത്തെ പൂർണവീക്ഷണമായി അത് തെറ്റിദ്ധരിപ്പിക്കുകയും അതിൽ വശംവദരാകുന്നവരെ പ്രവർത്തന നിരതരാക്കുകയും ചെയ്യും. പൂർണവീക്ഷണത്തിനായി കാത്തിരിക്കുന്ന ഒരാളും

പ്രവർത്തനനിരതനാവുകയോ ചരിത്രത്തിലേക്ക് കുതിക്കുകയോ ചെയ്യുന്നില്ല. ഇവിടെയാണ് യഥാർഥത്തിൽ ചരിത്രത്തിന്റെ വിമോചനപരമായ ശേഷിപ്പുകൾ സ്ഥിതി ചെയ്യുന്നത്. ബാബാസാഹേബും ബാപ്പുജിയും അത്തരത്തിലുള്ള സൃഷ്ടിപരമായ അക്ഷമയോടെ ചരിത്രത്തിലേക്കു കുതിക്കുകയും പരസ്പരം പോരടിക്കുകയും ചെയ്തു. സൃഷ്ടിപരമായ അക്ഷമയുടെ മഹാസമാധിസ്ഥിതി ചരിത്രപരമായ പ്രവർത്തനങ്ങളാണ്. പ്രവർത്തനങ്ങളിലേക്ക് കൂപ്പുകുത്തിക്കൊണ്ട് അവർ പരസ്പരമുള്ള ആധിക്യങ്ങളെ ഭദ്രമാക്കി. വളരെ സാന്ദ്രമായ ഏറ്റുമുട്ടലുകൾക്കൊടുവിൽ അവർ രൂപാന്തരീകരണത്തിന് വിധേയരാവുകയും ചെയ്തു. 1930- കളിൽ നടന്ന സങ്കീർണവും അതേ സമയം ആകർഷകവുമായ ഗാന്ധി-അംബേദ്കർ സംവാദങ്ങളെയാണ് ഞാൻ സൂചിപ്പിക്കുന്നത്. (കൃത്യമായും അത്തരം പദങ്ങളാലല്ലെങ്കിലും) ഒരാൾ അപരനെ വിഡ്ഢിയെന്നും നിന്ദകനെന്നും ആക്ഷേപിക്കുന്നത് ഓരോരുത്തരുടേയും ജീവിതാവസനാം വരെ തുടർന്നുവന്നത് സത്യമാണ്. ഇതുപക്ഷേ ഓരോരുത്തരും രൂപപ്പെടുത്തിയെടുത്ത ഘടനയുടെ സംരക്ഷണത്തിനു മാത്രമായിരുന്നില്ലേ എന്ന് ഞാൻ സംശയിക്കുന്നു. ഘടനയുടെ തുടർച്ചയ്ക്ക് കൂടുതൽ പ്രാമുഖ്യം നൽകിയവരുടെ തൃപ്തിക്കായാണ് ഇത്തരത്തിലുള്ള ഒരു നിലപാട് സ്വീകരിക്കപ്പെട്ടതെന്ന് സംശയിക്കാവുന്നതാണ് പരസ്പരം ഏറ്റുമുട്ടിക്കൊണ്ട് അവർ ആരംഭിച്ച് രാഷ്ട്രീയജീവിതത്തിന്റെ തുടക്കത്തിൽ ഉണ്ടായിരുന്ന വ്യക്തികളിൽ നിന്നും 1930-കളുടെ മധ്യകാലമാവുമ്പോഴേക്കും ഗാന്ധിജിയും അബേദ്കറും ഏറെ മാറിയിരുന്നു. അവർ പരസ്പരം ആഴത്തിൽ സ്വാധീനങ്ങൾ ചെലുത്തുകയും പരസ്പരം മാറ്റിത്തീർക്കുകയും ചെയ്തിരുന്നു."

എന്നിട്ട് നാഗരാജ് 1933 മുതൽ 1936 വരെയുള്ള ഹരിജൻ (16) മാസിക എത്രത്തോളം സാഹിത്യത്തോടടുത്തിരിക്കുന്നുവെന്നു പറയുന്നു. "ഈ കഥയുടെ ഉപാദാനങ്ങൾ എന്ന നിലയിൽ ഹരിജൻ വാരികയിൽനിന്ന് ഒന്നോ രണ്ടോ ഭാഗങ്ങൾ ഞാൻ ഉദ്ധരിക്കുന്നുണ്ട്. എന്റെ വീക്ഷണത്തിൽ ഹരിജൻ വാരിക പ്രത്യേകിച്ച് 1933 മുൽ 1936 വരെയുള്ള കാലയളവിലെ ലക്കങ്ങൾ ഐതിഹാസിക മാനങ്ങളുള്ളവയാണ്. അത്ഭുതകരമായ രീതിയിൽ വൈവിധ്യപൂർണമായ വിഷയങ്ങൾ അതിൽ ഉൾക്കൊള്ളിച്ചിരിക്കുന്നു. എല്ലാ പരിമിതികളെയും ലംഘിച്ചുകൊണ്ട് ജീവിതാനുഭവങ്ങൾ നിറഞ്ഞുനില്ക്കുകയും അവ സാഹിത്യരൂപങ്ങളായിത്തീരുകയും ചെയ്തിരിക്കുന്നു (70)."

ഗാന്ധിയെയും അംബേദ്കറെയും സംവാദാത്മകമാക്കാനുള്ള നാഗരാജിന്റെ ശ്രമങ്ങൾ സൗന്ദര്യശാസ്ത്രത്തിൽ പ്രസക്തമാണോ എന്ന ചോദ്യത്തിന് സാംഗത്യമുണ്ട്. ആധുനികസൗന്ദര്യാവബോധവുമായി ഒത്തുപോകുന്നതാണോ ടോൾസ്റ്റോയ് പ്രതിനിധീകരിക്കുന്ന, ഗാന്ധിയിലൂടെ വരുന്ന ഭാവുകത്വം എന്ന ചോദ്യവും പ്രസക്തമാണ്. മലയാളത്തിൽ ഈ ചർച്ച നടന്നിട്ടുണ്ട്. ആധുനികതാവാദത്തിന്റെ സൗന്ദര്യാവബോധവുമായി ഒത്തുപോകുന്നതല്ല ടോൾസ്റ്റോയിയുടെ കൃതികളിലെ സൗന്ദര്യാവബോധപരമായ വിമർശനമെന്നാണ് കെ. പി. അപ്പൻ "ക്ഷോഭിക്കുന്നവരുടെ സുവിശേഷ"ത്തിൽ വാദിച്ചത്. ഭ്രാന്തന്റെ അനുസ്മരണങ്ങൾ എന്ന ടോൾസ്റ്റോയിയുടെ കൃതിയിൽ അന്യവൽക്കരണം ശക്തമായി ചിത്രീകരിക്കുന്നതായി പറയുന്ന അപ്പൻ പക്ഷേ ആധുനികമല്ല ടോൾസ്റ്റോയിയുടെ അന്യത്വം എന്നാണ് വാദിക്കുന്നത്. "ടോൾസ്റ്റോയിയുടെ ശബ്ദം ആധുനിക ജീവിതം സൃഷ്ടിച്ച അന്യന്റെ ശബ്ദമല്ല, മതബോധമുള്ള അന്യന്റെ (religious outsdier) ശബ്ദമാണത്. അതുകൊണ്ട് ആധുനികതയുടെ സാഹസികത അതിനില്ല. പുതിയ എഴുത്തുകാരൻ മതത്തെ നിഷേധിച്ചുകൊണ്ട് മാനവവാദിയായി മാറുന്ന അന്യനാണ്. മതം ഇല്ലാത്ത മാനവവാദം അപൂർണമാണെന്നു പറഞ്ഞ എലിയട്ടിനെ ഇരുണ്ട പ്രവാചകനായി കണ്ടുകൊണ്ട് ഈശ്വരന്റെ മരണത്തിൽ വിശ്വസിച്ച്, ഇടിമിന്നൽ പോലെ തന്റെമേൽ പതിച്ച സ്വാതന്ത്ര്യത്തിന്റെ വേദന അനുഭവിച്ചുകൊണ്ട് മാനവവാദിയായി മാറുന്നവനാണ് പുതിയ എഴുത്തുകാരൻ" (അപ്പൻ 2003 ക : 30-31). ടോൾസ്റ്റോയിയിൽ നിന്ന് വ്യത്യസ്തമായി ദസ്തയേവ്സ്കിയിൽ ആധുനികതയുടെ അന്യത്വത്തിന്റെ അസ്വസ്ഥതയുടെ ആദ്യരൂപം അപ്പൻ കാണുകയും ചെയ്യുന്നു. മതാത്മകത ടോൾസ്റ്റോയിയിൽ കണ്ട അപ്പന്റെ നിലപാട് മാർക്സിസ്റ്റ് നിലപാടിൽ നിന്ന് ഭിന്നമല്ല. രാഷ്ട്രീയ സംസ്കാരത്തിൽ ഗാന്ധിയും ടോൾസ്റ്റോയിയും ആദ്യകാല ക്രിസ്തുമതത്തെയാണ് ഓർമിപ്പിക്കുന്നത് എന്ന് ഗ്രാംചിയും പറയുന്നുണ്ടല്ലോ.

മതേതര നിരീശ്വര മാനവികതയെ മാത്രം മാനവികതയായി കണ്ടാൽ അപ്പന്റെ നിരീക്ഷണം ശരിയാണ്. അംബേദ്കർ സൂചിപ്പിച്ചതുപോലെ വർണവ്യവസ്ഥയിൽ ആദ്യഘട്ടത്തിൽ വിശ്വസിച്ചിരുന്ന ഗാന്ധി പാശ്ചാത്യരീതിയിലുള്ള ഒരു മാനവികതാവാദിയല്ല.

*മരണസർട്ടിഫിക്കറ്റി*നെക്കുറിച്ച് പറയുമ്പോൾ അപ്പൻ കൂടുതൽ സന്ദിഗ്ധത പുലർത്തുന്നുണ്ട്. "ഈ നോവലിലെ അഭിവീക്ഷണം ഒരു തരത്തിൽ മതദർശനത്തിന്റെ സമീപത്തോളമെത്തുന്നു.

മതദർശനങ്ങൾ ദൈവത്തിന്റെ നീതിയിൽ വിശ്വസിക്കുകയും നിരപരാധിയുടെ പീഡാനുഭവങ്ങൾക്ക് പരിഹാരം ഉണ്ടെന്ന് കരുതുകയും ചെയ്യുന്നു. ഈ ലോകത്തിലേക്ക് ഒരു പരിഗണനയുമില്ലാതെ എറിയപ്പെട്ട മനുഷ്യന്റെ വിഷമാവസ്ഥയെക്കുറിച്ച് ദർശനം കിട്ടിയ സ്വയംശാസിതമായ പ്രതിഭയുള്ള അയാൾക്ക് അങ്ങനെ പൂർണവിശ്വാസങ്ങൾ ഒന്നുമില്ല. അയാൾ മതബോധത്തിന്റെ ഭാഗമല്ല. മതനിഷേധത്തിന്റെ ഭാഗവുമല്ല. അയാൾ സ്വന്തം ബോധത്തിന്റെ ബലിമൃഗമാണ്" (അപ്പൻ 2003 ക :275). ടോൾസ്റ്റോയിയെക്കുറിച്ച് വ്യത്യസ്തമായ അഭിപ്രായത്തിലേക്ക് ഇത് അപ്പനെ പിന്നീട് എത്തിക്കുന്നതായി തോന്നും. ഇവാൻ ഇലിയിച്ചിന്റെ മരണം എന്ന ടോൾസ്റ്റോയിയുടെ കൃതിയെക്കുറിച്ച് പറയുമ്പോൾ അതിൽ ദുഃഖത്തിനോടൊപ്പം സഞ്ചരിക്കുന്ന ചിരി അപ്പൻ കാണുന്നു. കേരളസാഹിത്യത്തിലെ ആധുനിക എഴുത്തുകാരിലും ഈ ഭാവം കാണാമെന്നും ഇത് പടിഞ്ഞാറുനിന്ന് വാങ്ങിച്ച ചരക്കല്ലെന്നും അപ്പൻ പറയുന്നുണ്ട്. "ഭാരതീയ മനസ്സ് ഇങ്ങനെയൊരു ദർശനം പണ്ടു തന്നെ അവതരിപ്പിച്ചിരുന്നു. നമ്മുടെ പ്രാചീനമായ അന്തരംഗങ്ങളിലില്ലാത്തതൊന്നും വർത്തമാനത്തെ അനുഗ്രഹിക്കുന്നില്ല." (അപ്പൻ 2003 ക :291). വിക്രമാദിത്യൻ കഥയെ മുൻനിർത്തിയാണ് അപ്പൻ ഇതു പറയുന്നതും.

*ഖസാക്കിന്റെ ഇതിഹാസ*ത്തെക്കുറിച്ചുള്ള അപ്പന്റെ വിവരണത്തിലും പ്രഖ്യാപിതമായ മതേതര ആധുനികതയുടെ മാനവികതാവാദത്തിൽ നിന്ന് വ്യത്യസ്തമായ സ്വരമാണുള്ളത്. "ഭാഷാപരമായ ലയം കൊണ്ട് നോവലിനെ ഗീതികാ കാവ്യമാക്കിമാറ്റുന്ന ഈ കോമേഡിയൻ ബോധത്തിന്റെ അഗാധതയിൽ ശ്രമപ്രധാനമായ ജീവിതം നയിക്കുന്ന യോഗിയാണ്. തിന്മയെ ജഗൽസംബന്ധിയായ ഏകത്വത്തിന്റെ ഭാഗമായിക്കാണുന്ന ഈ എഴുത്തുകാരന്റെ ദർശനം നന്മതിന്മകൾക്കപ്പുറത്തേക്കു വ്യാപിച്ചു നില്ക്കുന്ന ഒന്നാണ്. ഈ സൗന്ദര്യത്തിന്റെ ദർശനവും തന്റെ രുദ്രാക്ഷമണിഞ്ഞ ഫലിതബോധവും ഭാഷയുടെ റിഥത്തിൽ വിജയൻ ആവാഹിച്ചു സൂക്ഷിച്ചിരിക്കുന്നു."

ടോൾസ്റ്റോയിയിലൂടെ ആധുനികതയ്ക്കെതിരെയുള്ള വിമർശനം വരുന്നതിനുമുമ്പുതന്നെ ഡാനിഷ് ചിന്തകനായ സോറൻ കിർക്കഗോർ ആധുനികതയ്ക്കു നേരെ വിമർശനമുന്നയിച്ചിരുന്നു. അസ്തിത്വവാദത്തിന്റെയും ആധുനികാവബോധത്തിന്റെയും തുടക്കക്കാരിലൊരാളായി കിർക്കഗോർ ഗണിക്കപ്പെടാറുണ്ട്. അപ്പനെപ്പോലുള്ളവർ ഇതു സ്വീകരിച്ചിട്ടുമുണ്ട്.

ആധുനികതാവിമർശം:
ഗാന്ധിയും കിർക്കെഗാറും

ഇരുപതാം നൂറ്റാണ്ടിൽ മാർക്സിസത്തിന്റെ കാഴ്ചപ്പാടിൽ നിന്ന് ആധുനികതയെ പ്രശ്നവൽക്കരിക്കുന്നതിനും മുമ്പായിരുന്നു കിർക്കഗാറിന്റെ വിമർശനം. കിർക്കഗാർ മതാത്മക മന:ശാസ്ത്രത്തിന്റെ യുക്തിയിൽ നിന്നുകൊണ്ട് ആധുനികതയെ പ്രശ്നവൽക്കരിക്കാൻ ശ്രമിച്ചു. ഇതു സൗന്ദര്യാത്മക വിമർശനമായാണ് മനസ്സിലാക്കപ്പെട്ടത് (Ferguson :xiv-xv). വിഷാദത്തിലേക്കും ലോകവൈമുഖ്യത്തിലേക്കുമാണത് നയിച്ചത്. സൗന്ദര്യാത്മകതയെയും ധാർമികതയെയും ബന്ധിപ്പിക്കാനുള്ള ശ്രമവും അപ്പോൾ നടക്കുന്നുണ്ട്.

ഹെഗലിന്റെയും മാർക്സിന്റെയും "അന്യവൽക്കരണം" എന്ന പ്രമേയം കലാസാഹിത്യമണ്ഡലങ്ങളിൽ കടന്നുവന്ന ഉത്കണ്ഠ എന്ന പ്രമേയവുമായി ബന്ധിപ്പിക്കുമ്പോഴാണ് അതിനെ രാഷ്ട്രീയമായും കലാപരമായും സമീപിക്കാൻ കഴിയുക. കേവലയുക്തിയെയും അധികാരപ്രയോഗത്തെയും നിരാകരിക്കാൻ പ്രേരിപ്പിക്കുന്ന ആത്മനിഷ്ഠഘടകമാണ് ഉത്കണ്ഠ എന്നു പറയാം. ആ നിലയിൽ ആധുനികമായ സൗന്ദര്യാവബോധത്തിന്റെ ഭാഗമാണത്. ഉത്കണ്ഠ ആധുനികമായ പ്രതികരണമായി മാർക്സിന്റെ സമകാലികനായ കിർക്കഗാറിന്റെ രചനയിലും കടന്നുവരുന്നുണ്ട്. അസ്തിത്വം തന്നെ ആകപ്പാടെ ഉത്കണ്ഠാകുലനാക്കുന്നുവെന്ന് 1839-ൽ തന്നെ കിർക്കഗാർ എഴുതി (Fergusen: 131). തനിക്ക് അന്യമായ പ്രകൃതിയുടെ ശക്തികൾ തന്റെമേൽ പ്രവർത്തിക്കുന്നുവെന്ന തിരിച്ചറിവാണിതിന് കാരണം.

നിരാശയെ ഒരു പാപമായി കാണുകയും പാപത്തെക്കുറിച്ചുള്ള വിചാരമായി ഉത്കണ്ഠയെ കാണുകയും ചെയ്യുന്നു കിർക്കഗാർ. പാപത്തെ അഭിമുഖീകരിക്കൽ മതപരതയിലുണ്ട്. അഥവാ ഈ വൈരുധ്യത്തെ അഭിമുഖീകരിക്കൽ മതപരതയിലേക്കുള്ള വഴിയിലുണ്ട്. മതപരതയിലേക്ക് നേരിട്ടു വഴിയുണ്ടെന്നതിനെ ഒരു മിഥ്യാബോധമായി സൗന്ദര്യാത്മക സൃഷ്ടികൾ കാണുന്നുവെന്ന് കിർക്കഗാർ. ആധുനിക ജീവിതത്തിന്റെ ശിഥിലീകരണത്തിൽ നിന്ന് വ്യക്തി മോചിപ്പിക്കപ്പെടണമെന്നുണ്ടെങ്കിൽ പാപത്തിന്റെയും വൈരുധ്യത്തിന്റെയും ഈ അതിർത്തികൾ സൂക്ഷ്മമായി ആരായപ്പെടണം. നിരാശയുടെയും പാപത്തിന്റെയും വൈരുധ്യാത്മകമായ അതിർത്തികൾ ഏറ്റവും വ്യക്തമാകുന്നത് സൗന്ദര്യാത്മകതയുടെ

ഏറ്റവും വികസിച്ച രൂപത്തിലാണ്. അതായത് കവിയുടെ അസ്തിത്വത്തിലാണ്. അത്തരം കാവ്യാത്മക വ്യക്തികൾ എല്ലാറ്റിനുമുപരി ദൈവത്തെ സ്നേഹിക്കുന്നു. അയാളുടെ രഹസ്യമായ ദുഃഖങ്ങളുടെ ഒരേയൊരു സാന്ത്വനം ദൈവമായിരിക്കും. എന്നാലും അയാൾ ആ സംഭീതി(anguish)യെ ഇഷ്ടപ്പെടുന്നു. അതിനെ ഉപേക്ഷിക്കുകയില്ല. സ്വതന്ത്ര ഇച്ഛയും ആ ഇച്ഛയാൽ ദൈവപ്രതീക്ഷയ്ക്കൊത്തു ഉയരുന്നതിൽ താൻ പരാജയപ്പെടുന്നുണ്ടോ എന്ന സംശയവുമാണ് സംഭീതി എന്നതുകൊണ്ട് കിർക്കഗാർ ഉദ്ദേശിച്ചത്.

പ്രബുദ്ധതായുക്തി മുന്നോട്ടുവെച്ച ഹെഗേലിയൻ വ്യവസ്ഥയിൽ കേവലയുക്തിയുടെ യാന്ത്രികത ദർശിച്ച യുവാവായ മാർക്സിന്റെയും കിർക്കഗാറിന്റെയും കാഴ്ചപ്പാടിലെ സമാനതകൾ ഫെർഗുസൻ സൂചിപ്പിക്കുന്നുമുണ്ട്. അതേ സമയം അവ ഒരു പരിധിക്കപ്പുറം താരതമ്യം ചെയ്യാവുന്നതല്ല എന്നും വ്യക്തമാക്കുന്നു. എന്നാൽ കിർക്കഗാറിൽ നിന്ന് വ്യത്യസ്തമായി ഗാന്ധിയൻ സന്ദർഭത്തിൽ ഉത്കണ്ഠ അധിനിവേശവുമായി ബന്ധപ്പെട്ട ഒരു രാഷ്ട്രീയ പ്രശ്നവുമാണ്. പ്രകൃതിശക്തികളല്ല, രാഷ്ട്രീയശക്തികളാണ് അതിന്റെ അടിയന്തിര സാഹചര്യം.

ഉത്കണ്ഠ അധിനിവേശത്തിന്റെ സൃഷ്ടി

ആധുനികപൂർവവും ആധുനികതാവാദപരവുമായ വിമർശനങ്ങളുടെ സൗന്ദര്യശാസ്ത്രത്തെ സംബന്ധിച്ച ഈ ചർച്ചയെ നാഗരാജിന്റെ നിരീക്ഷണങ്ങളുമായി ചേർത്തുവെക്കാം. നാഗരാജ് ഗാന്ധിയെ മുൻനിർത്തി ഈ പ്രശ്നത്തെ മറ്റൊരു തലത്തിലേക്ക് കൊണ്ടുപോകുന്നു. അധിനിവേശം എന്ന മറ്റൊരു ഘടകംകൂടി അവിടെ കടന്നുവരുന്നു. ഒന്നാം ലോകത്തിൽ നിന്നു വ്യത്യസ്തമായി മൂന്നാം ലോകത്തിന്റെ സവിശേഷമായ സൗന്ദര്യാനുഭവത്തിലേയ്ക്ക് ഇത് നയിക്കുന്നു.

അധിനിവേശം ആധുനികതാവാദമായ പ്രതികരണങ്ങളിലെത്തിക്കുന്നതെങ്ങനെ എന്ന ചർച്ചയിലേക്ക് നാഗരാജിന്റെ നിരീക്ഷണങ്ങൾ നയിക്കും. കൊളോണിയലിസത്തെ ഇന്ത്യൻ ഗ്രാമം എങ്ങനെയാണ് സ്വീകരിച്ചത് എന്നു സൂചിപ്പിച്ചുകൊണ്ടാണ് നാഗരാജ് വിഷയത്തിലേക്കു കടക്കുന്നത്. അധിനിവേശത്തോട് ആധുനികവും ആധുനികതാപൂർവവുമായ പ്രതികരണങ്ങളുണ്ട്.

അധിനിവേശത്തെ യോഗികൾ കണ്ടത് എങ്ങനെയെന്ന് കന്നഡത്തിലെ ശിശുനാല ഷെരീഫിന്റെ കവിതയെ മുൻനിർത്തി നാഗരാജ് പറയുന്നു. “മില്ലിന്റെ അതിവിസ്തൃതികളെ കാണാനും

അതിനെ നമിക്കാനും പറയുന്ന കവിത അധിനിവേശാനുഭവത്തെ മൊത്തത്തിൽ ആത്മീയവൽക്കരിക്കാനാണ് ശ്രമിക്കുന്നത്. വളരെ സങ്കീർണമായ ക്രിയാശേഷിയുള്ള യന്ത്രം പോലും സങ്കീർണമായ യോഗികാനുഭവം പകരുന്ന രൂപകമായി കവിതയിൽ നിറഞ്ഞു... ആധുനിക സൈദ്ധാന്തികർ അധിനിവേശത്തിന്റെ കേന്ദ്രപ്രമേയ മായി ഉന്നയിച്ചിരിക്കുന്ന രണ്ട് അനുഭവങ്ങൾ-ഉത്കണ്ഠയും സംഭീ തിയും-ഒരു കാലത്തും ഈ യോഗികളുടെ മാനോമണ്ഡലത്തിൽ പ്രവേശിക്കുകയുണ്ടായില്ല. (18-19)"

ഉത്കണ്ഠയും സംഭീതിയും സ്ഥലപരിണാമവുമായി ബന്ധപ്പെ ട്ടിരിക്കുന്നു. നൂറ്റമ്പതു മൈലിനപ്പുറം സഞ്ചരിക്കാത്തവരും ചെറിയ സമൂഹങ്ങളുടെ മന:സാക്ഷികളുമായിരുന്നു ഈ യോഗികൾ എന്ന് നാഗരാജ്.

യോഗികളിൽനിന്ന് ഭിന്നമായി ഗാന്ധിയുടെ പ്രതികരണം ആധു നികമായിരുന്നുവെന്ന് നാഗരാജ് പറയുന്നു. "യോഗികളിൽ നിന്നും ഭിന്നമായി ഉത്കണ്ഠയുടേതായ ഒരു തലം വളരെ ആഴത്തിൽ ഗാന്ധി ജിയിൽ കടന്നുകൂടിയിരുന്നു. അധിനിവേശത്തിന്റെ സംഹാരശേഷി യെക്കുറിച്ച് അദ്ദേഹത്തിന് വ്യക്തമായി അറിയാമായിരുന്നു (19)."

"അധിനിവേശാനുഭവങ്ങളുടെ ഫലമായ ഉത്കണ്ഠകൾ അസഹ നീയമായിത്തീർന്നപ്പോൾ അത് അസ്തിത്വത്തെക്കുറിച്ചുള്ള വിശ്വാ സങ്ങളെത്തന്നെ തകർക്കുമെന്ന നില വന്നപ്പോൾ ഇന്ത്യയിലെ ആത്മീയ പാരമ്പര്യങ്ങൾ അദ്ദേഹത്തിന് സാന്ത്വനസ്പർശങ്ങളായി അനുഭവപ്പെട്ടു. ജാതിപ്പകയെ ഇല്ലായ്മ ചെയ്യുന്നതിനുള്ള ആത്മീയ തൃഷ്ണ തന്റെ വലിയ ദൗത്യമായ ദേശീയ സമരങ്ങളെ തകിടം മറിക്കു ന്ന തരത്തിൽ മുഖ്യസ്ഥാനത്തു കൊണ്ടുവരാൻ ഗാന്ധിജി ശ്രമിച്ചില്ല. അതുപോലെതന്നെ ജാതിവ്യവസ്ഥയ്ക്കെതിരായ സമരങ്ങളുടെ പ്രാധാ ന്യത്തെ കുറയ്ക്കുന്ന തരത്തിൽ വൈദേശിക ശക്തികൾക്കെതിരായ ദേശീയസമരങ്ങളെ പ്രധാനമായി അദ്ദേഹം കണ്ടതുമില്ല. എന്നാൽ അസ്പൃശ്യതയുടെ പ്രശ്നങ്ങൾ ഗാന്ധിയൻ ദർശനത്തിൽ അടിസ്ഥാനപ രമായി മതപരവും ആത്മീയവുമായ ഒന്നായിരുന്നു. ജാതിപ്രശ്നവുമായി ബന്ധപ്പെട്ട ഗാന്ധിയൻ ദർശനത്തിന്റെ വാർപ്പുകൾ ഇന്ത്യയിലെ ആത്മീയധാരകളുമായി ബന്ധപ്പെട്ടവയാണ്. അംബേദ്കറുമായി ഈ പ്രശ്നത്തിൽ സംവാദങ്ങൾ നടന്ന 1930-കൾക്കു മുമ്പ് ഗാന്ധിജിയുടെ നിലപാട് ഇത്തരത്തിലായിരുന്നു (20)."

മോഹിത് സെൻ ഗാന്ധിയുടെ അകത്തേക്കു നോക്കുന്ന സൗന്ദര്യശാസ്ത്രത്തെക്കുറിച്ച് സൂചിപ്പിച്ചുവല്ലോ. ക്രിസ്ത്യാനിറ്റിയെ മനസ്സിലാക്കാൻ അകത്തേക്ക് നോക്കണമെന്നാണ് കിർക്കഗോറും പറഞ്ഞത്(Fergusen: 153). ക്രിസ്തുമതത്തെ വസ്തുനിഷ്ഠമായി മനസ്സിലാക്കുക സാധ്യമല്ല. ആത്മനിഷ്ഠതയുടെ പരമകാഷ്ഠയാണ് ക്രിസ്ത്യാനിറ്റി (156). ആത്മനിഷ്ഠതയെയും സൗന്ദര്യാത്മകതയെയും കിർക്കഗാർ ധാർമ്മികതയുമായി താരതമ്യം ചെയ്യുന്നു. സൗന്ദര്യാത്മകം മാത്രമായ ഒരു വിധിനിർണയത്തിലൂടെ മാത്രം സൗന്ദര്യാത്മക വ്യക്തിത്വത്തിന് ധാർമിക വ്യക്തിത്വമാകാൻ കഴിയില്ലെന്നും ഇച്ഛാശക്തിയെന്ന ധാർമികതയുടെ സംവർഗത്തിൽപെട്ട ഒരു ഘടകം കൂടി അതിന് വേണമെന്നും കിർക്കഗോർ പറയുന്നു (168).

കിർക്കഗോറിൽനിന്ന് ഒന്നു കൂടി നാഗരാജിലേക്ക് മടങ്ങിവരാം. ജാതിവ്യവസ്ഥയ്ക്കെതിരെയുള്ള സമരത്തിന് ആത്മീയവും ഭൗതികവുമായ തലങ്ങളുണ്ടെന്ന് നാഗരാജ് ചൂണ്ടിക്കാട്ടുന്നു. അവ തമ്മിൽ പരസ്പരം ബന്ധപ്പെട്ടുമിരിക്കുന്നു. "ജാതിവ്യവസ്ഥയ്ക്കെതിരായ സംഘർഷങ്ങളിലെ ആത്മീയ സൗന്ദര്യത്തെ അംഗീകരിക്കുന്ന ഒരാൾ അതുമായി ബന്ധപ്പെട്ട് ഉന്നയിക്കപ്പെടുന്ന ഭൗതികയാഥാർഥ്യങ്ങളുടെ ഭയാനകതകളെയും അംഗീകരിക്കാൻ ബാധ്യസ്ഥനാണ്. ഈ സംഘർഷത്തിലെ ആത്മീയ സൗന്ദര്യത്തോട് ആഴത്തിൽ പ്രതികരിക്കാൻ ഗാന്ധിജിക്ക് കഴിഞ്ഞിരുന്നു. എന്നാൽ അതിന്റെ ഭൗതികയാഥാർഥ്യങ്ങളെ അഭിമുഖീകരിക്കേണ്ടി വന്ന സന്ദർഭത്തിൽ അദ്ദേഹം അതികഠിനമായ സംഭ്രമത്തിൽപ്പെട്ടുപോയി (22)."

മാർക്സും അംബേദ്ക്കറും

1920-കളിൽ കമ്മ്യൂണിസത്തോടുള്ള വിയോജിപ്പ് അംബേദ്കർ പ്രകടിപ്പിച്ചിരുന്നു. അതിന്റെ ലക്ഷ്യം ശരിയാണെങ്കിലും മാർഗം ശരിയല്ലെന്നാണ് അദ്ദേഹം കണ്ടത്. പക്ഷേ 1930-കളിൽ ഹിംസയുടെ പേരിൽ അദ്ദേഹം മാർക്സിസത്തെ തള്ളിപ്പറഞ്ഞില്ല. മതപരമായ പിന്തുണയുള്ള ഗാന്ധിയുടെ അഹിംസയ്ക്കെതിരെയായിരുന്നു അക്കാലത്ത് അദ്ദേഹത്തിന്റെ മുഖ്യവിമർശനം. എന്തുകൊണ്ട് സമരങ്ങളിലെ ഹിംസാത്മകതയെ അംബേദ്കർ വിമർശിക്കുന്നു എന്ന ഓംവെദ്തിന്റെ നിരീക്ഷണവും ശ്രദ്ധേയമാണ്. ഹിംസാത്മകമായ സമരമുറകൾ സമൂഹത്തിലെ ഏറ്റവും ദുർബലരായ ആളുകളെയാണ് ഹാനികരമായി ബാധിക്കുക എന്നതിനാലാണ് അംബേദ്കർ ഹിംസയെ എതിർത്തത്. അതായത് ആ എതിർപ്പ് തന്ത്രപരമായിരുന്നു

താത്വികമായിരുന്നില്ല എന്ന് ഓംവെദ്ത്(Omvedt 1994:227). ഒരു മതാത്മകതത്ത്വമായി അഹിംസയെ ഉയർത്തിപ്പിടിച്ച ഗാന്ധിസത്തെ അദ്ദേഹം തള്ളിപ്പറയുകയും ചെയ്തു.

മാർക്സിസവുമായി അംബേദ്കർക്ക് രചനാതലത്തിലുള്ള ബന്ധം അദ്ദേഹം 1936-ലെഴുതിയ "കമ്മ്യൂണിസ്റ്റുകാരുടെ മിഥ്യബോധവും അയിത്തക്കാരായ വർഗത്തിന്റെ കടമയും" (The Illusion of the Communists and the Duty of the Untouchable Class) എന്ന ലേഖനം 1936- ലെ ജനതയിൽ പ്രത്യക്ഷപ്പെടുകയും അത് 1938 -ൽ പുന: പ്രസിദ്ധീകരിക്കപ്പെടുകയും ചെയ്തു. തുടർന്ന് ജീവിതാന്ത്യത്തിൽ എഴുതിയ 'ബുദ്ധനോ കാൾ മാർക്സോ' വരെ അത് തുടരുന്നു.

1938-ൽ ബോംബെയിലെ കർഷകമാർച്ചിൽ കമ്മ്യൂണിസ്റ്റ് തത്ത്വശാസ്ത്രമാണ് മറ്റേതിനേക്കാളും അധ:കൃതരുടെ ലക്ഷ്യങ്ങളോട് അടുപ്പം പുലർത്തുന്നത് എന്നു പറഞ്ഞിരുന്നു. അദ്ദേഹത്തിന്റെ വർഗ-ജാതി വിചാരമാതൃക രൂപപ്പെട്ടത് നിസ്സംശയമായും 1930- കളിലെ മാർക്സിസവുമായുള്ള അഭിമുഖീകരണത്തിലൂടെയാണ് എന്ന് ഓംവെദ്ത് (Omvedt 1994:227). മാർക്സിയൻ സമ്പദ്ശാസ്ത്രവിശകലനത്തിന്റെ ശക്തി, 1930- കളിൽ ഉയർന്നുവന്ന വർഗപ്രസ്ഥാനങ്ങളുടെ മുന്നേറ്റം, മുതലാളിത്ത രാജ്യങ്ങളിലെ മാന്ദ്യം, വികസനത്തിൽ സോവിയറ്റ് യൂണിയൻ കൈവരിച്ച നേട്ടം എന്നിവയെല്ലാം മാർക്സിസത്തോടുള്ള അദ്ദഹത്തിന്റെ ആകർഷണത്തിൽ പങ്കുവഹിച്ചു. 1940-കളിൽ അംബേദ്കർ ഭൂമിയെയും അടിസ്ഥാന വ്യവസായങ്ങളെയും ദേശസാൽക്കരിക്കാൻ ആഹ്വാനം ചെയ്യുകയും സ്വയം തന്നെ 'സ്റ്റേറ്റ് സോഷ്യലിസ്റ്റാ'യി പ്രഖ്യാപിക്കുകയും ചെയ്തു (Omvedt 2003:256).

ജീവിതാവസാനത്തിൽ മാർക്സിസത്തിനെതിരെ ബുദ്ധിസത്തെ മുന്നോട്ടുവെക്കുന്ന മട്ടിൽ അത് അംബേദ്കറിൽ വീണ്ടുമുയർന്നുവന്നുവെന്നും ഓംവെദ്ത്. എന്നാൽ വലേറിയൻ റോഡ്രിഗ്വസ് അംബേദ്കർ അവസാനഘട്ടത്തിൽ മാർക്സിസത്തോട് അതിയായ താത്പര്യം പുലർത്തുന്നുണ്ടെന്ന് നിരീക്ഷിക്കുന്നുണ്ട്. "വിശേഷിച്ചും 1950-കളിൽ അംബേദ്കർ മാർക്സിസത്തിൽ അസാധാരണമായ താത്പര്യം കാണിക്കുന്നുണ്ട്. ഇക്കാലത്തെ അദ്ദേഹത്തിന്റെ മുഖ്യരചനകളെല്ലാം (*ബുദ്ധനും അദ്ദേഹത്തിന്റെ മതത്തിന്റെ ഭാവിയും ബുദ്ധനും അദ്ദേഹത്തിന്റെ ധമ്മവും ബുദ്ധനോ കാൾ മാർക്സോ)*മാർക്സിനെ കേന്ദ്രവിഷയമായി എടുത്ത് ചർച്ച ചെയ്യുന്നതാണ്" (Ambedkar 2002: 23). ബുദ്ധമതവും മാർക്സിസവുമായി ഒരു സംവാദത്തിന് അദ്ദേഹം ആഹ്വാനം ചെയ്തുവെന്നും റോഡ്രിഗ്വസ് പറയുന്നുണ്ട്.

അംബേദ്കർ:
ആധുനികതായുക്തിയുടെ പരിമിതി

അംബേദ്കർ ചിന്തയിലെ ആധുനികതായുക്തിയുടെ ചരിത്രപരമായ പരിമിതികൾ ദളിത്പക്ഷത്തു നിന്നുതന്നെ തിരിച്ചറിയപ്പെട്ടിട്ടുണ്ട്. ദളിത് ചിന്തകയായ ഗെയ്ൽ ഓംവെദ്ത്ത് തന്റെ ഗ്രന്ഥത്തിൽ അംബേദ്കറെ പിന്തുണയ്ക്കുമ്പോൾ തന്നെ ഈ പരിമിതികൾ എടുത്തുകാട്ടുന്നുണ്ട്. "യാന്ത്രികവാദപരമായ മാർക്സിസത്തിന്റെ പല അടിസ്ഥാനകല്പനകളും അംബേദ്കറിൽ അവസാനകാലം വരെ തുടർന്നിരുന്നു. ഇത് അദ്ദേഹത്തിന്റെ 'ബുദ്ധനോ കാൾ മാർക്സോ' എന്ന കൃതിയിൽ വരെ തെളിഞ്ഞു കാണാം" (Omvedt 1994:229). സാമ്പത്തിക ചൂഷണത്തെ സ്വകാര്യസ്വത്തുമായി സമീകരിക്കുന്നതാണ് അതിന്റെ ഏറ്റവും ആദ്യത്തെ വശം.

വർഗം എന്നതിനൊടൊപ്പം ജാതി എന്നും മുതലാളിത്തം എന്നതിനോടൊപ്പം ബ്രാഹ്മണിസം എന്നുമുള്ളത് കൂട്ടിച്ചേർക്കുക എന്നതൊഴിച്ച് നിർത്തിയാൽത്തന്നെ അംബേദ്കറും ഇടതുപക്ഷവും തമ്മിൽ വളരെ വലിയ സാമ്യമുണ്ടെന്ന് ഓംവെദ്ത് പറയുന്നുണ്ട്. 'കമ്മ്യൂണിസ്റ്റുകാരുടെ മിഥ്യബോധവും അയിത്തക്കാരായ വർഗത്തിന്റെ കടമയും' (The Illusion of the Communists and the Duty of the Untouchable Class)എന്ന ലേഖനത്തിൽ മാർക്സിസത്തിലെ അടിത്തറ-മേൽപ്പുര സങ്കൽപം കൗശലപൂർവം തിരിച്ചിടുകയാണ് അംബേദ്കർ എന്ന് ഓംവെദ്ത് (Omvedt 1994:228). മതസാമൂഹ്യരാഷ്ട്രീയതലങ്ങളിലുള്ള മേൽപ്പുര സാമ്പത്തിക ബന്ധങ്ങളുടെ അടിത്തറയിലാണ് പണിതിരിക്കുന്നത്. അതിനാൽ ആ കെട്ടിടം തകർക്കാൻ ആദ്യം തകർക്കേണ്ടത് മേൽപ്പുരയാണെന്നാണ് അംബേദ്കറുടെ വാദം.

യാന്ത്രികവാദപരവും സാമ്പത്തികവാദപരവുമായ മാർക്സിസത്തിന്റെ അടിസ്ഥാനസങ്കൽപനങ്ങളോടുള്ള പ്രതികരണവും അതിന്റെ പങ്കിടലുമാണ് ഇതിലുള്ളതെന്ന് ഓംവെദ്ത് വിമർശിക്കുന്നു. യാന്ത്രികഭൗതികവാദം എങ്ങനെ ആശയവാദത്തിലെത്തിക്കുന്നു എന്നതിന്റെ ഉദാഹരണവുമാണ് അത്. മുമ്പ് ഫൂലെ ചെയ്തതുപോലെ ജാതിയുടെ ഭൗതികാടിത്തറയെന്തെന്ന് വിശകലനം ചെയ്യാനുള്ള യാതൊരു ശ്രമവും ഇവിടെയില്ല. ജാതിക്കെതിരെയുള്ള സമരം ജനാധിപത്യസമരത്തിന്റെ ഭാഗമാണ്, സോഷ്യലിസത്തിനുള്ള സമരത്തിന്റെ ഭാഗമല്ലെന്നുള്ള വാദത്തിന്റെ ഫലമാണിതെന്നു

കാണാം (Omvedt 1994:229). എന്നാൽ അംബേദ്കറെ സംബന്ധി ച്ചിടത്തോളം താത്കാലികമായ ആവശ്യം ഈ ജനാധിപത്യവിപ്ലവ മാണ്. സോഷ്യലിസ്റ്റ് വിപ്ലവത്തിനുള്ള ശ്രമങ്ങൾ ഫലം കാണാത്ത സാഹചര്യത്തിൽ 1940-കളിൽ ജനാധിപത്യത്തിന്റെ ചട്ടക്കൂടിൽ ദളിതർക്ക് ലഭ്യമാകുന്ന പുരോഗതിയെക്കുറിച്ചാണ് അദ്ദേഹം പരി ഗണിച്ചത്.

ദളിത് മോചനത്തെ സംബന്ധിച്ച അംബേദ്കറുടെ സമീപനം ആധുനികതായുക്തിയുമായും നെഹ്റുവിയൻ സങ്കല്പങ്ങളുമായും എങ്ങനെ ബന്ധപ്പെടുന്നുവെന്നും അതിന്റെ പരിമിതികളെന്തെന്നും ദളിത് പരിപ്രേക്ഷ്യത്തിൽ നിന്നുകൊണ്ടുതന്നെ ആനന്ദ് തെൽതുംദേ വിശദീകരിക്കുന്നുണ്ട് (Teltumbde:18-19). ഫ്യൂഡലിസവും മുതലാളി ത്തവും കൂടിച്ചേർന്ന ഇന്ത്യൻ ഭരണവർഗത്തിന്റെ സ്വഭാവമാണ് ദളി തർക്കുള്ള ഭരണകൂടകേന്ദ്രിത പരിഷ്കരണശ്രമങ്ങൾ പോലും ഫലം കാണാത്തതിന് കാരണമെന്ന് അദ്ദേഹം പറയുന്നു. ഈ നിലയിൽ നോക്കിയാൽ ഭരണകൂടത്തെ വർഗപരമായി സമീപിക്കാത്തതിന്റെ പരിമിതികളും അംബേദ്കർ വീക്ഷണത്തിലുമുണ്ടായിരുന്നുവെന്നു വേണം കരുതാൻ.

അംബേദ്കറിന്റെ സമീപനം നാഗരികതയുടെയും വ്യവസാ യവൽക്കരണത്തിന്റെയും യുക്തിയെ പിന്തുണയ്ക്കുന്നതായിരുന്നെ ങ്കിൽ അംബേദ്കറുടെ മുൻഗാമിയായിരുന്ന മഹാത്മാ ഫൂലെ കൊളോണിയൽ പരിഷ്കൃതിയെ അനുകൂലിച്ചപ്പോൾതന്നെ പിന്നോക്ക പ്രശ്നത്തെ കർഷക പ്രശ്നവുമായി ബന്ധിപ്പിച്ചാണ് കണ്ടത്. ഗ്രാമീണ സമ്പദ്‌വ്യവസ്ഥയെപ്പറ്റിയുള്ള പരിഗണനകളും ഫൂലേക്കുണ്ടായിരു ന്നു. ഗാന്ധിയുമായി ഇക്കാര്യത്തിൽ ഫൂലേയ്ക്കുള്ള സാദൃശ്യം നിരീക്ഷി ക്കപ്പെട്ടിട്ടുണ്ട് (Despande: 12).

പാശ്ചാത്യ മാനവികതാവാദത്തെ പ്രശ്നവൽക്കരിക്കുന്ന സൈദ്ധാ ന്തിക പരിപ്രേക്ഷ്യത്തിൽ മാർക്സിസമല്ലാതെ മറ്റു മണ്ഡലങ്ങളുടെ (പിൽക്കാലത്ത് ഘടനോത്തരവാദികൾ സ്വാംശീകരിച്ച) സങ്കല്പന ങ്ങളിലേക്ക് അംബേദ്കർ കടന്നുചെന്നിട്ടില്ലെന്നു വേണം വിചാരി ക്കാൻ.

ഫ്രോയ്ഡിനെ നേരിട്ട് അംബേദ്കർ പരാമർശിച്ചതായി തെളിവില്ല. മനഃശാസ്ത്രത്തെ അദ്ദേഹം ഉപയോഗപ്പെടുത്തിയിട്ടുണ്ടെ ങ്കിലും മനോവിശകലനത്തിലേക്ക് അതെത്തിയിട്ടില്ല. ആധുനിക ഈഗോവിന്റെ വിമർശനം എന്ന നിലയിൽ ഒന്ന് അദ്ദേഹം

രൂപപ്പെടുത്തിയിട്ടില്ല. രാഷ്ട്രയുക്തിയെയും ലിബറൽ മൂല്യങ്ങളെയും സ്വാംശീകരിക്കുന്ന ആധുനിക വ്യക്തിബോധത്തെയാണ് അംബേദ്കർ സ്വാംശീകരിച്ചത്.

നീഷെയെക്കുറിച്ച് അംബേദ്കറുടെ പരാമർശമുണ്ട്– 'ഹിന്ദുമതത്തിന്റെ തത്ത്വശാസ്ത്രം' എന്ന ലേഖനം (ഡോ. അംബേദ്കർ സമ്പൂർണ കൃതികൾ വാല്യം 6). എന്നാൽ ആധുനികോത്തരതയുടെ കാഴ്ചപ്പാടിലോ സംസ്കാരപഠിതാക്കളുടെ കാഴ്ചപ്പാടിലോ വെച്ച് അനുഭാവപരമായി വിലയിരുത്തുകയല്ല, പകരം അന്ന് ശക്തിപ്പെട്ട ഫാസിസത്തിന്റെ ആശയങ്ങളുടെ തുടക്കക്കാരൻ എന്ന നിലയിൽ നീഷെക്ക് നിഷേധകാത്മകമായ പങ്ക് നൽകുകയാണ് അദ്ദേഹം ചെയ്യുന്നത്. മനുസ്മൃതിയെ നീഷെ ആന്റിക്രൈസ്റ്റിൽ ഉയർത്തിപ്പിടിച്ചതിനെതിരെയാണ് മുഖ്യവിമർശനം. മനുസ്മൃതികാരനെ നീഷെയോടാണ് അദ്ദേഹം ഉപമിക്കുന്നത്. അമേരിക്കൻ വിദ്യാഭ്യാസം അംബേദ്കറിൽ ഉണ്ടാക്കിയ സ്വാധീനങ്ങളുമാകാം ഈ സൈദ്ധാന്തികപരിമിതികളുടെയെല്ലാം ഒരു കാരണം.

ഭാഷയും സ്വത്വവും തമ്മിലുള്ള ബന്ധത്തെക്കുറിച്ചുള്ള അംബേദ്കറിന്റെ നിലപാട് ജനാധിപത്യയുക്തിക്ക് നിരക്കുന്നതല്ല. കേന്ദ്രീകരണത്തിൽ ഊന്നുന്നതാണ് അംബേദ്കറിന്റെ ഭാഷാനയം. ഭാഷാപ്രവിശ്യകൾക്കുള്ള വാദത്തിന് എതിരെയാണ് അദ്ദേഹം നില്ക്കുന്നത്. "ഭാഷാ സംസ്ഥാനങ്ങളെപ്പറ്റി" (സമ്പൂർണകൃതികൾ വാല്യം 1), "പ്രവിശ്യയുടെ പുനർനിർമാണം" (സമ്പൂർണകൃതികൾ വാല്യം 4) എന്നീ ഭാഗങ്ങൾ ഇതു വ്യക്തമാക്കുന്നുണ്ട്. ഇക്കാര്യത്തിൽ മേലെ നിന്ന് താഴോട്ട് എന്ന നിലപാടാണ് അദ്ദേഹം സ്വീകരിക്കുന്നത്. അന്നത്തെ ചരിത്രസാഹചര്യത്തിൽ ജാതിപരമായ പ്രാദേശിക കോയ്മകൾക്ക് അവസരം ലഭിക്കും എന്ന ഭീതി അദ്ദേഹത്തിന് അബോധമായി ഉണ്ടായിരിക്കാം. എങ്ങനെയായാലും കേന്ദ്രീകൃതാധികാരത്തിന്റെ വക്താവായിരുന്നു ഭാഷാകാര്യത്തിൽ അദ്ദേഹം. അത് ചിലപ്പോഴെല്ലാം നഗരകേന്ദ്രീകൃതവും നാഗരിക ബുദ്ധിജീവികളെ കേന്ദ്രീകരിച്ചുള്ളതുമാണ്. ബോംബെ സംസ്ഥാനത്തിന്റെ ഭാഷാടിസ്ഥാനത്തിലുള്ള വിഭജനത്തെ എതിർത്തുകൊണ്ട് മഹാരാഷ്ട്രത്തിലെ ജനസാമാന്യത്തെ നയിക്കുന്നത് ബോംബെയിലെ ബുദ്ധിജീവികളാണെന്നും അവരുടെ നേതൃത്വം നഷ്ടപ്പെട്ടാൽ അവർ എവിടെയും ചെന്നെത്തുകയില്ലെന്നും അദ്ദേഹം പറയുന്നുണ്ട് (സമ്പൂർണകൃതികൾ വാല്യം 1: 153).

അംബേദ്കർ രാഷ്ട്രീയത്തിന്റെ പിൽക്കാല യുക്തി

അംബേദ്കറുടെ മരണശേഷം 1957 ഒക്റ്റോബറിൽ അദ്ദേഹത്തിന്റെ അനുയായികൾ ചേർന്ന് റിപ്പബ്ലിക്കൻ പാർടി ഓഫ് ഇന്ത്യ സ്ഥാപിച്ചു. ആ പ്രസ്ഥാനത്തിലുണ്ടായ പിളർപ്പ് മാർക്സിസവുമായുള്ള ബന്ധത്തെ സംബന്ധിച്ചായിരുന്നു. മർദ്ദിതരുടെയും ചൂഷിതരുടെയും പാർടിയാണ് റിപ്പബ്ലിക്കൻ പാർടിയെന്ന് ദാദസാഹേബ് ഗേയ്ക്ക്വാദ് പറഞ്ഞപ്പോൾ ബി. സി. കാംബ്ലെ ഗെയ്ക്ക്വാദിനെ മാർക്സിസ്റ്റെന്നു വിളിച്ചു. റിപ്പബ്ലിക്കൻ പാർടി പിളരുകയും ചെയ്തു. 1972- ൽ ദളിത് പ്രവർത്തകർ ചേർന്ന ദളിത് പാന്ഥേഴ്സ് എന്ന പ്രസ്ഥാനം രൂപീകരിച്ചു. നിയോബുദ്ധിസത്തിന്റേതായ പാരമ്പര്യത്തെയല്ല, മാർക്സിസത്തിന്റെ വഴിയാണ് അവർ പിന്തുടർന്നത്. കമ്മ്യൂണിസ്റ്റ് വഴിയോടു താത്പര്യമില്ലാത്തവർ ചേർന്ന് മാസ് മൂവ്മെന്റ് എന്ന മറ്റൊരു പ്രസ്ഥാനമുണ്ടാക്കുകയും ചെയ്തു.

മാർക്സിസവും അംബേദ്കറിസവും തമ്മിലുള്ള സമന്വയത്തിന്റെ ആവശ്യകത ലിംബാളെ കാണുന്നുണ്ട്. മാർക്സും ബുദ്ധനും അംബേദ്കറും മനുഷ്യമോചനത്തിനു വേണ്ടി ശ്രമിച്ചവരാണെന്നതിനാൽ അവർ തമ്മിലുള്ള സമന്വയം ആവശ്യമാണ്. ദളിതരുടെ സാമ്പത്തികമായ അടിമത്തം ഇന്ത്യൻ സമൂഹ്യാവസ്ഥയിലാണ് നിലനില്ക്കുന്നത് എന്നതിനാൽ ഇന്ത്യയുടെ മോചനത്തിന്റെ ആത്യന്തികമായ വഴി മാർക്സിസവും അംബേദ്കറിസവും തമ്മിലുള്ള യോജിപ്പിലാണ് (Limbale: 67). ഇതേ ആശയം പങ്കിടുന്ന ഒരു കൂട്ടം ചിന്തകരുണ്ട്. എം. എൻ. വാങ്കഡേ, ബാബുറാവു ബാഗുൾ, നാംദിയോ ധാസൽ, ദയാ പവാർ, അർജ്ജുൻ ഡാങ്ക്ലേ, യശ്വന്ത് മനോഹർ, റാവുസാഹേബ് കസ്ബെ, ശരദ് പാട്ടീൽ, സദാ കാർഖഡേ, നാരായൺ സർവേ, സുധീർ ബെഡെകർ, ശരത് ചന്ദ്ര മുക്തിബോധ്, പി. എസ്. നെരൂർക്കർ, വി. എസ്. ജോഗ് എന്നിങ്ങനെയുള്ളവർ.

അംബേദ്കറിസത്തിന്റെ വികാസം ഇന്ന് സൈദ്ധാന്തികതലത്തിലും നടക്കുന്നുണ്ട്. പൗരസമൂഹത്തിന്റെ വിമർശനത്തെ മാർക്സിസത്തിലെ വർഗവിശകലനവുമായി ചേർത്തുവെച്ചുകൊണ്ടാണ് ഇതിൽ ഒരു വശം വികസിക്കുന്നത്.

മാർക്സും ഗാന്ധിയും പൗരസമൂഹസങ്കല്പത്തിന്റെ വിമർശകരായിരുന്നു. ബുദ്ധമതപരമായ സംഘസമുദായ സങ്കൽപം അംബേദ്കർ മുന്നോട്ടുവെച്ചിരുന്നു. ഫ്രഞ്ച് വിപ്ലവത്തിലെ സാഹോദര്യം എന്ന മുദ്രാവാക്യം സമുദായനിർമിതിക്കുള്ള ആഹ്വാനമായാണ് അംബേദ്കർ

കണ്ടതെന്ന് വലേറിയൻ റോഡ്രിഗ്വസ് പറയുന്നുണ്ട് (Rodrigues 2002 : 21).

അംബേദ്കറിന്റെ ചിന്താപാരമ്പര്യത്തെ സമകാലികതയിൽ മുന്നോട്ടുകൊണ്ടു പോകുന്ന കാഞ്ച ഐലയ്യ ആധുനിക ഇന്ത്യൻ നഗരങ്ങളിലും പൗരസമൂഹ ചിഹ്നങ്ങളിലും ബ്രാഹ്മണ്യം എങ്ങനെ മേൽക്കൈ നേടുന്നുവെന്ന് നിരീക്ഷിക്കുന്നു. "പൗരസമൂഹത്തിലെ അധികാര സംഘങ്ങളും സ്ഥാപനങ്ങളും ഏതൊക്കെയായിരുന്നു? ഏറ്റവും അതിശയകരമായി തോന്നിയ വസ്തുത, ജാതിവ്യവസ്ഥ പൂർണമായി തകർന്നു തുടങ്ങേണ്ട സംസ്കാരങ്ങളുടെ സംഗമകേന്ദ്ര ങ്ങളായ ഭക്ഷണശാലകൾ പ്രത്യക്ഷത്തിൽ ബ്രാഹ്മണവൽക്കരിക്ക പ്പെട്ടവയായിരുന്നു എന്നതാണ്" (ഐലയ്യ 2001: 53).

ഒരു തരത്തിൽ കൊളോണിയൽ ആധുനികതയുടെ പരിമി തിയെക്കുറിച്ചുള്ള തിരിച്ചറിവാണിത്. ആധുനികതയുടെ അടുത്ത രൂപമായ ദേശീയ ആധുനികതയും ദളിതരോട് നീതിയല്ല ചെയ്തത് എന്ന് ഐലയ്യ വ്യക്തമാക്കുന്നു. ലിബറൽ ജനാധിപത്യവിഭാഗത്തെ പ്രതിനിധീകരിച്ചിരുന്ന കോൺഗ്രസ് ഒരു കുലീന പാർട്ടിയായി വാർത്തെടുക്കപ്പെടുകയായിരുന്നുവെന്നും കോൺഗ്രസിനകത്തു തന്നെ സവർണനും ദളിതനും തമ്മിലുള്ള ബന്ധം രാമനും ഹനുമാനും തമ്മിലുള്ളതായിരുന്നുവെന്നും അദ്ദേഹം നിരീക്ഷിക്കുന്നു (ഐലയ്യ 2001: 55). ഗാന്ധിയൻ വികസന മാതൃക തള്ളപ്പെടുകയും നെഹ്റു വിയൻ മഹലനോബിസ് മാതൃക സ്വീകരിക്കപ്പെടുകയും ചെയ്ത സ്വാ തന്ത്ര്യാനന്തര ഘട്ടത്തിൽ "ബ്രാഹ്മണിക് സോഷ്യലിസ"ത്തിന്റെ മാതൃകയാണ് ഉയർത്തപ്പെട്ടത് എന്ന് ഓംവെദ്ത് ഉൾപ്പെടെയുള്ള ദളിത് ചിന്തകർ വിമർശിക്കുന്നുണ്ട് (Omvedt 1995:67).

ജനകീയ ആധുനികതയെ പ്രതിനിധീകരിക്കുന്ന കമ്മ്യൂണിസ്റ്റ് പ്രസ്ഥാനത്തിലും ദളിതർ അവഗണിക്കപ്പെട്ടു. ഇതിന് മൂന്നു തലങ്ങൾ ഐലയ്യ വിശദീകരിക്കുന്നു:

1. കമ്മ്യൂണിസ്റ്റ് നേതാക്കൾ സവർണജാതിയിൽ പെട്ടവരായിരു ന്നു. പ്രത്യേകിച്ച് ബ്രാഹ്മണർ.
2. ദൈനംദിന ജീവിതചര്യയിൽ അവർ ഹിന്ദുക്കളായിത്തന്നെ നിലകൊണ്ടു.
3. അണികൾ ഏറെക്കുറെ ദരിദ്രരായിരുന്നപ്പോൾ നേതാക്കൾ മിക്കവാറും താരതമ്യേന നല്ല ചുറ്റുപാടിൽ നിന്നുള്ളവരായിരുന്നു.

പ്രതിസംസ്കാരത്തെക്കുറിച്ച് സംസാരിക്കുമ്പോഴും അവരൊരിക്കലും ഹിന്ദു ജീവിതദർശനങ്ങളിൽ നിന്ന് അകന്നു പോയില്ല (ഐലയ്യ 2001: 58).

തൊഴിലാളികളുടെ അന്യവൽക്കരണമെന്ന മാർക്സിയൻ സിദ്ധാന്തത്തെ ഗുണപരമായി പരിഷ്കരിക്കുന്നുണ്ട് ഐലയ്യ. തൊഴിലാളികൾ വർഗപരമായി മാത്രമല്ല, ജാതിപരമായിക്കൂടിയാണ് മാനേജർമാരിൽ നിന്ന് വിഭജിക്കപ്പെട്ടിരിക്കുന്നത്. അതിനാൽ തൊഴിലാളികൾക്കും ഭരണവർഗത്തിനുമിടയ്ക്കുള്ള അന്യവൽക്കരണത്തിന് ഇരട്ട മുഖമുണ്ട്. മുതലാളിത്ത ഉല്പാദനത്തിലും ജാതി ഒരു നിർണായക ഘടകമാണെന്നും വരുന്നു. ഇതിനെയാണ് മൂലധനത്തിന്റെ ജാതിവത്കരണം എന്നു വിളിക്കുന്നത്. മൂലധനത്തിന്റെ ഇത്തരത്തിലുള്ള ജാതീയവത്കരണം തീർത്തും മനുഷ്യത്വവിരുദ്ധമായ ചൂഷണം മാത്രമേ സൃഷ്ടിക്കുകയുള്ളൂ. മൂലധനത്തിൽ നിന്ന് തൊഴിലാളികൾ ജാതീയമായി അന്യവൽക്കരിക്കപ്പെട്ടിരിക്കുന്നതിനാൽ ഇന്ത്യയിലെ ചൂഷണം പാശ്ചാത്യലോകത്തിനെക്കാൾ നൂറിരട്ടിയാണ് (ഐലയ്യ 2001: 64).

സോഷ്യലിസം നെഹ്റുവിയൻ ഘട്ടത്തിൽ ബ്രാഹ്മണിക സോഷ്യലിസമായി മാറിയതുപോലെ മുതലാളിത്തവും ഇന്ത്യയിൽ ജാതി മുതലാളിത്തമായി മാറിയിരിക്കുകയാണ് എന്ന് ഐലയ്യ വാദിക്കുന്നു. ദലിത് ബഹുജൻ ബോധം തങ്ങളെ സംബന്ധിച്ച് ഹാനികരമാണ് എന്ന് ബ്രാഹ്മണരും ബനിയകളും മനസ്സിലാക്കുന്നതിനാൽ അവർ വിപണികളിലും മൂലധനത്തിലും അധിനിവേശാനന്തര ഇന്ത്യയിലെ മറ്റ് അധികാര സ്ഥാപനങ്ങളിലും പിടിമുറുക്കുന്നു. "ഇന്ത്യൻ മുതലാളിത്തം ജാതി മുതലാളിത്തമായി തീർന്നിരിക്കുന്നു. വിദേശാധിനിവേശത്തിൽ നിന്നു മുക്തമായ ഇന്ത്യൻ മൂലധനം ജാതിയെ നിർവീര്യമാക്കി ഞങ്ങൾക്ക് രാഷ്ട്രീയത്തിലും സാമ്പത്തിക-സാംസ്കാരിക-വിദ്യാഭ്യാസ-പൊതുഭരണസ്ഥാപനങ്ങളിലുമെല്ലാം തുല്യപങ്കാളിത്തം നൽകുമെന്നായിരുന്നു ഞങ്ങളുടെ വിശ്വാസം. പക്ഷേ ഇത് സംഭവിച്ചില്ല. ഗ്രാമങ്ങളിൽ നിന്ന് നഗരങ്ങളിലേക്ക് കുടിയേറിയത് ഞങ്ങളുടെ സാമൂഹ്യ-സാമ്പത്തിക ബന്ധങ്ങളിൽ യാതൊരു മാറ്റവും വരുത്തിയിട്ടില്ല. കാരണം ജാതിവിവേചനം എല്ലാ ഘടനകളിലേക്കും ഉൾചേർക്കപ്പെട്ടിരിക്കുന്നു" (ഐലയ്യ 2001: 65).

മാർക്സിസത്തെ മുൻനിർത്തി ഐലയ്യ നടത്തുന്ന വിമർശനത്തെ ഒരു പടി കൂടി മുന്നോട്ടുകൊണ്ടുപോകുന്നുണ്ട് ഗെയ്ൽ ഓംവെദ്ത്. ഐലയ്യ അതിന്റെ സംഘടനാരൂപത്തെയാണ് വിമർശിച്ചതെങ്കിൽ

ജാതിയെ എന്തുകൊണ്ട് മാർക്സിസ്റ്റ് പ്രയോക്താക്കൾ പ്രശ്നവൽക്കരിച്ചില്ല എന്നതിന് സൈദ്ധാന്തികമായ വിശദീകരണം കൊടുക്കാനാണ് അവർ ശ്രമിക്കുന്നത്. യുവ ഹെഗേലിയന്മാർ മതത്തിനെതിരെ നടത്തിയ വിമർശനത്തോട് മാർക്സ് ഫോയർബാഹിനെക്കുറിച്ചുള്ള തീസിസുകളിൽ നൽകിയ മറുപടിയാണ് ഓംവെദ് ചൂണ്ടിക്കാട്ടുന്നത് (Omvedt 2003:253-254). പ്രയോഗത്തിൽ നിന്ന് ഭിന്നമായി മതത്തെ എതിർക്കുന്നതിന്റെ പരിമിതിയാണ് മാർക്സ് ഫോയർബാഹിന്റെ മതവിമർശനത്തിൽ കണ്ടത്. സാമൂഹ്യപ്രയോഗമില്ലാതെ മതത്തെ എതിർക്കുന്നതിൽ മാർക്സിസം താത്പര്യം കാണിച്ചില്ലെന്ന് ഇതിനെ മുൻനിർത്തി ഓംവെദ്ത് വാദിക്കുന്നു. ഇക്കാര്യത്തിൽ ബുദ്ധനെയും മാർക്സിനെയും അവർ താരതമ്യം ചെയ്യുന്നുണ്ട്. ബുദ്ധൻ കോസ്മോസിനെയും ദൈവത്തെയും തള്ളിക്കളഞ്ഞുവെങ്കിലും ശ്രദ്ധ ഊന്നിയത് വ്യക്തിപരമായ സമീപനത്തിലാണ്. അതിന്റെ മന:ശാസ്ത്രപരമായ സ്വഭാവത്തിലാണ്. വ്യക്തിപരമായ പ്രവൃത്തിയെ സമൂഹവുമായി ചേർന്നു നില്ക്കുന്ന വൈരുദ്ധ്യാത്മക ബന്ധത്തിലാണ് മാർക്സിസം കണ്ടത്. സംഘപരവും സാമ്പത്തികശാസ്ത്രത്തിലൂന്നിയതുമായ മാർക്സിസത്തിന്റെ പാഠം ഇന്ത്യൻ ബ്രാഹ്മണിക്കൽ ഉപരിവർഗത്തിന് (എലീറ്റ്) സൗകര്യപ്രദമായ ഒരു പ്രത്യയശാസ്ത്രമായി മാറുകയായിരുന്നുവെന്നാണ് ഓംവെദ്ത് പറയുന്നത്. ലിംഗപരവും ജാതിപരവുമായ വർഗേതര പ്രശ്നങ്ങളെ അവർ അവഗണിക്കുകയും അത് സാമൂഹ്യ വിപ്ലവത്തോടെ സ്വാഭാവികമായി മാറുമെന്നും പറയുകയും ചെയ്തു. പ്രത്യേക ജാതി സംഘടനകളിൽ നിന്നും അതിന്റെ നേതാക്കളിൽ നിന്നും കീഴാള ജനവിഭാഗങ്ങളെ അടർത്തിമാറ്റി വർഗരാഷ്ട്രീയത്തിലേക്ക് കൊണ്ടുവരുന്ന സമീപനം കമ്മ്യൂണിസ്റ്റ് പാർടി സ്വീകരിക്കുകയും ചെയ്തു.

അംബേദ്കർ കെയ്നീഷ്യൻ സാമ്പത്തിക ശാസ്ത്രത്തിന്റെ വിമർശകനായിരുന്നുവെന്നും അദ്ദേഹം ഇന്നു ജീവിച്ചിരുന്നെങ്കിൽ ആഗോളവൽക്കരണത്തിന്റെ വിമർശകനായിരിക്കുമെന്നും പൊതുമേഖലയ്ക്കു വേണ്ടി വാദിക്കുമെന്നും കെ. എസ്. ചലാം പറയുന്നുണ്ട് (Chalam : 1). ആഗോളവൽക്കരണകാലത്തും ജാതി നിലനില്ക്കുന്നുവെന്നും അമേരിക്കയിലും ബ്രിട്ടനിലും കുടിയേറിയ സവർണ്ണ വർഗം ഇന്ന് ഹിന്ദിയും സംസ്കൃതവും പഠിക്കാൻ തുടങ്ങിയിട്ടുണ്ടെന്നും അവർ വേദമന്ത്രങ്ങളിലേക്ക് തിരിച്ചുപോകുകയാണെന്നും ജാതിക്ക് ആഗോളവൽക്കരണകാലത്ത് എന്താണ് സംഭവിക്കുന്നതെന്നു ചലാം നിരീക്ഷിക്കുന്നുണ്ട്. ഈ വർഗമാണ് സമ്പദ്ഘടന തുറന്നിടണമെന്ന് ആവശ്യപ്പെടുന്നത്

എന്നും അദ്ദേഹം വിമർശിക്കുന്നു. അഡോർണോയും ഹോക്ഹീമറും ഫാസിസവും മുതലാളിത്തവും തമ്മിലുള്ള ബന്ധത്തെക്കുറിച്ച് പറഞ്ഞതിനെ സൂചിപ്പിച്ചുകൊണ്ട് എങ്ങനെ ദ്വിജവർഗത്തിന്റെ സവർണവൽക്കരണവും ആഗോളവൽക്കരണവും ഒന്നിച്ചു പോകുന്നുവെന്നും അദ്ദേഹം വ്യക്തമാക്കുന്നുണ്ട്.

മുതലാളിത്ത പ്രക്രിയയെയും കൊളോണിയൽ ആധുനികതയെയും സംബന്ധിച്ച് അംബേദ്കർ വെച്ചുപുലർത്തിയിരുന്ന ശുഭാപ്തിവിശ്വാസം പിൽക്കാല ദളിത്പക്ഷ ചിന്തകർ അതേ നിലയിൽ സ്വീകരിക്കുന്നില്ലെന്നും രാഷ്ട്രീയപ്രയോഗത്തിന്റെ അനിവാര്യതയിലേക്ക് അവർ എത്തിനില്ക്കുന്നുവെന്നുമാണ് ഇത് വ്യക്തമാക്കുന്നത്.

ദളിത് രാഷ്ട്രീയവിമർശനത്തിൽ നിന്നും ഇനി ദളിത് സൗന്ദര്യശാസ്ത്രത്തിലേക്കാണ് കടക്കേണ്ടത്.

ദളിത് രാഷ്ട്രീയത്തിൽ നിന്ന് ദളിത് സൗന്ദര്യശാസ്ത്രത്തിലേക്ക്

മാർക്സിസത്തെക്കുറിച്ച് സവിശേഷമായും ഗാന്ധിസത്തെക്കുറിച്ച് സാമാന്യമായും പറയാവുന്നതു പോലെ ഒരു സൗന്ദര്യശാസ്ത്രം അംബേദ്കർ വ്യക്തിപരമായി മുന്നോട്ടുവെച്ചിട്ടുണ്ടോ? കലയെ സംബന്ധിച്ച് പൊതുവെയും സാഹിത്യത്തെ സംബന്ധിച്ച് പ്രത്യേകിച്ചും ഇത് പ്രസക്തമാണ്.

പല തലത്തിൽ ഈ ചോദ്യം ഉന്നയിക്കാം.

1. അംബേദ്കർ വ്യക്തിപരമായി സാഹിത്യത്തെ എങ്ങനെ നോക്കിക്കണ്ടു?

2. ദളിത സാഹിത്യകൃതികളെ മുൻനിർത്തി (അതിനെ വിലയിരുത്താൻ തക്കവണ്ണമുള്ള) ഒരു സൗന്ദര്യശാസ്ത്രം സാധ്യമാണോ?

3. സവർണ പ്രത്യയശാസ്ത്രം വഹിക്കുന്ന കൃതികളെ ദളിത് പക്ഷത്തുനിന്ന് അപനിർമിക്കുന്ന ഒരു രീതിശാസ്ത്രം അംബേദ്കറിലുണ്ടോ?

അംബേദ്കർ സാഹിത്യത്തിനെക്കുറിച്ചെടുത്ത നിലപാട് ലിംബാളെ ചുരുക്കിപ്പറയുന്നു: സാമൂഹ്യവും മാനവികവുമായ പുരോഗതിക്ക് സാഹിത്യം ഉതകണമെന്നും മൂല്യങ്ങളെ അത് വളർത്തണമെന്നുമാണ് അംബേദ്കർക്കുണ്ടായിരുന്ന സാഹിത്യവീക്ഷണം (Limbale: 48).

അംബേദ്കറുടെ ഒരു ഉദ്ധരണി ലിംബാളെ കൊടുക്കുന്നുണ്ട്:

"ജീവിതത്തിന്റെയും സംസ്കാരത്തിന്റെയും മൂല്യങ്ങളെ നിങ്ങളുടെ സാഹിത്യസൃഷ്ടികൾ ശുദ്ധീകരിക്കണം. നിങ്ങൾക്ക് പരിമിതമായ ലക്ഷ്യമുണ്ടായാൽ പോര. നിങ്ങളുടെ പേനയുടെ വെളിച്ചം ഗ്രാമങ്ങളിലെ ഇരുട്ടിനെ മാറ്റാനായുപയോഗിക്കുക. നമ്മുടെ രാജ്യത്ത് ദളിതരും അജ്ഞരായ ജനതയും വളരെയേറെയാണെന്ന കാര്യം മറക്കരുത്. അവരുടെ വേദനയും യാതനയും അടുത്തറിയാൻ ശ്രമിക്കുക. , അവരുടെ ജീവിതത്തിൽ പുരോഗതിയുണ്ടാക്കാൻ ശ്രമിക്കുക. യഥാർഥ മാനവികത അവിടെയാണ് കുടികൊള്ളുന്നത്" (Limbale: 50).

ബോംബെ നിയമസഭയിൽ ഒരു ചർച്ചയിൽ പങ്കെടുത്ത് മന്ത്രിമാർക്ക് നിശ്ചയിച്ച ശമ്പളം മതിയല്ല എന്നു വാദിച്ചുകൊണ്ട് അദ്ദേഹം പറഞ്ഞു. "എന്റെ വ്യക്തിപരമായ അഭിപ്രായത്തിൽ രാജ്യത്തെ പ്രഥമപൗരനെന്ന നിലയ്ക്ക് മന്ത്രിമാർ നയിക്കേണ്ടത് സംസ്കാരത്തിനും കലയ്ക്കും പാണ്ഡിത്യത്തിനും പ്രാധാന്യം നൽകുന്ന മറ്റുള്ളവർക്ക് മാതൃകയാവേണ്ട ജീവിതമാണ്" (അംബേദ്കർ സമ്പൂർണകൃതികൾ വാല്യം 3: 191). കലയെയും സംസ്കാരത്തെയും ഒരു രാഷ്ട്രീയമൂല്യമായി അദ്ദേഹം കാണുന്നുവെന്നാണ് ഇതിനർഥം.

അംബേദ്കർ നേരിട്ട് സമകാലിക സാഹിത്യത്തെക്കുറിച്ച് വിമർശനം നടത്തിയതായി അറിവില്ല. എന്നാൽ സംസ്കാരപാഠങ്ങളെന്ന നിലയിൽ ഇന്ത്യൻ ഇതിഹാസങ്ങളെ നിശിതമായ വിമർശനത്തിന് അദ്ദേഹം വിധേയമാക്കിയിട്ടുണ്ട്. ആ നിലയിൽ വ്യക്തമായ സംസ്കാരപഠനം തന്നെയാണ് അവ.

അംബേദ്കറിന്റെ കാഴ്ചപ്പാടിൽ ചരിത്രത്തെ എങ്ങനെ നോക്കിക്കാണാമെന്ന ചർച്ച കീഴാളപക്ഷത്തുള്ള വിമർശനരീതിയെന്തായിരിക്കണമെന്നതിലേക്കുള്ള സൂചന നൽകുന്നുണ്ട്. ചരിത്രത്തെ ഒരു ആഖ്യാനമായി കണ്ടാൽ അതിനെ നോക്കിക്കാണുന്ന അംബേദ്കറുടെ വീക്ഷണം സാഹിത്യപാഠത്തെ വിശകലനം ചെയ്യുന്നതിനും ഉപയോഗിക്കുക സാധ്യമാണ്.

ഒരു വിജ്ഞാനശാഖയെന്ന നിലയിൽ ചരിത്രത്തിന്റെ പരിമിതി വ്യക്തമായും അംബേദ്കർ മനസ്സിലാക്കിയിരുന്നു. തെളിവുകളുടെ അടിസ്ഥാനത്തിലാണ് ചരിത്രം രൂപപ്പെടുത്തേണ്ടത് എന്ന ഗെയ്ഥെയുടെ വാദത്തെ ഉദ്ധരിച്ച ശേഷം തെളിവ് എന്ന സങ്കല്പത്തിന്റെ പരിമിതികൾ അംബേദ്കർ വ്യക്തമാക്കുന്നുണ്ട്(Ambedkar 2002:

115-117). ചരിത്രത്തിൽ ഒരു നഷ്ടപ്പെട്ട കണ്ണിയുണ്ടായാൽ എന്താണ് ചെയ്യേണ്ടത് എന്ന് ഗെയ്ഥെ പറയുന്നില്ല. അയിത്തത്തിന്റെ ചരിത്രത്തെ അന്വേഷിക്കുന്നയാൾക്കു മുന്നിലെ പ്രശ്നം അതാണെന്ന് അംബേദ്കർ പറയുന്നു. ബന്ധിപ്പിക്കാൻ തെളിവുകൾ കിട്ടാതാവുമ്പോൾ കിട്ടിയ തെളിവുകളെ ഭാവന കൊണ്ടാണ് ബന്ധിപ്പിക്കേണ്ടത്. ചരിത്രകാരന്മാർ ചരിത്രപഠനത്തിലെ തന്റെ രീതിശാസ്ത്രത്തെ വിമർശിച്ചേക്കുമെന്ന് അദ്ദേഹം മുൻകൂട്ടി കാണുന്നു. തീർച്ചപ്പെട്ട കാര്യങ്ങളുടെ കൃതികളെ സമീപിക്കുന്നതു പോലെയല്ല, അതില്ലാത്ത കൃതികളെ സമീപിക്കുന്നത്. കൃതികളില്ലാത്ത ചരിത്രത്തെ നിർമിക്കലാണത്. അത്തരം സന്ദർഭങ്ങളിൽ സത്യം കണ്ടെത്തി എന്ന തീർച്ചയില്ലാതെ തന്നെ കൃതികൾ എന്താണ് ഒളിച്ചുവെക്കുന്നത് എന്നോ സൂചിപ്പിക്കുന്നത് എന്നോ കണ്ടെത്താൻ ശ്രമിക്കുകയാണ് വേണ്ടത്. ചരിത്രത്തിൽ ബാക്കിയായതിനെ കൂട്ടിച്ചേർക്കുകയും അവയോട് അവയുടെ ജന്മത്തെപ്പറ്റി സംസാരിക്കാൻ ആവശ്യപ്പെടുകയുമാണ്. ആർക്കിയോളജിസ്റ്റ് തന്റെ മുന്നിലെ ചിതറിയ കല്ലുകളിൽ നിന്ന് ഒരു നഗരത്തെ നിർമിച്ചെടുക്കുന്നതുപോലെയാണിത്. ചിതറിയ എല്ലുകളിൽ നിന്ന് അയാൾ ഒരു മൃഗത്തെ സങ്കല്പിച്ചെടുക്കുന്നു. ചിത്രകാരൻ ചക്രവാളരേഖകളിൽ നിന്ന്, കുന്നിന്റെ ചെരിവുകളിലെ ചെറിയ പാടുകളിൽ നിന്ന് ഒരു സീനറി രൂപപ്പെടുത്തുന്നതുപോലെയുമാണത്. ഈ നിലയിൽ തന്റെ അയിത്തത്തെക്കുറിച്ചുള്ള പുസ്തകം ചരിത്രകൃതി എന്നതിനേക്കാൾ കലാസൃഷ്ടിയാണ് എന്ന് അംബേദ്കർ പറയുന്നു.

ആർക്കുമറിയാത്ത ഭൂതകാലത്തിൽ അയിത്തത്തിന്റെ ഉദ്ഭവം മണ്ണുമൂടിക്കിടക്കുന്നു എന്നതിനാൽ മരിച്ചുപോയ നഗരത്തെ ചരിത്രത്തിൽ വീണ്ടും സൃഷ്ടിച്ച് വർത്തമാനത്തിലെത്തിക്കുന്നതുപോലെയാണ് തന്റെ പഠനം. ഭാവനയും ഊഹവും ഇതിൽ വലിയ പങ്കുവഹിക്കുന്നു. പരിശീലിക്കപ്പെട്ട ഭാവനയില്ലാതെ ഒരു ശാസ്ത്രീയ അന്വേഷണവും സാധ്യമല്ല. ഹൈപോതിസിസാണ് ശാസ്ത്രത്തിന്റെ ആത്മാവു തന്നെ. എന്നിട്ട് അംബേദ്കർ മാക്സിം ഗോർക്കിയെ തനിക്ക് അനുകൂലമായി ഉദ്ധരിക്കുന്നു. ശാസ്ത്രാന്വഷണവും ഭാവനാത്മക നിർമിതിയാണെന്ന് ഗോർക്കി പറയുന്നുണ്ട്. ആധുനികോത്തരമായ അപനിർമാണത്തിന്റെ രീതിശാസ്ത്രത്തെ ഓർമപ്പെടുത്തുന്നതാണ് അംബേദ്കറിന്റെ ഈ വാദങ്ങൾ. ഈ നിലയിൽ നിഷേധാത്മകമായ ഒരു വിശകലനരീതിയെ (ഇല്ലാത്തതിനെ കണ്ടെത്തുക എന്ന അർത്ഥത്തിൽ) ആണ് അദ്ദേഹം മുന്നോട്ടുവെക്കുന്നത്. അപനിർമാണത്തിന്റെ ആധുനികോത്തര രീതി അംബേദ്കർക്ക് അന്നുതന്നെ

തന്റെ പഠനങ്ങൾക്ക് അനിവാര്യമായിരുന്നു എന്നാണിതിനർത്ഥം.

ഫ്രോയ്ഡിനെ നേരിട്ട് പരാമർശിക്കുന്നില്ലെങ്കിലും അംബേദ്കർ ജാതിയെ അബോധവുമായി ബന്ധിപ്പിക്കുന്നു എന്നതും പ്രധാനമാണ്. ജാതി എന്നത് ഇന്ത്യൻ സമൂഹത്തിലെ ഓരോ അംഗത്തെയും ബോധപൂർവമായും അബോധമായും സ്വാധീനിക്കുന്ന ഘടകമാണ്. ബോംബെ നിയമസഭയിലെ ചർച്ചകളിലിടപെട്ടുകൊണ്ട് അദ്ദേഹം പറഞ്ഞു. "ഇതു നിഷേധിക്കാനാവാത്ത കാര്യമാണ്. ഓരോ ഹിന്ദുവും ഓരോ മുഹമ്മദീയനും ഒരു നിശ്ചിതജാതിയിലോ സമുദായത്തിലോ ജനിക്കുന്നു. നാം സാമുദായിക സാഹചര്യത്തിലാണ് വളർന്നുവരുന്നതെന്ന വസ്തുത നിഷേധിക്കാനാവില്ല. അതതു സമുദായത്തിന്റെ ആശയാഭിലാഷങ്ങളിൽ നാം പങ്കുകൊള്ളുന്നു. സമുദായത്തിന്റെ കഴിവുകേടുകൾ നമുക്ക് അനുഭവപ്പെടുന്നു. അതുകൊണ്ട് എനിക്കു ലവലേശം സംശയമില്ല. -ഈ സഭയിലെ ഓരോ അംഗവും അതുപോലെ തന്നെ പുറത്തുള്ളവരും ഓരോ പ്രശ്നത്തെയും ബോധപൂർവമോ അല്ലാതെയോ സാമുദായിക കാഴ്ചപ്പാടിൽനിന്ന് വീക്ഷിക്കുവാൻ ബാധ്യസ്ഥനാണ് " (അംബേദ്കർ 1997: 34).

ലിബറൽ വ്യക്തിമൂല്യങ്ങളായ സമത്വം, സ്വാതന്ത്ര്യം, സാഹോദര്യം എന്നിവയിലൂന്നിയാണ് അദ്ദേഹം സംസ്കാരത്തെയും ചരിത്രത്തെയും വിമർശിച്ചത്. സംസ്കാരപാഠങ്ങൾ നിർമിക്കപ്പെടുന്നതിന് പ്രത്യയശാസ്ത്രപരമായ ഉദ്ദേശ്യമുണ്ടെന്ന് അദ്ദേഹം വ്യക്തമാക്കുന്നുണ്ട്. ഭഗവദ്ഗീതയെക്കുറിച്ചുള്ള ചർച്ചയിൽ ബുദ്ധമതത്തിനെതിരെ ബ്രാഹ്മണ്യം നടത്തിയ പ്രതിവിപ്ലവത്തിന്റെ പാഠമായി ഗീതയെ കാണുന്നിടത്ത് ഇതുണ്ട്.

ദളിത് പക്ഷത്തുനിന്ന് വ്യക്തമായ ഒരു സൗന്ദര്യശാസ്ത്രം നിർമിക്കാനുള്ള ശ്രമം പിന്നീട് നടന്നിട്ടുണ്ട്. *അക്കർമാശി* എന്ന നോവലിലൂടെ കേരളത്തിലും പ്രസിദ്ധനായ മറാഠി-ഹിന്ദി എഴുത്തുകാരനായ ശരൺകുമാർ ലിംബാളെ എഴുതിയ ദളിത് സാഹിത്യത്തിന്റെ സൗന്ദര്യശാസ്ത്രത്തിലേക്ക് (Towards an Aesthetic of Dalit Literature)എന്ന പുസ്തകം ഇത്തരമൊരു ശ്രമമാണ്. 1996 ൽ മറാഠിയിൽ പ്രസിദ്ധീകരിച്ച കൃതിയുടെ ഇംഗ്ലീഷ് വിവർത്തനം ഉണ്ടാകുന്നത് 2004 ലാണ്. ദളിത് സാഹിത്യത്തെ നിർവചിക്കാനുള്ള ശ്രമമാണ് കൃതി. ദളിത് സാഹിത്യത്തിന്റെ ഏതു തരത്തിലുള്ള സൗന്ദര്യാത്മക പരിഗണനയും അടിസ്ഥാനപ്പെടുത്തേണ്ടത് അംബേദ്കർ ചിന്തയിലാണെന്ന് ലിംബാളെ പറയുന്നുണ്ട്. സത്യം, ശിവം, സുന്ദരം എന്ന സനാതന

സൗന്ദര്യവാദത്തിനെതിരെ ഭൗതികവും സാമൂഹ്യവുമായ ഒരു സൗന്ദര്യശാസ്ത്രം മുന്നോട്ടുവെക്കേണ്ടതുണ്ട് എന്നു അദ്ദേഹം പറയുന്നു.

കൃതിയുടെ ആമുഖ പഠനത്തിൽ അലോക് മുഖർജി കോളനിയനന്തരവാദവുമായി ദളിത്‌വാദത്തെ താരതമ്യം ചെയ്യുന്നുണ്ട്. "ദളിത് സാഹിത്യത്തിന്റെ ആവശ്യകത, പങ്ക്, ഉള്ളടക്കം, രൂപം എന്നിവയെ സംബന്ധിച്ച ദളിത് എഴുത്തുകാരുടെ സിദ്ധാന്തീകരണം കീഴാളർക്ക് സംസാരിക്കാൻ കഴിയുമോ എന്ന ഗായത്രി സ്പിവാക്കിന്റെ പ്രസിദ്ധമായ ചോദ്യത്തിനുള്ള മറുപടിയാണ്" (Alok : 2). മെട്രോപോളിസിലെ കോളനിയനന്തരവാദികളല്ല, ദളിതർ. ഇവിടെ ഗ്രാമം തന്നെയാണ് മെട്രോപോളിസ്, കൊളോണിയൽ ഘടനയിലല്ല കീഴാളത്വത്തിന്റെ നിലനില്പ്. പകരം ഹിന്ദുസമൂഹത്തിന്റെ ജാതി അടിസ്ഥാനപ്പെടുത്തിയ സാമൂഹ്യ സാംസ്കാരിക സാമ്പത്തിക ഘടനയിലാണ് എന്നീ വ്യത്യാസങ്ങൾ അദ്ദേഹം എടുത്തുകാട്ടുന്നു.

ദളിത് സാഹിത്യത്തെക്കുറിച്ച് ലിംബാളെയുടെ വിശദീകരണം ഇതാണ്: "ദളിത് സാഹിത്യമെന്ന് ഞാൻ പറയുന്നത് ദളിതരെപ്പറ്റി ദളിത് എഴുത്തുകാർ നടത്തുന്ന ദളിത് ബോധത്തോടെയുള്ള രചനകളെയാണ്. ദളിത് സാഹിത്യത്തിന്റെ രൂപം അതിന്റെ ദളിതത്ത്വത്തിൽ ഉൾച്ചേർന്നിരിക്കും. അതിന്റെ ഉദ്ദേശ്യം വ്യക്തമാണ്. ദളിത് സമൂഹത്തെ അതിന്റെ അടിമത്തത്തെക്കുറിച്ച് ബോധവാന്മാരാക്കുക. അതിന്റെ വേദനയും യാതനയും ഉപരിവർഗ ഹിന്ദുക്കളെ അറിയിക്കുക" (Limbale : 19). എഴുതുന്നത് ദളിത് എഴുത്തുകാരാണെന്നതാണ് ഒന്ന്. ദളിത് ബോധത്തോടെയാണ് എന്നതാണ് വേറൊന്ന്. ദളിത് രൂപത്തിലാണ് എന്നത് അടുത്തത്. അതിന് ലക്ഷ്യമുണ്ടെന്നത് മറ്റൊന്ന്.

ദളിത് സാഹിത്യത്തിലെ "ദളിത്" എന്ന പദം മറ്റൊരു തരത്തിലും ലിംബാളെ നിർവചിക്കുന്നുണ്ട്. "ഹരിജനങ്ങളും നിയോ ബുദ്ധിസ്റ്റുകളും മാത്രമല്ല ദളിതർ. ഗ്രാമത്തിൻപുറത്ത് താമസിക്കുന്ന അയിത്തക്കാരായ എല്ലാ സമുദായങ്ങളും ദളിതാണ്. അതൊടൊപ്പം ആദിവാസികൾ, ഭൂമിയില്ലാത്ത കൃഷിത്തൊഴിലാളികൾ, തൊഴിലാളികൾ, യാതനയനുഭവിക്കുന്ന ജനതതി, അലഞ്ഞുതിരിയുന്നവരും കുറ്റവാളി വർഗങ്ങളും. അയിത്തക്കാർ മാത്രമല്ല, സാമ്പത്തികമായി പിന്നോക്കം നില്ക്കുന്നവരും അതിൽ ഉൾച്ചേർക്കപ്പെടേണ്ടതാണ്."

ഈ കാഴ്ചപ്പാടിന്റെ പശ്ചാത്തലത്തിൽ ദളിത് സാഹിത്യത്തെ അദ്ദേഹം പുനർനിർവചിക്കുന്നു. "ദളിതരുടെ ദുഖങ്ങളും ആകുലതകളും

അടിമത്തവും അപമാനവും അപഹസിക്കപ്പെടലും ദാരിദ്ര്യവും കലാപരമായി ചിത്രീകരിക്കുന്ന കൃതികളാണ് ദളിത് സാഹിത്യം. ദുഃഖത്തിന്റെ ഉദാത്തമായ ഇമേജാണത്.

സമൂഹത്തിലെ ആധിപത്യശക്തികളിൽ ഓരോ മനുഷ്യനും സ്വാതന്ത്ര്യം, പരസ്പര ബഹുമാനം, സുരക്ഷിതത്ത്വം, ഭീഷണിയിൽ നിന്നുള്ള സുരക്ഷ എന്നിവ കണ്ടെത്തേണ്ടതുണ്ട്. പുതിയ ഒരു തരം സാഹിത്യത്തിലാണ് ഈ മൂല്യങ്ങൾ ഇപ്പോൾ ഉച്ചരിക്കപ്പെടുന്നത്-അതിന്റെ പേരാണ് ദളിത് സാഹിത്യം. മനുഷ്യന്റെ കേന്ദ്ര സ്വഭാവത്തെ തിരിച്ചറിഞ്ഞുകൊണ്ട് മനുഷ്യവംശത്തിന്റെ ആഹ്ലാദത്തിലും വേദനയിലും അത് നിർഭരമായിരിക്കുന്നു. അത് മനുഷ്യനെ ഏറ്റവും ഉന്നതമായി കാണുന്നു. പൂർണമായ വിപ്ലവത്തിലേക്ക് നയിക്കുകയും ചെയ്യുന്നു."

ദളിത് അവബോധമാണ് ദളിത് സാഹിത്യത്തിന്റെ അടിസ്ഥാനം. അതെന്തെന്ന് ലിംബാളെ വിശദീകരിക്കുന്നു: "സമരവുമായി ബന്ധപ്പെട്ട വിപ്ലവകരമായ മനോഭാവമാണ് ദളിത് അവബോധമെന്നത്. ജാതിവ്യവസ്ഥയ്ക്കെതിരെയുള്ള കലാപത്തിലുള്ള വിശ്വാസമാണത്. അംബേദ്കർ ചിന്തയാണ് ഈ അവബോധത്തിനുള്ള ഉത്തേജനം."

ദളിത് എഴുത്ത് പ്രതിബദ്ധരചനയാണ്. അതിന് ലക്ഷ്യമുണ്ട്. "ദളിത് എഴുത്തുകാർ ആക്റ്റിവിസ്റ്റ്-കലാകാരന്മാരാണ്(activist-artists). അവർ പ്രസ്ഥാനങ്ങളിൽ പ്രവർത്തിക്കവേ തന്നെ എഴുതുന്നു. അവർ അവരുടെ സാഹിത്യം ഒരു പ്രസ്ഥാനമാകണമെന്ന് ആഗ്രഹിക്കുന്നു. ചൂഷിതവർഗത്തോടാണ് അതിന്റെ പ്രതിബദ്ധത."

ദളിത് സൗന്ദര്യശാസ്ത്രത്തിന്റെ പ്രത്യേകതയെക്കുറിച്ചുള്ള ലിംബാളെയുടെ വാദങ്ങൾ താഴെ കൊടുക്കുന്നു:

ദളിത് സാഹിത്യത്തിന് പ്രത്യേകം സൗന്ദര്യശാസ്ത്രം ആവശ്യമില്ലെന്ന് ഉന്നതജാതിയിൽപ്പെട്ട വിമർശകർ പറയുന്നു. പകരം സനാതന മൂല്യത്തിൽ നിന്നു വേണം അതിനെ നോക്കിക്കാണാനെന്ന് അവർ പറയും. അവബോധമുയർത്താൻ വേണ്ടി രചിക്കുന്ന ദളിത് രചനകളിൽ സാമൂഹ്യമാറ്റത്തിനുള്ള ഉത്തേജനമല്ലാതെ ആഹ്ലാദമോ സൗന്ദര്യമോ പ്രതീക്ഷിക്കുന്നത് ഉചിതമല്ല. സാമൂഹ്യശാസ്ത്രപരമായ മൂല്യങ്ങളെ കേന്ദ്രീകരിച്ചു വേണം അല്ലാതെ സൗന്ദര്യത്തെ കേന്ദ്രീകരിച്ചാവരുത് തങ്ങളുടെ സാഹിത്യം വിലയിരുത്തേണ്ടത് എന്ന് ദളിത് എഴുത്തുകാർ കരുതുന്നു. ശുദ്ധമായ, സൗന്ദര്യാത്മകമായ

പരിഗണനകൾ ദളിത് എഴുത്തുകാരുടെ അടിസ്ഥാനപരമായ പങ്കിനെ കണക്കിലെടുക്കുന്നില്ല. അതിനാൽ അത് ദളിത് എഴുത്തുകാർക്ക് സ്വീകാര്യമല്ല. പാരമ്പര്യസൗന്ദര്യശാസ്ത്രത്തെ തള്ളിക്കൊണ്ട് പുതിയതും സവിശേഷവുമായ സൗന്ദര്യശാസ്ത്രം ഉണ്ടാകണമെന്ന് അവർ ആഗ്രഹിക്കുന്നു. അത് ജീവിതത്തെ ഉറപ്പിക്കുന്നതും റിയലിസ്റ്റിക്കുമാകണം. അതായത് ദളിത് എഴുത്തുകാർ തങ്ങളുടെ കൃതിക്ക് വ്യത്യസ്തമായ മാനദണ്ഡങ്ങൾ ആവശ്യപ്പെടുന്നു. മാനദണ്ഡങ്ങൾ മാറുമ്പോൾ സൗന്ദര്യശാസ്ത്രവും മാറും.

അംബേദ്കർ പ്രസ്ഥാനത്തെ സാഹിത്യവുമായി ലിംബാളെ ബന്ധിപ്പിക്കുന്നു. അംബേദ്കറുടെ മൂകനായകത്വത്തിൽ നിന്ന് മഹാനിർവാണത്തിലേക്കുള്ള മാറ്റത്തിന്റെ കാലമായ 1920 മുതൽ 1956 വരെയുള്ള കാലഘട്ടം ദളിത് പ്രസ്ഥാനത്തിന്റെ നവോത്ഥാനത്തിന്റെ ഘട്ടമാണ്. ബന്ധു മാധവ്, ശങ്കർറാവു ഖരത്, അന്നഭൗസാഥെ എന്നിവർ ഈ ഘട്ടത്തിലെ വിമർശകരാണ്. എൻ. ആർ. ഷെൻഡെ എന്ന ദളിത് എഴുത്തുകാരന്റെ രചനയും വരുന്നത് ഈ കാലത്താണ്. 1946 -ൽ ഔറംഗബാദിൽ അംബേദ്കർ സ്ഥാപിച്ച മിലിൻഡ് കോളജിൽ നിന്ന് പുറത്തുവന്ന പഠിതാക്കൾ അംബേദ്കർ ചിന്തയെ പ്രചരിപ്പിച്ചു. 1958-ൽ ദളിത് എഴുത്തുകാരുടെ ആദ്യത്തെ യോഗവും നടന്നു. ഈ ഘട്ടത്തിൽ ദളിത് സാഹിത്യം എന്ന പേര് എങ്ങനെ ഉയർന്നു വന്നുവെന്നും ലിംബാളെ പറയുന്നു. "വിദ്യാഭ്യാസത്തിന്റെ വ്യാപനം, ദളിത് പ്രസ്ഥാനത്തിന്റെ സമ്മർദ്ദം, നിലനില്പിന്റെ സാഹചര്യങ്ങളുമായുള്ള സമരങ്ങൾ എന്നിവ ദളിത് യുവാക്കളെ സംബന്ധിച്ച് എഴുത്തിലൂടെ അവരുടെ അന്യത്വത്തെയും രോഷത്തെയും പ്രകാശിപ്പിക്കാൻ കാരണമായി. ഈ എഴുത്താണ് സവിഷശേഷമായി 'ദളിത് സാഹിത്യം' എന്നറിയപ്പെട്ടത്."

ദളിത് എഴുത്തുകാർ ഒരു സിദ്ധാന്തത്തെയും പരിഗണിക്കാതെ എഴുതി. അവർ ബുദ്ധന്റെയും കബീറിന്റെയും ഫൂലെയുടെയും പാരമ്പര്യം അവകാശപ്പെട്ടു.

മറാത്തയിലെ ആധുനികതാവാദപരമായ സാഹിത്യം എങ്ങനെ ദളിത് എഴുത്തിന് അനുകൂലമായ സാഹചര്യം ഒരുക്കി എന്ന് ലിംബാളെ സൂചിപ്പിക്കുന്നു. "രണ്ടാം ലോകമഹായുദ്ധത്തെത്തുടർന്നുള്ള വമ്പിച്ച ജീവനാശം, യന്ത്രയുഗം മൃഗതുല്യമായി മനുഷ്യാവസ്ഥയെ മാറ്റിയത്, മൂല്യങ്ങളുടെ അപചയം, സാർത്ര്, കാമു, കിർക്കഗാർ, ഫ്രോയ്ഡ് എന്നിവരുടെ ആശയങ്ങളുടെയും സ്വാതന്ത്ര്യാനന്തര

പ്രസ്ഥാനങ്ങളുടെയും സ്വാധീനം. ആധുനിക മറാത്തി സാഹിത്യത്തിൽ നിന്ന് വ്യത്യസ്തമായിരുന്നു ഈ പുതിയ സാഹിത്യത്തിന്റെ രൂപവും ഭാവവും. പക്ഷേ സാഹിത്യമൂല്യങ്ങളെ മാറ്റുന്നതിൽ മാത്രമായി ഈ സാഹിത്യവിപ്ലവം ഒതുങ്ങിനിന്നു. അതിന്റെ ഉള്ളടക്കം മധ്യവർഗജീവിതത്തിനു ചുറ്റും വലംവെച്ചു. ദളിതരെ യഥാതഥമായി വർണിക്കേണ്ടതിനു പകരം പുതിയ എഴുത്തുകാർ കൃത്രിമമായ ലൈംഗികതയുടെ, ഇന്ദ്രിയപരതയുടെ, കുറ്റകൃത്യങ്ങളുടെ സ്തോഭജനകമായ വിവരണങ്ങൾ നൽകി. ദളിത് സാഹിത്യത്തിലെ വിപ്ലവകരമായ ആശയങ്ങളൊന്നും അവരുടെ സാഹിത്യത്തിൽ പ്രതിഫലിച്ചില്ല. എങ്കിലും മറാത്തി സാഹിത്യത്തിന്റെ വലിയ പുരോഹിതർക്ക് അവരുടെ കാനോനപരമായ അധികാരം ദുർബലപ്പെടുക വഴി ഈ പുതിയ സാഹിത്യത്തിൽ നിന്നും കനത്ത പ്രഹരമേറ്റു. പുതിയ എഴുത്തുകാരുടെ കലാപം മറാത്തി സാഹിത്യത്തിന്റെ വഴി തുറന്നിട്ടു. ദളിത് സാഹിത്യത്തിന് അനുകൂലമായ സാഹചര്യം അത് സൃഷ്ടിച്ചു."

പുതിയ എഴുത്ത് ബോംബെയിൽ ഒതുങ്ങിനിന്നു. അവരുടെ രചനകൾ പ്രമുഖസാഹിത്യമാസികകൾ പ്രസിദ്ധീകരിച്ചില്ല. ആ മാസികകൾ കത്തിച്ചുകൊണ്ട് അവർ പ്രതിഷേധിച്ചു. പകരം ലിറ്റിൽ മാഗസിനുകളിൽ രചനകൾ പ്രസിദ്ധീകരിച്ചു. ഈ പുതിയ എഴുത്തുകാരും ദളിത് എഴുത്തുകാരുമായി സൗഹൃദബന്ധമുണ്ടായിരുന്നു. എന്നാൽ ദളിത് എഴുത്തിന്റെ ഉയർന്നുവരവിന് കാരണം വ്യത്യസ്തമായിരുന്നു. "ദളിത് സാഹിത്യം ഉയർന്നുവന്നത് അയിത്തത്തിൽ നിന്നാണ്. ഇതാണ് അതിന്റെ അനന്യത."

ദളിത് സാഹിത്യത്തിന്റെ ഭാഷ മാനകഭാഷയിൽ നിന്ന് വ്യത്യസ്തമാണ്. മാനകഭാഷ ഒരു വർഗവുമായി ബന്ധപ്പെട്ടിരിക്കുന്നു. ദളിത് എഴുത്തുകാർക്ക് ബസ്തിയിലെ ഭാഷയാണ് മാനകഭാഷയെക്കാൾ കൂടുതൽ പരിചിതം. ഹിന്ദു മതത്തിന്റെ ബിംബങ്ങളാണ് ജാതിയെ വളർത്തിയത് എന്നതിനാൽ ദളിത് എഴുത്തുകാർ ദൈവബിംബങ്ങൾ ഉപയോഗിക്കുകയില്ല. നിലവിലുള്ളത് ഉപയോഗിക്കുന്നതിനു പകരം പുതിയ മിത്തുകൾ നിർമിക്കാൻ ദളിത് വിമർശകർ ദളിത് എഴുത്തുകാരെ പ്രോത്സാഹിപ്പിക്കുന്നു. ദളിത് എഴുത്തുകാർ മതബിംബങ്ങൾ ഉപയോഗിക്കുന്നുണ്ടെങ്കിൽ അത് അതിനെ അപനിർമിക്കാനാണ്, പുതിയ അർത്ഥവും ലക്ഷ്യവും കൊടുക്കാനാണ്.

ദളിത് സാഹിത്യത്തിനെതിരെ വരുന്ന അനേകം ആക്ഷേപങ്ങളെക്കുറിച്ച് ലിംബാളെ വിവരിക്കുന്നുണ്ട്. അതിലൊന്ന് അതിൽ വ്യക്തികളില്ല എന്നതാണ്. വ്യക്തികളെക്കുറിച്ച് പറയുമ്പോഴും അത് സംഘപരമാണ്. ഉപയോഗിക്കുന്നത് ഫോക് ഭാഷയാണ്. എത്രകാലം ദളിത് സാഹിത്യം നിലനില്ക്കുമെന്ന ചോദ്യത്തിന് ഈ അസമമായ വ്യവസ്ഥ ഉള്ളിടത്തോളം എന്നാണ് ലിംബാളെ നൽകുന്ന ഉത്തരം.

രണ്ട് അധ്യായങ്ങളിലായി ദളിത് സാഹിത്യവും അംബേദ്കറിസവും, ദളിത് സാഹിത്യവും മാർക്സിസവും എന്നീ വിഷയങ്ങൾ ലിംബാളെ ചർച്ച ചെയ്യുന്നുണ്ട്. 1949 -ൽ ആരംഭിച്ച ദളിത് സേവക് സാഹിത്യസംഘം 1960-ലെത്തുമ്പോൾ മഹാരാഷ്ട്രാ ബൗദ്ധസാഹിത്യ പരിഷത്താകുന്നുണ്ട്. അംബേദ്കറുടെ മതം മാറ്റത്തിനുശേഷം വന്ന നിയോബുദ്ധിസ്റ്റുകളും ദളിത് വിമർശകരും തമ്മിൽ ഐക്യമെന്നതു പോലെ വൈരുധ്യവും രൂപപ്പെടുന്നുണ്ട്. ഇത് രാഷ്ട്രീയകാര്യത്തിലെന്ന പോലെതന്നെ സാഹിത്യത്തിന്റെ കാര്യത്തിലും പ്രതിഫലിക്കുന്നു. ദളിത് എഴുത്തുകാർ അവരുടെ യാതനകൾ ചിത്രീകരിക്കുമ്പോൾ ദളിത് വിമർശകർ അതിനെ പിന്തുണയ്ക്കുന്നു. അതേസമയം നിയോബുദ്ധിസ്റ്റുകൾ അതിനെ പരിഹസിക്കുകയാണ്. ഇതിന് കാരണം അവരുടെ മധ്യവർഗസ്വഭാവമാണ്. ദളിത് എഴുത്തുകാരോട് അവരുടെ ദളിതമായ പീഡാനുഭവങ്ങൾ ചിത്രീകരിക്കാൻ പ്രേരിപ്പിക്കുന്നത് സവർണർ തന്നെയാണെന്നും അവർ ബ്രാഹ്മണിക സാഹിത്യത്തെ ബഹുമാനിക്കാൻ പ്രേരിപ്പിക്കുന്നുണ്ടെന്നും വിമർശനമുണ്ട്. ദളിതരുടെ അവസ്ഥ വിപ്ലവകരമായി മാറ്റുന്നതിനു പകരമാണ് അതിനെ പ്രകാശിപ്പിക്കാൻ പറയുന്നത് എന്നതാണ് വിമർശനം. ഇതിൽ സത്യത്തിന്റെ അംശമുണ്ടെങ്കിലും എല്ലാ ദളിത് എഴുത്തുകാരും ഇങ്ങനെയല്ലെന്ന് ലിംബാളെ പറയുന്നു.

അംബേദ്കർക്കു ശേഷം നിയോബുദ്ധിസത്തിന്റെ വിഴിയിലേക്കു പോയവരുമായുള്ള വ്യത്യാസം ഇങ്ങനെ സംഗ്രഹിക്കുന്നുണ്ട്. "ബുദ്ധൻ പറഞ്ഞ അഷ്ടാംഗമാർഗത്തിലൂടെ ദളിത് ചൂഷണം ഇല്ലാതാകുകയില്ല. ബുദ്ധനെ സംബന്ധിച്ചിടത്തോളം ദുഃഖകാരണം ആഗ്രഹമാണ്. ദളിതരെ സംബന്ധിച്ചിടത്തോളം ദുഃഖകാരണം വ്യത്യസ്തമാണ്. ഹിന്ദുമതത്തിലെ ജാതിവ്യവസ്ഥയാണ് കാരണം. ഈ വ്യത്യാസത്തെക്കുറിച്ച് നിയോബുദ്ധിസ്റ്റ് ചിന്തകർ വേണ്ടത്ര ഗൗരവത്തിൽ ആലോചിച്ചിട്ടില്ല" (Limbale: 45).

അംബേദ്കറിസത്തിന്റെ കേരളീയ അനുഭവം

ഗാന്ധിയുടെയും മാർക്സിന്റെയും ആശയങ്ങൾ ആധുനിക കേരളത്തിന്റെ രൂപീകരണത്തിൽ വഹിച്ച പങ്ക് തർക്കവിഷയമല്ല. എന്നാൽ ശ്രീ നാരായണഗുരു, അയ്യങ്കാളി പ്രസ്ഥാനങ്ങൾക്കപ്പുറത്ത് അംബേദ്കർ നേരിട്ട് കേരളവുമായി ബന്ധം പുലർത്തിയിരുന്നുവോ? ഈ ചർച്ച അടുത്ത കാലത്തായി ഉയർന്നുവന്നിരുന്നു.

1974 -ൽ പൂപ്പന കൃഷ്ണൻ കുട്ടി പ്രസിദ്ധീകരിച്ച ഡോ. അംബേദ്കർ എന്ന കൃതിയായിരിക്കാം അംബേദ്കറിനെക്കുറിച്ച് മലയാളത്തിലുണ്ടായ ആദ്യത്തെ പുസ്തകം. അന്ന് കേരളത്തിൽ അംബേദ്കറുടെ നിലയെക്കുറിച്ച് പുസ്തകത്തിന്റെ ആമുഖത്തിൽ ഇങ്ങനെ അദ്ദേഹം പറയുന്നു. “സാധാരണക്കാരായ കേരളീയർക്ക് ഡോ. അംബേദ്കറെ പരിചയപ്പെടുത്തണമെന്ന് വർഷങ്ങളായി ഞാൻ കൊതിക്കുന്നു. അദ്ദേഹത്തെപ്പറ്റിയുള്ള വല്ല വിവരവും കേരളത്തിൽ നിന്നും കിട്ടുമോയെന്ന് അന്വേഷിച്ചു. കിട്ടിയില്ല. ഒരു വർഷത്തോളം കല്ക്കട്ടയിൽ താമസിക്കേണ്ടി വന്നപ്പോൾ അവിടത്തെ പുസ്തകശാലകളിൽ നിന്നും അംബേദ്കറുടെ ഏതെങ്കിലും പുസ്തകം കിട്ടുമോയെന്നു തിരക്കി. അവിടേയും കിട്ടിയില്ല. അവസാനം തെക്കൻ കല്ക്കട്ടയിലുള്ള ഇന്ത്യാ ലൈബ്രറിയിൽ നിന്നും ചില പുസ്തകങ്ങൾ കിട്ടി. അതിൽ നിന്നും ലഭിച്ച വിവരമനുസരിച്ച് ബോംബെയിലുള്ള പ്രസാധകന്മാർക്ക് എഴുതി. അവരിൽനിന്നാണ് അംബേദ്കറുടെ മിക്കവാറും എല്ലാ പുസ്തകങ്ങളും അദ്ദേഹത്തെപ്പറ്റി പ്രമുഖരായ ചിലർ എഴുതിയിട്ടുള്ള പുസ്തകങ്ങളും കിട്ടിയത്” (കൃഷ്ണൻ കുട്ടി: 3).

ചെറായി രാമദാസ് “അംബേദ്കർ കേരളത്തിൽ വന്നത് ആരും അറിഞ്ഞില്ല” എന്ന പേരിൽ ഒരു ലേഖനം 2008 ഏപ്രിലിൽ മാതൃഭൂമി ആഴ്ചപ്പതിപ്പിൽ എഴുതിയിരുന്നു. “ദളിത് വിമോചകനും ഇന്ത്യൻ ഭരണഘടനാശില്പിയുമായ ഡോ. ബി. ആർ. അംബേദ്കർ കേരളത്തിൽ വന്നിട്ടുണ്ടോ? ഉണ്ടെന്നു തന്നെ അദ്ദേഹത്തിന്റെ ജീവചരിത്രങ്ങളിൽ പറയുന്നു. വേറെ ചിലർ അദ്ദേഹത്തിന്റെ വേറെ മൂന്നു കേരള സന്ദർശനങ്ങൾ അവ്യക്തമായി സൂചിപ്പിച്ചിട്ടുമുണ്ട്. സന്ദർശനത്തെക്കുറിച്ച് അറിവുള്ളവരുണ്ടെങ്കിൽ അത് ഞങ്ങൾക്ക് എഴുതി അറിയിക്കണമെന്നവരെ ഒരു ദ്വൈവാരികയിൽ അഞ്ചു വർഷം മുമ്പ് അപേക്ഷ സമർപ്പിച്ചിരുന്നു.

ഡോ. അംബേദ്കറുടെ ഒരു കേരളസന്ദർശനത്തിന്റെ സർക്കാർ രേഖകൾ കണ്ടെത്തിക്കഴിഞ്ഞു. അദ്ദേഹത്തിന്റെ നേതൃത്വത്തിൽ

തയ്യാറാക്കിയ ഭരണഘടന അംഗീകരിച്ച് ഇന്ത്യ റിപ്പബ്ലിക്കായി അഞ്ചുമാസം തികയും മുമ്പായിരുന്നു ആ തിരുവനന്തപുരം സന്ദർശനം. അന്ന് കേന്ദ്രമന്ത്രിയാണ് അദ്ദേഹം. പാർലമെന്റിൽ അവതരിപ്പിക്കാനുള്ള ഹിന്ദുകോഡ് ബില്ലിനു വേണ്ട വിവരങ്ങൾ ശേഖരിക്കാനാണ് വന്നത്" (രാമദാസ് : 8-9)

"അംബേദ്കർ പയ്യന്നൂരിലും വന്നുവോ" എന്ന പേരിൽ ഡോ. ഇ. ഉണ്ണികൃഷ്ണൻ 2008 മെയ് മാസത്തിൽ മാതൃഭൂമി ആഴ്ചപ്പതിപ്പിൽ ഒരു ലേഖനം എഴുതുന്നുണ്ട്. സ്വാമി ആനന്ദതീർത്ഥൻ പയ്യന്നൂരിൽ സ്ഥാപിച്ച ശ്രീനാരായണ വിദ്യാലയം 1945 ആഗസ്റ്റ് 13 -നു അംബേദ്കർ സന്ദർശിച്ചിട്ടുണ്ടോ എന്ന് ഉണ്ണികൃഷ്ണൻ സംശയിക്കുന്നു. ഡോ. അമ്രേർക്കർ എന്ന പേരിൽ കാണുന്ന ഒപ്പ് അദ്ദേഹത്തിന്റേതാണോ എന്ന് ചോദിക്കുന്നു. അതേ ലക്കത്തിലെ ഒരു കത്തിൽ കുന്നുകുഴി എസ്. മണി ഇങ്ങനെ പറയുന്നു: "കൂടാതെ ഡോ. അംബദ്കർ കേന്ദ്രമന്ത്രി ആകുന്നതിനു വളരെ മുമ്പെ കേരളത്തിൽ വരികയും കൊല്ലത്തെ എ.കെ. ഭാസ്കറിന്റെ വീട് സന്ദർശിക്കുകയും ശിവഗിരിയിലെത്തി ഗുരുദേവന്റെ മഹാസമാധിയിൽ ആദരാഞ്ജലികൾ അർപ്പിക്കുകയും ചെയ്തതായി എ. കെ. ഭാസ്കറിന്റെ മകൻ ബി. ആർ. പി. ഭാസ്കറിന്റെ ബാല്യകാലസ്മരണകളിൽ കാണുന്നു" (കുന്നുകുഴി: 5).

അംബേദ്കർക്ക് നേരിട്ടു കേരളത്തിലെ നവോത്ഥാന പ്രസ്ഥാനത്തോടുള്ള ബന്ധം കുറഞ്ഞിരുന്നെങ്കിലും കേരളത്തിലെ അവസ്ഥ അദ്ദേഹത്തിന്റെ പഠനങ്ങളിൽ പരാമർശിക്കപ്പെടുന്നുണ്ട്. ബ്രാഹ്മണർ ഇന്ത്യയിലെ ഭരണവർഗമാണെന്ന് പറയുന്നതിന് അദ്ദേഹം കൊടുക്കുന്ന ഒരുദാഹരണം കേരളമാണ്. കേരളത്തിൽ സംബന്ധ വ്യവസ്ഥ യിലൂടെ നായന്മാർ ബ്രാഹ്മണരുമായുള്ള ബന്ധത്തെ ഒരു ബഹുമതിയായി കണ്ടുവെന്ന് അംബേദ്കർ പറയുന്നു (Ambedkar 2002: 135-136). രാജാക്കന്മാർ പോലും തങ്ങളുടെ വധുക്കളുടെ കന്യകാത്വഭഞ്ജനത്തിന് ബ്രാഹ്മണരെ ക്ഷണിച്ചിരുന്നു. തന്റെ വാദം സമർത്ഥിക്കാൻ അദ്ദേഹം വർത്തേമയെപ്പോലുള്ളവരുടെ യാത്രാവിവരണങ്ങളും ഇന്നിസിന്റെ ഗസറ്റും ആധാരമാക്കുന്നുണ്ട്. ജാതിബോധം വർഗബോധം പോലെ തന്നെ പ്രധാനമാണെന്ന് സ്ഥാപിക്കാൻ ബോംബെയിലെപ്പോലെ തന്നെ മദിരാശിയിലെ അബ്രാഹ്മണ പ്രസ്ഥാനത്തെയും അദ്ദഹം ചൂണ്ടിക്കാട്ടുന്നുണ്ട്.

അംബേദ്കർ എന്ന വ്യക്തിയിലൂടെയല്ല, ചരിത്രപരമായി അംബേദ്കറിസവുമായി കേരളം ബന്ധപ്പെട്ടതെന്ന് വ്യക്തമാണ്. നാരായണഗുരു-അയ്യങ്കാളി പ്രസ്ഥാനങ്ങളിലൂടെയാണ് അത് സംഭവിച്ചത്. അയ്യങ്കാളി പ്രസ്ഥാനം ഗാന്ധിയൻ പ്രസ്ഥാനവുമായി ഇന്നു കാണുന്ന അകലം അന്നു സൂക്ഷിച്ചിരുന്നില്ലെന്നു വേണം കരുതാൻ. 1937 ൽ വെങ്ങാനൂരിൽ വെച്ച് ഗാന്ധി അയ്യങ്കാളിയെ ആശ്ലേഷിക്കുകയും പ്രസംഗത്തിൽ ഇങ്ങനെ പ്രസ്താവിക്കുകയും ചെയ്യുന്നുണ്ട്: "നിങ്ങൾ അയ്യങ്കാളിയെ പകുതി കളിയായും പകുതി വാത്സല്യത്തോടെയും പുലയരാജാവ് എന്നു വിളിക്കുന്നു. അദ്ദേഹം ഒരിക്കലും തളരാത്ത പ്രവർത്തകനാണ്. അദ്ദേഹത്തിന്റെ നേതൃത്വത്തിൽ നിങ്ങൾക്ക് സ്ഥിരമായ പുരോഗതി ഉണ്ടായിക്കൊണ്ടിരിക്കുന്നതായി ഞാൻ മനസ്സിലാക്കുന്നു" (രാമചന്ദ്രൻ നായർ : 511). ദേശീയാധുനികതയുടെ ധാരയും കീഴാള ആധുനികതയുടെ ധാരയും തമ്മിൽ പ്രായോഗിക തലത്തിൽ നിലനിന്ന ഈ അടുപ്പം ഇന്നത്തെ സൈദ്ധാന്തിക ധ്രുവത്തെ ചരിത്രവൽക്കരിക്കുമ്പോൾ ചില പ്രശ്നങ്ങൾ ഉയർത്തും. പിന്നീട് എം. മുകുന്ദന്റെ *പുലയപ്പാട്ടി*ലേക്ക് എത്തുമ്പോൾ ഈ വൈരുദ്ധ്യം കഥാപാത്ര കല്പനയിൽ പ്രവർത്തനക്ഷമമാകുന്നതും കാണാം.

അയ്യങ്കാളിയെയും ഗാന്ധിയെയും തൊഴിലാളിവർഗ രാഷ്ട്രീയത്തെയും ഉൾക്കൊള്ളുന്ന ഒരു ഭാവുകത്വം അന്ന് കേരളത്തിൽ രൂപപ്പെട്ടിരുന്നുവെന്ന് കേസരി ബാലകൃഷ്ണപിള്ളയുടെ മുഖപ്രസംഗത്തിൽ നിന്ന് വ്യക്തവുമാണ്. "1931-ൽ മഹാരാജാവിനോട് എന്ന പേരിലുള്ള മുഖപ്രസംഗത്തിൽ പുലയനേതാക്കന്മാരിലൊരാളായ അയ്യങ്കാളിയെ കവടിയാർകുന്നു പാലസിൽ വന്ന് തന്നെ സന്ദർശിക്കാനനുവദിച്ച രാജാവിന്റെ പരിഷ്കൃത മനഃസ്ഥിതിയെ സൂചിപ്പിച്ച് കേസരി എഴുതി: ഇത് വിസ്തൃതമാക്കി അയിത്തം താൻ തന്നെ പരിത്യജിച്ചും അയിത്തമാചരിക്കുന്നവരെ മഹാത്മാഗാന്ധി വട്ടമേശസമ്മേളനത്തിൽ ആവശ്യപ്പെട്ടതുപോലെ ക്രിമിനലായി വിശേഷിപ്പിക്കുന്ന നിയമം ഉണ്ടാക്കിപ്പിച്ചും ക്ഷേത്രപ്രവേശന സ്വാതന്ത്ര്യ വിളംബരം പ്രസിദ്ധപ്പെടുത്തിയും മറ്റും മഹാരാജാവിന്റെ ഏറ്റവും എളിയ പ്രജകളുടെ ക്ഷേമത്തെയും ആത്മാഭിമാനത്തെയും പുലർത്തേണ്ടതാണ്. എഡ്വേർഡ് ഏഴാമൻ തന്റെ മുറിയിലേക്ക് അതിയായ ഭക്തിബഹുമാനങ്ങളോടെ പ്രവേശിച്ച ഒരാളോട് ബഹുമാനം സ്ഫുരിക്കുന്ന സ്വരത്തിൽ ആ കസേര കണ്ടോ, അതിലാണ് ജോൺ ബേൺസ് (തൊഴിലാളി നേതാവ്) ഇരുന്നത് എന്നു പറഞ്ഞ കഥ അനുസ്മരിച്ച് കേസരി ആഗ്രഹിക്കുന്നു.

പഞ്ചപുച്ഛമടക്കി തന്റെ മുമ്പിൽ പ്രവേശിച്ച ആഢ്യന്മാരോട് നോക്കു, ആ കസേര കണ്ടോ, അതിലാണ് പുലയ നേതാവായ അയ്യങ്കാളി ഇരുന്നിരുന്നത് എന്ന് ചിത്തിര തിരുനാൾ മഹാരാജാവിന് പറയാൻ സാധിച്ചിരുന്നെങ്കിൽ മേല്പറഞ്ഞ നികൃഷ്ടമായ ആചാരങ്ങൾ വേഗത്തിൽ നശിക്കുമായിരുന്നു" (അച്യുതൻ: 98-9 9). അംബേദ്കർ പങ്കെടുത്ത (ഗാന്ധിയെ വിമർശിച്ചു കൊണ്ട്) വട്ടമേശ സമ്മേളനത്തിൽ ഗാന്ധിയുമായാണ് അയ്യങ്കാളി പ്രസ്ഥാനത്തിന്റെ അയിത്തോച്ചാടനത്തിനുള്ള അജണ്ടയെ കേസരി ബന്ധിപ്പിക്കുന്നത് എന്നത് അംബേദ്കർ പ്രസ്ഥാനം ദേശീയതലത്തിൽ കീഴാളത്വത്തെ പൊതുമണ്ഡലത്തിൽ വ്യാപകമായി പ്രതിനിധീകരിക്കുന്ന പ്രതീതി കേരളത്തിൽ സൃഷ്ടിച്ചിരുന്നില്ലെന്നതിന്റെ സൂചനയായി എടുക്കാവുന്നതാണ്.

നൂറ്റാണ്ടുകളായി മതപരമായ ആധിപത്യമുള്ള അഹങ്കാരപൂർണ്ണമായ ഒരു വർഗത്തിന്റെ പ്രതിനിധി എന്ന നിലയിൽ അഹങ്കാര നിഷേധത്തിലാണ് ഗാന്ധിജിയുടെ വൈഷ്ണവ സൗന്ദര്യശാസ്ത്രം കെട്ടിപ്പടുത്തത്. തന്റെ വർഗത്തോടുള്ള സൗന്ദര്യാത്മകമായ വിമർശനമായിരുന്നു അത്. സമകാലികാവസ്ഥയിൽ അത് ബൂർഷ്വാ ആധുനികതയുടെ വിമർശനമായി മാറി.

അംബേദ്ക്കറെ സംബന്ധിച്ചിടത്തോളം സാമൂഹിക തലത്തിൽ നൂറ്റാണ്ടുകളായി അടിച്ചമർത്തപ്പെട്ട ഒരു വർഗത്തിന്റെ പ്രതിനിധിയാണ് അദ്ദേഹം. അതിനാൽ ആധുനിക ഈഗോ തള്ളപ്പെടേണ്ട ഒരു ലക്ഷ്യമല്ല. ആധുനിക ഈഗോയും ബൂർഷ്വാ ആധുനിക മൂല്യങ്ങളും അദ്ദേഹത്തിന് സ്വീകാര്യമായി.

ബൂർഷ്വാ ആത്മബോധത്തെ നിഷേധിക്കുകയും അതിനെ തൊഴിലാളിവർഗ്ഗത്തിലൂന്നിയ കർമ്മബോധവും സാമൂഹ്യനിർമ്മിതി ബോധവുമായി മാറ്റുകയാണ് മാർക്സ് ചെയ്തത്. നിരാകരണത്തിന്റെ പോലെ നിർമ്മിതിയുടെ ധനപരമായ മൂല്യവും അതിലുണ്ട്.

നോവൽ-
സൗന്ദര്യവും രാഷ്ട്രീയവും

ഭാവനയും ദേശീയതയും

ഭാവനയ്ക്ക് രാഷ്ട്രീയമുണ്ടെന്നും രാഷ്ട്രീയത്തിന് ഭാവനയുണ്ടെന്നു മാണ് നാം കഴിഞ്ഞ അധ്യായത്തിൽ സൂചിപ്പിച്ചത്. നോവലിനെ മുൻനിർത്തി ഈ ചർച്ച ഇന്ന് വളരെ വികസിച്ചു കഴിഞ്ഞിട്ടുണ്ട്. രാഷ്ട്രം തന്നെ ഒരു ഭാവനാത്മക സമൂഹമാണെന്ന ബെനഡിക്റ്റ് ആൻഡേഴ്സന്റെ വാദം രാഷ്ട്രത്തിൽ ഭാവന പ്രവർത്തിക്കുന്ന തലം വ്യക്തമാക്കുന്നുണ്ട്.

ദേശീയതയെ സംബന്ധിച്ച മാർക്സിന്റെ സങ്കല്പങ്ങളെ പശ്ചാത്ത ലത്തിൽ നിർത്തി, കമ്മ്യൂണിസ്റ്റ് രാജ്യങ്ങൾ തന്നെ പരസ്പരം ഏറ്റു മുട്ടിയ എഴുപതുകളിലെ സാഹചര്യങ്ങളിൽ നിന്നാണ് ബെനഡിക്റ്റ് ആൻഡേഴ്സൺ ദേശീയതയെ സംബന്ധിച്ച തന്റെ കാഴ്പ്പാടുകൾ മുന്നോട്ടുവെച്ചത്. ദേശീയത അഥവാ ദേശരാഷ്ട്രം എന്നത് ഒരു പ്രത്യേക തരത്തിലുള്ള സാംസ്കാരികമായ നിർമിതി(artifact)യാണ് (Anderson: 4)എന്നതാണ് അദ്ദേഹത്തിന്റെ മുഖ്യവാദം.

ഫിലിപ്പിനോ ദേശീയവാദത്തിന്റെ പിതാവായി അറിയപ്പെടുന്ന രക്തസാക്ഷി ജോസ് റിസാൽ (Jose Rizal) 1887- ൽ കൊളോണിയൽ ഭാഷയായ സ്പാനിഷിൽ എഴുതിയ (ഒപ്പം ദേശീയ ഭാഷകളിലേക്ക് വിവർത്തനം ചെയ്യപ്പെട്ട) എന്നെ തൊടരുത് (Noli Me Tangere) എന്ന നോവലിനെയും അതിന് മുമ്പ് (1861) പുറത്തു വന്ന ഫ്രാൻസിസ്കോ ബൽത്തസാറിന്റെ ഫിലിപ്പിനോ നോവലിനെയും മെക്സിക്കോയിലെ

ഫെർണോണ്ടോ ലിസാർഡിയുടെ നോവലിനെയും മുൻനിർത്തിയാണ് ആൻഡേഴ്സൻ ഇക്കാര്യം ചർച്ച ചെയ്യുന്നത്. നോവലിലെ സമൂഹവിവരണങ്ങളും സ്ഥലവിവരണങ്ങളും എങ്ങനെ വായനക്കാരിൽ സാങ്കല്പിക സമൂഹത്തിലെ അംഗത്വബോധമുണ്ടാക്കുന്നു എന്നാണ് അദ്ദേഹം വിവരിക്കുന്നത്. അച്ചടിച്ച പുസ്തകമാണ് ഇതിൽ ഇടനിലയായി പ്രവർത്തിക്കുന്നത്. വൻതോതിൽ ഉല്പാദിപ്പിക്കപ്പെട്ട ആദ്യത്തെ ആധുനിക രീതിയിലുള്ള വ്യവസായ ഉല്പന്നമാണ് പുസ്തകമെന്നും അദ്ദേഹം പറയുന്നുണ്ട് (Anderson: 34).

അച്ചടിയുടെ സഹായത്തോടെ വർത്തമാന പത്രം ആധുനികമായ സ്ഥലത്തെയും കാലത്തെയും നിർമിക്കുന്നു. ഒരു ദിവസം പല സ്ഥലങ്ങളിലായി നടന്ന സംഭവങ്ങളെ ചേർത്തുവെച്ച് അതിനെ പരസ്പരബന്ധമുള്ളതാക്കിത്തീർക്കുന്നത് പത്രമാണ്. അങ്ങനെ പത്രം സങ്കല്പത്തിലൂടെ വായനക്കാരെ ബന്ധിപ്പിക്കുന്നു. രാവിലത്തെ പ്രാർത്ഥനയുടെ സ്ഥാനത്തേക്കാണ് വർത്തമാനപത്രം വന്നത് എന്ന് ഹെഗൽ ഇതു സൂചിപ്പിച്ചു (Anderson: 35). താൻ വായിച്ച അതേ തരത്തിലുള്ള പത്രം ചായക്കടയിലും താൻ പോകുന്ന മറ്റിടങ്ങളിലും എല്ലാം ഒരാൾ കാണുന്നു. മതേതരവും ചരിത്രപരമായി സമയക്രമീകരിക്കപ്പെട്ടതുമായ സാങ്കല്പിക സമൂഹം അങ്ങനെ ഉണ്ടായിത്തീരുന്നു. അങ്ങനെ കഥാപരത ശാന്തമായും തുടർച്ചയായും നിലനിന്ന് യാഥാർഥ്യവുമായി ബന്ധം സ്ഥാപിക്കുന്നു. അതിന് ദൈനംദിനജീവിതത്തിൽ യാഥാർഥ്യത്തിന്റെ അടിത്തറ ലഭിക്കുന്നു. കല്പനയുടെ ഈ ഇടനിലയിലൂടെയാണ് രാഷ്ട്രയാഥാർഥ്യം രൂപപ്പെടുന്നത്.

നേരത്തെ നിലനിന്ന മൂന്നു തരം അധികാര-അറിവു രൂപങ്ങളെ പിന്തള്ളിയാണ് ഈ പുതിയ രൂപം വരുന്നത് (Anderson: 36).

1. ഏതെങ്കിലും സവിശേഷഭാഷയിലെ എഴുത്തിന് സത്താശാസ്ത്രപരമായ സത്യത്തിലേക്ക് വിശേഷാധികാരത്തോടെ പ്രവേശമുണ്ട്. ഈ ഭാഷ സത്യത്തിൽ നിന്ന് വേർപെടുത്താൻ കഴിയാത്തതാണ്. ക്രിസ്ത്യാനിറ്റിയും ഇസ്ലാമുമുൾപ്പെടെയുള്ള മതങ്ങൾ ഈ ധാരണകളിലാണ് അവരുടെ ഐക്യദാർഢ്യം കെട്ടിപ്പടുത്തത്.

2. മറ്റു മനുഷ്യരിൽ നിന്ന് വ്യത്യസ്തരായ, ദൈവികമായ അധികാരമുള്ള ചക്രവർത്തിമാരുടെ ചുറ്റുമാണ് സമൂഹം കെട്ടിപ്പടുക്കേണ്ടത് . ദൈവികമായ ഭാഷയ്ക്കുള്ളതുപോലെ ഈ ഏകാധിപതിക്കും സത്യത്തിലേക്ക് വിശേഷരൂപത്തിൽ പ്രവേശമുണ്ടെന്ന ധാരണ.

3. കോസ്മോളജിയെയും ചരിത്രത്തെയും തുല്യമായി കാണൽ. ലോകത്തിന്റെയും മനുഷ്യന്റെയും ആരംഭം ഒന്നിച്ചായിരുന്നുവെന്ന ധാരണ.

ഈ ധാരണകളാണ് ആധുനികതയോടെ തകർന്നു വീണത്. സാമ്പത്തിക മാറ്റം, സാമൂഹ്യവും ശാസ്ത്രീയവുമായ കണ്ടെത്തലുകൾ, പുതിയ വാർത്താവിനിമയ രീതികൾ എന്നിവയുടെ പിൻബലത്തിൽ ആദ്യം പശ്ചിമ യൂറോപ്പിലും പിന്നീട് മറ്റുള്ളിടങ്ങളിലും കോസ്മോളജിയും ചരിത്രവും തമ്മിൽ വിടവുണ്ടാക്കി. ഈ പ്രവണത പുരോഗമിക്കുന്തോറും സാഹോദര്യം, അധികാരം , കാലം എന്നിവ പുതിയ രീതിയിൽ ഘടിപ്പിക്കപ്പെട്ടു. അച്ചടി മുതലാളിത്തത്തിന്റെ പിന്തുണയിൽ തങ്ങളെക്കുറിച്ച് പുതിയ രീതിയിൽ ആലോചിക്കുന്ന, തങ്ങളും മറ്റുള്ളവരുമായി പുതിയ രീതിയിൽ ബന്ധിപ്പിക്കാൻ തുടങ്ങുന്ന ആളുകളുടെ എണ്ണം വർധിച്ചു കൊണ്ടിരുന്നു.

ദേശീതയെയും ദേശരാഷ്ട്രത്തെയും തുലനപ്പെടുത്തുന്ന ആൻഡേഴ്സന്റെ സിദ്ധാന്തം അതേ തലത്തിൽ മൂന്നാംലോകത്തിൽ പ്രയോഗക്ഷമമല്ല എന്നതു വ്യക്തമാണ്. യൂറോപ്പിലേത് അക്രമോത്സുകമായ ദേശീയതയാണെങ്കിൽ മൂന്നാം ലോകത്തേത് പ്രതിരോധപരമായ ദേശീയതയായിരുന്നു എന്നതാണ് അതിലെ പ്രധാന വ്യത്യാസം. മറ്റു നിലകളിലും ദീപേഷ് ചക്രവർത്തിയെപ്പോലുള്ളവർ ആൻഡേഴ്സന്റെ സിദ്ധാന്തത്തെ ഇന്ത്യൻ പശ്ചാത്തലത്തിൽ വിമർശിച്ചിട്ടുണ്ട് (Prathima 2007: 280). എങ്കിലും മുതലാളിത്തം പ്രവർത്തനക്ഷമമാകുന്നതോടെ രാജ്യത്തിനകത്ത് അത് പ്രവർത്തിക്കുന്ന മാനസിക പ്രക്രിയകളിൽ ചില സാമ്യങ്ങൾ ഉണ്ടാകും. ആ നിലയിൽ നോവലുമായി ബന്ധപ്പെട്ട പഠനങ്ങളിൽ അത് ഉപയോഗ്യമാണ്.

രാഷ്ട്രത്തെ സംബന്ധിച്ച ആത്മനിഷ്ഠമായ, സൗന്ദര്യാത്മകമായ വ്യാഖ്യാനമാണ് ആന്റേഴ്സന്റേത്. അതിൽ അച്ചടി പങ്കു വഹിക്കുന്നുണ്ടെന്നും അദ്ദേഹം വിശദമാക്കി. നോവൽ എങ്ങനെ ഒരു പ്രത്യേക ചരിത്രഘട്ടത്തിന്റെ ആവിഷ്കാര രൂപമായി എന്നതും ഇത് വിശദീകരിക്കുന്നുണ്ട്. ചരിത്രശാസ്ത്രത്തെ സംബന്ധിച്ചെന്ന പോലെ നോവലിനെ സംബന്ധിച്ചുമുള്ള രാഷ്ട്രീയ വ്യഖ്യാനമാണിതെന്നും പറയാം.

ദേശരാഷ്ട്രത്തിന്റെ യുക്തിക്കു മാത്രമല്ല, മതപരമായ സമുദായബോധത്തിന്റെയും യുക്തിക്ക് അച്ചടിയും വായനയും വഴിവെച്ചുവെന്നുള്ളതാണ് മറ്റൊരു വീക്ഷണം. പ്രത്യേകിച്ചും ചരിത്രം എന്ന ശാഖയുടെ വികാസം മതാവബോധ നിർമിതിയിൽ എങ്ങനെ പങ്കുവഹിക്കുന്ന

എന്ന് റോമിള ഥാപ്പർ "മതപരമായ സാങ്കല്പിക സമുദായങ്ങളോ? പ്രാചീന ചരിത്രവും ഹിന്ദു സ്വത്വത്തിനുള്ള ആധുനികമായ അന്വേഷണവും" എന്ന പ്രഭാഷണത്തിൽ സൂചിപ്പിക്കുന്നുണ്ട് (Thapar :986). രാഷ്ട്രം ഏതു വിഭാഗത്തിന്റെ സങ്കല്പത്തിലാണ് രൂപപ്പെടുന്നത് എന്ന കാതലായ പ്രശ്നത്തിലേക്ക് ഇതു കടക്കുന്നുണ്ട്. നോവലിന്റെ ചർച്ചയുടെ ആധുനിക- ആധുനികോത്തര സന്ദർഭത്തിൽ ഈ പ്രശ്നം കടന്നുവരികയും ചെയ്യും.

രാഷ്ട്രരൂപീകരണവും അതിന്റെ ഭൂതകാലവും ഒരു കല്പനയാണെന്നും രാഷ്ട്രം തന്നെ ആഖ്യാനത്തിലൂടെ നിർമിക്കപ്പെടുന്നതാണെന്നും എഡ്വേർഡ് സൈദ് പാശ്ചാത്യ സാഹചര്യത്തിൽ നിന്നുകൊണ്ട് പറയുന്നുണ്ട് (Said 1994: 16). എറിക് ഹോബ്സ്ബോം ഉൾപ്പെടെയുള്ളവർ എങ്ങനെയാണ് പത്തൊമ്പതാം നൂറ്റാണ്ടിൽ യൂറോപ്യൻ അധികാരത്തിന്റെ ഇമേജായി ഗ്രീസിനെ സങ്കല്പിച്ചെടുത്തത് എന്ന് (എറിക് ഹോബ്സ്ബോമും ടെറൻസ് റേഞ്ചറും ചേർന്ന് എഴുതിയ ഒരു പാരമ്പര്യത്തിന്റെ കണ്ടെത്തൽ (Invention of a Tradition), മാർട്ടിൻ ബെർണലിന്റെ കറുത്ത അഥീന (Black Athena) എന്നീ പുസ്തകങ്ങൾ ഇതു തുറന്നുകാട്ടുന്നതിൽ പങ്കുവഹിച്ചു) വിവരിക്കുന്നതിനെ മുൻനിർത്തിയുമാണ് സൈദ് ഈ വാദങ്ങൾ മുന്നോട്ടുവെക്കുന്നത്. തിമോത്തി ബ്രണ്ണനും ആന്റേഴ്സന്റെ വാദത്തെ മുൻനിർത്തി നോവലിനെയും രാഷ്ട്രത്തെയും ബന്ധിപ്പിക്കുന്നു (Brennen :49).

എന്നാൽ ദേശീയതയെ ആകപ്പാടെ തള്ളിക്കളയുന്നതും ദേശീയതകൾ തമ്മിലുള്ള വ്യത്യാസം കാണാതിരിക്കുകയും ചെയ്യുന്ന സമീപനത്തെ ഹോമിഭാഭ എഡിറ്റു ചെയ്ത രാഷ്ട്രവും ആഖ്യാനവും (Nation and Narration) എന്ന പുസ്തകത്തിലെ മറ്റു ചില പഠനങ്ങൾ വിമർശിക്കുന്നുണ്ട്. ദേശീയതയെ നിരാകരിക്കുന്ന മട്ടിലുള്ള കോളനിയനന്തര വിമർശനം രാഷ്ട്രീയപ്രയോഗവുമായി ബന്ധം വിച്ഛേദിക്കുന്നതിലേക്കാണ് നയിക്കുന്നത് എന്ന് സിമോൺ ദൂറിംഗ് വിലയിരുത്തുന്നു. ഒന്നാം ലോക കോളനിയായ ആസ്ത്രേലിയയിൽ ദേശീയതവാദം ഗുണപരമായി ആവശ്യമാണെന്നും അദ്ദേഹം വാദിക്കുന്നു. (During: 139). ദേശീയതയും നോവലും തമ്മിലുള്ള പാശ്ചാത്യലോകത്തെ ബന്ധമല്ല ആഫ്രിക്കയിലുള്ളതെന്ന് ആഫ്രിക്കക്കാരായ അമോസ് റ്റുറ്റുവോലയുടെയും ചിനുവ അച്ചബെയുടെയും നോവലുകളെ മുൻനിർത്തി ജെയിംസ് സ്നീഡ് വിശദീകരിക്കുന്നു (Snead :247).

ഭാഷയും ദേശീയതയും

ഏതു സമൂഹവിഭാഗത്തിന്റെ വിഭാവനയാണ് രാഷ്ട്രം എന്ന ചോദ്യം ഏതു ഭാഷയിലൂടെയുള്ള വിഭാവനം എന്നിടത്തേക്കും എത്തും. മതപരമായ പരിവേഷമുള്ള ഭാഷകൾ, കൊളോണിയൽ ഭാഷകൾ, ആധുനികമായ ദേശഭാഷകൾ എന്നിവയിലെല്ലാം നടക്കുന്ന വിഭാവന പ്രക്രിയകൾ തമ്മിൽ വ്യത്യാസമുണ്ട്. ഇവയെ മുൻനിർത്തിയുള്ള വിജ്ഞാനോല്പാദനത്തിനും വ്യത്യാസമുണ്ട് (Devy :128). നോവൽ ദേശരാഷ്ട്രാവബോധത്തിന്റെ ഉപാധിയായ ആധുനിക ഭാഷകളിലാണ് നിർമിക്കപ്പെട്ടത്.

അച്ചടിക്കു പുറമേ നോവൽ ഉയർന്നു വന്നതിന്റെ ആധുനിക സന്ദർഭം നേരത്തെ തന്നെ ചർച്ച ചെയ്യപ്പെട്ടിട്ടുള്ളതാണ്. അതിന്റെ വ്യത്യസ്ത ഉപാധികൾ എന്തെല്ലാമാണെന്ന് വിശദീകരിക്കപ്പെട്ടിട്ടുണ്ട്.

1. ആധുനിക വ്യക്തി സ്വത്വം
2. ആധുനിക സ്ഥലകാലങ്ങൾ
3. ആധുനിക രാഷ്ട്രം
4. കോളനീകരണം

ആധുനിക വ്യക്തിസ്വത്വമെന്നു പറയുന്നത് ഫ്യൂഡൽ ഘട്ടം കഴിഞ്ഞ് ഉയർന്നുവന്ന മധ്യവർഗം തന്നെയാണ്. മുതലാളിത്തപര മായ വ്യക്തിബോധമെന്ന് ഇതിനെ പറയാം. ആധുനികത ഗോത്രപ രവും പ്രാദേശികവുമായ സ്ഥലകാലങ്ങളെ നിരാകരിച്ച് ആഗോളമായ ഒരു സ്ഥലകാലബോധത്തെ നിർമിച്ചു.

ആധുനിക സ്ഥലകാലങ്ങൾ കേവലം ശാസ്ത്രീയമായ കണ്ടത്തലുക ളുമായി ബന്ധപ്പെട്ടതാണെന്ന് പറഞ്ഞുവരാറുണ്ട്. കോപ്പർനിഷ്യൻ- ഗലീലിയൻ- ന്യൂട്ടോണിയൻ കണ്ടെത്തലുകളാണ് ആധുനിക സ്ഥ ലകാലങ്ങളെ നിർമിച്ചത് എന്നാണ് വാദം. ഉപകരണയുക്തിയിൽ നിന്ന് നോക്കുമ്പോൾ ഈ വാദം സാധുവാണ്.

കോളനീകരണവും നോവൽ ജന്മസും

നോവലിന്റെ ജനനം തന്നെ പാശ്ചാത്യസമൂഹത്തിൽ കോളനീ കരണവുമായി ബന്ധപ്പെട്ടാണ് നിലനിന്നത് എന്ന് എഡ്വേർഡ് സൈദ് വ്യക്തമാക്കുന്നുണ്ട്(Said: 1994). ബ്രിട്ടീഷ് നോവലുകളെ മുൻ നിർത്തി കോളനീകരണത്തിന്റെ ന്യായീകരണവും യുക്തിയുമായി

എങ്ങനെയാണ് നോവൽ പ്രവർത്തിക്കുന്നത് എന്ന് അദ്ദേഹം ചർച്ച ചെയ്യുന്നു. സാമ്രാജ്യത്വത്തിന്റെ ഏറ്റവും വലിയ പ്രത്യയശാസ്ത്രരൂപമായി നോവലിനെ സൈദ് കാണുന്നു. ഇംഗ്ലീഷ് നോവലുകളെ മുൻനിർത്തി സൈദ് ചില നിരീക്ഷണങ്ങൾ മുന്നോട്ടുവെക്കുന്നു.

1. ആദ്യകാലത്ത് സാമ്രാജ്യത്വം നേരിട്ട് വിഷയമല്ലാതിരുന്ന കൃതികളുമായി അതു വിഷയമായ നോവലുകൾ ഒരു തുടർച്ച സൂക്ഷിക്കുന്നുണ്ട്.
2. ഇംഗ്ലണ്ടും ലോകവും തമ്മിലുള്ള സൂക്ഷ്മമായ രാഷ്ട്രീയ ബന്ധങ്ങളെ വ്യക്തമാക്കുന്നതിലും ശക്തിപ്പെടുത്തുന്നതിലും മുന്നോട്ടുപോകുന്നതിനു പോലും നോവൽ പങ്കാളിയാണ്.
3. അത് ഇംഗ്ലണ്ട് കേന്ദ്രമായ ഒരു ആഗോള ക്രമത്തെ മുന്നോട്ടുവെക്കുന്നു
4. കോളനീകരണത്തെ വിമർശിക്കുന്ന കൃതികളും അതിന്റെ ലോകബോധത്തെ അറിയാതെ പങ്കിടുന്നുണ്ട്.

നോവലിന്റെ കേന്ദ്രസ്ഥാനത്തുള്ള ആധികാരിക കർത്തൃത്വമായ ഈഗോയുമായി നോവൽ സ്വരൂപം ബന്ധപ്പെട്ടിരിക്കുന്നു. നോവലിന്റെ നായകന്റെയും നായികയുടെയും അസ്വസ്ഥതയും ഊർജ്ജസ്വലവും സംരംഭകനായ ബൂർഷ്വാസിയുടെതുമായി ഒത്തുപോകുന്നതാണ്. നേരെ വിരുദ്ധമായ ഒരു വാദം മിലൻ കുന്ദേര മുന്നോട്ടുവെക്കുന്നുണ്ട്. *ദ ആർട് ഓഫ് ദ നോവൽ* എന്ന പഠനത്തിൽ മിലൻ കുന്ദേര ആധുനികതായുക്തിയുമായി നോവൽ എന്ന രൂപം എങ്ങനെ വിപരീതതലത്തിൽ ബന്ധപ്പെട്ടു നില്ക്കുന്നു എന്നു വിശദീകരിക്കുന്നുണ്ട്. ആധുനികതയുടെ പ്രതിസന്ധിയെ മുൻനിർത്തിയാണ് ഈ ചർച്ച നടക്കുന്നത്. ഗലീലിയോവിന്റെയും ദക്കാർത്തിന്റെയും കാലത്ത് ആരംഭിക്കുന്നതാണ് ഈ പ്രതിസന്ധിയുടെ വേര് എന്നു വാദിക്കുന്ന എഡ്മണ്ട് ഹുസ്സേളിന്റെ 1935 -ലെ പ്രസിദ്ധമായ വിയന്ന പ്രസംഗത്തിലേക്ക് കുന്ദേര ശ്രദ്ധ ക്ഷണിക്കുന്നു. അദ്ദേഹം വാദിക്കുന്നത് ആധുനികയുഗത്തിന്റെ സ്ഥാപകൻ ദക്കാർത്ത് മാത്രമല്ല, സെർവാന്റീസ് കൂടിയാണ് എന്നാണ്(1993: 4). ഹുസ്സേളും അദ്ദേഹത്തിന്റെ ശിഷ്യനായ ഹെഡഗറും കാണാതെ പോയത് സെർവാന്റീസിനെയാണ്. തത്ത്വചിന്തയും ശാസ്ത്രവും മനുഷ്യന്റെ ഉണ്മയെ മറന്നുവെന്നതു ശരിയാണ്. എന്നാൽ സെർവാന്റീസിൽ ആരംഭിച്ചത് നഷ്ടപ്പെട്ട ഉണ്മയെ തേടിയുള്ള അന്വേഷണമാണ് എന്ന് കുന്ദേര.

"ആധുനികയുഗത്തിന്റെ ആരംഭത്തോടു കൂടി ഇടർച്ചയില്ലാതെ വിശ്വസ്തതയോടെ നോവൽ മനുഷ്യനെ പിന്തുടർന്നിട്ടുണ്ട്. യൂറോപ്യൻ ആത്മീയതയുടെ സത്തയായി ഹുസ്സേൾ പറയുന്ന അറിയാനുള്ള ആഗ്രഹം നോവലിനെ പിടികൂടുകയും ഉണ്മയെ വിസ്മരിക്കുന്നതിനെ തിരെ മനുഷ്യന്റെ മൂർത്തജീവിതത്തെ പരിശോധിക്കുന്നതിലേക്ക് നയിക്കുകയും ചെയ്തു" (Kundera : 5).

ദക്കാർത്തിന്റെ സമീപനത്തിൽ നിന്ന് എങ്ങനെ സെർവാന്റീസിന്റെ പാത വ്യത്യസ്തമാകുന്നുവെന്നു കുന്ദേര പറയുന്നു. ദക്കാർത്തിനോടൊപ്പം ചിന്തിക്കുന്ന ആത്മം എല്ലാറ്റിന്റെയും അടിത്തറയായി. അങ്ങനെ ലോകത്തെ ഒറ്റയ്ക്ക് നേരിടേണ്ടതായി. ഇത് ഹെഗൽ ഹീറോയിക് എന്നു വിളിക്കുന്ന സമീപനമാണ്. എന്നാൽ ഇതിൽ നിന്നും ഭിന്നമായി സെർവാന്റീസ് ലോകത്തെ ഒരു സന്ദിഗ്ധതയായി കാണുന്നു. ലോകത്തിൽ അദ്ദേഹം ദർശിച്ചത് ഒരു കേവല സത്യത്തെയല്ല, പകരം പരസ്പരവിരുദ്ധമായ സത്യങ്ങളുടെ ഒരു കലങ്ങിമറിയലായി ലോകത്തെ കാണുകയാണ് ചെയ്തത്. തീർച്ചയില്ലായ്മയാണ് മനുഷ്യന് ഉറപ്പിക്കാവുന്ന ഒരേയൊരു തീർച്ച എന്നു ദർശിച്ചു.. ഇത്തരത്തിലുള്ള ഒരു ലോകവീക്ഷണത്തിന് കുറഞ്ഞ ധീരത മതിയാവുകയില്ലെന്നാണ് കുന്ദേര പറയുന്നത്.

യൂറോപ്യൻ സാഹചര്യങ്ങളിൽ നിന്ന് വ്യത്യസ്തമായ ഒരു വ്യക്തിസങ്കല്പമാണ് ഇന്ത്യൻ സാഹചര്യത്തിലുള്ളത്. യൂറോപ്പിന്റെ ആധുനികതയ്ക്ക് വ്യക്തിതലമാണുള്ളതെങ്കിൽ ഇന്ത്യയുൾപ്പെടെയുള്ള മൂന്നാം ലോക സമൂഹത്തിലെ ആധുനികതയ്ക്ക് സാമൂഹ്യതലമാണുള്ളതെന്നത് പുതിയ നിരീക്ഷണമല്ല. നാടിൽ നിന്നും കുടുംബത്തിൽ നിന്നും തികച്ചും വ്യത്യസ്തമായ കേവല വ്യക്തികളായി (സൈദ് ബ്രിട്ടീഷ് നോവലുകളെക്കുറിച്ച് പൊതുവെ പറയുന്നതു പോലെ) ഗണിക്കുന്ന മട്ടിലല്ല, മൂന്നാം ലോകത്തെ ആധുനികപൂർവ ജീവിതഘടന. നമ്മുടെ ആധുനികത സമൂഹത്തിൽ നിന്ന് സ്വതന്ത്രരായ വ്യക്തികളെ നിർമിക്കുകയല്ല, പകരം യാഥാസ്ഥിതിക സമൂഹത്തിന് പകരം മറ്റൊരു സമൂഹ വ്യവസ്ഥ തന്നെ സൃഷ്ടിക്കുകയാണ് ലക്ഷ്യം വെച്ചത്, വിശേഷിച്ചും കൊളോണിയൽ വിരുദ്ധ സമരങ്ങളുടെ ഭാഗമായി ഒരു ദേശീയ ആധുനികത രൂപപ്പെട്ട ശേഷം. ക്രൈസ്തവ മൂല്യങ്ങളായും ഗ്രീക്ക് കാലം മുതലേയുള്ള മൂല്യങ്ങളായും യൂറോപ്പ് സങ്കല്പിക്കുന്ന കേവലതയല്ല, കൊളോണിയൽ ആധുനികതയുടെ പിന്നാലെ വന്ന ദേശീയ ആധുനികതയും കീഴാള ജനകീയ ആധുനികതയും മുന്നോട്ടുവെച്ച മൂല്യങ്ങളാണ് ആധുനിക രൂപങ്ങൾക്ക്

അടിത്തറയായത്. ഇന്ത്യൻ സാഹചര്യത്തിൽ ആധുനിക നോവൽ പ്രകടിപ്പിക്കുന്ന ഉണ്മയുടെ (കുന്ദേരയുടെ പ്രയോഗം) ഭാഗമാണ് ഈ ധാർമിക മൂല്യങ്ങൾ. കഴിഞ്ഞ അധ്യായത്തിൽ സൂചിപ്പിച്ച പോലെ, അത് നമ്മുടെ രാഷ്ട്രീയ സൗന്ദര്യശാസ്ത്രവുമായി ബന്ധപ്പെട്ടിരിക്കുന്നു.

രാഷ്ട്രഭാവന:
ഗാന്ധി, മാർക്സ്, അംബേദ്കർ

രാഷ്ട്രഭാവനയും ആധുനികതയും തമ്മിലുള്ള ബന്ധത്തെ മുൻനിർത്തി ഗാന്ധി, മാർക്സ്, അംബേദ്കർ പരിസരത്തു നിന്ന് നോവലിനെ നോക്കിക്കാണാൻ കഴിയും. കർഷകവർഗത്തെയും ഗ്രാമീണജനതയെയും പിന്തള്ളി നഗരകേന്ദ്രിതമായി രൂപപ്പെടുന്നതാണ് രാഷ്ട്രം എന്ന് ഗാന്ധി പക്ഷത്തുനിന്നു വ്യക്തമായും വാദിക്കാവുന്നതാണ്. *ഹിന്ദ് സ്വരാജി*ലെ വാദങ്ങൾ നേരിട്ട് ഇതുമായി ബന്ധപ്പെടുത്താവുന്നതാണ്. മാർക്സിയൻ പക്ഷത്തുനിന്ന് ദേശീയത, ദേശരാഷ്ട്രം എന്നിവയുമായി ബന്ധപ്പെടുത്തിയുള്ള നോവൽ വിമർശനം നേരത്തെ നിലവിലുണ്ട്.

അടിയന്തിര ലോകത്തിൽ നിന്ന് ഭിന്നമായി അതിവർത്തനത്തിന്റെ ഒരു ലോകം രൂപപ്പെടുന്നു. അടിയന്തിരമായ, തൊട്ടടുത്ത് അനുഭവിക്കാവുന്ന സ്ഥലകാലങ്ങളിൽ നിന്നും ഭാവനാത്മകമായ, അതീതമായ സ്ഥലകാലങ്ങളിലേക്ക് വ്യക്തിയെ ഉദ്ഗ്രഥിക്കുന്നതിന്റെ തലം ആധുനിക ഭാവനയ്ക്കും അതുവഴി നോവലിനുമുണ്ട്. ഗാന്ധി തീവണ്ടിയെക്കുറിച്ച് പറഞ്ഞത് നോവലിനെക്കുറിച്ചും പറയാം. "മനുഷ്യന്റെ കൈകാലുകൾക്കുല്പാദിപ്പിക്കാൻ കഴിയുന്ന വേഗമാണ് പ്രകൃതിനിയമമനുസരിച്ച് അവന് ഹിതകരമായിട്ടുള്ള വേഗപരിധി. റെയിൽ വഴിയോ മറ്റുതരത്തിലോ ഉല്പാദിപ്പിക്കുന്ന അതിധ്രുതഗതിയാണ് ആധുനിക വിഭ്രാന്തികളിൽ മിക്കതിനും ഉറവിടം. നമ്മുടെ വൈഷമ്യങ്ങൾ നമ്മുടെ തന്നെ സൃഷ്ടികളാകുന്നു... തൊട്ടയൽക്കാരനെ സേവിക്കാൻ പാകത്തിലാണവന്റെ സൃഷ്ടി. എന്നാൽ ലോകത്തിലെത്ര അകലെയുള്ളവനെയും ശാരീരികമായി സേവിക്കാനുള്ള വഴി കണ്ടെത്താനായെന്ന് അവൻ അഹങ്കരിക്കുന്നു" (മഹാത്മാഗാന്ധി 2001 : 24-25).

പ്രാദേശികവും ആധുനികതയ്ക്കു മുമ്പുള്ളതുമായ ജീവിതം ചെറിയ സ്ഥലരാശിയിൽ ഒതുങ്ങുന്നതായിരുന്നു. ആധുനികജീവിതം സ്ഥലപരമായി കൂടുതൽ വലിയതുമാണ്.

സ്ഥലം കൂടുതൽ വിപുലമായതുപോലെ തന്നെ കാലവും കൂടുതൽ വിശാലവും ആധുനികവുമായി. സ്ഥലം, കാലം എന്നിവയ്ക്കൊപ്പം സ്വത്വബോധത്തിനും (ഇവിടെ അതിനെ തത്ത്വചിന്താപരമായ ഈഗോ എന്നു വിളിക്കാം) വിപുലീകരണം വരുന്നു. പ്രാദേശിക ജീവിതത്തിൽ നിന്നും ആധുനികവും ദേശീയവുമായ ജീവിതത്തിലേക്ക് കടന്നപ്പോൾ ഈഗോവിന് വരുന്ന പരിണാമം കേവലം സ്ഥലപരമായ ഭാവനയിൽ നിന്നു മാത്രം സംഭവിച്ചതല്ല. അതിനെ സാധ്യമാക്കുന്ന ദേശീയവും ആധുനികവുമായ വ്യവഹാരങ്ങളുമായി ബന്ധപ്പെട്ടുമാണ് ഈഗോ പുതിയ വലിപ്പങ്ങൾ ആർജ്ജിക്കുന്നത്. ആധുനികമായ ആഗോളപരതയെ സാക്ഷാത്കരിക്കുന്നതിനുള്ള വഴി ദേശീയമായ ഈഗോവിനെ ആദ്യം സാക്ഷാത്കരിക്കുകയാണ്. ദൃശ്യഭാവനയാണ് ഇവിടെ പ്രാദേശികത ചെറുതും ദേശീയത വലുതുമാണെന്ന പ്രതീതി സൃഷ്ടിക്കുന്നത്.

തൊട്ടടുത്തുള്ള മൂർത്തജീവിതവും അതിന്റെ ബന്ധങ്ങളും ജീവിതത്തിന്റെ അടിയന്തിര സാന്നിധ്യങ്ങളാണ്, ഇന്ദ്രിയപരമാണ്. എന്നാൽ ഭാവനയിലൂടെ സ്വാംശീകരിക്കുന്ന ദേശീയജീവിതവും അതിലൂടെ കൈവരുന്ന ഈഗോയും സാങ്കല്പികവും അതിവർത്തനപരവുമാണ്. ലോകാത്മാവുമായോ രാഷ്ട്രത്തിന്റെ ആത്മാവുമായോ സാങ്കല്പികമായി ഐക്യപ്പെട്ടാണ് ഒരാൾ ഭാവനയിൽ ലോകപൗരനോ രാഷ്ട്രപൗരനോ ആകുന്നത്. ഇന്ദ്രിയപരമെന്നതിനേക്കാൾ ധ്യാനാത്മകമാണ് ആ ബന്ധം. ആധുനികഘട്ടമെത്തുമ്പോഴേക്കും പ്രാദേശികതയുമായി ബന്ധപ്പെട്ട സ്വത്വത്തിന് ആധികാരികത നഷ്ടപ്പെടുന്നു. അതേസമയം രാഷ്ട്രവുമായി ബന്ധപ്പെട്ട സ്വത്വം ആധികാരികത നേടിയെടുക്കുകയും ചെയ്യുന്നു. ലോകം മുഴുവൻ പ്രാഥമികമായി രാഷ്ട്രങ്ങളായി വേർതിരിഞ്ഞു നില്ക്കുന്നതുകൊണ്ട് രാഷ്ട്രവുമായി ബന്ധപ്പെട്ട ഈഗോ സ്വാഭാവികമെന്നതുപോലെ കേവലവുമാണെന്ന ധാരണ സൃഷ്ടിക്കപ്പെടുന്നുണ്ട് (ഗോത്രകാലത്ത് ഗോത്രപരമായ ഈഗോ സ്വാഭാവികമാണെന്ന് തോന്നിച്ചിരുന്നു). മൂർത്തമായത് തൊട്ടടുത്തുള്ള ജീവിതമായതിനാൽ അതിൽ നിന്ന് വേറിട്ടു നില്ക്കുന്ന ദേശീയ ഈഗോ അമൂർത്തമാണെന്നുള്ള പ്രതീതിയും ഉണ്ടാകുന്നു. രാഷ്ട്രങ്ങൾ എല്ലാം പുരോഗമിക്കുന്നതാണെന്നും പുരോഗമിക്കുന്നത് യൂറോപ്യൻ രാഷ്ട്രങ്ങളെപ്പോലെയാകാനാണെന്നുമുള്ള ധാരണ കോളനി-കോളനിയനന്തര സമൂഹങ്ങളിൽ വ്യാപകമാണ്. അതുകൊണ്ടുതന്നെ രാഷ്ട്രവുമായി ബന്ധപ്പെട്ട ഈഗോവിന് യൂറോകേന്ദ്രീകരണ സ്വഭാവവുമുണ്ട്. ഈ നിലയിൽ കേവലത, അമൂർത്തത,

രാഷ്ട്രകേന്ദ്രീകരണം, യൂറോകേന്ദ്രീകരണം എന്നിവ ചേരുന്നതാണ് ആധുനികമായ ഈഗോ. നോവലിലെ ഈഗോവിന് ഇതുമായി ബന്ധമുണ്ട്.

നോവലിന്റെ ജനനം തന്നെ ആധുനിക ബൂർഷ്വാസിയുടെ ഉദയവുമായി ബന്ധപ്പെട്ടതാണെന്ന് നേരത്തെ തന്നെ മാർക്സിസ്റ്റ് നിരൂപകർ ഉന്നയിച്ചിട്ടുണ്ട്. ആധുനിക സ്ഥലകാലങ്ങളെ സാമൂഹ്യ ജീവിതത്തിന്റെ മൂർത്തമായ ഭാഗമാക്കുന്നത് ആധുനിക കമ്പോള ത്തിന്റെ ആവിർഭാവമാണ്. പുതിയതരം കൈമാറ്റവ്യവസ്ഥയാണ്. ഉല്പന്നങ്ങൾ പരസ്പരം കൈമാറുന്ന കൈമാറ്റവ്യവസ്ഥ(ബാർട്ടർ)യിൽ നിന്നും വ്യത്യസ്തമായി ഉല്പന്നങ്ങളോരോന്നിനെയും ഒരു പൊതുവായ മാനകവ്യവസ്ഥയുമായി നേരിട്ട് താരതമ്യം ചെയ്യാവുന്ന പണത്തിന്റെ ആവിർഭാവത്തോടെയാണ് ആധുനിക സ്ഥലകാലങ്ങളും ജനിക്കു ന്നത്. ഇത്ര നാഴി അരിക്ക് ഇത്ര തേങ്ങ എന്നു പറയാവുന്ന ഘട്ടം കഴിഞ്ഞ് ഇത്ര അരിക്ക് ഇത്ര രൂപ, ഇത്ര തേങ്ങയ്ക്ക് ഇത്ര രൂപ എന്നു പറയാവുന്ന ഘട്ടം.

വിശാലമായ സ്ഥലകാല പശ്ചാത്തലത്തിൽ ഒരു ചരക്ക് ഒറ്റ യ്ക്ക് അർത്ഥപൂർണമാകുന്നത് അപ്പോഴാണ്. ബഹുമാനകത്വത്തെ നിഷേധിച്ച് ഏകമാനകമായ പണം കടന്നുവരുന്നു. ബഹുദൈവങ്ങ ളിൽ നിന്ന് ശൂന്യസ്ഥലകാലങ്ങളിലേക്കുള്ള മാറ്റമാണിത്. പുതിയ ചരക്കുകളും പുതിയ കമ്പോളവും അന്വേഷിച്ച് സ്വന്തം അതിർത്തി വിട്ട് വ്യാപാരശക്തികൾ സഞ്ചരിക്കുന്ന ഘട്ടത്തിലേക്ക് കടക്കുന്നു. ലോകത്തിലെ മുക്കും മൂലയും എല്ലാം സ്വന്തം കാഴ്ചയുടെ പരിധി യിലാകുന്നു. പതിനഞ്ചാം നൂറ്റാണ്ടിൽ സ്പെയിനും പോർച്ചുഗലും പടിഞ്ഞാറിനെ കിഴക്കുമായും അമേരിക്കയുമായും ബന്ധിപ്പിക്കുന്നു. കോപ്പർനിക്കസിന്റെയും ഗലീലിയോവിന്റെയും പ്രപഞ്ചവീക്ഷണം ഈ പരിവർത്തനത്തിന് സമാനമായ ലോകബോധത്തെ നിർമിക്കു ന്നു. അതുകഴിഞ്ഞ് ന്യൂട്ടോണിയൻ സ്ഥലകാലവീക്ഷണം കടന്നുവ രുന്നു. അനന്തമായ സ്ഥലം, അനന്തമായ കാലം. സ്ഥലകാലങ്ങൾ അന്തർദർശനപരമാണെന്ന് ഇമ്മാനുവേൽ കാന്റ് സിദ്ധാന്തിക്കുന്നു. ഈ പരിവർത്തനങ്ങളുടെയെല്ലാം ഇടയിലാണ് നോവൽ എന്ന ജനുസ്സും രൂപപ്പെടുന്നത്.

രാഷ്ട്രവിഭാവനയെ അംബേദ്കർ പക്ഷത്തുനിന്നു നോക്കിക്കാ ണുമ്പോൾ വെളിപ്പെടുന്നത് അതിലെ സവർണതയായിരിക്കും. ഗാന്ധിയുടെ ദേശീയമായ വ്യക്തിത്വസ്ഥാപനത്തിൽ പത്രങ്ങൾ

എത്രത്തോളം പങ്കുവഹിച്ചുവെന്ന് അംബേദ്കർ വ്യക്തമാക്കുന്നുണ്ട്. അത് ഗാന്ധിയെപ്പോലുള്ള വ്യക്തികളെ വളർത്തുന്നതെങ്ങിനെ എന്നു വിമർശിച്ചിട്ടുണ്ട് (Ambedkar 2002: 128). മറ്റൊരു സന്ദർഭത്തിൽ സാക്ഷരത സ്വാഭാവികമായി രാഷ്ട്രീയ വിവേകത്തിലേക്ക് (political intelligence) നയിക്കണമെന്നില്ലെന്നും അദ്ദേഹം പറയുന്നുണ്ട്.

പത്രം രാഷ്ട്രത്തിന്റെ വർത്തമാനത്തെ നിർണയിക്കുന്നുവെന്ന ആൻഡേഴ്സന്റെ വാദത്തെ പിന്തുടർന്ന് അതിന് ദളിത് പക്ഷത്തു നിരീക്ഷിച്ചാൽ ആധുനിക ഇന്ത്യൻ ദേശീയതാവിഭാവനത്തിലെ സവർണതാബോധം വ്യക്തമാകും. പത്രപ്രവർത്തകന്റെ ദേശീയതാസങ്കല്പത്തെക്കുറിച്ച് ചർച്ച ചെയ്യുമ്പോൾ ഇന്ത്യയിലെ പത്രപ്രവർത്തനരംഗം തന്നെ ഏതു വർഗത്തിന്റെ കയ്യിലാണെന്ന ചോദ്യം സംഗതമാണ്. ഇന്ത്യൻ പത്രലോകത്തിലെ ദളിത സാന്നിധ്യത്തിലൂന്നിയും ഈ ചോദ്യം ചോദിക്കാവുന്നതാണ്. ഇന്ത്യയിൽ എത്ര ദളിത് ജേണലിസ്റ്റുകളുണ്ടെന്ന ചോദ്യം ഉന്നയിക്കപ്പെട്ടുകഴിഞ്ഞിട്ടുണ്ട് (രഞ്ജിത് തങ്കപ്പൻ 101). കെന്നത്ത് കൂപ്പർ ഉന്നയിച്ച ഈ ചോദ്യത്തിന് പിറകെ നടന്ന ബി. എൻ. ഉണിയാൽ എന്ന ഇന്ത്യൻ പത്രപ്രവർത്തകൻ പ്രതികരിച്ചത് മുപ്പതുവർഷക്കാലത്തെ തന്റെ പത്രപ്രവർത്തനത്തിനിടയിൽ ദളിതനായ ഒരു പത്രപ്രവർത്തകനെയും താൻ കണ്ടിട്ടില്ല എന്നാണ്. 1996-ലെ അക്രഡിറ്റേഷൻ ഇൻഡക്സ് പരിശോധിച്ചിട്ട് ഒരു ദളിതനെയും കണ്ടെത്താൻ കഴിഞ്ഞുമില്ല (102).

ഈ പഠനത്തിന് തെരഞ്ഞെടുക്കപ്പെട്ട കൃതികൾ രൂപപ്പെട്ട 1960 -കൾ മുതൽക്കിങ്ങോട്ടുള്ള ദേശീയ ജീവിതത്തിന്റെ വർഗ വർണ ഘടകങ്ങൾ കൂടി ഇവിടെ പരിഗണിക്കേണ്ടിവരുന്നു. നെഹ്റുവിയൻ ദേശരാഷ്ട്രഘട്ടത്തിൽ രൂപപ്പെട്ട ബുദ്ധിജീവികളുടെ വർഗ-വർണ ചേരുവകൾ ഇവിടെ പ്രസക്തമാകും. രാഷ്ട്രത്തെ വിഭാവനം ചെയ്യാൻ ശേഷിയുള്ള സംവാദങ്ങൾ നിർണയിച്ച വർഗവും അവരുടെ വ്യവഹാരവും പരിഗണിക്കേണ്ടിവരും. നെഹ്റുവിയൻ ഘട്ടത്തെക്കുറിച്ച് ഓംവെദ്തിന്റെ ഒരു നിരീക്ഷണം ഇതാണ്: "നെഹ്റുവിയൻ ബ്രാഹ്മണിക്കൽ സോഷ്യലിസത്തിന്റെ മാതൃക ശക്തമായ ഒരു ഉപരിഘടനയെ സൃഷ്ടിച്ചു. ഘനവ്യവസായത്തിന്റെ അടിത്തറ, ശാസ്ത്രീയവും ടെക്നോളജിക്കലുമായ സ്ഥാപനസംവിധാനങ്ങൾ, വ്യാപകമായ സർവകലാശാലാ സമ്പ്രദായം, തിളങ്ങുന്ന സാംസ്കാരിക മണ്ഡലം എന്നിവ" (Omvedt 1995: 67).

അടിത്തട്ടിൽനിന്നുയരുന്ന സമരമാണ് സംസ്കാരത്തെ രൂപീകരിക്കുന്നത് എന്നതിനാൽ അത്തരം സമരങ്ങളുടെയും ആ സമരങ്ങൾ പൊതുമണ്ഡലത്തിൽ എത്തി ആധികാരികത സ്ഥാപിക്കുന്നതിന്റെയും പരിമിതിയെക്കൂടി ഇത് വ്യക്തമാക്കുന്നു (കാനോനീകരിക്കപ്പെട്ട എഴുത്തുകാരും കൃതികളും മാത്രമാണ് ഈ പഠനത്തിൽ കണക്കിലെടുത്തത് എന്നതു കൊണ്ട് അതിന് പുറത്തു കൃതികൾ രൂപപ്പെട്ടുവെന്നകാര്യം കാണാതിരിക്കുന്നില്ല. അത്തരം കൃതികൾ എന്തുകൊണ്ട് കാനോനീകരണത്തിന് വിധേമായില്ല എന്നതിന്റെ പ്രത്യയശാസ്ത്രം വിശദമാക്കപ്പെടുകയാണ് അപ്പോൾ).

സമൂഹത്തിന്റെ അടിത്തട്ടിലുണ്ടായിരുന്നവർ മേൽജാതി, മധ്യവർഗ, നാഗരിക, ആൺ ഗവേഷകർ ഉണ്ടാക്കിയ ചിന്താപരമായ തമസ്കരണം (cogntitve black out) കൊണ്ട് അദൃശ്യരായിരുന്നുവെന്നും എന്നാൽ അവർ ഇന്ന് പൂർണമായ കാഴ്ചയിലേക്ക് വന്ന് തങ്ങളുടെ ഭാഗം ചോദിച്ചുതുടങ്ങിയിരിക്കുന്നുവെന്നും നിരീക്ഷിക്കപ്പെട്ടിട്ടുണ്ട്. അധ്വാനം, ലൈംഗികത, അറിവ് എന്നിവ ചേർന്ന സങ്കീർണമായ മേൽകീഴ് ബന്ധങ്ങളിലൂടെ സൃഷ്ടിക്കപ്പെട്ട ജാതിയെ തകർക്കുകയാണ് പുതിയ ശ്രമങ്ങളെന്നും ദളിത് പക്ഷത്തുനിന്ന് വാദമുയരുന്നുണ്ട് (Gopal Guru/ V. Geetha :20).

മലയാളത്തിലും പത്തൊമ്പതാം നൂറ്റാണ്ടിന്റെ രണ്ടാംപകുതിയിൽ കടന്നുവന്ന നോവൽ എന്ന രൂപം ആധുനികതയുടെയും കൊളോണിയൽ ആധുനികതയുടെയും പ്രതിനിധിയായാണ് പ്രത്യക്ഷപ്പെട്ടത്. മലയാളത്തിൽ ആദ്യകാലനോവലായ *ഇന്ദുലേഖ*യെ മുൻനിർത്തി രാഷ്ട്രരൂപീകരണത്തിന്റെ യുക്തി വിശദമായിത്തന്നെ ചർച്ച ചെയ്യപ്പെട്ടു കഴിഞ്ഞിട്ടുണ്ട്. മാധവനിലൂടെ വിഭാവനം ചെയ്യപ്പെടുന്ന ഇന്ത്യ എന്ന ദേശരാഷ്ട്രം എങ്ങനെ *ഇന്ദുലേഖ*യിൽ പ്രകടമാകുന്നുവെന്ന് ഇ. വി. രാമകൃഷ്ണൻ വ്യക്തമാക്കിയിട്ടുണ്ട് (രാമകൃഷ്ണൻ 2001).

കൊളോണിയൽകാലത്തെ ദേശരാഷ്ട്ര രൂപീകരണമായിരുന്നു അത്. ഐ.സി.എസുകാരനാകാൻ പോകുന്ന ഉദ്യോഗസ്ഥന്റെ കാഴ്ചപ്പാടിലൂടെ വിഭാവനം ചെയ്യപ്പെട്ട ഇന്ത്യയുമാണത്.

ഫ്യൂഡലിസത്തോട് ഏറ്റുമുട്ടി ആധുനികലോകത്തെയും ലോകബോധത്തെയും സാക്ഷാത്കരിക്കുന്ന വ്യക്തിത്വങ്ങളെയാണത് കഥാപാത്രകർത്തൃത്വങ്ങളായി ഉല്പാദിപ്പിച്ചത്. ദേശീയ പ്രസ്ഥാനവും നവോത്ഥാനപ്രസ്ഥാനങ്ങളും കേവലം വ്യക്തിബോധത്തെ മാത്രം ആധാരമാക്കി ചിത്രീകരിക്കപ്പെട്ട (മിഷനറി സ്വഭാവമുള്ള ക്രിസ്തുമതം,

തോട്ടം സമ്പദ്‌വ്യവസ്ഥ എന്നിവയുമായി ചേർന്നാണ് ഇതു നിന്നത്) പത്തൊമ്പതാം നൂറ്റാണ്ടിലെ നോവലുകളിൽ നിന്ന് വ്യത്യസ്തമായി ദേശീയ ആധുനികതയുടെ വിവിധ സാമൂഹ്യശക്തികളെ പ്രതിനിധാനം ചെയ്യുന്ന കൃതികൾക്ക് സാഹചര്യമൊരുക്കി. *പുല്ലേലി കഞ്ചു*, *സരസ്വതീവിജയം* തുടങ്ങിയ നോവലുകളിൽ നിന്ന് പിൽക്കാലത്തെ ഉറൂബിന്റെ *സുന്ദരികളും സുന്ദരന്മാരും* എന്ന കൃതിയിലേക്ക് എത്തുമ്പോൾ ഈ മാറ്റം പൂർണമാകുന്നു. *ഇന്ദുലേഖ*യിൽ തന്നെ ഭാരതമഹാജനസഭയുടെ യോഗത്തിൽ മാധവൻ പങ്കെടുക്കുന്നത് ദേശീയ പ്രസ്ഥാനത്തിന്റെ സാന്നിധ്യവും സ്വാധീനവും കാണിക്കുന്നു.

തുടർന്ന് കർഷക-തൊഴിലാളി പ്രസ്ഥാനങ്ങളുമായി ബന്ധപ്പെട്ട ജനകീയ ആധുനികതയുടെ സാമൂഹ്യശക്തികളെയും നോവൽ ഉൾക്കൊള്ളുകയും ആ പരിവർത്തനത്തിന്റെ പ്രചാരകനായി പ്രാമുഖ്യം നേടുകയും ചെയ്തു.

മലയാള നോവലും ആധുനികതാവാദവും

ആധുനിക ഈഗോവിന്റെയും അന്നു നിലവിലുണ്ടായിരുന്ന ദേശരാഷ്ട്ര സംബന്ധിയായ നോവൽ രൂപങ്ങളുടെയും അപചയത്തിന്റെ ഘട്ടമാണ് ആധുനികതാവാദ നോവലിന്റേത്.

ഇത് പല തരത്തിൽ വിലയിരുത്തപ്പെട്ടിട്ടുണ്ട്. ആധുനിക യൂറോപ്യൻ ഈഗോവിന്റെ സന്ദർഭം സാമ്രാജ്യത്വത്തിന്റേതു കൂടിയായിരുന്നു. ആ നിലയിൽ സാമ്രാജ്യത്വവുമായി ആധുനിക ഈഗോവിന്റെ ശൈഥില്യം പുലർത്തുന്ന ബന്ധമെന്താണ്? ഇക്കാര്യത്തിൽ ചില അന്വേഷണങ്ങൾ നടത്തിയിട്ടുള്ളത് ഫ്രെഡറിക് ജെയിംസനാണ്. "ആധുനികതാവാദവും സാമ്രാജ്യത്വവും" (Modernism and Imperialism) എന്ന ലേഖനത്തിൽ (1990) ഇക്കാര്യം അദ്ദേഹം ചർച്ച ചെയ്യുന്നു. സ്വത്വം/ അന്യം എന്ന ലക്കാനിയൻ കല്പനയെയും സാമ്രാജ്യത്വ സമ്പദ്ഘടനയെയും ബന്ധിപ്പിച്ചുകൊണ്ടാണ് അദ്ദേഹം ഇത് വിശദീകരിക്കാൻ ശ്രമിക്കുന്നത്. വാൾട്ടർ റോഡ്നിയും പോൾ ബറാനും മറ്റും മുന്നോട്ടുവെക്കുന്ന അവികാസത്തിന്റെ വികാസം എന്ന സമ്പദ്ശാസ്ത്രപശ്ചാത്തലമാണ് അദ്ദേഹം ഇതിന് കാണുന്നത്.

യൂറോപ്യൻ സ്വത്വം ഒരു ഘട്ടത്തിൽ അതിനകത്തു തന്നെ സ്വയം പൂർണമാണെന്ന മട്ടിലുള്ള സംവാദത്തിലാണ് നിലനിന്നത്. കൊളോണിയൽ വിരുദ്ധ സമരങ്ങൾ മൂന്നാം ലോകം എന്ന് ഇന്നു

പറയുന്ന അപരത്തിന്റെ ബലത്തിലാണ് തങ്ങളുടെ ഉല്പാദനഘടന നില്ക്കുന്നത് എന്ന വസ്തുത അംഗീകരിക്കേണ്ട അവസ്ഥ സംജാതമാക്കി. അതായത് യൂറോപ്യൻ സ്വത്വം സ്വയം പൂർണമല്ലെന്നും അതിന് ഒരു അപരം തങ്ങൾ കാണാത്ത അകലെയുള്ള ഒരിടത്ത് ഉണ്ട് എന്നും വന്നു. അതുകൊണ്ട് യൂറോപ്യൻ നോവലുകളെ വിശകലനം ചെയ്യുമ്പോൾ അതിനെ തൊട്ടടുത്ത് യൂറോപ്പിലുള്ള സാഹചര്യം കൊണ്ടു വിശകലനം ചെയ്താൽ പോര, അകലെയുള്ള മൂന്നാം ലോകത്തിന്റെ പശ്ചാത്തലത്തിൽ വേണം കാണാൻ എന്ന് അദ്ദേഹം പറയുന്നു.

ജെയിംസൻ കല്പിക്കുന്ന ഘടകത്തോടൊപ്പം യൂറോപ്പിലും അമേരിക്കയിലുമുള്ള (വിശേഷിച്ച് അമേരിക്കയിലുള്ള) പ്രാന്ത ശബ്ദങ്ങളെ മുൻനിർത്തിയുള്ള പഠനങ്ങൾ ഇന്ന് വന്നു കഴിഞ്ഞിട്ടുണ്ട്. പോൾ ഗിൽറോയ് ജെയിംസന്റെ ഏകമുഖവാദങ്ങൾക്കപ്പുറത്തേക്ക് കടന്ന് അമേരിക്കയിലെയും ബ്രിട്ടനിലെയും നീഗ്രോ പ്രശ്നവുമായി ഇതിനെ ബന്ധിപ്പിക്കുന്നുണ്ട്. ആഫ്രിക്കയെ മുൻനിർത്തി രൂപപ്പെട്ട കറുത്തവരുടെ രാഷ്ട്രീയവും അതിന്റെ കലയും ആധുനികതയുടെ മാതൃകയായ ദേശരാഷ്ട്രത്തിന് അപ്പുറത്തേക്ക് കടക്കുന്നുവെന്ന് ഗിൽറോയ് പറയുന്നു (Gilroy: 298).

മലയാള നോവലിനെ സംബന്ധിച്ചിടത്തോളം ആധുനികതാവാദത്തിന്റെ രാഷ്ട്രീയം എന്തായിരുന്നു?

മാർക്സിയൻ കാഴ്ചപ്പാടിലൂടെ നോക്കിയാൽ, ബൂർഷ്വാ ആധുനിക വ്യക്തിബോധത്തിന്റെ പ്രതിസന്ധിയാണ് ആധുനികതാവാദത്തിലെന്നുള്ള വാദം സ്വീകരിച്ചാൽ, ഇന്ത്യൻ നോവലിനെയും മലയാള നോവലിനെയും സംബന്ധിച്ച് മറ്റു ചില ചോദ്യങ്ങളിലേക്ക് നമ്മൾ കടക്കും. അത് മാർക്സിനപ്പുറത്ത് ഗാന്ധിയുടെയും അംബേദ്കറിന്റെയും രാഷ്ട്രീയ വിമർശനത്തിലേക്ക് നയിക്കും. ഇന്ത്യയെ സംബന്ധിച്ചിടത്തോളം ആധുനിക ബൂർഷ്വാസ്വത്വം സവർണവും ദേശരാഷ്ട്ര-കൊളോണിയൽ ആശ്രിതത്വപരവും ആണെന്നു വരുന്നു. തീർച്ചയായും പുരുഷാധിപത്യപരവുമാണത്. അതുകൊണ്ട് നമ്മുടെ ആധുനികതാവാദനോവലിനു നേരെ ഈ ചോദ്യം ചോദിക്കാം. ആധുനികതാവാദത്തിലെ സ്വത്വപ്രതിസന്ധി എങ്ങനെയുള്ളതായിരുന്നു?

1. ദേശരാഷ്ട്ര സ്വത്വത്തിന്റെ പ്രതിസന്ധിയെയാണോ അത് കാണിച്ചത്?

2. ദേശീയവാദ സ്വത്വത്തിന്റെ പ്രതിസന്ധിയാണോ അത് പ്രകടമാക്കിയത്?

3. സവർണമായ ആധുനിക ഈഗോവിന്റെ പ്രതിസന്ധിയായിരുന്നുവോ നമ്മുടെ ആധുനികതാനോവലിലുണ്ടായിരുന്നത്?

ആധുനികതാവാദത്തിന്റെ നിഷേധാത്മകസ്വഭാവങ്ങളായി കണ്ട് വിമർശിക്കപ്പെട്ട ഘടകങ്ങൾ ഇതിലേക്കുള്ള ഉൾക്കാഴ്ചകൾ നൽകും. ആധുനികതാവാദത്തിൽ പ്രത്യക്ഷപ്പെട്ട പുതിയ തരം ഉത്കണ്ഠകളാണ് അതിന് പരാജയപരവും നിഷേധാത്മകവുമായ ഭാവം നൽകിയത്.

രാഷ്ട്രീയമായ ഉത്കണ്ഠകളില്ലാത്ത പ്രമേയവും ഘടനയുമുള്ള നോവലുകൾക്ക് എളുപ്പം ശുഭാന്തകൃതികളാകാൻ കഴിയും. പട്ടിണികിടക്കുന്ന കുടുംബത്തെ രക്ഷപ്പെടുത്താൻ ശ്രമിച്ച് അതിൽ വിജയിക്കുമ്പോൾ പൈങ്കിളി നോവലുകൾ തൃപ്തമാകും. സ്വന്തം കുടുംബം രക്ഷപ്പെടുത്തുക എന്നതാണ് അതിലെ പ്രമേയം . വിപരീത സാഹചര്യത്തിലുള്ള ഒരു പ്രണയം വിജയിച്ചാൽ പ്രണയനോവൽ ശുഭപര്യവസായിയാകും. എന്നാൽ സാമൂഹ്യതലമുള്ള നോവലുകൾക്ക് ഈ എളുപ്പക്രിയകൾ സാധ്യമല്ല. ഒന്നാം അധ്യായത്തിൽ ഉന്നയിച്ചമട്ടിലുള്ള സൗന്ദര്യശാസ്ത്ര പ്രശ്നങ്ങൾ സാമൂഹ്യമായ പ്രശ്നങ്ങളെയാണ് മുന്നോട്ടുവെക്കുന്നത്.

സാമൂഹ്യവിമോചന മൂല്യങ്ങളുമായി ബന്ധപ്പെട്ട സൗന്ദര്യശാസ്ത്രം എങ്ങനെ നോവലുകളുമായി സംവാദത്തിലേർപ്പെടുന്നുവെന്നത് ഇവിടെ പരിഗണിക്കേണ്ടി വരുന്നു. വ്യക്തിയുടെ വളർച്ച ആധിപത്യം വഹിക്കുന്ന പ്രത്യയശാസ്ത്രത്തിനൊപ്പമായിരിക്കും. അതുകൊണ്ടു തന്നെ നോവൽ എന്ന നിലയിൽ വിജയിക്കുക അത്തരം കൃതികളായിരിക്കും. കേന്ദ്രകഥാപാത്രത്തിന്റെ വിജയത്തിൽ കലാശിക്കുന്ന നോവലുകൾ ആധുനികതായുക്തിയുടെ വിജയത്തെയാണ് പ്രതിനിധീകരിക്കുക. പക്ഷേ നോവലിലെ കേന്ദ്ര കഥാപാത്രങ്ങൾ സാമൂഹ്യയുക്തിയുടെ വാഹകരാണെങ്കിൽ, അവർ ഏറ്റുമുട്ടുന്നത് യാഥാസ്ഥിതികമായ സാഹചര്യങ്ങളോടാണെങ്കിൽ നായക ഈഗോയുടെ വിജയം സാമൂഹ്യഘടനയുടെ വിജയയമായിത്തീരും.

ഇത്തരത്തിൽ *ഇന്ദുലേഖ*യിലെ പ്രണയത്തിന്റെ വിജയം ആധുനികമൂല്യത്തിന്റെ വിജയമാകുന്നു. അതുപോലെ അടുത്ത ഘട്ടത്തിലെ നവോത്ഥാന നോവലുകളിൽ കൃഷിഭൂമി കർഷകർക്ക് എന്ന രീതിയിൽ നായകപക്ഷത്തുചേർന്നു നിന്ന് അവസാനിക്കുന്ന നോവലുകൾ സാമൂഹ്യമായ മുന്നേറ്റത്തെയും പ്രതിനിധീകരിക്കുന്നു. ഫ്യൂഡൽ തകർച്ചയുടെ ഘട്ടത്തിൽ ബൂർഷ്വാമൂല്യങ്ങളുമായി ചേർന്നു നിന്നുകൊണ്ടോ കർഷകപ്രസ്ഥാനത്തോടു ചേർന്നുനിന്നോ

ശുഭപര്യവസായിയായ നോവലുകൾ രൂപപ്പെടാം.

വ്യക്തിതലത്തിലോ, സാമൂഹ്യമായോ യാഥാസ്ഥിതിക ശക്തികളോട് ഏറ്റുമുട്ടി വിജയിക്കുന്ന കഥാപാത്രങ്ങളുള്ള നോവലുകൾക്ക് മാത്രമേ ശുഭപര്യവസായിയായ നോവലുകളാകാൻ കഴിയൂ. അത്തരം സാഹചര്യങ്ങൾ ആവിഷ്കരിക്കുന്ന നോവലുകൾക്കു മാത്രം.

എന്നാൽ ദൽഹിയും ബോംബെയും പോലെ വൻനഗരങ്ങളെ പശ്ചാത്തലമാക്കുന്ന നോവലുകളിൽ ഘടനാപരമായ പ്രശ്നങ്ങൾ വന്നു ചേരുന്നു. വ്യക്തിതലത്തിൽ വിജയംവരിക്കുന്ന മട്ടിലുള്ള പ്രമേയങ്ങൾക്ക് അവിടെ പ്രസക്തിയില്ല. കാരണം പശ്ചാത്തലമായി ഗ്രാമീണമായ ജന്മിത്തമോ അധികാരമോ അവിടെയില്ല. ഉള്ളത് രാഷ്ട്രത്തിന്റെയും നഗരവുമായി ബന്ധപ്പെട്ട സംസ്കാരത്തിന്റെയും സാഹചര്യമാണ്. അവയെ ഒരു വ്യക്തിക്ക് തോല്പിക്കാൻ കഴിയുന്നതല്ല. സംഘടിതമായ പ്രസ്ഥാനങ്ങൾ ദേശീയതലത്തിൽ ശക്തിപ്രാപിക്കുമ്പോൾ മാത്രമേ അത്തരം സാഹചര്യത്തിൽ വിജയം സാധ്യമാകൂ. ഉണ്മ തന്നെ, സാമാന്യ ജീവിതം തന്നെ, വളർച്ച തന്നെ നിഷേധാത്മകവും മറ്റൊരു മനുഷ്യനെ അക്രമിച്ചുമാണ് നിലനില്പ നേടുന്നത് എന്നു വരുമ്പോൾ നീതിപൂർവകമായ ജീവിതത്തിന് നിഷേധാത്മക സ്വഭാവം പ്രകടിപ്പിക്കേണ്ടിവരുന്നു. ഒന്നാം ലോകയുദ്ധത്തിനും ഓഷ്വിറ്റ്സിനും ശേഷം യൂറോപ്പിൽ ഇത്തരം നിഷേധാത്മകതയുടെ രാഷ്ട്രീയമാണ് മുന്നോട്ടുവെച്ചത് എന്നാണ് അഡോർണോ വാദിച്ചത് (Adorno 1973: 361.-3). ദേശരാഷ്ട്രത്തിന്റെ വളർച്ചയെ നിഷേധിക്കുന്നതായിരുന്നോ നമ്മുടെ ആധുനികതാവാദം? അതിന്റെ നിഷേധാത്മകത തന്നെയാണോ അതിന്റെ രാഷ്ട്രീയം? നവോത്ഥാന നോവലുകളിൽ നിന്ന് വ്യത്യസ്തമായി ആധുനിക നോവലുകൾക്ക് പ്രസാദാത്മകമാകാൻ കഴിയാത്തത് ഈ കർത്തൃത്വഘടനയാലാണ്. ദേശീയ രാഷ്ട്രീയവുമായും പ്രദേശവും രാഷ്ട്രവുമായുള്ള കർത്തൃത്വവിനിമയങ്ങളുമായും ചാർച്ചപുലർത്തുന്ന പുതിയ സംവാദങ്ങളിലേക്കും നോവലെന്ന ആഖ്യാനത്തിന്റെ രാഷ്ട്രീയത്തിലേക്കും അത് വഴിതുറക്കുകയും ചെയ്യുന്നു.

ആനന്ദ്

ആൾക്കൂട്ടത്തിന്റെ ചരിത്ര സന്ദർഭം

ആത്മബോധമുള്ള വ്യക്തിയും ബോധശൂന്യമായ ആൾക്കൂട്ടവും എന്ന വൈരുധ്യം രൂപപ്പെടുന്നത് ആധുനിക വ്യവസായ നാഗരികതയുടെ വികാസത്തോടെയാണ്. നഗരത്തിലെ ജനതയെ ലക്ഷ്യശൂന്യമായ ആൾക്കൂട്ടമായി കാണണമോ ലക്ഷ്യബോധമുള്ള തൊഴിലാളിവർഗമായി നിർവചിക്കണോ എന്ന ചോദ്യം വരുന്നത് വ്യക്തികേന്ദ്രിത വാദവും മാർക്സിസവും തമ്മിലുള്ള ആദ്യത്തെ സംഘർഷത്തിന്റെ സന്ദർഭത്തിലാണ്. ഈ വിഷയത്തെ മുൻനിർത്തിയുള്ള നിർണായകമായ ചർച്ച ആദ്യമായി നടക്കുന്നത് 1840-കളിൽ ബ്രൂണോ ബോവറും കാൾ മാർക്സും തമ്മിലാണ്. *വിശുദ്ധകുടുംബ* (The Holy Family or The Critique of Critical Criticism)ത്തിലാണ് മാർക്സ് ബോവർക്ക് മറുപടി കൊടുക്കുന്നത്. *ജർമൻ പ്രത്യയശാസ്ത്ര*ത്തിൽ ഇത് വികസിക്കുകയും ചെയ്യുന്നു. സംസ്കാരം എന്നത് ഉന്നതവും അഭിജാതവുമാണ് എന്ന യുക്തിയെ അട്ടിമറിച്ച് ആധുനികമായ ബദൽ സംസ്കാര വീക്ഷണത്തിന് അടിത്തറയിടുന്നത് ഈ ചർച്ചയാണ്.

സ്വതന്ത്രവ്യക്തിയുടെ ശുദ്ധമായ ഈഗോ എന്ന സങ്കല്പത്തെയാണ് മാർക്സ് അവിടെ വിമർശിച്ചത്. സ്വതന്ത്രവും ശുദ്ധവും മതേതരവുമായ ഈ ഈഗോ ആനന്ദിന്റെ *ആൾക്കൂട്ട*ത്തിൽ രാഷ്ട്രയുക്തിയെ സ്വാംശീകരിച്ചുകൊണ്ടാണ് നില്ക്കുന്നത്. അത് അഖണ്ഡമായ രാഷ്ട്രത്തെ സ്വന്തം ഈഗോവിന്റെ വലിപ്പവുമായി ഐക്യപ്പെടുത്തുന്നു. രാഷ്ട്രീയ ചർച്ച കൊണ്ട് മുഖരിതമാണ് *ആൾക്കൂട്ടം*.

മാർക്സിയനോ ഗാന്ധിയനോ അംബേദ്കർ പക്ഷത്തുനിന്നോ ഉള്ള വിമർശനം *ആൾക്കൂട്ടം* രാഷ്ട്രയുക്തിക്കുനേരെ മുന്നോട്ടുവെക്കുന്നുണ്ടോ? അംബേദ്കർ ബോംബെയുടെ ചരിത്രത്തിന്റെ ഭാഗമാണെങ്കിലും നോവലിലെ ആന്തരികകാലത്തിന്റെ ആരംഭത്തിനടുത്താണ് അംബേദ്കർ അന്തരിക്കുന്നതെങ്കിലും അദ്ദേഹമോ അദ്ദേഹത്തിന്റെ രാഷ്ട്രീയമോ (പ്രസിദ്ധമായ ബുദ്ധമതത്തിലേക്കുള്ള പരിവർത്തനമോ) ഒന്നും *ആൾക്കൂട്ട*ത്തിലില്ല. മുതലാളിത്തം, മാർക്സിസം, ഗാന്ധിസം എന്നീ ത്രികോണയുക്തിക്കകത്താണ് ആൾക്കൂട്ടത്തിലെ ചർച്ചകൾ നില്ക്കുന്നത്.

ദേശീയത (വരേണ്യ ദേശീയത, കീഴാള ദേശീയത), ദേശരാഷ്ട്രം എന്നീ പരികല്പനകളെ മുൻനിർത്തി *ആൾക്കൂട്ട*ത്തിലെ ആശയങ്ങളെ നോക്കിക്കാണാൻ കഴിയും. നോവലിനെ സാമ്രാജ്യത്വത്തിന്റെ യുക്തിയും ആഖ്യാനവുമായി എഡ്വേർഡ് സൈദ് കണ്ട തരത്തിലാണോ അതോ അതിനെതിരെ കുന്ദേര സൂചിപ്പിച്ച മട്ടിൽ ബഹുത്വത്തിന്റെ യുക്തികൊണ്ട് ഏകാത്മകതയെ നിഷേധിക്കുന്ന മട്ടിലാണോ നോവൽ നീങ്ങുന്നത് എന്ന ചോദ്യം ഇവിടെ പ്രസക്തമാകുന്നു. രാഷ്ട്രത്തിന്റെ ആധിപത്യയുക്തിക്കൊപ്പമാണോ, അതിനെതിരെയാണോ നോവൽ നിലകൊള്ളുന്നത്? നേരത്തെ നാം കണ്ട രണ്ടുതരം ആഖ്യാന(വ്യാഖ്യാന)ങ്ങളിൽ ഏതിനോടാണ് *ആൾക്കൂട്ടം* ചേർന്നുനില്ക്കുന്നത്, അഥവാ എങ്ങനെയാണ് ഈ ചേരുവകൾ അതിൽ പ്രവർത്തിക്കുന്നത്?രാഷ്ട്രത്തെ ജനസമൂഹങ്ങളായാണോ അതോ ഏകീകരിക്കപ്പെട്ട ഒരു സ്ഥലവും ഘടനയുമായാണോ നോക്കിക്കാണുന്നത് എന്ന പ്രശ്നം ഇവിടെ സന്നിഹിതമാണ്.

പ്രത്യക്ഷവർത്തമാനത്തിലേക്ക് തുറന്നു കിടക്കുന്നതാണ് *ആൾക്കൂട്ട*ത്തിലെ ആഖ്യാനരീതി. നോവൽ എന്ന സാഹിത്യരൂപത്തിന്റെ ഗുണകരമാംവിധം മുഷിപ്പനായ ആ തുറന്ന അവസ്ഥ പ്രകടിപ്പിക്കുന്ന മലയാളത്തിലെ ഒരേയൊരു നോവൽ എന്ന് കെ. പി. അപ്പൻ വിശേഷിപ്പിച്ചത് ഇതുകൊണ്ടായിരിക്കാം (അപ്പൻ 2003 ക :274). സൗന്ദര്യാത്മകമായ സമയം, ഹെരാക്ലിറ്റൻ കാലം, ഏകതലകാലം, നിത്യതയുടെ കാലം എന്നിങ്ങനെ പല തരത്തിൽ കാലത്തെ അവതരിപ്പിക്കുന്ന അപ്പൻ *ആൾക്കൂട്ട*ത്തെ മുൻനിർത്തി നിത്യതയുടെ അഭാവമാണ് ഇന്നത്തെ കാലബോധത്തിന്റെ മുഖ്യധാരാ സ്വഭാവമെന്നാണ് ആനന്ദ് പറയുന്നത് എന്നാണ് വ്യാഖ്യാനിക്കുന്നത് (അപ്പൻ 2008:136). വർത്തമാന കാലഘട്ടം ആ നോവലിൽ വിങ്ങുന്ന കാലാനുഭവമാണെന്നും അദ്ദേഹം പറയുന്നു.

ദൈവത്തെ കേന്ദ്രമാക്കിയുള്ള ജീവിതരീതി തകർന്നതോടെ നിത്യത വിദൂരമായ വിശ്വാസം മാത്രമായിത്തീർന്നുവെന്നും നിത്യതയുടെ അഭാവത്തിൽ കാലം ചരിത്രത്തിന്റെ അനുഭവങ്ങളായി മാറിയെന്നും അപ്പൻ നിരീക്ഷിക്കുന്നു. "എന്നാൽ പല എഴുത്തുകാർക്കും കാലാനുഭവത്തെ ഒഴിവാക്കാൻ കഴിയാതെ വന്നു. അതിനാലാണ് കാലവും ചരിത്രവും ഈ നൂറ്റാണ്ടിലെ പ്രധാന പ്രമേയമായത്. വർത്തമാനകാലം എഴുത്തുകാരന്റെ മുമ്പിലെ ചരിത്രക്കടലാണ്. എന്നാൽ അത് ചരിത്രമായിട്ടല്ല, സമകാലികതയുടെ അനുഭവമായും ചരിത്രമനുഷ്യന്റെ അസ്വസ്ഥതകളായും ചരിത്രത്തിന്റെ മാനുഷികമായ തത്ത്വചിന്തയായും സംസ്കാരത്തിന്റെ സാമൂഹ്യശാസ്ത്രമായും അവതരിപ്പിക്കുന്നു. (138)" ഇങ്ങനെ കാലത്തെ അവതരിപ്പിക്കുമ്പോൾ കാലനിർമിതിയുടെ രാഷ്ട്രീയ ഭൗതിക ഘടകങ്ങൾ വിസ്മരിക്കപ്പെടുന്നുണ്ട്. വർത്തമാന പത്രവും രാഷ്ട്രജീവിതവുമായി ബന്ധപ്പെട്ട ആധുനിക കാലമാണത്. ചരിത്രമനുഷ്യൻ, മാനുഷികമായ തത്ത്വചിന്ത എന്നൊക്കെ അപ്പൻ പറയുമ്പോൾ അത് ഏതുതരം മനുഷ്യനാണെന്നും ഏതു ചരിത്രമാണ് അവരെ സൃഷ്ടിച്ചതെന്നും എങ്ങനെയാണ് അവർ അവരുടെ വർത്തമാന പ്രതീതി സൃഷ്ടിച്ചതെന്നുമുള്ള ചോദ്യമുയരുന്നുണ്ട്. ആഖ്യാനം സൃഷ്ടിക്കുന്ന ഈഗോ ഏതു തരത്തിലുള്ളതാണ് എന്ന രാഷ്ട്രീയപ്രശ്നത്തിലേക്ക് ഈ ശുദ്ധ മാനവികതാവാദകേന്ദ്രിത സൗന്ദര്യബോധത്തിന് കടക്കേണ്ടിവരും. കാലം, മനുഷ്യൻ എന്ന കേവലത മറികടന്ന് ചരിത്രത്തിന്റെ മൂർത്ത രാഷ്ട്രീയ രൂപങ്ങളിലേക്ക് ചെന്നെത്തേണ്ടിവരും.

യൂറോകേന്ദ്രീകരണം ആനന്ദിന്റെ കൃതികളിലുണ്ടെന്നും കേന്ദ്രീകൃത രാഷ്ട്രത്തോടാണ് ആനന്ദിന്റെ ആഖ്യാനം ഐക്യപ്പെടുന്നത് എന്നുമുള്ള വിമർശനം ഉന്നയിക്കപ്പെട്ടതാണ് (പവിത്രൻ 2002, ബാബുരാജ് 2008:33). അത് വ്യക്തമാക്കുന്ന ഒരു സന്ദർഭമാണ് *ആൾക്കൂട്ട*ത്തിൽ ഭാഷാ അടിസ്ഥാനത്തിലുള്ള സംസ്ഥാന രൂപീകരണത്തെ സംബന്ധിച്ച ചർച്ചയുടേത്. ബോംബെ സംസ്ഥാനത്തിൽ നിന്ന് വ്യത്യസ്തമായി മറാത്തി സംസാരിക്കുന്നവരുടെ ഒരു സംസ്ഥാനം വേണമെന്ന ആവശ്യത്തിലൂന്നിയ സമരങ്ങളുടെ ഫലമാണ് മഹാരാഷ്ട്ര സംസ്ഥാനത്തിന്റെ രൂപീകരണം. ഈ സന്ദർഭത്തെ നോവൽ എങ്ങനെയാണ് നോക്കിക്കാണുന്നത്? ഗാന്ധിയൻ, മാർക്സിയൻ, അംബേദ്കർ വീക്ഷണങ്ങളുമായി ബന്ധപ്പെട്ടതുമാണ് ഈ വിഷയം.

മഹാരാഷ്ട്ര സംസ്ഥാനത്തിന്റെ രൂപീകരണം നോവലിൽ വിമർശനാത്മകമായാണ് വിലയിരുത്തപ്പെടുന്നത്. "സംയുക്ത മഹാരാഷ്ട്രത്തിനുവേണ്ടി നടന്ന ലഹളകളുടെ ഓർമ മനസ്സിൽ നിന്നുപോയിട്ടില്ല. ബോംബെ സംസ്ഥാനം ഇപ്പോൾ വിഭജിക്കപ്പെടാൻ പോകയാണ്. തീവ്രവാദികളുടെ സ്വപ്നം സഫലമായി. നഗരം മുഴുവൻ ആഘോഷങ്ങൾക്ക് ഒരുമ്പെട്ട് നില്ക്കുന്നു. സ്വാതന്ത്ര്യം ഇന്ത്യയെ ഒരുമിക്കാനല്ല, വിഭജിക്കാനുള്ള ശ്രമമാണ് തുടങ്ങിവെച്ചതെന്നു തോന്നും. നാല്പത്തിയേഴിൽ രാജ്യം രണ്ടായി. പിന്നീട് ഓരോ ഭാഷ സംസാരിക്കുന്നവരും തങ്ങൾക്കു വേറിട്ടൊരു സംസ്ഥാനം വേണമെന്നായി വാദം. എല്ലാ ദേശത്തെക്കാളും തരുലതകൾ കൂടി കോമളമായിരിക്കുന്നത് ബംഗദേശത്താണെന്നു വിശ്വസിക്കുന്നു ബംഗാളികൾ. ഇന്ത്യയിൽ ഏറ്റവും പുരാതനമായ വർഗം തങ്ങളുടേതാണെന്ന് അഭിമാനിക്കുന്നു ദ്രാവിഡർ. മംഗളദേശ് പവിത്രദേശ് മഹാരാഷ്ട്രാദേശ് പാടുന്നു മഹാരാഷ്ട്രക്കാർ. ശിവാജി എന്ന വാക്കിന് ഇവിടെയും സുഭാഷ് ബോസ് എന്ന ശബ്ദത്തിന് ബംഗാളിലും മനുഷ്യരെ ഇളക്കുവാനുള്ള ശക്തി അപാരമാണ്" (ആൾക്കൂട്ടം : 204).

ഭാഷാ ദേശീയതകളിലൂന്നിയ ആവശ്യങ്ങൾ കേന്ദ്രീകൃത രാഷ്ട്രാധികാരവുമായി ബന്ധപ്പെട്ട ഈഗോവിനെ സംബന്ധിച്ചിടത്തോളം "ഇളക്ക"മായാണ് തോന്നുന്നത്. ഈ ഇളക്കമാകട്ടെ രാഷ്ട്രീയ ഇച്ഛാശക്തിയോടെ പ്രവർത്തിക്കുന്നവർക്കു മേലാണ് ആരോപിക്കപ്പെടുന്നത് എന്നതും ശ്രദ്ധേയമാണ്.

രാഷ്ട്രവുമായും രാഷ്ട്രപുരോഗതിയുമായും ഐക്യപ്പെട്ട ഈ ഈഗോ ഇച്ഛാശക്തിയായി, ഉത്കർഷേച്ഛയായി വ്യക്തികളെ പൊതുജീവിതത്തിന് പാകവും സജ്ജവുമാക്കുന്നു. അതല്ലാത്തത് ഇളക്കമാണ്, രോഗമാണ്. ആധുനികതയുടെ അടിസ്ഥാന രൂപകങ്ങളിലൊന്നായ രോഗത്തിന്റെ രാഷ്ട്രീയമായ അർത്ഥത്തിലേക്കുള്ള ഒരു സൂചന കൂടി ഇതു തരുന്നുണ്ട്.

ദേശരാഷ്ട്രവുമായി ഐക്യപ്പെട്ട ഈഗോ എങ്ങനെയാണ് തുടർന്ന് അതിന്റെ രാഷ്ട്രീയം മുന്നോട്ടുകൊണ്ടുപോകുന്നത് എന്നു നോക്കാം. ഒന്ന് മാർക്സിയനായ തൊഴിലാളിവർഗത്തിന്റെ ഇച്ഛാശക്തിയുടെ രൂപം കൈക്കൊള്ളുവാനുള്ള ശ്രമമാണ്. രോഗവും പരിഹാരവും എന്ന രൂപകത്തിലൂടെ ഇത് ആഖ്യാനം ചെയ്യപ്പെടുന്നു. അവിടെ രാഷ്ട്രത്തിന്റെ രോഗം മാറ്റുന്നതിനുള്ളത് പണിമുടക്ക് സമരമെന്ന മാർക്സിയൻ പരിഹാരമാണ്.

മാനസികനില തെറ്റിയ മൂന്നുപേരെ രാധ കാണുന്നുണ്ട്. ഭ്രാന്തിയായിക്കഴിഞ്ഞ തന്റെ അനുജത്തി മാലതിയെ മുൻനിർത്തിയാണ് ഭ്രാന്തിന്റെയും പ്രയോഗത്തിന്റെയും വേർപിരിയുന്ന രണ്ടു വഴികൾ രാധ കാണുന്നത്. "മാലതി തന്റെ ദൗർഭാഗ്യത്തിൽ തനിച്ചായിരുന്നില്ല. രാധ നോക്കുന്നിടത്തെല്ലാം മാലതിമാരെക്കണ്ടു. സ്റ്റേഷനിലേക്കു പോകുന്ന വഴിയിലുള്ള വീട്ടിലെ മനുഷ്യന്റെ ബി. എ പാസായ മകൾ വഴിവക്കിലിരുന്ന് കല്ലുകൾ പെറുക്കുന്നു. അവ കല്ലുകളല്ല രത്നങ്ങളാണ് എന്നാണ് അവൾ പറയുന്നത്. ആഫീസിലെ കാർമാർക്കുടെ അനുജന്റെ വിശ്വാസം താൻ ജവഹർലാൽ നെഹ്റുവിന്റെ മകനാണെന്നാണ്. ജോലിയില്ലാതെ രണ്ടു കൊല്ലം കറങ്ങിയതിനു ശേഷം ഒരു ദിവസം റെയിൽവേ ലൈനിൽനിന്ന് മറ്റുള്ളവർ രക്ഷപ്പെടുത്തിയ ശേഷം അയാൾ സുഖകരമായ ഈ വിശ്വാസത്തിൽ അഭയം പ്രാപിച്ചിരിക്കയാണ്. വയസ്സായ അക്കൗണ്ടന്റിന്റെ വിചാരം തന്റെ ദാരിദ്ര്യം ആരോ മാരണം ചെയ്തുവിട്ട ഒരു ഭൂതം ബാധിച്ചതുകൊണ്ടാണെന്നാണ്. ഭൂതം ഉണരുമ്പോഴെല്ലാം അയാൾ ആഫീസിലായാലും നിരത്തിലായാലും വെറി കയറി അതിനോടു തർക്കിക്കാൻ തുടങ്ങും. "

ഈ രോഗം അന്തരീക്ഷവുമായി ബന്ധപ്പെട്ടതാണ് : "മനുഷ്യരെ ഞരമ്പുരോഗികളാക്കുന്ന ഒരു വിഷം വായുവിൽ കലർന്നിട്ടുണ്ട്. ആശാഭംഗത്തിന്റെ വിഷം. തന്നെപ്പോലെ ചിലർ എത്രനാൾ മൂക്കു മൂടിപ്പിടിച്ചു നടക്കും?" ആധുനിക നാഗരികതയുമായി ഐക്യപ്പെടുന്ന ഈഗോവിനെ അട്ടിമറിച്ചുകൊണ്ടാണ് ഈ ഭ്രാന്ത് കടന്നുവരുന്നത്.

ഭ്രാന്തും രോഗവും ദാരിദ്ര്യവുമായി ബന്ധപ്പെട്ടുമാണ് നില്ക്കുന്നത്. "വീട്ടിൽ ഉണ്ടായിരുന്ന സ്വർണവും വെള്ളിയുമെല്ലാം പെറുക്കി വിറ്റു. പണയം വെക്കാൻ പറഞ്ഞു അമ്മ. തിരിച്ചെടുക്കാനുള്ള പ്രതീക്ഷയൊന്നും ഇല്ലാതിരുന്നതുകൊണ്ട് വില്ക്കുകതന്നെ ചെയ്തു. തുടങ്ങിവെച്ച ചികിത്സകളെല്ലാം ക്രമത്തിൽ ക്രമത്തിൽ ഇല്ലാതായി. രോഗം ജീവിതമായി അംഗീകരിക്കപ്പെട്ടു. ജീവിതത്തിനു ചികിത്സയില്ലല്ലോ."

ദേശീയ ശരീരത്തിലെ രോഗത്തെ ഇല്ലാതാക്കി ആരോഗ്യം കൊണ്ടുവരാൻ ഇന്ത്യയിലെ തൊഴിലാളിവർഗത്തിനു കഴിയുമോ? ആൾക്കൂട്ടത്തിന് അതിന്റെ വർഗ കർത്തൃത്വം വീണ്ടെടുക്കുവാനും പ്രയോഗത്തിന്റെ വഴി കാണിക്കുവാനും കഴിയുമോ? പ്രവൃത്തിസമയം കൂട്ടുകയും അവധി ചുരുക്കുകയും ചെയ്തുകൊണ്ട് സർക്കാർ തൊഴിലാളി ചൂഷണത്തിന് വലിപ്പം കൂട്ടിയിരിക്കുന്നു. സമൂഹശരീരത്തിലെ

രോഗത്തെ മറികടന്ന് ജീവിതത്തിലേക്ക് വീണ്ടും തിരിച്ചുവരുവാനു ള്ള ശ്രമമായാണ് തൊഴിലാളി സമരത്തെ നോവൽ കാണുന്നത്. "രോഗത്തെ ജീവിതമാക്കിത്തോന്നിക്കാൻ പ്രേരിപ്പിക്കുന്ന വിഷവാ യുവിൽനിന്ന് രക്ഷ പ്രാപിക്കാനുള്ള ശ്രമമായിരുന്നു അത്. കേന്ദ്രഗ വണ്മെന്റ് ജീവനക്കാർ പ്രവർത്തിക്കുവാൻ തുടങ്ങി. കാത്തിരിപ്പിന് അവസാനമുണ്ട്. ഇനി കാത്തിരുന്നാൽ കാത്തതു കിട്ടിയാൽത്തന്നെ അതു വാങ്ങാൻ ആളില്ലെന്നു വരും.."

രണ്ടാം ശമ്പളക്കമ്മിഷന്റെ റിപ്പോർട്ടുമായി ബന്ധപ്പെട്ടാണ് 1960 -ലെ കേന്ദ്രസർക്കാർ ജീവനക്കാരുടെ സംയുക്ത സമരം നടക്കുന്നത്. നോവലിൽ അതിങ്ങനെ പറയുന്നു: "ശമ്പളക്കമ്മിഷൻ റിപ്പോർട്ട് അവതരിപ്പിച്ചു കഴിഞ്ഞു. ആരും അതിൽ സന്തുഷ്ടരല്ല. പലരും ക്ഷുഭി തരായി സംസാരിച്ചു. പത്രറിപ്പോർട്ടുകളിൽ നിന്നും പലതും അരിച്ചും കവിഞ്ഞും പുറത്തുവന്നു, ഒന്നു മാത്രം രാധയ്ക്കു മനസ്സിലായി. ജനങ്ങ ളുടെ യാതനകളും ദുരിതങ്ങളും സഹനശക്തിയുടെ പരിധി വിട്ട് അമർ ഷത്തിലേക്കും പ്രക്ഷോഭണത്തിലേക്കും കടന്നുതുടങ്ങുകയാണ്"

ശമ്പളക്കമ്മിഷൻ റിപ്പോർട്ടിലെ ഉപരിവർഗ പക്ഷപാതിത്വം കാരണമാണ് ജോസഫ് അതിനെ വിമർശിക്കുന്നത്. "ശമ്പളക്ക മ്മിഷൻ താഴ്ന്ന വരുമാനക്കാരുടെ ശമ്പളം ഉയർത്താൻ ഒരു കാരണവും കണ്ടില്ല. ജോസഫ് പറഞ്ഞു. പക്ഷേ മേലേക്കിടയിലുള്ള ഉദ്യോഗ സ്ഥരുടെ കൂടുതൽ ഉയർന്ന ഒരു ശമ്പള സ്കെയിലിന് അനുകൂലമായ വ്യക്തമായ ഒരു കേസുണ്ടെന്ന് അവർ വിചാരിക്കുന്നു."

ജോസഫ് ഇതു കൂടുതൽ വിശദീകരിക്കുന്നുണ്ട്. "നമുക്കു തോന്നുന്നു ഇപ്പോൾ കിട്ടുന്ന ഭക്ഷണംകൊണ്ട് നമ്മുടെ വിശപ്പു മാറുന്നില്ലെന്ന്. അവർക്കു തോന്നുന്നതെന്താണെന്ന് അറിയാമോ?

ശാസ്ത്രജ്ഞന്മാർ പറയുന്ന രണ്ടായിരത്തി അഞ്ഞൂറോ മൂവായിരമോ കലോറിയിൽനിന്നു വളരെ കുറവുകൊണ്ടു തന്നെ ഇന്ത്യയിലെ ജനങ്ങൾക്കു ജീവിക്കാൻ കഴിയുമെന്നാണ് അവർ റിപ്പോർട്ടിൽ പറയുന്നത്. നമുക്കു മറിച്ചു തോന്നുന്നത് നാം ശരിയായ ഇന്ത്യക്കാർ അല്ലാത്തതു കൊണ്ടാണ്."

പണിമുടക്ക് പ്രഖ്യാപനം തൊഴിലാളികളിൽ ഉണ്ടാക്കിയ ആവേശം നോക്കുക: "ചർച്ചകൾ കാലത്തും ഉച്ചയ്ക്കും വൈകുന്നേരവും ഒഴിവു സമയങ്ങളിലൊക്കെ നടന്നു. പിന്നീട് ജോലി സമയത്തെയും അവ ആക്രമിച്ചു തുടങ്ങി. പുറത്തു മൈതാനങ്ങളിൽ, നിരത്തിൽ,

മനുഷ്യർ കണ്ടുമുട്ടുന്ന എല്ലായിടത്തും അവരുണ്ടായിരുന്നു. ക്ലാർക്കു മാരും തൊഴിലാളികളും. അവർ സമൂഹത്തിൽ ഉപ്പുപോലെ അലി ഞ്ഞുകിടക്കുകയാണ്. എവിടെ തൊട്ടുനോക്കിയാലും സ്വാദുണ്ടാകും. അതുതന്നെയാണ് അവരുടെ ശക്തി എന്ന് അവർ വിശ്വസിച്ചു."

സമര പ്രഖ്യാപനം ഇങ്ങനെയാണ്: "ചർച്ചകൾക്കും പ്രസംഗ ങ്ങൾക്കുമിടയ്ക്ക് ബാലട്ട് എടുത്തു. തൊണ്ണൂറ്റിനാല് ശതമാനവും സ്ട്രൈ ക്കിനെ അനുകൂലിച്ചു. സമയം ആഗസ്റ്റ് പതിനൊന്ന്. രാത്രി പന്ത്രണ്ടു മണി. രാഷ്ട്രീയ കക്ഷികൾ ഒരുക്കു കൂട്ടാൻ തുടങ്ങി."

നഗരത്തിലെ ആൾക്കൂട്ടവും തൊഴിലാളിക്കൂട്ടവും ഒരേ അടി ത്തറയുള്ളതും സമീപനം കൊണ്ടു മാത്രം വ്യത്യസ്തമാകുന്നതുമായ പ്രതിഭാസമാണ്. സംഘടിതവും ലക്ഷ്യോന്മുഖവുമാകുമ്പോഴാണ് ആൾക്കൂട്ടം തൊഴിലാളിവർഗമാകുന്നത്. മുഖവും ദിശാബോധവുമി ല്ലാത്ത ആൾക്കൂട്ടം ദിശാബോധമുള്ള തൊഴിലാളി വർഗമാകാൻ സമരത്തിലൂടെ തയ്യാറെടുക്കുകയാണ്. ഈ സമരത്തിന്റെ ഊർജ്ജം നിലനില്ക്കുകയാണെങ്കിൽ അതിന്റെ സംസ്കാരം നഗരത്തെ മാറ്റിമറി ക്കുമെന്ന കാര്യത്തിൽ സംശയമില്ല.

ചരിത്രത്തിന്റെ അടിത്തറയുള്ള നോവലിലെ ഈ സന്ദർഭത്തെ പുറത്തെടുത്ത് യഥാർഥ ചരിത്രവുമായി ബന്ധിപ്പിച്ചാൽ 1960 ജൂലൈ 11 -നു നടന്ന കേന്ദ്രസർക്കാർ ജീവനക്കാരുടെ സമരമാണിതെന്നു വ്യക്തമാകും. നോവലിൽ പറയുന്ന സമരത്തെപ്പറ്റി തൊഴിലാളി നേതാവായ സുകോമൾ സെൻ ഇന്ത്യൻ തൊഴിലാളിവർഗത്തിന്റെ ചരിത്രം എന്ന കൃതിയിൽ വിശദമായി പ്രതിപാദിക്കുന്നുണ്ട്. ഈ ചരിത്രബന്ധം ആധുനിക നിരൂപണം ആഘോഷിച്ച അസംബന്ധ തയുടെ നോവലെന്ന നിലയിൽ നിന്ന് വ്യത്യസ്തമായി *ആൾക്കൂട്ട*ത്തെ രാഷ്ട്രീയനോവലും ചരിത്രനോവലുമാക്കിത്തീർക്കുന്നുണ്ട്.

*ആൾക്കൂട്ട*ത്തിൽ പറയുന്ന രണ്ടാം ശമ്പളക്കമ്മിഷൻ റിപ്പോർട്ട് വരുന്നത് 1958 ഡിസംബറിലാണ്. ഇതിൽ പ്രതിഷേധിക്കുന്ന കേന്ദ്രഗവണ്മെന്റ് ജീവനക്കാരുടെ കൺവെൻഷൻ ബോംബെയിൽ 1960 ഏപ്രിൽ 2, 3 തീയതികളിൽ ചേർന്ന് സംയുക്ത സമരസമിതി രൂപീകരിക്കുന്നു. ഇടതുപക്ഷ ട്രേഡ് യൂണിയനുകളാണ് സമരത്തിൽ പങ്കാളികളായത്. സെൻ പറയുന്നു: "ഐ. എൻ. ടി. യു. സി, എ. ഐ. ടി. യു. സി, എച്ച്. എം. എസ്, യു. ടി. യു. സി എന്നീ കേന്ദ്രട്രേഡ് യൂണിയനുകളുടെയും സമരസമിതിയിൽ പങ്കെടുത്ത ഗവണ്മെന്റ് ജീവനക്കാരുടെ യൂണിയനുകളുടെയും സഹകരണം സമരസമിതി

ആവശ്യപ്പെടുകയുണ്ടായി. ഐ. എൻ. ടി. യു. സി ആകട്ടെ പണിമുടക്കിനെ എതിർത്തു. സമരം ദുരുപദിഷ്ടവും ദേശീയവിരുദ്ധവുമാണെന്ന് അവർ കുറ്റപ്പെടുത്തി." 1960 ജൂലായ് എട്ടിന് രാഷ്ട്രപതി പുറപ്പെടുവിച്ച ഒരു ഓർഡിനൻസു വഴി നിർദ്ദിഷ്ട പണിമുടക്ക് നിയമവിരുദ്ധമായി പ്രഖ്യാപിക്കപ്പെട്ടു. നെഹ്റു അതിനെ സിവിൽ കലാപം എന്നു വിളിച്ചു.

"ജൂലായ് 11 -ന് അർധരാത്രി മുതൽ പണിമുടക്ക് ആരംഭിക്കുവാനാണ് നിശ്ചയിച്ചിരുന്നത്. പണിമുടക്കിന്റെ നിമിഷങ്ങൾ അടുത്തതോടെ അതിനുവേണ്ടി പ്രവർത്തിച്ചുകൊണ്ടിരുന്ന വലിയൊരു സംഖ്യ നേതാക്കളും പ്രവർത്തകരും കസ്റ്റഡിയിലെടുക്കപ്പെട്ടു." ഇരുപതിനായിരത്തിലധികം പേരാണ് അറസ്റ്റു ചെയ്യപ്പെട്ടത്. പണിമുടക്കിനെ നേരിടാൻ സേനാവിഭാഗങ്ങളെ അണിനിരത്തി. വെടിവെപ്പിൽ അഞ്ച് തൊഴിലാളികൾ കൊല്ലപ്പെട്ടു.

പണിമുടക്ക് പിൻവലിക്കപ്പെട്ട സാഹചര്യം സെൻ വിശദീകരിക്കുന്നു. "വമ്പിച്ച തോതിലുള്ള പകപോക്കൽ, ലക്കും ലഗാനുമില്ലാത്ത തരത്തിൽ അമിതമായ അധികാരവിനിയോഗം എന്നീ നടപടികളിലൂടെയാണ് ഗവൺമെന്റ് അതിന്റെ ജീവനക്കാരെ നേരിട്ടത്. ഈ സാഹചര്യത്തിൽ അപ്പോൾ ജയിലിനു വെളിയിലായിരുന്ന സംയുക്ത സമരസമിതി അംഗങ്ങൾ ജൂലായ് 16-നു ദൽഹിയിൽ സമ്മേളിക്കുകയും സ്ഥിതിഗതികൾ വിലയിരുത്തിയതിനു ശേഷം പണിമുടക്ക് പിൻവലിക്കാൻ ജീവനക്കാരെ ഉപദേശിക്കുകയും ചെയ്തു. ജൂലായ് 17 -നു ജീവനക്കാർ ജോലിക്കു കയറി. കേന്ദ്ര ഗവൺമെന്റ് ജീവനക്കാരുടെ സമരത്തിന്റെ മഹത്തായ അഞ്ചു ദിവസങ്ങൾ അങ്ങനെയവസാനിച്ചു" (സെൻ 519). പണിമുടക്കിനെ പിന്താങ്ങിയിരു ന്നത് എ. ഐ. ടി. യു. സി, എച്ച്. എം. എസ്, യു. ടി. യു. സി എന്നിവയായിരുന്നു, ഒപ്പം പ്രതിപക്ഷ പാർടികളും.

രാഷ്ട്രീയ പ്രയോഗത്തിന്റെ ഘട്ടം വരുമ്പോൾ നോവലിലെ അന്തരീക്ഷം ഉത്സാഹസൂചകമാവുന്നുണ്ട്. സമരം വിജയിക്കുകയായിരുന്നെങ്കിൽ പരാജയബോധത്തിലേക്ക് കടക്കാതെ തൊഴിലാളിവർഗത്തിന്റെ വിജയത്തിൽ അഭിമാനിക്കുന്ന അന്തരീക്ഷമായിരുന്നേനെ നോവലിലുണ്ടാകുക എന്നു തോന്നുന്ന മട്ടിലാണ് സമരം പരാജയപ്പെട്ടപ്പോൾ മുഖ്യകഥാപാത്രങ്ങളിലേക്ക് പടരുന്ന നിരാശയുടെ ചിത്രണം. എന്നാൽ ഒരു സമരത്തിന്റെ പരാജയത്തോടെ ആ സമര രാഷ്ട്രീയം തന്നെ പരാജയപ്പെടുന്നതായി വ്യാഖ്യാനിക്കുന്ന വ്യക്തി

കേന്ദ്രിത ആഖ്യാനഘടനയിലാണ് നോവൽ നില്ക്കുന്നത്. രാഷ്ട്രം സ്ഥിരഘടനയായി നില്ക്കുമ്പോൾ സംഘടന ഒരു പരാജയത്തോടെ ചരിത്രത്തിൽ നിന്നു തന്നെ നിശ്ശബ്ദമായി പിൻവാങ്ങുകയാണ്. തൊഴിലാളിവർഗ രാഷ്ട്രീയത്തെ ഇങ്ങനെ അവതരിപ്പിക്കുന്നത് നോവലിന്റെ വ്യക്തികേന്ദ്രിത പ്രത്യയശാസ്ത്രമാണ്.

ഇന്ത്യൻ ദേശരാഷ്ട്രത്തിന്റെ അടിസ്ഥാനയുക്തിക്കൊപ്പം നില്ക്കുമ്പോഴും മുതലാളിത്തത്തിന്റെ ഏകപക്ഷീയമായ മുന്നോട്ടുപോക്കിനെ നോവൽ ന്യായീകരിക്കുന്നില്ല. സുന്ദറിന്റെ കഥാപാത്രപരിണാമം ഈ ആശയ സൂചകമാണ്. സമരത്തിലൂടെയുള്ള ഒരു ബദൽ രാഷ്ട്രീയബോധത്തിന്റെ രൂപീകരണത്തോടൊപ്പം നില്ക്കാത്ത സുന്ദർ മുതലാളിത്തപരവും ഉല്പാദനകേന്ദ്രീകരണത്തിലൂന്നിയതുമായ ആധുനികതയോട് ഐക്യപ്പെടുന്ന കർത്തൃത്വമാണ്. ക്ഷാമബത്തയെക്കുറിച്ച് തെരുവിൽ ട്രേഡ് യൂണിയൻ നേതാവ് ആവേശത്തോടെ പ്രസംഗിക്കുന്നത് സുന്ദർ കേൾക്കുന്നുണ്ട്. കേന്ദ്രസർക്കാർ ജീവനക്കാർ പണിമുടക്കിന് തയ്യാറെടുക്കുന്നത് അയാളുടെയും ശ്രദ്ധയിൽ വരുന്നുണ്ട്. സമ്പദ്‌വ്യവസ്ഥയെയും ഉല്പാദനത്തെയും സംബന്ധിച്ച ചിന്തകളിലേക്ക് അത് വികസിക്കുന്നുമുണ്ട്. ദാദാഭായ് ഷാ ആന്റ് കമ്പനിയിലാണ് സുന്ദർ ജോലിചെയ്യുന്നത്. എണ്ണ. പിണ്ണാക്ക്, കാലിത്തീറ്റ തുടങ്ങിയവയാണ് അവരുടെ ഉല്പന്നങ്ങൾ. വിദേശമാർക്കറ്റുകളിലേക്ക് അത് കടന്നെത്തിയിരിക്കുന്നു. വിദേശനാണ്യം വലിയ തോതിൽ സമ്പാദിക്കുന്നതുകൊണ്ട് അത് ദില്ലിയുടെ കണ്ണിലുംപെട്ടിരിക്കുന്നു (ആൾക്കൂട്ടം: 217).

ദേശീയാതിർത്തികൾ ലംഘിച്ച് ബഹുരാഷ്ട്ര മുതലാളിത്തത്തിലേക്ക് വളരാനുള്ള ഉത്കണ്ഠ പ്രകടിപ്പിക്കുന്നതാണ് സുന്ദറിന്റെ കമ്പനി. കമ്പനിയുടമസ്ഥനായ ഷായുടെ മനസ്സിലെ പ്ലാനിംഗിലൂടെ ഇതു വ്യക്തമാക്കുന്നുണ്ട്. വ്യവസായ സാധ്യതകൾ അയാളുടെ മുന്നിൽ അനന്തമാണ്. "ഉപയോഗ ശൂന്യമെന്നു കരുതി വലിച്ചെറിയപ്പെടുന്ന അനവധി ഇനം വിത്തുകളിൽ നിന്ന് സോപ്പു നിർമാണത്തിന് ആവശ്യമായതും ഭക്ഷ്യയോഗ്യമായതുമായ എണ്ണകൾ നീക്കിയെടുക്കാൻ പറ്റും. സോൾവന്റുകൾ ഉപയോഗിച്ച് അവർ വേർതിരിച്ചെടുക്കുന്ന എണ്ണയും എണ്ണ വലിച്ചെടുത്തു കഴിഞ്ഞ പിണ്ണാക്കും ഭക്ഷ്യയോഗ്യമല്ലെന്ന തെറ്റിദ്ധാരണ മനുഷ്യമനസ്സിൽ നിന്നു മാറ്റാൻ വൻതോതിലുള്ള പ്രചാരണവേലയുടെ ഒരു പദ്ധതി തന്നെ രൂപപ്പെടുത്തേണ്ടി വരും. തവിടിൽ നിന്നും പരുത്തിക്കുരുവിൽ നിന്നും വേർതിരിച്ചെടുക്കാവുന്ന ശുദ്ധമായ പ്രോട്ടീൻ നിത്യമായ ഭക്ഷ്യക്ഷാമമുള്ള

ഈ രാജ്യത്തു വിലപ്പോകാതിരിക്കില്ല. വിദേശ കമ്പനികളുമായി സഹകരിച്ച് ഉല്പാദിപ്പിക്കാവുന്ന കൃത്രിമ ഭക്ഷണസാധനങ്ങളുടെയും രാസവസ്തുക്കളുടെയും കാര്യം ഇതിനെല്ലാം പുറമെയാണ്. പ്രശ്നം ഇത്ര മാത്രമാണ്. ഗവണ്മെന്റ് സഹകരിക്കുകയും സഹായിക്കുകയും ചെയ്യുമോ? ബുദ്ധിശക്തിയും ദീർഘദർശനവും ഇറക്കി പ്രതിസന്ധികളെ എതിരിടുവാനുള്ള ധൈര്യം കാണിക്കുന്നവരെ നിസ്തേജരാക്കുവാൻ മാത്രമാണ് ഇന്നത്തെ നിയമങ്ങളും നിയന്ത്രണങ്ങളും സഹായിക്കുന്നത് (219)." 1990-കളിൽ ആഗോളവത്കരണകാലത്ത് ആവശ്യപ്പെട്ട മട്ടിലുള്ള നിയന്ത്രണങ്ങളുടെ നീക്കം ചെയ്യലാണ് ഇവിടെ കമ്പനി മുതലാളി സ്വപ്നം കാണുന്നത്. ആഗോളവത്കരണത്തിന്റെ വികസനയുക്തി ഉപയോഗിച്ചാണ് നെഹ്റുവിയൻ രാഷ്ട്രസംവിധാനത്തെ സുന്ദർ വിമർശിക്കുന്നത്. ഗാന്ധിയനോ പ്രാദേശികമോ ആയ യുക്തിയിലൂടെയല്ല.

ശാസ്ത്ര സാങ്കേതിക വിദ്യയിലൂടെയുള്ള വ്യവസായ വികസനത്തിന്റെ ആത്മനിഷ്ഠതയെ ആണ് അയാളുടെ കഥാപാത്രസ്വത്വം പ്രതിനിധീകരിക്കുന്നത്. "ലാഭത്തിന്റെയും നഷ്ടത്തിന്റെയും കണക്കുകൾ കൂട്ടിക്കൊണ്ടിരിക്കെ ഉറങ്ങാൻ വൈകും. ഉറങ്ങിയാൽത്തന്നെ കെമിസ്ട്രിയും ടെക്നോളജിയും തലച്ചോറിൽ കുടിയിരിക്കുന്ന സുന്ദറിന് വ്യവസായം ഒരു ജീവനോപാധിയല്ല, ജീവിതം തന്നെയായി ത്തീരുകയായിരുന്നു.. (219)" മത്സരമാണ് നിലനില്പിന്റെ പിറകിലെ തത്ത്വമെന്നും മത്സരത്തെയും സംഘട്ടനത്തെയും ഒഴിവാക്കുന്നതിലല്ല സ്വീകരിക്കുന്നതിലാണ് ജീവിതത്തിന്റെ മഹത്വമെന്നും യഥാർഥമായ ശാന്തി ഇവയിൽക്കൂടി ജീവിക്കുന്നതിലാണ് എന്നും അയാൾ ചിന്തിക്കുന്നുണ്ട്.

സുന്ദറിലൂടെ ഒരവസ്ഥയെയും ഒരു വിമർശനത്തെയും മുന്നോട്ടുവെക്കുകയാണ് നോവൽ. മുതലാളിത്തവികസനത്തിന്റെ ആവശ്യകതയാണ് ആ അവസ്ഥ. എന്നാൽ അത്തരമൊരു വികസനം ഉണ്ടാക്കുന്ന അന്യവൽക്കരണവും മാനുഷികതയുടെ നഷ്ടവുമാണ് വിമർശനം. മുതലാളിത്തവികസനം മനുഷ്യന്റെ ആത്മനിഷ്ഠതയിൽ ഉണ്ടാക്കുന്ന വൈരുധ്യത്തെ സുന്ദർ പ്രതിനിധീകരിക്കുന്നു. ഇച്ഛാശക്തിയിൽ വിശ്വാസമുണ്ടായിരുന്ന അയാളെ ഒടുവിൽ മുതലാളിത്തം അതിന്റെ തന്നെ ഇച്ഛാശക്തിയുടെ ഭാഗമാക്കി മാറ്റുന്നു. മുതലാളിത്തത്തിന്റെ ഇച്ഛാശക്തിയാകട്ടെ ഉപകരണയുക്തിയുമാണ്. ശാസ്ത്രം, വികസനം, സമ്പന്നത എന്നിവയിലൂന്നുന്ന സുന്ദറിലുള്ളത് നെഹ്റുവിന്റെ മിശ്രസമ്പദ്വ്യവസ്ഥയുടെ യുക്തി മാത്രമല്ല, അതിനപ്പുറത്തുള്ള പൂർണമായ

മുതലാളിത്തവികസനത്തിന്റെ യുക്തികൂടിയാണ്. അയാൾക്ക് സ്നേഹലോകം നഷ്ടപ്പെടുന്നു.

മുതലാളിത്ത വികസനയുക്തിയുടെ സാംസ്കാരിക തലം നയിക്കുന്നത് അമേരിക്കയിലേക്കാണ്. സുന്ദറിന്റെ കമ്പനിയിൽ പ്രേം പ്യൂണിന്റെ ജോലി അന്വേഷിച്ച് ചെല്ലുമ്പോൾ റിസപ്ഷനിസ്റ്റ് വായിക്കുന്നത് അമേരിക്കൻ മാസികയാണ്. അമേരിക്കൻ സമ്പത്തിന്റെ സമൃദ്ധിയെ കാണിക്കുന്ന ചിത്രങ്ങളാണതിൽ. സ്കൈസ് മോണിയാക്കിന്റെയും വിസ്കിയുടെയും കുപ്പികൾ. പുതിയ മോഡൽ കാറുകൾ, ജറ്റ് വിമാനങ്ങൾ, സുഖവാസത്തിനു ക്ഷണിക്കുന്ന താഴ്‌വരകളും കോട്ടേജുകളും. വിശപ്പിന്റെയോ പാർപ്പിടമില്ലായ്മയുടേയോ നഗ്നതയുടേയോ വിദൂരമായ വിളികൾ പോലും അങ്ങോട്ട് എത്തുന്നില്ല എന്ന് പ്രേം കാണുന്നുണ്ട്. മിയാമി ബീച്ചിന്റെ ചിത്രവുമുണ്ട്. ഈ കമ്പനിയുടെ ഉടമസ്ഥതയ്ക്കു വേണ്ടിയാണ് കവിതയോടുള്ള പ്രേമം സുന്ദർ ത്യജിക്കുന്നത്. മുതലാളിത്ത ആശയങ്ങളെ സംബന്ധിച്ച സാന്നിധ്യം സുന്ദറെന്ന കഥാപാത്ര കർത്തൃത്വത്തിലൂടെ ഉറപ്പിക്കുന്ന നോവൽ സുനിലിലൂടെ ഗാന്ധിയൻ കാഴ്ചയോടുള്ള അടുപ്പവും വിമർശനവും പ്രകടിപ്പിക്കുന്നു.

ഗാന്ധിയൻ ആദർശത്തിന്റെ വിമർശനം നോവലിൽ പ്രത്യക്ഷതലത്തിൽത്തന്നെയുണ്ട്. ഗാന്ധിയനെന്നു തോന്നിക്കാവുന്ന ആത്മവിശകലനത്തിന്റെ രീതിയോട് ഒത്തുപോകുന്ന കഥാപാത്രകർതൃത്വമാണ് സുനിലിന്റേത്. വിഷാദാത്മകമെന്നു പറയാവുന്ന ഒന്ന്. ഗാന്ധി ആശ്രമം സന്ദർശിച്ചു മടങ്ങുമ്പോൾ സുനിൽ ഗാന്ധിയൻ പ്രതീകങ്ങളെ വിമർശിക്കുകയാണ് ചെയ്യുന്നത്. കല്പറ്റ ബാലകൃഷ്ണൻ ഗാന്ധിയൻ പ്രതീകത്തിന്റെ ഈ വിമർശനത്തെ നോവലിസ്റ്റിന്റെ വ്യക്തിപരമായ നിലപാടായി എഴുത്തുകാരനെ കേന്ദ്രീകരിച്ച് നേരത്തെ വായിക്കുന്നുമുണ്ട്(ബാലകൃഷ്ണൻ 122-123).

മുതലാളിത്തത്തിന്റെ യുക്തിക്കൊപ്പം നീങ്ങുകയും അമേരിക്കൻ സംസ്കാരത്തോട് ചിഹ്നപരമായി അടുത്തു നില്ക്കുകയും ചെയ്യുന്ന സുന്ദർ ഗാന്ധിയൻ ആദർശങ്ങളെ വിമർശിക്കുകയും ചെയ്യുന്നു. ഗാന്ധിയൻ ആദർശങ്ങൾ ഇടതു പക്ഷ ബുദ്ധിജീവികളിലാണ് ആരോപിക്കുന്നത്. സുനിലിനോട് സുന്ദർ പറയുന്നു: “നിങ്ങൾ ഇടതുപക്ഷ ബുദ്ധിജീവികൾക്കെല്ലാം ഒരു ധാരണയുണ്ട്. പണത്തിന്റെ കൂടെ പാപമുണ്ടെന്ന്. ഒരു വശത്തു നിങ്ങൾ ദാരിദ്ര്യത്തെപ്പറ്റി കരയുന്നു. അതു മാറണമെന്നും മാറ്റുമെന്നും പറയുന്നു. അടുത്ത വാക്കിന് പണസമ്പാദനത്തെ

അധിക്ഷേപിക്കുകയും ചെയ്യുന്നു. നിങ്ങളുടെ കൂട്ടത്തിൽപെട്ട എല്ലാ എഴുത്തുകാരും നിങ്ങളിൽ നിന്ന് പണം നേടാൻ ശ്രമിക്കുന്നു. സനിമാനിർമാതാക്കളും കൂടി ധനികരെ മുഴുവൻ ക്രൂരന്മാരായും ദരിദ്രരെ മഹാന്മാരായും കാണിക്കുന്നു. ധനാർജ്ജനം പാപമാണെങ്കിൽ എങ്ങനെ നിങ്ങൾ സമ്പദ്വ്യവസ്ഥയെ മെച്ചപ്പെടുത്തും?മൂലധനം വളർന്നില്ലെങ്കിൽ ഒരു സോഷ്യലിസ്റ്റ് വ്യവസ്ഥിതിയിലും നിക്ഷേപ സാധ്യതയില്ല. മിച്ചം വെച്ചില്ലെങ്കിൽ നിങ്ങൾക്കു പുതുതായ ഒരു വ്യവസായവും തുടങ്ങാൻ കഴിയുകയില്ല. ഒന്നുകിൽ നിങ്ങൾ ഗാന്ധിയെപ്പോലെ പഞ്ഞപ്പാട്ടു പാടി എല്ലാവരെയും ദരിദ്രരാക്കാൻ ശ്രമിക്കു. അല്ലെങ്കിൽ സമ്പത്തു വളർത്താൻ മുതിരൂ... സുഖത്തെ വെറുത്തുകൊണ്ട് അതിനുവേണ്ടി പ്രവർത്തിക്കാൻ കഴിയില്ല, സുനിൽ. നിങ്ങൾക്ക് ഒരേസമയത്ത് ഒരു ബുദ്ധനും വ്യവസായിയും ആകാൻ കഴിയില്ല."

ആധുനികതയുടെ വിഭ്രമങ്ങൾക്കെല്ലാം കാരണമെന്ന് ഗാന്ധി പറഞ്ഞ തീവണ്ടിയാണ് *ആൾക്കൂട്ടം* എന്ന നോവലിനെ സാധ്യമാക്കിയത്. നോവലിസ്റ്റിന്റെ ബോംബെ യാത്ര മാത്രമല്ല, നോവലിലെ കഥാപാത്രങ്ങളും സാധ്യമായത് അതു കൊണ്ടാണ്. എന്നാൽ അടുത്ത ഒരു ഉപകരണപുരോഗതിയായ സിനിമ അതിന്റെ പരിധികളെ ലംഘിക്കുകയും അതിനെത്തന്നെ അസാധ്യമാക്കുകയും ചെയ്യുന്നു. നോവൽ ജനകീയയുക്തിയെ തഴയുകയും ഉപകരണയുക്തിയെയും രാഷ്ട്രയുക്തിയെയും ഉയർത്തിപ്പിടിക്കുകയും ചെയ്യുന്നതു കൊണ്ടാണ് ഈ വൈരുധ്യം രൂപപ്പെട്ടത്. തീവണ്ടിയിൽ തുടങ്ങി സിനിമയിൽ അവസാനിക്കുന്ന ആൾക്കൂട്ടം ആധുനികതയിൽ നിന്ന് ആധുനികോത്തര സംസ്കാരത്തിലേക്കുള്ള പരിണാമത്തിന്റെ രേഖയാണെന്നു പറയാം. ഉപകരണത്തെയും സാങ്കേതികവിദ്യയെയും രാഷ്ട്രയുക്തിയെയും ഈഗോ ആയി കാണുന്ന അടിസ്ഥാനഘടനയാണ് ഈ വൈരുധ്യത്തെ സൃഷ്ടിച്ചത്.

ആൾക്കൂട്ടം തൊഴിലാളിവർഗമാകുന്നതിൽ പരാജയപ്പെട്ടതുപോലെ, സിനിമാശാലയിലെ ആൾക്കൂട്ടവും ലക്ഷ്യോന്മുഖമായ സംസ്കാരത്തിന്റെ വാഹകരാകുന്നതിൽ പരാജയപ്പെടുന്നു. രാഷ്ട്രീയ ആധുനികതയുടെ പരാജയമാണത്.

ആധുനികതയുടെ എല്ലാ യുക്തികളെയും സമഗ്രമായി വിമർശിക്കുന്ന കഥാപാത്രമായാണ് പ്രേം നില്ക്കുന്നത്. സൗന്ദര്യാത്മകതയിൽ നിന്നുകൊണ്ട് ആധുനികതയെ വിമർശിക്കുന്ന കർതൃസ്ഥാനമായി പരിഗണിക്കാവുന്നതാണത്. അലച്ചിലിന്റെ അന്ത്യത്തിൽ പ്രേം ഉഷയിൽ സുന്ദറിനുണ്ടാകുന്ന മകളെ സ്വീകരിക്കുന്നതോടു കൂടി അത്

സ്നേഹത്തിന്റെ കാല്പനികമായ ഒരു ബദൽ ലോകമായിത്തീരുന്നു. അതേ സമയം അതിൽ സാമൂഹ്യമായ ബദലിന്റെ ഇടം നഷ്ടമാകുക യും ചെയ്യുന്നു. ദാർശനികവും സൗന്ദര്യാത്മകവുമാകുമ്പോൾത്തന്നെ ന്യൂക്ലിയർ കുടുംബത്തിന്റെ ഊഷ്മളതകളിൽ ചെന്ന് അത് അവസാ നിക്കുന്നു.

മുതലാളിത്ത ആധുനികതയോടും നഗരവത്കരണത്തിന്റെ സമയബോധത്തോടും കലഹിക്കുന്ന ലളിതയിൽ ഇതിനേക്കാൾ പ്രത്യക്ഷത്തിലാണ് കുലീന കുടുംബത്തിലേക്കുള്ള ചെന്നുചേര ലുണ്ടാകുന്നത്. സമ്പന്നകുടുംബത്തിലെ ആയയായി, പിന്നാലെ സമ്പന്നന്റെ ഭാര്യയായിത്തീരുന്നതാണ് ആ പരിണാമം. അതാകട്ടെ സ്വാതന്ത്ര്യത്തെ ബോധപൂർവം ബലി കഴിച്ചുമാണ്. ഭദ്രലോഗിന്റെ അന്തരീക്ഷത്തിലേക്കാണ് ലളിത എത്തിപ്പെടുന്നത്.

അച്ചടിയും ആധുനികതയും തമ്മിലുള്ള ബന്ധത്തിൽനിന്നാണ് നോവൽ എന്ന മാധ്യമം തന്നെ ഉയർന്നുവരുന്നത്. വ്യക്തികളുടെ ധ്യാനാത്മകതയുമായി അതിന് ബന്ധമുണ്ട്. അറിവിന്റെ അടിസ്ഥാന മാതൃകകളായി *ആൾക്കൂട്ട*ത്തിൽ വരുന്നത് വർത്തമാനപത്രങ്ങളും ബർട്രാന്റ് റസ്സലിന്റെ *ഹിസ്റ്ററി ഓഫ് വെസ്റ്റേൺ ഫിലോസഫി*യും മറ്റുമാണ്. അന്ന് റിപ്പോർട്ട് ചെയ്യപ്പെടുന്ന വാർത്തകളാണ് (അതിന്റെ പ്രത്യയശാസ്ത്രമാണ്) അവരുടെ ചർച്ചകളെ നയിക്കുന്ന ഒരു ഘടകം. പുസ്തകജ്ഞാനത്തിലൂടെ ആത്മബോധത്തിലൂടെ സ്വതന്ത്രമാകാമെ ന്നുള്ളതാണ് അതിലെ ഒരാശയം. ഈ അറിവിന്റെ മണ്ഡലത്തിന് പുറത്താണ് ആൾക്കൂട്ടം. ആ നിലയിൽ അറിവിനെക്കുറിച്ചുള്ള ആധു നികതയുടെ സങ്കല്പത്താൽ മാധ്യസ്ഥീകരിക്കപ്പെടുകയും അതിനക ത്തു നിന്ന് അതിന്റെ വൈരുധ്യങ്ങളെ നിർമിക്കുകയുമാണ് നോവൽ ചെയ്യുന്നത്.

നഗരത്തിനകത്തു നിന്നുകൊണ്ട് സ്വയംപൂർണമായ ഒരു സ്വാത ന്ത്ര്യ സങ്കല്പം രൂപപ്പെടുത്താനും പ്രയോഗിക്കാനും പറ്റുമോ? നഗര കേന്ദ്രിത നോവലുകൾ സ്വാതന്ത്ര്യം പ്രമേയമാക്കുമ്പോൾ ഉന്നയിക്കാ വുന്ന ചോദ്യമാണിത്. ഒരു തരത്തിൽ ഗാന്ധിയനും മാർക്സിയനുമായ ചോദ്യമാണിത്. നഗരത്തിലെ ചേരികളെക്കുറിച്ച് പറയുമ്പോഴും അതിൽ താമസിക്കുന്നവരാരാണെന്ന് പറയാൻ നോവലിന് കഴി യുന്നില്ല. അന്നത്തെ ആഖ്യാനത്തിന്റെ വാതിലുകൾ തുറക്കപ്പെടാ ത്തതിനാൽ അംബേദ്കർ അവിടെ കടന്നുവരുന്നേയില്ല. അത്തരം പ്രാന്തസ്ഥലങ്ങളിലേക്ക് നോവൽ കടന്നുചെല്ലുന്നില്ല. അത്തരമാളു കൾക്കൊന്നും കഥാപാത്ര കർത്തൃത്വം ലഭിക്കുന്നുമില്ല.

സിനിമയും ജനകീയതയുടെ വെല്ലുവിളികളും

നോവലിന്റെ ഈ അടിസ്ഥാനത്തെ ചോദ്യം ചെയ്യുന്ന പുതിയ മണ്ഡലമാണ് ജനക്കൂട്ടത്തിന്റെ അഭിരുചിയെ തൃപ്തിപ്പെടുത്തുന്ന സിനിമ. ഈഗോവിനു നേരെ *ആൾക്കൂട്ടം* ഉയർത്തുന്ന ഭീഷണി പോലെ തന്നെ വികാരലോകവും ഭീഷണി ഉയർത്തുന്നു. ദേശീയ ആധുനികതയുടെ ഗാന്ധിയൻ മൂല്യങ്ങളെ നിഷേധിക്കുന്നതിന്റെ സൂചനയോടു കൂടിയാണ് ആൾക്കൂട്ടത്തിൽ സിനിമ കടന്നുവരുന്നത്. "ന്യൂസ് റീൽ പ്രദർശിപ്പിച്ചു തുടങ്ങിയപ്പോൾ ചിലർ കൂവി വിളിച്ചു. വേറെ ചിലർ ഇറങ്ങിപ്പോക്കു നടത്തി. വിനോബഭാവെയെപ്പറ്റിയുള്ള ഒരു ഡോക്യുമെന്ററി. ഇത് തങ്ങൾക്ക് എന്തിനാണ്? നായികയുടെ ചുറ്റും ചാടിത്തുള്ളി നൃത്തംവെച്ചു പാട്ടുപാടാനോ, എതിരാളികളുമായി ഗുസ്തി ചെയ്യാനോ അറിയാത്ത വൃദ്ധൻ."

ഡോക്യുമെന്ററിയിൽ നിന്ന് വ്യത്യസ്തമായി ഫീച്ചർ സിനിമയെ ജനം സ്വീകരിക്കുന്നു: "ദരിദ്രനായ നായകനും ധനികയായ നായികയും തമ്മിൽ പ്രേമിക്കുവാൻ തുടങ്ങിയപ്പോൾ പ്രേക്ഷകർ ആഹ്ലാദഭരിതരായി. പാട്ടുകൾ, നൃത്തങ്ങൾ, തമാശകൾ. നായകൻ ഒരു കാറിൽ കയറി നായികയെ ലോകാന്തരങ്ങളോളം പിന്തുടർന്നു. കാശ്മീർ, ഹോങ്കോങ്ങ്, ടോക്കിയോ, ദക്ഷിണപൂർവേഷ്യ, മദ്ധ്യേഷ്യ എല്ലാം. കുറെകഴിഞ്ഞപ്പോൾ തുറിച്ച കണ്ണുകളും ചുണ്ടിൽ നിന്ന് ഒഴിയാത്ത സിഗരറ്റുമായി വില്ലൻ പ്രത്യക്ഷപ്പെട്ടു. ദുഖം, വിരഹം, കലാപം തെറ്റിദ്ധാരണ, നായികയുടെ ചെകിട്ടത്ത് ഒരു വികാരാവേശത്തിന്റെ കാരണം പറഞ്ഞു തന്റെ കയ്യുക്കു പരീക്ഷിച്ച നായകൻ ഉടനെ വീട്ടിൽ പോയി ആ കൈ വാതിൽക്കതകുകൾക്കിടയിൽ വെച്ചു ശിക്ഷിച്ചു. നായിക ശ്രീകൃഷ്ണന്റെ ചിത്രത്തിനു മുമ്പിൽ വീണ് ഒരു ശാസ്ത്രീയ ഗാനം പാടി. വില്ലൻ ഭൂമിയുടെ അടിയിൽ എവിടെയോ ഉള്ള ഒരു ഹോട്ടലിൽ കാബറാ നൃത്തം കണ്ടുകൊണ്ടിരുന്നു സിഗരറ്റു വലിച്ചു. പിന്നീടു കൊലപാതകം, കോടതി, വാദപ്രതിവാദം, തുടർന്നു നായകനും വില്ലനും തമ്മിൽ മല്ലയുദ്ധം. ആദ്യം തീവണ്ടിയിൽ വെച്ച്, പിന്നെ കപ്പലിലും പ്ലെയിനിലും. അവസാനം യാതനകളെല്ലാം ഒടുങ്ങി, നായകനും നായികയും കാറിൽ കയറി പണ്ടു പാടാറുള്ള ഒരു പാട്ടു പാടി പോയി. സന്തോഷവും സംതൃപ്തിയും അടക്കുവാൻ കഴിയാത്ത ജനതതി ചിത്രത്തിലെ ഹിറ്റ് ട്യൂണുകൾ പാടിക്കൊണ്ട് ഇറങ്ങിപ്പോയി. അടുത്ത കളിക്കുള്ള ടിക്കറ്റുകൾ ബ്ലാക്ക് ടിക്കറ്റിൽ വില്പനക്കിറങ്ങി." നോവലിന്റെ അവസാനവും രാഷ്ട്രബോധവും

സിനിമയും തമ്മിലുള്ള മുഖാമുഖമാണ്. റിപ്പബ്ലിക് ദിനത്തിന്റെ തലേന്ന് രണ്ടാം കളി കഴിഞ്ഞ് അലസമായി നീങ്ങുന്ന ആൾക്കൂട്ടം.

വൻവ്യവസായ നഗരങ്ങളിലെ തൊഴിലാളിവർഗമായിരുന്നു സിനിമയുടെ ആദ്യത്തെ കാണികൾ എന്നും അതേ കാലത്ത് തൊഴിലാളി സോഷ്യലിസ്റ്റ് കക്ഷികൾ വളരുന്ന കാലവുമായിരുന്നുവെന്നും റെയ്മണ്ട് വില്യംസ് പറയുന്നുണ്ട് (Williams:107). ഒരേ സമയം തൊഴിലാളികൾ ഉയർന്നവരുകയും അവർ രാഷ്ട്ര ലക്ഷ്യങ്ങൾ മറന്ന് ആൾക്കൂട്ടത്തിൽ ലയിക്കുകയും ചെയ്യുക എന്ന വൈരുദ്ധ്യം. ഇത് യഥാർഥത്തിൽ വൈരുധ്യമാണോ?രാഷ്ട്ര ലക്ഷ്യവും തൊഴിലാളിവർഗ ലക്ഷ്യവും ഒന്നാണോ?തകരുന്നത് രാഷ്ട്രയുക്തിയാണോ തൊഴിലാളിവർഗ യുക്തിയാണോ? റിച്ചാർഡ് ഹോഗാർത്തിന്റെ പൈങ്കിളി സാഹിത്യം തൊഴിലാളി സംസ്കാരത്തിൽ ഉണ്ടാക്കുന്ന വിനാശകരമായ സ്വാധീനത്തെക്കുറിച്ചുള്ള വിമർശനത്തോടു താരതമ്യം ചെയ്യാവുന്നതാണ് ഈ ഭാഗം. കച്ചവട സിനിമ കൊണ്ടുവരുന്ന മൂല്യത്തിനെതിരെയാണ് വിമർശനമെങ്കിലും ഒരു ജനുസ്സ് എന്ന നിലയിൽ സിനിമയുടെ തന്നെ സാധ്യത ഉയർത്തുന്ന വെല്ലുവിളികളും ഇവിടെ വിഷയമാണ്. അച്ചടിക്ക് കഴിയാത്ത മട്ടിൽ അതിവേഗം സ്ഥലകാലങ്ങളെ മാറ്റുവാനുള്ള ദൃശ്യമാധ്യമത്തിന്റെ കഴിവ്, മായികമായ തലത്തെ നിർമിക്കാനുള്ള ശേഷി എന്നിവയെല്ലാം നോവലിനുതന്നെ ഭീഷണിയാണ്. നോവലിനു മാത്രമല്ല, രാജ്യാന്തരങ്ങളിൽ അതിവേഗം നീങ്ങുന്ന ദൃശ്യങ്ങൾ രാഷ്ട്ര പരിധിയുമായി ഐക്യപ്പെട്ട ഈഗോവിന്റെ പരിധികളെയും ലംഘിക്കുന്നുണ്ട്. ആ നിലയിൽ നോവലിനും രാഷ്ട്രത്തിനും ഈഗോവിനും വെല്ലുവിളിയുയർത്തുന്നുണ്ട് സിനിമ.

അതേ സമയം ജനപ്രിയതയും ജനകീയതയും തമ്മിലുള്ള വൈരുധ്യത്തിന്റെ പ്രശ്നവും സിനിമ ഉയർത്തുന്നുണ്ട്. ജനപ്രിയതയെ മുന്നോട്ടുകൊണ്ടുപോകുകയും ജനകീയതയെ നിഷേധിക്കുകയും ചെയ്യുന്ന മട്ടിൽ സിനിമ വളർന്നു കഴിഞ്ഞിട്ടുണ്ട്. എന്നാൽ ഇടതുബുദ്ധിജീവിതത്തിന്റെ യുക്തിക്കകത്തേക്ക് സിനിമ *ആൾക്കൂട്ട*ത്തിൽ ഒരിക്കലും കടന്നുവരുന്നില്ല. ഇന്ത്യയ്ക്കകത്തോ പുറത്തോ ഉള്ള ബദൽ സിനിമയുടെ സംസ്കാരം കടന്നുവരുന്നില്ല. ഒരു ജനുസ്സ് എന്ന നിലയിൽത്തന്നെ സിനിമ ആകപ്പാടെ തള്ളപ്പെടുകയാണ്. അക്ഷരകേന്ദ്രിത ബുദ്ധിജീവിതത്തിൽ നിന്ന് നോക്കുമ്പോൾ ആൾക്കൂട്ടത്തിന്റെ പ്രതീകമായി സിനിമ മാറുന്നു.

പുസ്തക-പത്ര കേന്ദ്രിതമായ ആധുനിക വ്യക്തിബോധത്തിന്റെ പരാജയമാണ് നോവൽ വിവരിക്കപ്പെടുന്നത്. ഈ നിലയിൽ നോവലിനെ നോവലിനകത്തുനിന്നു വെല്ലുവിളിക്കുന്ന, രാഷ്ട്രത്തെ ഈഗോവിനകത്തു നിന്ന് വെല്ലുവിളിക്കുന്ന കാമനാസാന്നിധ്യമാണ് സിനിമ. അച്ചടി, ആധുനികത, രാഷ്ട്രം, യുക്തി, ഈഗോ എന്നിവയ്ക്ക് ഭീഷണിയുയർത്തുന്ന സാന്നിദ്ധ്യമാകുന്നുണ്ട് സിനിമ.

രാഷ്ട്രീയ സ്വാതന്ത്ര്യത്തിന്റെ പ്രതീകമായ റിപ്പബ്ലിക്കിന്റെ പ്രഖ്യാപനത്തിന്റെ വാർഷികത്തിന് അതൊന്നും ഓർക്കാതെ സെക്കന്റ് ഷോ കഴിഞ്ഞ് ഇറങ്ങിപ്പോകുന്ന ആൾക്കൂട്ടത്തിന് മുമ്പിലാണ് നോവലിലെ സ്വാതന്ത്ര്യബോധത്തിന്റെ അവസാനത്തെ കാവൽക്കാരനായ സുനിൽ ഇറങ്ങിപ്പോകുന്നത്. പുസ്തകം വായിക്കുന്ന (ഒരു മാസിക വായിക്കാൻ ഒരു മാസം വേണമെന്ന് ആഗ്രഹിക്കുന്ന) ഏകാകിയായ സുനിൽ സിനിമാപ്രേമികളുടെ ഇടയിലേക്ക് ഒരാളായി ചെന്ന് ഇല്ലാതാവുന്നു. ഈ ആൾക്കൂട്ടമാകട്ടെ ഗാന്ധിയൻ മൂല്യങ്ങളെ (വിനോബയെക്കുറിച്ചുള്ള ഡോക്യുമെന്ററി) അവഗണിച്ച ആൾക്കൂട്ടമാണ്. വിനോബയെക്കുറിച്ചുള്ള ഡോക്യുമെന്ററി എന്നു പറഞ്ഞതല്ലാതെ വിനോബ ഉന്നയിച്ച രാഷ്ട്രീയമെന്ത് എന്ന് ആഖ്യാനം വിശദീകരിക്കാൻ ശ്രമിച്ചിട്ടില്ലെന്ന് ശ്രദ്ധിക്കണം. കർഷക-ഗ്രാമീണ ഭൂപ്രശ്നമാണ് വിനോബ ഗാന്ധിയൻ രീതിയിൽ ഉന്നയിച്ചത് (അതിന്റെ പരിഹാരം ഗാന്ധിയനാണോ എന്നത് മറ്റൊരു ചോദ്യം). ഇന്ത്യയുടെ മോചനം ഇന്ത്യൻ ഗ്രാമങ്ങളാണെന്ന ഗാന്ധിയൻ (ഒരു പരിധി വരെ മാർക്സിയനുമായ) വീക്ഷണം ആഖ്യാനത്തിനുണ്ടായിരുന്നെങ്കിൽ പോപ്പുലർ സിനിമയിലെ നിഷേധാത്മകമെന്നു പറഞ്ഞു മുദ്ര കുത്തപ്പെട്ട രംഗങ്ങൾക്കൊപ്പം ആ ഗ്രാമീണ രാഷ്ട്രീയം കൂടി മറനീക്കുമായിരുന്നു. എന്നാൽ ഗാന്ധിഗ്രാമം സന്ദർശിക്കുന്നതല്ലാതെ ഇന്ത്യയിൽ അന്ന് നടന്ന കർഷക സമരഭൂമികളിലേക്ക് നോവൽ (കഥാപാത്ര രൂപത്തിലോ വിവരണമെന്ന നിലയിലോ പത്രവാർത്തകളായോ) കടന്നു ചെല്ലുന്നില്ല (കേരളത്തിലുൾപ്പെടെ കമ്മ്യൂണിസ്റ്റ് സമരങ്ങൾ നടക്കുന്ന ഘട്ടമായിരുന്നുവല്ലോ അത്).

ഗ്രാമങ്ങളിൽ നിന്ന് നഗരങ്ങളിലെത്തിയ ജോസഫും സുനിലും സ്വന്തം നാട്ടുകളിലേക്ക് നടത്തുന്ന സന്ദർശനം അവരിൽ അന്യവൽക്കരണമാണ് ഉണ്ടാക്കുന്നത്. ഗ്രാമീണയാഥാർഥ്യവുമായി ഗ്രാമത്തിലെ കാലബോധവുമായി ഒത്തുപോകാൻ കഴിയാത്ത പ്രകൃതമായി അവർ മാറിക്കഴിഞ്ഞിട്ടുണ്ട്.

നഗരസ്വത്വത്തെയും നാഗരിക സ്വാതന്ത്ര്യത്തെയും സൃഷ്ടിക്കുന്ന ഗ്രാമീണമായ അധ്വാനത്തെ സൗന്ദര്യവൽക്കരിക്കാനും അതിനെ നോവലിന്റെ സൗന്ദര്യത്തിനകത്തേക്ക് കടത്തിക്കൊണ്ടുവരാൻ കഴിയാത്തതുമാണ് അത് ഈ തരത്തിലുള്ള ഒരു പരാജയ ഗാഥയായത്(തീർച്ചയായും മധ്യവർഗ സ്വാതന്ത്ര്യ ബോധത്തിന്റെ സത്യസന്ധമായ പരാജയ ചിത്രീകരണവുമാണത്). ദേശീയ സ്വാതന്ത്ര്യത്തിന്റെ പൊതുവെയുള്ള പരാജയത്തിന്റെയല്ല, സ്വാതന്ത്ര്യത്തെക്കുറിച്ചുള്ള നഗര-കേന്ദ്രിത മധ്യവർഗ സങ്കല്പത്തിന്റെ പരാജയം മാത്രമാണത്.

അറുപതുകളിലെ നെഹ്റുവിയൻ ഇന്ത്യയിൽ നിന്ന് എഴുപതുകളിലെ അടിയന്തരാവസ്ഥയ്ക്കുമുമ്പുള്ള ഇന്ത്യയിലേക്കുള്ള പരിണാമത്തെ സൂചിപ്പിക്കുന്ന കൃതിയാണ് *മരണസർട്ടിഫിക്കറ്റ്.*

രോഗം, ഭ്രാന്ത് തുടങ്ങിയ രൂപകങ്ങളിലൂടെയാണ് *ആൾക്കൂട്ട*ത്തിൽ ആധുനികതായുക്തിയുടെ വിമർശനസ്ഥാനങ്ങൾ വിവരിക്കപ്പെട്ടത്. എന്നാൽ *മരണസർട്ടിഫിക്കറ്റി*ലെത്തുമ്പോൾ അത് മരണം തന്നെയാകുന്നു. തൊഴിലന്വേഷിക്കുന്നവരും താഴ്ന്ന ഇടത്തരം തൊഴിലാളികളും ചേർന്ന *ആൾക്കൂട്ട*ത്തിലെ ആഖ്യാനകർത്തൃത്വമല്ല, മുതലാളിത്ത ഉല്പന്നങ്ങളെ കമ്പോളത്തിലെത്തിക്കുന്ന സെയിൽസ് റെപ്രസന്റേറ്റീവാണ് ആഖ്യാതാവ്. കമ്പനിയും ആഫീസും ലൈബ്രറിയും റേഡിയോളജിസ്റ്റും ഒക്കെ ചേരുന്ന അന്തരീക്ഷമാണ് ആഖ്യാനത്തിലേത്. ആ നിലയിൽ ആധുനികതയുടെ സ്ഥാപനങ്ങൾ നേരിട്ട് ആഖ്യാനത്തിന്റെ ആന്തരികവൽക്കരിക്കപ്പെട്ട സ്ഥലങ്ങളാകുന്നുണ്ട്. എന്നാൽ സൂക്ഷ്മമായ സൂചനകളിലൂടെ മാത്രം വ്യക്തമാകുന്ന കാഫ്കയിക് എന്നു പറയാവുന്ന സങ്കേതത്തിലാണ് ആഖ്യാനം നീങ്ങുന്നത്.

കാൻസർ ബാധിച്ച് മരിച്ച സഹോദരന്റെ *മരണസർട്ടിഫിക്കറ്റി*നു വേണ്ടിയുള്ള ആഖ്യാതാവിന്റെ അന്വേഷണം ചരിത്രത്തെക്കുറിച്ചും വിമോചനത്തെക്കുറിച്ചുമുള്ള അന്വേഷണമായി മാറുകയാണ്. വർഗപരമായ ഊന്നൽ നഷ്ടപ്പെടുകയും ദേശീയബോധം വികസിക്കുകയും ചെയ്യുന്ന സാഹചര്യത്തിലാണ് നോവലിലെ വ്യക്തിരൂപകമായ ഈ അന്വേഷണം നടക്കുന്നത്.

ബൃഹദാഖ്യാനങ്ങളുടെ മരണം

മാർക്സിസത്തെ ആശയമെന്ന നിലയിലല്ല, കമ്മ്യൂണിസ്റ്റുകാരൻ എന്ന വ്യക്തിസാന്നിധ്യമായാണ് നോവൽ ഉൾക്കൊള്ളുന്നത്. ജനന മരണങ്ങളുടെ മുമ്പിൽ നിന്നുകൊണ്ട് ആധുനിക വ്യവസ്ഥയെ

എക്സ്പ്രഷനിസ്റ്റ് സങ്കേതത്തിലൂടെ വിമർശിക്കുന്ന *മരണസർട്ടിഫിക്കറ്റിൽ* ആധുനികതാചിഹ്നങ്ങളുടെ ഭാഗമായാണ് കമ്മ്യൂണിസ്റ്റുകാരൻ സ്നേഹിതൻ വരുന്നത്. കെമിസ്റ്റ്, ലൈബ്രേറിയൻ എന്നിവർക്കൊപ്പമാണ് കമ്മ്യൂണിസ്റ്റുകാരൻ സ്നേഹിതനും ആഖ്യാതാവിന്റെ ആശ്വാസമാകുന്നത്. കമ്മ്യൂണിസ്റ്റുകാരൻ എന്ന വാക്ക് കരുണയുടെയും ആർദ്രതയുടെ പ്രതീകമായി വിശേഷിപ്പിക്കപ്പെടുന്ന സന്ദർഭമുണ്ട്. ബന്ധുവിന്റെ മരണത്തിനുശേഷം ആ സന്ദർഭത്തിലേക്ക് ദമ്പതികൾ തിരിഞ്ഞുനോക്കുന്നു:

"അവൾ ചായ കൊണ്ടുവന്നപ്പോൾ ഞാൻ പറഞ്ഞു : "ഞായറാഴ്ച ഒരു പുരോഹിതനെ കൊണ്ടുവരാമെന്നു പറഞ്ഞിട്ടുണ്ട് ആ കമ്മ്യൂണിസ്റ്റുകാരൻ. അസ്ഥികൾ കടലിൽ നിക്ഷേപിക്കുക കൂടിയാവാമെന്നാണ് പറഞ്ഞത്."

"ആ മനുഷ്യൻ ഉണ്ടായത് ഉപകാരമായി. " എന്റെ അടുത്തിരുന്ന് മകന്റെ നിറുകയിൽ തലോടിക്കൊണ്ട് അവൾ പറഞ്ഞു. "എല്ലാം അറിഞ്ഞുമന്വേഷിച്ചും ഏർപ്പാടുചെയ്തു കൊള്ളും. സ്വന്തം കാര്യം പോലെയാണ് അയാൾക്ക്."

" 'അയാളൊരു കമ്മ്യൂണിസ്റ്റുകാരനാണ്'' ഞാൻ പറഞ്ഞു." (മ.സ:25)

ക്രിമേറ്ററി ക്ലാർക്കിന്റെ ഭാര്യയുമായുള്ള സംഭാഷണത്തിനിടയിലും പ്രതീക്ഷയുടെ സൂചകമായി ആഖ്യാതാവ് എടുത്തിടുന്നത് കമ്മ്യൂണിസ്റ്റുകാരൻ സ്നേഹിതനെയാണ്:

"എപ്പോഴാണ് ഇതെല്ലാം ഒന്നു നേരയാവുക? ഞാൻ അതും ശരിവെച്ചു. മനുഷ്യാവസ്ഥയെന്നല്ലാതെ എന്തു പറയാം. എങ്കിലും എല്ലാം മെച്ചപ്പെടുമെന്നു തന്നെയാണ് എന്റെ സ്നേഹിതൻ പറയുന്നത്. അയാളൊരു കമ്മ്യൂണിസ്റ്റുകാരനാണ് (29)."

"പല കാര്യത്തിലും എനിക്ക് അയാളോട് യോജിക്കാൻ കഴിയുന്നില്ലെങ്കിലും വന്നതെല്ലാം വരേണ്ടവയായ സ്ഥിതിക്ക്, ഇനി ചെയ്യേണ്ടതെല്ലാം മുറയനുസരിച്ചും ഭംഗിയായും സ്വന്തം കാര്യം പോലെ അറിഞ്ഞുമന്വേഷിച്ചും നടത്തിച്ചു തരാൻ കമ്മ്യൂണിസ്റ്റുകാരൻ സ്നേഹിതനുണ്ട് (39)."

എല്ലാം ഒരിക്കൽ ശരിയാവുമെന്ന് പറയുന്ന തന്റെ ഭാര്യയും ഒരു നല്ല ലോകം നാളെ വരുമെന്നു കരുതുന്ന കമ്മ്യൂണിസ്റ്റുകാരനും ഒരേ ശുഭപ്രതീക്ഷയാണ് പങ്കിടുന്നത്. എന്നാൽ ഒന്നും ഒരിക്കലും

നന്നാവില്ലെന്നും എത്ര വൃത്തിയാക്കിയാലും വീണ്ടും വീണ്ടും നിലം വൃത്തികേടായിത്തന്നെ തീരുമെന്നും പറയുന്ന ക്രിമേറ്ററി ക്ലാർക്കിന്റെ ഭാര്യയുടെ വീക്ഷണത്തോടാണ് ആഖ്യാതാവ് ഐക്യപ്പെടുന്നത്.

കമ്മ്യൂണിസ്റ്റ് ചരിത്രത്തെ മുൻനിർത്തി ഈ ചർച്ച പരിശോധിച്ചാൽ ഒരിക്കൽ വിപ്ലവം നടന്നുകഴിഞ്ഞാൽ പിന്നെ സമൂഹം ശരിയായ ദിശയിൽ പോയിക്കൊള്ളുമെന്നുള്ള സമീപനവും എന്നാൽ നിരന്തരം മാനുഷികമായ ഇടപെടലുകളിലൂടെ മാത്രമേ സോഷ്യലിസ്റ്റ് വ്യവസ്ഥയിൽ പോലും ജനാധിപത്യവും സ്വാതന്ത്ര്യവും നിലനിർത്താൻ കഴിയൂ എന്നു കരുതിയ മാവോ ഉൾപ്പെടെയുള്ളവരുടെ പിൽക്കാല നിലപാടുകളും തമ്മിലുള്ള വ്യത്യാസത്തെക്കൂടി ഇത് പ്രതിനിധീകരിക്കുന്നുണ്ട്. ഒരു തലമുറയ്ക്ക് ഭാവി സമൂഹങ്ങൾക്കൊക്കെ വേണ്ടി വിമോചനം സൃഷ്ടിക്കാൻ സാധ്യമല്ല എന്ന തിരിച്ചറിവാണ് അത്. ചരിത്രം മാനുഷികമായ ഇടപെടലുകളില്ലാതെ രേഖീയമായി സഞ്ചരിക്കുന്നതാണോ എന്നതാണ് ചോദ്യം.

വ്യക്തിപരവും സ്വകാര്യവുമായ താത്പര്യങ്ങൾ കമ്മ്യൂണിസത്തെ ആന്തരികമായി ദുർബലപ്പെടുത്തുന്ന അപരമാണ്. കമ്മ്യൂണിസ്റ്റുകാരൻ സ്നേഹിതനിൽ തുടക്കത്തിലേ ഈ വൈരുധ്യമുണ്ട്. പുരോഹിതനെ കൊണ്ടുവന്ന് ശ്രാദ്ധച്ചടങ്ങുകൾക്ക് വേണ്ട നിർദ്ദേശങ്ങൾ കൊടുക്കുന്ന കമ്മ്യൂണിസ്റ്റുകാരൻ സ്നേഹിതൻ ഭാര്യ പ്രാതലിനു കാത്തിരിക്കുന്നുണ്ടെന്നു പറഞ്ഞ് ധൃതിപ്പെട്ട് സ്ഥലം വിടുന്നുണ്ട്.

കമ്മ്യൂണിസ്റ്റുകാരൻ സ്നേഹിതന്റെ വീട്ടിലെ സൽക്കാരത്തിലും മധ്യവർഗ മൂല്യങ്ങളുടെ സ്വാധീനമാണ് വിശദീകരിക്കപ്പെടുന്നത്. വീടിലെ ഓരോ മുറിയും തുറന്നു കാണിച്ചു പരിചയപ്പെടുത്തുന്നു. ആ വീട് ഇൻസ്റ്റാൾമെന്റ് ബേസിലാണ് വാങ്ങിയതെന്നു പറയുന്നു. അയാൾക്ക് ചെറുപ്പകാലത്ത് ബാഡ്മിന്റൺ കളിയിൽ സമ്മാനമായി കിട്ടിയ, ഇരിപ്പുമുറിയിൽ സൂക്ഷിച്ചിരിക്കുന്ന കപ്പ് പരിശോധിക്കാനായി ആഖ്യാതാവിന്റെ കയ്യിൽ കൊടുക്കുന്നു. പാർടി ചെയർമാൻ സ്റ്റേറ്റ് പ്രസിഡന്റിനയച്ച ഒരു കത്തിൽ എക്കൗണ്ട്സ് സൂക്ഷിക്കുന്നതിനും ഓഡിറ്റ് ഒബ്ജക്ഷൻസിന് മറുപടി കൊടുക്കുന്നതിലും ഉള്ള സാമർത്ഥ്യത്തെപ്പറ്റി പരാമർശിച്ചിട്ടുള്ള ഭാഗം ആഖ്യാതാവിനെ വായിച്ചു കേൾപ്പിക്കുന്നുണ്ട്. അവസാനം അയാളുടെയും ഭാര്യയുടെയും വിവാഹം മുതൽ തുടങ്ങുന്ന ഫാമിലി ആൽബം അയാളെ കാണിക്കുന്നു. ഇങ്ങനെ ബ്യൂറോക്രസിക്ക് വഴിമാറിയതും മധ്യവർഗവൽക്കരിക്കപ്പെട്ടതുമായ സംസ്കാരത്തിലേക്ക് കമ്മ്യൂണിസ്റ്റ് മൂല്യങ്ങൾ അപചയിക്കുന്നതാണ് വിവരിക്കുന്നത്.

വിപ്ലവകാരിയായ കമ്മ്യൂണിസ്റ്റുകാരൻ പുറത്തുപോയാൽ തിരിച്ചെത്തുന്നതുവരെ ആശങ്കയിലാണ് അയാളുടെ ഭാര്യ. അയാൾ പുറത്തുപോയ ഒരു സമയത്താണ് ആഖ്യാതാവ് കമ്മ്യൂണിസ്റ്റുകാരന്റെ വീട്ടിലെത്തുന്നത്. തന്റെ ഭർത്താവ് വരാത്തതിൽ അയാൾക്ക് എന്തെങ്കിലും സംഭവിച്ചിരിക്കുമോ എന്ന് ഉത്കണ്ഠ പ്രകടിപ്പിക്കുമ്പോൾ ആഖ്യാതാവ് തന്നെ സമാധാനിപ്പിക്കാറുണ്ടായിരുന്ന കമ്മ്യൂണിസ്റ്റുകാരന്റെ ഭാര്യയെ ഇപ്പോൾ സാന്ത്വനപ്പെടുത്തുന്നതിൽ വിരുദ്ധോക്തിയും വിമർശനവും നിറഞ്ഞിരിക്കുന്നു:

"യുദ്ധത്തെപ്പറ്റിയുള്ള സംസാരവും പൊതുവെ ദേശീയതയുടെ വളർച്ചയും കാരണം വിപ്ലവത്തിനുള്ള സാധ്യതകൾ കുറഞ്ഞിരിക്കുകയും വിപ്ലവപ്രവർത്തനങ്ങൾ തന്നെ പണിമുടക്കുകൾക്കു മീതെ പോകാതിരിക്കുകയും ചെയ്യുന്നതു കൊണ്ട് അങ്ങനെയുള്ള ദുരന്തങ്ങളൊന്നും സംഭവിക്കുകയില്ലെന്ന് ഓരോ തവണയും ഞാൻ അവളെ സമാധാനിപ്പിച്ചു (41)." വിപ്ലവ വർഗം മധ്യവർഗപരമായ ഒത്തുതീർപ്പിലെത്തിക്കഴിഞ്ഞതിനാൽ കമ്മ്യൂണിസ്റ്റുകാരന്റെ ജീവിതത്തിന് ഭരണകൂടത്തിന്റെ മർദ്ദനോപാധികളിൽ നിന്നുള്ള ഭീഷണിയില്ല. ഉള്ളത്, അകത്തുനിന്നുതന്നെയുള്ള അപചയത്തിന്റെ ഭീഷണിയാണ്.

ദേശീയസ്വപ്നങ്ങൾ പേറുന്ന അറുപതുകളിലെ ആത്മബോധത്തിന് വരുന്ന ഉൾപരിവർത്തനത്തിന്റെ രൂപകമാണ് മരണം. പ്രബുദ്ധതയുടെ തുടർച്ചയായിവന്നതും ഇന്ത്യൻ സ്വാതന്ത്ര്യ പ്രസ്ഥാനവും ഇടതുപക്ഷ പ്രസ്ഥാനവും നൽകിയതുമായ സ്വപ്നങ്ങളുടെ പരാജയം കണ്ട് അതിനെ അതിജീവിക്കാൻ കരുത്തുനേടുന്ന മറ്റൊരു സ്വത്വത്തിന്റെ രൂപപ്പെടലാണത്. രാഷ്ട്രീയ ആധുനികതയുടെ പരാജയത്തിന്റെ ആത്മനിഷ്ഠവും സൗന്ദര്യാത്മകവുമായ തലമാണ് മരണമെന്ന രൂപകത്തിലൂടെ നിർമിക്കപ്പെടുന്നത്. സാമാന്യമായി പറഞ്ഞാൽ നെഹ്റുവിയൻ-ഇടതുപക്ഷ ഈഗോവിന്റെ പരിവർത്തനം.

രണ്ട് ആഖ്യാനങ്ങളിലൂടെ ഇത് വിവരിക്കുന്നുണ്ട്: മരിച്ച ബന്ധുവിന്റെ എക്സ്റേ കാണിച്ച് റേഡിയോളജിസ്റ്റിന്റെ സഹതാപത്തിനു മുമ്പിൽ മരണപ്പെട്ടയാളായി സ്വയം രൂപാന്തരീകരണം നടത്തുന്ന സന്ദർഭമാണ് ഒന്ന്. "ആ അന്ധകാരത്തിന്റെയും നിശ്ശബ്ദതയുടെയും അകത്ത് ഒരു ലഘുവായ ചലനത്തിന്റെ രൂപത്തിൽ മാത്രം ഞാൻ എന്നെ തിരിച്ചറിയാൻ തുടങ്ങി... എന്നിൽ മർമരങ്ങൾ ഉയിർക്കൊണ്ടു. ചൂടായി. അസ്ഥികൾ വളരുന്നതും കുത്തിത്തറയ്ക്കുന്നതും ഞാൻ അറിഞ്ഞു. പേശികളിലെ വലിവ്, രക്തത്തിന്റെ ചൂട് , മസ്തിഷ്കത്തിലെ

ചുഴലിക്കാറ്റ്. സർവാംഗം വളർച്ചയുടെ വേദനയും കിരുകിരുപ്പും. ഞാൻ ഞാനാകുകയായിരുന്നു. ഞാൻ എനിക്കുള്ളിൽ വളർന്നു. നിറഞ്ഞു. വിങ്ങി. എന്നെ താങ്ങാൻ കഴിയാതെ ഞാൻ തളർന്നു. എന്റെ ശ്വാസകോശങ്ങൾ പണിപ്പെട്ടു. പേശികൾ വലിഞ്ഞു. അള്ളിപ്പിടിക്കുന്ന വേദനകൾ എന്നെ ഇരുന്ന ഇരുപ്പിൽ വട്ടം തിരിയിച്ചു. കഴയ്ക്കുന്ന അംഗങ്ങൾ ഞാൻ എന്തിനോ വേണ്ടി നീട്ടി. കൂനിക്കൂടി വരുന്ന തോളുകൾ, കണ്ണുകളെ കറക്കുന്ന ശ്വാസം മുട്ടൽ, നീണ്ടുനിവരുന്ന കഴുത്ത്, വിയർപ്പ്, തണുക്കുന്ന ശരീരം, അന്ധകാരം, നിശ്ശബ്ദത, വീണ്ടും അന്ധകാരം. ഞാൻ റേഡിയോളജിസ്റ്റിന്റെ മേശമേൽ മുഖമമർത്തി തേങ്ങി തേങ്ങി കരഞ്ഞു."

"എന്നെ അനുഗ്രഹിച്ചുനിന്ന ആ യാഥാർത്ഥ്യത്തിന്റെ ആലിംഗനത്തിനുള്ളിലെ വേദനയിലും നിസ്സഹായതയിലും ഞാൻ അസാധാരണമായ ഒരു നിർവൃതിയും സംതൃപ്തിയും കണ്ടെത്തി. അതിൽ ഞാൻ അത്ഭുതപ്പെടുകയും ചെയ്തു. കാരണം ആ യാഥാർത്ഥ്യം എനിക്കജ്ഞാതമായിരുന്നില്ല. എനിക്കകത്ത് ഉയിർക്കൊണ്ട് , വളർന്ന്, നിറഞ്ഞ്, വിങ്ങി, എന്നിൽനിന്ന് എന്നെ പുറത്തുതള്ളാൻ ശ്രമിക്കുന്ന ഞാൻ തന്നെയായ ആ യാഥാർത്ഥ്യത്തെ ഞാൻ നിമിഷമാത്രയ്ക്കെങ്കിലും തിരിച്ചറിഞ്ഞു" (50-51).

ലൈബ്രേറിയന്റെ മുന്നിലെ വെളിപ്പെടുത്തലാണ് മറ്റൊന്ന്.

"എരിഞ്ഞടങ്ങാതിരിക്കാൻ വിറകിട്ടുകൊടുത്തുകൊണ്ടിരുന്നാൽ മതിയെന്നാണ് തോന്നാറ്." ഞാൻ പറഞ്ഞു. പക്ഷേ ഇപ്പോൾ തോന്നുന്നു എന്റെ ജന്മസ്വത്തായി എന്നിൽ ജ്വലിക്കുന്നതും ആലിംഗനത്തിൽ ഒതുക്കി അവശിഷ്ടമില്ലാതെ നശിക്കാൻ ശ്രമിക്കുന്നതുമായ ഈ ചിത ഞാൻ തന്നെയാണെന്ന്. ഞാനെന്ന യാഥാർത്ഥ്യം . എന്റെ വളർച്ച എനിക്ക് വിറക്. എന്റെ ചൂട് എനിക്കു ചിത. വളരുന്തോറും കൂടുതൽ ജ്വലിക്കുന്നു. കത്തുംതോറും കൂടുതൽ വളരുന്നു. പിന്നെപ്പിന്നെ എന്റെ വളർച്ച എനിക്കു ഭാരമായിത്തീരുന്നു. എന്റെ സ്വന്തം ഭാരത്താൽ എന്റെ തോളുകൾ തൂങ്ങാൻ തുടങ്ങുന്നു. കഴുത്തു നീളുന്നു. എന്റെ മാംസം വേവുന്നു. എല്ലുകൾ വിള്ളുന്നു. അവിടെ ഞാനും എന്റെ ചിതയും അവസാനമായി കൂട്ടിമുട്ടുന്നു. ഞാൻ എന്നിൽ അവസാനിക്കുന്നു" (51-52).

മരണം, വളർച്ച, നാശം എന്നിവ തമ്മിൽ ഇപ്പോൾ പുതിയൊരു ബന്ധം സ്ഥാപിക്കപ്പെടുകയാണ്. ആഖ്യാതാവിന്റെ ഉള്ളുതുറന്ന അനുഭവത്തെ ലൈബ്രേറിയൻ വ്യാഖ്യാനിക്കുന്നു: "അതെ നിങ്ങൾ

ശരിയാണ്. നിങ്ങൾ തന്നെ വിറകും. വളർച്ചയുടെ വിപരീതം നാശമല്ല, വളർച്ചയില്ലായ്കയാണ്. അതുപോലെ തന്നെ നാശത്തിന്റെ വിപരീതം നാശമില്ലായ്കയും. വളർച്ചയില്ലായ്കയും നാശമില്ലായ്കയും ഒന്നു തന്നെയായതുകൊണ്ട് വളർച്ചയില്ലായ്കയുടെയും നാശമില്ലാ യ്കയുടെയും വിപരീതങ്ങളായ വളർച്ചയും നാശവും ഒരേ കോർട്ടിൽ കണ്ടുമുട്ടുന്നു. വളർച്ചയും നാശവും ഒന്നിക്കില്ല, നിങ്ങളാവാതൊക്കില്ല. നിങ്ങളിലെ യാഥാർഥ്യത്തെ നേരിടാതൊക്കില്ല. അങ്ങനെ നേരി ടുമ്പോൾ നശിക്കാതെയും ഒക്കില്ല. മരണം ഓരോ ജീവിയുടെയും സ്വഭാവമാണ്, വിധിയല്ല."

അസ്തിത്വവാദപരമായ ഉണ്മയുടെയും ശൂന്യതയുടെയും വിപരീത ങ്ങളിൽ വെച്ച് മരണത്തിന്റെ അർഥം വെളിപ്പെടുന്നു. ലൈബ്രേറി യനെത്തുടർന്ന് ആഖ്യാതാവ് ആ യുക്തി പൂർത്തിയാക്കുന്നു: അയാൾ നിർത്തിയിടത്ത് ഞാൻ ഏറ്റെടുത്തു. അപ്പോൾ അതിന്റെ അർഥം മരണം വളർച്ചയുടെ സ്തംഭനമല്ല, പൂരണമാണ് എന്നല്ലേ? എന്റെ ജീവൻ ഞാൻ സ്വയം കത്തുന്ന ചൂടാകുന്നു. കത്തിയടങ്ങുമ്പോൾ ഞാൻ തണുത്തു ജീവനില്ലാത്തവനായി. മരണം അവസാനവാ ക്കാണ്. അതിനു ശേഷം ഒന്നുമില്ല. ഒരു മനുഷ്യനും ഒരു കോടതിക്കും അതിൽ കടന്നു അന്വേഷിക്കുക വയ്യ...

ഞങ്ങൾ ഇരുവരും നിശ്ശബ്ദരായി. ഞങ്ങൾക്കു പൊതുവായുള്ള പ്രളയത്തിൽ ഞങ്ങൾ ഒറ്റയ്ക്കൊറ്റയ്ക്ക് ഊളിയിട്ടു" (52).

ലിബറൽ യുക്തിക്കകത്തുവെച്ചു വ്യാഖ്യാനിച്ചാൽ മരണം ഇവിടെ വ്യക്തിപരമായ മരണമാണ്. ലിബറൽ യുക്തിയുടെ സൗന്ദര്യശാ സ്ത്രത്തിൽ വെച്ച് വ്യാഖ്യാനിച്ചാൽ ആനന്ദ് എന്ന എഴുത്തുകാരന്റെ വ്യക്തിപരമായ അനുഭവവും ഉൾക്കാഴ്ചയുമാണ്. ആനന്ദ് തന്നെ ഇത്തരത്തിൽ ഇതിനെ വ്യാഖ്യാനിച്ചിട്ടുണ്ട്. *മരണസർട്ടിഫിക്കറ്റി* ന്റെ രചനാപശ്ചാത്തലം സച്ചിദാനന്ദനുമായി നടത്തിയ ഒരഭിമുഖ ത്തിൽ വിശദീകരിക്കുന്നു (ആനന്ദ് 1983 : 14). 1971, ജീവിതത്തിൽ വലിയൊരു പരീക്ഷയുടെ കൊല്ലമായിരുന്നു. *അഭയാർഥി*പ്രവാഹം, ഗാന്ധിയൻ മൂല്യങ്ങളുടെ തിരോധാനം, പൊതുജീവിതത്തിൽ വന്നു ചേർന്ന കാപട്യം, ആത്മാർഥമായി ആരംഭിച്ച നക്സലിസ്റ്റ് പ്രസ്ഥാനം താന്ത്രികമായ അനുഷ്ഠാനമായി അധഃപതിച്ചത്, ഒപ്പം കോളറ, വെള്ളപ്പൊക്കം, യുദ്ധം തുടങ്ങിയ ദുരിതങ്ങൾ -എല്ലാം അഗാധമായി തന്നെ സ്പർശിച്ചതായി ആനന്ദ് പറയുന്നു. ഈ അവസ്ഥയിൽ മനു ഷ്യപ്രയത്നത്തിന്റെ വ്യർഥതയെ ഉന്നയിക്കുന്ന പല ചോദ്യങ്ങളും

മുന്നിലേക്ക വന്നു. മനുഷ്യൻ പരിഹാസ്യവും നിന്ദ്യവും വിലകുറഞ്ഞതുമായ ഒരു വില്പനച്ചരക്ക മാത്രമാണോ, ആശയങ്ങൾക്കും വികാരങ്ങൾക്കും പിന്നിൽ അവർ സസ്യജാലങ്ങളിൽ ഒന്നു മാത്രമല്ലേ എന്നീ സംശയങ്ങൾ ഉണ്ടായി. ഈ മാനസികാവസ്ഥയിലാണ്, സർവോപരി മരണം തന്റെ ജീവിതത്തിൽ കടന്നുവന്നത് എന്നും അതിന്റെ ഷോക്ക കൊണ്ട് കവണയിൽ നിന്നുവിട്ട കല്ലെന്നപോലെ ജീവിതത്തിന്റെ അർത്ഥവും മൂല്യവും തേടിയിറങ്ങുവാൻ താൻ നിർബന്ധിതനായി എന്നും നോവലിസ്റ്റ പറയുന്നു.

എഴുത്തിനെ സംബന്ധിച്ച എഴുത്തുകാരന്റെ ഈ സത്യവാങ്മൂലത്തെ 'എഴുത്തിന്റെ ഉള്ളിലെ അർഥ'മായി നാം വായിക്കണമെന്നില്ല. വിമർശകനായി നിന്നുകൊണ്ട് എഴുത്തുകാരൻ തന്റെ കൃതിയെയും ചരിത്രത്തെയും ബന്ധിപ്പിച്ച നടത്തുന്ന വ്യാഖ്യാനമായി അതിനെ കാണാം. ഒന്ന വ്യക്തമാണ്. ആഖ്യാതാവിന്റെ സ്വത്വപ്രതിസന്ധിക്ക് മരണത്തിന് രാഷ്ട്രീയമായ തലമുണ്ടെന്ന് ആനന്ദിലെ നിരൂപകൻ സമ്മതിക്കുന്നുവെന്നതാണത്. ആഖ്യാനത്തിലെ അഹം രാഷ്ട്രീയമായ അബോധത്തെ പ്രതിനിധീകരിക്കുന്നതാണ് എന്നതിന്റെ സൂചകമാണത്.

എഴുപതുകളിലെ പരിത:സ്ഥിതികളുടെ സൂചനകൾ കൃതിയിൽ നിന്ന കണ്ടെടുക്കാം: "ഞാനും സഹോദരിയുടെ ഭർത്താവും ഇരുപ്പുമുറിയിൽ നിന്ന് യുദ്ധം ഉണ്ടാവും എന്നും ഉണ്ടാറില്ല എന്നും മാറി മാറി തർക്കിച്ചു" (മ. സ 54).

"ഇപ്പോൾ യുദ്ധം തുടങ്ങിയ നിലയ്ക്ക് നിങ്ങൾക്ക തോന്നുന്നില്ലേ, അയാളെ ട്രാൻസ്ഫർ ചെയ്തിട്ടുള്ളത് മുന്നണിയിലേക്കായിരിക്കാമെന്ന്? പരിചയമുള്ള ക്രിമേറ്ററി ക്ലാർക്കുമാരുടെ ആവശ്യം അവിടെയല്ലേ ഉണ്ടാവുക? പ്രത്യേകിച്ച് ഇത്ര അടിയന്തിരമായി, ചാർജ്ജുകൂടി ഏല്പിക്കാതെ പോയപ്പോൾ" (83) എന്ന് യുദ്ധസൂചനകൾ കൂടുതൽ വ്യക്തമാക്കുന്നുണ്ട്.

മലയാളത്തിലെ ആധുനികതാവാദ നിരൂപകരാകട്ടെ ആനന്ദ് സ്വയം വ്യാഖ്യാനിച്ച രാഷ്ട്രീയവും സാമൂഹ്യവുമായ എല്ലാ മാനങ്ങളെയും നിഷേധിക്കുകയാണ് ചെയ്തത്. കെ. പി. അപ്പൻ പറയുന്നു: "രൂപങ്ങളും ബിംബങ്ങളും കൊണ്ട് വികസിപ്പിച്ചെടുത്ത ഗംഭീരമായൊരു വിഷമസമസ്യയാണ് ആ നോവൽ. മനുഷ്യാവസ്ഥയിൽ മുഴുകി ആധികൊള്ളുന്ന കലാകാരന്റെ രചന വായനക്കാരന് സൗന്ദര്യപരവും ദാർശനികവുമായൊരു ആധിയായിത്തീരുന്നു. ഈ

നോവലിലെ അഭിവീക്ഷണം ഒരു തരത്തിൽ മതദർശനത്തിന്റെ സമീപത്തോളമെത്തുന്നു" (അപ്പൻ 2003 ക : 275). നിരൂപകന്റെ ഈ വ്യാഖ്യാനത്തെക്കാൾ മുന്നോട്ടുപോകുന്നതാണ് ആനന്ദിന്റെ തന്നെ വ്യാഖ്യാനം. എന്നാൽ അതും ലിബറൽ യുക്തിയെ മറികടക്കുന്നില്ലെന്നതാണ് പരിമിതി.

ആധുനികതാനിരൂപകർ വ്യത്യസ്തനിലയിൽ നിന്ന് വ്യത്യസ്തമായി കാലത്തെ നോക്കിക്കണ്ടിട്ടുണ്ട്. വ്യക്തിപരമായ അനുഭവങ്ങൾക്ക് യാഥാർഥ്യത്തിന്റെയും ഭാവനാത്മകതയുടെയും രണ്ടുകാലമുണ്ടെന്ന സാർത്രിന്റെ വാദം അപ്പൻ സ്വീകരിക്കുന്നുണ്ട്(2008:130). കാലവും മരണവും വ്യക്തിതലത്തിലല്ല, സാമൂഹ്യതലത്തിലാണ് രാഷ്ട്രീയമായ അർത്ഥം നേടുന്നത്. നെഹ്റുവിയൻ രാഷ്ട്രബോധം അടിസ്ഥാനപ്പെടുത്തിയ പുരോഗതിയിലൂന്നുന്ന ആധുനിക കാലം തന്നെയാണത്. നെഹ്റുവിയൻ പൗരത്വം പ്രതീക്ഷയർപ്പിച്ച രേഖീയ പുരോഗതിയുടെ കാലം. വിമോചനത്തെ സംബന്ധിച്ച് യാന്ത്രിക മാർക്സിസ്റ്റ് വ്യാഖ്യാനവും ഈ കാലബോധത്തെ സ്വാംശീകരിക്കുന്നതാണ്. ദേശീയ സമരകാലത്ത് നാം കെട്ടിപ്പടുത്ത മൂല്യങ്ങൾ തകർന്നടിയുകയും ദേശീയത്വം നിഷേധാത്മകമായ തലത്തിലേക്ക് വളരുകയും ചെയ്യുമ്പോൾ ഒരു നൂറ്റാണ്ടുകൊണ്ട് ഇന്ത്യൻ ജനത പ്രയത്നിച്ചുണ്ടാക്കിയതു മുഴുവൻ നാശത്തിലടിയുകയാണോ?

*മരണസർട്ടിഫിക്കറ്റി*ലെ കാല പ്രതിസന്ധിയുടെ രാഷ്ട്രീയമായ അർത്ഥമന്വേഷിക്കേണ്ടത് ഈ പ്രതിസന്ധിയിലാണ്. സ്വത്വം ആനന്ദിന്റെ വ്യക്തിപരമായ സ്വത്വമെന്നതു വിട്ട് ആധുനിക വ്യവഹാരം മുഴുവൻ പ്രക്ഷേപിക്കുന്ന രാഷ്ട്രീയ കർത്തൃത്വത്തിന്റെ പ്രതിസന്ധിയായിത്തീരുന്നു.

1970-കളുടെ ആദ്യപകുതിയെ ജാഗ്രത്തായ മനസ്സുകളെല്ലാം ഇന്ത്യൻ മനസ്സിന്റെ നിർണായകമായ പരിവർത്തനത്തിന്റെ ഘട്ടമായി കണ്ടിട്ടുണ്ട്. *മരണസർട്ടിഫിക്കറ്റും ധർമപുരാണ*വും മാത്രമല്ല , പിന്നീട് അടിയന്തിരാവസ്ഥയിലെ *ഉത്തരായണ*വും *ഒരു നീണ്ട രാത്രിയിലെ ഓർമയ്ക്ക്* എന്ന വിജയന്റെ കഥാസമാഹാരവും ഒക്കെ പങ്കിടുന്നുണ്ട്. എം. എൻ വിജയൻ തന്റെ “പഴയ മിഥ്യയും പുതിയ സത്യവും” എന്ന ലേഖനത്തിലും ഈ പരിണാമത്തെ വിശദീകരിക്കുന്നുണ്ട് (വിജയൻ: 2009). ഫ്രോയ്ഡിയൻ ഈഗോവിന്റെ രാഷ്ട്രീയ അർത്ഥത്തിലേക്ക് അദ്ദേഹം എത്തിച്ചേർന്നെങ്കിലും അതിനെ രാഷ്ട്രീയമായ അബോധമായി വികസിപ്പിക്കുകയുണ്ടായിട്ടില്ല.

ജീവിതം, മരണം, കാലം, വളർച്ച എന്നിവയെ സംബന്ധിച്ച പുതിയ ധാരണകളുടെ അടിസ്ഥാനത്തിൽ കമ്മ്യൂണിസ്റ്റുകാരൻ സ്നേഹിതനൾപ്പെടെയുള്ളവരുടെ ബന്ധങ്ങൾ പുനഃക്രമീകരിക്കപ്പെടുന്നു: "പുതിയ വികാസങ്ങളുടെ വെളിച്ചത്തിൽ പഴയവയെ നോക്കിക്കാണാനും പുതിയ പരിതഃസ്ഥിതികളുടെ മുമ്പിൽ പഴയവയെ വിലയിരുത്തുവാനും ഞങ്ങൾ ശ്രമിച്ചു. ലൈബ്രറിയിലെ തടിച്ച പുസ്തകങ്ങൾ എത്രയോ ഞങ്ങൾ വലിച്ചു പുറത്തെടുത്തു. ആർത്തിയോടും ആകാംക്ഷയോടും കൂടി അവയുടെ പേജുകളിൽ തല പൂഴ്ത്തി. സംഗതികളുടെ ബന്ധം വിടാതെയും ചരടുകൾ നഷ്ടപ്പെടാതെയും സൂക്ഷിച്ചുകൊണ്ട് എനിക്കു തുടരുക തന്നെ വേണം.

ഇങ്ങനെയെല്ലാം നിശ്ചയിച്ചുകൊണ്ട് ഞാൻ ജീവിതത്തിലേക്കു കൂപ്പു കുത്തി. ഓഫീസിൽ ശ്രദ്ധിച്ചു ജോലി ചെയ്ത് മാനേജരുടെ വിശ്വാസം സമ്പാദിക്കാൻ ശ്രമിച്ചു. സമയം കിട്ടിയപ്പോൾ കമ്മ്യൂണിസ്റ്റുകാരൻ സ്നേഹിതനെ കാണാൻ പോയി. ഭാവിയിൽ വരുവാൻ പോകുന്ന ആവേശകരമായ സംഭവങ്ങളെപ്പറ്റി അയാൾ പറയുന്നതു കേട്ടു. അയാളുടെ ഭാര്യക്ക് ധൈര്യം കൊടുത്തു" (മ. സ :53). ഇതുപോലെ കെമിസ്റ്റിന്റെ അടുക്കൽ പോയി സൗഹൃദം പുതുക്കുകയും ശാന്തികിട്ടാത്തപ്പോൾ എക്സ്റേ ഫിലിമിലെ തീയതി മാറ്റി പുതിയ പുതിയ റേഡിയോളജിസ്റ്റുകളുടെ അടുക്കൽ ചെന്ന് വേദനയിലും നിസ്സഹായതിലും ഞെരുങ്ങി കണ്ണീരൊഴുക്കുന്നുമുണ്ട്. തൊട്ടടുത്ത ഒരു ഘട്ടത്തിൽ കമ്മ്യൂണിസ്റ്റുകാരൻ സ്നേഹിതന്റെ അസാന്നിധ്യമാണ് അറിയുന്നത്: "എന്റെ അസ്തിത്വത്തിന്റെ ഈ പ്രതിസന്ധിയിലാകട്ടെ, സ്ഥിതിഗതികളെ അപഗ്രഥിക്കാനും വാദം തുടർന്നുകൊണ്ടിരിക്കാനും ബന്ധം വിടാതെയും ചരടു നഷ്ടപ്പെടാതെയും മുന്നോട്ടുകൊണ്ടു പോകാനും എന്റെ കോടതിയായ ലൈബ്രറി വളരെ ദൂരെയായിരുന്നു. ബന്ധം വിടുകയും നഷ്ടപ്പെടുകയും ചെയ്തവയെ ദഹിപ്പിച്ചു കളയാനും വരുവാൻ പോകുന്ന ആവേശകരമായ സംഗതികളെക്കുറിച്ച് പറഞ്ഞു കേൾപ്പിക്കുവാനും കമ്മ്യൂണിസ്റ്റുകാരൻ സ്നേഹിതൻ ഇല്ലായിരുന്നു. ദഹിക്കുന്ന ചിതയുടെ മുമ്പിൽ നിന്നുകൊണ്ടു തന്നെ ഇല്ലാത്തതു ഉയർത്തിപ്പിടിച്ചു മറ്റുള്ളവർക്ക് ആശ്വാസം നൽകാനും അങ്ങനെ വ്യാജസംതൃപ്തി നേടാനും അയാളുടെ കുടുംബത്തെ സന്ദർശിക്കാൻ എനിക്കു കഴിഞ്ഞില്ല" (56). അസംഭാവ്യമായ കാര്യങ്ങൾ പറഞ്ഞ് വ്യാജസംതൃപ്തി സൃഷ്ടിക്കുന്ന ഒരാളായി കമ്മ്യൂണിസ്റ്റുകാരൻ സ്നേഹിതന്റെ പ്രതിനിധാനം മാറിയിരിക്കുന്നു എന്നതാണ് ആഖ്യാതാവിനെ സംബന്ധിച്ച് നിർണായകമായ കാര്യം.

കമ്മ്യൂണിസത്തെ പ്രവൃത്തിയിലൂടെ സാക്ഷാത്കരിക്കേണ്ട സ്വപ്നമായല്ല, വർത്തമാനത്തിലെ വാസ്തവികതയായാണ് ആഖ്യാതാവ് കാണുന്നത്. വാസ്തവികലോകത്തിൽ അത് സാക്ഷാത്കരിക്കുക സാധ്യമല്ലെന്ന "യാഥാർത്ഥ്യ ബോധം" അയാൾക്കുണ്ട്. ഇതിൽനിന്നു നോക്കുമ്പോഴാണ് കമ്മ്യൂണിസ്റ്റുകാരൻ നൽകുന്നത് വ്യാജസംതൃപ്തിയാകുന്നത്. കാലവും യാഥാർത്ഥ്യവും പ്രവൃത്തിയിൽ നിന്ന് അകന്ന് സ്വയം പൂർണമായ വസ്തുനിഷ്ഠതയാണ് ആഖ്യാതാവിന്. എന്നാൽ സത്താശാസ്ത്രപരമായി മാർക്സിസം നില്ക്കുന്ന മണ്ഡലം വ്യത്യസ്തമാണെന്ന് ഗ്യേർഗി ലൂക്കാച് സൂചിപ്പിക്കുന്നുണ്ട്. ബൂർഷ്വാവ്യക്തിവാദം ഉന്നയിക്കുന്ന യാന്ത്രികതയിലൂന്നിയ "വസ്തുനിഷ്ഠത"യല്ല അത്. എന്നാൽ യാന്ത്രിക ലിബറൽ യുക്തിയിൽ നിന്നാണ് ആഖ്യാതാവ് കമ്മ്യൂണിസത്തെ നോക്കിക്കാണുന്നത് (ഈ കാലബോധത്തെ ലംഘിക്കാനുള്ള ശ്രമം *വ്യാസനും വിഘ്നേശ്വരനും* എന്ന പിൽക്കാല നോവലിലുണ്ട്. വർത്തമാനകാലത്തെത്തന്നെ ഭാവിയുമായി ചേർത്തുകൊണ്ടു കാണുന്ന വർധമാനനെന്ന കമ്മ്യൂണിസ്റ്റ് എഴുത്തുകാരനിലൂടെയാണത് വ്യക്തമാക്കുന്നത്).

പിന്നെ അറിയുന്നത് കമ്മ്യൂണിസ്റ്റുകാരൻ സ്നേഹിതൻ ആശുപത്രിയിലായതായാണ്. "ആശുപത്രിയിൽ നിന്നൊരു ടെലഫോൺ വിളി. എന്റെ കമ്മ്യൂണിസ്റ്റുകാരൻ സ്നേഹിതൻ ഹൃദ്രോഗം മൂലം ആശുപത്രിയിൽ! ഞാൻ കൊല ചെയ്യപ്പെട്ടുകിടക്കുന്ന ഒരു പ്രേതത്തെ അപ്രതീക്ഷിതമായി കണ്ടതുപോലെ തരിച്ചുപോയി" (64).

കമ്മ്യൂണിസ്റ്റുകാരനെ സന്ദർശിക്കുമ്പോൾ ഇപ്പോൾ അയാളിൽ മരണം വിത്തിട്ടതായി കാണുന്നു: "എന്റെ സ്നേഹിതന്റെ മുഖത്ത് രോഗത്തിന്റേതായ യാതൊരു ലക്ഷണവും ഞാൻ കണ്ടില്ല. സാധാരണ എഴുന്നേറ്റുനിന്ന് പ്രവർത്തിക്കാറുള്ള ആൾ ഇപ്പോൾ കിടക്കുകയായിരുന്നുവെന്നു മാത്രം. അല്ലെങ്കിൽ ആ 'കിടപ്പ്' തന്നെയാണ് അയാളുടെ രോഗം. അയാളെ അയാളാക്കുന്നത് അയാളുടെ 'നില്പ്' ആണ്.

അയാളുടെ ഭാര്യയെ ലഹരിപിടിപ്പിക്കുന്ന അയാളുടെ നിലനില്പ്. കിടന്നുപോയാൽ ശവമായേക്കുമെന്ന ഒരു ശാപം അയാൾക്ക് ഏതെങ്കിലും ദൈവം കൊടുത്തിട്ടുണ്ടോ? കത്തിടപാടുകളും കണക്കെഴുത്തുമാണെങ്കിലും വിപ്ലവത്തിനുവേണ്ടി പ്രവർത്തിക്കുന്ന ഒരു കക്ഷിയുടെ അടിത്തറയുറപ്പിക്കുന്ന ആ ദുർഘടജോലി തന്നെ ദിനംപ്രതി തളർത്തുന്നതും നിലനില്പിൽ നിന്ന് ഇരിപ്പിലേക്കും

ഇരിപ്പിൽ നിന്ന് കിടപ്പിലേക്കും നീക്കുന്നതും അയാൾ അറിയുന്നില്ല. വൈകുന്നേരം ഓഫീസ് വിട്ടുവരുമ്പോഴുള്ള ഭാര്യയുടെ പ്രണയപരിഭവങ്ങളും ആ നീണ്ട ചുംബനവുമെല്ലാം ആ മാറ്റത്തെ അറിയാതാക്കുവാൻ സഹായിക്കുന്നുണ്ടാവും. നാളെയുടെ പ്രകാശമല്ല, ഭൂതത്തിന്റെ തീയാണ് അയാളെ കാത്തിരിക്കുന്ന ചിത. മരണം അയാളിൽ വിത്തിട്ടു കഴിഞ്ഞിരിക്കുന്നു."

ആഖ്യാതാവ് കമ്മ്യൂണിസ്റ്റുകാരൻ സ്നേഹിതന്റെ കട്ടിലിനരികിൽ കാത്തിരിക്കുന്നു. കമ്മ്യൂണിസ്റ്റുകാരൻ മരിച്ചില്ല, രക്ഷപ്പെട്ടു. ഭാര്യയെ വിവരം അറിയിക്കുന്ന ആഖ്യാതാവ് ഒഴിഞ്ഞുപോയ ഒരു ചിതയായി കമ്മ്യൂണിസ്റ്റുകാരന്റെ സാന്നിധ്യത്തെ കാണുന്നു: "അവളുടെ മുമ്പിൽ അവളെയും ക്ഷണിച്ചുകൊണ്ട് ഒരു ചിത കത്തിയമർന്നുപോയത് അയാളുടെ ഭാര്യയും അറിഞ്ഞില്ല."

തന്റെ ഭാര്യക്ക് തന്റെ ശാശ്വതത്ത്വത്തിലുള്ള മൂഢമായ വിശ്വാസം പോലെയാണ് കമ്മ്യൂണിസ്റ്റുകാരന്റെ ഭാവിയിലുള്ള ശുഭപ്രതീക്ഷയെന്ന് ആഖ്യാതാവ് താരതമ്യം ചെയ്ത് മനസ്സിലാക്കുന്നുണ്ട്. എന്നാൽ എത്ര തുടച്ചാലും ഒന്നും വൃത്തിയാകുകയില്ലെന്ന ക്രിമേറ്ററി ക്ലാർക്കിന്റെ ഭാര്യയുടെ അശുഭാപ്തി വിശ്വാസമാണ് ആഖ്യാതാവ് ഇപ്പോൾ പങ്കിടുന്നത്.

കമ്മ്യൂണിസ്റ്റുകാരൻ സ്നേഹിതൻ ഫോൺ ചെയ്തതിനനുസരിച്ച് ആഖ്യാതാവ് പാർട്ടി ഓഫീസ് സന്ദർശിക്കുന്നു: പലപ്പോഴും പത്രത്തിൽ പേരുകൾ കാണാറുള്ള പല പാർടിനേതാക്കന്മാരെയും കമ്മ്യൂണിസ്റ്റുകാരൻ ആഖ്യാതാവിന് പരിചയപ്പെടുത്തി. അവരിൽ പലരും തിയററ്റിഷ്യന്മാരും സംഘടനാവിദഗ്ധരും ചിലർ വളരെക്കൊല്ലം ഒളിവിലും ജയിലിലും കഴിച്ചുകൂട്ടിയിട്ടുള്ളവരുമാണെന്ന് അയാൾ വിവരിച്ചുകൊടുക്കുന്നു. നല്ല നാളെയിലുള്ള വിശ്വാസത്തിന്റെ പേരിൽ അത്രയധികം യാതനകൾ അനുഭവിച്ച അവരെപ്പറ്റി ആഖ്യാതാവിന് അത്ഭുതം തോന്നുന്നു. വളരെയധികം എണ്ണം ഫയലുകൾ സ്നേഹിതൻ കൈകാര്യം ചെയ്യുന്നുണ്ട്:

"ജോലിക്കിടയിൽ അയാൾ മുറുമുറുത്തു. നാളെ തുടരേണ്ട ട്രാൻസ്പോർട്ടു തൊഴിലാളികളുടെ സമരത്തിന്റെ പരിപാടി സെക്രട്ടറിയുടെ അംഗീകാരത്തിന് സമർപ്പിക്കേണ്ടതാണ്. യൂണിയൻ പ്രസിഡന്റിൽ നിന്ന് ഫയൽ ഇത്രവരെ മടങ്ങിവന്നിട്ടില്ല.

"അപ്പോൾ അതു കിട്ടിയില്ലെങ്കിൽ സമരം മുടങ്ങും?" ഞാൻ ഒരു സംശയം ചോദിച്ചു.

"അതു സാരമില്ല, സമരം എപ്പോഴെങ്കിലും ഉണ്ടാവാതിരിക്കില്ല" അയാൾ തീർത്തുപറഞ്ഞു. തൊഴിലാളികൾ ഉണരാതെയും സംഘടിക്കാതെയും ഇരിക്കില്ല. പാർടി ഓഫീസിൽ ആരും വെറുതെ ഇരുന്നില്ല. എല്ലാവരും തിമർത്ത് ജോലി ചെയ്തു. വിപ്ലവം അനിവാര്യമാണെന്ന് തന്നെ അവിടത്തെ ചെയർമാൻ മുതൽ ശിപായിയും തൂപ്പുകാരും വരെ എല്ലാവരും വിശ്വസിക്കുന്നു. ഏതായാലും തൊഴിലാളികൾ ഉണരുകയും സംഘടിക്കുകയും വിപ്ലവം വരുകയും ചെയ്യുമെന്ന നിലയ്ക്ക് അയാൾ സ്വന്തം ആരോഗ്യം സൂക്ഷിക്കണമെന്നും തനിക്കുവേണ്ടിയല്ലെങ്കിൽ ഭാര്യക്കു വേണ്ടിയെങ്കിലും ജീവിക്കണമെന്നും വണ്ടിയിൽ വെച്ച് ഞാൻ അയാളെ ഉപദേശിച്ചു. അയാൾ അങ്ങനെ ചെയ്യാമെന്ന് ഏറ്റു" (77). ബ്യൂറോക്രസിയായി പാർടി മാറിക്കഴിഞ്ഞതാണ് ഇവിടെ വിമർശന ബിന്ദു. വിപ്ലവത്തിലുള്ള വിശ്വാസം എത്ര പൊള്ളയും അനുഷ്ഠാനപരവുമാണെന്നുമാണ് ആഖ്യാനത്തിന്റെ ധ്വനി.

പ്രതിരോധവും ദേശീയ അഹംബോധവും

നവോത്ഥാനത്തിന്റെ ആത്മബോധം തന്നെയാണ് ജീവിത മരണങ്ങളുടെ രൂപകത്തിലുള്ളതെന്ന് വ്യക്തമാക്കുന്ന അബോധത്തിന്റെ ഒരു സന്ദർഭം നോവലിലുണ്ട്: "..ഒരിക്കൽ ഞാൻ ജനലിൽക്കൂടി ദൂരെ ശ്മശാനത്തിൽ ചിത കത്തുന്നത് കണ്ടപ്പോൾ ഞങ്ങളെല്ലാവരും പെട്ടെന്ന് നിശ്ശബ്ദരായി. അപ്പോഴേക്കും എന്റെ ചെറിയ മകൻ കുസൃതിയുമായി അവിടെ എത്തി. അത് എല്ലാവരെയും പൊട്ടിച്ചിരിപ്പിച്ചു. വിഷയം കുട്ടികളുടെ കുസൃതിയിലേക്കു മാറി. ഞാൻ അതിനും അനുബന്ധങ്ങൾ കണ്ടു. ഞങ്ങൾ ചിരിച്ചു. വീണ്ടും ചിരിച്ചു. ജീവിതത്തിന്റെ മുമ്പിൽ മരണം അടിയറവെയ്ക്കുന്നു എന്നാണ് എനിക്കും കുട്ടിക്കാലത്ത് സ്കൂളിൽ പഠിക്കാനുണ്ടായിരുന്ന ഒരു കവിതയിൽ പറഞ്ഞിരുന്നത്. മൃത്യുവിന് ജീവിതത്തിന്റെ കൊടിക്കൂറ താഴ്ത്തുവാൻ പറ്റുമോ എന്നും മറ്റും. ആ കവിതയിൽ ദേശീയഗാനം പോലെ, മരണത്തിന്റെ ഇപ്പുറത്തു ജീവിക്കുന്ന ഞങ്ങൾ, അദ്ധ്യാപകരും വിദ്യാർത്ഥികളുമെല്ലാം വിശ്വസിച്ചു. അങ്ങനെയല്ല, അങ്ങനെയല്ലെന്നു വിശ്വസിക്കൂവെന്നു പറഞ്ഞ് എന്റെ മാറിൽ തേങ്ങിയപ്പോൾ എന്റെ ഭാര്യയും, തൊഴിലാളികൾ ഉണർന്നു സംഘടിക്കാതിരിക്കയും വിപ്ലവം ഉണ്ടാവാതിരിക്കയും ഇല്ലെന്നു പറഞ്ഞപ്പോൾ ഹൃദ്രോഗം മൂലം തളർന്ന എന്റെ കമ്മ്യൂണിസ്റ്റുകാരൻ സ്നേഹിതനും ഉദ്ദേശിച്ചത് അവസാനം നമ്മുടെ രാജ്യം തന്നെ ജയിക്കുമെന്നല്ലേ? കൊടിക്കൂറയെക്കുറിച്ചുള്ള ആ ദേശീയ ഗാനം ഇപ്പോഴും, ആരെങ്കിലും പാടിയേക്കുമോ എന്നു

ഞാൻ ഭയന്നു. പക്ഷേ, ഇപ്പോൾ അതുപോലുമുണ്ടായില്ല. എല്ലാവരും അഭിമാനം പോലും തോന്നേണ്ടാത്ത വിധം, ജയം പോലുമറിയാത്ത വിധം ജയിച്ചിരിക്കുന്നു" (78).

"ഹാ വിജിഗീഷു മൃത്യുവിന്നാമോ ജീവിതത്തിൻ കൊടിപ്പടം താഴ്ത്താൻ?" എന്ന വൈലോപ്പിള്ളിയുടെ കവിതയിലെ ദേശീയ ആധുനികതയുടെ മൂല്യമാണ് 1970 - കളിൽ ഇപ്പോൾ യുദ്ധവിജയത്തിന്റെ ഘട്ടത്തിലെത്തിയിരിക്കുന്നത്. "എല്ലാം കത്തുകയാണ്... ഈ പ്രശ്നം തന്നെ ഒരു ചിതയുടെ മുമ്പിൽ തുടങ്ങിയതല്ലേ?" എന്ന ചോദ്യമാണ് പിന്നാലെ വരുന്നത്.

അന്വേഷണത്തിന്റെ അവസാനത്തിൽ പേഴ്സണൽ ഓഫീസർ ആഖ്യാതാവിന്റെ ചെവിയിൽ ജീവിതത്തിന്റെ താഴാത്ത കൊടിക്കൂറയെക്കുറിച്ചുള്ള ദേശീയ ഗാനം മന്ത്രിക്കുന്നുണ്ട്. അയാൾ തന്റെ മുറിയിൽ നില്ക്കുമ്പോൾ താഴാത്ത കൊടിക്കൂറയുടെ ചുറ്റുമുള്ള ദേശീയ ഗാനം താഴെ നിന്ന് കേൾക്കുന്നുണ്ട്. ദേശീയവാദ ആധുനികതയുടെ ഘട്ടത്തിൽ വൈലോപ്പിള്ളി എഴുതിയ മുദ്രാവാക്യം പുതിയ സന്ദർഭത്തിൽ ദേശരാഷ്ട്ര ആധുനികതയുടെതായി ഖരീഭവിക്കുന്നു.

ജീവിതത്തിന് മരണത്തിനുമേലുള്ള മേൽക്കൈ ആണ് ദേശീയ ഗാനം പ്രതിനിധീകരിക്കുന്നത്: "ആ ദേശീയ ഗാനം ഞാൻ കേട്ടറിഞ്ഞു. പലയിടത്തും കേട്ടിട്ടുള്ള പല ശബ്ദങ്ങളേയും അത് എന്നെ ഓർമപ്പെടുത്തി. പറഞ്ഞതെന്തായാലും, എല്ലാവരും ഒരേ ശബ്ദത്തിൽ സംസാരിച്ചു. പാടിയതെന്തായാലും, ഒരേ രാഗത്തിൽ പാടി. പുത്രന്മാരുടെ നഷ്ടം പൗത്രന്മാരാൽ നികത്തുന്ന അയൽക്കാരി വൃദ്ധ. സത്യം, സത്യം എന്നു പറയുന്നത് വെറും തെളിവില്ലാക്കേസാണെന്നു വാദിക്കുന്ന ക്രിമേറ്ററി ക്ലാർക്ക്. കാലം കഴിഞ്ഞവയെ നശിപ്പിക്കാനും, വരുവാനിരിക്കുന്നതിൽ വിശ്വാസം അർപ്പിക്കാനും നിർബ്ബന്ധിക്കുന്ന കമ്മ്യൂണിസ്റ്റുകാരൻ. അവരെപ്പോലെ തന്നെ മരിച്ചു പോയവരേയും സ്ഥലം മാറ്റം ചെയ്യപ്പെട്ടവരേയും തിരയുന്നത് ഫലശൂന്യമാണെന്ന് വിധിയെഴുതുന്ന പേഴ്സണൽ ഓഫീസർ. ജീവിതം മരണത്തെ ജയിക്കുന്നു എന്നു പറയുന്നവരും ഒരേ പാട്ടുതന്നെയാണ് പാടുന്നത്. സ്വന്തം കൊടിക്കൂറ താഴുകയില്ലെന്ന ദേശീയഗാനം" (91).

ജീവിതം എന്നാൽ ദേശീയ ജീവിതം തന്നെ എന്ന നിലയിൽ തുലനപ്പെടുത്തപ്പെടുമ്പോൾ ആഖ്യാതാവ് രൂപപ്പെടുന്ന സ്വത്വം ദേശീയ വ്യവഹാരത്തിന്റേതാണെന്ന് വ്യക്തമാണ്. ജീവിതവും മരണവും എന്നത് ദേശീയതയും അതിന്റെ ലക്ഷ്യങ്ങളുടെ നാശവുമാണ് എന്ന്

അർത്ഥം. ദേശീയഗാനത്തിലെ ജീവിതോർജ്ജത്തെ മുൻനിർത്തിയാണ് ജീവിതമരണങ്ങൾ പരിശോധിക്കപ്പെടുന്നത്: "മരണം ജീവിതത്തെ ജയിക്കുന്നില്ല. ജീവിതം മരണത്തെയും. ജീവിതവും മരണവും ഒന്നാകുന്നു. വിധി തന്നെ മുക്തി. ജീവിതവും മരണവും ഒരുമിക്കുമ്പോൾ വിധിയും മുക്തിയും പരസ്പരം കിഴിച്ച് അപ്രത്യക്ഷമാകുമ്പോൾ, ഒന്നു മാത്രം അവശേഷിക്കുന്നു. സ്വഭാവം. എനിക്കെല്ലാം വെറും സ്വഭാവമായിത്തീരുന്നു."

സാമൂഹ്യവും രാഷ്ട്രീയവുമായ ലക്ഷ്യപരത, ഇച്ഛാശക്തിയാൽ നയിക്കപ്പെടുന്ന ഈഗോ എന്നിവയെല്ലാം ഇല്ലാതായി പ്രാകൃതികമായ സ്വഭാവമായി പ്രവൃത്തി ലോകത്തെ കാണുന്നതോടെ ആധുനികത തിരുത്തപ്പെടുന്നു. ലക്ഷ്യപരതയിലൂന്നിയ ആധുനിക ഈഗോ ഇല്ലാതാകുന്നു. "എന്റെ വേദന, എന്നെ ഇരിക്കാനനുവദിക്കാതെ നുകം ചുമന്നു നടത്തിക്കുന്ന ദുഃഖത്തിന്റെ പ്രഹരം. ഉഴവു ചാലിനു ശേഷം ഉഴവുചാൽ മാത്രം കണ്ടുകൊണ്ടുള്ള എന്റെ നടത്തം, വേറിട്ടു വേറിട്ടു പോയിട്ടും പിന്നെയും പിന്നെയും മടങ്ങിവന്ന് താലോലിക്കുവാനും ലാളിക്കുവാനും എന്നെ പ്രേരിപ്പിക്കുന്ന എന്റെ കുടുംബാംഗങ്ങളോടുള്ള എന്റെ സ്നേഹം. ഈടും ഉറപ്പുമില്ലാത്ത ഉല്പന്നങ്ങൾക്ക് പ്രചാരണം നടത്താൻ എന്നെ നിർബന്ധിതനാക്കുന്ന എന്റെ ജോലി-എല്ലാം തന്നെ. ഒഴിച്ചുകൂടാനാവാത്ത എന്നെ ഞാനാക്കുന്ന സ്വഭാവം" (92).

കഥാന്ത്യത്തിൽ കമ്മ്യൂണിസ്റ്റുകാരന്റെ അവസ്ഥ ഇതാണ്: "രോഗം എന്റെ കമ്മ്യൂണിസ്റ്റുകാരൻ സ്നേഹിതനോടും ആദരവു കാണിക്കുന്നു. അയാൾ ഇതുവരെയും ഹൃദയസ്തംഭനം മൂലം മരിച്ചിട്ടില്ല. എന്നാലും വർധിച്ചുവരുന്ന ക്ഷീണം മൂലം അയാൾ ഓഫീസിലല്ലാതെ മറ്റെവിടെയും പോകാതിയിട്ടുണ്ട്. അതുകൊണ്ട് വല്ലപ്പോഴുമൊക്കെ ഞാൻ അയാളേയും ഭാര്യയെയും സന്ദർശിച്ചുകൊണ്ടിരിക്കുന്നു... നല്ലതു നാളെയാണെങ്കിലും ഇന്നിന്റെ ലഹരിക്ക് ഒരു മട്ടുപ്പുമില്ല. പാർടി ഓഫീസിലാകട്ടെ ഫയലുകൾ കുന്നുകൂടുന്നു. എക്കൗണ്ടിനു മീതെ ഓഡിറ്റ് ഒബ്ജക്ഷനുകൾ പെരുകുന്നു. ഈ ഭരണഘടനയുടെ ചട്ടക്കൂട് പത്മവ്യൂഹമാണ്. അയാൾ പറയും. ഇതിനെ പൊളിക്കാതെ ഇതിനകത്തു പൊരുതുന്നവർ മരിക്കാൻ വിധിക്കപ്പെട്ടിരിക്കുന്നു. പക്ഷേ യുദ്ധങ്ങൾ നടക്കുന്നു. വർഗബോധത്തിനു പകരം ദേശീയ വാസനകൾക്ക് വീര്യം കൂടുകയാണ്. ഗവണ്മെന്റിന്റെ കരങ്ങൾക്ക് ശക്തി കൂടുന്നു. സർവം ദേശീയ ഗാനം. എല്ലാം കൊണ്ടും വിപ്ലവത്തിന്റെ സാദ്ധ്യതകൾ ദൂരെയായിക്കൊണ്ടിരിക്കുന്നു" (93).

ഒടുവിൽ കമ്മ്യൂണിസ്റ്റുകാരൻ സ്നേഹിതൻ മരിക്കുന്നതും അയാളുടെ ചിതക്ക് വിറക് ഒരുക്കുന്നതും മൃതദേഹം താങ്ങുന്നതും അയാളുടെ അവസാനത്തെ അവശിഷ്ടങ്ങളും അടയാളങ്ങളും നശിപ്പിക്കുന്നതും എല്ലാവരെക്കാളും കൂടുതൽ പങ്കാളികളാവേണ്ടത് തനിക്കായിരിക്കു മെന്ന് ആഖ്യാതാവ് ചിന്തിക്കുന്നു.

ദേശീയതയുടെ ശക്തിപ്പെടലിനെ സൂചിപ്പിക്കുകവഴി ഒ.വി. വിജയന്റെ *ധർമപുരാണ*ത്തിലെ പ്രമേയത്തിനടുത്തേക്ക് നീങ്ങുക യാണ് നോവലിന്റെ അന്ത്യം. *മരണസർട്ടിഫിക്കറ്റി*ലെ അടിസ്ഥാന രൂപകമായ മരണത്തിന്റെ രാഷ്ട്രീയ ധ്വനികൾ കൂടുതൽ അടുത്തുനിന്ന് പരിശോധിക്കേണ്ടതുണ്ട്.

*മരണസർട്ടിഫിക്കറ്റി*ലെ പ്രധാന രൂപകമാണ് ചിത. സാങ്കല്പി കമായി താൻ സഹോദരന്റെ ചിതയിലെരിയുന്നതായി അതിൽ സങ്കല്പിക്കുന്നുണ്ട്. മരണപ്പെട്ട സഹോദരൻ മരണപ്പെട്ട ദേശീയസ്വ ത്വബോധവുമായി ഐക്യപ്പെടുന്നുണ്ട്. കലാപരമായും സൗന്ദര്യാത്മ കമായും ആനുഭൂതികമായും വിദഗ്ധമായി ലയിച്ചുചേർക്കപ്പെട്ട ഈ സമവാക്യമാണ് *മരണസർട്ടിഫിക്കറ്റി*നെ കലാപരമായ വിജയമാക്കു ന്നത്. അതേ സമയം അത് നിലനില്ക്കുന്ന പരിസരം അറുപതുകളിൽ നിന്ന് എഴുപതുകളിലേക്കുള്ള മാറ്റത്തിന്റേതുമാണ്.

ഏതു വ്യവഹാരത്തിന്റെ നിർമിതിയാണ് ഈ ഈഗോയെന്നും പ്രതിസന്ധി ഏതു ഈഗോവിനാണെന്നും ഇതു വ്യക്തമാക്കുന്നുണ്ട്. ഈഗോവിനെ ചരിത്രേതരവും സാമൂഹ്യവും ജൈവികവുമായ മാന ങ്ങളിലേക്ക് വികസിപ്പിച്ചാണ് ആനന്ദ് പ്രതിരോധത്തിന്റെ സാധ്യത നിലനിർത്തുന്നത്. ലിബറലും ഉദ്യോഗസ്ഥപരവും മധ്യവർഗത്തിന്റെ സാമാന്യബോധത്തിൽ നിന്നും യുക്തിബോധത്തിൽ നിന്നും വേർ പെടാത്തതുമാണ് ഈ ഈഗോ. എഴുപതുകൾക്കു ശേഷം വരുന്ന പ്രാദേശികവും കീഴാളവുമായ ആത്മബോധത്തിലേക്ക് സ്വയം പരി ണമിക്കാൻ സജ്ജമല്ലാതെയാണ് ഈ ദേശീയ ഈഗോ നിലനില്ക്കു ന്നത്. എൺപതുകളിൽ ഇന്ത്യൻ ദേശീയ ജീവിതത്തിൽ പ്രകടമായി സാന്നിധ്യമുറപ്പിച്ച കീഴാളതയുടെയും പ്രാദേശികതയുടെയും രാഷ്ട്രീ യതയെ സംബോധന ചെയ്യുന്നതിൽ അത് പരാജയപ്പെടുന്നതിന്റെ കാരണവും മറ്റൊന്നല്ല.

നെഹ്റുവിയൻ ആധുനികതയും വ്യാവസായിക യൂറോകേന്ദ്രിത മാർക്സിസവും അതിന്റെ ശക്തിസ്രോതസ്സുകളാണ്.. അതിൽ ആധു നികത്വം മാധ്യസ്ഥീകരിക്കുന്ന ദേശീയതയുടെ ഒളിഞ്ഞിരിപ്പുമുണ്ട്.

യാഥാർഥ്യബോധം നീതിയുമായി പിണങ്ങിപ്പിരിയാൻ നിർബന്ധിതമാകുന്ന അനുഭവത്തിന്റെ അതിർത്തികളിൽ കലയുടെതായ സ്വയം പൂർണമായ സൗന്ദര്യാനുഭവം കൊണ്ട് പകരം വെക്കുന്നതിന്റെ ചില കാഴ്ചകൾ തുടക്കം മുതലേ ആനന്ദിന്റെ രചനകളിലുണ്ട്. സ്വയം പൂർണമായ കലയുടെ ലോകം മോഹനമായ ആകർഷണമായും ചിലപ്പോൾ വ്യാജവേഷം ധരിച്ച ചതിയനായ അപരമായും ആനന്ദിന്റെ സാഹിത്യവ്യവഹാരത്തിൽ പലപ്പോഴും പ്രത്യക്ഷപ്പെടുന്നുണ്ട്.

മരണസർട്ടിഫിക്കറ്റിൽ ഇങ്ങനെ കാണാം:

"നീണ്ട കാലത്തെ രോഗത്തിനു ശേഷമാണ് ഞാൻ പുറത്തിറങ്ങിയത്. അതും ഇങ്ങനെയൊരു യാത്ര. കടുത്ത വെയിലും സ്വന്തം കുടയ്ക്കു താഴെ താൻ എന്ന മട്ടിൽ ഏകാകിയായി നടന്നു... എനിക്കു ലൈബ്രേറിയന്റെ വാക്കുകൾ ഓർമ വന്നു. മങ്ങിയ മഞ്ഞവെളിച്ചത്തിൽ വരിവരിയായി ഉയർന്നു നില്ക്കുന്ന ഷെൽഫുകൾ. പഴയ പുസ്തകങ്ങളുടെ മണം. വരിയോ കോളമോ ഇല്ലാത്ത ശ്മശാനത്തിലെ ഷെഡ്ഡിന്റെ കഴുക്കോലിൽ നിന്നും പട്ടികയിൽ നിന്നും തൂക്കിയിട്ടിരിക്കുന്ന എല്ലിൻ കിഴികൾ. ചോദ്യം ചെയ്യാതെ ഓരോരുത്തർ കിഴിയെടുത്തു കടന്നു പോകുന്നു. ക്രിമേറ്ററി ക്ലാർക്കുമാർ മാറിമാറി വന്നു... ബോയ്‌ലറിൽ വീണു മരിക്കുന്നു. മനുഷ്യർ... കഥാനായകൻ മരിച്ചുകഴിഞ്ഞ വെള്ളിത്തിര..."

വ്യക്തിത്വവും ഐഡന്റിറ്റിയും മൗലികതയും പൊള്ളയായ സങ്കല്പങ്ങളായിത്തീരുന്നത് ക്രിമേറ്ററി ക്ലാർക്കിന്റെ സംസാരത്തിൽ നിന്ന് ആഖ്യാതാവ് തിരിച്ചറിയുന്നു. കാരണം മരിച്ചയാളിന്റെ ചിതയിൽ നിന്ന് പെറുക്കിയെടുക്കുന്ന എല്ലുകൾ കിഴികളായി കെട്ടിത്തൂക്കുകയാണ് . പരേതന്റെ ബന്ധുക്കൾ വരുമ്പോൾ അതിൽ ഏതെങ്കിലും കിഴിയാണ് എടുത്തുകൊടുക്കുന്നത്. സൂചക സൂചിതങ്ങളുടെ അസ്ഥിരതപോലെ ശരീരവും ഭൂതവും തമ്മിലുള്ള ബന്ധം ഇപ്പോൾ ആരോപിതം മാത്രമാണ്.

കെ. പി. അപ്പനെപ്പോലുള്ള നിരൂപകർ ഈ സന്ദർഭങ്ങളെയാണ് സാമാന്യവൽക്കരിച്ച് ആധുനികതയുടെ പൊതുസ്വഭാവമായി പറയാൻ ശ്രമിച്ചത്. യാഥാർഥ്യത്തെ കല കൊണ്ട് മാറ്റിവെക്കാമെന്ന ലളിതമായ സൂത്രവാക്യത്തിൽ മാത്രം അവർക്ക് മലയാളത്തിലെ ആധുനികതാവാദത്തെ വ്യാഖ്യാനിച്ചൊതുക്കാൻ കഴിഞ്ഞതും അതുകൊണ്ടു തന്നെ.

*അഭയാർത്ഥികളി*ലേക്ക് വികസിക്കുന്ന ആശയം *മരണസർട്ടി ഫിക്കറ്റിൽ* തന്നെ ആരംഭിക്കുന്നു. "ആലോചിച്ച് നോക്കുമ്പോൾ, എല്ലാവരും പറയുന്ന ഈ നല്ല നാളെ ദൂരത്തിലല്ല, കാലത്തിൽത്ത ന്നെയായിരിക്കും സ്ഥിതി ചെയ്യുന്നത്. ഞാൻ ലൈബ്രേറിയനോടു പറഞ്ഞു. അങ്ങനെയാണെങ്കിൽ അതിനെത്തേടി എത്ര നടന്നാലും അതിൽ എത്തിച്ചേരുകയില്ല. വെറുതെയിരുന്നാലാകട്ടെ തന്നത്താൻ വന്നുചേരുകയും ചെയ്യും. ഉഴവുചാലിൽക്കൂടി വെറുതെ നീങ്ങിക്കൊ ണ്ടിരുന്നാൽത്തന്നെ.

ലൈബ്രേറിയൻ ജനലിൽക്കൂടി തോട്ടത്തിലേക്ക് നോക്കിയി രുന്നു. ഞാൻപറഞ്ഞത് അയാൾ ശ്രദ്ധിച്ചുവോ എന്ന് എനിക്ക് സംശയം തോന്നി. കുറെ കഴിഞ്ഞപ്പോൾ വിഷാദം കലർന്നതെന്ന് തോന്നിക്കുന്ന സ്വരത്തിൽ അയാൾ പറഞ്ഞു: ലോൺ മൂവർ ചലി പ്പിക്കുന്നവന് പിടിച്ചുതൂങ്ങാനുള്ളത് അതു മാത്രമാണ്. മുങ്ങിപ്പോകു ന്നവന് വെള്ളവും സ്ഥലത്തിലോ കാലത്തിലോ അല്ല. നമുക്കു ചുറ്റും തന്നെയാണ് അത്. ഇവിടെ ഇപ്പോൾ. ഈ ഊരാക്കുടുക്കു തന്നെ നമുക്ക് ആധാരം" (80).

യഥാർഥത്തിൽ പ്രയത്നത്തിന്റെ ആത്മനിഷ്ഠതയാണ് ഇവിടെ കണ്ടെത്തുന്ന കാര്യം. സത്യം വ്യക്തികൂടി പങ്കാളിയാകുന്നതും വ്യക്തിയുടെ അനുഭവത്തിലൂടെ നിരന്തരം ആന്തരികവൽക്കരിക്ക പ്പെടുന്നതുമാണ് എന്നതാണത്. മാർക്സിസത്തെ സംബന്ധിച്ചിടത്തോ ളവും ഈ ആശയം സാധുവാണ്. "ഫോയർബാഹിനെക്കുറിച്ചുള്ള തീസിസുകളിൽ"ത്തന്നെ മാർക്സ് സൂചിപ്പിച്ചതാണത്. മനുഷ്യനിൽ നിന്ന് അന്യമായി സ്വയം പൂർണമായി നില്ക്കുന്ന വസ്തുനിഷ്ഠലോകമല്ല, മനുഷ്യൻ കൂടി ഉൾച്ചേർന്ന ആത്മനിഷ്ഠത കൂടി ചേരുന്ന ലോകമാണ് ബാഹ്യയാഥാർഥ്യമെന്നത്.

യാഥാർഥ്യത്തിന്റെ ആത്മനിഷ്ഠത അംഗീകരിക്കുമ്പോഴും അഹംബോധത്തെ അഴിച്ചുപണിയാൻ, അഹംബോധത്തിൽ തന്നെ ഉൾച്ചേർന്ന വർഗ,വർണ, ലിംഗ തലത്തെ കാണാൻ നോവലിന് കഴിയുന്നില്ല. ആധുനികതയുടെ അഹംബോധത്തിന്റെ പ്രതിസന്ധി വ്യക്തമാക്കുമ്പോഴും അത് രാഷ്ട്രീയപ്രയോഗത്തിന്റെ യുക്തിയിലേക്ക് നീങ്ങുന്നില്ല.

സ്ഥലത്തെയും കാലത്തെയും സംബന്ധിച്ച അടിയന്തിരത്വം (immanence) അംഗീകരിച്ചെങ്കിലും സ്വത്വത്തിന്റെ ആധുനിക ബോധത്തിൽ നിന്ന് ആനന്ദിന്റെ അഹംബോധം സ്വതന്ത്രമല്ല.

ഏതെങ്കിലും സമൂഹവുമായി, സമൂഹവർഗങ്ങളുമായി ചേർന്നുനിന്ന് യാഥാർത്ഥ്യത്തെ നോക്കിക്കാണുന്നതിലുള്ള പരാജയമാണിത്.

ഉത്തരായണം:
രാഷ്ട്രവത്കരിക്കപ്പെട്ട ബോധങ്ങൾ

*ഉത്തരായണ*ത്തിൽ അടിയന്തിരാവസ്ഥയോടെ വന്നു ചേർന്ന ദേശീയവൽക്കരണത്തിന്റെ അടുത്ത ഘട്ടമാണ് ചിത്രീകരിക്കപ്പെടുന്നത്. അടിയന്തിരാവസ്ഥയാണ് രചനാപശ്ചാത്തലം. എന്നാൽ നോവലിൽ അത് നേരിട്ട് ഒരിക്കലും കടന്നുവരുന്നില്ല. ഒരു ഫാക്ടറിയിലെ എഞ്ചിനീയറുടെ ഒരു ദിവസത്തെ ജീവിതമാണ് നോവൽകാലം. വേനൽക്കാലത്തിന്റെ ആരംഭദിനങ്ങളിലൊന്നിൽ ഭാര്യ ചെടികളു വെള്ളമൊഴിക്കുമ്പോൾ വേനലിൽ കരിയുന്ന ഇനം സസ്യങ്ങൾക്ക് വെള്ളമൊഴിച്ചിട്ടു കാര്യമില്ലെന്ന് പറഞ്ഞുകൊണ്ടാണ് ആഖ്യാതാവ് ഫാക്ടറിയിലേക്കു പോകുന്നത്. സമൂഹനിർമാണമെന്ന ദേശീയ ലക്ഷ്യം പിന്തള്ളപ്പെട്ട് കമ്പനിയും ലാഭവുമെന്ന യുക്തിയിലേക്ക് കാര്യങ്ങൾ നീങ്ങിത്തുടങ്ങുകയായിരുന്നു. "നാവടക്കൂ, പണിയെടുക്കൂ" എന്ന മുദ്രാവാക്യം (ഇത് നോവലിൽ നേരിട്ട് പറയുന്നില്ല) ഭരണനേതൃത്വം പ്രചരിപ്പിച്ച കാലം. നോവലിൽ ഭഗവദ്ഗീതയിലെ കർമസിദ്ധാന്തമായി ഇത് ഏകീകരിക്കപ്പെടുന്നുണ്ട്. ആ നിലയിൽ മുതലാളിത്തത്തിന്റെ പുതിയകാലത്ത് ഹിന്ദുത്വവുമായി ബന്ധപ്പെട്ട പുതിയതരം ചാതുർവർണ്യയുക്തി രൂപപ്പെടുന്നത് അയാൾ അറിയുന്നുണ്ട്.

അന്യവൽക്കരണത്തെപ്പറ്റി മാർക്സ് "1844ലെ കയ്യെഴുത്തു പ്രതിക" (Economic and Philosophic Manuscripts of 1844)ളിൽ പറഞ്ഞിരിക്കുന്ന കാര്യത്തിന് സമാനമാണ് കമ്പനിത്തൊഴിലാളിയായ ആഖ്യാതാവിന്റെ അവസ്ഥ. "ഗ്രൈൻഡറിൽ ഒരാൾ അവയുടെ ജോയിന്റ്ലൈൻ മാച്ചുന്നുണ്ടായിരുന്നു. എങ്ങനെയാണ് ഉണ്ടാക്കിയതെന്ന് അതുപയോഗിക്കുന്ന ആൾക്കു പിടികിട്ടിയില്ല. എന്തിനാണത് ഉപയോഗിക്കുക എന്നു അതുണ്ടാക്കിയ ആൾക്കും അറിഞ്ഞുകൂടെന്നു വെച്ചോളൂ. ഇരുവരും തുല്യസ്ഥിതിയിലാണ്. ഉണ്ടാക്കുന്നവനും ഉപയോഗിക്കുന്നവനും" (*ഉത്തരായണം* 47).

മാർക്സ് പറയുന്നു: "അന്യവൽക്കരണത്തിന്റെ സാമ്പത്തിക നിയമങ്ങൾ പ്രകാരം ഇങ്ങനെയാണ് അത് പ്രകടിപ്പിക്കപ്പെടുന്നത്. തൊഴിലാളി കൂടുതൽ ഉല്പാദിപ്പിക്കുന്തോറും കുറച്ചേ അയാൾക്ക് ഉപയോഗിക്കാൻ കഴിയുന്നുള്ളൂ. കൂടുതൽ മൂല്യങ്ങൾ അയാൾ

ഉല്പാദിപ്പിക്കുമ്പോൾ കൂടുതൽ ഉപയോഗശൂന്യമായി അയാൾ മാറുന്നു. ഉല്പന്നം കൂടുതൽ നന്നാകുന്തോറും കൂടുതൽ വിരൂപമാകുന്നു തൊഴിലാളി. ഉല്പന്നം എത്രമാത്രം സംസ്കാര സമ്പന്നമാകുന്നോ അത്രത്തോളം അയാൾ പ്രാകൃതനാകുന്നു. അധ്വാനം എത്രത്തോളം ശക്തിയുള്ളതാകുന്നോ അത്രത്തോളം ദുർബലനാകുന്നു തൊഴിലാളി." (Marx 1977 :69-70). മാർക്സ് മുതലാളിത്തം ഒരേ സമയം നിർമിക്കുന്ന രണ്ടുതരം അന്യവൽക്കരണങ്ങളെ വിശദീകരിക്കുന്നു: "അധ്വാനത്തെ അത് യന്ത്രങ്ങൾ കൊണ്ട് മാറ്റിവെക്കുന്നു. അത് ഒരുവിഭാഗം തൊഴിലാളികളെ പ്രാകൃതമായ അവസ്ഥയിലേക്ക് എടുത്തെറിയുന്നു. മറ്റൊരു വിഭാഗത്തെ യന്ത്രമാക്കി മാറ്റുകയും ചെയ്യുന്നു."

ലോക തൊഴിലാളി ദിനമായ മെയ്ദിനത്തിലാണ് കമ്പനിയുടെ ചെയർമാൻ "നില്ക്കുന്നവർ ഇരിക്കുന്നു, ഇരിക്കുന്നവർ കിടക്കുന്നു, കിടന്നാലോ മരിക്കും" എന്ന ഉദ്ധരണി പറയുന്നത്. ഈ കമ്പനി നിന്നിട്ടില്ല, ഓടിയിട്ടേയുള്ളൂ എന്നും. എല്ലാ ഒന്നാം തീയതിയും ഓരോ ജോലിക്കാരനും കിട്ടുന്ന കമ്പനിയുടെ ശമ്പളപ്പൊതികളിൽ എഴുതിയിരിക്കുന്ന മുദ്രാവാക്യവും അതുതന്നെ; company is on the move എന്ന്.

"എഞ്ചിനിയറിംഗ് വ്യവസായങ്ങളിൽ ഉല്പാദനം വർധിച്ചിരിക്കുന്നു. വ്യവസായ മണ്ഡലത്തിലെ ശാന്തിയുടെ ലക്ഷണമാണിതെന്നു ഗവണ്മെന്റിന്റെ വക്താവു പറയുന്നു" എന്ന വാക്യത്തെ ഈ നോവലിന്റെ രാഷ്ട്രീയ വായനയെ സംബന്ധിച്ചിടത്തോളം താക്കോൽ വാക്യമായെടുക്കാം. വ്യവസായ മണ്ഡലത്തിലെ ശാന്തി എന്നു പറഞ്ഞാൽ സമരങ്ങളും തൊഴിലാളി സംഘടനാപ്രവർത്തനങ്ങളുമില്ലാത്ത അവസ്ഥ എന്നാണ്. അറുപതിൽ ആദ്യപകുതിയിൽ കണ്ട മട്ടിലുള്ള തൊഴിലാളിവർഗബോധത്തെ മറികടന്നുകൊണ്ട് വ്യവസായ മുതലാളിത്തത്തിന്റെ ശാന്തിയും ദേശീയ ലക്ഷ്യങ്ങളുമായി ബന്ധം സ്ഥാപിക്കപ്പെട്ടുകഴിഞ്ഞിരുന്നു. ദേശീയതയുടെ ലക്ഷ്യങ്ങൾ അപ്പോഴേക്കും ദേശരാഷ്ട്ര ലക്ഷ്യങ്ങളായി മാറിയിരിക്കുന്നു. ദേശരാഷ്ട്ര ലക്ഷ്യങ്ങളാകട്ടെ വ്യവസായത്തിന്റെ ലക്ഷ്യങ്ങൾ, അതാകട്ടെ കമ്പനിയുടെ ലക്ഷ്യങ്ങളും. ഇങ്ങനെയുള്ള ശൃംഖലാബന്ധത്തിലൂടെ ദേശീയതയും കമ്പനി മുതലാളിത്തവും തമ്മിൽ സ്ഥാപിക്കപ്പെടുന്ന അന്യപ്രദേശ ബന്ധത്തിന് സാധുത കൈവരുന്നു. "J. A. I ജമ്നാദാസ് ആജ്മീരിയാ ഇൻഡസ്ട്രീസ്" എന്ന കമ്പനിയുടെ പേരു തന്നെ ഒരു ജെയ് വിളിയായി ആഖ്യാതാവിന് തോന്നുന്നുണ്ട്.

രാഷ്ട്രത്തിന്റെ യൂനിറ്റായി മധ്യവർഗ കുടുംബത്തിന്റെ തൃപ്തിയെ സ്വയം വിമർശിക്കുന്ന ബോധം കൂടിയാണ് ആഖ്യാന കർത്തൃത്വം. "ഞങ്ങൾ നിയമം ലംഘിക്കുന്നില്ല. ഭരണഘടനയിൽ വിശ്വസിക്കുന്നു. അയല്ക്കാരുമായി ലോഹ്യത്തിൽത്തന്നെ. സംതൃപ്തമാണു ഞങ്ങളുടെ കുടുംബം."

സാമ്പത്തികവാദപരമായ കമ്മ്യൂണിസ്റ്റ് യുക്തിയും മുതലാളിത്ത യുക്തിയും തമ്മിലുള്ള സാദൃശ്യം രണ്ട് അവസരങ്ങൾ താരതമ്യം ചെയ്യുമ്പോൾ കിട്ടുന്നുണ്ട്. മാർക്കറ്റിൽ നിന്നനില്പിൽ വീണു മരിച്ച തെണ്ടിയായ മനുഷ്യനെ ആരും തിരിഞ്ഞു നോക്കാത്തതിനെപ്പറ്റി കമ്മ്യൂണിസ്റ്റുകാരനായ വിഭൂതി സർക്കാർ പറയുന്നതും കമ്പനി പറയുന്നതും തമ്മിലുള്ള താരതമ്യത്തിൽ ഇതുണ്ട്. കമ്മ്യൂണിസ്റ്റുകാരൻ പറയുന്നത് ഇതാണ്: "സ്നേഹത്തിനും വികാരത്തിനുമൊക്കെ ആധാരം സാമ്പത്തിക ഭദ്രതയാണെന്നു പറയുന്നത് എത്ര ശരിയാണ്" (12).

ഇതുതന്നെയാണ് അവസാനം ഇൻഷ്വറൻസ് ഏജന്റും പറയുന്നത്. "സ്നേഹം തന്നെത്താൻ വളരുന്ന ഒരു വികാരമല്ലെന്നും സാമ്പത്തിക ഭദ്രതയില്ലെങ്കിൽ അതിന് ഇലയും കൊമ്പുമല്ല, വേരു കൂടിയും പൊടിക്കുകയില്ലെന്നും-ഒരു മാർക്സിസ്റ്റുകാരനല്ലാതിരുന്നിട്ടുകൂടി-അയാൾ എന്നെ പറഞ്ഞു മനസ്സിലാക്കി. ഉവ്വ് എന്നോ ഇല്ല എന്നോ മാത്രം ഉത്തരം പറയാവുന്ന കുറെ ചോദ്യങ്ങൾ ചോദിച്ചു" (62). ഉല്പാദനക്ഷമത മാത്രം മാനകമാവുമ്പോൾ കമ്മ്യൂണിസവും മുതലാളിത്തവും സമാനയുക്തി മുന്നോട്ടുവെക്കുന്നു. സമൂഹത്തിന്റെ മൊത്തം സുരക്ഷ എന്ന സങ്കൽപം കയ്യൊഴിയുമ്പോൾ കമ്മ്യൂണിസ്റ്റുകാരനും ഇൻഷ്വറൻസ് ഏജന്റും പരസ്പരം മാറ്റിവെക്കാവുന്ന കർത്തൃത്വങ്ങളാകുന്നു.

അതുപോലെതന്നെയാണ് നിരാമയൻ എന്ന തീവ്രനിലപാടുകളുണ്ടായിരുന്ന സ്റ്റാറ്റിസ്റ്റിക്സിലെ ഗവേഷകന്റെ പരിണാമവും. "ഇന്ത്യയിലെ ഇടത്തരം കുടുംബങ്ങളിലെ സാമ്പത്തികാസൂത്രണം" എന്ന ഗവേഷണ വിഷയത്തിലൂടെ സ്റ്റാറ്റിസ്റ്റിക്സ് എന്ന ശാഖയുടെതന്നെ വ്യാജം പുറത്തുകൊണ്ടുവരാൻ ഇറങ്ങിപ്പുറപ്പെട്ട അയാളുടെ തീസിസ് ഇപ്പോൾ മുതലാളിത്തത്തിനും രാഷ്ട്രത്തിനും ആധികാരികമായ പ്രമാണമായി മാറിയിരിക്കുകയാണ്. ഇൻഷ്വറൻസ് ഏജന്റിന്റെ വീട്ടിൽ അത് ഒരു മതഗ്രന്ഥംപോലെ ആരാധിക്കപ്പെടുകയാണ്. അച്ചടക്കം മുഖമുദ്രാവാക്യമായിക്കഴിഞ്ഞ സമൂഹത്തിൽ മാർക്സിസം (അതു മാർക്സിസമാണെന്ന് നോവൽ നേരിട്ടുപറയുന്നില്ലെങ്കിലും) ഒരു വശത്ത് വ്യക്തിവാദവുമായി ചേർന്നുപോകുമ്പോൾ അതിന്റെ മറ്റൊരു രൂപം മറുവശത്ത് ഭീകരപ്രവർത്തനമായിത്തീരുന്നത് ചിത്രീകരിക്കുന്നുണ്ട്.

ആഖ്യാതാവിന്റെ രോഗം കമ്പനി അതിന്റെ യന്ത്രഭാഗങ്ങളി ലൊന്നിന്റെ കേടുപോലെയാണ് കാണുന്നതും പ്രതികരിക്കുന്നതും. "നിങ്ങളുടെ ഷോപ്പിൽ ഒരു മോട്ടോറിനോ പ്രസ്സിനോ മെഷീനോ ഏതെങ്കിലും കോട്ടമുണ്ടെങ്കിൽ എങ്ങനെയാണ് നിങ്ങൾ അതു മനസ്സി ലാക്കുക? പ്രവർത്തനത്തിൽ നിന്ന്... വാസ്തവത്തിൽ നമുക്ക് സ്വയം ഒന്നും അറിയില്ല... നിങ്ങൾ കമ്പനിയുടെ ഒരു തൊഴിലാളിയാണ്. നിങ്ങളെ കാലാകാലങ്ങളിൽ പരിശോധിക്കുകയും കുഴപ്പങ്ങൾ തീർത്തു സൂക്ഷിക്കുകയും ജോലിക്കു പറ്റുന്ന വിധത്തിലാക്കുകയും ചെയ്യേണ്ട കടമ കമ്പനിയുടേതാണ്" (29).

ഓംകാർനാഥിന്റെ പരിണാമത്തിലൂടെ ദേശീയ മൂല്യങ്ങൾക്കുവന്ന മാറ്റം തന്നെയാണ് വ്യക്തമാക്കപ്പെടുന്നത്. സാമൂഹ്യപ്രസ്ഥാനം എന്ന നിലയിൽ പത്തൊമ്പതാം നൂറ്റാണ്ടിൽ (വിവേകാനന്ദന്റെ കാലം മുതൽ) ഉപയോഗിക്കപ്പെട്ട "കർമയോഗം" എന്ന വാക്ക് ഇപ്പോൾ കമ്പനി-രാഷ്ട്രയുക്തിക്കിണങ്ങുംവിധം അർത്ഥപരിണാമത്തിന് വിധേയമായിരിക്കുന്നു. മജിസ്ട്രേറ്റായ അയാൾ "സ്വധർമോ നിധനം ശ്രേയ: പരധർമോ ഭയാവഹ" എന്ന ഗീതാവചനത്തിലാണ് ഇപ്പോൾ വിശ്വസിക്കുന്നത്. എന്നാൽ മുപ്പത്തഞ്ചാം വയസ്സിൽ അയാളുടെ പ്രകൃതി അയാൾക്കെതിരെ തിരിഞ്ഞു. അയാൾ രക്തദൂഷ്യം എന്ന രോഗത്തിന് വിധേയമായി മരിച്ചു. "ആരറിഞ്ഞു ആത്മന്യേവാത്മനാ തുഷ്ടനായി ഓംകാർനാഥ് കർമത്തിൽ മുഴുകിയപ്പോൾ അയാളുടെ ശരീരം അതിന്റെ സ്വഭാവം കൈവെടിയുകയായിരുന്നുവെന്ന്? ഒരു വൈദ്യനും അതിനെ വീണ്ടും അതാക്കുവാൻ, അയാളെ അയാളാക്കു വാൻ കഴിഞ്ഞില്ല" (43).

തലയിൽ ഇഷ്ടിക വീണു മരിക്കുന്ന പ്രാകൃതാവസ്ഥയിലുള്ള തൊഴിലാളിയും സ്വയം യന്ത്രമായിത്തീരുന്ന എഞ്ചിനീയറും മാർക്സ് സൂചിപ്പിച്ച അന്യവൽക്കരണത്തിന്റെ രണ്ടു വശങ്ങളാണ്. മുതലാ ളിത്ത പുരോഗതി സങ്കല്പവും ചോദ്യത്തിന് വിധേയമാകുകയാണ്. നമുക്കു വളർച്ചയേയുള്ളൂ. മാറ്റമില്ല. പരിണാമത്തിന്റെ വൃക്ഷത്തിലെ അവസാനത്തെ ഫലം. അവസാനത്തെ അനന്തരാവകാശി. പരിഷ്ക്ക രണത്തെ ബഹിഷ്ക്കരിക്കുന്ന പുരോഗതി" (50).

ആധുനികതയുടെ ചിഹ്നമായ പ്രൊഫസറാണ് ആനന്ദിന്റെ നോവലിലെ താത്വിക വിചാരത്തിന്റെ കേന്ദ്രമായി പലപ്പോഴും വരുന്നത്. ആഖ്യാതാവിന്റെ ഭാര്യയുടെ അമ്മാവനാണ് ഇവിടത്തെ പ്രൊഫസർ. "സംസ്കാരങ്ങളുടെ മരണം" എന്ന വിഷയത്തിൽ അയാൾ

പ്രഭാഷണം നടത്തുന്നു. പലപല സംസ്കാരങ്ങളും കൊടികുത്തി വാണിടത്ത് ഇന്ന് നഗ്നരായ മനുഷ്യർ വേട്ടയാടി ഗുഹകളിൽ ഉറങ്ങുന്നു എന്നു തുടങ്ങുന്ന പ്രൊഫസറുടെ പേരിലുള്ള വാദത്തിന്റെ തുടർച്ച *അഭയാർത്ഥിക*ളിൽ കാണാം. ചരിത്രത്തെ സംബന്ധിച്ച ആധുനികവും രേഖീയവുമായ യുക്തിയുടെ വിമർശനമാണ് ഇത്. എന്നാൽ ഈ വിമർശനം ആധുനികതയുടെ സ്ഥാപനപരമായ അറിവുകളുടെ പ്രതിനിധിയായ പ്രൊഫസറിലൂടെയാണ് അവതരിപ്പിക്കുന്നത് എന്നതാണ് വൈരുധ്യം.

രേഖീയ പുരോഗതി സങ്കല്പം മുതലാളിത്തയാന്ത്രികതയായി തൊഴിലാളികളിൽ അടിച്ചേല്പിക്കപ്പെടുമ്പോൾ ജൈവികത അവരിൽ രോഗമായി പ്രത്യക്ഷപ്പെട്ടാണ് ചെറുത്തുനില്ക്കുന്നത്. ഡോക്ടർ അത് വിശദീകരിക്കുന്നുണ്ട്: “നിങ്ങൾക്ക് ഈ കമ്പനിയോട് ഒത്തുപോകാൻ കഴിഞ്ഞില്ല. അതുകൊണ്ട് നിങ്ങൾ ഓരോ രോഗങ്ങൾ കണ്ടുപിടിക്കുന്നു. കാലാവസ്ഥയെ പഴിക്കുന്നു. ഇക്കാണുന്നത് രോഗമല്ല സുഹൃത്തേ, ഇതു പുരോഗതിയാകുന്നു” (91).

അന്യവൽക്കരണം കലാബോധത്തിന് പകരം വസ്തുരതി (fetishism)യെ വെക്കുന്നു. പുതുതായി പണിയിച്ച വീട് കാണിക്കുന്ന ഇൻഷ്വറൻസ് ഉദ്യോഗസ്ഥനായ ജോഗി വീടിന്റെ പ്ലാനോ മുറികളുടെ വലിപ്പമോ ഓറിയന്റേഷനോ ഒന്നുമല്ല, മറിച്ച് ജനലിന്റെ ഗ്രില്ലുകൾ, കർട്ടനുകൾ പുതിയ ഇനം വാട്ടർടാപ്പുകൾ, ഫാനുകൾ, ലൈറ്റുകൾ, അവയുടെ സ്വിച്ചുകൾ ഫ്രിഡ്ജ്, ഗ്രൈൻഡർ, ടേപ്പ് റിക്കാർഡുകൾ, കുറെ പട്ടികൾ എന്നിവയെയാണ് മുഖ്യമായും പരിചയപ്പെടുത്തുന്നത്. പട്ടികളുടെ കുരയുടെ അകമ്പടിയോടെ അയാളുടെ ഭാര്യയോ മകളോ പാടിയ രബീന്ദ്രസംഗീതം റെക്കാർഡ് ചെയ്തത് കേൾപ്പിക്കുന്നു.

നോവലിലെ ദിനം അവസാനിക്കുന്നത് അന്യവൽക്കരണത്തിന്റെ ആഴങ്ങളിലെത്തിയ ശേഷം അതിൽ നിന്നുള്ള മോചനത്തിന്റെ സ്വപ്നത്തിന്റെ ഒരു സുഗന്ധം അവശേഷിപ്പിച്ചുകൊണ്ടാണ്. തോട്ടക്കാരൻ ആഖ്യാതാവിന് നൽകുന്ന ചെടികളും അയാളുടെ വാക്കുകളുമാണ് പുതിയ വെളിപാടിലെത്തിക്കുന്നത്. ഒന്നുകിൽ സ്ഥിരസസ്യമോ കാലിക സസ്യമോ എന്ന ചോദ്യമാണ് മനുഷ്യന്റെയും മുന്നിലുള്ളത്. എന്നാൽ ഇതു തിരിച്ചറിയാൻ കഴിയാത്ത മട്ടിൽ ബുദ്ധിതന്നെ സ്വയം മനുഷ്യരെ അന്യരാക്കിയിരിക്കുന്നു. “ഞങ്ങളുടെ ബുദ്ധിതന്നെ ഞങ്ങൾക്കു മീതെ വേനലായി ഉദിച്ചുപൊങ്ങിയിരിക്കുന്നു. ഞങ്ങളുടെ ശക്തി, അധികാരം, വിജയം, പുരോഗതി.” എന്നാൽ

പ്രകൃതിയിൽ നിന്ന് വ്യത്യസ്തമായി മനുഷ്യനുണ്ടാക്കിയ വേനൽ മടക്കമില്ലാത്തതാണെങ്കിലോ എന്ന സംശയം ആഖ്യാതാവിനെ പിടികൂടുന്നു. ആ ദിവസം അനുഭവിച്ചതിനെയെല്ലാം മനസ്സിൽനിന്നു തള്ളി ഒരു സുഗന്ധത്തിൽ മാത്രം അയാൾ ഇറങ്ങി നില്ക്കുന്നു.

*മരണസർട്ടിഫിക്കറ്റി*ലും *ഉത്തരായണ*ത്തിലും അകത്തേക്കു നോക്കുന്ന (inwardiness) തരം വ്യക്തിബോധമാണ് പ്രകാശിതമാകുന്നത്. ഇതിനെയാണ് നിഷേധാത്മകതയായി എഴുപതുകളിലെ കേരളത്തിലെ മാർക്സിസ്റ്റ് വിമർശകർ നോക്കിക്കണ്ടത്. മാർക്സിയൻ വ്യാഖ്യാനത്തിന് വ്യക്തമായും വഴങ്ങുന്നതും മാർക്സിന്റെ 1844-ലെ കയ്യെഴുത്തു പ്രതികളോട് പൂർണമായി ചേർന്നുനില്ക്കുന്നതുമാണ് *ഉത്തരായണ*ത്തിലെ ആഖ്യാനമെന്നതു വ്യക്തമാണ്. സാമൂഹ്യബോധത്തിന് എതിരായതും നവോത്ഥാനപരവും വിപ്ലവപരവുമായ അജണ്ടയെ അട്ടിമറിക്കുന്നതുമാണ് ഈ പലായനം എന്നാണ് അവരുടെ വിമർശനം. ജനകീയ ആധുനികതയുടെ സാമൂഹ്യബോധത്തെ സംബന്ധിച്ചിടത്തോളം ആ വിമർശനം ശരിയാണ്. എന്നാൽ ആധുനികന്റെ കളം (matrix) മറ്റൊന്നാണ്. അത് ലിബറൽ വ്യക്തിവാദപരമായ ലോകവീക്ഷണമാണ്.

ആധുനിക കാലബോധവുമായും ലിബറൽ യുക്തിയുമായും ബന്ധപ്പെട്ടാണ് സാമൂഹ്യബോധവും സാമൂഹ്യബന്ധവും അതിന്റെ അർത്ഥവും ആനന്ദിന്റെ നോവലുകളിൽ നിലനില്ക്കുന്നത് എന്നു നേരത്തെ കണ്ടു. അതിനാൽ എഴുത്തിനെ സംബന്ധിച്ചിടത്തോളം ലിബറലിസത്തെ മറികടനുള്ള വിപ്ലവകരമായ സാമൂഹ്യബന്ധം നിഷേധാത്മക സാന്നിധ്യമായാണ് പ്രത്യക്ഷപ്പെടുക. ലിബറലിസത്തിന്റെ ചട്ടക്കൂടുള്ള സമകാലിക സാമൂഹ്യബന്ധങ്ങളുടെ നിഷേധം ഗുണകരമാകുന്നു. അകത്തേക്കുള്ള നോട്ടത്തെ കിർക്കഗാറിനെ മുൻനിർത്തി ഇങ്ങനെ വ്യാഖ്യാനിക്കുന്നത് തുടക്കത്തിൽ സൂചിപ്പിച്ചു. ലിബറലിസത്തെ ചോദ്യം ചെയ്യേണ്ട ഒരു വീക്ഷണമെന്നതിനപ്പുറത്ത് ലോകയാഥാർഥ്യത്തിന്റെതന്നെ നേർരൂപം എന്നു ധരിക്കുമ്പോൾ ആ യാഥാർഥ്യബോധത്തിന്റെ നിഷേധമാകും വിപ്ലവകരം. നിഷേധാത്മകത ഇവിടെ പ്രതിരോധവും ഗുണപരവുമായ തലം നേടുന്നു. നിഷേധാത്മക വൈരുധ്യവാദ (negative dialectics)മെന്ന് അഡോർണോ സൂചിപ്പിക്കുന്ന യുക്തിയിൽവെച്ചു വേണം ജീവിതനിഷേധിയെന്ന് ആധുനികതാവാദ നിരൂപകർ വ്യാഖ്യാനിച്ച ഈ പരിവർത്തനത്തെ നോക്കിക്കാണാൻ (Adorno 1973:363-365).

അഭയാർത്ഥികൾ: ചരിത്രവും സ്വാതന്ത്ര്യവും

മുതലാളിത്തം, ഭരണകൂടം എന്നിവയുണ്ടാക്കുന്ന അന്യവൽക്കരണത്തെ സംബന്ധിച്ച അനുഭവപരമായ ആഖ്യാനമായ *ഉത്തരായണ*ത്തിൽ നിന്ന് അടുത്ത നോവലായ *അഭയാർത്ഥിക*ളിലെത്തുമ്പോഴേക്കും ആനന്ദ് മാർക്സിസമുൾപ്പെടെ മുന്നോട്ടുവെക്കപ്പെട്ട ഉത്തരങ്ങളെ വിമർശനാത്മകമായി പരിശോധിക്കുകയാണ്.

ധ്യാനാത്മകവും പ്രബുദ്ധതാപരവുമായ യുക്തിയെയും അത് നിർമിക്കുന്ന ഈഗോവിനെയും നിഷേധിക്കുന്നതിനുള്ള ഒരു വഴി ഇന്ദ്രിയപരതയെയും വികാരത്തെയും തുറന്നുവിടുകയാണ്. ഐന്ദ്രിയപരതയിലൂടെ പ്രബുദ്ധതായുക്തിയെ നിഷേധിക്കുന്ന പാശ്ചാത്യ ആധുനികതയുടെ രീതിയിലല്ല ആനന്ദ് പോയത്, പകരം സ്ഥലകാലങ്ങളിലേക്കും ചരിത്രത്തിലേക്കും നെഹ്റുവിയൻ ഘട്ടത്തിലെ ഈഗോവിനെ വീർപ്പിച്ച (inflation) കൊണ്ടാണ് [വയർവീർക്കൽ എന്ന ആയുർവേദത്തിലെ രോഗലക്ഷണത്തിൽനിന്ന് വന്ന പേരാണ് വീർപ്പിക്കൽ (ആധ്മാനം-വീർക്കൽ) എന്നത്]. കാന്റിയനെന്നു പറയാവുന്ന ഈ ഇച്ഛാശക്തിയെ തന്റെ പ്രതിരോധദുർഗമായി കണ്ടെടുക്കുകയാണ് ആനന്ദിന്റെ കഥാകർത്തൃത്വം.

നെഹ്റുവിയനായ ലിബറൽ രാഷ്ട്രീയ ഈഗോവിനെ ചരിത്രപരവും തത്ത്വശാസ്ത്രപരവുമായ ഒരു ദുർഗമായി വളർത്താനുള്ള ശ്രമമാണ് *അഭയാർത്ഥിക*ളിൽ നടക്കുന്നത്. ഈ വളർച്ചയ്ക്ക് ആവശ്യമാകുന്ന മട്ടിൽ ചരിത്രത്തിന്റെയും തത്ത്വചിന്തയുടെയും ശാസ്ത്രത്തിന്റെയും മറ്റും ആഖ്യാനരീതികൾ ചേരുന്നതാണ് ഈ നോവലിന്റെ രൂപവും. വർത്തമാന സന്ദർഭത്തിൽ നില്ക്കുന്ന ഏകാകിയായ വ്യക്തിയിൽ നിന്ന് ധ്യാനാത്മകമായി ചരിത്രത്തിലേക്കും തത്ത്വചിന്ത യിലേക്കും പ്രയോഗസങ്കല്പത്തിലേക്കും കടക്കുകയാണ് നോവൽ. ജീവിച്ചിരിക്കുന്ന വ്യക്തികളുടെ നേർപ്രതിഫലനമല്ല, നോവലിലെ കഥാപാത്രങ്ങൾ. അവ വ്യവഹാരത്തിലൂടെ രൂപപ്പെടുന്നതാണ്.

ലിബറലിസത്തിനകത്തു രൂപപ്പെട്ട നിഷേധാത്മക കർത്തൃത്വമാണ് ആഖ്യാതാവായ ഗൗതമൻ. ഗംഗാതീരത്ത് മോട്ടോർ സ്ക്രേപ്പറുകളുപയോഗിച്ച് കനാലുണ്ടാക്കുന്ന വലിയ പ്രോജക്റ്റിലെ കൂലിപ്പണിക്കാരനാണ് അയാൾ. കുഴിക്കുന്തോറും ലഭിക്കുന്ന പഴയ സംസ്കാരത്തിന്റെ അവശിഷ്ടങ്ങൾ, അയാളുടെ കയ്യിൽ തടയുന്ന മാതൃദേവതയുടെ മൂർത്തി. അതിലൂടെ ചരിത്രത്തെ സംബന്ധിച്ച വിവരണത്തിലേക്ക് നോവൽ കടക്കുന്നു. സ്ഥലകാലങ്ങളുടെയും

അതിൽ മനുഷ്യന്റെ വിമോചനത്തെയും സംബന്ധിച്ച ചർച്ചകളി ലേക്കും ഉൾക്കാഴ്ചകളിലേക്കും അത് നീങ്ങുന്നു.

ചരിത്രത്തെയും ഭാവനയെയും നീതിബോധത്തെയും വിപ്ലവ ത്തെയും ബന്ധിപ്പിക്കാനുള്ള അന്വേഷണമാണ് നോവലിലുള്ളത്. ചരിത്രം തന്നെ ഭാവനാത്മകമാണെന്ന് നവചരിത്രവാദികൾ പറയു ന്നുണ്ട്. ചരിത്രഭാവന (historical imagination) എന്നു തന്നെയാണ് ഹെയ്ഡൻവൈറ്റ് ഉപയോഗിക്കുന്നത്. ഹെഗൽ ചരിത്രത്തെ സൗന്ദ ര്യാത്മകതയിലാണ് പെടുത്തിയത് (White:85). നീഷെയാകട്ടെ ചരി ത്രത്തെ ഭാവിയുടെ നിർമാണവുമായി ബന്ധപ്പെട്ട ആഖ്യാനമായാണ് കണ്ടത്. വർത്തമാനകാലത്ത് ഏറ്റവും ശക്തമായി നില്ക്കുന്ന ഒന്നുകൊ ണ്ടു മാത്രമേ ഭൂതകാലത്തെ വിശദീകരിക്കാൻ കഴിയൂ എന്ന് നീഷെ പറയുന്നുണ്ട്. ഭൂതകാലത്തിന്റെ ഭാഷ എപ്പോഴും വെളിപാടുപരമാണ്. ഭാവിയുടെ നിർമാതാക്കൾ എന്ന നിലയ്ക്കേ അതിനെ അറിയാൻ കഴിയൂ. ഭാവിയെ നിർമിക്കുന്നവർക്കേ ഭൂതത്തെ വിലയിരുത്താനുള്ള അവകാശമുള്ളൂ എന്നും നീഷെ പറയുന്നു (White:353). അതിനർത്ഥം വർത്തമാനകാലവ്യവഹാരങ്ങളാണ് ഭൂതകാലാഖ്യാനത്തെ നിയ ന്ത്രിക്കുന്നത് എന്നുതന്നെയാണ്. എന്താണ് ഭൂതകാലത്തിൽ നിന്ന് ഒഴിവാക്കപ്പെടുന്നത് എന്നതും എന്തിനാണ് നിറം ചേർക്കപ്പെടുന്നത് എന്നതും എന്തിനാണ് ഊന്നൽ കൊടുക്കപ്പെടുന്നത് എന്നതും വർത്ത മാനമാണ് തീരുമാനിക്കുന്നത്.

1971-നെ കഥാകാലമായി സങ്കല്പിക്കുകയാണ് നോവൽ. ബംഗ്ലാദേശ് യുദ്ധവും അഭയാർഥി പ്രവാഹവും ആധുനിക ഇന്ത്യ യുടെ ചരിത്രത്തിലെ നിർണായക ഘട്ടമാണ്. *അഭയാർത്ഥി*ത്വത്തെ ഭൗതികമായ ഒരു പ്രതിഭാസം എന്ന നിലവിട്ട് മനുഷ്യസ്വാതന്ത്ര്യ ത്തിന്റെ പൊതുപ്രതീകമായി ഐക്യപ്പെടുത്തുന്നതാണ് നോവലിന്റെ ആഖ്യാനരീതി. സുഹൃത്തുക്കളുമായുള്ള ഗൗതമന്റെ സംവാദങ്ങളുടെ ഓർമകളിലൂടെ രൂപപ്പെടുന്നതുമാണത്. സ്വാതന്ത്ര്യാന്വേഷണത്തി ന്റെ പ്രതിനിധികൾ തന്നെയാണ് ഈ സുഹൃത്തുക്കൾ. ആധുനിക ഇന്ത്യയുടെ ദേശീയഭാവത്തിന്റെ പ്രതീകവുമാണവർ.

രാഷ്ട്രത്തിന്റെ ചരിത്രപരമായ സ്വാതന്ത്ര്യാന്വേഷണത്തെയും വ്യക്തിയുടെ ദാർശനികവും കലാപരവുമായ സ്വാതന്ത്ര്യാന്വേഷണ ത്തെയും പൊരുത്തപ്പെടുത്തുകയും വിളക്കിച്ചേർക്കുകയും ചെയ്യുന്ന രൂപമാണ് നോവലിനുള്ളത്. "അണക്കെട്ടുകൾ" (1971), "ഗംഗയിലെ പാലം" (1972), "പ്രതിഷ്ഠയില്ലാത്ത മഹാക്ഷേത്രം" (1974) എന്നീ

കഥകളിലെ അമൂർത്തകല്പനകളെ "*അഭയാർത്ഥികൾ*" (1975) എന്ന പിൽക്കാല കഥയുമായി ഘടനാപരമായി ബന്ധിപ്പിക്കുന്നതിലൂടെയാണ് നോവൽ രൂപം കൈക്കൊള്ളുന്നത്. അങ്ങനെ കലാഭാവനയെയും രാഷ്ട്രീയഭാവനയെയും ബന്ധിപ്പിക്കുന്നതിനുള്ള ഗംഭീരമായ ഒരു ശ്രമം നോവൽ നടത്തുന്നുണ്ട്.

രാഷ്ട്രഭാവനയും രാഷ്ട്രീയഭാവനയും ചേർന്നുനില്ക്കുന്ന *അഭയാർത്ഥികളെ* രണ്ടു തരത്തിൽ വിശകലനം ചെയ്യാം. ഗാന്ധിസവും മാർക്സിസവും നേരിട്ട് എങ്ങനെയാണ് നോവലിൽ ചിത്രീകരിക്കപ്പെട്ടിട്ടുള്ളത് എന്ന അന്വേഷണമാണ് ഒന്ന്. അംബേദ്കറിന്റെ ആശയം എങ്ങനെ പേരിലോ വിശകലനത്തിലോ ചരിത്രബോധത്തിലോ അസന്നിഹിതമായിരിക്കുന്നു എന്നതാണ് മറ്റൊന്ന്. ഇത്തരം അസമതകൾ കലാഭാവനയെയും രാഷ്ട്രീയഭാവനയെയും ഏകീഭവിക്കുന്ന *അഭയാർത്ഥികളിലെ* കലാതന്ത്രത്തെ എങ്ങനെ ബാധിക്കുന്നു എന്നത്.

ഗാന്ധിസവും മാർക്സിസവുമാണ് *അഭയാർത്ഥികളിലെ* ചർച്ചകളിൽ കേന്ദ്രസ്ഥാനത്തുനില്ക്കുന്ന ആശയങ്ങൾ. ഹരിദാസ് എന്ന പഴയ സ്വാതന്ത്ര്യ സമരസേനാനിയിലൂടെയാണ് ഗാന്ധിസം ചർച്ചയ്ക്കു വരുന്നത്. വർത്തമാനകാലത്ത് ഭീകരപ്രവർത്തനമായിക്കഴിഞ്ഞ നക്സലിസത്തിന്റെ രൂപം കൈക്കൊണ്ട മാർക്സിസം സുമൻ എന്ന സുഹൃത്തിലൂടെയും പ്രതിനിധീകരിക്കപ്പെടുന്നു. യുക്തിയും വികാരവും ചേർന്ന ഒരു ആഖ്യാനമായ ഈ നോവൽ അനുഭവവിവരണങ്ങൾ, ചരിത്രവിവരണങ്ങൾ, നാടകം, കഥാരൂപം എന്നിവ ചേർന്നാണ് രൂപപ്പെടുന്നത്.

മൂന്നാം നഗരസംസ്കാരത്തിന്റെ ജൈത്രയാത്രക്കിടയിൽ ഉയരുന്ന വെല്ലുവിളിയായാണ് ഗാന്ധിയുടെ ശബ്ദം ചിത്രീകരിക്കപ്പെടുന്നത്: "വിദൂരതയിൽ നിന്ന് ഒരു വൃദ്ധൻ വിളിച്ചുകൂവി. ഗ്രാമങ്ങളെ സ്വതന്ത്രമാക്കുക! നഗരങ്ങൾക്കകത്തുനിന്നു തന്നെ ആരോ അത് ഏറ്റുകൂവി" (19).

ഗാന്ധിയുടെയും ഗാന്ധിസത്തിന്റെയും മഹത്വം ഹരിദാസ് വിവരിക്കുമ്പോൾ ഗാന്ധിസത്തിലെ പോരായ്മകളും പരാജയകാരണവുമാണ് ഗൗതമൻ എടുത്തു കാട്ടുന്നത്. ഭരണവർഗമാകട്ടെ മഹാത്മാവിനെ പ്രതിമയാക്കി വഴിവക്കുകളിൽ നാട്ടിയിരിക്കുന്നു. കാശിയിലെ നെയ്ത്തുകാരനായ കബീറിനു ശേഷം വന്ന നൂൽനൂല്പുകാരനായ മറ്റൊരു മഹാത്മാവായി ഗാന്ധിയെ അവതരിപ്പിക്കുന്നുണ്ട്. മഹാത്മാവിന്റെ ഉപേക്ഷിക്കപ്പെട്ട ആശ്രമങ്ങളിൽ നിന്ന് ഇറങ്ങിപ്പുറപ്പെട്ട

അന്തേവാസികളായി പുതുകാലത്തെ ഗാന്ധിയന്മാരെ കാണുന്നുമുണ്ട്. അനന്തമായ വർത്തമാനത്തിൽ മുങ്ങിയ, കാലമില്ലാത്ത ഒരു ജനതയ്ക്കിടയിൽ ഭാവിയുടെയും ഭൂതത്തിന്റെയും വിത്തുകൾ നട്ടുവാൻ തുനിഞ്ഞവരായും ഗാന്ധിയുടെ പ്രതിനിധികൾ ചിത്രീകരിക്കപ്പെടുന്നു. അന്തേവാസികളും സാക്ഷികളും ഗാന്ധിയെ തേടിയിറങ്ങുന്ന ഒരു നാടകഖണ്ഡവുമുണ്ട് നോവലിൽ.

സ്വാതന്ത്ര്യവും മനുഷ്യപ്രവർത്തനവും തമ്മിലുള്ള ബന്ധത്തെ സംബന്ധിച്ച വ്യത്യസ്തമായ വഴിയായിരുന്നു ഗാന്ധിയുടേത് എന്ന് ഹരിദാസ് വാദിക്കുന്നുണ്ട്. ഗാന്ധി പ്രതിഷേധത്തിന് പുതിയൊരു മാനം നൽകിയതായും സ്വാതന്ത്ര്യത്തിനു വേണ്ടിയുള്ള സമരമായിരുന്നില്ല, പകരം സ്വാതന്ത്ര്യത്തിന്റെ പ്രകടീകരണം കൂടിയായിരുന്നു ഗാന്ധിയുടെ സമരരീതി എന്നും ആ പഴയ ഗാന്ധിയൻ പറയുന്നുണ്ട്.

ഗാന്ധിസത്തിന്റെ പ്രത്യേകതകൾ ഹരിദാസ് വിവരിക്കുന്നു: "അന്ന് മനുഷ്യന് ആഗ്രഹങ്ങളുണ്ടായിരുന്നു. ഭാവനയുണ്ടായിരുന്നു. ഒരു സമുദായത്തെയപ്പടി വിപ്ലവാത്മകമായി മാറ്റിമറിക്കാനുള്ള മോഹമുണ്ടായിരുന്നു. സ്വപ്നം കാണാനുള്ള കഴിവുണ്ടായിരുന്നു. ഇതൊക്കെയാണ് ഒരു പ്രസ്ഥാനത്തെ ഭാവിയുമായി ബന്ധപ്പെടുത്തുന്നത്.. ഗാന്ധി സത്യം എന്നു വിളിക്കാറുള്ളത് സഹസ്രാബ്ദങ്ങളായി മാനവസംസ്കാരം രൂപപ്പെടുത്തിക്കൊണ്ടുവന്ന ഈ ചില മൂല്യങ്ങളെയായിരുന്നു" (139).

രാഷ്ട്രതന്ത്രത്തിൽ സദാചാരത്തെ കൊണ്ടുവരാൻ ശ്രമിച്ചയാളായി ഗാന്ധിയെ ഹരിദാസ് കാണുന്നു. സ്വരാജ് നേടുന്നത് ലോകത്തെ മുഴുവൻ സേവിക്കാനുള്ളതാണെന്നു പറഞ്ഞ അപൂർവവ്യക്തിത്വമായും അയാൾ ഗാന്ധിയെ വിശേഷിപ്പിക്കുന്നുണ്ട്. അതേസമയം ദൈവികമായ പ്രചോദനം, നയിക്കാൻ ഒരു നേതാവ് എന്നിങ്ങനെ ഗാന്ധിയൻ കാഴ്ചകൾക്കുണ്ടായിരുന്ന പരിമിതികൾ ഗൗതമൻ ചൂണ്ടിക്കാട്ടുന്നു. ഇത് പ്രവാചകരെ സംബന്ധിച്ച ഇസ്ലാമിക കാഴ്ചയിൽ നിന്ന് ഏറെ ഭിന്നമല്ലെന്ന് അയാൾ വിമർശിക്കുന്നു. സ്വർഗരാജ്യമന്ത്രോച്ചാരണം കേൾക്കുന്ന അശരീരി വാണികൾ, ഗാന്ധിയെ പിൻതള്ളിവരുന്ന പുതിയ ദേവത എന്നിങ്ങനെ എഴുപതുകളിലെ രാഷ്ട്രീയാന്തരീക്ഷത്തെ നോവൽ ചിത്രീകരിക്കുന്നുമുണ്ട്. ഗാന്ധിമാരുടെ പതനം ചരിത്രത്തിൽ പുതിയതല്ലെങ്കിലും ഗാന്ധിയന്മാരുടെ പതനം പുതിയതാണെന്ന് ഗൗതമൻ ഹരിദാസിനോട് പറയുന്നുണ്ട്.

ദൈവത്തിന് പകരം എന്തു കൊണ്ട് യുക്തിബോധവും മനുഷ്യബുദ്ധിയും പകരം വെച്ചുകൂടാ എന്നാണ് ഗൗതമന്റെ ചോദ്യം. ഇതില്ലാത്തതു കൊണ്ടു തന്നെ ഗാന്ധിസം ഒരു ദശാബ്ദത്തിനുള്ളിൽ തന്നെ വഞ്ചനയുടെ പര്യായമായിത്തീർന്നുവെന്നാണ് നിരീക്ഷിക്കുന്നത്.

ആധുനിക മനുഷ്യന്റെ അന്യവൽക്കരണത്തിന്റെ ഒരുവശം പരസ്പരം ബന്ധിപ്പിക്കുന്ന സ്നേഹമുൾപ്പെടെയുള്ള വൈകാരിക മൂല്യങ്ങൾ നഷ്ടപ്പെട്ടതാണ്. യൂറോപ്യൻ ആധുനികതയുടെഘട്ടത്തിൽ സ്നേഹം ഒരു മൂല്യമായി ചർച്ച ചെയ്യപ്പെട്ടിരുന്നു. അതുപോലെതന്നെ ദൈവികതയുടെ ഘട്ടം കഴിഞ്ഞശേഷം സദാചാരം, ധാർമികത എന്നിവയുടെ ആസ്പദമെന്ത് എന്നതും ആധുനികതയുടെ അന്വേഷണത്തിന്റെ ഭാഗമായിരുന്നു. ധർമശാസ്ത്രം (എതിക്സ്) സ്വയം തന്നെ ആധുനിക തത്വചിന്തയുടെ ഭാഗമായി വളർന്നുവരികയും ചെയ്തു. ഗാന്ധിസത്തെ മുൻനിർത്തിയാണ് സ്നേഹത്തെപ്പോലെ തന്നെ സദാചാരവും ചർച്ച ചെയ്യപ്പെടുന്നത്. സൂമനുമായി ഗൗതമൻ മാർക്സിസത്തെക്കുറിച്ചു നടത്തുന്ന ചർച്ചയിലും ഇതു പിന്നീട് കടന്നുവരുന്നു.

സ്ത്രീപുരുഷ സ്നേഹത്തിന്റെ അടിത്തറയിൽ ഒരു പദ്ധതി തന്നെ ഫോയർബാഹ് നിർമിച്ചിരുന്നു. ഇത് ആദ്യകാല മാർക്സിനെ ഏറെ സ്വാധീനിക്കുകയും ചെയ്തിരുന്നു. മലയാളത്തെ സംബന്ധിച്ചിടത്തോളം ആശാൻകവിതയോടെ സ്നേഹം എന്ന മൂല്യം നവോത്ഥാനത്തിന്റെ ഭാഗമായിക്കഴിഞ്ഞിരുന്നു. ആധുനികോത്തരഘട്ടത്തിലും ദറീദയിലും ലെവിനാസിലും മറ്റും മനുഷ്യരെ പരസ്പരം ബന്ധിപ്പിക്കുന്ന സ്നേഹത്തെക്കുറിച്ചുള്ള അന്വേഷണമുണ്ട്. ആധുനികതയുടെ യാന്ത്രികതയ്ക്കുള്ള ബദലായും ഇത് ഉന്നയിക്കപ്പെട്ടിട്ടുണ്ട്. ഈ പശ്ചാത്തലത്തിലാണ് *അഭയാർത്ഥിക*ളിലെ സ്നേഹ ചർച്ച പ്രസക്തമായിത്തീരുന്നത്.

ഗാന്ധിയുടെ സ്നേഹസങ്കല്പത്തിന്റെ പരിമിതി ഗൗതമൻ വിശദമായി ചർച്ച ചെയ്യുന്നു. മതങ്ങളിൽ പൂർണവിശ്വാസം അർപ്പിച്ച ഗാന്ധി സ്നേഹത്തെയും സദാചാരത്തെയും വെറും ധാർമികമായ കടമ മാത്രമായിക്കണ്ടു എന്നും വ്യക്തികളിൽ നിന്നാരംഭിച്ച് ഈ ഗുണങ്ങൾ സമുദായത്തിലേക്ക് പരക്കുകയാണ് വേണ്ടതെന്ന കാര്യം അദ്ദേഹം കണ്ടില്ലെന്നും ഗൗതമൻ വിമർശിക്കുന്നു.

സ്നേഹത്തെക്കുറിച്ചുള്ള തന്റെ വിമർശത്തെ ഗൗതമൻ ഇങ്ങനെയാണ് ഉപസംഹരിക്കുന്നത്: "മൂന്നുകാര്യങ്ങൾ അങ്ങനെ വ്യക്തമാകുന്നു. ഒന്ന്, സംസ്കൃതമായ ഒരു സമുദായത്തിൽ, സ്നേഹം മഹാത്മാക്കൾ

പ്രചരിപ്പിക്കുന്നതു കൊണ്ടു വളരുകയില്ല. അതു വ്യക്തികളിൽ നിന്നുതന്നെ ഉയിർക്കൊള്ളണം. രണ്ട് സ്നേഹം മോക്ഷത്തിന്റെ പ്രലോഭനങ്ങൾകൊണ്ടു നേടുവാൻ കഴിയില്ല. സ്നേഹത്തിന് ഒരു പ്രലോഭനമുണ്ടെങ്കിൽ അത് സ്നേഹം മാത്രമേ ആകൂ. മൂന്ന് സ്നേഹിക്കാനും മനുഷ്യന് ഒരു കാരണം വേണം. ഇവയുടെ അടിസ്ഥാനത്തിൽ മാത്രമേ, സ്നേഹത്തിനും അതുകൊണ്ട് സദാചാരത്തിനും ഒരു തത്ത്വ ശാസ്ത്രമുണ്ടെങ്കിൽ അതിനെ പണിയാനൊക്കൂ" (244-245).

ഗാന്ധിസത്തിന്റെ ആധുനികോത്തര പ്രസക്തിയെക്കുറിച്ചും ഹരിദാസ് പറയുന്നുണ്ട്: ലോകം കണ്ട വിപ്ലവകാരികളിൽ മുമ്പനായി ഗാന്ധിയെ കാണാൻ ഞാൻ ശ്രമിക്കാറുണ്ട്. എല്ലാവരും ശാസ്ത്രത്തിന്റെ പിന്നാലെപോയ കാലത്ത് യന്ത്രവൽക്കരണത്തെ തുറന്ന് എതിർക്കാനുള്ള കരുത്ത് ഗാന്ധിക്കേ ഉണ്ടായിരുന്നുള്ളൂ. അസംസ്കൃത വസ്തുക്കളുടെ അനിയന്ത്രിതമായ ഉപയോഗത്തെ, ഇക്കോളജിയെ നശിപ്പിക്കുന്ന അന്ധമായ ടെക്നോളജിയെ, മനുഷ്യന്റെ അന്യവൽക്കരണത്തെ, ആയുധമത്സരത്തെ എല്ലാം ഗാന്ധി അന്നേ വിമർശിച്ചുവെന്നും എന്നാൽ ഗാന്ധി പറഞ്ഞതൊക്കെ ഇന്നു മാത്രമാണ് ലോകം ശരിവെക്കാൻ തുടങ്ങിയതെന്നും അയാൾ വാദിക്കുന്നുണ്ട്.

ജീവൻ ത്യജിക്കാൻ തയ്യാറായ സ്വാതന്ത്ര്യസമരപ്രവർത്തകർ സ്വാതന്ത്ര്യാനന്തരം അഴിമതിക്കാരും അധികാരമോഹികളുമായിത്തീർന്നതിന്റെ ചിത്രം കൂടിയാണ് ഹരിദാസിന്റെ ആഖ്യാനം. ഇന്നും ഗാന്ധിയനായി തുടരുന്ന ഹരിദാസിനെതിരെ കള്ളസാക്ഷി പറയുന്നത് പഴയ സഹപ്രവർത്തകൻ തന്നെ. അത്രത്തോളമെത്തിയപ്പോൾ ചെയ്യാത്ത കുറ്റം സമ്മതിച്ച ഹരിദാസ് ശിക്ഷ ഏറ്റുവാങ്ങുന്നു. കള്ളസ്സാക്ഷി പറഞ്ഞ പഴയ സഹപ്രവർത്തകൻ അതുകണ്ട് കരയുന്നു. ഗാന്ധി കത്തിനശിച്ച ശ്മശാനമായി ഇന്ത്യ ചിത്രീകരിക്കപ്പെടുന്നു. അദ്ദേഹത്തിന്റെ കൈത്തറിത്തുണിതന്നെ നാടകത്തെ സംഭവിക്കുന്നതിൽ നിന്ന് തടസ്സപ്പെടുത്തുന്ന തിരശ്ശീലയായി വിശേഷിപ്പി ക്കപ്പെടുന്നു.

ഗാന്ധിയുടെ ആശയങ്ങളേറെയും ശരിയായിരിക്കുമ്പോഴും അവ യുക്തിപൂർവം സമർത്ഥിക്കുന്നതിനുപകരം സ്വന്തം വാക്കിന്റെ അധികാരത്താൽ സ്വീകരിക്കണമെന്ന് അദ്ദേഹം ശഠിച്ചതാണ് തെറ്റ് എന്ന് ഗൗതമൻ മറുപടി പറയുന്നു. ഗാന്ധിസത്തെ അങ്ങേയറ്റം തള്ളിപ്പറഞ്ഞ ഒരു പാർടിയുടെ കൊടിയിൽ ചർക്ക കയറിപ്പറ്റുന്നിടത്തേക്ക് അത് എത്തിയെന്നും.

സ്വാതന്ത്ര്യം, യുക്തി, സദാചാരം തുടങ്ങിയ ആശയങ്ങളെക്കാൾ ഗാന്ധി എന്ന ഗുജറാത്തി വക്കീലിനെ പുറത്തേക്കെത്തിച്ചതും ജീവിതത്തെ സത്യാന്വേഷണ പരീക്ഷയാക്കിയതും മനുഷ്യനിലെ നന്മ കണ്ടെത്തുവാനുള്ള മോഹമായിരുന്നെന്ന് ഹരിദാസ് നിരീക്ഷിക്കുന്നു. അത് അവിടെയുള്ളതിനാൽ അതിനെ പുറത്തുകൊണ്ടു വരുന്നതിന് യുക്തി ആവശ്യമില്ലെന്ന് ഗാന്ധി കരുതി. അതിനെ ഉണർത്തുകയേ വേണ്ടതുള്ളൂ. അതു തന്നത്താൻ പടർന്നുപിടിക്കും. ഒരു പാവപ്പെട്ട വക്കീലിനെ ഈ ഉപഭൂഖണ്ഡത്തിലെ ജനതതിയുടെ മഹാത്മാവാക്കിയത് സങ്കീർണതകളൊന്നുമില്ലാത്തതും ഏതു മനുഷ്യനും മനസ്സിലാകുന്നതുമായ ഈ എളിയ തത്ത്വമായിരുന്നു.

ഗാന്ധിക്ക് നന്മയിലുണ്ടായിരുന്ന വിശ്വാസത്തെക്കുറിച്ച് ഗൗതമൻ ഉന്നയിക്കുന്ന എതിർവാദങ്ങൾ മാർക്സിസ്റ്റുചിന്തകർ ഗാന്ധിക്കെതിരെ ഉന്നയിച്ചതിന് സമാനമാണ്. ഗൗതമൻ പറയുന്നു: "ആ അന്വേഷണം പക്ഷേ ഗാന്ധിയെ എവിടെ എത്തിച്ചു? നവഖാലിയിലെയും ദില്ലിയിലെയും അന്ധകാരത്തിൽ. മനുഷ്യൻ ജന്മനാ നല്ലവനാണെന്നും തിന്മ കൃത്രിമമാണെന്നുമുള്ള ധാരണയിലാണ് പിശക്. നന്മയെന്നും തിന്മയെന്നും പറയുന്നത് സംസ്കാരത്തിന്റെ പാതയിൽ ഓരോ കാലത്തും സൗകര്യത്തിനുവേണ്ടി നിർമിക്കപ്പെട്ട വിശേഷണങ്ങളാണ്. സംസ്കാരം തന്നെ ആപേക്ഷികമായ ഒന്നാണ്. അതുകൊണ്ടു മനുഷ്യൻ മൗലികമായി നല്ലവനോ ചീത്തയോ അല്ല. അഥവാ നന്മയും തിന്മയും ഒരുപോലെ മൗലികമാണ്. അതുകൊണ്ട് നാം മനുഷ്യന്റെ നന്മയിൽ വിശ്വസിക്കുകയാണെങ്കിൽ തിന്മയിലും വിശ്വസിക്കണം. സ്വാഭാവികമായി ഇത്തരം വാദഗതി നമ്മെ എങ്ങും കൊണ്ടുചെന്നെത്തിക്കുകയില്ല . കൂടുതൽ പ്രായോഗികവും ശരിയുമായ പ്രസ്താവന മനുഷ്യൻ മൗലികമായും യുക്തിബോധമുള്ളവനാണെന്ന പറയുകയാകും. മനുഷ്യനെ മൃഗത്തിൽ നിന്നു വ്യത്യസ്തനാക്കുന്നത് അവന്റെ ബുദ്ധിയാണ്. സ്നേഹവും സദാചാരമൊന്നും വിശ്വാസത്തിന്റെ സംഗതികളല്ല. യുക്തിബോധമുള്ള മനുഷ്യന്റെ സ്വയം പ്രകാശനമാണ്. യുക്തിബോധമുള്ളവനേ ശരിയായും സദാചാരം പാലിക്കാനൊക്കൂ. സദാചാരം പാലിക്കുന്നവനേ സ്വതന്ത്രനാകാൻ കഴിയൂ. അതുകൊണ്ട് സ്വാതന്ത്ര്യത്തിന്റെ അടിസ്ഥാനതത്ത്വം യുക്തിബോധമാകുന്നു" (248).

യുക്തിയെക്കുറിച്ചുള്ള ഗൗതമന്റെ ഈ വാഴ്ത്തൽ യുക്തിയെ ഉപകരണ യുക്തിയായി കണ്ട് വിമർശിക്കുന്ന ആധുനികതാവിമർശകരുടെ രീതികളെ പരിഗണിക്കുന്നതല്ല. നീഷെയിൽ നിന്നോ

അഡോർണോയിൽ നിന്നോ വരുന്ന ഉപകരണയുക്തിക്കെതിരെയുള്ള വാദങ്ങൾ ഗൗതമന്റെ പരിഗണനാവിഷയമല്ല.

ഗൗതമന്റെ ഈ വാദത്തെ *ഗാന്ധിയും ഗാന്ധിസവും* എന്ന പുസ്തകത്തിൽ ഇ.എം. എസ് ഉന്നയിക്കുന്ന വാദവുമായി താരതമ്യം ചെയ്യാവുന്നതാണ്. ഗാന്ധിയുടെ അവസാനകാലത്തെ അവസ്ഥ ഇ.എം.എസ് വിവരിക്കുന്നു. "വർഗസമരസിദ്ധാന്തത്തിനു നേരെ നെറ്റിചുളിക്കുകയും താൻ സ്വയം വിശ്വസിക്കുന്നതായി അവകാശപ്പെട്ടതു പോലെ വ്യക്തിയുടെ -ജന്മി, മുതലാളി വർഗങ്ങളിലുള്ളവരുടെ പോലും- നന്മയിൽ വിശ്വസിക്കുകയും ചെയ്ത അതേ അവസരത്തിൽ, കോൺഗ്രസ് നേതൃത്വത്തിലുള്ള ഉയർന്ന വർഗത്തിലെയും ഇടത്തരം വർഗത്തിലെയും രാഷ്ട്രീയ പ്രവർത്തകർ, അധികാരപ്രാപ്തിക്കുവേണ്ടി സമരം നടന്ന കാലത്ത് വ്യക്തിപരമായ ത്യാഗങ്ങൾ ചെയ്യുന്നതിൽ സന്നദ്ധത പ്രകടിപ്പിച്ചതുപോലെ തന്നെ, അധികാര ലബ്ധിക്കുശേഷം സ്വന്തം താത്പര്യങ്ങൾക്കുവേണ്ടി കലഹിക്കാനും സാധ്യതയുണ്ടെന്ന് കാണുവാൻ അദ്ദേഹത്തിന് കഴിഞ്ഞില്ല. ഇതുവരെ നിസ്വാർത്ഥമായി പ്രവർത്തിച്ച സ്ത്രീപുരുഷന്മാർ ലജ്ജയില്ലാത്ത സ്വാർത്ഥാന്വേഷികളായി മാറിയിരിക്കുന്നു എന്ന അവിശ്വസനീയമായ പ്രതിഭാസത്തിനു കാരണം കാണാൻ കഴിയാത്തതിനാൽ , തനിക്ക് കാണാൻ സാധിക്കുകയും എന്നാൽ തടയാൻ കഴിയാതിരിക്കുകയും ചെയ്ത കോൺഗ്രസണികളിലെ സാന്മാർഗികാധ: പതനത്തെക്കുറിച്ച് ഒരു വിശദീകരണം നൽകുന്നതിന് അദ്ദേഹത്തിന് കഴിഞ്ഞില്ല. വ്യക്തികളിൽ സത്തയായുള്ളത് നന്മയാണെന്നുള്ള മുൻവിധിയോടുകൂടി പ്രവർത്തനമാരംഭിച്ച അദ്ദേഹം മനുഷ്യൻ ഭ്രാന്തനായിത്തീർന്നിരിക്കുന്നു എന്നും അധ:പതിച്ചിരിക്കുന്നു എന്നും ഉള്ള സിദ്ധാന്തത്തിൽ അവസാനം ചെന്നെത്തി എന്നായിരുന്നു ഇതിന്റെ ഫലം" (ഇ.എം. എസ് 1994: 214-5).

ഗാന്ധിയിലില്ലാത്ത യുക്തിബോധത്തെ അന്വേഷിച്ച് ഗൗതമൻ എത്തുന്നത് ബുദ്ധനിലാണ്. യുക്തിബോധവും സദാചാരവും സ്വാതന്ത്ര്യബോധവും ഒന്നിനൊന്നു ഘടിപ്പിക്കപ്പെട്ട കണ്ണികളുടെ വൃത്തമാണെന്നും കർത്തവ്യത്തിന്റെയല്ല, സ്വാതന്ത്ര്യത്തിന്റെ വിളികേട്ട് പോയവനാണ് ബുദ്ധനെന്നും പറയുന്നു. കർത്തവ്യത്തിനെതിരെ അവകാശത്തിന്റെ വെല്ലുവിളിയായിരുന്നു ബുദ്ധൻ. എന്നിരുന്നാലും ബുദ്ധന്റെ അന്വേഷണവും അപൂർണമായി. യുക്തി ബുദ്ധനെ സ്വാതന്ത്ര്യത്തിലെത്തിച്ചു. ആ സ്വാതന്ത്ര്യത്തെ സ്നേഹത്തിലേക്ക് തിരിച്ചുവിടുന്നതെങ്ങിനെ എന്നത് പ്രശ്നമായി. പ്രജ്ഞയിലൂടെ,

യുക്തിയിലൂടെ ബുദ്ധൻ കരുണയിലെത്തി. ഒരുപക്ഷേ ഗാന്ധിയും യുക്തിയിലേക്ക് തിരിച്ചുവന്നേനെ എന്ന് ഗൗതമൻ ഊഹിക്കുകയും ചെയ്യുന്നു. "ആർക്കറിയാം, നവഖാലിക്കു ശേഷം ഗാന്ധി യുക്തിയിലേക്കു മടങ്ങുകയില്ലായിരുന്നുവെന്ന്? ബുദ്ധന്റെ വിധി പരാജയമോ വിജയമോ ആയിരുന്നില്ല. രണ്ടും ഒന്നിച്ചായിരുന്നു. ഗാന്ധിയുടേത് എന്തോ..." എന്നു പറഞ്ഞാണ് ആ സംവാദം അവസാനിപ്പിക്കുന്നത്.

വിപ്ലവങ്ങളുടെ അസാധ്യത

ആയിരത്തിത്തൊള്ളായിരത്തി എഴുപതുകളുടെ തുടക്കത്തിൽ നക്സലൈറ്റ് പ്രസ്ഥാനം തുടങ്ങിയ ഉന്മൂലനസമീപനം ഭീകരവാദമായി മാറിത്തീർന്ന അന്തരീക്ഷത്തിലാണ് മാർക്സിസം ചർച്ച ചെയ്യപ്പെട്ടുന്നത്. "അധ്യാപകന്മാർ, വൈസ് ചാൻസലർമാർ, ഉദ്യാഗസ്ഥന്മാർ, ജഡ്ജികൾ, മന്ത്രിമാർ-എസ്റ്റാബ്ലിഷ്മെന്റിനു നേർക്കു തിരിച്ചുവെച്ച ഭീകരപ്രവർത്തകരുടെ തോക്കുകൾ അങ്ങനെ പുതിയ പുതിയ ഉന്നങ്ങൾ തേടിക്കൊണ്ടിരുന്നു. കൊലയും കൊള്ളിവെപ്പും നിത്യജീവിതത്തിന്റെ ഭാഗങ്ങളായി" (62). ഗൗതമൻ ഇതിനെ വിമർശിക്കുന്നു. വിപ്ലവകാരികളെന്ന് അവകാശപ്പെട്ട് ആർക്കെങ്കിലും മറ്റുള്ളവരുടെ നേരെ വിരൽ ചൂണ്ടുവാനോ ശിക്ഷ കല്പിക്കാനോ കഴിയില്ലെന്ന് പറയുന്നു. എന്നാൽ ആര് വിപ്ലവം കൊണ്ടുവരുമെന്നുള്ളതല്ല പ്രശ്നം. വിപ്ലവം ഉണ്ടാവണമെന്നതാണ് എന്ന് സുമൻ മറുപടി പറയുന്നു. "എല്ലാവരുടെയും ആത്മശുദ്ധീകരണമാണത്. അത് തുടങ്ങിക്കഴിഞ്ഞിരിക്കുന്നു." മൂന്നാം സംസ്കാരം അതിന്റെ പ്രതിസന്ധിയിലെത്തിയതിന്റെ സൂചനയായാണ് അയാൾ അതിനെ കാണുന്നത്. വിപ്ലവം ആത്മശുദ്ധീകരണമാണ് എന്നു പറയുമ്പോൾ അതിൽ രാഷ്ട്രീയത്തെ സംബന്ധിച്ച ഗാന്ധിയൻ സമീപനത്തിന്റെ സാന്നിധ്യമുണ്ട്.

യുദ്ധത്തിന്റെയും വിപ്ലവശ്രമത്തിന്റെയും കലങ്ങിയ അന്തരീക്ഷം ഓടുന്ന വണ്ടിയിൽ നിന്ന് കാണുന്ന ചുമർ പരസ്യത്തിലൂടെ വ്യക്തമാക്കുന്നു. റെയിൽവേ സ്റ്റേഷനുകളുടെ ചുമരിന്മേലും വീടുകളുടെ മതിലിന്മേലും പത്രങ്ങളിലും തോരണങ്ങളിലും ബലൂണുകളിലും അത് വ്യാപിക്കുന്നു. "തൊഴിലാളിക്ക് വേതനം കൊടുക്കാത്ത ഗവണ്മെന്റ് തൊഴിലാളി ശത്രു!", "തൊഴിലാളികളേ ഒരുമിക്കുവിൻ... " "അധികാരം തോക്കിൻ കുഴലിലൂടെ!", "ചീനയുടെ ചെയർമാൻ നമ്മുടെ ചെയർമാൻ!", "എല്ലാവർക്കും തൊഴിൽ നൽകാനും ഗരീബി നീക്കാനും രാജ്യത്ത് നിയമസമാധാനം പാലിക്കാനും ഗവണ്മെന്റിനെ ശക്തിപ്പെടുത്തുക!", "ഒരു രാജ്യം ഒരു ജനത ഒരു നേതാവ്",

"നേതാവിന്റെ പിന്നിൽ അണിനിരക്കുക" എന്നിങ്ങനെ വ്യാപിക്കു ന്ന പരസ്യങ്ങൾ.

സോവിയറ്റ് മാർക്സിസത്തിന്റെ തകർച്ചയ്ക്കും മുമ്പുള്ള അന്തരീക്ഷ ത്തിൽ വിപ്ലവം ഒരു സാധ്യതയായിത്തന്നെ മൂന്നാംലോകത്തിൽ ചർച്ച ചെയ്യപ്പെട്ടിരുന്നു. കഥാന്തരീക്ഷമായ എഴുപതുകളാകട്ടെ ആ പ്രതീക്ഷകൾ കത്തിനില്ക്കുന്ന കാലവുമായിരുന്നു. അതുകൊണ്ടുതന്നെ വിപ്ലവം ഒരു വിഷയമായിത്തന്നെ ചർച്ച ചെയ്യപ്പെടുന്നുണ്ട്. മനുഷ്യ സങ്കടങ്ങളുടെ ഒരു പ്രത്യേക അളവിൽ, ഒരു ഓപ്റ്റിമം പോയിന്റിൽ മാത്രമേ അവൻ കയർക്കുന്നതിനോ വിപ്ലവത്തിനോ തയ്യാറാകു എന്നതാണ് വാസ്തവം എന്ന് സുമൻ പറയുന്നുണ്ട്.

സ്നേഹം എന്ന മൂല്യം എങ്ങനെ ഒറ്റപ്പെട്ട ഗ്രാമീണ ജനതയിൽ നിന്ന് അന്യമാകുന്നുവെന്ന് സുമൻ പറയുന്നു. ഗൗതമന്റെ വാദം പീഡിതരെ നേരെ താഴോട്ട് നോക്കാനാണ് പേരിപ്പിക്കുന്നത് എന്നും അത് സഹാനുഭൂതിക്ക് പകരം വെറുപ്പാണ് ഉളവാക്കുക യെന്നും സുമൻ വിമർശിക്കുന്നുണ്ട്. അവരെ അത് വേറൊരു തരം ജീവികളായികാണാൻ പ്രേരിപ്പിക്കുന്നുവെന്നും അയാൾക്ക് വിമർശ നമുണ്ട്. യഥാർഥത്തിൽ ഗൗതമന്റെ കേവലം ബുദ്ധിപരമായ വിശ കലനങ്ങൾക്കും കൊളോണിയൽ സ്വത്വബോധത്തിനും എതിരെ കമ്മ്യൂണിസ്റ്റ് വിപ്ലവകാരികളുടെ വികാരപരമായ തലമാണ് സുമൻ സൂക്ഷിക്കുന്നത്. പീഡിതരുടെ ഒറ്റപ്പെടൽ അവരെ ഒന്നിക്കാനും സംഘടിക്കാനും സഹായിക്കുമെന്നു പറയുന്ന സുമൻ സ്നേഹവും സഹാനുഭൂതിയും അവർക്കിടയിലും വളരുമെന്നും ഈ ഗുണങ്ങളെ ല്ലാം ഒരു വർഗത്തിനകത്തെ അംഗങ്ങൾക്കിടയിൽ മാത്രമാക്കി ത്തീർക്കുന്നത് ബൂർഷ്വാവ്യവസ്ഥിതിയുടെ ഫലമാണെന്നും പറയുന്നു. അവയെ സർവരിലേക്കും പരക്കുന്നതാക്കി മാറ്റുന്നതാണ് സുമനെ സംബന്ധിച്ചിടത്തോളം വിപ്ലവം.

വിപ്ലവത്തിന്റെ സ്നേഹതലത്തെ നിർമിക്കുന്ന സുമന്റെ വാദങ്ങൾ ക്ക് നോവലിൽ സ്ഥൈര്യം ലഭിക്കുന്നില്ല. അസ്ഥിരതയുടെ കർതൃ ത്വമായാണ് നോവൽ സുമനെ കാണുന്നത്. സംഘടിത ദൈനംദിന രാഷ്ട്രീയ പ്രവർത്തകനായ ഒരു വിപ്ലവകാരിയെയോ കമ്മ്യൂണിസ്റ്റു കാരനെയോ ഒരിക്കലും നോവൽ രംഗത്തേക്ക് കൊണ്ടുവരുന്നില്ല. പകരം മധ്യവർഗപരതയിൽ നിന്ന് സ്വതന്ത്രമാകാത്ത ആവേശങ്ങൾ മാത്രമായി വിപ്ലവബോധത്തെ ഇത്തരം വ്യക്തികളിലൂടെ ചിത്രീകരി ക്കുകയാണ്. എപ്പോഴും സുമന്റെ വൈകാരികമായ സത്യസന്ധമായ

സമീപനം ഗൗതമന്റെ യുക്തിപരമായ സമീപനത്തിനു മുന്നിൽ അപക്വമായി ചിത്രീകരിക്കപ്പെടുന്നുണ്ട്. ദുഃഖിതൻ മറ്റു മനുഷ്യരിൽ നിന്നും ഒറ്റപ്പെടുന്നുവെന്നും അതിനാൽ ദുഃഖം ഇവിടെ അവരെ ഒന്നിപ്പിക്കുന്നില്ലെന്നുമാണ് ഗൗതമന്റെ വാദം. വിപ്ലവം യുദ്ധമായിത്തീരുന്നതാണ് മാർക്സിസത്തിനു നേരെ ഉയരുന്ന വിമർശനം. അത് മാർക്സിസത്തിലെ നൈസർഗികതയെ നിരാകരിക്കുന്നതാണ്. അതിന്റെ തുടക്കം ലെനിനിലും വളർച്ച മാവോവിലും അതിന്റെ പരിസമാപ്തി ചെ ഗുവേരയിലുമാണ് ഗൗതമൻ കാണുന്നത്. ബംഗാളിലെ നക്സലിസ്റ്റ് പ്രസ്ഥാനത്തിന്റെ പശ്ചാത്തലത്തിലാണ് ഈ ചർച്ച എന്നതുകൊണ്ട് ഈ വിഷയവികാസത്തിന് സ്വാഭാവികതയുടെ തലവും ലഭിക്കുന്നു.

"സോഷ്യലിസത്തിൽ എത്തുന്നതിനു മുമ്പ് മാനവസംസ്കാരത്തിന് മുതലാളിത്തത്തിൽക്കൂടി കടന്നുപോകേണ്ടിയിരിക്കുന്നു എന്ന തത്ത്വം മാർക്സിസ്റ്റ് ചിന്താഗതിയിൽ അന്തർലീനമാണ്... എന്നാൽ ചരിത്രകാരനും തത്ത്വചിന്തകനുമായിരുന്ന മാർക്സിന്റെ സിദ്ധാന്തങ്ങൾ പരീക്ഷിക്കേണ്ട ചുമതല ചരിത്രകാരന്മാരോ തത്ത്വചിന്തകരോ അല്ലാത്ത വിപ്ലവകാരികളിലാണു ചെന്നുവീണത്. സമർത്ഥനായ നേതാവും വിരുതുറ്റ സംഘാടകനുമായിരുന്ന ലെനിൻ വിചാരിച്ചു, ചരിത്രത്തിന്റെ പാകപ്പെടലിനു കാത്തിരിക്കാതെതന്നെ ചരിത്രത്തെ സൃഷ്ടിക്കാൻ കെല്പുള്ളവനാണ് മനുഷ്യനെന്ന്. പൊതുവെ വിചാരിക്കുന്ന വിധം ലെനിന്റെ വിപ്ലവം നയിച്ചത് തൊഴിലാളികളോ കൃഷിക്കാരോ ആയിരുന്നില്ല. സൈനികരുടെ യൂണിയനുകളിലൂടെയും കമ്മറ്റികളിലൂടെയും ലഭിച്ച പട്ടാളത്തിന്റെ പിന്തുണയാണ് അതിനെ വിജയിപ്പിച്ചത്. അതുകൊണ്ടു തന്നെയാണ് വിപ്ലവത്തിന്റെ ആദ്യദിനങ്ങളിലെ മുദ്രാവാക്യങ്ങളെല്ലാം സൈനികരേ, തൊഴിലാളികളേ, കൃഷിക്കാരേ എന്ന അഭിസംബോധനയോടെ തുടങ്ങിയത്. കർഷകർക്കും തൊഴിലാളികൾക്കും മുമ്പിൽ സൈനികരെ വാഴിച്ചുകൊണ്ട്. മാവോ ഒരു പടികൂടി മുന്നോട്ടുപോയി, മുതലാളിത്തവ്യവസ്ഥിതിയെത്തന്നെ കവച്ചുകടന്ന് സംഘടിതരായ കർഷകരെ ഫ്യൂഡൽ വ്യവസ്ഥിതിയിൽ നിന്നു നേരെ കമ്മ്യൂണിസത്തിലേക്ക് എത്തിക്കാമെന്നു വിശ്വസിച്ചു. കർഷകരെത്തന്നെ സൈനികാടിസ്ഥാനത്തിൽ സംഘടിപ്പിച്ചു നിലവിലുണ്ടായിരുന്ന വ്യവസ്ഥിതിക്കെതിരെ അദ്ദേഹം യുദ്ധം പ്രഖ്യാപിച്ചു. മാർക്സിസത്തിന്റെ ചരിത്രപരതയിൽ നിന്ന് ഏറ്റവും കൂടുതൽ അകന്നുപോയത് പിന്നീടു ഗുവേരയിൽ കൂടി പ്രശസ്തി നേടിയ തീവ്രവാദികളാണെന്ന് എനിക്കു തോന്നുന്നു. വിപ്ലവത്തിന് ആവശ്യമായ വിപ്ലവാത്മകതയെതന്നെ സൃഷ്ടിച്ചെടുക്കാമെന്ന്

അവർ വിശ്വസിക്കുന്നു. വീറുള്ള അല്പം കലാപകാരികളും തോക്കുകളും മതി. വിപ്ലവത്തിന് ഏറ്റവും അനുയോജ്യമായ മണ്ണ് അവികസിത രാജ്യങ്ങളിലെ നാട്ടിൻപുറങ്ങളാണെന്നും വന്നു" (121-122). ഇത്തരത്തിൽ മാർക്സ് കണ്ട സ്വാഭാവികത മാർക്സിസത്തിന് നഷ്ടപ്പെട്ടിരിക്കുന്നുവെന്നതാണ് ഗൗതമന്റെ വിമർശനം. സ്വയം വളരുന്നതിനു പകരം കൃത്രിമമായി കുത്തിവെക്കുന്നതാകുന്നു കമ്മ്യൂണിസ്റ്റ് വിപ്ലവപ്രസ്ഥാനം. രണ്ടാമതായി, പ്രസ്ഥാനം എന്നതിനേക്കാളേറെ അതിന് യുദ്ധത്തിന്റെ രൂപമാണുള്ളത്.

തൊഴിലാളിവർഗത്തിനു വന്ന മാറ്റം സുമനിലൂടെ വിമർശിക്കപ്പെടുന്നു. ബംഗാളിലെ അന്നത്തെ പരിത:സ്ഥിതികളെ മുൻനിർത്തിയാണ് വിമർശനം. ബന്ദുകളും പ്രക്ഷോഭങ്ങളും കൊണ്ട് അസ്വസ്ഥമായിക്കഴിഞ്ഞ തൊഴിലാളി മണ്ഡലത്തെയാണ് സുമൻ കാണുന്നത്. തീവെപ്പും കൊലയും അയാൾ മുന്നിൽ കാണുന്നു. "ഇതൊന്നും വിപ്ലവമല്ല, സുമൻ പറഞ്ഞു. ചോരയുടെ കളി തങ്ങൾക്കും പിടിക്കുമെന്നു കാണിക്കുന്ന കളിമാത്രം. അതേ സമയം യഥാർഥ വിപ്ലവകാരികളെ ചോരക്കൊതിയന്മാരെന്നു തെറ്റിദ്ധരിപ്പിക്കാനുള്ള യത്നവും" എന്നാണ് അയാൾ പറയുന്നത്. ചില വ്യക്തികളുടെ താത്പര്യത്തിനും അധികാരത്തിനും വേണ്ടി മാത്രം നില്ക്കുന്നവയാണ് യൂണിയനുകളെന്നും വിമർശിക്കുന്നു.

മാർക്സിസത്തിന്റെ ക്ലാസിക്കൽ ഘട്ടം കഴിഞ്ഞ് നവമാർക്സിസത്തിന്റെ സൈദ്ധാന്തികരെയും നോവൽ പരിശോധിക്കുന്നുണ്ട്. ഹെർബർട് മാർക്യൂസിന്റെ "വൺ ഡയമൺഷണൽ മാൻ" പരാമർശിക്കപ്പെടുന്നു. കറുത്ത ന്യൂനപക്ഷങ്ങളിൽ, തൊഴിലില്ലാത്തവരിൽ, വിദ്യാർഥികളിൽ എല്ലാം വിപ്ലവത്തിന്റെ പുതിയ വർഗത്തെ കാണുന്ന മാർക്യൂസ് പക്ഷേ തന്റെ പുസ്തകത്തിന് നന്ദി പറയുന്നത് അമേരിക്കൻ സ്ഥാപനങ്ങളോടാണ് എന്ന വൈരുദ്ധ്യം ഗൗതമൻ കാണുന്നുണ്ട്.

നക്സലിസം അതിന്റെ സ്വാഭാവികത കൈവിട്ടതിന്റെ കാരണങ്ങളിലേക്ക് നോവൽ എത്തുന്നു. "ഭോജ്പൂരിലെയും നക്സൽബാരിയിലെയും ബീർഭൂമിയിലെയും ശ്രീകാകുളത്തെയും അടിമപ്പണിക്കാർ അവരുടെ മർദ്ദകർക്കെതിരെ ആയുധമെടുത്തപ്പോൾ അതൊക്കെ മാനുഷികമാനങ്ങളനുസരിച്ച് മഹത്കൃത്യങ്ങളുടെ അടുത്തെത്തുന്നവയായിരുന്നു. അവരുടെ അക്രമത്തെ ഒരു ഗാന്ധിക്കും പഴിക്കാനാവില്ല. അവരുടെ ആത്മീയ ശുദ്ധിയെ ഒരാൾക്കും സംശയിക്കാനാവില്ല. എന്നാൽ അവരുടെ ശുദ്ധമായ എതിർപ്പിനെ പ്രത്യയശാസ്ത്രത്തിന്റെ

പരിവേഷം ചുറ്റിപ്പിച്ച് വിപ്ലവമെന്ന പേരിട്ട് സമ്പന്നരുടെ കിടാങ്ങൾ കൊണ്ടുനടക്കുമ്പോൾ അവരെപ്പറ്റി ഇതൊക്കെ പറയാമോ?" (357).

ജൈവികവും ശുദ്ധവും ആത്മീയമായി ഉന്നതവുമായ പ്രക്രിയയായാണ് വിപ്ലവ രാഷ്ട്രീയത്തെ ഗൗതമൻ നോക്കിക്കാണുന്നത്. ജഡ്ജിമാരെയും പ്രൊഫസർമാരെയും സെക്രട്ടറിയേറ്റ് ഉദ്യോഗസ്ഥരെയും മറ്റും വിപ്ലവത്തിന്റെ പേരിൽ കൊല്ലുന്നത് യഥാർഥത്തിലുള്ള അടിമകളല്ല, പകരം അഭ്യസ്തവിദ്യരായി അവരെ പിന്തുണയ്ക്കുന്നവരാണ്. "അഭ്യസ്തവിദ്യർക്കാണ് എപ്പോഴും ഏറ്റവുമധികം അന്യവൽക്കരണം സംഭവിക്കുന്നത്" (358).

ഇത്തരത്തിൽ ഗാന്ധിസത്തെപ്പോലെ തന്നെ അന്യവൽക്കരണം സംഭവിച്ച ഒന്നായാണ് മാർക്സിസത്തെയും നോക്കിക്കാണുന്നത്. മാർക്സിസത്തെക്കുറിച്ചുള്ള ദീർഘമായ മറ്റൊരു ഖണ്ഡം എത്തിച്ചേരുന്നത് ഈ നിഗമനത്തിലാണ്: "നമ്മുടെ മഹത്തായ വിപ്ലവങ്ങൾ നമ്മെ നിരാശരാക്കിയെങ്കിൽ അതിനുകാരണം അധികാരദുർമോഹികളായ ഡിക്റ്റേറ്റർമാരിലല്ല കാണേണ്ടത്, മറിച്ച് ചരിത്രത്തിന്റെ പുരോഗമനത്തെ തടയാനും തിരിച്ചുവിടാനുമിടയാക്കിയ ഈ പ്രവണതകളിലാണ്. സ്വാതന്ത്ര്യത്തിനു മാത്രമേ സ്വാതന്ത്ര്യത്തെ സംരക്ഷിക്കാനൊക്കൂ. ആശയങ്ങളെ വിശ്വാസങ്ങളും ചിന്തയെ പ്രമാണങ്ങളുമാക്കി മാറ്റുന്ന സ്വഭാവമാണ് പിന്തിരിപ്പൻ പ്രവണത. അത് അന്വേഷണത്തെ ഇൻസ്റ്റിറ്റിയൂഷണലൈസ് ചെയ്യുകയും ക്രിയയെ ബ്യൂറോക്രാറ്റൈസ് ചെയ്യുകയും ചെയ്യുന്നു. പ്രകൃതിയുമായുള്ള ബന്ധം നശിച്ച് പ്രകൃതിയുടെ സാന്നിധ്യത്തിൽ നിന്ന് ഉത്തേജനം നഷ്ടപ്പെട്ട് പ്രവർത്തിക്കാൻ കഴിവു നശിച്ച് മനുഷ്യൻ ക്രമത്തിൽ ക്രമത്തിൽ ഒരു ഉപകരണവും ആയുധവുമായിത്തീരുന്നു-അവൻ തന്നെ സൃഷ്ടിച്ച വിശ്വാസങ്ങളുടെയും പ്രമാണങ്ങളുടേയും" (381).

നൈസർഗികമായും സ്വാഭാവികമായും വികസിക്കേണ്ട ഒന്നായി സ്വാതന്ത്ര്യത്തെ കാണുന്നതിൽ നിന്നാണ് ഈ നിഗമനങ്ങൾ രൂപപ്പെടുന്നത്.

സമൂഹത്തിന് മുഴുവൻ ഐക്യപ്പെടാവുന്ന വലിയ വിപ്ലവങ്ങളുടെ കാലം കഴിഞ്ഞുവെന്ന ബോധ്യത്തിലേക്ക് സുമൻ എത്തിച്ചേരുന്ന സന്ദർഭമുണ്ട്. "ആർക്കറിയാം, വിപ്ലവങ്ങളുടെ കാലം കഴിഞ്ഞിരിക്കാം. ഇനി മുതൽ ചെറിയ ചെറിയ കലാപങ്ങളായിരിക്കാം പ്രധാനം. വ്യക്തികളുടെ ചോരയും നീരുമായി ബന്ധപ്പെട്ട, പ്രത്യയശാസ്ത്രങ്ങളില്ലാത്ത, പരാജയപ്പെടാൻ വിധിക്കപ്പെട്ട കൊച്ചുകൊച്ചു വിപ്ലവങ്ങൾ, പൊടുന്നനെ ചരിത്രത്തെയാകെ മാറ്റിമറിക്കാൻ

കെല്പുള്ള, സമൂഹത്തിന്റെയാകെ താത്പര്യങ്ങളുമായി സാത്മ്യം പ്രാപിക്കാൻ കെല്പുള്ള വർഗങ്ങൾ ഇന്നില്ല" (422). സമഗ്രത എന്ന ആധുനികതയുടെ ആശയത്തെയാണ് മാർക്സിസത്തിന്റെ മോചന സങ്കല്പവുമായി ഐക്യപ്പെടുത്തിയിട്ടുള്ളത്.

തൊഴിലാളിവർഗത്തിന് മാർക്സിസം നൽകിയ സ്ഥാനവും അത് ഇന്നെത്തി നില്ക്കുന്ന അവസ്ഥയും വിമർശനാത്മകമായി വിലയിരുത്തപ്പെടുമ്പോൾ വിപ്ലവം അസാധ്യതയായി ഗണിക്കപ്പെടുന്നു. വിപ്ലവവർഗമെന്ന നിലയിൽ തൊഴിലാളി വർഗത്തിന് ചരിത്രത്തിലുള്ള പങ്ക് ഇല്ലാതാകുന്നു. സുമന്റെ നോട്ടുകളിൽ അവതരിപ്പിച്ചിരിക്കുന്നത് ഈ വാദമാണ്. "എല്ലാ മനുഷ്യരെയും ഒന്നുകിൽ യജമാനന്മാരായോ അല്ലെങ്കിൽ അടിമകളായോ, അതുമല്ലെങ്കിൽ ഇടത്തട്ടുകാരായോ തരംതിരിക്കാമായിരുന്ന ഒരവസ്ഥയായിരുന്നു പണ്ട് സമുദായത്തിൽ. എല്ലാവരും അവരുടെ സ്വഭാവമനുസരിച്ച് ഉല്പാദനയന്ത്രവുമായി ഏതെങ്കിലും വിധത്തിൽ ബന്ധപ്പെട്ടിരുന്നു. ഏറ്റവും കൂടുതൽ ചൂഷണം ചെയ്യപ്പെട്ടിരുന്നവരും അവശന്മാരുമായ തൊഴിലാളികളുടെ തോളിലാണ് ആദർശവൽക്കരിക്കപ്പെട്ട വിപ്ലവത്തിന്റെ കാലത്ത്, ആ വിപ്ലവം കൊണ്ടുവരേണ്ട ചുമതല ഏറ്റിവെച്ചിരുന്നത്. മതപരമായ ഒരു ആസക്തിയോടു കൂടി അവർ ആ മേലങ്കി അണിയുകയും ചെയ്തിരുന്നു. തങ്ങളെ മാത്രമല്ല, സമൂഹത്തെത്തന്നെ മോചിപ്പിക്കാൻ പോകുന്ന വിപ്ലവശക്തി എന്ന് അവർ വാഴ്ത്തപ്പെട്ടു. എന്നാൽ, ഇന്ന് അത് എത്രയും തെറ്റായിരിക്കുന്നു. "ഹെർബർട് മാർക്യൂസ് ഉൾപ്പെടെയുള്ള നവ-ഉത്തര മാർക്സിസ്റ്റുകൾ മുന്നോട്ടുവെച്ച വാദങ്ങൾ തന്നെയാണ് ഇവിടെ സുമനിലൂടെ പുറത്തുവരുന്നത്. എന്നാൽ മാർക്സിസത്തിനകത്തു തന്നെ ഇത്തരം ആശയങ്ങൾ എങ്ങനെ ചർച്ച ചെയ്യപ്പെട്ടു എന്ന കാര്യത്തിലേക്ക് സംവാദം കടക്കുന്നില്ല. വാൾടർ റോഡ്നി, പോൾ ബറാൻ എന്നിവരുടെ സമ്പദ്ശാസ്ത്ര സിദ്ധാന്തങ്ങളും എൻക്രൂമയുടെ "വർഗസമരങ്ങളുടെ കയറ്റുമതി" എന്ന വാദവും മൂന്നാംലോക മാർക്സിസത്തിൽ ചർച്ചചെയ്യപ്പെട്ടിട്ടുണ്ട്. ബംഗാളിനെ മുൻനിർത്തിയാണ് ചർച്ചയെങ്കിലും നോവലിന്റെ അടിസ്ഥാനപരമായ വാദം യൂറോപ്പിൽ മാർക്സിസത്തിന് സംഭവിച്ച മാറ്റങ്ങളെ മുൻനിർത്തിയാണെന്നു കാണാം. ഒരു രാഷ്ട്രത്തിനകത്തു നില്ക്കുന്ന സ്വത്വബോധത്തിന്റെ അടിസ്ഥാനം മറ്റൊരു രാഷ്ട്രത്തിലെ സമ്പത്താകാമെന്ന ആധുനികോത്തര മനോവിശകലനത്തിന്റെയും ആശ്രിതത്ത്വസിദ്ധാന്തത്തിന്റെയും ഉൾക്കാഴ്ചകൾ ഈ ചർച്ചയ്ക്കില്ലാത്തതാണ് ഈ പരിമിതിക്ക് കാരണം.

യൂറോപ്പിൽ റെയ്മണ്ട് വില്യംസും റിച്ചാർഡ് ഹോഗാർത്തും മറ്റും തൊഴിലാളിവർഗ സംസ്കാരത്തെക്കുറിച്ച് ഉന്നയിച്ച വിമർശനത്തിന്റെ അതേ വാദങ്ങൾ സുമനും ആവർത്തിക്കുന്നുണ്ട്: "ഇന്ന് തൊഴിലാളിവർഗത്തിന് ഒരു വിപ്ലവസംസ്കാരമെന്നല്ല, തൊഴിലാളി വർഗ സംസ്കാരം തന്നെയില്ല. ജോയ്ന്റ് സ്റ്റോക്ക് കമ്പനികളിലൂടെ ഫണ്ടം താഴ്ത്തിയ മുതലാളിമാരും സംഘടിതമായ വിലപേശലിന്റെ അധികാരം നേടിയ തൊഴിലാളികളും ടെന്നീസ് കളിക്കാരെപ്പോലെ നെറ്റിനു മീതേക്കൂടി കൈപിടിച്ചു കുലുക്കാൻ പറ്റുന്ന അവസ്ഥയിലെത്തിയപ്പോൾ ആരും അറിയാതെതന്നെ ഒരു കാര്യം സംഭവിക്കുകയായിരുന്നു. തൊഴിലാളികളുടെ ഒരു വർഗമെന്ന നിലയിലെ നാശവും സ്വാർത്ഥതാത്പര്യങ്ങൾ മാത്രമുള്ള വ്യക്തികളും ഗ്രൂപ്പുകളുമായിത്തീരലും" (430).

തൊഴിലാളിവർഗത്തിന്റെയും മുതലാളികളുടെയും താത്പര്യം ഒന്നായിത്തീരുന്നിടത്തേക്ക് കാര്യങ്ങൾ എത്തിയിരിക്കുന്നുവെന്നാണ് സുമന്റെ വാദം. ആനന്ദിന്റെ സാഹിത്യജീവിതത്തെ സംബന്ധിച്ചിടത്തോളം *ആൾക്കൂട്ട*ത്തിൽതന്നെ തുടങ്ങിയതും *ഉത്തരായണ*ത്തിൽ പ്രമേയമായതുമായ കമ്പനി-രാഷ്ട്ര ബന്ധം ഒരു വാദമായി അവതരിപ്പിക്കപ്പെടുകയാണ് ഇവിടെ. "വർഗത്തിന്റെയോ സമൂഹത്തിന്റെയോ താത്പര്യങ്ങളെ പ്രതിഫലിപ്പിക്കാതെ, ഒരു സ്ഥാപനത്തിനകത്ത് ഇടുങ്ങിയ വരുമാന വർദ്ധനവിന്റെ പേരിൽ സമരം നടത്തുന്ന തൊഴിലാളികൾക്ക് വാസ്തവത്തിൽ സംഭവിക്കുന്നത് ആ സ്ഥാപനവുമായി സാത്മ്യം പ്രാപിക്കലാണ്. കമ്പനിയുടെ ഉടമസ്ഥന്മാർ നിശ്ചയിക്കുന്ന ഉല്പാദന ലക്ഷ്യങ്ങൾക്ക് അവർ വിധേയരാകുന്നു. ആ ലക്ഷ്യങ്ങൾ സ്വാർത്ഥതയിലും ലാഭക്കൊതിയിലും അധിഷ്ഠിതമായതുകൊണ്ട് ആ സ്വാർത്ഥവും ലാഭക്കൊതിയും അവരുടേതുമായിത്തീരുന്നു. അങ്ങനെ അവർ മുതലാളിത്തവ്യവസ്ഥയുമായി ഒന്നായിത്തീരുന്നു" (430).

ബംഗാളിലെ തൊഴിലാളി വർഗത്തെ മുൻനിർത്തി ഇടതുപക്ഷ രാഷ്ട്രീയപ്രയോഗത്തെ വിമർശിക്കുന്ന പാർഥാ ചാറ്റർജി മുന്നോട്ടുവെച്ച വാദങ്ങളുമായി ഇതിനെ താരതമ്യം ചെയ്യാവുന്നതാണ്. (Chatterjee: 1998). ബംഗാളിലെ തൊഴിലാളി വർഗത്തിന്റെ അന്യവൽക്കരണത്തിന്റെ കാരണങ്ങളിലേക്ക് അദ്ദേഹം എത്തിച്ചേരുന്നുണ്ട്. കർഷകരിൽ നിന്ന് അകന്ന ഒരു വരേണ്യവർഗമായി നാഗരിക തൊഴിലാളി വർഗം മാറിത്തീർന്നത് അദ്ദേഹം വിശദീകരിക്കുന്നു. . പിൽക്കാലത്ത് നന്ദിഗ്രാം ഉൾപ്പെടെയുണ്ടായ സംഭവങ്ങളിലേക്ക് ഇത് സൂചന നൽകുന്നുമുണ്ട്.

തൊഴിലാളികളും ക്ലാർക്കുമാരും ടെക്നീഷ്യന്മാരും മാനേജർമാരും ബ്യൂറോക്രാറ്റുകളും രാഷ്ട്രീയ പ്രവർത്തകരും പത്രക്കാരും കലാകാരന്മാരും എല്ലാവരും എസ്റ്റാബ്ലിഷ്മെന്റുമായി വിളക്കിച്ചേർക്കപ്പെട്ടിരിക്കുന്നുവെന്നും അവർ ഗവണ്മെന്റിനെ തങ്ങൾക്കുവേണ്ടി മാത്രമായി സൂക്ഷിക്കുന്നതിൽ വിജയിച്ചിരിക്കുന്നുവെന്നും സുമൻ വാദിക്കുന്നു. വ്യവസ്ഥയ്ക്കു വെളിയിൽ നില്ക്കുന്ന തൊഴിൽരഹിതരെന്ന വമ്പിച്ച ഒരു വർഗത്തെ അവർ ഭയപ്പെടുകയും ചെയ്യുന്നു. ഈ തൊഴിൽരഹിതർക്ക് ഇനി ഒരു വിപ്ലവവർഗമാകാൻ കഴിയുമോ എന്ന ചോദ്യമാണ് ഉന്നയിക്കപ്പെടുന്നത്. എന്നാൽ അത് സംഭവിക്കുന്നില്ലെന്നും അവസ്ഥ എതിരാകുന്തോറും മനുഷ്യൻ സംഘടിക്കേണ്ടതിനു പകരം പരസ്പരം ഒറ്റപ്പെടുകയാണ് ചെയ്യുന്നതെന്നും അയാൾ കാണുന്നു. അതു കൊണ്ടു തന്നെ മാർക്യൂസ് നീട്ടിപ്പിടിച്ച വെളിച്ചം സുമന് വെളിച്ചത്തിന്റെ ചിത്രം മാത്രമാണ്. വിമോചക ശക്തി ഉല്പാദനവ്യവസ്ഥയ്ക്കകത്തുനിന്ന് ഉടലെടുക്കണമെന്ന മാർക്സിന്റെ വാദവുമായി പൊരുത്തപ്പെട്ടുപോകുന്നതുമല്ല, തൊഴിൽരഹിതരിലൂന്നിയുള്ള വിപ്ലവ സങ്കല്പം. നിലവിലുള്ള പരിസ്ഥിതിയിൽ ഗാന്ധിസവും മാർക്സിസവും പരാജയപ്പെടുന്നു എന്ന തീർപ്പിലേക്കാണ് നോവൽ സുമനിലൂടെ എത്തിച്ചേരുന്നത്. “വികസിതമായാലും വികസ്വരമായാലും അവികസിതമായാലും നമ്മുടെ ലോകത്തിലെ എല്ലാ സമുദായങ്ങളും ഏതാണ്ട് ഒരേ വഴിക്ക് നീങ്ങുന്നതായി ഞാൻ കാണുന്നു. രൂപത്തിൽ റെജിമെന്റേഷനിലേക്കും സർവാധിപത്യത്തിലേക്കും; ലക്ഷ്യത്തിൽ കിരാതമായ മനുഷ്യക്കുരുതിയിലേക്കും വിനാശത്തിലേക്കും. നിസ്സഹായവും വിധി വിധേയവുമെന്നു തോന്നിക്കുന്ന ഈ പുരോഗമനത്തിൽനിന്ന് അതിനെ തിരിക്കുവാൻ പ്രത്യയശാസ്ത്രങ്ങളോ സാമ്പത്തികശാസ്ത്രമോ സാമൂഹ്യശാസ്ത്രമോ നരവംശശാസ്ത്രമോ ഒന്നും സഹായത്തിനെത്തുന്നില്ല. മാർക്സിയൻ സിദ്ധാന്തമനുസരിച്ചുള്ള മഹത്തായ വിമോചനവിപ്ലവങ്ങളിൽ നമുക്ക് ആശ കൈവെടിയേണ്ടിയിരിക്കുന്നു. ഗാന്ധിയൻ രീതിയിലുള്ള ധാർമിക വിജയത്തിൽ വിശ്വാസവും” (434). “തന്റേതായ നിസ്സഹായതയിലും മൗഢ്യത്തിലുമാണ് താൻ, അല്ലെന്നു തോന്നിക്കാൻ വേറൊരു മോഹത്തിന്റെ ചന്ദ്രനുദിക്കും വരെ” എന്നു പറഞ്ഞാണ് സുമന്റെ ഈ വാദം അവസാനിക്കുന്നത്. ആനന്ദിന്റെ നോവലുകളിലെ ഗാന്ധിയൻ -മാർക്സിയൻ സംവാദത്തിന്റെ അവസാനമായി ഇതിനെ കാണാം.

വിപ്ലവകാരികളായ ബുദ്ധിജീവികളുടെ ആശയങ്ങൾ പിന്തള്ളപ്പെട്ടെടുത്ത് വിശദീകരണവുമായി എത്തുന്നത് പ്രൊഫസറാണ്.

കിഴക്കൻ പാക്കിസ്ഥാനിൽ നിന്നുള്ള അഭയാർഥി പ്രവാഹവും നോവലിന്റെ ചർച്ചവിഷയമാകുന്ന സന്ദർഭത്തിലാണ് പ്രൊഫസറുടെ വരവ്. "ഇടവഴിയിലെ കുണ്ടു കുഴിയും ഇറങ്ങിക്കയറി. വളവും തിരിവും കടന്ന് ഒരാൾ ഒരു സൈക്കിൾ ഓടിച്ചുവന്നു. ഇറങ്ങുന്നതിനു മുമ്പേതന്നെ അയാൾ എല്ലാവരോടുമായി പറഞ്ഞു. "പ്രൊഫസർ വരുന്നുണ്ട്". ഇടിമിന്നൽ പോലെ ആ വാർത്ത എല്ലാവരുടെയും മുഖത്ത് പ്രസന്നത പരത്തി. ചിലർ പുറത്തിറങ്ങിവന്ന് പാതയിലേക്കു നോക്കുവാനും തുടങ്ങി." പ്രൊഫസറുടെ അറിവിന് മറ്റെല്ലാ അറിവിനും മേൽ ആധികാരികത ലഭിക്കുന്നുണ്ട്. "മർദ്ദിതരായ എല്ലാവരെയും അടിമകളെന്നു വിളിക്കാൻ കഴിയില്ല. സ്വാതന്ത്ര്യം വ്യക്തികളുടെ കാര്യമാണ്. അഭയം തേടി ഓടിപ്പോകുന്നവനും, നാളെയെക്കാത്ത് കണ്ണുംപൂട്ടിയിരിക്കുന്നവനും വെളിച്ചം കിട്ടിയെന്നുവരില്ല. പീഡിതനായ ഈ മനുഷ്യനോടു നമുക്ക് ഒന്നേ പറയാനാവൂ. പൊരുതുന്ന പടയാളി, ഇരുട്ടിൽതന്നെ മരിച്ചുവീണേക്കാവുന്ന പടയാളി, പറഞ്ഞേക്കാവുന്നത്-രാത്രിയിലെ യാത്രക്കാരാ, പുലരിയെത്തേടിപ്പോകരുത്. അതിനുവേണ്ടി കാത്തിരിക്കുകയുമരുത്. കാരണം പ്രഭാതം നിനക്ക് ഓടിച്ചെന്നു പ്രാപിക്കാവുന്ന അഭയമല്ല, കാത്തിരുന്നാൽ കൈവരുന്നതുമല്ല, വേറൊരിടത്തല്ല പ്രഭാതം. വേറൊരു കാലത്തിലുമല്ല. ഇവിടെ ഇപ്പോൾ, ആകുന്ന അത്. ഇവിടെ... ഇപ്പോൾ... നീ തന്നെ...." (496). ചരിത്രത്തിൽ ജീവിക്കുവാനും എത്ര നിസ്സാരമെങ്കിലും തന്റേതായ ചെറുത്തുനില്പ നടത്തുവാനുമുള്ള പ്രൊഫസറുടെ വാക്കുകളാണ് നോവലിന്റെ അന്ത്യത്തിൽ ഗൗതമന്റെ ഉത്തരമായും വരുന്നത്. "നില്ക്കു ഗംഗ ഒരു പ്രശ്നമാണ്. നീ അതിനെ സൃഷ്ടിക്കുന്നില്ല, വഴി മാറ്റിയൊഴുക്കുന്നുമില്ല. ഗംഗ നിന്റെ വെല്ലുവിളിയാണ്. ഗംഗയിൽ തോണികളിറക്കുക. ഗംഗയെ തരണം ചെയ്യാൻ പാലം പണിയുക. ഉളിയിൽ മുട്ടുന്ന ചുറ്റികയുടെ നാദം കൊണ്ട്, അതിൽനിന്നുയരുന്ന തീപ്പൊരികൊണ്ട്, നീ നിന്റെ കൊച്ചുവൃത്തത്തെ ശബ്ദായമാനമാക്കുക. പ്രകാശമാനമാക്കുക!" (514).

എന്താണ് ഈ വെളിപാട്? ആധുനികവും സ്ഥലകാലപരമായ അനന്തതയെ സംബോധന ചെയ്യുന്നതുമായ ശുദ്ധമായ ഈഗോ അതിന്റെ സ്ഥലകാലബദ്ധതയും ശരീരബദ്ധതയും തിരിച്ചറിയലാണത്. മാർക്സ് *വിശുദ്ധ കുടുംബ*ത്തിലും *ജർമൻ പ്രത്യയശാസ്ത്ര*ത്തിലും വിമർശിച്ചത് ധ്യാനാത്മകമായ ഈ ഈഗോയെത്തന്നെയാണ്. ശുദ്ധമായ വിഷയിയെ അപ്പോഴും ആനന്ദ് നിലനിർത്തുന്നു. അതിനെ അന്തർവിഷയിത്വ (intersubjectivity)മായി സാമൂഹ്യമായ ഈഗോ

ആയി അപ്പോഴും തിരിച്ചറിയുന്നില്ല. ഭാഷ, പ്രദേശം, വർഗങ്ങൾ എന്നിവയുടെ മൂർത്ത സന്ദർഭങ്ങളിലേക്ക് ആഖ്യാനം കടക്കുന്നില്ല. എങ്ങനെയായാലും ആധുനികമായ അനന്തതയെ സംബോധന ചെയ്യുന്ന അതിവർത്തനപരമായ ഈഗോ(Transcendental ego) വിന്റെ തൊട്ടടുത്തുള്ളതി (immediate) ലേക്കുള്ള മാറ്റമാണത്.

അതിവർത്തനപരമായ ഏതൊരു ഈഗോയും യഥാർഥത്തിൽ അതിവർത്തനത്തെ സംബന്ധിച്ച വ്യവഹാരത്തിലെ വിഷയി (subject) മാത്രമാണെന്ന് ആധുനികാനന്തര സിദ്ധാന്തങ്ങൾ വ്യക്തമാക്കുന്നുണ്ട്. ലക്കാനിൽ നിന്ന് ഫൂക്കോയിലേക്ക് എത്തിച്ചേരുമ്പോൾ അത്തരമൊരുൾക്കാഴ്ചയാണ് സംസ്കാരവിശകലന രീതി നേടിയെടുക്കുന്നത്. അതുകൊണ്ടുതന്നെ ഗൗതമൻ കാണുന്ന സ്വന്തം ആത്മബോധം ഇന്ത്യാചരിത്രത്തെക്കുറിച്ചും ഇന്ത്യൻ വർത്തമാനത്തെക്കുറിച്ചുമുള്ള സ്വാതന്ത്ര്യാനന്തര വ്യവഹാരങ്ങളുടെ നിർമിതിയാണെന്നു പറയേണ്ടി വരും. അപ്പോഴാണ് എന്തുതരം വ്യവഹാരമാണ് ഗൗതമനെയും സുമനെയും ഹരിദാസിനെയും നിർമിച്ചത് എന്നും എന്തുകൊണ്ട് നോവൽ ഈ വിഷയികളിലൂടെതന്നെ സഞ്ചരിച്ചുവെന്നുമുള്ളതിന്റെ രാഷ്ട്രീയം പരിശോധിക്കേണ്ടിവരിക. നോവലിലെ കഥാപാത്രങ്ങളെ നിർമിക്കുന്ന വ്യവഹാരത്തിന്റെ രാഷ്ട്രീയമാണ് അപ്പോൾ പ്രസക്തമാകുന്നത്.

രാഷ്ട്രഭാവനയും പ്രതിനിധാനവും

നോവലും ചരിത്രവും രാഷ്ട്രഭാവനയും തമ്മിലുള്ള ബന്ധം ഈ പഠനത്തിന്റെ തുടക്കത്തിൽ നാം ചർച്ച ചെയ്തതാണ്. ആധുനിക കാലബോധത്തിൽ നില്ക്കുമ്പോഴാണ് ആഖ്യാനത്തിന് ഇന്ത്യൻ ജനതയെ കാലബോധമില്ലാത്ത ജനതയായി കാണാൻ കഴിയുന്നതെന്നു വ്യക്തമാണ്.

ഈ ഗൗതമകർത്തൃത്വം ആധുനികതയുടെ നിർമിതിയാണ്. ഇന്ത്യൻ സ്വാതന്ത്ര്യത്തോടൊപ്പം വളർന്നുവന്ന സ്വപ്നങ്ങളുടെ ഭാഗമാണത്. ആധുനിക ഇന്ത്യ എന്ന സങ്കല്പവുമായി അഭേദ്യമായി ബന്ധപ്പെട്ടാണത് നില്ക്കുന്നത്. ആധുനിക ഇന്ത്യ എന്ന യാഥാർഥ്യത്തോട് നേരിട്ടല്ല, ആധുനിക ഇന്ത്യ എന്ന യാഥാർഥ്യത്തെ നിർമിച്ച വ്യവഹാരങ്ങളോടാണ് അത് ബന്ധപ്പെട്ടു നില്ക്കുന്നത്. കേവലമല്ല, രാഷ്ട്രീയമാണ് ആ കർത്തൃത്വനിർമിതി.

അതുകൊണ്ട് രണ്ടു തരത്തിൽ ഇവിടെ പ്രശ്നവൽക്കരണം ആവശ്യമാണ്. ഏതേതു വ്യവഹാരങ്ങളുമായി ബന്ധപ്പെട്ടാണ് ഗൗതമന്റെ

ആഖ്യാന കർത്തൃത്വം ജനിക്കുന്നത് എന്നും ആ വ്യവഹാരത്തിന്റെ സ്വഭാവം അതിന്റെ പ്രത്യയശാസ്ത്രവും അതുയർത്തുന്ന സൗന്ദര്യസങ്കല്പവും എങ്ങനെ നോവലിലെ പരിചരണത്തെയും നിർവഹണത്തെയും നിർണയിക്കുന്നു എന്നും.

കാലബോധമില്ലാത്ത ജനതയ്ക്കിടയിൽ കാലബോധമുള്ള ബുദ്ധിജീവികളുടെ പ്രതിനിധികളാണ് ആഖ്യാനത്തിലെ കർത്തൃത്വങ്ങളായ ഗൗതമനും മഹേശ്വരും സുമനും മറ്റും. അങ്ങനെ ആധുനികമായ വിഷയി-വിഷയ ബന്ധത്തിന്റെ യുക്തിയിലാണ് ജനത ചിത്രീകരിക്കപ്പെടുന്നത്. പഠിക്കപ്പെടാനും ചിത്രീകരിക്കപ്പെടാനുമുള്ളവരാണവർ. ഒരിക്കലും അവരുമായി ഇഴുകിച്ചേരുന്നതല്ല ഗൗതമന്റെ കർത്തൃത്വം. "വാസ്തുശില്പത്തിലെ മാണിക്യമെന്നു വിശേഷിപ്പിക്കുന്ന ജവാരിമന്ദിരത്തിനടുത്ത് ചാണകവും മലവും മൂത്രവും കൊണ്ടു കുഴഞ്ഞ ഗ്രാമത്തിലെ വഴിവക്കിൽ നൂറ്റാണ്ടുകൾക്കു മുമ്പ്, ശില്പികൾ പണിയാതെ ഉപേക്ഷിച്ചുപോയ ഒരു കല്ലിൽ രണ്ടുവയസ്സുള്ള ഒരു കുട്ടി ഇരുന്നു മയങ്ങുന്നു. അതിന്റെ മേലും മുഖത്തും ചുണ്ടത്തുകൂടിയും ഈച്ചകൾ ആർക്കുന്നു. ഉറക്കത്തിൽ അറിയാതെയെങ്കിലും അതിന്റെ കൈകകൾ ആ ഈച്ചകളെ ആട്ടുവാൻവേണ്ടി ഉയരുന്നില്ല. എന്നു തുടങ്ങിയാതാവാം ആ മയക്കം? അതോ എത്രയോ നൂറ്റാണ്ടുകൾ മുമ്പ് കൊത്തുവാൻ ആഞ്ഞ ഏതോ ശില്പിയുടെ ഉളിയിൽ നിന്ന് രക്ഷപ്പെട്ടുപോന്ന ജീവനുള്ള ശില്പമോ അത് ?" (314-2). ശില്പിയും ശില്പവുമെന്ന ഭേദത്തിലൂടെ ആഖ്യാതാവിന് ജനതയ്ക്കു മേൽ വരുന്ന മുൻകൈ ആഖ്യാനത്തിന്റെ തന്നെ അബോധമാണ്. ചരിത്രത്തിന്റെ തന്നെ അധികാരമാണതെന്നു പറയാം.

സാന്താൾ എന്ന കീഴാള ജനതയാണ് ഗൗതമനൊപ്പം പണിയെടുക്കുന്ന പണിക്കാർ. സാന്താൾ ജനതയെ ചരിത്രത്തിലൂടെ നോക്കിക്കാണുന്നുണ്ടെങ്കിലും സാന്താൾസംസ്കാരത്തിലേക്ക് ഗൗതമൻ പ്രവേശിക്കുന്നില്ല. സാന്താൾ സംസ്കാരം അതാര്യമാണ്. അവരുടെ ഭാഷയിലേക്കോ പാട്ടുകളിലേക്കോ കലകളിലേക്കോ ആഖ്യാനത്തിന് ആഴത്തിൽ പ്രവേശിക്കാൻ കഴിയുന്നില്ല. രാമായണമുൾപ്പെടെയുള്ള ദേശീയ ആഖ്യാനങ്ങളാകട്ടെ ആഖ്യാനത്തിന്റെ മുഖ്യധാരയിലുണ്ട്. ആഖ്യാനത്തിന്റെ ആത്മനിഷ്ഠതലം ആ നിലയിൽ ദേശീയതാപരമായ ആഖ്യാനങ്ങളുടെ ബലതന്ത്രങ്ങളിൽ നിന്ന് സ്വതന്ത്രമല്ല.

ഇന്ത്യൻ ദേശീയതയുടെ തന്നെ ആഖ്യാനപരമായ വൈരുധ്യത്തെ ഇതു സൂചിപ്പിക്കുന്നുണ്ട്. ഇന്ത്യയെ ആകപ്പാടെ കണ്ട് വിമോചനത്തിന്റെ ആഖ്യാനകർത്തൃത്വങ്ങൾ നിർമിക്കുമ്പോൾ

സംഭവിക്കുന്ന വൈരുധ്യമാണത്. പ്രാദേശിക സമരങ്ങളെയോ സമരനേതാക്കളെയോ അതിന്റെ ചിഹ്നങ്ങളെയോ നോക്കിക്കാണാൻ വിശാലദേശീയതയെ ആകപ്പാടെ ഉൾക്കൊള്ളുന്ന കർത്തൃസ്ഥാനങ്ങൾക്ക് സാധ്യമാകുകയില്ല. ദേശീയ പ്രസ്ഥാനത്തിനും ഗാന്ധിക്കും അപ്പുറത്ത് മൂർത്തവും പ്രാദേശികവുമായ വിമോചന ശ്രമങ്ങളെ സൗന്ദര്യവൽക്കരിക്കാനുള്ള സംവിധാനം അതിനില്ല. അതിന്റെ സാംസ്കാരിക മൂലധനം നിർമിക്കുന്ന കർത്തൃത്വം സ്വയം പരിമിതപ്പെടുന്നത് ഇങ്ങനെയാണ്. സംസ്കൃതത്തിനോ ഹിന്ദിക്കോ അപ്പുറത്തുള്ള ഭാഷാപരമായ പ്രാദേശിക കർത്തൃത്വവ്യവഹാരങ്ങളിലേക്ക് അതിന് പ്രവേശനവുമില്ല.

പുരിയിലൂടെ ഗൗതമനും സുമനും നടക്കുമ്പോൾ പറയക്കോളനികൾ കാണുന്നുണ്ട്: "ചപ്പും ചവറും ഒരു നഗരത്തിന്റെ മുഴുവൻ ഉച്ചിഷ്ടവും അടിഞ്ഞുകിടക്കുന്ന പറയക്കോളനികൾ. കാൽവെക്കുന്നിടത്തുനിന്നെല്ലാം ഇരമ്പിപ്പായുന്ന ഈച്ചകൾ. ശൂന്യമായ കണ്ണുകളോടുകൂടിയ കുട്ടികൾ ആ അഴുക്കിൽ നിന്ന് പുഴുക്കളെപ്പോലെ കുമിഞ്ഞു പുറത്തുവന്നു. കുഷ്ഠരോഗികളും തെണ്ടികളും വേശ്യകളും കൂട്ടിക്കൊടുപ്പുകാരും തങ്ങൾക്കു ചുറ്റും നിറഞ്ഞു" (22). കൊതുകിനും ഈച്ചയ്ക്കും തീട്ടത്തിനും മൂത്രത്തിനും നടുവിൽ അവ മുളച്ചും കായ്ച്ചും ഉണങ്ങിയും തുടരുന്നു എന്ന് ഗൗതമൻ പറയുമ്പോൾ അവരും ഒരുപക്ഷേ മരിച്ചുകഴിഞ്ഞിരിക്കുന്നു എന്ന് സുമൻ അഭിപ്രായപ്പെടുന്നു. എന്നും മനുഷ്യർ അങ്ങനെ തന്നെയായിരുന്നുവെന്നാണ് അതിന് ഗൗതമനുള്ള ഉത്തരം. അത് സ്ഥാപിക്കാൻ അയാൾ സപ്തസിന്ധുക്കളുടെ കാലം മുതൽക്കേ സഞ്ചരിക്കുന്നു. ചരിത്രത്തിന് നിർമിക്കാൻ കഴിയുന്ന ആവർത്തനത്തെക്കുറിച്ചുള്ള ബോധമാണ് ഗൗതമനെ ഇതിലെത്തിക്കുന്നത്. സവിശേഷമായ ആഖ്യാനത്തിന്റെ നിർമിതിയാണത്.

ആധുനികതയുടെ ഭാഗമായ യുക്തിചിന്തയും വികാരപരതയും ചേർന്ന സംവാദമണ്ഡലത്തെ പ്രതീകാത്മക വ്യക്തിത്വങ്ങളിലൂടെയും താർക്കികയുക്തികളിലൂടെയും സ്ഥാപിക്കാൻ ശ്രമിക്കുകയാണ് നോവൽ. ഗംഗാതീരം ഇന്ത്യയുടെ പ്രതീകമായാണ് നിലകൊള്ളുന്നത്. ഒരു വശത്ത് നദീതടസംസ്കാരങ്ങളുടെ പ്രതിനിധിയാണ് ഗംഗ. നോവലിനെ സംബന്ധിച്ച് സിന്ധുനദീതട കാലം മുതൽ തുടങ്ങുന്ന നാഗരികതകളുടെ രണ്ടാം ഘട്ടം. ചരിത്രവുമായി സംവാദത്തിലേർപ്പെടുന്ന കർത്തൃത്വമാണ് ഗൗതമൻ. ബുദ്ധന്റെ സത്യാന്വേഷണ ഛായ വഹിക്കുന്ന ഈ പേര് നോവലിലും സത്യവും ധർമവും കർമവും അന്വേഷിക്കുന്ന ആധുനിക മനുഷ്യന്റെ പ്രതീകമാണ്.

നാലായിരം ആണ്ടുകൾക്കപ്പുറത്താണ് ഗംഗാതീരത്തെ സംസ്കാരത്തിന്റെ ആരംഭത്തെ ഗൗതമൻ സങ്കല്പിക്കുന്നത്. സിന്ധുനദീതടസംസ്കാരത്തിൽ. നഗരം-ഗ്രാമം എന്ന അടിസ്ഥാന വൈരുധ്യമാണ് ചരിത്രത്തിന്റെ അടിസ്ഥാനപരമായ ഇഴയായി സങ്കല്പിക്കുന്നത്. "ഓരോ നഗരത്തിനു ചുറ്റും അതിനെ ഊട്ടിപ്പോറ്റിയ വയലുകൾ പരന്നുകിടന്നു. അവിടെ പാർക്കുന്നവർ സപ്തസിന്ധുക്കളുടെ മലമട്ടിൽ വിളയിച്ച് ധാന്യം മുഴുവൻ കാളവണ്ടികൾ കയറി നഗരങ്ങളിലെ ധാന്യപ്പുരകളിലേക്ക് ഒഴുകിയപ്പോൾ മറുത്തൊരു വാക്കും ഒരുവനും ഉരിയാടിയില്ല." നദീതടനാഗരികതകൾ സ്വയം പൂർണമല്ലെന്നും അത്തരത്തിൽ ഒരു നഗരം ഉയരണമെങ്കിൽ അപ്പുറത്ത് അധ്വാനിക്കുന്ന മനുഷ്യരുടെ ഗ്രാമം ഉണ്ടായിരിക്കണമെന്നുമുള്ള യാഥാർഥ്യബോധം മാർക്സിയൻ സമ്പദ്ശാസ്ത്രത്തിലൂന്നുന്ന ഒരു സാമൂഹ്യബോധത്തിന്റെയും സൗന്ദര്യബോധത്തിന്റെയും നിർമിതിയാണെന്നു പറയാം. അതേ സമയം അത് ഗാന്ധിസത്തിന്റെയും അവബോധത്തെ സ്വാംശീകരിക്കുന്നു. നഗരം എന്തു കൊണ്ട് ചരിത്രമാകുന്നുവെന്നും ഗ്രാമം എന്തുകൊണ്ട് ചരിത്രത്തിൽ നിന്ന് അദൃശ്യമാകുന്നുവെന്നുമുള്ളതിന്റെ കാരണവും ആഖ്യാനത്തിന്റെ തുടക്കത്തിൽ തന്നെ പറയുന്നുണ്ട്. "മേട്ടുകൾ കുഴിച്ചു നോക്കിയ പുരാവസ്തു ഗവേഷകർ കണ്ടത് ഗ്രാമങ്ങളുടെ ചെലവിൽ വളരുന്ന ഹാരപ്പൻ നഗരങ്ങളായിരുന്നു. വയലിലെ പണിക്കാരന് ചുട്ട ഇഷ്ടികയുടെ വീടുകളോ ശുചീകരണവ്യവസ്ഥയോ ബസാറുകളോ പുഷ്കരങ്ങളോ ഇല്ലായിരുന്നു. അതിനാൽ അവന്റേതായ ഒന്നും ഗവേഷകനായി അവശേഷിച്ചില്ല. പക്ഷേ, ആ നഗരങ്ങൾ വീണും നശിച്ചും ഗവേഷകർക്കുവേണ്ടി കാത്തുകിടന്നപ്പോൾ നശിക്കാതെ ഒരു കണ്ണിയും പൊട്ടാതെ, ആ പണിക്കാരുടെ ചങ്ങല ഗവേഷകരെ വകഞ്ഞുനീക്കിയും വഴിനീളെ കിട്ടിയ ചുമടുകൾ മുഴുവൻ പേറിയും തളർന്നും വീണും വീണ്ടും എണീറ്റും ചൂടിനോടും തണുപ്പിനോടും പൊരുതി വേനലും വെള്ളപ്പൊക്കവും കടന്ന് നാലായിരാമാണ്ടുകളിലൂടെ ഇന്നിന്റെ അങ്കണത്തിലേക്ക് നടന്നുവന്നു" (13).

ചരിത്രം എന്ന ശാഖ തന്നെ എങ്ങനെ അധികാരവുമായി ബന്ധപ്പെട്ടിരിക്കുന്നുവെന്നും ഗവേഷകന്റെ കർതൃത്വനിർമിതിയിൽ തന്നെ ചൂഷണത്തിന്റെയും അധികാരത്തിന്റെയും ഘടകങ്ങൾ എങ്ങനെ ഇഴചേർന്നു നില്ക്കുന്നുവെന്നും വ്യക്തമാകുന്നതാണ് ഈ വിവരണം. നഗരങ്ങൾ ചരിത്രഗവേഷകർക്കായി അവശിഷ്ടങ്ങൾ ബാക്കിയാക്കിയപ്പോൾ അവരെ തീറ്റിപ്പോറ്റിയ ഗ്രാമങ്ങളും ഗ്രാമീണരും കാലത്തിലൂടെ കടന്നുവന്ന് വർത്തമാനം വരെ എത്തിയിരിക്കുന്നു. അവരാകട്ടെ ഗൗതമനൊപ്പം പണിയെടുക്കുന്ന സാന്താൾ വർഗക്കാരുമാണ്.

ചരിത്രം എന്ന ശാഖയെ തൊട്ടുമ്പോൾത്തന്നെ, രാഷ്ട്രദൃഷ്ടിയിൽ നിന്ന് അവർ വീക്ഷിക്കപ്പെട്ടുമ്പോൾത്തന്നെ സാന്താൾവർഗക്കാർ അന്യരാകുന്നു. ചരിത്രത്തിന്റെ പിന്തുണയുള്ള ആഖ്യാനം തന്നെയാണ് ഇവരെ അന്യരാക്കുന്നത്. രാഷ്ട്രവ്യവഹാരത്തിന് മുമ്പല്ല, രാഷ്ട്രവ്യവഹാരത്തിന്റെ സവിശേഷമായ ഭൂപട നിർമിതിയാണ് അവരെ അന്യരാക്കുന്നത്. ഇക്കാര്യം ആധുനികത എന്ന പ്രയോഗത്തിൽ തന്നെ ഉണ്ടെന്ന തിരിച്ചറിവ് സമകാലിക പഠിതാക്കൾക്കുണ്ട്. ആധുനികം, ആധുനികപൂർവം എന്ന വിഭജനത്തിൽത്തന്നെ അതുണ്ട്. കാലബോധത്തിന് രാഷ്ട്രീയമുണ്ട് (Prathima 2006: 4). ആധുനികതയെ സ്വാംശീകരിച്ച ഒരാഖ്യാനം ആധുനികപൂർവതയിലേക്ക് ആ സംവർഗങ്ങളിലൂടെ നോക്കുമ്പോൾ മർദ്ദനപരമായ കാലബോധത്തെ പുനരുല്പാദിപ്പിക്കുക മാത്രമാണ് ചെയ്യുക.

നഗരം അധികാരവുമായി ബന്ധപ്പെട്ടാണ് നിലനില്ക്കുന്നത് എന്നു വ്യക്തമാക്കുമ്പോൾ തന്നെ ആധുനികസങ്കല്പമായ സ്വാതന്ത്ര്യം തന്നെ എങ്ങനെ ഇതേ സമ്പദ്‌വ്യവസ്ഥയാൽ ചരിത്രപരമായി നിർമിക്കപ്പെട്ടിരിക്കുന്നുവെന്ന് അന്വേഷിക്കാൻ നോവൽ മിനക്കെടുന്നില്ല. സ്വാതന്ത്ര്യത്തെ ചരിത്രേതരമായി നിലനില്ക്കുന്ന ഒന്നായി നോവൽ കാണുന്നതുപോലെ തോന്നും. നാഗരികന്റെ സ്വാതന്ത്ര്യം എങ്ങനെ ഗ്രാമീണന്റെ അസ്വാതന്ത്ര്യവുമായി ബന്ധപ്പെട്ടിരിക്കുന്നുവെന്ന് ചർച്ച സമകാലത്തു വെച്ച് നടക്കുന്നില്ല.

അതുപോലെ ചരിത്രത്തിലൂടെ ഇന്നോളമെത്തിപ്പെട്ടിട്ടുള്ള ഗ്രാമത്തെക്കുറിച്ചും അതിലെ പാവപ്പെട്ട പണിക്കാരെക്കുറിച്ചും പറയുമ്പോഴും അവരുടെ കർത്തൃ സ്ഥാനത്തുനിന്ന് ചരിത്രത്തെയോ വർത്തമാനത്തെയോ നോക്കിക്കാണാൻ നോവൽ ശ്രമിക്കുന്നില്ല. പകരം ചരിത്രേതരമായി കേവലമായി നിലനില്ക്കുന്നതായി സങ്കല്പിക്കപ്പെട്ട ഗൗതമനിലൂടെയാണത് വീക്ഷിക്കപ്പെടുന്നത്. ചരിത്രത്തിലേക്കുള്ള ഒരു പാനോപ്റ്റിക്കോൺ ദൃഷ്ടിപോലെ തോന്നിക്കുന്നതുമാണത്.

നോവലിന്റെ അവസാനത്തിൽ "ഇപ്പോൾ, ഇവിടെ" എന്നു പറയുന്നുണ്ടെങ്കിലും നോവലിന്റെ ആഖ്യാനകർത്തൃത്വം അതിനെ പ്രതിനിധീകരിക്കുന്ന വിഷയി സങ്ക്ലപം അടിയന്തിര സ്ഥലകാലങ്ങളിലോ അടിയന്തിരമായ സാമൂഹ്യതയിലോ അല്ല നിലനില്ക്കുന്നത്. മാർക്സിസത്തെയും വിശകലം ചെയ്യുമ്പോൾ സംഭവിക്കുന്ന പരിമതി അതാണ്. ദേശീയഭാവനയിലെ നോവൽ കർത്തൃത്വമാണ് ഈ വിശകലനം ഏറ്റെടുക്കുന്നത്. അതുകൊണ്ടുതന്നെ സബാൾടേൺ

പഠിതാക്കൾ പറയുന്നതുപോലെ ദേശീയഭാവനയുടെ അടിത്തറയുള്ള നോവലാകാൻ കഴിയാത്തതും ദേശരാഷ്ട്രത്തെ സങ്കല്പിക്കാൻ കഴിയാത്തതുമായ (കീഴാളവിമോചനപരവുമായ) ഒരു രാഷ്ട്രീയവ്യവഹാരത്തെ ബൂർഷ്വാദേശരാഷ്ട്രകർത്തൃത്വത്തിൽ നിന്നു കൊണ്ട് വിലയിരുത്തുന്നു എന്നതാണ് ഈ നോവലിലെ കേന്ദ്രവൈരുധ്യം. സാന്താൾ ജനതയും ഗൗതമനും തമ്മിലുള്ള അടിസ്ഥാനവൈരുധ്യം അവിടെയാണ്.

ഭൂതകാലത്തിലെ അടിസ്ഥാനജനവിഭാഗം സാന്താൾ പണിക്കാർക്കു പുറമെ മാതൃദേവതയുടെ മൺരൂപമായും വർത്തമാനകാലത്ത് ഗൗതമന്റെ മുമ്പിൽ പ്രത്യക്ഷപ്പെടുന്നു. “കുട്ടയും മൺവെട്ടിയുമായി പടികൾ ചവുട്ടി കുഴിയിലേക്ക് ഇറങ്ങിയപ്പോൾ കുഴികൾക്കിടയിൽ അവയുടെ ആഴമളക്കാൻ വേണ്ടി ബാക്കി നിർത്തിയ തിണ്ടിന്മേൽ ഇന്നലെ മണ്ണുലർത്തിക്കളഞ്ഞ് വൃത്തിയാക്കി കയറ്റിവെച്ച പുരാതനമായ മൺരൂപം ഗൗതമന്റെ നേരെ നോക്കി. നിറുകയിൽ കെട്ടിവെച്ച മുടി. ആഭരണരഹിതമായ കാതും കഴുത്തും . മുകളിലേക്കു നോക്കുന്ന വിഷാദം വഴിയുന്ന കണ്ണുകൾ. പാതി പിളർന്ന വായ്. തോളിൽ തളർന്നു പാറിക്കിടക്കുന്ന കുഞ്ഞ്. ഇരുപതോ മുപ്പതോ നൂറ്റാണ്ടുകൾക്കു മുമ്പ് , തന്റെ മുമ്പിൽ കൈകൂപ്പിനിന്ന് ഏതോ ഒരു ലോഹപ്പണിക്കാരന്റെയോ കർഷകന്റെയോ അടിമവേലക്കാരന്റെയോ കുടുംബത്തിനു നേരെ അവൾ ആ വിഷാദം കലർന്ന കണ്ണുകളോടെ നോക്കി. വിഷാദത്തിന്റെ രൂപത്തിലായിരുന്നു അവൾക്കു രൂപം കൊടുത്ത അന്നത്തെ പണിക്കാരൻ അവന്റെ ദേവതയെ മനസ്സിലാക്കിയത് “ (അഭ : 10). ഗംഗ വഴിമാറിയൊഴുകിയപ്പോൾ മണ്ണിലാണ്ടുപോയ ഈ നഗരത്തിന്റെ അവശിഷ്ടങ്ങളിൽ നിന്ന് കിട്ടിയ ഓരോ ദേവതാരൂപവും ആ വ്യാകുലമാതാവിന്റേതായിരുന്നു.

സാന്താൾ പണിക്കാരെക്കുറിച്ചുള്ള ആദ്യത്തെ പരാമർശം ഇങ്ങനെയാണ്: “അതിനുശേഷം എത്ര തവണ ഈ തീരത്ത് നഗരങ്ങൾ ഉയരുകയും പതിക്കുകയും ചെയ്തു. സാമ്രാജ്യങ്ങൾ ഉദിച്ചസ്തമിച്ചു. തത്ത്വശാസ്ത്രങ്ങൾ വന്നു, പോയി. ഇന്നു വീണ്ടും ഒരു കനാലിനുവേണ്ടി കിളച്ച മണ്ണ് കുട്ടകളിൽ ചുമന്ന് വരിവരിയായി നീങ്ങുന്ന സാന്താൾ പെണ്ണുങ്ങൾ, ഈ തിണ്ടിലിരുന്ന് അവരുടെ നേരെ നോക്കുന്ന കുഞ്ഞിനെ തോളിലേന്തിയ മാതൃദേവതയുടെ രൂപം തിരിച്ചറിയുന്നില്ല. തലയോട്ടുകളുടെ മാലയണിഞ്ഞ്, കൊടുവാളുയർത്തിപ്പിടിച്ച്, മനുഷ്യരക്തം ഒഴുകുന്ന ചുവന്ന നാവു നീട്ടി നടനമാടുന്ന നഗ്നയായ കാളിയുടെ രൂപം കൈക്കൊണ്ടിരിക്കുന്നു ഇതിനിടയ്ക്ക് അവരുടെ

മാതൃദേവത... നൂറ്റാണ്ടുകളുടെ ആഴത്തിൽനിന്ന് പുറത്തുവന്ന ആ വിഷാദദേവത അവരെ നോക്കി പറയുന്നുണ്ടാകാം: പക്ഷേ, മക്കളേ, നിങ്ങളുടെ രൂപമെന്തേ മാറാത്തത്?... പണിക്ക് ആയവും ഒഴുക്കും കിട്ടിക്കഴിഞ്ഞ പെണ്ണുങ്ങൾ കട്ടകൾ താങ്ങി പടികൾ കയറുമ്പോൾ അദ്ധ്വാനഭാരം കുറയ്ക്കാനായി നീളത്തിൽ പാട്ടുകൾ പാടി" (11).

ശില്പം പോലെ തന്നെയുള്ള കലാരൂപമാണ് പാട്ടുകളും. എന്നാൽ ഖജുരാഹോയിലെയും കൊണാർക്കിലേയും ദേശീയ രൂപമാണ്ട ശില്പങ്ങളിലേക്ക് കടക്കുന്നതുപോലെ ഗൗതമന് പാട്ടുകളുടെ അകത്തേക്ക് കടക്കാൻ കഴിയുന്നില്ല. പാട്ടുകൾ എങ്ങുമുണ്ടെന്ന് അയാൾ പക്ഷേ അറിയുന്നുണ്ട്: "ഗംഗയിലെ തോണിക്കാർ തുഴകളിൽ ആയുമ്പോൾ താളത്തിനൊപ്പിച്ച് പാടി. ഗ്രാമത്തിൽ നിന്ന് നഗരത്തിലേക്ക് കാളവണ്ടി തെളിക്കുന്ന വണ്ടിക്കാരനും വയലിൽ കരിയാഴ്ത്തുന്ന പണിക്കാരനും പാടി. കൂറ്റൻ സ്തൂപങ്ങളും കോട്ടകളും കൊട്ടാരങ്ങളും ഉയർത്തിയ കൊച്ചു കല്പണിക്കാരും നഗരങ്ങൾ പണിതുകൂട്ടിയ ഗ്രാമീണരും ചക്രവർത്തിമാരുടെ ആധിപത്യത്തിനു വേണ്ടി പടക്കളത്തിൽ പതിച്ച കൂലിപ്പടയാളികളും എല്ലാവരും അവരുടെ അധ്വാനഭാരം കുറയ്ക്കുവാനായി പാടി. മലകൾ തൊട്ട് സമുദ്രങ്ങൾ വരെ പരന്നു കിടക്കുന്ന ഈ സമതലത്തിൽ എല്ലായിടത്തു നിന്നും കാലത്തിന്റെ അതിരുകളെ ഭേദിച്ചുകൊണ്ട് ആ പാട്ട് ഉയർന്നുകൊണ്ടേയിരുന്നു" (11).

ഈ പാട്ടുകളെ അവരുടെ അധ്വാനത്തെയും അവരുടെ മിച്ചമൂല്യത്തെയും ചൂഷണം ചെയ്യുന്നതിനു മുമ്പിൽ തൂക്കിയിട്ട തിരശ്ശീലയായി വിവരിക്കുന്നു: "എത്ര മുതിർന്നിട്ടും മാറുവാൻ കഴിയാത്ത മനുഷ്യരുടെ പ്രയത്നത്തിനു മുമ്പിലെ തിരശ്ശീലായി എവിടെയും എപ്പോഴും നമുക്കു മുമ്പിൽ അതു താഴ്ന്നുകിടക്കുന്നു. അഹ്ലാദത്തിന്റെയും അനായാസതയുടെയും ചിത്രപ്പണികൾ നെയ്ത് ആ ആവരണമൊന്നുയർത്തി അതിന്റെ പിന്നിൽ മറഞ്ഞുകിടക്കുന്ന അധ്വാനത്തെ വീക്ഷിക്കുവാൻ ശ്രമിക്കൂ. ആ അധ്വാനത്തിന്റെ മിച്ചമൂല്യമശിച്ചുകൊണ്ട്, അതിനെ മറയ്ക്കുന്ന തിരശ്ശീലയുടെ മുമ്പിലൂടെ മുപ്പതോ നാല്പതോ അമ്പതോ നൂറ്റാണ്ടുകൾ കടന്നുപോയി. സംസ്കാരങ്ങളുടെ, തത്ത്വശാസ്ത്രങ്ങളുടെ, പ്രത്യയശാസ്ത്രങ്ങളുടെ നാടകങ്ങൾ ആടിക്കൊണ്ട്. പിന്നിലെ അണിയറയിലാകട്ടെ, കാലം സ്തംഭിച്ചു. എല്ലാം സ്തംഭിച്ചു. നിത്യയായ മാതൃദേവതേ, വഴിയുന്ന വിഷാദം തൊട്ടു വമിക്കുന്ന അഗ്നിവരെ എടുത്തണിയുന്ന നിന്റെ കാരുണ്യം തന്നെ തീരാത്തൊരു തിരശ്ശീലായിരുന്നില്ലേ? മോചനത്തിനു വേണ്ടി പടവാളെടുത്ത പടയാളികളെയെല്ലാം വീണ്ടും വീണ്ടും *അഭയാർത്ഥി*കളാക്കി മടക്കിയയച്ചു.

കാളപ്പോരുകാരന്റേതുപോലത്തൊരു രക്താംബരം?" (11-12).

ഇങ്ങനെ സാന്താൾ ഉൾപ്പെടെയുള്ള ഇന്ത്യയിലെ അടിസ്ഥാന ജനവിഭാഗങ്ങളെക്കുറിച്ച് അവരുടെ ജനകീയസംസ്കാരത്തെക്കുറിച്ച് സൂചനാപരമായ പരാമർശം നടത്തുമ്പോഴും സാന്താൾ ജനതയുടെ ബന്ധങ്ങൾക്കിടയിൽ നിന്ന്, അതിന്റെ സൗന്ദര്യാത്മകമായ അനുഭവങ്ങളിൽ നിന്നുകൊണ്ടല്ല, ഗൗതമൻ എന്ന കർത്തൃത്വം തുടങ്ങുന്നത്. പകരം ചരിത്രത്തിന്റെ അനന്തവിശാലസ്ഥലകാലത്തിൽ സാന്താളിനെ പ്രതിഷ്ഠിച്ചുകൊണ്ടാണ്. ആഖ്യാനത്തിന് ഇങ്ങനെ അവരുടെമേൽ സ്തംഭനവും അന്യവൽക്കരണവും ആരോപിക്കാൻ കഴിയുന്നു.

സുമനും അതുപോലെ ദരിദ്രരായ മനുഷ്യരെ കാണുന്നുണ്ട്. "എവിടെയും കുട്ടികളാണ് സുമന്റെ ശ്രദ്ധയെ ആകർഷിക്കുന്നത്. മെലിഞ്ഞ്, വയർചാടിയ, വൃത്തികെട്ട, നഗ്നരായ മുസ്ലിം കുടുംബങ്ങളിലെ കുഞ്ഞുങ്ങൾ. സംസ്കാരത്തിന്റേയോ സാമൂഹ്യജീവിതത്തിന്റേയോ അടയാളമായി ജന്തുക്കളിൽ നിന്ന് വ്യത്യസ്തമായി, അവരിലുണ്ടായിരുന്ന ഏക അടയാളം അവരുടെ ജനനേന്ദ്രിയങ്ങളിലെ വൃത്തഛേദനം മാത്രമായിരുന്നു" (113) ഇങ്ങനെ കീഴാളമെന്നതുപോലെ ന്യൂനപക്ഷങ്ങളുടെയും ഇന്ത്യയെ നോവൽ കാണുന്നു. പക്ഷേ സ്വത്വരാഷ്ട്രീയത്തിന്റെ യുക്തിയിലല്ല, ആധുനികതയുടെ പ്രത്യയശാസ്ത്രത്തിലൂടെയാണ് അത് സമീപിക്കപ്പെടുന്നത് എന്നു മാത്രം. ഗംഗകേന്ദ്രമായ രാഷ്ട്രഭാവനയിലൂന്നി.

ഗംഗയിലെ ബാരേജിന്റെ പ്രോജക്ടിനു വേണ്ടി മലകൾ ഇടിച്ചു നിരത്തപ്പെടുന്നുണ്ട്. "അവിടെ നിന്നു കല്ലുകൾ തീവണ്ടി വഴി നിത്യേന എത്തിക്കൊണ്ടിരുന്നു. കൽവണ്ടികളിൽക്കയറി തങ്ങൾ പാറകൾ പൊട്ടിക്കുന്ന മലകളിലെത്തും." എന്നാൽ ഇതുണ്ടാക്കുന്ന പരിസ്ഥിതി പ്രശ്നങ്ങളിലേക്കൊന്നും നോവൽ കടന്നുചെല്ലുന്നില്ല. സാന്താൾ പർഗാനയിലാണ് ഈ അക്രമം നടക്കുന്നതും.

വികസനത്തെയും പരിഷ്കാരത്തെയും ന്യായീകരിക്കുന്നതാണ് ഓർമയുടെ ആഖ്യാനം. ഗൗതമനും സുമനും ഗംഗാതീരത്തുകൂടിയുള്ള യാത്രയിൽ കാണുന്ന പ്രദേശങ്ങൾ അവികസിതമാണ്. "വണ്ടികൾ പോകാവുന്ന റോഡുകൾ എങ്ങും ഇല്ല, ഒരു പട്ടണത്തിൽ പോകാനും കൂടി. ഇവിടെ ഗ്രാമങ്ങൾ കാളവണ്ടി യുഗത്തിൽ ഉറങ്ങിക്കിടന്നു. ഒരു ഗ്രാമത്തിൽ നിന്നു വേറൊരു ഗ്രാമത്തിലേക്കു പോകണമെങ്കിൽ മനുഷ്യർക്ക് ഒറ്റയ്ക്കൊറ്റയ്ക്ക് ചെളിയിലും കുണ്ടിലുംകൂടി നീന്തി നീന്തി

പോകണം. ബാഹ്യലോകത്തിൽ നിന്ന് അകന്ന ദ്വീപുകളായിരുന്നു അവ" (113). ആധുനികമായ രാഷ്ട്രനിർമാണ പ്രക്രിയക്ക് ന്യായീകരണമാകുന്നുണ്ട് വികസനമില്ലായ്മയെക്കുറിച്ചുള്ള പരിദേവനത്തിന്റെ ഈ ആഖ്യാനങ്ങൾ.

ഗ്രാമത്തിന്റെ സ്വയം പര്യാപ്തതയെ ചോദ്യം ചെയ്യുന്നതാണ് ആഖ്യാനം. "ഒരു ഗ്രാമമാകെക്കൂടി ഒരു വലിയ സ്വകാര്യഗൃഹമാണ്. അതിനകത്തെ കുടിലുകളെല്ലാം കൂടി ഉരുകിച്ചേർന്ന് ഒന്നായിരിക്കുന്നു. ഒരു വലിയ കാരാഗൃഹത്തിലെന്നപോലെ മനുഷ്യരെല്ലാം അതിനകത്ത് അവരവരുടെ മുറികളിൽ അവരവരുടെ ചരിത്രത്തെയും ദുഃഖത്തെയും കുറ്റത്തെയും വിധിയേയും കെട്ടിപ്പിടിച്ച് ഉറങ്ങുന്നു. നിങ്ങൾ മാത്രമാണ് അവിടെ അവിടത്തേതല്ലാത്തവനായി, സ്വതന്ത്രനായി. ഒരു ഗ്രാമത്തെ ഒന്നിച്ചെടുക്കുമ്പോൾ അതിന്റെ സ്വകാര്യം അതിന്റെ വിധിയുടെ സ്വകാര്യമാണ്. ആ സ്വകാര്യത്തെ സ്പർശിക്കാതെ നിങ്ങൾക്ക് അവിടെ കാലെടുത്തുവെക്കാനാവില്ല" (115).

തീവണ്ടിയും റോഡുകളും വികസനവുമുള്ള സ്ഥലത്തെ പ്രതിനിധീകരിക്കുന്നുവെന്നതാണ് ഗ്രാമീണരെ അപേക്ഷിച്ച് ഗൗതമന്റെ സ്വാതന്ത്ര്യപ്രതീതിതയുടെ അടിസ്ഥാനം. ഭൂപടകേന്ദ്രീകൃതമായ രാഷ്ട്രത്തിന്റെ ആസൂത്രണത്തിന്റെ യുക്തിയുടെ ദൃഷ്ടിയായി ഇത് അതിവേഗം മാറുന്നതു കാണാം.

"കുറച്ചുകൂടി ആലോചിക്കുമ്പോൾ മനസ്സിലാകും സ്ഥിതിയിൽ മാത്രമല്ല, കാലത്തിലും കൂടിയാണ് അതിന്റെ ഈ അന്യത്വമെന്ന്. ഇൻസ്ട്രക്ടർമാർ തന്ന നിങ്ങളുടെ കയ്യിലെ ഭൂപടം അമ്പതോളം കൊല്ലം മുമ്പ് വരച്ചതാണ്. അതിനുശേഷം റോഡുകളും റെയിൽവേകളും ഉണ്ടായിട്ടുണ്ട്. കനാലുകൾ പണിയപ്പെട്ടിരിക്കുന്നു. തരിശുഭൂമികൾ കൃഷിഭൂമികളായിരിക്കുന്നു. എന്നാൽ മനുഷ്യർ വസിക്കുന്ന ഗ്രാമങ്ങൾ മാറിയിട്ടില്ല. അമ്പതുകൊല്ലം മുമ്പത്തെ ഭൂപടത്തിൽ ഒരു വലിയ ഗ്രാമമായി അടയാളപ്പെടുത്തിയിട്ടുള്ളത് ഇപ്പോൾ ഒരു ചെറിയ പട്ടണമെങ്കിലുമായിട്ടുണ്ടാകുമെന്ന് നിങ്ങൾ പ്രതീക്ഷിക്കുന്നു. എന്നാൽ, കടന്നുചെല്ലുമ്പോൾ കാണുന്നതോ, അതേ മൺകൂരകളുടെ കൂട്ടം മാത്രം. അതിനകത്തൊന്നും മാറിയിട്ടില്ല. എത്ര സാമ്രാജ്യങ്ങൾ ഉദിച്ചസ്തമിച്ചിട്ടും, എത്ര ബാദ്ഷാമാർ മാളികകളിൽ വസിച്ച് ശവകുടീരങ്ങളിൽ പോയി വിശ്രമിച്ചിട്ടും എല്ലാം കഴിഞ്ഞ് ഈ മനുഷ്യർ സ്വയം ഭരിക്കാൻ തുടങ്ങി. ഇരുപത്തിയഞ്ചോളം കൊല്ലങ്ങളാകാറായിട്ടും ഈ മനുഷ്യർക്കോ അവരുടെ ഗ്രാമങ്ങൾക്കോ ഒരു മാറ്റവും

വന്നില്ല. ഈ പല്ലുപോയ നെഞ്ചുന്തിയ രൂപങ്ങൾക്ക് മരണമില്ല. ഈ മൺകൂരകൾക്ക് കോൺക്രീറ്റുകെട്ടിടങ്ങളെക്കാൾ കൂടുതൽ ഉറപ്പുണ്ട്. അവർ കാലാതീതതയിൽ വസിക്കുന്നു. സ്ഥിതിയിൽ മാത്രമല്ല, കാലത്തിലും നമ്മിൽ നിന്നെത്രയോ അകലെ" (116). ഗ്രാമജീവിതത്തിലെ അധികാരബന്ധത്തെയോ ജാതിവ്യവസ്ഥയെയോ ഒന്നും പ്രശ്നവൽക്കരിക്കുകയല്ല ഈ ആഖ്യാനം ചെയ്യുന്നത്. പകരം ആധുനിക വികസിത നഗരകേന്ദ്രിത രാഷ്ട്രത്തിന്റെ സ്ഥലകാലബോധങ്ങളെ സ്വാംശീകരിച്ച ആഖ്യാനം നടത്തുന്ന വിമർശനമാണിത്. തന്നിൽ നിന്ന് "അവർ" അകന്നു നില്ക്കുന്നതാണ് അവരുടെ ദൈന്യമായിത്തോന്നുന്നത്. ഗ്രാമത്തിലെ അധികാരബന്ധങ്ങൾ അവസാനിക്കുകയും അവർസ്വതന്ത്രരാകുകയും ചെയ്യാത്തതല്ല, പകരം ഗ്രാമം പട്ടണമാകാത്തതാണ് ഇവിടെ അവരുടെ കുറ്റം. സ്ഥലത്തിലും കാലത്തിലും സ്ഥിതി ചെയ്യുന്ന 'നാം' ആധുനിക കാലത്തെ സ്വാംശീകരിച്ച നാഗരികരാണ്. ഇതാകട്ടെ ഗാന്ധിസത്തോടോ മാർക്സിസത്തോടോ അംബേദ്കർ വീക്ഷണത്തോടുപോലുമോ നീതി പുലർത്തുന്ന നിരീക്ഷണമല്ല.

ഇരുപത്തഞ്ചു കൊല്ലത്തിനപ്പുറത്തും ഇപ്പുറത്തും സഞ്ചരിക്കുന്ന സഞ്ചാരിയുടെ വ്യക്തിപരമായ ഓർമയാണ് ജനതയ്ക്കുമേൽ അവികാസത്തെപ്പറ്റിയുള്ള വിധിപ്രസ്താവമാകുന്നത്. നാഗരികനും അതിവേഗം മാറ്റങ്ങൾ കാണുന്നവനുമായ അയാളുടെ ആത്മനിഷ്ഠമായ കാലബോധമാണ് ജനങ്ങളെ അപരിഷ്കൃതരാക്കുന്നത്. ഭൂപടം നോക്കുമ്പോൾ ലഭിക്കുന്നതുമാണത്.

ഗ്രാമത്തെ പട്ടണമാക്കുക എന്നതാണ് വികസനമെങ്കിൽ അതിലുൾച്ചേർന്ന മുതലാളിത്ത ചൂഷണം, അതിനായി കുഴിച്ചുമാറ്റപ്പെടുന്ന കുന്നുകളും മലകളും (നോവലിൽ വികസനത്തിന്റെ പേരിൽ രാജ്മഹൽ കുന്നുകൾ തീവണ്ടികയറി ഗംഗാതടത്തിലേക്ക് വരുന്നുണ്ട്) ശ്രദ്ധയിൽ പെടുകയില്ല. ഗൗതമൻ താൻ സ്വയം ചെയ്യുന്ന ബാരേജ് നിർമാണത്തിലുൾച്ചേർന്ന പാരിസ്ഥിതികവും അധികാരപരവുമായ ഘടകങ്ങൾക്കു നേരെ വിമർശനത്തിന്റെ ദൃഷ്ടി പായിക്കുന്നേയില്ല. പിൽക്കാലത്തു നടന്ന നർമദാപദ്ധതിയുടെ രൂപകമാണ് *അഭയാർത്ഥികളി*ലെ ബാരേജ് നിർമാണം. അതിലെ ഉദ്യോഗസ്ഥന്റെ ഗ്രാമീണജനതയോടുള്ള നോക്കിക്കാണലിന്റെ രൂപകം ഗൗതമന്റെ ദൃഷ്ടിയിലുമുണ്ട്.

ഗൗതമന്റെ ഈ യാത്രയുടെ ആദിരൂപകം പട്ടാളത്തിന്റെ റൂട്ട് മാർച്ചാണെന്നത് ശ്രദ്ധേയമാണ്. പഴയ പട്ടാളക്കാരനായ ഗൗതമന്റെ കാഴ്ചയുടെ തുടർച്ചയിലാണ് ഗ്രാമങ്ങൾ വീക്ഷിക്കപ്പെടുന്നത്. ഗ്രാമങ്ങളിലെ മനുഷ്യർക്കിടയിൽ സ്വന്തം വീട്ടിലെന്ന പോലെ പെരുമാറുന്ന സുമന്റെ വികാരപരമായ രീതിയിൽ നിന്ന് വ്യത്യസ്തമാണ് പട്ടാളപശ്ചാത്തലമുള്ള ഗൗതമന്റെ സമീപനം. "ഉത്തർപ്രദേശിലെ നാട്ടിൻപുറങ്ങളിലെ നീണ്ട റൂട്ട്മാർച്ചിനു പോകുമ്പോൾ അവ പലപ്പോഴും മനസ്സിലാക്കലിൽനിന്ന് രക്ഷപ്പെടുന്ന വിഷമപ്രശ്നങ്ങളായും അനുഭവപ്പെട്ടിട്ടുണ്ട്. നക്ഷത്രവെളിച്ചം മാത്രമുള്ള ഗഹനമായ രാത്രി. രാക്കിളികളുടെയും ചീവീടുകളുടെയും ശബ്ദമല്ലാതൊന്നും കേൾക്കാനുണ്ടാവില്ല. വയലുകളോ വെളിമ്പറമ്പുകളോ കടന്ന് എത്തിപ്പെട്ടുമ്പോൾ മാത്രമാണു മനസ്സിലാകുക, തങ്ങൾ നില്ക്കുന്നതു മരങ്ങളുടെ തോപ്പിലല്ല, ഗ്രാമത്തിലാണെന്ന്. പെട്ടെന്ന് പട്ടികൾ കുരയ്ക്കാൻ തുടങ്ങുന്നു. ഗൗനിക്കാതെ അടുത്തുചെന്നാൽ മിന്നിക്കത്തുന്ന ഒന്നോ രണ്ടോ റാന്തൽ വിളക്കുകൾ കണ്ടുവെന്നു വരാം. പശുക്കൾ അപരിചിതരെ മണത്തറിഞ്ഞ് അവയുടെ തൊഴുത്തുകളിൽ അസ്വസ്ഥരാകുന്നു. പതുക്കെപ്പതുക്കെ കുരകൾ പ്രത്യക്ഷപ്പെടുന്നു" (114).

രാഷ്ട്രത്തിനകത്തെ, രാഷ്ട്രയുക്തിക്കകത്തെ *അഭയാർത്ഥി*കളായി സാന്താൾ ജനത മാറുന്നത് രാഷ്ട്രകേന്ദ്രിതമായ കാലബോധം അവരിൽ ആരോപിക്കുമ്പോഴാണ്. ബംഗ്ലാദേശിൽനിന്നു വരുന്ന വർത്തമാനകാലത്തെ യഥാർഥ അഭയാർഥികളായി മാറാൻ എപ്പോഴും സാധ്യതയുള്ളവരാണവർ. രാഷ്ട്രയുക്തി ഒന്നുകൂടി ചരിത്രബോധത്തിന്റെ ബലത്തിൽ ഘനീഭവിച്ചാൽ മതി അതിന്.

പട്ടാളയുക്തി കർഷകർക്കു നേരെയുള്ള വെടിയായി വളരുന്നത് സുമൻ കണ്ടെത്തുന്നുണ്ട്. അത് പട്ടാളത്തെ സംബന്ധിച്ച വിമർശനത്തിലേക്ക് ഗൗതമനെ എത്തിക്കുന്നുമുണ്ട്. എന്നാൽ പട്ടാളത്തിനപ്പുറത്ത് ഗൗതമനെത്തന്നെ നിർമിച്ച രാഷ്ട്രയുക്തിയുടെ വിമർശനത്തിലേക്ക് ഈ ചർച്ച കടക്കുന്നില്ല. ആധുനിക യുക്തിയെയും ദേശരാഷ്ട്രയുക്തിയെയും ഉപകരണയുക്തിയെയും പ്രശ്നവൽക്കരിക്കാൻ നോവൽ സജ്ജമാകുന്നില്ല. മാർക്സിസത്തിന്റെയോ ഗാന്ധിസത്തിന്റെയോ രീതിശാസ്ത്രത്തെ ഇതുമായി ബന്ധിപ്പിക്കുന്നില്ല. യുക്തിയെയും അധികാരത്തെയും ബന്ധിപ്പിക്കുന്ന ആധുനികോത്തര വിമർശനപദ്ധതികളുടെ (നീഷെ, ഫ്രോയ്ഡ് തുടങ്ങിയവ) മണ്ഡലത്തിലേക്ക് നോവലിലെ സൈദ്ധാന്തിക മണ്ഡലം കടക്കുന്നതേയില്ല.

ജോസഫ് കോൺറാഡിന്റെ *ദ ഹാർട് ഓഫ് ഡാർക്ക്നെസ്സിൽ* ആഫ്രിക്ക ചിത്രീകരിക്കപ്പെടുന്നതിന്റെ പ്രത്യയശാസ്ത്രം സംസ്കാരപഠിതാക്കൾ നേരത്തെ തന്നെ വെളിപ്പെടുത്തിയിട്ടുണ്ട്. ചിനുവ അച്ചബെ "എൻ ഇമേജ് ഓഫ് ആഫ്രിക്ക: റേസിസം ഇൻ കോൺറാഡ്സ് ഹാർട് ഓഫ് ഡാർക്ക്നെസ്"എന്ന ലേഖനത്തിൽ എങ്ങനെ കോംഗോ നദിയുടെ തീരം കൊളോണിയലും വംശീയവുമായ ദൃഷ്ടി കൊണ്ട് നോക്കിക്കാണപ്പെടുന്നുവെന്നു വിമർശിച്ചിട്ടുണ്ട് (Achabe: 211). കൊളോണിയൽ അധികാരത്തിന്റെ അത്തരമൊരു യാത്ര ഉന്നയിക്കുന്ന അധികാരസ്ഥലങ്ങൾ വെളുത്തവന്റെ ചരിത്രപരമായ ഭാരത്തെക്കുറിച്ചുള്ള സങ്കല്പത്തിലേക്കാണ് നയിക്കുക.

അധികാരത്തെ മനുഷ്യസ്വഭാവമായി കേവലവൽക്കരിക്കാൻ നോവൽ മിനക്കെടുന്നില്ല. എന്നാൽ അധികാരത്തിന്റെ രൂപങ്ങളിൽ ചരിത്രത്തിലുടനീളം ഒരു തുടർച്ച അത് കാണുന്നുണ്ട്. അതേ സമയം പുരോഗതിയെ പ്രശ്നവൽക്കരിക്കുന്ന ഒരു എതിർസ്വരവും നോവലിലുണ്ട്. ഈ സ്വരം കർത്തൃത്വപരമോ ഘടനാപരമോ ആയ തലത്തിലല്ല, ആശയപരമായാണ് നോവലിൽ സ്ഥാനം നേടുന്നത്. മുമ്പ് മന്ത്രങ്ങൾ കൊണ്ടുണ്ടായതുപോലുള്ള ചൂഷണമാണ് ഇന്ന് ആധുനികതയിൽ പുരോഗതിയെ സംബന്ധിച്ച ആദർശത്തിലുള്ളതെന്നതാണ് ആഖ്യാനത്തിന്റെ ഒരു തിരിച്ചറിവ്. "ആധുനിക നഗരങ്ങൾ വളരുന്നത് വേദത്തിന്റെയോ ഗീതയുടെയോ മന്ത്രങ്ങളാലല്ല, പയറ്റിമിനുത്ത നയത്താലും ശുദ്ധമായ ബലത്താലുമാണ്. ഈ പുകക്കുഴലുകളിൽ പറക്കുന്ന അധികാരത്തിന്റെ പതാകകളും അവയ്ക്കു ചുറ്റും തിളങ്ങുന്ന വെളിച്ചങ്ങളും ചുറ്റുമുള്ള ഗ്രാമങ്ങളിൽ നിന്ന് കൃഷിപ്പണിക്കാരേയും മുരടിച്ച കൈവേലക്കാരെയും മാടിവിളിച്ചുകൊണ്ടിരിക്കുന്നു. വരുന്നവരുടെയെല്ലാം അദ്ധ്വാനം അവ അപഹരിക്കുന്നു. തത്ത്വശാസ്ത്രങ്ങൾക്കു പകരം അപഹരിക്കപ്പെട്ടവരുടെ ചുണ്ടത്ത് ലഘുവായ ഒരു ഗാനം പതിച്ചുകൊടുക്കുന്നു-പുരോഗമനം" (19).

ഇന്ത്യയുടെ ചരിത്രത്തെ *അഭയാർത്ഥികൾ* ഘട്ടങ്ങളായെടുത്തു തന്നെ വിശകലനം നടത്തുന്നുണ്ട്. സപ്ത സൈന്ധവതീരത്തെ ആദ്യസംസ്കാരം, ഗംഗാതീരത്തെ രണ്ടാം സംസ്കാരം, പുരോഗമനത്തിന്റെ മൂന്നാം നഗര സംസ്കാരം എന്നിങ്ങനെ. ഇതിനിടയിലെ ജാതിവ്യവസ്ഥയുടെ രൂപീകരണം ഒരൊറ്റ വാക്യത്തിൽ ഒതുക്കപ്പെടുന്നു: "കൈത്തൊഴിലുകൾ വെറും കൂലി വേലയുടെ വിതാനത്തിലേക്കു താണപ്പോൾ തൊഴിലാളികളും കർഷകരും താണ ജാതിയായി. നിന്ദിതരും അസ്പൃശ്യരുമായി"(18). ഇന്ത്യയുടെ വിമോചനത്തെക്കുറിച്ചുള്ള തുടർ

ചർച്ചകളിലൊന്നും ജാതി അടിസ്ഥാനപരമായ ഒരു വിഷയമായി ചർച്ച ചെയ്യപ്പെടുന്നേയില്ല (ചെറിയ ചെറിയ പ്രബന്ധങ്ങളുടെ രൂപത്തിൽ വിമോചനത്തെ സംബന്ധിച്ച ആഖ്യാനങ്ങളുടെ അനേകം ഖണ്ഡങ്ങൾ നോവലിൽ ഉണ്ടെങ്കിലും). അസ്പൃശ്യരുടെ ഒരു പ്രതിനിധിയും നോവലിൽ ആഖ്യാതാവായോ ആഖ്യാതാവിന്റെ സൗഹൃദം പങ്കിടുന്നവരായോ ആ ആശയത്തിന്റെ സജീവ വാഹകരായോ നിലനില്ക്കുന്നില്ല. അഖണ്ഡവും സാമാന്യവുമാണ് ആഖ്യാനത്തിലെ വിഷയി. അംബേദ്കർ ഉന്നയിച്ച ജാതിയെ സംബന്ധിച്ച രാഷ്ട്രീയം നോവലിന്റെ ചരിത്രബോധത്തിൽ സമ്പൂർണമായി തമസ്കരിക്കപ്പെട്ടിരിക്കുന്നു.

ആഖ്യാന(മുഖ്യ) കർത്തൃത്വമായ ഗൗതമന്റെ അന്വേഷണത്തിന്റെ നിഗമനത്തിലും അതിനെ മാധ്യസ്ഥീകരിക്കുന്ന കലാബോധത്തിലും ഇതുണ്ട്. സാന്താളിന്റെ വാമൊഴി പാരമ്പര്യവും അവരുടെ മാതൃദേവതയും ദൈന്യമുല്പാദിപ്പിക്കുന്ന അപരങ്ങളാകുമ്പോൾ ഖജുരാഹോയും പ്രതിഷ്ഠയില്ലാത്ത മഹാക്ഷേത്രങ്ങളും ആഢ്യദേശീയപാരമ്പര്യത്തിന്റെ നിർമിതി സങ്കൽപങ്ങളുമായി ഒത്തുപോകുന്നു. ഭൂതകാലം / ആദിവാസി എന്നിവയെ അപരമാക്കി രൂപപ്പെടുന്ന ആധുനിക വിഷയിത്വമാണിത് (Prathima 2006: 67).

പ്രതിഷ്ഠയില്ലാത്ത മഹാക്ഷേത്രവും കൊണാർക്കിലെ കുതിരയും മറ്റും കലയും രാഷ്ട്രീയ പ്രതിരോധവും തമ്മിലുള്ള ഈ സംഘർഷത്തെ ബന്ധിപ്പിക്കാനുള്ള ശ്രമത്തിന്റെ സൂചകങ്ങളായാണ് വരുന്നത്. വസ്തുരതിയെ മറികടന്ന് കാലത്തെ ആവാഹിക്കുന്ന ശില്പിയുടെ പ്രതീകങ്ങൾ നോവലിലെ രാഷ്ട്ര- മാനവികതായുക്തിക്കകത്ത് ഉജ്ജ്വലമായ കലാഭാവനയുടെ നിർവഹണത്തെ പ്രതിനിധീകരിക്കുന്നുണ്ടെങ്കിലും ആ കലാഭാവന അടിസ്ഥാനപ്പെടുത്തിയിരിക്കുന്ന രൂപകങ്ങളുടെ രാഷ്ട്രീയം വിമോചനപരമല്ല തന്നെ. പ്രജ്ഞയെ കരുണയുമായി ദാർശനികമായും കലാബോധത്തെ കലാപ്രയോഗത്തിന്റെ അനുസ്യൂതിയുമായി സൗന്ദര്യാത്മകമായും ബന്ധിപ്പിക്കൽ നോവലിൽ ഗംഗയിലെ ഇക്കരയെ അക്കരയുമായി ബന്ധിപ്പിക്കലാണ്. ഇതിൽ ചരിത്രം ഇടനിലയായി പ്രവർത്തിക്കുകയും ചെയ്യുന്നു. രാഷ്ട്രചരിത്രത്തെ സൈന്ധവകാലത്തോളം കൊണ്ടുപോകുന്ന രാഷ്ട്രകേന്ദ്രിത ഭൂതകാലബോധം ശരിയായിരിക്കുകയും മറ്റെല്ലാതരം ഭൂതകാലവും ശൈഥില്യത്തിന്റെ പ്രതീകവുമാകുന്ന ഒരു കളത്തിനകത്താണ് ശില്പിയുടെ കല്പന പ്രവർത്തിക്കുന്നത്. മാനവികതാവാദത്തിന്റെ സമഗ്രതാസങ്കല്പം ചരിത്രപരമായി ഒരു കുതിപ്പാണെങ്കിലും അത്

സ്വയം അന്യവൽക്കരിക്കുന്ന മട്ടിൽ യഥാർഥ മനുഷ്യജീവിതത്തിനു മേലുള്ള അധികാരമായിത്തീരുമ്പോൾ മർദ്ദനപരമായി രൂപം മാറുന്നു. കലയിലൂടെ ഇന്ത്യ എന്ന രാഷ്ട്രത്തെ വിഭാവനം ചെയ്തത് കൊളോണിയൽ കാലഘട്ടത്തിൽ ആനന്ദകുമാരസ്വാമിയെപ്പോലുള്ള വരാണ്. രാഷ്ട്രത്തിലേക്കുള്ള വഴി കലയിലൂടെയാണ് എന്ന് അവർ ധരിച്ചു. "പ്രതിഷ്ഠയില്ലാത്ത മഹാക്ഷേത്ര"ത്തിലും രാഷ്ട്രത്തിന്റെ ഒരു പ്രതിഷ്ഠയുണ്ട്. അതുകൊണ്ടാണ് "മഹാ"ക്ഷേത്രമാകുന്നത്. ഗംഗയ്ക്കു കുറുകെ ബാരേജ് കെട്ടുന്ന രാഷ്ട്രനിർമാണ പ്രക്രിയയിലേർപ്പെട്ട ഗൗതമസങ്കല്പത്തിലെ ആധുനികതയുക്തിയുമായി സ്വപ്നത്തിന്റെ കേവല കലാകാരനായ ശില്പിക്ക് വിളക്കിച്ചേർന്നു നില്ക്കാൻ കഴിയുന്നത് അതുകൊണ്ടാണ്. ഗൗതമനിലാകട്ടെ പട്ടാളക്കാരന്റെ നിഴൽ ബാക്കിനില്ക്കുന്നുമുണ്ട് (അതിനെ വിമർശിക്കുമ്പോഴും).

സാന്താളിലെ അനേകം കൊച്ചുശില്പികളും ചിത്രരചയിതാക്കളും കല്പിക്കുന്ന യഥാർത്ഥത്തിൽ രാഷ്ട്രത്തിന്റെ പ്രതിഷ്ഠയില്ലാത്ത ഒരു പാതയുണ്ട്. നോവലിൽ അത് ദൃശ്യമല്ല. കാരണം അവരുടെ ചരിത്രത്തിന് സ്വയം കർത്തൃത്വമില്ല. ഗൗതമഭാവനയ്ക്ക് അത് അതാര്യമാണ്. അവരാകട്ടെ രാഷ്ട്രത്തിനുവേണ്ടി കെട്ടുന്ന പാലത്തിന്റെ ഭാഗമായി ഒഴിഞ്ഞുപോകേണ്ടിവരുന്നവരാണ്. നേരത്തെക്കൂട്ടി നിർമിക്കപ്പെട്ട രാഷ്ട്രത്തിനകത്ത് പ്രവേശിച്ചവരല്ല അവർ. നേരത്തെക്കൂട്ടി നിർമിച്ചുവെച്ച രാഷ്ട്രമെന്ന സങ്കല്പമാണ് അവരെ അന്യരും വിചിത്രരും ദയനീയരുമാക്കുന്നത്. രാഷ്ട്രത്തെ വിഭാവനം ചെയ്യുന്ന നോവലിൽ അവർ അന്യരാകുന്നതും അതുകൊണ്ടുതന്നെ.

രാഷ്ട്രീയ പ്രയോഗത്തിന് സാധ്യമാകുന്ന സംവർഗങ്ങളിൽനിന്ന് വ്യത്യസ്തമായി പാഠപുസ്തകപരവും പോസിറ്റീവിസ്റ്റിക്കായ ചരിത്രത്തിന് പറ്റുന്ന മട്ടിലും കീഴാളർ അവതരിപ്പിക്കപ്പെട്ടപ്പോഴാണ് വർത്തമാന രാഷ്ട്രീയ പ്രയോഗത്തിൽ നിന്ന് ആഖ്യാനം അകന്നുപോകുന്നത്. അതോടെ കേവല വ്യക്തിയും പരിഹാരമില്ലാത്ത പ്രതിസന്ധികളും എന്ന ദ്വന്ദ്വം രൂപപ്പെടുന്നു. ശുദ്ധവ്യക്തിയും അയാളുടെ മുമ്പിലെ ശൂന്യമായ സ്ഥലകാലങ്ങളിലെ പ്രശ്നങ്ങളുമായി ഇത് അവതരിപ്പിക്കപ്പെടുന്നു. ഈ സംവർഗങ്ങൾ പിന്നീടുള്ള ആനന്ദിന്റെ രചനകളിലെല്ലാം തുടർന്ന് വരികയും ചെയ്യുന്നു.

മരുഭൂമികൾ ഉണ്ടാകുന്നത്:.
സമഗ്രതയും സ്വത്വ പെരുക്കങ്ങളും

രംഭാഗഢ് സുരക്ഷാപദ്ധതിയിലെ നിഗൂഢമായ ഭാഗങ്ങളിൽ പണി ചെയ്യാനായി സിറ്റി ജയിലിൽ നിന്ന് അയച്ചിട്ടുള്ള തടവുകാരെ തിരിച്ചറിയുന്ന ലേബർ ഓഫീസറായ കുന്ദനെ മുൻനിർത്തിയാണ് *മരുഭൂമികൾ ഉണ്ടാകുന്നത്* എന്ന നോവൽ. കൊലപാതകം ചെയ്ത പശുപതി സിംഗിനെ വിട്ട് അതിന്റെ ശിക്ഷ അനുഭവിക്കുന്ന ജീവിയായി സർക്കാറിനെ തിരിച്ചറിയുന്നു. വേട്ടക്കാരൻ/ ഇര, ഹരിത ഭൂമി/ മരുഭൂമി തുടങ്ങിയ ദ്വന്ദ്വങ്ങൾ നോവലിലുണ്ട്. രംഭാഗഢ് കോട്ടയുടെ ചരിത്രത്തിലൂടെയും അത് കടന്നുപോകുന്നു. ഗ്രാമീണരുടെ ദൈന്യത്തിന്റെ വിശദമായ വിവരണമുണ്ട്. എന്നാൽ ഇത് ജാതി മർദ്ദനത്തിന്റെ വിശകലനത്തിലേക്ക് കടക്കുന്നില്ല. ഗ്രാമം , ഗ്രാമീണർ എന്ന ഭരണകൂട പദാവലികൾ മൂർത്തമായ ജാതി മർദ്ദനത്തെ അദൃശ്യമാക്കുന്നു. നഗരവും പട്ടണവും തമ്മിലുള്ള സംഘർഷമായി കാര്യങ്ങളെ ചുരുക്കുന്നു.

"ബ്രാഹ്മണനായി ജനിച്ച്, ബ്രാഹ്മണ്യത്തോട് പുച്ഛം തോന്നി, ശൂദ്രന്മാരുടെ മലിനമായ പാഡയിൽ ചെന്നു താമസിച്ച"യാളായി വാത്മീകി ചിത്രീകരിക്കപ്പെടുന്നുണ്ട് (മരു : 171). "സദാചാരികൾ അവരുടെ പാപങ്ങളെയൊക്കെ കാട്ടിൽ കൊണ്ടുവന്നു തള്ളി. ഒരു മര്യാദാപുരുഷോത്തമൻ അയാളുടെ ഭാര്യയെക്കൂടി. ആരും സ്വീകരിക്കാത്ത പാപങ്ങളും എല്ലാവരും കയ്യൊഴിയുന്ന ഭാരങ്ങളും അയാൾ പേറിക്കൊണ്ടേയിരുന്നു" എന്ന് വാഴ്ത്തപ്പെടുന്ന വാത്മീകി. ആളുകൾ സംസ്കാരത്തിന്റെ നേട്ടങ്ങൾ മാത്രമെടുക്കുകയും പാപം ഏറ്റെടുക്കാതിരിക്കുകയും ചെയ്യുന്ന കാലത്ത് പാപങ്ങൾ ഏറ്റെടുക്കുന്ന വാത്മീകിമാരെ അന്വേഷിക്കുന്നുണ്ട് ആഖ്യാനം.

ചരിത്രത്തിന്റെ പാപങ്ങളായി അത് അവതരിപ്പിക്കപ്പെടുന്നു. "തണുപ്പുകൊണ്ട് മരവിച്ച ആ രാത്രിയിൽ ഉറങ്ങിയ കെട്ടിടങ്ങളുടെ മരിച്ച ചുമരുകൾ ചാരി, തങ്ങളുടെ മുമ്പിലൂടെ കടന്നുപോകുന്ന ആ പരാജിതരായ മനുഷ്യരുടെ നിരയെ നോക്കി നിന്നപ്പോൾ, കുന്ദനും റൂത്തും തങ്ങൾക്കുള്ളിൽ കുടുങ്ങിക്കിടക്കുന്ന വീർപ്പുമുട്ടലുകളോരോന്നിനെയും തിരിച്ചറിയാൻ തുടങ്ങി. തങ്ങളുടെ മുമ്പിലൂടെ കടന്നുപോകുന്ന ചരിത്രം. ഒരു തീരത്തെ മുഴുവൻ കാർന്നു തിന്നുകൊണ്ടും മറുതീരത്തെ പടുത്തുയർത്തിക്കൊണ്ടും ഒഴുകുന്ന തങ്ങളുടെ സമകാലീന ചരിത്രം" (172). കാലത്തിലൂടെ ഒഴുകുന്ന ചരിത്രമാണ്

പ്രാഥമികം. അതിനകത്താണ് ദയനീയരായ ആളുകളെ പ്രതിഷ്ഠിക്കുന്നത്. അതുകൊണ്ടു തന്നെ ജനതയ്ക്കകത്തുള്ള അനുഭവങ്ങളുടെ പാപബോധമല്ല, ചരിത്രകാരനു തോന്നുന്ന പാപ പ്രതീതിയാണത്. അയാളാകട്ടെ, ഒരു ജനതയോടും ബന്ധമില്ലാതെ ചരിത്രത്തിന് പുറത്ത് ഏകാകിയായിരിക്കുകയാണ്. ചരിത്രപരമായ പാപബോധം ചരിത്രം വായിച്ചയാളുടെ പാപബോധമായി ചുരുങ്ങുന്നു. എങ്കിലും ഇതും കുറ്റബോധത്തിന്റെ സൗന്ദര്യശാസ്ത്രം എന്ന ആധുനികതയുടെ പ്രമേയത്തോടിണങ്ങി നില്ക്കുന്നു. വാത്മീകി എന്ന എഴുത്തുകാരനുമായാണ് അത് ബന്ധിപ്പിച്ചിരിക്കുന്നത് എന്നതിനാൽ അത് സൗന്ദര്യാത്മകവുമാണ്. ചരിത്രത്തിനകത്തിറങ്ങി ഏതെങ്കിലും വർഗവുമായി സ്വാത്മീകരിച്ച് സ്വത്വത്തെ ചിതറിക്കാൻ ഈ ദേശരാഷ്ട്ര ഛായയുള്ള കർത്തൃത്വം തയ്യാറാകുന്നില്ല.

കർത്തൃത്വം പലതായി ചിതറുന്നതിന്റെ ആധിയിലാണ് *മരുഭൂമികൾ ഉണ്ടാകുന്നത്* അവസാനിക്കുന്നത്. സമൂഹത്തിൽ പല വിഭാഗങ്ങൾ ഉണ്ടാകുന്നതും പല വിഭാഗങ്ങൾ വ്യത്യസ്തപ്രശ്നങ്ങൾ ഉന്നയിക്കുന്നതും ഭീഷണിയായി അനുഭവപ്പെടുന്നു. പൗരൻ -രാഷ്ട്രം എന്ന ഏക യുക്തിയെ നിഷേധിക്കുന്ന സാമൂഹ്യകർത്തൃത്വങ്ങളെല്ലാം ഭീഷണിയാണ്. സ്വാതന്ത്ര്യം എന്ന അമൂർത്തമായ ഏകപ്രശ്നത്തിനു പകരം ബഹുതലത്തിലുള്ള പ്രശ്നങ്ങൾ വരുന്നതാണ് സന്ദർഭം.

കുന്ദൻ മയക്കത്തിൽ ഭൂതരൂപത്തിൽ പ്രൊഫസർ വന്നു തന്നോടു കാര്യങ്ങൾ പറയുന്നതു കാണുന്നു. പി. വി. . എസ്. സി. എം അഥവാ പ്രിൻസിപ്പിൾ ഓഫ് വാനിഷിംഗ് സഫറിംഗ് ഓൺ കമ്പാരറ്റീവ് മെത്തേഡ് എന്നു പറയുന്ന പദ്ധതിയാണത്. പ്രശ്നങ്ങൾ സമൂഹത്തെ പല വിഭാഗങ്ങളായി വിഭജിക്കുന്നു. ഓരോ പ്രശ്നവും വഹിച്ചുകൊണ്ടു നീങ്ങുന്ന ഓരോ വിഭാഗവും. കൂടുതൽ പ്രശ്നങ്ങളുണ്ടെങ്കിൽ അത്രയും കൂടുതൽ വിഭാഗങ്ങൾ. ഓരോ വിഭാഗവും അതിനെ മറ്റുള്ളവയിൽ നിന്ന് ഇൻസുലേറ്റ് ചെയ്യുന്നു. മറ്റവയുമായി വഴക്കടിക്കുന്നു. പ്രശ്നങ്ങൾ കൂടുന്തോറും നീതിക്കുവേണ്ടി പൊതുവായ സമരത്തിനുള്ള ഭരണകൂടത്തിനെതിരെയുള്ള ഭീഷണിയുടെ സാധ്യത മങ്ങുന്നു. പ്രശ്നങ്ങളെ വേർതിരിച്ചു നിലനിർത്തുകയാണ് സ്റ്റേറ്റ് ചെയ്യേണ്ടത്. അവയെ ഒരുമിക്കാൻ അനുവദിക്കരുത്- ഇതാണ് പ്രൊഫസർ പറയുന്ന സിദ്ധാന്തത്തിന്റെ പൂർവപരികല്പന (ആക്സിയം).

താത്കാലികവും ദീർഘകാലികവുമെന്ന രണ്ടു തരം പരിഹാരങ്ങളിൽ താൽക്കാലിക പരിഹാരം എന്നാൽ ഒന്നും

പരിഹരിക്കാതിരിക്കലാണ്. സമൂഹത്തെ കഷണം കഷണമായി വിഭജിച്ചുകഴിഞ്ഞാൽ ഭരണകൂടത്തിന് കാര്യം എളുപ്പമാകുന്നു. ഓരോ വിഭാഗത്തിന്റെയും അവകാശങ്ങൾ അവയൊഴിച്ചുള്ള എല്ലാത്തിന്റെയുമായി മത്സരിക്കുന്നു എന്നതാണ് തത്ത്വം. "ഗിരിജനങ്ങളുടെ അവകാശം എന്ന വാദം വരുമ്പോൾ തൊഴിലാളികളുടെ അകാശം എന്ന വാദത്തെ മുന്നോട്ടുകൊണ്ടുവരിക. അതു സ്വയം തകരും. തൊഴിലാളികളുടെ അവകാശം അഥവാ സ്ത്രീകളുടെ അവകാശം എന്ന വാദം വരുമ്പോൾ ന്യൂനപക്ഷങ്ങളുടെ അവകാശത്തെ മുമ്പിൽ കൊണ്ടുവരിക. ശ്രദ്ധാപൂർവം ഓരോ പ്രശ്നത്തെയും എടുത്ത് തക്കതായ സ്ഥാനത്തു വച്ചിട്ട് ഒഴിഞ്ഞുനിന്നുകൊള്ളുക. അവയോടു ബന്ധപ്പെട്ട യാതനകൾ ഒരു നിമിഷം കൊണ്ട് ആവിയായിപ്പോകുന്നതു കണ്ട് നിങ്ങൾ അത്ഭുതപ്പെടും. ആവിയായിപ്പോകുന്നതു മാത്രമല്ല, ആ യാതനകൾ ആസ്വദനീയമായിത്തീരുന്നതോ ലഹരി നിറഞ്ഞ അനുഭവമായിത്തീരുന്നതോ കൂടി നിങ്ങൾക്കു കാണാം. ആർത്തുല്ലസിച്ച് ചെണ്ടകൾ കൊട്ടി, മറ്റുള്ളവരുടെ പുരകൾക്ക് തീവെച്ച് അവർ നൃത്തം ചെയ്യുന്നതു കാണാം" (222).

ആഖ്യാനം ഭയപ്പെടുന്നത് സ്വത്വത്തിലെ പെരുക്കങ്ങളെയാണ്. സാധാരണ ജീവിതത്തിലെ സാധാരണമായ ബന്ധങ്ങളിലൂടെ രൂപപ്പെടുന്ന കർത്തൃത്വങ്ങളെ. ഇതു കൂടുതൽ വ്യക്തമാകുന്നതാണ് നോവലിന്റെ അന്ത്യം. പാലിനുള്ള ക്യൂവിൽ കുത്തിക്കയറുന്നവർ തമ്മിലുള്ള ലഹളയെ മുൻനിർത്തിയുള്ള ആലോചനയാണത്. "കുത്തിക്കയറാൻ ശ്രമിച്ചവന്റെ പിന്നിൽ നിന്നവൻ അവന്റെ അവകാശങ്ങൾക്കു വേണ്ടിയാണ് പ്രതിഷേധിച്ചത്. ഒരു കൊച്ചുവിപ്ലവകാരിയാണ് അവൻ. പക്ഷേ അയാളുടെ കണ്ണുകൾ ബൂത്തിന്റെ കൗണ്ടറിൽ മാത്രമായിരുന്നു. അയാളുടെ ഉള്ളിൽ മുഴുവൻ പാൽ മാത്രമായിരുന്നു. ജീവിതത്തിലെ നൂറു നൂറു പ്രശ്നങ്ങൾ, എന്തിന് വീട്ടിൽത്തന്നെ മടങ്ങിച്ചെല്ലുമ്പോൾ അഭിമുഖീകരിക്കേണ്ടിവരുന്ന വെള്ളത്തിന്റെയും ഗ്യാസിന്റെയും പച്ചക്കറിയുടെയും അരിയുടെയും സമസ്യകൾ അയാൾ ആ സമയത്തു മറന്നു കഴിഞ്ഞിരുന്നു. ഒരു വെറും പാലിന്റെ അനുയായി ആയാണ് അയാൾ തന്റെ ഖഡ്ഗം ഉയർത്തിയത്. ഒരു വെറും "തൽക്കാല-മനുഷ്യ" നായി. തന്റെ ഭാര്യയുടെയും കുട്ടികളുടെയും പ്രശ്നങ്ങൾക്കുവേണ്ടി തന്റെ അയൽക്കാരനും സഹപ്രവർത്തകനും സഹജീവിയും അനുഭവിക്കുന്ന അനീതിയുടെ പേരിൽ, അയാൾ വാളൂരുമോ? മിൽക്ക് ബൂത്തിലെ വിപ്ലവം മിൽക്ക് ബൂത്തിൽ മാത്രം കെട്ടിക്കിടക്കുമോ?" (264).

വിവിധ ജനവിഭാഗങ്ങളുടെ അവകാശസമരത്തെ ക്യൂവിൽ പാലിനുവേണ്ടിയുള്ള താത്കാലികമായ തിരക്കുകൂട്ടലുമായി യോജിപ്പിക്കുന്നതിലൂടെ സ്വാതന്ത്ര്യത്തിന്റെ അനേകം മാനങ്ങളെക്കുറിച്ചുള്ള സങ്കല്പത്തെ ലഘൂകരിക്കുകയാണ്. മറ്റുള്ളവരോട് ഐക്യപ്പെടേണ്ട അടിസ്ഥാന ചോദനയെക്കുറിച്ച് നിസ്വാർത്ഥത, ദാർശനിക ജാഗ്രത എന്നീ കല്പനകൾക്കപ്പുറം നോവലിന് വ്യക്തതയുമില്ല.

കലയെ സംബന്ധിച്ചിടത്തോളം നിഷേധാത്മകമായ നിർവചനവും നോവലിലുണ്ട്. കല പ്രതിരോധമാണെന്ന സങ്കല്പത്തിന് വിരുദ്ധമായ ഒരു കാഴ്ചപ്പാട് പ്രൊഫസറിലൂടെ നോവലിൽ കൊണ്ടുവരുന്നുണ്ട്. ഒരു സമൂഹം ഒരു കാലത്ത് പിന്തുടരുന്ന സംഗീതവും നൃത്തവും അതിന്റെ ആ കാലത്തെ സാംസ്കാരികമായ അധഃപതനത്തിന്റെയും ജീർണതയുടെയും അധർമത്തെ ഉൾക്കൊള്ളുവാനുള്ള കഴിവിന്റെയും അളവാ" ണെന്ന് പ്രൊഫസർ വിശദീകരിക്കുന്നുണ്ട്. ഈ പ്രൊഫസറാകട്ടെ സർക്കാറിന്റെ ഉപദേശിയായി പിന്നീട് മാറുകയുമാണ്. അദ്ദേഹമാണ് വിഭജനബോധമുണ്ടാക്കുന്ന ഭീതിയെക്കുറിച്ച് പറയുന്നത്.

ഗോവർദ്ധനന്റെ യാത്രകൾ:
രാഷ്ട്രീയ സ്വത്വവും കലാ സ്വത്വം

*മരുഭൂമികളുണ്ടാകുന്നതി*ലെ പ്രമേയത്തിന്റെ തുടർച്ചയാണ് *ഗോവർധന്റെ യാത്രക*ളെന്നു പറയാം. ചരിത്രത്തിലുടനീളം അന്വേഷിക്കപ്പെടുന്ന സുലൈമാന്മാരാണതിവുള്ളത്. അധികാരമുള്ള മറ്റൊരാളിന്റെ കുറ്റം സ്വയം ഏറ്റെടുക്കുന്ന ചരിത്രത്തിലുടനീളമുള്ള ഗോവർധന്മരെ അന്വേഷിക്കുകയാണ് നോവൽ. വിശാലമായ അർത്ഥത്തിൽ ലിംബാളെ പറയുന്ന ദളിതനാണ് ഗോവർധൻ. ചരിത്രത്തിൽ എപ്പോഴും വലിയവർക്കു വേണ്ടി കുറ്റമേൽക്കേണ്ടിവരുന്ന ചെറിയവരുടെ പ്രതിനിധി.

സുൽത്താന്മാരുടെ കാലത്തിൽ തുടങ്ങി മുഗൾ ഭരണകാലത്തേക്കും ശിപായി ലഹളയിലേക്കും ഉപനിഷദ് സന്ദർഭങ്ങളിലേക്കും ഒക്കെ സഞ്ചരിക്കുന്ന നോവലിന് ഘടനാപരമായ അക്രമങ്ങളെ കാണാൻ കഴിയാതെ പോകുന്നുണ്ട്. ജാതി ഇത്തരത്തിൽ കാണാതെ പോകുന്ന കാര്യങ്ങളിൽ പ്രധാനപ്പെട്ടതാണ്. സുൽത്താന്റെ അക്രമണത്തിൽ പിടിക്കപ്പെടുന്ന അടിമയായ ബാലനായാണ് ഗോവർധൻ തുടക്കത്തിൽ അവതരിപ്പിക്കപ്പെടുന്നത്. ഹിന്ദുവിനെ ഇന്ത്യയുമായി തുല്യപ്പെടുത്തുന്ന പരാമർശത്തിനു ശേഷമാണ് സുൽത്താന്റെ ആക്രമണത്തെക്കുറിച്ച് പറയുന്നത്. ഹിന്ദുക്കൾ എന്ന ഓറിയന്റലിസ്റ്റ് കാഴ്ച

മലയാളത്തിൽ സാമാന്യമായ പേരായി അവതരിപ്പിക്കുമ്പോൾ രാഷ്ട്ര യുക്തിയുമായി അതൊരു പ്രത്യയശാസ്ത്രബന്ധം സ്ഥാപിക്കുന്നുണ്ട്. "പാശ്ചാത്യർ ഗണിതത്തെ ക്ഷേത്രഗണിതത്തിലേക്ക് കൊണ്ടുപോയപ്പോൾ, ഹിന്ദുക്കൾ ബീജഗണിതത്തിൽ വ്യവഹരിച്ചുകൊണ്ടിരുന്നു. യവനരുടെ മനസ്സിന് മൂർത്തമായതിനെ മാത്രമേ സങ്കല്പിക്കുവാൻ കഴിയുമായിരുന്നുള്ളൂ" (ഗോ.യാ :16).

ഇത് വേറൊരു ഭാഗവുമായി ചേർത്തുവെക്കുമ്പോൾ കിട്ടുന്ന അർത്ഥം മറ്റൊന്നാണ്. "അലിയെയും ഗോവർധനെയും ചേട്ടനുമനിയനുമാക്കിത്തീർത്ത അവരുടെ അച്ഛനമ്മമാരെയോ, കുടുംബത്തെയോ പറ്റി അവർക്കിരുവർക്കും ഓർമ നശിച്ചിരുന്നു. ഓരോ ആക്രമണത്തിനും ശേഷം അടിമകളെ പിടിച്ച് തെളിച്ചു കൊണ്ടുപോയിരുന്ന സുൽത്താന്മാർ ഹിന്ദുക്കളെ കൊല്ലുന്നത് എന്ന അർത്ഥത്തിൽ വിളിച്ച ഹിന്ദുക്കുഷ് മലയിടുക്കുകൾ കൊല്ലുക മാത്രമല്ല ചെയ്തത്, ജീവിക്കുവാൻ സാധിച്ചവരിൽ നിന്ന് ഭൂതകാലം ചോർത്തിക്കളയുക കൂടിയായിരുന്നു" (26-27). ഇന്ത്യ എന്ന ഭൂപടബോധവും ചരിത്രവും ചേരുമ്പോൾ നോവലിന്റെ അടിസ്ഥാന പ്രമേയത്തെ അട്ടിമറിക്കുന്ന മട്ടിലുള്ള ഒരപരത്വം അബോധമായി വന്നുചേരുകയാണ്. ഈ അതിർത്തി ബോധത്തിന്റെ ആഖ്യാനമില്ലാതെ നില്ക്കാവുന്നതായിരുന്നു *ഗോവർധന്റെ യാത്രകൾ* എന്ന നോവൽ. മുസ്ലിം ആക്രമണ കാലമാണ് ഗോവർധന്റെ നിർമിതിയുടെ ആദ്യഘട്ടം. ജാതി വ്യവസ്ഥയിലേക്കോ ഏകലവ്യനിലേക്കോ ശംബൂകനിലേക്കോ തുടങ്ങുന്നതിനു പകരം സുൽത്താൻ ഭരണകാലത്ത് തുടങ്ങിയത് നോവലിന്റെ കാലബോധം തന്നെ സവിശേഷ പ്രത്യയശാസ്ത്രത്തിനകത്തു വെച്ചാണ് രൂപപ്പെടുന്നത് എന്നാണ് കാണിക്കുന്നത്. ഏതു കാലത്തെയാണ് എടുക്കേണ്ടത് എന്നതിൽ ഏതാണ് ഒഴിവാക്കേണ്ടത് എന്നതിൽ, പ്രത്യയശാസ്ത്രം പ്രവർത്തിക്കുന്നു എന്നാണ് ഇത് കാണിക്കുന്നത്.

കൊളോണിയൽ കാലത്ത് തള്ളവിരൽ മുറിച്ച നെയ്ത്തുകാരുടെ ഗ്രാമത്തെപ്പറ്റി പറയുമ്പോഴും അതിനെ ഏകലവ്യനിലേക്ക് ബന്ധിപ്പിക്കുന്നില്ല. പകരം അലി ദോസ്തിന്റെ ആറാം വിരലിലേക്കാണ് കടക്കുന്നത്. ഗ്രാമത്തെ ഒരു ഏകതയായാണ് ചിത്രീകരിക്കുന്നത്. അതിനെ ജാതി ഘടനയുമായി ബന്ധിപ്പിച്ച് ആഖ്യാനം കാണുന്നതേയില്ല. യഥാർഥത്തിൽ ഇന്ത്യൻ ഗ്രാമഘടന തന്നെ ജാതിവ്യവസ്ഥയുമായി അഭേദ്യമായി ബന്ധപ്പെട്ടാണിരിക്കുന്നത്. ഇതിനെ ഇത്തരത്തിൽ കാണുന്നതിനു പകരം ഗ്രാമം എന്ന രാഷ്ട്രത്തിന്റെ ഭാഷയാണ്

ഉപയോഗിക്കപ്പെടുന്നത്. എന്നാൽ ഗാന്ധിയൻ രീതിയിലോ മാർക്സിയൻ രീതിയിലോ ഉള്ള കർഷക ഗ്രാമമായി അത് വിശകലനത്തിൽ മാറുന്നുമില്ല. ഗ്രാമം എന്ന സങ്കല്പത്തിന്റെ സനാതനത്വം നിലനില്ക്കുന്നതിന്റെ പ്രത്യയശാസ്ത്ര ആസ്പദങ്ങൾ ആഖ്യാനത്തിന് വ്യക്തമല്ലാത്തതിനാലാണ് കാലാതീതത്ത്വത്തിന്റെ അതിഭൗതികതയായി അത് വിവരിക്കപ്പെടുന്നത്. ജാതിയുൾപ്പെടെ ദേശരാഷ്ട്ര ഈഗോവിനെ ശിഥിലമാക്കുന്ന ഏതു വിശകലന കർതൃത്വത്തെയും ആഖ്യാനം ചെറുക്കുകയാണ് ചെയ്യുന്നത്.

ബ്രാഹ്മണനും പറയനും തമ്മിൽ കണ്ടുമുട്ടുന്ന രംഗമുണ്ട് നോവലിൽ. ശങ്കരനും പൊട്ടനും തമ്മിലുള്ള കൂട്ടിമുട്ടലിനെ സംബന്ധിച്ചുള്ള പൊട്ടൻ തെയ്യത്തിലേതിന് സമാനമായ പ്രമേയമാണ് ഇവിടെ കടന്നുവരുന്നത്. പറയനെ ആചാര്യൻ കാത്തിരിക്കുന്നുണ്ടെങ്കിലും പറയൻ വരുന്നില്ല. പകരം കണക്കെഴുത്തുകാരനായ രാമചന്ദ്രൻ വന്ന് പറയൻ വരില്ലെന്ന് ആചാര്യനോട് പറയുകയാണ് ചെയ്യുന്നത്.

സ്ത്രീത്വത്തെ സംബന്ധിച്ച ഉദാരവാദങ്ങളെ സ്വാംശീകരിക്കുന്നുണ്ട് ആഖ്യാനം. സതിയുടെ പേരിലുള്ള ബലിയെയും വേശ്യാത്വത്തിന്റെ പേരിലുള്ള കല്ലെറിഞ്ഞുകൊല്ലലിനെയും കൊളോണിയൽ യുക്തിയിൽ നോക്കിക്കാണുന്നു. കാളിദാസന്റെ സൗന്ദര്യബോധത്തെ സ്ത്രീപക്ഷത്തുനിന്ന് നോവൽ അപനിർമിക്കുക തന്നെ ചെയ്യുന്നുണ്ട്.

പട്ടാളക്കാരനായ അലിദോസ്തും കൊളോണിയൽ കാലത്തെ നായാട്ടു കാരനായ ബട്‌ലറും ദേശരാഷ്ട്രയുക്തിയെ സ്വാംശീകരിച്ച കർതൃത്വങ്ങളുമാണ്. അവരുടെ തിരിച്ചറിവുകൾ ആനന്ദിന്റെ മറ്റുനോവലുകളിലെ ദേശരാഷ്ട്ര ആഖ്യാന യുക്തിയോട് ഒത്തുപോകുന്നതുമാണ്. ബട്‌ലറെ പ്രകൃത്യാനായാട്ടുകാരൻ എന്നാണ് വിശേഷിപ്പിക്കുന്നത്. നായാട്ട് എന്ന കൊളോണിയൽ അക്രമം വ്യക്തിയുടെ പ്രകൃതിയായി കല്പിക്കപ്പെട്ടിരിക്കുന്നു. രാഷ്ട്ര ദൃഷ്ടിയെ അപനിർമിക്കുന്നതിലുള്ള പരാജയമാണിത്.

നീതിബോധത്തിന്റെയും കലാബോധത്തിന്റെയും പക്ഷത്തുനിന്ന് കേവലയുക്തിയോടും കേവലജ്ഞാനത്തോടുമുള്ള വിമർശനം നോവൽ ഉയർത്തുന്നുണ്ട്. കെപ്ലറിലൂടെയും അപ്പൊലോണിയസിലൂടെയും ദേശാതിർത്തികൾ ലംഘിക്കുമ്പോഴും ത്യാഗരാജനിലൂടെയും ഗാലിബിലൂടെയും സൂഫിസത്തിലൂടെയും മറ്റും ഉയർത്തപ്പെടുന്ന ഈ പ്രതിബോധങ്ങളെല്ലാം രാഷ്ട്രത്തിന്റെ അതിർത്തികൾക്കകത്താണെന്ന പ്രതീതിയാണുണ്ടാക്കുന്നത്.

ആർ.സി.ദത്തിന്റെ *ഇക്കണോമിക് ഹിസ്റ്ററി ഓഫ് ഇന്ത്യ* എന്ന ആധുനിക ഇന്ത്യൻ ദേശീയവാദത്തിന്റെ അടിത്തറയായ ഗ്രന്ഥത്തിൽ നിന്ന് ആരംഭിക്കുന്ന *വ്യാസനും വിഘ്നേശ്വരനും* കൊളോണിയൽകാലത്ത് വിരൽ മുറിക്കപ്പെട്ട നാടൻനെയ്ത്തുകാരിലേക്കും അതിൽ നിന്ന് വിരൽ ഛേദിക്കപ്പെട്ട ഏകലവ്യനിലേക്കും അതിലൂടെ നിഷാദപുരാണം എന്ന കൃതിയിലേക്കും തുടർന്ന് രണ്ടാംഭാഗത്ത് ബുദ്ധകാലഘട്ടത്തിലെ ആമ്രമപാലിയെക്കുറിച്ച് വർധമാനൻ എഴുതിയ "നഗരവധു" എന്ന അപൂർണമായ നാടകത്തിലേക്കും കടക്കുന്നു. കലാഭാവനയെയും രാഷ്ട്രീയ ഭാവനയെയും യോജിപ്പിക്കുന്നതിനുള്ള ശ്രമത്തിൽ ഒരു കുതിപ്പുകൂടി ഈ നോവൽ നടത്തുന്നുണ്ട്. നീതിബോധവും സ്വപ്നാത്മകതയും തമ്മിൽ ബന്ധിപ്പിക്കാനുള്ള ഗംഭീരമായ ശ്രമമാണത്.

തീവണ്ടിയിൽവെച്ച് ആഖ്യാതാവ് പരിചയപ്പെടുന്ന എഴുത്തുകാരനായ വർധമാനൻ യഥാർഥത്തിൽ കമ്മ്യൂണിസ്റ്റ് വിപ്ലവകാരിയാണ്. "മിസ്റ്റർ നിങ്ങൾക്കറിയില്ല. നിങ്ങളുടെ സഹയാത്രികൻ ഒരു ക്രിമിനലാണ്. മാസങ്ങളായി ഞങ്ങളുടെ വലയിൽ നിന്ന് രക്ഷപ്പെട്ട് ഒളിച്ചു നടക്കുന്നയാൾ. പല കേസുകളിലെയും പ്രതി. വിപ്ലവകാരി. തീവ്രാദി കമ്മ്യൂണിസ്റ്റ്" എന്ന് പോലീസ് നേരിട്ടുതന്നെ ആഖ്യാതാവിനോട് വർധമാനന്റെ ആദ്യയാത്രയിലെ തീവണ്ടിയിൽ നിന്നുള്ള തിരോധാനഘട്ടത്തിൽ ഇതു പറയുന്നുണ്ട്.

പട്ടാളത്തിൽനിന്ന് തിരിച്ചെത്തിയ ആഖ്യാതാവ് രണ്ടു യാത്രകൾക്കിടയിലെ കാലത്ത് (1966-ലും 1975-ലും) എന്താണ് രാഷ്ട്രീയത്തിൽ സംഭവിച്ചതെന്നു പറയുന്നുണ്ട്. "നാലുകൊല്ലത്തിനു ശേഷം പട്ടാളത്തിൽനിന്ന് പിരിഞ്ഞ്, ഞാൻ എന്റെ പഴയ പണിയിൽ മടങ്ങിയെത്തിയപ്പോഴേക്കും സംഗതികൾ ആകെ മാറിക്കഴിഞ്ഞിരുന്നു. ചന്ദ്രനിൽ മനുഷ്യൻ ഇറങ്ങി. ചെക്കോസ്ലോവാക്യയിലെ ജനകീയ വിക്ഷോഭത്തിന്റെ മീതേക്കൂടി റഷ്യൻ ടാങ്കുകൾ നീങ്ങി. നാടിനെ ഭരിച്ചിരുന്ന കക്ഷി രണ്ടായി പിളർന്നു. ഞാൻ പട്ടാളത്തിൽ ചേർന്നിരുന്ന സമയത്ത് കുമ്പിട്ടുക മാത്രം ചെയ്തിരുന്ന വിപ്ലവപ്രസ്ഥാനം കിഴക്കൻ പ്രദേശത്തെ മുഴുവൻ ഗ്രസിച്ചു കഴിഞ്ഞിരുന്നു" (വ്യാ : 80). നക്സലിസ്റ്റ് പ്രസ്ഥാനത്തിന്റെ സൂചനകളാണിത്.

വർധമാനൻ എന്ന വിപ്ലവകാരിയിലൂടെ കമ്മ്യൂണിസത്തിന്റെ മാത്രമല്ല ആധുനികവിമോചന സങ്കല്പത്തിന്റെ തന്നെ പൊളിച്ചെഴുത്തിന്റെ സന്ദർഭമാണ് അവതരിപ്പിക്കുന്നത്, ഇന്ത്യൻ ദേശീയതയ്ക്കു

സംഭവിക്കുന്ന പരിണാമത്തിന്റെയും ഘട്ടമാണത്. "കുറച്ചു ദിവസങ്ങൾക്കുശേഷം ഞാൻ വീണ്ടും വായിച്ചു. ഇന്ദിരാഗാന്ധി വെടിയേറ്റു മരിച്ചുവെന്നും അവരുടെ മകൻ രാജീവ് ഗാന്ധി സിംഹാസനാരോഹണം ചെയ്തുവെന്നും പിന്നീട് സോവിയറ്റ് യൂണിയൻ പിരിച്ചുവിടപ്പെട്ടുവെന്നും കമ്യൂണിസം എല്ലായിടത്തുനിന്നും ബഹിഷ്കൃതമായെന്നും. പിന്നെ പിന്നെ ഞാൻ വായിച്ച വാർത്തകൾ എനിക്കു തന്നെ വിശ്വസിക്കാനായില്ല. ഇന്ത്യയിലെയും ലോകത്തിലെയും പ്രത്യയശാസ്ത്രങ്ങൾ കാറ്റിൽ പറത്തിക്കളഞ്ഞ് മതങ്ങളും ജാതികളും വംശങ്ങളും വിവിധ ഭാഷകൾ സംസാരിക്കുന്നവരും പരസ്പരം കലാപങ്ങളും യുദ്ധങ്ങളും അഴിച്ചുവിടുന്നു" (87). ഈ നൂറ്റാണ്ടിന്റെ തുടക്കത്തിൽ രൂപപ്പെട്ട അഖണ്ഡമായ ദേശീയസ്വത്വത്തിന് സംഭവിക്കുന്ന ശൈഥില്യമാണ് ഇവിടെ ഭീഷണമായ അനുഭവമായി മാറുന്നത്. ദക്ഷിണേന്ത്യയിലെ പ്രാദേശിക കക്ഷികളുടെയും ഉത്തരേന്ത്യയിലെ ദളിത-പിന്നോക്ക രാഷ്ട്രീയത്തിന്റെയും ഉയിർത്തെഴുന്നേല്പിന്റെയും കാലമായിരുന്നു യഥാർഥത്തിൽ അത്. വർധമാനനും സുഹൃത്തുക്കളും തമ്മിൽ വരുന്ന അകലമായാണ് ഇത് ആഖ്യാനം ചെയ്യപ്പെടുന്നത്. എന്റെ സഹപ്രവർത്തകർ എന്നോട് സംസാരിക്കാതായി. അവർ എന്നെ അവരുടെ യോഗങ്ങളിൽനിന്ന് അകറ്റി നിർത്തുവാൻ തുടങ്ങി. അവർക്ക് പറയുവാനുണ്ടായിരുന്നത് കിഴക്കും പടിഞ്ഞാറും തെക്കും വടക്കും പടർന്നുപിടിച്ചുകൊണ്ടിരുന്ന വിപ്ലവത്തിന്റെയും അധഃസ്ഥിതരുടെ മോചനത്തിന്റെയും പ്രത്യാശ നിറഞ്ഞ കഥകളാണ്. ഞാൻ കൂടി ഭാഗമായിരുന്ന ഒരു പ്രസ്ഥാനം ജാതി-മത-ഭാഷാ-വംശ ഭേദമില്ലാതെ നീതിനിഷേധിക്കപ്പെട്ട ഏവന്റെയും അഭിലാഷങ്ങളുടെ പതാകകളുമായി സുന്ദരമായ ഒരു നാളേയിലേക്ക് അടിവെച്ചടിവെച്ച് നീങ്ങിക്കൊണ്ടിരിക്കുന്നതായി പ്രാകാശം നിറഞ്ഞ കണ്ണുകളുമായി അവർ സംസാരിച്ചപ്പോൾ ആർത്തിയോടെ ഞാൻ നോക്കിയിരുന്നു. അതേ സമയം എന്റെ ഉള്ളിലെ പാതാളംപോലെ വലിയ വങ്ക് എന്നെ ശബ്ദമില്ലാതെ കരയിക്കുകയും ചെയ്തു" (88)

ഈ കേന്ദ്രീകൃത ഈഗോയും അതിന്റെ ശിഥിലരൂപങ്ങളും തമ്മിലുള്ള മുഖാമുഖം സംഘർഷാത്മകമാണ്. "എന്റെ സഹപ്രവർത്തകർ ആദ്യം എന്നെ ഒരു പ്രതിവിപ്ലവകാരിയായി മുദ്രകുത്തി. പിന്നീട് മാനസികരോഗിയായി വിധിച്ചു. ഒടുവിൽ എന്നെ ആസ്പത്രിയിലെത്തിച്ചു. മരുന്നും ഷോക്കും മർദ്ദനവും മധുരവചനങ്ങളുമായി മാസങ്ങളും വർഷങ്ങളും പോയി."

കമ്മ്യൂണിസ്റ്റ് പ്രസ്ഥാനത്തിന്റെ സ്വപ്നനഷ്ടം അതിന്റെ തന്നെ രോഗാവസ്ഥയായി കാണപ്പെടുന്നു. "നാളെയുടെ ആശയെന്ന് വാഴ്ത്തപ്പെട്ട ഞങ്ങളുടെ പ്രസ്ഥാനം ഒരുപാട് ചോരയും വാക്കുകളും വിസർജ്ജിച്ച് കോച്ചി വലിക്കുന്നത് ഞാൻ കാണുന്നു"

അടിയന്തിരാവസ്ഥയ്ക്കു തൊട്ടുമുമ്പ് ജെ. പി. പ്രസ്ഥാനം മുന്നോട്ടുവെച്ച സ്വപ്നങ്ങളുടെ സൂചനയും അടിയന്തിരാവസ്ഥ അതിനെ എങ്ങനെ ഇല്ലാതാക്കി എന്ന നിരീക്ഷണവും വർധമാനന്റെ വാക്കുകളിലുണ്ട്. "ഇരുട്ടായി മാത്രം കാണാവുന്ന പുറത്തെ ലോകത്തിൽ ഈ രാജ്യത്തെ ജനത രണ്ടാമതൊരു സ്വാതന്ത്ര്യസമരത്തിന്റെ മുദ്രാവാക്യങ്ങളുമായി പുതിയ ചില സ്വപ്നങ്ങൾ മെനയുവാൻ ശ്രമിക്കുകയായിരുന്നുവെന്ന് ഞങ്ങൾ അറിഞ്ഞിരുന്നു. എന്നാൽ അതിന്റെ മീതെ വർത്തമാനത്തിന്റെ ക്രോധം കാർത്തേജിന്റെയോ ലിഡിസിന്റെയോ തിബത്തിന്റെയോ മീതെ എന്നപോലെ പടരുവാൻ പോകുകയാണെന്ന് ഞങ്ങൾ അറിഞ്ഞിരുന്നില്ല" (91).

സ്വത്വത്തിന്റെ ബഹുലതയെക്കുറിച്ചുള്ള ഈ ആശങ്ക രാഷ്ട്രബദ്ധമായ, രാഷ്ട്രത്തെ ഏകതയായി സ്വാംശീകരിച്ച സ്വത്വത്തിന്റേതാണ്. ദൈനംദിനജീവിതത്തിന്റെ ചരിത്രത്തിലേക്ക് കടന്നുചെല്ലാത്ത ചരിത്രശാസ്ത്രത്തിന്റെ അന്യവൽക്കരണത്തിൽ നിന്നു രൂപപ്പെടുന്നതുമാണിത്. രണജിത് ഗുഹ *ഹിസ്റ്ററി ആന്റ് ലിമിറ്റ്സ് ഓഫ് വേൾഡ് ഹിസ്റ്ററി*യിൽ ഇക്കാര്യം സൂചിപ്പിച്ചിട്ടുണ്ട്.

വസ്തുനിഷ്ഠവും ആത്മനിഷ്ഠവുമായ കാലങ്ങൾ തമ്മിലുള്ള ബന്ധസംഘർഷങ്ങൾ രാഷ്ട്രീയവും കലയും തമ്മിലുള്ള ബന്ധസംഘർഷങ്ങളാണ്. ആഖ്യാതാവിന്റെ വർധമാനനോടുള്ള സംഭാഷണത്തിൽ ഇതു കാണാം. "നമ്മുടെ കാലത്തിൽ ജീവിക്കുക എന്നതിലെ ആശ്വാസം എപ്പോഴും പഴയ കാലത്തിനോടുള്ള കൗതുകത്തോടൊപ്പം നമ്മിൽ നിലനില്ക്കുന്നു. ഓരോ യാത്രയിലും തിരിച്ചുവരുവാനുള്ള വഴി ഉറപ്പിക്കുവാൻ നാം വ്യഗ്രരാകുന്നു. ഭൂതത്തിൽ നമ്മൾ ഏകരാണ്. നമ്മളും നിഴലുകൾ മാത്രമായ മൃതരായ മനുഷ്യരുമാണ് അവിടെയുള്ളത്. എത്രയും സംഘടിതമായ ഒരു പ്രസ്ഥാനത്തിന്റെ കൂടെയാണ് നമ്മളെങ്കിലും ഭാവിയിലേക്കുള്ള സ്വപ്നയാത്രകളിലും ഇല്ലേ ഇതുപോലൊരു അവസ്ഥ എന്നു ഞാനത്ഭുതപ്പെടുന്നു. അവിടേയും നമ്മൾ ഒറ്റയ്ക്കു തന്നെയല്ലേ" (83). കലാഭാവനയുടെയും രാഷ്ട്രീയഭാവനയുടെയും അതിർവരമ്പുകൾ നേർത്തതാണെന്നു വരുന്നു.

ഭാവിയെക്കൂടി ചേർത്ത് വർത്തമാനത്തെക്കാണുന്ന വിപ്ലവകാരിയുടെ മനസ്സും വർത്തമാനത്തെ വ്യക്തിയുടെ സ്വപ്നമുൾച്ചേരാത്ത കേവലമായ വസ്തുനിഷ്ഠതയായി കാണുന്ന യാന്ത്രിക വീക്ഷണവും തമ്മിലുള്ള സംഘർഷമാണ് വർധമാനനും സഹപ്രവർത്തകരും തമ്മിലുള്ളത്. ഭാവനയാണ് അയാളുടെ രോഗം. ആ രോഗം വർത്തമാന യാഥാർഥ്യത്തെ അക്കാലത്തിൽവെച്ചുമാത്രം കാണുന്ന സഹപ്രവർത്തകരിൽനിന്നും അയാളെ ഒറ്റപ്പെടുത്തുന്നു. "എന്റെ സഹപ്രവർത്തകർ ആദ്യം എന്നെ ഒരു പ്രതിവിപ്ലവകാരിയായി മുദ്ര കുത്തി. പിന്നീട് മാനസികരോഗിയായി വിധിച്ചു. ഒടുവിൽ അവർ എന്നെ ആസ്പത്രിയിലെത്തിച്ചു. മരുന്നും ഷോക്കും മർദ്ദനവും മധുരവചനങ്ങളുമായി മാസങ്ങളും വർഷങ്ങളും പോയി. ഇതാ, ഇന്നെല ഒരു മാസത്തെ അവധിക്കുശേഷം എന്നെ ഡോക്ടർമാർ രണ്ടാമതും പരിശോധിച്ചു. അവർ എന്നോടു പറഞ്ഞു. എന്റെ വിഭ്രമാവസ്ഥ എന്നെ നിശ്ശേഷം വിട്ടുപോയിരിക്കുന്നുവെന്നും ഞാൻ ഇനി വരുവാൻ പോകുന്നതിനെപ്പറ്റിയുള്ള എന്റെ മനസ്സിന്റെ ആശങ്കകളോ ഭാവനകളോ സ്വപ്നങ്ങളോ പത്രങ്ങളിൽ കാണുകയില്ലെന്നും അന്നന്നു നടക്കുന്ന സംഭവങ്ങളെക്കുറിച്ചുള്ള വിവരങ്ങൾ മാത്രമേ അവയിൽ വായിക്കൂ എന്നും. നിങ്ങൾ ഇപ്പോൾ കണ്ട സർട്ടിഫിക്കറ്റ്, വേറെ വാക്കുകളിൽക്കൂടിയാണെങ്കിലും അതാണ് പറയുന്നത്. എന്റെ സുഹൃത്തേ, നിങ്ങളുടെ പേര് എനിക്കറിഞ്ഞുകൂടാ. നിങ്ങൾ പറയൂ. ഇതാണോ സുഖമാകുക എന്നു വെച്ചാൽ?" (88).

രാഷ്ട്രീയ സ്വത്വവും കലാസ്വത്വവും തമ്മിലുള്ള ഈ സംഘർഷം ചിലപ്പോൾ ഒളിച്ചുകളിയായും പിൽക്കാല കൃതികളിൽ രക്ഷോപായമായും തീരുന്നതു കാണാം. "*വ്യാസനും വിഘ്നേശ്വരനും*" എന്ന ബിംബം തന്നെ കലയുമായി ബന്ധപ്പെട്ട് സ്വീകരിക്കപ്പെടുന്നതാണ്. "പ്രശ്നങ്ങളെ കുഴിച്ചുമൂടലല്ല കല ചെയ്യുന്നത്" എന്നു വാദിച്ചുകൊണ്ടാണ് നോവലിലെ രണ്ടാം ഖണ്ഡം ആരംഭിക്കുന്നതു തന്നെ. "കാവ്യകാരനും അനുവാചകനും മത്സരിച്ച് രാത്രിയിലെ എണ്ണ കത്തിച്ചപ്പോൾ പർവങ്ങളേ തീർന്നുകൊണ്ടിരുന്നുള്ളൂ. പ്രശ്നങ്ങൾ തീർന്നില്ല. പ്രശ്നങ്ങളെ കറുത്ത മഷിയുടെ ഉഴവുചാലുകൾക്കിടയിൽ സംസ്കരിക്കുകയല്ല, പുറത്തുകൊണ്ടുവന്ന് ഉത്തേജിതമാക്കുകയാണ് അവരുടെ രാത്രിവിളക്കുകൾ ചെയ്തതെന്നർഥം" (41). ഭാവി പ്രവചിക്കുന്ന നാടകമെഴുതുന്നവനാണ് വർധമാനൻ. ഭാവിയിൽ കണ്ടെത്താൻ പോകുന്ന "നിഷാദപുരാണ"ത്തെക്കുറിച്ച് അറിവു നൽകിയ ആളാണ് സദാശിവ് ജോഷി. ഭാവിയെ സ്വപ്നംകാണാൻ

സഹായിക്കുന്ന കാലബോധം തന്നെയാണ് വിപ്ലവകാരിയുടെയും കലാകാരന്റെയും അസ്വസ്ഥതയുടെ അടിസ്ഥാനം.

സാഹിത്യത്തിൽ സ്വയം ലക്ഷ്യം കണ്ടെത്തുന്ന മട്ടിലേക്ക് നോവലിലെ കാഴ്ച എത്തിപ്പെടുന്നുണ്ട്. മറ്റെല്ലാം പിന്തിരിയുമ്പോഴും സാഹിത്യം പിന്തിരിയുന്നില്ല. "സാഹിത്യത്തിൽ പിന്തിരിയലില്ല. വിഘ്നമില്ലാത്ത ഒന്ന് ലോകത്തിൽ സാഹിത്യം മാത്രമാണ്. സ്നേഹിതാ, ഞാൻ നിങ്ങളെ എന്തുപേരിലാണ് വിളിക്കേണ്ടത്?."

വർധമാനൻ അത് കൂടുതൽ വിശദീകരിക്കുന്നു. "നാമത്തിലല്ല, ക്രിയയ്ക്കാണ് കാലങ്ങൾ ഉള്ളത്. ഞാൻ എന്താണ് പറഞ്ഞത്? ഹാങ്, ലോകത്തിൽ അനസ്യൂതം കാലങ്ങളെ ബന്ധിച്ചുകൊണ്ട് പ്രവഹിക്കുന്നത് സാഹിത്യം ഒന്നു മാത്രമാണ്. അതുകൊണ്ടാണ് സാഹിത്യസൃഷ്ടികളെ കൃതികൾ എന്നു വിശേഷിപ്പിക്കുന്നത്. സ്മൃതിയും ശ്രുതിയും വിസ്മൃതിയിലേക്കും അവിടെ നിന്ന് മൃതിയിലേക്കും വിരമിക്കുമ്പോൾ കൃതി നിലനില്ക്കുന്നു. നോക്കു, എഴുതാൻ വേണ്ടി മാത്രം ആമന്ത്രിതനായ വിഘ്നേശ്വരന്റെ വാദം കഥനത്തിൽ വിഘ്നം വരരുതെന്നായിരുന്നു. കഥനത്തിന്റെ സാരം മനസ്സിലാക്കപ്പെടണമെന്നത് കഥാകാരന്റെയും. കാരണം സാരമില്ലാത്ത കഥനം ക്രിയയില്ലാത്ത കാലം പോലെയാകുന്നു" (93).

മരണത്തിനുമുമ്പുള്ള വർധമാനന്റെ അവസാനത്തെ വാദവും അതായിരുന്നു. "ക്രിയയെ കാണിക്കുന്ന ശബ്ദമാണ് കൃതി. ഞാൻ വീണ്ടും സാഹിത്യത്തിലേക്കു മടങ്ങിവരട്ടെ. വേറെ എവിടെയും വഴി കാണാതെ വരുമ്പോൾ ഞാൻ സാഹിത്യത്തിലേക്ക് തിരിയുന്നു. വിഘ്നം കൂടാതെ, സാരം കളയാതെ പ്രവഹിക്കുന്ന സാഹിത്യത്തിലേക്ക്... വിഷമംപിടിച്ച ഒരു മുഹൂർത്തത്തിൽ ഞാൻ സാഹിത്യത്തിലേക്ക് തിരിഞ്ഞു. അത്രമാത്രം. ആർക്കറിയാം, ആർക്കറിയാം, ഞാൻ വർത്തമാന പത്രങ്ങളിൽ വായിച്ച വാർത്തകളും സാഹിത്യമല്ലെന്ന്? ഒരു വശത്ത് ഞാൻ കെണികളിൽനിന്ന് കെണികളിൽ ചെന്ന് ചാടുകയായിരുന്നു. മറുവശത്ത് ഞാൻ കൃതികളിലൂടെ വെളിയിലേക്കുള്ള വഴികൾ തുരന്നുണ്ടാക്കുകയും, വർത്തമാനത്തിലേക്ക് തർജ്ജമ ചെയ്യപ്പെട്ടുമ്പോൾ ക്രോധമായി ബാഷ്പീകരിക്കുന്ന ഭാവിയെ ഏതോ വിധത്തിൽ ഞാൻ രക്ഷിക്കുവാൻ ശ്രമിക്കുകയായിരുന്നു. ഭ്രാന്തമായി മാറിയ എന്റെ സാഹിത്യത്തിലൂടെ... സാഹിത്യത്തിന് അന്തമില്ല, ആനന്ദൻ. കാരണം, സാഹിത്യം ഭാവനയാണ്. ഭാവന ഭാവിയാണ്. ഭാവിയില്ലാതെ, സ്വപ്നങ്ങളില്ലാതെ നമ്മളില്ല. വർത്തമാനത്തിന്റെ

ക്രോധാഗ്നിയിൽനിന്ന് സാഹിത്യം സ്വപ്നങ്ങളെ രക്ഷിച്ചുകൊണ്ടേയിരിക്കും" (94).

ദേശീയപ്രസ്ഥാനത്തിന്റെയും കമ്മ്യൂണിസത്തിന്റെയും തുടർച്ചയായി വന്ന സ്വപ്നങ്ങൾ ഇപ്പോൾ ഭാവിയെ വിട്ട് ഭൂതകാലത്തിലേക്ക് പിന്തിരിഞ്ഞിരിക്കുന്നു. ഭൂതകാലത്തിന്റെ ബലത്തിൽ കെട്ടിപ്പെടുക്കപ്പെടുന്ന സ്വപ്നമാണ് ഇന്ന് ലോകത്തെ ഭരിക്കുന്നത്. മതവർഗീയതകൾ ശക്തിപ്പെട്ട ലോകത്തെക്കുറിച്ചുള്ള ഉത്കണ്ഠയാണ് അത് പങ്കുവെക്കുന്നത്. "എവിടെയാണ് ലോകം വന്നു നില്ക്കുന്നതെന്നു പറയുവാനുള്ള ധൈര്യംപോലും ഇന്ന് ആർക്കുമില്ല. നൂറോ അഞ്ഞൂറോ ആയിരമോ കൊല്ലം പഴകിയ ആടയാഭരണങ്ങൾ, തട്ടിൻപുറങ്ങളുടെയും ദ്രവിച്ച തകരപ്പെട്ടികളുടെയും ഇരുട്ടിലും മാറാലയിലും നിന്ന് വലിച്ചു പുറത്തെടുത്ത് അണിഞ്ഞ്, തമ്മിൽത്തമ്മിൽ പിച്ചിച്ചീന്തുവാനായി നില്ക്കുന്നവരോട് സ്വപ്നങ്ങളെപ്പറ്റി എന്തു പറയാൻ? ഭൂതത്തിന്റെ ഖനികളിൽ നിന്ന് കുഴിച്ചെടുത്ത എണ്ണ പോലെ, നൂറ്റാണ്ടുകൾ പഴക്കം ചെന്ന ഓർമ്മകൾ വിതറി തീകൊടുത്തു രസിക്കുകയാണ് വർത്തമാനം" (97).

ചരിത്രത്തിന്റെ ഈ പിന്തിരിയലും ഭൂതകാല ബിംബങ്ങൾ പിന്തിരിപ്പൻ ലക്ഷ്യങ്ങൾക്കായി ഉപയോഗിക്കപ്പെടുന്നതും ആദ്യം കണ്ടറിഞ്ഞ് വിമർശിച്ച ഒരാൾ മാർക്സാണ്. *പതിനെട്ടാം ബ്രൂമെയറിൽ* അതുകാണാം. രണ്ടാം നെപ്പോളിയന്റെ വരവിനെക്കുറിച്ചുള്ള വിശകലനമായിരുന്നു അത്. എന്നാൽ ഭരണകൂടംതന്നെ അങ്ങനെയുള്ള ഓർമയിൽ കെട്ടപ്പെടുക്കുന്നതിനെതിരെയുള്ള വിമർശനമായിരുന്നു അത്.

"ഇല്ല ഇന്ന് ആരും സ്വപ്നങ്ങൾ കാണുവാൻ ധൈര്യപ്പെടുന്നില്ല. ഭൂതത്താൽ ആവേശിക്കപ്പെട്ട മനുഷ്യർ നൂറ്റാണ്ടുകളുടെ ജീർണ്ണത മണക്കുന്ന രക്തക്കുഴികളിൽ നിന്ന് എഴുന്നേറ്റുനില്ക്കുന്നതിൽ വിജയിച്ചാൽ, ശ്രമിക്കുന്നത് വർത്തമാനത്തിന്റെ തീ തുപ്പുന്ന തോക്കുകളുടെയും കഠാരകളുടെയും ഇടയിലൂടെ നൂണ്ടുപോകാൻ പഴുതുകൾ തേടുവാൻ മാത്രമാണ്." ഈ നിരീക്ഷണങ്ങൾക്കു ശേഷം ഭാവിയെക്കുറിച്ചുള്ള ആഖ്യാതാവിന്റെ ശുഭപ്രതീക്ഷയിലാണ് നോവൽ അവസാനിക്കുന്നത്. "അങ്ങനെ ആലോചിക്കുമ്പോൾ, റെയിൽപ്പാലങ്ങൾക്കരികിലെ വയലുകളിൽ, നിവൃത്തിയില്ലാത്തതുകൊണ്ട് ഞാൻ തന്നെ ഉപേക്ഷിച്ച വർദ്ധമാനന്റെ നാടകത്തെ പ്പറ്റിയും ഞാൻ വ്യാകുലപ്പെടുന്നതെന്തിന്? ഡെക്കാനിലെ കറുത്ത മണ്ണ്, വളക്കൂറുള്ള

മണ്ണാണ്. ആയിരം ഞാറ്റുവേലകളെ ക്ഷണിക്കുന്ന മണ്ണ്. അതിലേക്ക് വർദ്ധമാനൻ പാകിപ്പോയ വിത്തോ ആയിരമായിരം കൊല്ലങ്ങളിലേക്ക് നാമ്പുകൾനീട്ടുന്നതും വയലിലെ മണ്ണിലായാലും പോലീസ് സ്റ്റേഷനിലെ പൊടിയിലായാലും, മനുഷ്യന്റെ മനസ്സിൽ കിളരുന്ന സ്വപ്നങ്ങൾക്ക് അവസാനമില്ല."

തീവണ്ടിയിൽ നിന്നുള്ള പുസ്തകവും വയലും ആനന്ദിന്റെ രചനയുടെ ആന്തരികവൈരുദ്ധ്യത്തിലേക്ക് എത്തിക്കുന്നതാണ്. കാർഷികഗ്രാമങ്ങളും അതിനു കുറുകെ ഓടുന്ന തീവണ്ടിയും കാർഷികവും ആധുനികവുമായ സ്വത്വങ്ങളുടെ വൈവിധ്യത്തെയാണ് കാണിക്കുന്നത്. ജോസഫ് മുതലുള്ള ആനന്ദിന്റെ കഥാപാത്രങ്ങൾ കാർഷികഗ്രാമങ്ങളിൽ നിന്ന് തീവണ്ടിയിൽ കയറി നഗരങ്ങളിലിറങ്ങുന്നവരാണ്. തീവണ്ടിയിൽവെച്ചുള്ള കണ്ടുമുട്ടലുകൾ ആൾക്കൂട്ടത്തിൽ നിരവധിയാണ്. ആനന്ദിന്റെ അനേകം നോവലുകളിൽ തീവണ്ടിയിൽവെച്ചുള്ള അവിചാരിതമായ കണ്ടുമുട്ടലുകളും പരിചയപ്പെടലുകളുമുണ്ട്. തീവണ്ടി ഫ്യൂഡൽവിരുദ്ധവും ആധുനികവും ആയ ചിഹ്നമാണ്. എന്നാൽ അതിൽ സ്ഥിരമായ ഒരു സമൂഹമില്ല. സഞ്ചരിക്കുന്ന ഉല്പാദനവ്യവസ്ഥയിൽനിന്ന് പുറത്തു നില്ക്കുന്ന ഒന്നാണത്. അതിന്റെ കർത്തൃത്വം ആധുനിക രാഷ്ട്ര നിർമിതിയുമായി ബന്ധപ്പെട്ടതുമാണ്. ഫ്യൂഡലും ആധുനികപൂർവവുമായ സമൂഹങ്ങളിലെ നിഷേധാത്മക മൂല്യങ്ങളെ നിരാകരിക്കുന്നതാണ് തീവണ്ടി.

വംശീയമായ വേർതിരിവുകളെയും തീവണ്ടി നിഷേധിക്കുന്നു. ഗാന്ധിജിയുടെ സമരം ആരംഭിക്കുന്നത് വംശീയതയുടെ പേരിൽ തീവണ്ടിയിൽ നിന്ന് പുറത്താക്കപ്പെടുന്നതോടെയാണ്. ആധുനിക സ്വത്വവും അതിനുമുമ്പുള്ള സ്വത്വബോധവും തമ്മിലുള്ള സംഘർഷത്തിന്റെ ചിഹ്നമതിലുണ്ട്. മാറ്റത്തെ സ്വപ്നം കാണാൻ തീവണ്ടിയിലെ കർത്തൃത്വത്തിന് സാധിക്കും. എന്നാൽ മാറ്റം കൊണ്ടുവരേണ്ടത് വയലിലെ കർത്തൃത്വമാണ്. കർഷകഗ്രാമങ്ങൾ. നാഗരികമായ തീവണ്ടിയിൽ ആരംഭിച്ച ഗാന്ധിയുടെ സമരം തന്റെ വ്യക്തിതലം വിട്ട് കാർഷിക ഗ്രാമങ്ങളിലേക്ക് ഇറങ്ങിവരികയുണ്ടായി. ഗ്രാമയുക്തിയിൽ നിന്ന് അദ്ദേഹം തീവണ്ടി നിർമിക്കുന്ന സ്വത്വത്തെ വിമർശിക്കുകയും ചെയ്തു. എന്നാൽ അത്തരമൊരു മറുപുറം പോക്ക് നോവലിലില്ല. കാർഷികഗ്രാമങ്ങളോട് ഇഴുകിച്ചേർന്നുകൊണ്ടുള്ള സ്വത്വത്തിന്റെ പുനർനിർവചനം ആനന്ദിലില്ല. അതിനാൽ തന്നെ തീവണ്ടിയിൽനിന്ന് അതിന് യാഥാർഥ്യത്തിലേക്ക് ഇറങ്ങാൻ കഴിയുന്നുമില്ല. അതീതമായ, അതേ സമയം ദേശീയമായ ഒരു

സ്വത്വം പ്രാദേശികതകളാൽ നിർണയിക്കപ്പെടുന്ന യാഥാർഥ്യങ്ങളെ അഭിമുഖീകരിക്കുന്നതിലുള്ള വിമുഖതകളിൽപെട്ട് പ്രതിസന്ധിയിലാകുന്നു. വർഗപരവും വർണപരവുമായ ഗ്രാമീണവൈരുധ്യത്തെയാണ് എൺപതുകൾക്കു ശേഷമുള്ള ദേശീയവാദാനന്തര ദേശീയ സാഹിത്യം പ്രതിനിധീകരിച്ചത്.

നോവലിൽ ഏകലവ്യൻ കടന്നുവരുന്നുണ്ടെങ്കിലും ജാതിപരമായ വിമർശനത്തിലേക്ക് അത് വളരുന്നില്ല. അത്തരത്തിൽ ദേശീയ ഈഗോയെ പിളർക്കുന്ന മട്ടിലുള്ള വ്യവഹാരത്തോടു നോവൽ മുഖം തിരിഞ്ഞു നില്ക്കുന്നു. ഇതിനെ ശൈഥില്യമായി എഴുതിത്തള്ളുകയാണ് ആഖ്യാനം. ലക്കാൻ പറയുന്ന സ്വത്വപരമായ സ്ഥലം (സ്പേസസ് ഓഫ് ഐഡന്റിറ്റി) എന്ന സ്വത്വബോധസങ്കല്പം ഇവിടെ പ്രസക്തമാണ്. ഏത് സ്പേസുമായി ഐക്യപ്പെട്ടാണോ ഈഗോ രൂപപ്പെടുന്നത് എന്നതാണ് ചോദ്യം. ഈഗോ ശരീരത്തിനകത്തുനിന്ന് രൂപപ്പെടുന്ന ഒരു ജൈവികതയല്ല, പകരം പുറത്തു നിന്ന് ചരിത്രപരമായി നിർമിക്കപ്പെടുന്നതാണ്. ജീവസന്ധാരണത്തിന്റെ പ്രാഥമികതലം കഴിഞ്ഞ് സാമൂഹ്യരാഷ്ട്രീയ മണ്ഡലത്തെ രൂപപ്പെടുത്തുന്ന രാഷ്ട്രീയ ഈഗോയും കലാപരമായ ഈഗോയും അത്തരത്തിലുള്ളതായിരിക്കും. അതുകൊണ്ടുതന്നെ കലാപരമായ ഭാവനയും രാഷ്ട്രീയ ഭാവനയും ഈഗോയുമായി അഭേദ്യമായി ബന്ധപ്പെട്ടുമിരിക്കും.

അപഹരിക്കപ്പെട്ട ദൈവങ്ങൾ: നഗരവും അപരങ്ങളും

നഗര സംസ്കാരമാണ് അപഹരിക്കപ്പെട്ട ദൈവങ്ങളിൽ വിമർശന വിധേയമാകുന്നത്. *ആൾക്കൂട്ടം* എന്ന ആദ്യനോവലിലെ സ്വാതന്ത്ര്യാന്വേഷണത്തിൽനിന്ന് ഈ നോവലിലെത്തുമ്പോഴേക്കും നഗരങ്ങൾ മാറുന്നുണ്ട്. നഗരങ്ങളെക്കുറിച്ചുള്ള സങ്കല്പവും മാറുന്നു. ഉദാത്തമായ സ്വാതന്ത്ര്യനഷ്ടമായിരുന്നുവല്ലോ *ആൾക്കൂട്ട*ത്തിലെ പ്രമേയം. മാനസികമായ സ്വാതന്ത്ര്യത്തിന്റെ നഷ്ടമല്ല, ശരീരം തന്നെയാണ് നഷ്ടപ്പെടുന്നത്. ആത്മാവിന്റെ നഷ്ടത്തെക്കുറിച്ചുള്ള ആകുലതകളിൽ നിന്ന് ശരീരനഷ്ടത്തെക്കുറിച്ചുള്ള ഭീതിയിലെത്തുമ്പോൾ ആധുനിക പരിസരം ഉത്തരാധുനികമാകുന്നുണ്ട്. സുഹൃത്തുക്കൾ കൊല്ലപ്പെടുന്നു, അതുവരെ പ്രാന്തവൽക്കരിക്കപ്പെട്ട ശക്തികൾ നഗരത്തിന്റെ കേന്ദ്രത്തിലെത്തുന്നു.

മുതിർന്നവരിലൂടെയല്ല, കുട്ടികളുടെ നഷ്ടങ്ങളിലൂടെയാണ് നഗരം അതിന്റെ രൂപം ആദ്യം തുറന്നുകാട്ടുന്നത്. ഗണേശന്റെയും നസീമയുടെയും മകനായ അമൻ ആദ്യം പതിനാലു വയസ്സിൽ

കാണപ്പെടാതാവുന്നു. പിന്നീട് ആറുവർഷത്തിനുശേഷം തങ്ങളുടെ മകനാണെന്ന പേരിൽ തിരിച്ചെത്തിയ കുട്ടി മരണപ്പെട്ടതിനുശേഷം അവന്റെ കുറിപ്പുകളും കവിതകളും ഗണേശൻ പരിശോധിക്കുന്നു. ഭാര്യയോട് പറയാൻ ധൈര്യപ്പെടാത്ത ഒരു രഹസ്യത്തിലേക്ക് അതെത്തിക്കുന്നു. തിരിച്ചെത്തിയത് തങ്ങളുടെ മകനല്ല എന്നതാണത്. മകനായി എത്തിയ കുട്ടിയുടെ കവിതകളുടെ വായനയും വർത്തമാന സംഭവങ്ങളും ചേർന്നു നീങ്ങുന്നതാണ് കഥാരീതി തന്നെ. നിലവിൽ അസ്തിത്വമില്ലാത്ത ഒരു കർത്തൃത്വത്തിലിരുന്നാണ് നഗരത്തിന്റെ ഉൾക്കാഴ്ചകളിലേക്ക് നോവൽ ഈ രീതിയിൽ നീങ്ങുന്നത്.

നഗരം, അതിന്റെ അധോലോകം, അതിലെ നാടോടികൾ, അനാഥാലയം, നഷ്ടപ്പെട്ടതിന്റെ അന്വേഷണം എന്നിങ്ങനെ നീങ്ങുന്ന നോവലിലെ തലക്കെട്ടിനെ നിർണയിക്കുന്നത് ആദിവാസികളുടെ ദൈവ സങ്കല്പമാണ്. പൂജിക്കപ്പെടാത്ത ദൈവങ്ങൾ പിശാചുക്കളായി മാറുമെന്ന് കരുതുന്ന ആദിവാസികളുടെ ദൈവത്തെ ഈ മിത്തിനെക്കുറിച്ചുള്ള ധാരണയില്ലാതെ കൂട്ടയിൽ സൂക്ഷിക്കുന്നത് നസീമയാണ്.

നാലഞ്ചു കൊല്ലം മുമ്പ് ബഞ്ചാരോ എന്ന ഗോത്രത്തിലെ ഒരു കുട്ടി അവരുടെമേൽ പാരമ്പര്യമായി ആരോപിക്കപ്പെടാറുള്ള മോഷണം എന്ന കുറ്റത്തിന് അറസ്റ്റ് ചെയ്തപ്പോൾ ആ കുട്ടി സാഥി എന്ന സന്നദ്ധസംഘടനയിലെ വസുന്ധര എന്ന നസീമയുടെ സുഹൃത്തിന് തന്റെ കയ്യിലുണ്ടായിരുന്ന കുട്ട നിറയെയുള്ള കല്ലുകൾ ഏല്പിച്ചതാണ് കൈമാറി നസീമയുടെ കയ്യിലെത്തിയത്. ആ കല്ലുകൾ വസുന്ധര സന്നദ്ധസംഘടനയായ സാഥിയുടെ ഓഫീസിൽ കൊണ്ടു വന്നു. കഴിയുന്നത്ര വേഗത്തിൽ ആ കല്ലുകൾ ബഞ്ചാര സംഘത്തിന്റെയടുത്ത് എത്തിക്കണമെന്ന അപേക്ഷയാണ് അവനുണ്ടായിരുന്നത്. വസുന്ധരയ്ക്ക് ആ സംഘത്തെ എത്ര ശ്രമിച്ചിട്ടും കണ്ടെത്താൻ കഴിഞ്ഞില്ല. കുറ്റബോധംകൊണ്ട് അവൾ ആ കുട്ടിയെ വീണ്ടും കാണുവൻ ചെന്നില്ല. പിന്നീട് എപ്പോഴോ അവൻ വസുന്ധരയുടെ അടുത്ത് വരികയും പിശാചായിമാറിക്കഴിഞ്ഞ കല്ലുകൾ തിരികെ വാങ്ങാൻ തയ്യാറാവാതിരിക്കുകയും ചെയ്തു. ആ കല്ലുകളാണ് നസീമ വീട്ടിൽ കൊണ്ടുപോയത്.

സ്ഥിരവും അസ്ഥിരവുമായ ദൈവസങ്കല്പങ്ങൾ തമ്മിലുള്ള ഈ വൈരുദ്ധ്യം സ്ഥിരവും അസ്ഥിരവുമായ ആവാസരീതികൾ തമ്മിലും സ്ഥിരവും അസ്ഥിരവുമായ രാഷ്ട്ര സങ്കൽപവും തമ്മിലാണെന്ന

കാണാം. നഗരവും ഗ്രാമവും എന്ന രീതിയിലല്ല, നഗരവും നാടോടികളായ അസ്ഥിര ജനതകളും എന്ന മട്ടിൽ ഉത്തരാധുനികമായ വൈരുധ്യമാണ് രൂപപ്പെടുന്നത് എന്നു പറയാം.

നഗരാസൂത്രണം ആധുനികതയുടെ ഒരു പദ്ധതിയായിരുന്നു. രാഷ്ട്ര-സ്ഥല ആസൂത്രണത്തിന്റെ യുക്തിയാണത്. ആധുനികതയുടെ മൊത്തം പദ്ധതിയും നഗരവുമായുള്ള ബന്ധത്തെ മുൻനിർത്തിക്കൊണ്ട് പ്രത്യക്ഷത്തിൽത്തന്നെ നീങ്ങുന്ന സന്ദർഭങ്ങൾ നോവലിലുണ്ട്. 'നഗര വായു സ്വതന്ത്രനാക്കുന്നു' എന്ന മധ്യകാല യൂറോപ്പിലുണ്ടായിരുന്ന ചൊല്ലിനെ ഉദ്ധരിച്ചുകൊണ്ടാണ് കാവാസ്ജി തന്റെ പ്രഭാഷണം തുടങ്ങിയത്. സമാധാനവും സുഖകരമായ ജീവിതവും ഉറപ്പുവരുത്തുന്നതിനു പുറമെ, വ്യക്തിക്ക് സ്വാതന്ത്ര്യം പ്രദാനം ചെയ്യുകകൂടി ചെയ്തിരുന്ന ഇടങ്ങളായിരുന്നു നഗരങ്ങൾ. ഒരു സംസ്കാരം ഭൗതികമായും ആത്മീയമായും ആദർശപരമെന്ന് വിഭാവനം ചെയ്തിരുന്ന എല്ലാത്തിന്റേയും പ്രതീകങ്ങളായിരുന്നു അതിന്റെ നഗരങ്ങൾ. വീടുകൾ, റോഡുകൾ, ജലവിതരണം, ഊർജ്ജ ഉത്പാദനം, സാധനങ്ങളുടെ ഉത്പത്തി തുടങ്ങിയ എല്ലാ ഭൗതിക സൗകര്യങ്ങളും മനുഷ്യർ അവരുടെ നഗങ്ങളിൽ ഒരുക്കുകൂട്ടി. ആത്മീയമായ അന്വേഷണങ്ങളുടെ കേന്ദ്രങ്ങളും നഗരങ്ങളായിരുന്നു. ഒരു വ്യക്തിക്ക് അതാതുകാലത്തെ നിയമം പ്രദാനം ചെയ്ത സ്വാതന്ത്ര്യങ്ങൾ അവകാശപ്പെടുവാൻ നഗരങ്ങളിലേ സാധിച്ചിരുന്നുള്ളൂ. ഗ്രാമങ്ങളിൽ അവകാശങ്ങളെന്നല്ല, നിയമംതന്നെ എത്തിപ്പെട്ടിരുന്നില്ല. യജമാനനിൽ നിന്ന് ഒളിച്ചോടിപ്പോയ ഒരു അടിമയ്ക്ക് ഏതെങ്കിലും ഒരു നഗരത്തിൽ ഒരു വർഷം പിടികൊടുക്കാതെ തുടർച്ചയായി ജീവിച്ചു എന്നു തെളിയിക്കുവാൻ കഴിഞ്ഞാൽ മധ്യകാല യൂറോപ്പിൽ അവന് സ്വയമേവ പൂർണ സ്വാതന്ത്ര്യം ലഭ്യമാകുമായിരുന്നു. അങ്ങനെയുണ്ടായി നഗരത്തിലെ വായു സ്വതന്ത്രനാക്കുന്നു എന്ന അടിമകളുണ്ടാ ക്കിയ ചൊല്ല്" (അ.ദൈ : 67).

ആർക്കിടെക്റ്റായ കാവാസ്ജി ആധുനിക നഗരത്തിന്റെ ആസൂത്രണത്തിന്റെ പ്രതിനിധിയാണ്. സ്ഥിരമായ നഗരസംവിധാനത്തെക്കുറിച്ചുള്ള അയാളുടെ സ്വപ്നങ്ങളെയാണ് നഗരത്തിൽ നിരന്തരം വന്നു ചേരുന്ന പുതിയ മനുഷ്യർ ഇല്ലാതാക്കുന്നത്. സാംസ്കാരിക മാതൃകകളെന്ന നഗരങ്ങളെക്കുറിച്ചുള്ള സങ്കല്പം മനുഷ്യർ ഇന്നും കൈവിടിഞ്ഞിട്ടില്ല എന്നാണ് കാവാസ്ജി വാദിച്ചത്.

നിരന്തരം പുതുക്കപ്പെടേണ്ട ദൈവങ്ങളും നഗരാസൂത്രണവും തമ്മിലുള്ള ബന്ധം മറ നീക്കുന്ന മട്ടിലാണ് അയാളുടെ പ്രഭാഷണം നീങ്ങുന്നത്. ഓരോ ജനവിഭാഗത്തിന്റെ കടന്നുവരവിനുമനുസരിച്ച് ഓരോ കാലത്തിനുമനുസരിച്ച് പുതുക്കപ്പെടേണ്ട ദൈവങ്ങൾ പോലെ പുതുക്കപ്പെടുകയും തകർക്കപ്പെടുകയും ചെയ്യേണ്ട കെട്ടിടങ്ങൾ.

ആധുനികോത്തരമായ വാസ്തുകലയുടെ തത്ത്വമാണ് അയാൾ പറയുന്നതും. "അയാൾ സ്വകാര്യം പറയുന്നതുപോലെ മന്ത്രിച്ചു: നമുക്ക് ഡിസൈൻ ഉപേക്ഷിക്കുക! അഥവാ ഏറ്റവും കുറഞ്ഞ ഭാരത്തിനും ആവശ്യങ്ങൾക്കും വേണ്ടി നമ്മുടെ എടുപ്പുകൾ ഡിസൈൻ ചെയ്യുക! ഭാരം കൂടിയാൽ അവ തകരട്ടെ. പരാജയം നമ്മുടെ ജീവിതത്തിന്റെ അംഗീകരിക്കപ്പെട്ട പങ്കാളിയാണ് ഇന്ന്. ചരിത്രം പുനർരചിച്ചുകൊണ്ടിരിക്കുന്നു. ഒരേ സ്ഥാനത്ത്, വീണ്ടും വീണ്ടും. പുതിയ പുതിയ ജനതകൾക്കു വേണ്ടി. സംഭവങ്ങൾ സത്യമാണ്. പക്ഷേ അവ ഇഷ്ടികകളാണ്. ഒന്നിന്റെമീതെ ഒന്നായിവെക്കപ്പെടുന്നത്. ആശയങ്ങൾ ഭാവനകളാണ്. ശാശ്വതമെന്ന് നാം ധരിക്കുന്ന, കടന്നുപോകുന്ന സൗന്ദര്യങ്ങൾ" (68).

ഒരു യാത്രയിൽ യാദൃച്ഛികമായി ഒരു തിരിച്ചിലിൽ വെച്ച് കാവാസ്ജി ഗവണ്മെന്റ് കോളനികൾ ഇടിച്ചു നിരത്തുന്ന ഒരു രംഗം ഗണേശൻ കാണുന്നുണ്ട്.

ഗണേശന്റെ സുഹൃത്തായ ഋഷി നാഗരിക ജീവിതത്തെ ദൈവങ്ങളുടെ അപഹരണവുമായി ബന്ധിപ്പിക്കുന്നു. ചെകുത്താനായി മാറുന്നതിലുള്ള ആശങ്കയും അപഹരിക്കപ്പെടുന്നതിലുള്ള ആശങ്കയും ഒരിടത്ത് മേളിക്കുന്നുണ്ട്. "തടയപ്പെട്ട പുതുക്കലും വിലക്കപ്പെടുന്ന പുതുക്കലും. അപഹരണം പരിഹാരമില്ലാത്ത വിധം പുതുക്കലിനെ തടയുന്നു. അഥവാ പുതുക്കുവാനുള്ള സന്ദർഭം തന്നെയാണ് അപഹൃതമാകുന്നത്, അപഹരിക്കപ്പെടലിൽ" (162).

നാടോടികളുടെ ലോകബോധവും സ്ഥിരവാസികളുടെ ലോകബോധവും തമ്മിലുള്ള വ്യത്യാസം ഋഷി നിരീക്ഷിക്കുന്നു: നമ്മുടെ ആധുനിക നഗര ജീവിതത്തിലും നാടോടിത്തം കയറിപ്പറ്റിയിട്ടുണ്ട്. ശാശ്വതമായ ദൈവങ്ങൾ ഇല്ലാതായിക്കൊണ്ടിരിക്കുന്നു. കാലഹരണപ്പെടുക എന്ന ആശയവുമായി പൊരുത്തപ്പെടുവാൻ സ്ഥിരവാസികളായ നമുക്ക് പ്രയാസമുണ്ടായിരിക്കും.

നഗരത്തിൽ സ്ഥിരവാസികളില്ലെന്നുള്ള യാഥാർഥ്യത്തിലേക്കാണ് ചർച്ച നീങ്ങുന്നത്. അമന്റെ വാദങ്ങൾ ഗണേശൻ ആവർത്തിക്കുന്നു. "ഒരു നഗരവും നാം മനസ്സിലാക്കുന്ന അർത്ഥത്തിലുള്ള നഗരവാസികളുടെ അല്ല എന്നും നഗരവാസി എന്ന ആശയം തന്നെ ഒരു മിഥ്യയാണെന്നും അവൻ പറഞ്ഞു. നഗരങ്ങൾ ഉടയതാകുന്നത് അതിലേക്ക് നിത്യേന വന്നുകൊണ്ടിരിക്കുന്നവർക്കാണ്. ഋഷി, നിങ്ങൾ സ്ഥിരവാസികളെപ്പറ്റി പറയുന്നു. ആരാണ് സ്ഥിരവാസി? എവിടത്തെ സ്ഥിരവാസി? ആ വാക്കുതന്നെ നമ്മുടെ ഈ ലോകം പോലെ തകർന്ന് കഷ്ണംകഷ്ണമാകുകയല്ലേ? അമൻ പറഞ്ഞതിന്റെ അർത്ഥം ഇപ്പോൾ എനിക്ക് കൂടുതൽ മനസ്സിലാകുന്നതായി തോന്നുന്നു" (163).

കല്ലുകൾ അതുമായി ബന്ധപ്പെടുന്ന എല്ലാവരെയും നാടോടികളാക്കുന്നുവെന്ന പ്രസ്താവനയെ മുൻനിർത്തി അത് ഭാവനയുടെ വഴിയാണെന്നും അത് മൂന്നാംവഴിയാണെന്നും ഋഷി പറയുന്നുണ്ട്. "നിങ്ങൾ പറഞ്ഞ ആ മൂന്നാമത്തെ ഇടം പ്രധാനമാണ്. നമ്മുടെ കാലത്ത് ഇല്ലാതായിക്കൊണ്ടിരിക്കുന്ന കവിതയുടെ പച്ചപ്പ് അവിടെയാണുള്ളത്" എന്ന് ഗണേശൻ അത് അംഗീകരിക്കുന്നു. ഇങ്ങനെ രാഷ്ട്രത്തെ ചരിത്രത്തിൽ നിന്ന് വ്യത്യസ്തമായി കലയിലൂടെയും നാടോടിത്തത്തിലൂടെയും കാണുവാനുള്ള ശ്രമമുണ്ട് നോവലിൽ. എന്നാൽ നാടോടിസംസ്കാരത്തിന്റെ സാന്നിധ്യമാകട്ടെ ക്രിമിനൽവൽക്കരണത്തിന്റെ യുക്തിക്കൊപ്പമാണ് ഉയർന്നു വരുന്നത്. ആസൂത്രണം, അച്ചടക്കം, സമാധാനം എന്നിവ ഇല്ലാതാക്കുന്ന സാന്നിധ്യത്തിന്റെ വിദൂരരൂപകങ്ങൾ പോലെയാണ് നാടോടികളുടെ നില്പ്.

സംസ്കാരവും വേരും അറ്റ ജനത എങ്ങനെ നഗരത്തെ ക്രിമിനൽവൽക്കരിക്കുന്നുവെന്ന് നോവൽ ആശങ്കപ്പെടുന്നുണ്ട്. "ജാതീയ സംഘട്ടനങ്ങൾ, കുടിയേറ്റങ്ങൾ, ബോംബ് സ്ഫോടനങ്ങൾ ഒക്കെ അയാൾ വ്യക്തിപരമായ സങ്കടങ്ങളായി എടുത്തു പരിഹരിക്കാനാവാത്തത് എന്നല്ല, പരിഹരിക്കേണ്ട എന്ന നിലയ്ക്കാണ് അയാൾ അവയെ സമീപിച്ചത്. പൊന്തിക്കിടക്കുന്ന അസ്ഥിരമായ ഒരു ജനസംഖ്യയുടെ വർധനവിലേക്കാണ് ഗണേശൻ വിരൽ ചൂണ്ടിയത്. നഗരകേന്ദ്രിതമായ ചിന്താഗതി എന്ന് കുറ്റപ്പെടുത്തുമെങ്കിലും നഗരഭരണ കർത്താക്കൾക്ക് എന്താണ് ചെയ്യുവാൻ കഴിയുക എന്ന് അയാൾ ചോദിച്ചു. മനുഷ്യന് മൗലികമായി ആവശ്യമുള്ള തണലും വെള്ളവും ആഹാരവും ജോലിയുമില്ലാത്ത ഒരപര ജനതയുടെ സാന്നിധ്യം വിശേഷിച്ചും അവരിലേറെയും സ്വന്തം മണ്ണിൽനിന്ന്

പിഴതെറിയപ്പെട്ടവരാകുമ്പോൾ അക്രമത്തിന് പറ്റിയ സാഹചര്യം സൃഷ്ടിക്കുന്നു" (21).

രണ്ടു കാര്യങ്ങൾ ഇവിടെ പ്രസക്തമാണ്. ജാതീയ സംഘട്ടനം എന്ന ഒന്നില്ല എന്നതാണ് ഒരു കാര്യം. മേൽജാതികളെന്നു പറയുന്നവർ കീഴ്ജാതിക്കാരെ അക്രമിക്കുന്നതിനാണ് ജാതി സംഘട്ടനമെന്ന രണ്ടു കക്ഷിക്കും തുല്യ ഉത്തരവാദിത്തമുള്ള വാക്ക് നോവൽ ഉപയോഗിക്കുന്നത്. രണ്ട്, നാടോടി ജനത അക്രമത്തിന്റെ പ്രതീകവും മുനിസിപ്പൽ അധികൃതർ ക്രമത്തിന്റെ പ്രതീകവുമാണത്. അവരെ 'അപരജനത' എന്നു തന്നെയാണ് വിളിക്കുന്നത്. ആഖ്യാനം സ്വാംശീകരിച്ച രാഷ്ട്ര കേന്ദ്രിത ഈഗോ പ്രകടമായി ഇവിടെ വെളിപ്പെടുന്നു. *അഭയാർത്ഥിക*ളിലെന്ന പോലെ നോട്ടം അപരജനതയിൽ നിന്നല്ല, രാഷ്ട്രയുക്തിയിൽ നിന്നാണ്.

ആനന്ദിന്റെ രചനകളിൽത്തന്നെ തന്റെ ആദ്യകാല സൃഷ്ടികളെ പ്രതീകാത്മകമായി തിരിഞ്ഞുനോക്കുന്ന ഒരു പ്രവണത പിന്നീട് ദൃശ്യമാകുന്നുണ്ട്. തന്റെ ആദ്യകാല ജീവിതസ്ഥലത്തേക്കും കൃതികളിലേക്കും തിരിഞ്ഞുനോക്കുന്ന ഒരു "ഞാൻ" -നെ മുൻനിർത്തിയാണ് ഈ പ്രവണത. മുപ്പത്തേഴുകൊല്ലം മുമ്പ് താൻ ജീവിച്ച വഡോദരയിലേക്ക് തിരിഞ്ഞുനോക്കുന്ന കർത്തൃത്വമായാണ് ആഖ്യാതാവ് വിഭജനങ്ങളിൽ പ്രത്യക്ഷപ്പെടുന്നത്. ഇവിടെ ഈ സ്ഥലം വഡോദരയാണ്. *പരിണാമത്തിന്റെ ഭൂതങ്ങ*ളിൽ അത് ബോംബെയാണ് . ഓരങ്ങളിൽ നിന്ന് , ആധുനികോത്തര പരിസരത്തുനിന്ന് ആധുനികതയെ തിരിഞ്ഞുനോക്കുന്ന മട്ടിലാണ് അവ നില്ക്കുന്നത്.

വിഭജനങ്ങൾ: പ്രാന്തങ്ങളുടെ രാഷ്ട്രീയം

നാടോടികളുടെ ജീവിതത്തെ സംബന്ധിച്ച നാഗരികരുടെ അന്വേഷണത്തിന്റെ നോവലാണ് *വിഭജനങ്ങൾ.* 1999-ലെ വസന്തത്തിനു മുമ്പായി ത്രിദീപ് സുഹൃദിന്റെ ക്ഷണമനുസരിച്ച് വഡോദരയിലേക്ക് ചെന്ന ആഖ്യാതാവ്. മുപ്പത്തേഴ്‌വർഷങ്ങൾക്കു ശേഷമാണ് അവിടെ എത്തിച്ചേരുന്നത്. അവിടെ രണ്ടു വർഷം മുമ്പും സന്ദർശിച്ചിരുന്നു. ആഖ്യാതാവിന്റെ ആദ്യത്തെ കൃതി വിഭാവനം ചെയ്യുവാനും എഴുതുവാനും തുടങ്ങിയത് അവിടെവെച്ചായിരുന്നു. എഴുത്തുകാരൻ എന്ന കർത്തൃത്വം തന്നെയായി നോവലിൽ ആഖ്യാതാവ് പ്രത്യക്ഷപ്പെടുന്നു.

അവിടെ സുഹൃദ് ആദിവാസികളുടെ, വിശേഷിച്ച് നാടോടികളായ ആദിവാസികളുടെ ക്ഷേമത്തിനു വേണ്ടി സ്ഥാപനം നടത്തുന്നുണ്ട്. അവിടത്തെ സർവകലാശാലയിൽ ഇംഗ്ലീഷ് വിഭാഗം പ്രൊഫസറാണ് സുഹൃദ്. ഭാഷാസംബന്ധമായ ഏറെ ചർച്ച ചെയ്യപ്പെട്ട രണ്ടുപുസ്തകങ്ങളുടെ കർത്താവായ അദ്ദേഹം അതെല്ലാം വിട്ട് ആദിവാസികൾക്കിടയിലേക്ക് ചെല്ലുകയായിരുന്നു. ആദിവാസികൾ, ഇന്ത്യയിലെ പ്രാദേശിക ഭാഷകൾ എന്നിങ്ങനെ ഇന്ത്യ എന്ന കേന്ദ്രീകൃത രാഷ്ട്രയുക്തിയിൽ നിന്ന് വ്യത്യസ്തമായ കർത്തൃത്വങ്ങൾ നോവലിലേക്ക് കടന്നുവരുന്നു. ആഖ്യാതാവ് മലയാളിത്തം പ്രഖ്യാപിക്കുന്നുണ്ട്. ഞാൻ ചിരിച്ചുകൊണ്ട് പറഞ്ഞു. തെക്ക് കേരളം എന്ന പ്രദേശത്ത് ജനിച്ച ഒരു മലയാളിയാണ് ഞാൻ എന്ന് (വിഭ :17). കുറ്റവാളി ഗോത്രങ്ങൾ, കമ്മ്യൂണിസ്റ്റ് യൂറോപ്പിൽ ജിപ്സികളുടെ അവസ്ഥ വിവരിക്കുന്ന 'ബറി ദ സ്റ്റാൻഡിംഗ്' (Isabel Fonseka) എന്ന പുസ്തകം എന്നിങ്ങനെ രാഷ്ട്രത്തിന്റെ അപരങ്ങൾ പരാമർശിക്കപ്പെടുന്നു.

ആധുനിക കാല ചരിത്രബോധത്തിന്റെ ഏക രേഖീയ യുക്തിയെ നിരാകരിക്കുന്ന സാന്നിധ്യമായാണ് നാടോടികളും ഇവിടെ സന്നിഹിതമാകുന്നത്. "സ്ഥിരവാസികളുടേതായ സംസ്കാരങ്ങൾ ഏറെയും വളർന്ന് വികാസം പ്രാപിച്ചിട്ടും കൃഷിയും വ്യവസായവുമൊക്കെ വർഗസമരത്തിലും വിപ്ലവങ്ങളിലും എത്തിച്ചേർന്നിട്ടും, എണ്ണത്തിൽ ചെറുതല്ലാത്ത ഒരു മനുഷ്യവിഭാഗം ഇപ്പോഴും നാടോടികളായി ജീവിക്കുന്നുവെന്നത് വിശദീകരിണം കിട്ടാത്ത ഒരു അത്ഭുതമായിരുന്നു എനിക്ക്. പ്രഫസർക്കും അതിന് ഒരു ഉത്തരം തരുവാൻ കഴിഞ്ഞിട്ടില്ലായിരുന്നു" (7) എന്ന് ആഖ്യാതാവ് അത്ഭുതം കൂറുന്നുണ്ട്.

ആദിവാസികളും ദളിതുകളും എന്ന പരികല്പന ആദ്യമായി ആനന്ദിന്റെ നോവലുകളിൽ കടന്നുവരുന്നത് *വിഭജനങ്ങളി*ലാണ്. അത് രാഷ്ട്രീയ പരികല്പന എന്ന നിലയിൽ ഇന്ത്യൻ അന്തരീക്ഷത്തിൽ ഉറച്ച ശേഷവുമാണ്. റാഠ്വാകൾ, ഭീലുകൾ തുടങ്ങി ഗുജറാത്തിനും മധ്യപ്രദേശിനു ഇടയ്ക്ക് താമസമാക്കിയ ആദിവാസികളെ പ്രൊഫസർ സുഹൃദ് ചരിത്രത്തിൽ തിരയുന്നുണ്ട്. "ആദിവാസിഗോത്രങ്ങളെയും ദളിതജാതികളെയും പറ്റിയാണ് അയാൾ യാത്രാമധ്യേ സംസാരിച്ചത്. തൊഴിലുകൾ പരമ്പരാഗതമായി മനുഷ്യർ ചെയ്തിരുന്ന കാലത്ത് ചൂഷണത്തിനുവേണ്ടി അധികാരമുള്ളവർ ഉണ്ടാക്കിയ ഉച്ചനീചത്വം കല്പിച്ചുള്ള സമൂഹത്തിന്റെ വിഭജനമാണ് ജാതി എന്ന ചിന്താഗതിയാണ് വർഗ്ഗരഹിതമന്നപോലെ ജാതിരഹിതവുമായ

സമൂഹത്തിനുവേണ്ടി വാദിക്കുവാൻ നമ്മെ പ്രേരിപ്പിച്ചത്. അയാൾ പറഞ്ഞു. ജാതി അടിസ്ഥാന വിവേചനത്തെയും തൊട്ടുകൂടായ്മയെയും നിരോധിക്കുകയാണ് സ്വതന്ത്രഭാരതം ആദ്യം ചെയ്ത കൃത്യങ്ങളിലൊന്ന്. ജാതിപരമായ വിവേചനം മാത്രമല്ല, ഒരുവനെ ജാതിപ്പേരിൽ വിളിക്കുന്നതുതന്നെ അതോടെ നിയമപ്രകാരം കുറ്റകരമായി. നിരോധിതമായ ജാതി പക്ഷേ പ്രായോഗികമായി നിലനില്ക്കുക തന്നെ ചെയ്തു" (19-20).

ദളിതരെക്കുറിച്ചുള്ള പരാമർശം ദളിത് രാഷ്ട്രീയ ലക്ഷ്യങ്ങളെ പിന്തുണയ്ക്കുന്നതിനല്ല, വിമർശിക്കുന്നതിനാണ് നോവൽ ഉപയോഗിക്കുന്നത്. സുഹൃദിന്റെ ആധികാരികതയോടെ തുടരുന്ന സംഭാഷണത്തിന് ആദരപൂർവം ചെവികൊടുക്കുകയാണ് ആഖ്യാതാവ്. അതാകട്ടെ സംവരണവിരുദ്ധമായ ഒരു പ്രത്യയശാസ്ത്രത്തെ പ്രത്യക്ഷത്തിൽത്തന്നെ പ്രകടമാക്കുകയും ചെയ്യുന്നു:

"തൊഴിലിലെ സംരവണവ്യവസ്ഥ ജാതി പറയേണ്ടതും ജാതി തിരിച്ചറിയപ്പെടേണ്ടതും ചിലർക്കെങ്കിലും ആവശ്യമാക്കിയെന്നതാണ് പ്രധാന കാരണം" (20). സംവരണം എന്നത് രാഷ്ട്രത്തിന്റെ പൊതു ഉത്തരവാദിത്തമാകുന്നതിന് പകരം ചിലരുടെ ബാധ്യതയും പരിമിതിയുമായി ചിത്രീകരിക്കുകയാണ് ആഖ്യാനം.

ജാതിയുടെ അടിസ്ഥാനത്തിൽ ജനവിഭാഗങ്ങളെ സംഘടിപ്പിക്കുന്നതിന് ഇത് പ്രേരിപ്പിച്ചു. ആനുകൂല്യങ്ങൾ നൽകപ്പെട്ട അധ:സ്ഥിതരെ എന്നപോലെ ആനുകൂല്യങ്ങൾ നൽകപ്പെടാത്ത ഉന്നത ജാതിക്കാരെയും. അത്തരം സംഘടനകൾ കാലക്രമത്തിൽ കൂടുതൽ ശക്തമാകുകയും രാഷ്ട്രീയ കക്ഷികളായി മാറി അധികാരമത്സരത്തിൽ സജീവ പങ്കാളികളായിത്തീരുകയും ചെയ്തു. ജാതി മത വർണ -ലിംഗ ഭേദങ്ങളെ സ്വീകരിക്കാത്ത ഒരു ഭരണഘടനയാണ് നമുക്കുള്ളതെങ്കിലും വ്യക്തമായിത്തന്നെ ജാതിയും മതവും അടിസ്ഥാനമാക്കി അവയുടെ പേരുകളും സിംബലുകളും ഉപയോഗിച്ച് പ്രവർത്തിക്കുന്ന ഈ കക്ഷികളുടെ ഉദയം ഇന്നേവരെ ഭരണഘടനാപരമായി കോടതികളിൽ ചോദ്യം ചെയ്യപ്പെടാതെ പോയി. ദലിത കക്ഷികളുടെ നേതൃത്വമാകട്ടെ ദലിത താത്പര്യങ്ങളെ ആ പേര് ഉപയോഗിക്കുന്നതിൽ ഒതുക്കി. വെറും അധികാര രാഷ്ട്രീയത്തിന്റെയും അഴിമതിയുടെയും ഗുണ്ടായിസത്തിന്റെയും വിനിമയക്കാരായി. അങ്ങനെ വഴിയിൽ ഉപേക്ഷിക്കപ്പെട്ട ദളിതന്റെ മുമ്പിൽ ഈ അവസരത്തിൽ ദലിത സൈദ്ധാന്തികർ രംഗപ്രവേശം ചെയ്തു. സുഹൃദ് പറഞ്ഞു" (20).

ദളിത് രാഷ്ട്രീയത്തെയും ദളിത് ബുദ്ധിജീവികളെയും ആഖ്യാനം വിമർശിക്കുന്നു:

"സംഘടനകളും രാഷ്ട്രീയ കക്ഷികളും ഇല്ലാതാക്കുന്നതിൽ പാരജയപ്പെട്ട ദലിതാവസ്ഥയെ മഹത്വവത്കരിച്ച് അവർ അവന് തിരികെ കൊടുത്തു. അതിൽ അഭിമാനിക്കാൻ പറഞ്ഞു. കാരണം അത് അവന്റെ സ്വത്വം തന്നെയാണ്. ഇങ്ങനെ പറയുന്നതിന്റെ അർത്ഥം ജാതി ചൂഷണത്തിന്റെയും സ്ഥാപിത താത്പര്യങ്ങളുടെയും ഫലമായുണ്ടായ കൃത്രിമാവസ്ഥയല്ല, യഥാർഥത്തിലുള്ള വ്യത്യസ്തത തന്നെയാണെന്നതാണ്. ജാതി തിരിച്ചുവരിക മാത്രമല്ല, ഇപ്പോൾ സംഭവിക്കുന്നത്, അത് തത്ത്വവൽക്കരിക്കപ്പെടുകയും ശാസ്ത്രവത്കരിക്കപ്പെട്ടുയും കൂടിയാണ്. ജാതിയുടെ കാര്യം ഇങ്ങനെയിരിക്കെ ആദിവാസി ഗോത്രങ്ങൾക്ക് അവരുടേതായ വംശീയ സ്വത്വങ്ങൾ ഉണ്ടെന്നും അവ സംരക്ഷിക്കപ്പെടണമെന്നും ആയിരുന്നു ഔദ്യോഗികമായി സ്വീകരിക്കപ്പെട്ട ധാരണ; സുഹൃദ് തുടർന്നു. ഗോത്രങ്ങൾക്ക് അവയുടേതായ വംശീയ സ്വത്വങ്ങൾ ഉണ്ടെന്ന ഈ സങ്കല്പനമാണ് അവയെ ആ വിധം സംരക്ഷിക്കണ്ടേതുണ്ടെന്ന നിലപാട് എടുക്കുവാൻ നമ്മെ പ്രേരിപ്പിച്ചത്. ജാതിവ്യവസ്ഥയ്ക്ക് പുറത്തിരിക്കുന്ന ഗോത്രങ്ങൾ അവയുടെ പേരുകളാൽ തന്നെ വിശേഷിപ്പിക്കപ്പെട്ടു" (20-21).

ജാതിവ്യവസ്ഥ ഹിന്ദുമതത്തിന്റെ സവിശേഷതയാണെന്ന അംബേദ്കർ ഉൾപ്പെടെയുള്ളവർ ഉന്നയിച്ച കാര്യങ്ങളെ നിഷേധിക്കുന്നതാണ് സുഹൃദിന്റെ പേരിലുള്ള വാദം. "ഗോത്രസ്വത്വം മതങ്ങൾക്കതീതമായതിനാൽ ആദിവാസികൾ ഏതു മതം സ്വീകരിച്ചാലും അവരുടെ സ്വത്വത്തിന് മാറ്റം വന്നില്ല. എന്നാൽ കീഴ്ജാതിക്കാരനാകട്ടെ ക്രിസ്ത്യാനിയോ മുസ്ലിമോ ആയി പരിവർത്തനം ചെയ്താൽ അവന്റെ ജാതിപരമായ ആനുകൂല്യങ്ങൾ അവന് നഷ്ടമായി. ജാതികൾ ഹിന്ദുമതത്തിനകത്തുള്ളതാണെന്ന വിശ്വാസമാണ് ഇതിനു കാരണം. സുഹൃദ് പറഞ്ഞു. എന്നാൽ തൊഴിൽപരമായ ഉച്ചനീചത്വം കല്പിക്കൽ ഇന്ത്യയിൽ ഹിന്ദുമതത്തിലെന്നപോലെ ഇസ്ലാമിലും ക്രിസ്തുമതത്തിലും നിലനിന്നിരുന്നുവെന്നത് വാസ്തവം മാത്രമാണ്. വേറൊരു വൈരുദ്ധ്യം മുസ്ലീമായോ ക്രിസ്ത്യനിയായോ അവകാശപ്പെടാത്ത ആദിവാസി ഹിന്ദുവായാണ് പരിഗണിക്കപ്പെടുന്നതെന്നാണ്" (21). വിഭജനത്തിന്റെ ഭാഷാപരമായ യുക്തിയും ചർച്ചയ്ക്കുവന്നിട്ടുണ്ട്. നാട്ടുകാരുടെ പ്രാദേശിക ഭാഷകൾ എങ്ങനെ അധിനിവേശത്തിന് കീഴ്പ്പെട്ടു എന്ന് പറയുന്ന പ്രൊഫസർ ലിഖിത

ഭാഷയ്ക്ക് എഴുത്തില്ലാത്ത ഭാഷകളെക്കാൾ മേൽക്കൈ നൽകുന്ന സമീപനമാണ് ആഖ്യാനത്തിന്റേത് എന്നു സമ്മതിക്കുന്നു. "എഴുതപ്പെടുന്ന വാക്ക് അക്ഷരങ്ങളിലൂടെ ജീവിച്ചുകൊണ്ടിരിക്കുമ്പോൾ വാക്കുകൾ കുറവ് ഉപയോഗിക്കുകയും ഉപയോഗിക്കുമ്പോൾ തന്നെ അവയെ അക്ഷരവൽക്കരിക്കാതിരിക്കുകയും ചെയ്യുന്ന ആദിവാസികളുടെ ആശയങ്ങൾക്ക് അതുകൊണ്ട് വളരെ ഹ്രസ്വമായ നിലനില്പാണുള്ളത്. എഴുതപ്പെടാത്ത ഭാഷ, കാലത്തിന്റെ തലത്തിൽ, അംനേഷ്യ മാത്രമല്ല, അഫേഷ്യയും ഉണ്ടാക്കുന്നുവെന്നു പറയാം" (26). ഭാഷയുടെയും ലിപിയുടെയും വൈവിധ്യത്തെക്കുറിച്ചുള്ള ഈ ചർച്ചയ്ക്ക് മഹാഭാരതകാലത്തോളം വേരുകൾ അന്വേഷിക്കുന്നുണ്ട്. ഭാഷാസംസ്ഥാന വിഭജനത്തിന്റെ ഓർമകളിലേക്കും നോവൽ കടന്നു ചെല്ലുന്നുണ്ട്. വിഭജനം അക്രമമുണ്ടാക്കിയതിലാണ് ആഖ്യാനം ഖേദിക്കുന്നതെന്നു തോന്നും. ഭാഷാപൂർവമായ കേവലമായ രാഷ്ട്ര ഈഗോയെ ആണ് ശരിയായ വ്യക്തിബോധമായി കാണുന്നത്.

ആദിവാസികൾക്കിടയിൽ പ്രവർത്തിക്കുമ്പോഴും സ്വയം ഒരു ആദിവാസി ഗോത്രക്കാരനെന്ന് സങ്കല്പിക്കാൻ കഴിയില്ലെന്ന് സുഹൃദ് സമ്മതിക്കുന്നുണ്ട്. ഒരിക്കലുമില്ല, ഭീതിദമാണ് അത് എന്നാണ് പറയുന്നത്.

"നിസ്സഹായരായവരുടെ സമരത്തിന് ഒരു സംഘടന ആവശ്യമാണെന്നതന്നെയാണന്റെ വിശ്വാസമെന്ന് സുഹൃദ് അയാൾക്കെഴുതി. സംഘടനയ്ക്കാകട്ടെ ഒരു ഐഡന്റിറ്റിയെ ആശ്രയിക്കുകയും വേണം. വ്യക്തികളെന്ന നിലയ്ക്കല്ല ഈ മനുഷ്യർ പീഡിക്കപ്പെടുന്നതും അനീതിക്ക് ഇരയാക്കപ്പെടുന്നതും. ഒരു വിഭാഗമെന്നോ ജാതിയെന്നോ ഗോത്രമെന്നോ ഉള്ള നിലക്കാണ്. അതിനാൽ ആ സംഘടനയ്ക്ക് അതിന്റെ പേരെടുക്കാതെ നിവൃത്തിയില്ല. ഈ കൃത്യം അവരുടെ ഭൂതകാലത്തെയും കുറ്റവാളികളായിരുന്നവർ എന്ന ദുഷ്പേരിനെയും വീണ്ടും വെളിപ്പെടുത്തുമെന്നത് ദൗർഭാഗ്യകരം തന്നെയാണ്. ഏതു സ്വത്വത്തെ മായ്ച്ചുകളയുവാൻ തുനിയുന്നുവോ ആ സ്വത്വത്തെതന്നെ ആശ്രയിക്കേണ്ടിവരുന്ന ധർമസങ്കടം. പക്ഷേ തനിക്ക് വേറെ വഴിയില്ല. അയാൾ എഴുതി... ഉപരിതലത്തിൽ ചെറിയ ഉരസലുകൾ ഉണ്ടാക്കുവാൻ മാത്രമേ സംഘടനകൾക്ക് കഴിയൂ എന്നതാണ് താൻ കണ്ടിട്ടുള്ളത്. എന്തെങ്കിലും ചെയ്യുവാൻ കഴിയുമെന്ന അവസ്ഥയിലെത്തുമ്പോഴേക്കും അവ സ്വയം ആന്തരികമായി ജീർണിച്ചു തുടങ്ങിയിരിക്കും എന്ന വിധത്തിൽ അത്രയും ദുർബലമാണ് നമ്മുടെ സമൂഹത്തിന്റെ പ്രവർത്തന യന്ത്രം" (189).

ഈ നിർവചനം സ്റ്റാറ്റസ് കോവിനെ ശരിയായി കാണുന്നതു പോലെയുണ്ട്. നിലവിലുള്ള ധാർമിക പദ്ധതികളുടെയും സംവർഗങ്ങളുടെയും സാമൂഹ്യസ്വത്വങ്ങളുടെയും സ്ഥിതി ശരിയാണെന്നും പുതിയ ഒന്ന് വരുന്നത് തെറ്റാണെന്നുമുള്ളത് സാധൂകരിക്കുന്നു. സംസ്കാരം നിർമിതിയാണെന്ന നിലപാടിലെത്തുന്നതിൽ നോവലിന്റെ ഈ വാദം പരാജയപ്പെടുന്നു.

വിഭജനങ്ങൾ എന്ന പ്രമേയം തന്നെ യഥാർഥത്തിൽ രാഷ്ട്രവിഭജനത്തെ സംബന്ധിച്ച ഭയത്തിൽ നിന്നുണ്ടായതാണോ?. ഏകീകൃത രാഷ്ട്രയുക്തിയെ കൊണ്ടാടുകയും രാഷ്ട്രവിഭജനത്തിന്റെയും ആഭ്യന്തര വൈരുദ്ധ്യത്തിന്റേതുമായ എല്ലാതരം വ്യവഹാരങ്ങളെയും ഭയപ്പെടുകയും ചെയ്യുന്നതുമായ ഒരു കാഴ്ചയിൽ നിന്ന് ജനിക്കുന്നതാണോ എന്ന സംശയം നോവൽ ഉല്പാദിപ്പിക്കുന്നുണ്ട്. നെഹ്റുവിനെ വാഴ്ത്തുകയും ആരാധനാപൂർവം ആ പേരിനോട് ഐക്യപ്പെടുകയും ചെയ്യുന്ന വ്യവഹാരം അതിലേക്കാണ് നയിക്കുന്നത്. നെഹ്റുവിന്റെ ഏകീകൃത രാഷ്ട്രബോധത്തിന്റെ കാലം ഇപ്പോൾ സുവർണകാലമാകുന്നു.

രാഷ്ട്രപുരോഗതിയുടെ സന്ദർഭത്തിൽ എണ്ണഖനനത്തിന്റെ ആവശ്യത്തിനാണ് മുപ്പത്തേഴ വർഷം മുമ്പ് ആഖ്യാതാവ് വഡോദരയിൽ എത്തുന്നത്. രാഷ്ട്രനിർമാണത്തിന്റെ അക്കാലത്തെ യുക്തിക്കൊപ്പമാണ് ആഖ്യാനകർത്തൃത്വത്തിന്റെ ഭൂതകാലവും. ഒ.എൻ.ജി.സിയുടെ ഡ്രില്ലറുടെ പണിയിലാണ് ആഖ്യാതാവ് പ്രവേശിച്ചത്. അഞ്ച് ഇന്ത്യൻ എഞ്ചിനീയർമാരും അത്രതന്നെ റഷ്യക്കാരും അടങ്ങിയ ടീമിലാണ് പ്രവർത്തിച്ചത്. ഘനവ്യവസായങ്ങളുൾപ്പെടുന്ന ഇന്ത്യൻ ബ്രാഹ്മണിക് സോഷ്യലിസത്തിന്റേതെന്ന് ഓംവെദ്ത് വിമർശിച്ച കർത്തൃത്വമാണ് ഇവിടെ നിർമിക്കപ്പെടുന്നത്. അത് സർവകലാശാലയുമായി ബന്ധപ്പെടുന്നതോടെ അതിന്റെ നെഹ്റുവിയൻ വർഗലക്ഷണം പൂർത്തിയാകുന്നു.

വഡോദരയുടെ ചരിത്രത്തിൽ നിന്ന് വഡോദര രാജാവ് ഉണ്ടാക്കിയ ദളിത് അനുകൂല നിലപാടുകൾ, അംബേദ്കറുടെ പ്രവർത്തന മണ്ഡലം തുടങ്ങിയ കാര്യങ്ങളൊന്നും നോവലിലില്ല. ദളിത് പ്രസ്ഥാനമോ ഫൂലേയോ ഒന്നും കടന്നുവരുന്നില്ല. ഗുജറാത്തിലെ ഹിന്ദുത്വത്തിന്റെ വളർച്ച, കലാപം ഇതെല്ലം തമസ്കരിക്കപ്പെട്ടിരിക്കുന്നു. എല്ലാം വിഭജനം എന്നു പറയുന്ന അമൂർത്തതയുടെ സൃഷ്ടിയായി കാണുന്നു. നേരിട്ട് മൂർത്ത പ്രശ്നങ്ങളിൽ ഇടപെടേണ്ട ബാധ്യതയിൽ നിന്ന് ഇത് ഒഴിവാക്കി നിർത്തുന്നു.

അമേരിക്കയെ വിമർശിക്കുന്നുണ്ടെങ്കിലും ശക്തമായ വിമർശനം കമ്മ്യൂണിസത്തിനും സോവിയറ്റ് യൂണിയനെതിരെയുമാണ്. "കമ്മ്യൂണിസ്റ്റ് പ്രത്യയശാസ്ത്രത്തിന്റെ ഏറ്റവും വലിയ ദോഷവും അതിന്റെ എക്സ്ക്ലൂസീവ്നെസ് ആണെന്നു പറയാം" എന്ന് വിമർശിക്കുകയും സ്റ്റാലിനിസ്റ്റ് കാലഘട്ടത്തിൽ പാർടിയും സർക്കാറും ചെയ്ത കൃത്രിമങ്ങൾ വിവരിക്കുകയും ചെയ്യുന്നുണ്ട്.

ചൈനയും ഇന്ത്യയും തമ്മിലുള്ള യുദ്ധത്തിൽ നെഹ്റുവിനെ നായകവൽക്കരിക്കുകയും ചൈനയെ പ്രതിക്കൂട്ടിലാക്കുകയും ചെയ്യുന്ന വിവരണമാണ് ഈ പ്രശ്നത്തെ ചർച്ച ചെയ്യുന്ന ഭാഗങ്ങളിൽ നോലിലുള്ളത്. "തിബത്തിന്റെ വേദനകൾ അലട്ടവേ നെഹ്റു സ്വകാര്യമായി ആത്മഗതം പോലെ വിലപിച്ചു."

"ഇന്ത്യയിലെ ജനങ്ങൾ ഈ പരാജയത്തിൽ നെഹ്റുവിനെ പഴിച്ചില്ല. പിന്തിരിഞ്ഞോടിയ പട്ടാളക്കാരെ അവർ ഭർത്സിച്ചില്ല. പകരം അവർക്ക് പൂമാലകളും ഭക്ഷണസാധനങ്ങളും കൊടുത്ത് എതിരേറ്റു. കാരണം അവരുടെ മനസ്സിലുണ്ടായിരുന്നത് അപ്പോൾ നേഫയുടെയും ലദ്ദാഖിന്റെയും നഷ്ടമോ വിജയപരാജയങ്ങളോ ആയിരുന്നില്ല. ഗദ്ഗദത്തോടു കൂടി നെഹ്റു പുറത്തുവിട്ട അയൽവാസിയുടെ വിശ്വാസവഞ്ചനയുടെ കയ്പുനീരായിരുന്നു. പക്ഷേ നെഹ്റുവിനെ ഈ ആഘാതം തളർത്തി. ബുദ്ധിജീവിയെന്നപോലെ വികാരജീവിയുമായിരുന്ന ആ മനുഷ്യന് അതിനുശേഷം ഒന്നരക്കൊല്ലംപോലും ജീവിക്കുവാൻ കഴിഞ്ഞില്ല. ആവർത്തിച്ചുണ്ടായ ഹൃദയാഘാതങ്ങൾ വഴി 1964 മെയ് മാസത്തിൽ നെഹ്റു അന്തരിച്ചു" (113-4). ഇങ്ങനെ നെഹ്റുവിന്റെ കാര്യത്തിലെത്തുമ്പോൾ ആഖ്യാനം അതിന്റെ സമചിത്തത കൈവെടിഞ്ഞ് വൈകാരികമായി ഐക്യപ്പെടുന്നത് കാണാം.

നെഹ്റുവിനെ ഇങ്ങനെ വാഴ്ത്തുമ്പോഴും ഗാന്ധി ബുദ്ധിപരമായ അകലത്തിലാണ്. "ശിവൻ നോക്കിനില്ക്കുന്ന അതേ ദിശയിലേക്ക് വെറുതെ നോക്കിനില്ക്കാതെ നീങ്ങുന്ന പഴയ ഗാന്ധി പ്രതിമ നാല്പതോ അമ്പതോ കൊല്ലമായി നടന്നിട്ടും ഒട്ടും നീങ്ങിയതായി കണ്ടില്ല. ഗാന്ധി കുറച്ചുകൂടി മെലിഞ്ഞതായി തോന്നി. കൂന് അല്പം കൂടിയതായും" (69). ഗാന്ധിയൻരാഷ്ട്രീയത്തിന്റെ ഒരു പ്രമുഖകേന്ദ്രമായിരുന്ന ഗുജറാത്ത് അഴിമതിയുടെയും ദുർഭരണത്തിന്റെയും രാഷ്ട്രീയത്താൽ വാൻഡലൈസ് ചെയ്യപ്പെട്ടു (89).

ഗാന്ധിയൻ പ്രസ്ഥാനത്തിന്റെ തുടർച്ചയായി ജെ.പിയുടെ പ്രസ്ഥാനം അനുസ്മരിക്കപ്പെടുന്നുണ്ട്. "പോർബംദറിലൂടെയും

സബർമതിയിലൂടെയും ദാംഡിയിലൂടെയും ഗുജറാത്തിനെ ഇന്ത്യ യുടെ ഹൃദയത്തിലേക്ക് എത്തിച്ച പാരമ്പര്യം ഇടയ്ക്ക് മങ്ങിപ്പോ യെങ്കിലും നവനിർമ്മാണ പ്രസ്ഥാനത്തിലൂടെയാണ് ഒന്ന് വീണ്ടും മങ്ങിക്കണ്ടത്" (183). വിശ്വസ്തതയോ മന:സാക്ഷിയോ എന്ന പ്രശ്നം പോലീസിന്റെ മുമ്പിൽ വെക്കാമോ എന്ന ചോദ്യം ഒന്നാം സ്വാതന്ത്ര്യസമരക്കാലത്തും ജയപ്രകാശിന്റെ കാലത്തും വീണ്ടും എങ്ങനെ ഉയർന്നുവന്നുവെന്ന ചർച്ചയുണ്ട്. 1974-ൽ ഗുജറാത്തിൽ ഉണ്ടായിരുന്ന നവനിർമാൺ പ്രസ്ഥാനം പരാമർശിക്കപ്പെടുന്നു. "1974-ൽ ഒരു കൊടുങ്കാറ്റുപോലെ ആവേശിച്ച അഴിമതിക്കെതിരാ യുള്ള ഗുജറാത്തിലെ നവനിർമ്മാൺ പ്രസ്ഥാനത്തെപ്പറ്റി അയാൾ പറഞ്ഞു. അന്നത്തെ സർക്കാറിനെ നിലംപതിപ്പിക്കുക കൂടി ചെയ്തു അത്. താമസിയാതെ ആ പ്രസ്ഥാനം നയിച്ച വിദ്യാർത്ഥിനേത ക്കാന്മാരും അവർ ലക്ഷ്യംവെച്ച കക്ഷിനേതാക്കന്മാരും ഒരുമിച്ച് മുമ്പെങ്ങും കണ്ടിട്ടില്ലാത്ത തലത്തിലുള്ള ഒരു അഴിമതി സർക്കാർ ഉണ്ടാക്കി" (189) എന്ന് വിമർശിക്കുകയും ചെയ്യുന്നു.

ശാസ്ത്രത്തെ സംബന്ധിച്ച കേവലതയുടെയും സത്യത്തിന്റെയും സമീപനങ്ങളിൽ ആഖ്യാനം സംശയം പുലർത്തുന്നതുപോലെ തോന്നും. ഷ്രോഡ്രിഗറുടെ പുസ്തകം, കോർബ്യുസിയുടെ ഓർഗാനിക് ആർക്കിടെക്ചറിനെക്കുറിച്ചുള്ള പുസ്തകം, ശാസ്ത്രം നന്മ കൊണ്ടു വരുമെന്ന വിശ്വാസത്തിന്റെ തകർച്ചയെക്കുറിച്ചുള്ള പരാമർശം, അളവിന്റെ അമൂർത്തത ചരിത്രത്തിൽ രൂപപ്പെട്ടതാണെന്ന തിരിച്ച റിവ് എന്നിവയെല്ലാം ആധുനികയുക്തിക്കു നേരെയുള്ള സംശയങ്ങ ളായി കടന്നുവരുന്നുണ്ട്. എന്നാൽ ആധുനികോത്തരതയുടെ രാഷ്ട്രീ യമായി അതു മാറുന്നതിനെ ആഖ്യാനം പ്രതിരോധിക്കുന്നതാണ് നേരത്തെ കണ്ടത്.

ഒരു പക്ഷേ ശാസ്ത്രത്തിന്റെ സാർവലൗകികതയിലുള്ള വിശ്വാസ നഷ്ടം സാഹിത്യത്തിന്റെ ധർമത്തെക്കുറിച്ചുള്ള ചിന്തയിലെത്തിക്കു ന്നുണ്ട്: "സാഹിത്യത്തിന്റെ വഴി ജീവിതത്തിൽ നിന്ന് ഭിന്നമായി ഭൂതകാലത്തിന്റെ കുറ്റബോധത്താൽ നിങ്ങളെ എപ്പോഴും രോഗാ തുരമാക്കിക്കൊണ്ടിരിക്കുകയാണ്. മറവി ജീവിതത്തിന്റേതാണ്. ഓർമ സാഹിത്യത്തിന്റേതും... സാഹിത്യത്തിന്റെ വീക്ഷണത്തിൽ വർത്തമാനകാലത്തിന്റെ ഭൂമിക നിങ്ങൾക്ക് സുഖജീവിതം തരി കയല്ല വിരിഞ്ഞുകൊണ്ടിരിക്കുന്ന പൂമൊട്ടുകൾ കൊണ്ട് ഉദ്യാനം പണിയുകയില്ല. ഭാവി ദുരന്തങ്ങൾക്കെതിരെ ഓർമ്മകൾ കൊണ്ട് കാവലിരിക്കുകയാണ്. കമ്പ്യൂട്ടർ വഴി സെറ്റ് ചെയ്ത് ഓഫ്സെറ്റിൽ

അച്ചടിച്ചുവരുന്ന ഇന്നത്തെ കൃതികൾ തൊട്ട് പാർച്ച്മെന്റിലും കളിമൺ ഫലകങ്ങളിലും എഴുതപ്പെട്ടവവരെയുള്ളതിലെല്ലാം അലിഞ്ഞുകിടക്കുന്ന പൊതുവായ ഒന്നുണ്ടെങ്കിൽ അത് ഈ കുറ്റബോധമാണ്. നിരന്തരമായ സംശോധനം ആണ്'' (153).

"ജനതകൾ ദശാബ്ദങ്ങൾക്കോ ശതാബ്ദങ്ങൾക്കോ ശേഷം ചിലപ്പോൾ പഴയ സമൂഹസ്മൃതികൾ പുറത്തെടുത്ത് രാഷ്ട്രങ്ങളുടെ പുതുതായി നിർമിക്കപ്പെട്ട സ്വത്വങ്ങളെയും മൂടികളെയും തകർത്ത് കലഹിക്കുവാനും ചോരയൊഴുക്കുവാനും തുടങ്ങുന്നത് നമ്മൾ കാണുന്നു. അങ്ങനെ സംഭവിക്കുന്നത് രാഷ്ട്രീയമായ വിളക്കിച്ചേർക്കലുകൾക്കടിയിൽ പഴയ കുറ്റങ്ങൾ ധാർമികമായി സ്വീകരിക്കപ്പെടാതെയും സമീകരിക്കപ്പെടാതെയും വെറുതെ കുഴിച്ചുമൂടപ്പെടുക മാത്രം ചെയ്യുന്നതുകൊണ്ടാണ്. ബാഹ്യമായ സമവാക്യങ്ങൾ പ്രാബല്യത്തിൽ വരുമ്പോഴും സമൂഹമനസ്സിൽ കൂട്ടിത്തീർക്കപ്പെടാത്ത കണക്കുകൾ ശിഷ്ടങ്ങൾ അവശേഷിപ്പിക്കുമ്പോൾ. പിന്നീട് പൊട്ടിത്തെറിക്കുവാൻ അവസരം കൊടുക്കും വിധം അടച്ചിടപ്പെടാതെ, ഓർമകൾ സാഹിത്യത്തിലും കലകളിലും കൂടി നിരന്തരമായി സമൂഹമനസ്സിൽ നിലനിർത്തപ്പെടേണ്ടതുണ്ട്. ഓർമിക്കുക എന്നാൽ കൂടുതൽ ദുരന്തങ്ങൾക്കെതിരെ കാവലിരിക്കുകയാണ്. ആ കാവലിരിപ്പ ദൗത്യം സാഹിത്യവും കലകളും നിർവ്വഹിക്കുകതന്നെ ചെയ്യണം. അതിന് പകരം സാഹിത്യം മീഡിയോക്രിറ്റിയിലേക്ക് താഴുകയും നേരമ്പോക്കിന്റേതു മാത്രമായി തീരുകയും ചെയ്യുന്നതിനാണ് നാം പലപ്പോഴും സാക്ഷ്യം വഹിക്കുന്നത്. അയാൾ പറഞ്ഞു. മിഡിയോക്രിറ്റിയാണ് ഗൗരവമേറിയ സാഹിത്യത്തിന്റെ വലിയ കടമ്പ. സർവാധിപത്യ ഗവണ്മെന്റുകൾക്ക് മീഡിയോക്കർ സാഹിത്യത്തെ പ്രോത്സാഹിപ്പിക്കേണ്ട ആവശ്യമുണ്ട്. ജനാധിപത്യ സമൂഹങ്ങളിലാകട്ടെ മാർക്കറ്റുകൾ അതിനെ കൊണ്ടാടുകയും ചെയ്യുന്നു. രണ്ടിടത്തും അത് സ്വാഗതം ചെയ്യപ്പെടുന്നു" (166-67). ചൈനീസ് ചക്രവർത്തി ഘൂദായുടെ കുറ്റമേറ്റു പറയലിനെ മാതൃകയായി കൊണ്ടാടുന്നുണ്ട്.

കമ്മ്യൂണിസത്തിൽ ഈ കുറ്റസമ്മതമില്ല. "അര നൂറ്റാണ്ട് കഴിഞ്ഞുപോയിട്ടും പാക്കിസ്ഥാൻ വാദത്തെക്കുറിച്ച് അതിന്റെ പ്രാണേതാക്കളിൽ നിന്നോ അനന്തരാവകാശികളിൽ നിന്നോ കുറ്റബോധത്തിന്റെ പ്രസ്താവങ്ങളൊന്നും ഉണ്ടായില്ല... മതത്തിന്റെ അടിസ്ഥാനത്തിൽ ആവശ്യപ്പെട്ട് നിർമിക്കപ്പെട്ട ലോകത്തിലെ ആദ്യത്തെ രാഷ്ട്രമാണ് പാക്കിസ്ഥാൻ" (161) പാക്കിസ്ഥാന്റെ നിർമിതിയെ ഇന്ത്യയോട് ചെയ്ത കുറ്റമായാണ് കല്പിക്കപ്പെടുന്നത്. ഇന്ത്യൻ ദേശീയതയുടെ

ജനാധിപത്യപരമായ ഈഗോവിനെക്കാൾ ഇന്ത്യൻ ദേശരാഷ്ട്ര ത്തിന്റെ ഈഗോയെയാണ് ആഖ്യാനം സ്വാംശീകരിച്ചതെന്ന് ഇത് വ്യക്തമാക്കുന്നു.

നാലായിരം കൊല്ലം മുമ്പ് സഞ്ചാരത്തിൽ പിന്തള്ളപ്പെട്ട ജനതയുടെ ശേഷിപ്പുകൾ ആർക്കിയോളജിസ്റ്റുകൾ മുക്കാൽ നൂറ്റാണ്ടു മുമ്പ് കണ്ടെത്തിയ ധൗളവീരയിലെ ലിപികളുള്ള നാഷണൽ മ്യൂസിയത്തിൽ പോയി കാണണമെന്ന് ആലോചിക്കുന്നിടത്താണ് നോവൽ തീരുന്നത്. അച്ചടി, ചരിത്രം, മ്യൂസിയം എന്നിവ മാധ്യസ്ഥീകരിക്കുന്ന ആധുനിക ദേശീയ ഈഗോവിന്റെ പ്രതിനിധാനം തന്നെയാണിത്. നിലവിലുള്ള സ്ഥല, കർത്തൃത്വ വർഗീകരണങ്ങളെ വെല്ലുവിളിക്കുകയല്ല, ബലപ്പെടുത്തുകയാണ് ആനന്ദിന്റെ വ്യവഹാരം ചെയ്യുന്നത്. പോലീസ് എന്ന് റാൻസിയേറെ (Ranciere 2004 :89) പറയുന്ന സംവിധാനത്തിലാണ് ഈ വിഷയി നില്ക്കുന്നത്. അതേ സമയം രാഷ്ട്രത്തിന്റെ അടിസ്ഥാനം ആദിവാസി സംസ്കൃതിയിൽ അന്വേഷിക്കുന്നതുമാണത്. *അഭയാർത്ഥികളി*ലെ ഗംഗാതടത്തിനപ്പുറത്ത് കടന്ന് സൈന്ധവ നാഗരികതയെ അന്വേഷിക്കുന്നതുമാണത്.

ഒ. വി. വിജയൻ

ദേശരാഷ്ട്രം: വിമർശനവും അപനിർമ്മിതിയും

കേരളം പ്രമേയ പരിസരമായ നവോത്ഥാന നോവലുകൾക്ക് ദേശീയ പ്രസ്ഥാനത്തെയും കമ്മ്യൂണിസ്റ്റ് പ്രസ്ഥാനത്തെയും സ്പർശിക്കാതെ കടന്നുപോവാൻ കഴിയുമായിരുന്നില്ല. പുറത്തുനിന്ന് നാട്ടിലേക്ക് വരുന്ന ബുദ്ധിജീവിചരായയുള്ള ആളുകൾ കോൺഗ്രസോ കമ്മ്യൂണിസ്റ്റോ ആകുന്ന പരിസരം അക്കാലത്തുണ്ട്. നവോത്ഥാന നോവലിന്റെ ഈ അവശിഷ്ടം *ഖസാക്കിന്റെ ഇതിഹാസ*ത്തിന്റെ തുടക്കത്തിൽത്തന്നെ കാണാം.

ഖസാക്കിലേക്ക് കയറിച്ചെല്ലുന്ന രവിയോട് രവി കോൺഗ്രസാണ് എന്നു വിചാരിച്ചുവെന്ന് പീടികക്കാരൻ പറയുന്നുണ്ട്. അത് കേട്ട് രവി ചിരിക്കുകയും "കോൺഗ്രസ് തത്കാലം വേണ്ടാന്ന് വെച്ചിരിയ്ക്ക്യാ. പിന്നെ ഈ കാവി വേദാന്തത്തിന്റെ സൂക്കേട് കൊണ്ടാന്ന് വെച്ചോളൂ" (ഖസാക്ക്: 11) എന്ന് അതിന് ഉത്തരം നൽകുകയും ചെയ്യുന്നു. ഏകാധ്യാപകവിദ്യാലയം തുടങ്ങുന്ന ഞാറ്റുപുരയിൽ ശിവരാമൻ നായർ ഗാന്ധിയുടെയും ഹിറ്റ്ലറുടെയും ഹനുമൽപാദരുടെയും വർണ്ണപടങ്ങൾ തൂക്കിയിട്ടുണ്ട്. ആത്മീയമായ ദേശീയത, ദേശീയ ആധുനികത, അന്തർദ്ദേശീയ ഫാസിസം എന്നീ മൂന്നു രാഷ്ട്രീയ ഘടകങ്ങളും അങ്ങനെ ചിത്രത്തിലൂടെ ഖസാക്കിലേക്ക് കടന്നുവരുന്നുണ്ട്.

സ്വാതന്ത്ര്യലബ്ധിയുടെ ഘട്ടത്തെ പ്രമേയകാലമാക്കുന്ന നോവലിൽ ഗാന്ധിയുടെ ചിത്രമുണ്ടെന്നല്ലാതെ കോൺഗ്രസുകാർ ആരുമില്ലെന്നതു ശ്രദ്ധേയമാണ്. മാർക്സിസത്തിന്റെ സാന്നിധ്യം തൊഴിലാളി യൂണിയനുകളിലൂടെ ഉറപ്പിക്കപ്പെട്ടുമ്പോഴാണ് ദേശീയ പ്രസ്ഥാനം അതിന്റെ അസാന്നിധ്യം കൊണ്ട് ശ്രദ്ധേയമാകുന്നത്.

മാർക്സിസത്തിന്റെയും ഹൈന്ദവവാദത്തിന്റെയും രണ്ടു ധ്രുവങ്ങൾ സാധ്യമാകുന്നത് ഗാന്ധിയൻ പ്രതിനിധികളുടെ കഥാപാത്രമെന്ന നിലയിലുള്ള അസാന്നിധ്യത്തിന്റെ പശ്ചാത്തലത്തിലുമാണ്. ഗാന്ധിയൻ ദേശീയ ആധുനികതയിൽ നിന്ന് വേദാന്തത്തിലേക്ക് പിന്മടങ്ങുമ്പോഴാണ് കാവി രവിയുടെ വസ്ത്രമാകുന്നത്.

ശിവരാമൻ നായരിലൂടെ മുസ്ലിങ്ങൾ ബൗദ്ധന്മാർ എന്ന് സംബോധന ചെയ്യപ്പെടുന്നുണ്ട്. മാപ്പിള എന്ന മലബാറിലെ സാമാന്യമായ വിളിയല്ല, "ബൗദ്ധൻ" എന്ന് മ്ലേച്ഛതയെ സൂചിപ്പിക്കുന്ന പദമാണ് ഹിന്ദുവാദിയായ ശിവരാമൻ നായർ ഉപയോഗിക്കുന്നത്.

ഖസാക്കിലെ കർഷകത്തൊഴിലാളികൾ ചെറുമികളാണ്. മൈമൂന അറബിക്കുളത്തിൽ സോപ്പുതേച്ച് കുളിക്കുമ്പോൾ സമാന്തരമായി ചെറുമികൾ ഞാറുനടുന്നുണ്ട്. "കുറെയകലത്തായി ഒരു കണ്ടത്തിൽ രണ്ടു ചെറുമികൾ നട്ടുതീർത്തുകൊണ്ടിരുന്നു. ഇത്തിരി കഴിഞ്ഞ് അവരും കണ്ടം കേറി." ചെറുമികളുടെ സാന്നിധ്യം സമയസൂചകമാണ്. അല്ലാതെ അവർക്ക് കഥാകർത്തൃത്വമില്ല.

കലാകാരന്മാർ എന്ന നിലയിൽ ചെറുമക്കളുടെ സാന്നിധ്യം വരുന്നത് കൂട്ടാടൻ പൂശാരിയുടെ കാവിലെ വേലയുമായി ബന്ധപ്പെട്ടാണ്. തട്ടിന്മേൽ കൂത്തുകാർ ചെറുമക്കളാണ്. "ഉച്ചയായപ്പോഴേക്കും തട്ടിന്മേൽ കൂത്തുകാരായ ചെറുമക്കൾ ചുട്ടികുത്തി തയ്യാറായി. മുളയും അലകും പനമ്പും വെച്ചുപണിത തട്ടുകളെ എട്ടും പത്തും ആളുകൾ ചേർന്നു താങ്ങിയെടുക്കും. ആ തട്ടുകളിന്മേൽ കഥകളിവേഷ മണിഞ്ഞ കൂത്തുകാർ ആർപ്പും വിളിയും കൂട്ടി ചാടുകയെന്നതാണ് തട്ടിന്മേൽക്കൂത്ത്." എന്നാൽ വ്യാജമദ്യമായ നൊരപ്പനിൽ സൾഫേറ്റിന്റെ അളവു കൂടിപ്പോയി വയറിളകുന്നത് പൂശാരിക്കും കൂത്തുകാർക്കുമാണ്. തട്ടുകളെല്ലാം ഇറക്കിവെക്കുകയും ഒന്നുരണ്ടു കൂത്തുകാർ തട്ടുകളിന്മേൽത്തന്നെ ജീവച്ഛവമായി ഇരിക്കുന്നു. അപ്പുക്കിളി തുമ്പികളെ നായാടുന്ന കൈതരപ്പൊന്തകളിലേക്കു നോക്കിയപ്പോൾ രവി കാണുന്നത് കൈതത്തഴപ്പിനു മുകളിൽ നാലുകിരീടങ്ങൾ പൊങ്ങിനില്ക്കുന്നതാണ്.

പ്രത്യക്ഷത്തിൽ പരിഹാസ്യമായ രീതിയിൽ കീഴാളർ ചിത്രീകരിക്കപ്പെട്ടു എന്ന് ഇതിനെ വായിക്കാം. എന്നാൽ രവിക്ക് അതിനെക്കുറിച്ച് സന്നിഗ്ധമായ വികാരങ്ങളാണുള്ളത്. പിറ്റേന്നുള്ള രവിയുടെ അവസ്ഥയുടെ ചിത്രീകരണം ഇങ്ങനെയാണ്. "ഉറങ്ങിയെണീറ്റു കഴിഞ്ഞപ്പോൾ തലേന്നത്തെ സംഭവങ്ങളോർത്ത് രവിയ്ക്കു വേദനയാണ് തോന്നിയത്. കൈതപ്പൊന്തകൾക്കു മുകളിൽ പൊങ്ങിക്കണ്ട

കഥകളിക്കിരീടങ്ങളെക്കുറിച്ചോർക്കുമ്പോൾ ഇപ്പോഴും ചിരിവരാതെയല്ല. പക്ഷേ ചിരിക്കുന്നല്ലോ എന്നോർത്തു വല്ലായ."

ഒരു ദിവസം കൊണ്ടുതന്നെ നരപ്പനിൽ കലർന്ന സൾഫേറ്റിന്റെ കഥ ഖസാക്കുകാരത്രയും അറിയുന്നുണ്ട്. "ഒരു ദേവതയുടെ പതനത്തിന്റെ കഥയായിരുന്നു അത്."

എന്നിട്ടും നേരത്തെ നിശ്ചയിച്ചപോലെ രവി മാധവൻനായരെയും കൂട്ടി ഞായറാഴ്ച കാവിൽ ചെല്ലുന്നുണ്ട്. "ഞായറാഴ്ച കാവിൽ ചെല്ലുമ്പോൾ വിഷാദവാന്മാരായ അവരോട് ഒന്നും ചോദിയ്ക്കാനില്ല. ഒന്നും ആരായാനില്ല. കുട്ടാടൻ പൂശാരിയോടു സഹതപിയ്ക്കാനുമല്ല അവിടെ ചെല്ലുന്നത്. പിന്നെയോ? വീണ്ടും സ്വയം ചോദിച്ചുപോവുകയാണ്. ചോദ്യം അപാരമായ ഉത്തരത്തിന്റെ സന്നിധിയിൽ രവിയെ എത്തിച്ചു. അറ്റമില്ലാത്ത കരിമ്പനക്കാടുപോലെ, ഉദിയ്ക്കാത്തതും അസ്തമിക്കാത്തതുമായ ഒരു സന്ധ്യപോലെ, പടർന്ന തന്റെ പാപത്തിൽ നൊടിനേരം അയാൾ ആബദ്ധനായി. ളുണിലും ഉുരുമ്പിലും കാവൽ നിന്ന ഈശ്വരന്മാർ അതിന്റെ ധന്യതയുടെ സാക്ഷികളായി."

രവി ചെല്ലുമ്പോൾ ദൈവപ്പുരയുടെ മുമ്പിൽ ആരുമില്ല. വേലയുടെ കഥ ദേശത്തുനിന്നു ദേശത്തേക്ക് പടരുകയായിരുന്നു. ദൈവപ്പുരയിലേക്ക് പൂജാരി ഉറഞ്ഞുകൊണ്ട് കയറിച്ചെല്ലുകയും ചെയ്യുന്നു. 'പരിഖാതം പരിഖാതം' എന്നു പറഞ്ഞു നല്ലമ്മയുടെ തിരുനൂറെടുത്ത് പൂശാരി രവിയുടെ മുഖത്തേക്കെറിയുന്നുണ്ട്.

തിരിച്ചെത്തിയ രവിയ്ക്ക് വസൂരി വരുന്നു. പരിഹാസ്യയായ നല്ലമ്മ പൂശാരിയടക്കം എല്ലാവരിലും വിളയാടുന്നു. പൊട്ടിയൊലിക്കുന്ന ചലത്തെ നല്ലമ്മയുടെ പ്രസാദമാണ്. "പൊട്ടിയൊലിക്കുന്ന ചലത്തെ നല്ലമ്മയുടെ പ്രസാദമായാണ് കാണുന്നത്. അതിൽനിന്നാണ് ആ മാദകമായ ഗന്ധമുയർന്നത്. പാതിരയിൽ കുളിർമഞ്ഞിൽ, വിടരുന്ന ജമന്തിയുടെ മണം." ചിറ്റമ്മയുമായുള്ള രവിയുടെ ബന്ധത്തിന്റെ കഥ നിവരുന്നത് വസൂരിയുടെ ഘട്ടത്തിലാണ്. പാപം അതാണ്. നല്ലമ്മയുടെ ശിക്ഷ അതിനു കൂടിയുള്ളതാണ്.

രവിയുടെ ആത്മശുദ്ധീകരണത്തിന്റെയും പാപമോചനത്തിന്റെയും സന്ദർഭവും കാരണവുമായി കീഴാളത്വത്തിന്റെ സാന്നിദ്ധ്യം മാറുകയാണ്. ആത്മശുദ്ധീകരണത്തിലൂന്നിയ ഗാന്ധിയനായ ഒരു സൗന്ദര്യശാസ്ത്രത്തിന് സമാനമായ സാന്നിധ്യവുമാണിത്.

സൾഫേറ്റിലൂടെ, ആധുനികമായ മായത്തിലൂടെ കളങ്കിതമാവു കയാണ് നല്ലമ്മയുടെ ദൈവപ്പുര. മൊല്ലാക്കയുടെ മരണം പോലെ, അണക്കെട്ടുപോലെ, കോണെഴുത്തു വിദ്യാലയം പോലെ, ഖസാക്കിന്റെ അന്ത്യത്തിന്റെ തുടക്കമാണത്. കുട്ടാടൻ വസൂരിയിലാണ് മരിക്കുന്നതും.

ചെറുമക്കളല്ലാതെ ഖസാക്കിലുള്ള മറ്റൊരു വിഭാഗം ദളിതർ പറയരാണ്. "വേനലിന്റെ രാത്രിയിലൂടെ പണ്ടാരശ്ശവങ്ങൾ ചുമന്നു കൊണ്ട് പറയന്മാർ നടന്നു." പാണന്മാരാണ് മറ്റൊരു സമുദായം. അപ്പുക്കിളിയോട് മായൻ പാണൻ "ഒരു കുട്മ വെച്ചുതരട്ടെ കിളിയേ" എന്നു ചോദിക്കുന്നുണ്ട്.

ശിവരാമൻ നായർ രവിയോട് തന്റെ മരുമകനായ "കമ്മൂഷ്ടാ"യ മാധവൻ നായരോടൊപ്പം കൂടരുതെന്ന് പറയുന്നുണ്ട്. രവിക്കെതിരെ ഡിപ്പാർട്ടുമെന്റിൽ നിന്നു വന്ന ആരോപണം നൈസാമലിയെന്ന കമ്മ്യൂണിസ്റ്റ് നേതാവിന്റെ സഹായത്തോടെ ഖസാക്കിൽ സ്റ്റഡി ക്ലാസെടുക്കുന്നു എന്നതാണ്. കമ്മ്യൂണിസ്റ്റാണെന്ന ആരോപണം വന്ന രവിയെ പിന്തുണയ്ക്കാൻ കൊഴണശ്ശേരിയിലെ കമ്മ്യൂണിസ്റ്റുകാർ വരുന്നുണ്ട്. കൊഴണശ്ശേരിയിലെ കർഷകത്തൊഴിലാളിയൂണിയൻ പ്രവർത്തകനായ ശങ്കരനും കൊഴണശ്ശേരി സമാധാനകൗൺസിൽ സെക്രട്ടറിയായ കണ്ണിമൂത്താനുമാണ് അവർ. രവിക്കെതിരെയുള്ളത് ഒരു ഗൂഢാലോചനയാണ് എന്ന് അവർ പറയുന്നു. വിരുദ്ധനായ കേലനാണ് ഇതിന്റെ പിന്നിലെന്നും അവനെ നേരിടണമെന്നും അവർ പറയുന്നു. ശിവരാമൻ നായർ മൂരാച്ചി ഫ്യൂഡലിസ്റ്റാണ്. പിന്തിരിപ്പൻ ശക്തികളുടെ കോട്ടയാണ് ഖസാക്ക് എന്നും നാഷണൽ ബൂർഷ്വാസീന്ന് പറയാൻ ആരും കാര്യമായിട്ടില്ല എന്നും ഖസാക്കിന്റെ ചരിത്രപരമായ അവസ്ഥ മാർക്സിയൻ രീതിയിൽ അവർ വിശദീകരിച്ചു കൊടുക്കുന്നുണ്ട്.

അവരുമായുള്ള സംവാദം വഴിത്തിരിവിലെത്തുന്നത് ശിവരാമൻ നായരെക്കുറിച്ചുള്ള പരാതിയുടെ ഘട്ടത്തിലാണ്. അയാളുടെ പാടത്ത് കൊയ്യാമ്പോണ ചെറ്മികള് റൗക്കയിടാൻ പാടില്ലെന്നാണ് ചട്ടം.

"എങ്ങനെ! മാറ് മറയ്ക്കാണ്ട് കുമ്പിട്ട് നിന്ന് കൊയ്യണംന്ന്"

"നല്ലതല്ലേ" എന്നാണ് രവി ഉത്തരം പറയുന്നത്. പൊടുന്നനെ സഖാക്കൾ നിശ്ശബ്ദരാകുന്നു. ഒന്നും ഉദ്ദേശിച്ച് പറഞ്ഞതല്ലെന്ന് രവിയുടെ വിശദീകരണം സംഗതിയെ കൂടുതൽ വഷളാക്കുന്നു. "ഇനീം

കാണാം" എന്നും "രവിയും രംഗത്ത് വരണം" എന്നുമാണ് അവർ പോകുമ്പോൾ പറയുന്നത്.

അതേ സഖാക്കൾ തന്നെ രാജാവിന്റെ പള്ളിയിൽ ചെന്ന് നൈസാമലിയെയും കാണുന്നുണ്ട്. "സഖാവേ" എന്നുള്ള സംബോധന നൈസാമലി "കാലിയാരേ" എന്നു തിരുത്തുന്നു. ഇതൊരു ഗൂഢാലോചനയാണ് എന്ന് സഖാക്കൾ പറയുമ്പോൾ അതിൽ സംശയമില്ലെന്നു നൈസാമലി മറുപടി പറയുന്നു. അപ്പോൾ സഖാക്കൾ ആ സംഘർഷത്തെ ചരിത്രവൽക്കരിക്കുന്നു. കേലൻ ബൂർഷ്വായാണ്. ശിവരാമൻ നായർ ഫ്യൂഡലിസ്റ്റാണ്. അതിന് ശിങ്കിടി പാടാൻ ഉദ്യോഗസ്ഥപ്രഭു. അതിൽ സംശയമില്ലെന്നും വിടരുതെന്നുമാണ് നൈസാമലിയുടെ മറുപടി. കൂമൻ കാവിലെ സമരത്തിലെ പഴയ സഖാക്കളാണ് നമ്മൾ എന്ന് നൈസാമലിയെ അവർ ഓർമിപ്പിക്കുന്നു. കാലിയാർ പ്രസ്ഥാത്തിലേക്ക് തിരിച്ചുവരണം എന്ന് ആവശ്യപ്പെട്ടപ്പോൾ ദൈവവചനം ഉരുവിടുകയാണ് നൈസാമലി.

രാഷ്ട്രീയപ്രയോഗ തലത്തിലേക്ക് ഖസാക്കിലെ പ്രശ്നം ഉയർത്തുവാൻ രവിയും നൈസാമലിയും തയ്യാറല്ല. അങ്ങനെ ഉയർത്തിയാൽ മാർക്സിയനായ ഒരു പ്രയോഗമണ്ഡലമായി ഖസാക്ക് മാറുമായിരുന്നു. ഖസാക്കിലെ സാമൂഹ്യവൈരുധ്യം ഒരു രാഷ്ട്രീയ സംഘർഷത്തിലേക്ക് മാറുന്നതിന്റെ ഘട്ടത്തിലാണ് രവി ഖസാക്ക് വിടുന്നത്. ആധുനിക പൂർവമായ ഖസാക്കിനെ ദേശരാഷ്ട്ര ആധുനികതയിലേക്ക് പരിവർത്തിപ്പിക്കുന്നതിൽ രവി വിമുഖനാണെന്നു മാത്രമല്ല, ആ സംഘർഷത്തിന് ജനകീയ ആധുനികതയുടേതായ പരിഹാരം ഉണ്ടാക്കാൻ രവിക്ക് താത്പര്യവുമില്ല. അതേ സമയം ഖസാക്കിലെ ആധുനികപൂർവ ചരിത്രശക്തികൾ അതിൽ നിന്ന് അപ്രത്യക്ഷമായിക്കഴിയുകയും ചെയ്തിരിക്കുന്നു. മൊല്ലാക്കയും കുട്ടാടൻ പൂശാരിയും മരിച്ചു കഴിഞ്ഞിരുന്നു.

ആ നിലയിൽ ദേശീയ അവബോധമോ കമ്മ്യൂണിസ്റ്റ് അവബോധമോ ദലിത് അവബോധമോ നോവൽ ആഖ്യാനത്തിലൂടെ മുന്നോട്ടുവെക്കുന്നില്ല. പകരം ആധുനികതയെ നിഷേധാത്മകമായ ഒരു മനോഭാവത്തിലൂടെ നിരാകരിക്കുകയാണ് ചെയ്യുന്നത്. ദേശരാഷ്ട്ര ആധുനികതയെ നിഷേധിക്കുന്ന എന്ന അർഥത്തിൽ അത് കലാപരമായ, ആധുനികതാവാദപരമായ രാഷ്ട്രീയം മുന്നോട്ടുവെക്കുന്നു. എന്നാൽ അത് പ്രയോഗപരമായ ബദൽ രാഷ്ട്രീയത്തെ വികസിപ്പിക്കുന്നതിന് സംഭാവന നൽകുന്നുമില്ല. പക്ഷേ ഖസാക്കിലെ കമ്മ്യൂണിസ്റ്റ് സാന്നിധ്യത്തെ അത് വരവുവെക്കുന്നുമുണ്ട്.

ധർമപുരാണം:
വെളുത്ത രാഷ്ട്രങ്ങളും കറുത്ത രാഷ്ട്രങ്ങളും

അടിയന്തിരാവസ്ഥയ്ക്കു മുമ്പു രചിക്കപ്പെടുകയും അടിയന്തിരാവസ്ഥ പ്രഖ്യാപിച്ച സാഹചര്യത്തിൽ പ്രസിദ്ധീകരിക്കാൻ കഴിയാതെ പോവുകയും ചെയ്ത കൃതിയാണ് *ധർമപുരാണം*.

ഗാന്ധിയൻ ദേശീയത മിക്കവാറും പിന്തള്ളപ്പെടുകയും ദേശീയത അക്രമമായി ജനതയുടെമേൽ വളരുകയും ചെയ്ത ചരിത്രസാഹചര്യത്തിലാണ് *ധർമപുരാണം* രചിക്കപ്പെടുന്നത്. 1971 ലെ പാക്കിസ്ഥാനു മേലുള്ള യുദ്ധത്തിന്റെ വിജയം ദേശീയ പ്രമത്തതയെ ഒരു ഭാഗത്ത് വളർത്തുകയും അതേ സമയം അകത്ത് സ്വാതന്ത്ര്യസമര കാലത്തെ മൂല്യങ്ങൾ മുഴുവൻ പിന്തള്ളപ്പെട്ട് കേവലമായ ഏകാധിപത്യമായി ഇന്ത്യ മാറിക്കൊണ്ടിരിക്കുകയും ചെയ്ത സാഹചര്യവുമായിരുന്നു അത്.

ധർമപുരി രാജ്യവും ശാന്തിഗ്രാമം തലസ്ഥാനവുമാണ്. കൊളോണിയലിസത്തിനുശേഷം വന്ന ദേശീയ ഭരണകാലം. "സാമ്രാജ്യഭരണകാലത്ത് പറങ്കികൾക്കെതിരെ കണ്ഠക്ഷോഭം ചെയ്തും ആളുകളെ ഇളക്കിവിട്ടും അങ്ങുമിങ്ങും കല്ലെറിഞ്ഞും ചെറുകിട വിപ്ലവരംഗങ്ങൾ സൃഷ്ടിച്ച ധർമഭടന്മാർ ആധ്യാത്മിക കക്ഷി എന്ന പേരിൽ സംഘടിക്കുകയും ചെയ്തു" (ധ. പു :28)

പ്രജാപതി പ്രതിനിധാനം ചെയ്യുന്ന ഭരണകൂടശക്തികൾ, അവരുടെ ഏതു ജനവിരുദ്ധനടപടിക്കും പിന്തുണയ്ക്കുന്ന കമ്മ്യൂണിസ്റ്റ് കക്ഷി, ഇവ രണ്ടിനുമെതിരെ നിലപാടുള്ള നിസ്സഹായരായ സിദ്ധാർത്ഥന്റെ പക്ഷം എന്ന നിലയിലാണ് *ധർമപുരാണ*ത്തിനകത്തെ ബലതന്ത്രം നിലനില്ക്കുന്നത് .

ശാന്തി ഗ്രാമത്തിലെ ഒരു മധുശാലയിൽ ഒരു മൂലയിൽ തനിച്ചിരിക്കുന്ന തങ്ങളെപ്പോലെ തന്നെ തവിട്ടുനിറമുള്ള അപരിചിതനാണ് പുരവാസികൾക്ക് സിദ്ധാർത്ഥൻ. അയാളുടെ തൊഴിൽ രാജാവിന്റേതും. അതാകട്ടെ സ്വതന്ത്രരാഷ്ട്രം സ്വന്തം പ്രത്യയശാസ്ത്രമായി മുന്നോട്ടുവെച്ച ശാകുന്തളത്തിന് എതിരുമായിരുന്നു. ശാകുന്തളം നഗരം കാടിനെ കീഴ്പെടുത്തുന്ന കഥയായതിനാൽ ഈ രൂപകം വിശാലമായ രാഷ്ട്രീയ ധ്വനിയുള്ളതുമാണ്. മലമ്പ്രദേശത്തുനിന്നു വരുന്ന കാട്ടുരാജാവാണ് സിദ്ധാർത്ഥൻ. നാഗരികതയുടെ വിമർശനസ്ഥാനമാണ് ഈ കാട്ടുരാജാവ്. അകലങ്ങളിൽ നിന്ന് കർഷകരുടെയും

കൈവേലക്കാരുടെയും പെണ്ണുങ്ങളാണ് പ്രജാപതിക്ക് വിരുദ്ധനായ വഴിപോക്കനെ ഊട്ടുന്നത്. അനദാത്തവും അശ്ലീലവുമാണ് പ്രജാപതിയുടെ ശബ്ദമെങ്കിൽ ഉദാത്തമാണ് സിദ്ധാർത്ഥന്റെ സ്വരം.

ഇന്ത്യൻ പാരമ്പര്യത്തിലെ തന്നെ രണ്ടുവിരുദ്ധ പ്രവണതകളെ സമകാലിക രാഷ്ട്രീയത്തിന്റെ വൈരുദ്ധ്യമായി അവതരിപ്പിക്കുക വഴി മിത്തിനെ പ്രത്യയശാസ്ത്രവൽക്കരിക്കുന്നുണ്ട് നോവൽ.

കൊളോണിയൽ കാലത്തിന്റെ അവശിഷ്ടങ്ങളെ അതേ പടി ഉപയോഗിക്കുകയാണ് പുതിയ പ്രജാപത്യം. "പറങ്കി സാമ്രാജ്യം ധർമപുരി വാണിരുന്ന കാലത്ത് ആ അരമനയിൽ പാർത്തുപോന്ന ഗവർണ്ണർദോർമാർ ഉപയോഗിച്ച ഈ തീട്ടപ്പാത്രങ്ങൾ സ്വർണത്തിലും വെണ്ണക്കല്ലിലും പണിത സിംഹാസനതുല്യങ്ങളായ ശില്പസൃഷ്ടികളായിരുന്നു" എന്ന് പറയുന്നുണ്ട്. പ്രജാപതിയുടെ വിസർജ്ജനവേളകളിൽ പ്രക്ഷേപണ ശൃംഖലകളിലത്രയും ദേശീയഗാനം നിറയുന്നുണ്ട്.

ആഗോള കമ്മ്യൂണിസം പ്രജാപതിയുമായി നല്ല ബന്ധം സൂക്ഷിക്കുന്നുണ്ട്. പ്രജാപതിയോടും അധ്യാത്മകക്ഷിയോടും നല്ല ബന്ധമുണ്ടായിരുന്നവരിൽ ഏറ്റവും ആദരണീയൻ പ്രാവ്ദ ലേഖകനായിരുന്നു. പ്രജാപതിയുടെ വിസർജ്ജ്യത്തിലെ കൃമിയെ പ്രാവ്ദ ലേഖകൻ അഭിവാദ്യം ചെയ്യുന്നുണ്ട്.

പ്രതിസന്ധി പ്രഖ്യാപിച്ച ശേഷം പറങ്കി സാമ്രാജ്യം ധർമ്മപുരിക്കു കൊടുത്തുവെച്ച ഹേബിയസ് കോർപ്പസ് നിയമങ്ങൾ പിൻവലിക്കപ്പെട്ടപ്പോൾ പ്രസ്തുത നടപടിയെ ശ്ലാഘിച്ചുകൊണ്ട് പ്രാവ്ദ മുഖപ്രസംഗം എഴുതുന്നു. മനുഷ്യവർഗത്തിന്റെ പുരോഗതിയിൽ ഒരു നാഴികക്കല്ലുകൂടി എന്നാണ് പത്രം അതിനെ വിശേഷിപ്പിക്കുന്നത്. ധർമപുരിയിലെ കമ്മ്യൂണിസ്റ്റുകാരും വ്യത്യസ്തരല്ല. "ആധ്യാത്മികന്മാരെക്കൂടി അമ്പരപ്പിച്ചുകൊണ്ട് ധർമപുരിയിലെ കമ്മ്യൂണിസ്റ്റുകാർ ഭേദഗതി ചെയ്യപ്പെട്ട നിയമത്തെ തീവ്രമായ ആവേശത്തോടെ ന്യായീകരിക്കുകയും ചിലപ്പോഴൊക്കെ സ്വയം സ്വീകരിക്കേണ്ടിവന്ന കാരാഗൃഹവാസത്തിൽ സന്തുഷ്ടരാവുകയും മോസ്കോവിലെ മഹാവിരേചനങ്ങളെന്ന് ചരിത്രം വിശേഷിപ്പിച്ച കൂട്ടവിചാരണകളെ സ്മരിച്ച് കൃതാർത്ഥരാകുകയും" ചെയ്യുന്നു.

സിദ്ധാർത്ഥൻ ധർമപുരിയിലെ ജ്ഞാനികളെ തേടുന്നു. അവസാനമായി തേടിയ ജ്ഞാനിയായിരുന്നു മഹാമാന്ത്രികൻ. ചുവന്ന അഭിവാദ്യങ്ങളാണ് മാന്ത്രികൻ സിദ്ധാർത്ഥന് അർപ്പിക്കുന്നത്. ധർമപുരിയിലെ തൊഴിലാളിവർഗഗോത്രങ്ങളുടെ ആസ്ഥാനത്തിലേക്കാണ്

സിദ്ധാർത്ഥനെ മന്ത്രവാദി നയിക്കുന്നത്. തളത്തിന്റെ നടുവിൽ ഒരു മന്ത്രപുസ്തകത്തെ ചുറ്റിയിരുന്നുകൊണ്ട് കുറെ ചെറുപ്പക്കാർ അഖണ്ഡ സങ്കീർത്തനം ചെയ്യുന്നുണ്ട്. നാം തനിച്ചല്ല സോവിയറ്റ് യൂണിയനും കൂടെയുണ്ട് എന്നാണ് മന്ത്രവാദി ഉരുവിടുന്നത്. അത് എല്ലാവരും ഏറ്റു പാടുമ്പോൾ അതിവിപ്ലവത്തെ പ്രതിനിധീകരിക്കുന്ന ഒരു ചെറുപ്പക്കാരൻ മാത്രം പുച്ഛത്തോടെ ഇളിച്ചുകാട്ടുന്നുണ്ട്. പരുക്കനായ അപശബ്ദത്തിൽ കിഴക്കൻ കാറ്റിന്റെയും തോക്കിൻ കുഴലിന്റെയും പാട്ടുകൾ അയാൾ ഉച്ചത്തിൽ പാടുകയും ചെയ്യുന്നു. ഇങ്ങനെ ഇന്ത്യൻ കമ്മ്യൂണിസ്റ്റു പാർടിക്കകത്തെ വ്യത്യസ്തപ്രവണതകളെയും നോവലിൽ പ്രതിനിധീകരിക്കുന്നു.

പാട്ടുപാടുന്ന മഹാമാന്ത്രികൻ പാട്ടവസാനിച്ച ശേഷം പൊക്കണത്തിൽ നിന്ന് ഒരുപിടി ഭസ്മമെടുത്ത് കടും ചുവപ്പുകാരന്റെ നേർക്കെറിയുന്നു. "അപ്രകാരം ചെയ്ത ശേഷം മഹാമാന്ത്രികൻ മേലോട്ടു നോക്കി. കർക്കിട വിപ്ലവത്തിന്റെ ചുവന്ന അപ്പനും സോവിയറ്റു പ്രധാനമന്ത്രിയുമായ ഇളങ്കോവിനെ ധ്യാനിച്ചു. മഹാമാന്ത്രികൻ വിളിച്ചു:

"ഇളങ്കോവടികളേ!

അന്നദാതാവേ, ലോക സ്രഷ്ടാവേ! ദുർമ്മന്ത്രവാദികളിൽ നിന്ന് അടിയങ്ങളെ രക്ഷിക്കേണമേ!" (57).

"വൈരുധ്യാധിഷ്ഠിതവും ചരിത്രപരവുമായ മന്ത്രവാദത്തെക്കുറിച്ച് നിങ്ങൾ ചോദിക്കാനാഗ്രഹിക്കുന്നതും എന്നാൽ ഭയന്നു മടങ്ങുകയും ചെയ്യുന്ന കാര്യങ്ങൾ" എന്ന പുസ്തകം നൽകുന്നു. വായിക്കുമ്പോൾ ത്തന്നെ ചോദ്യം ചെയ്യാനുള്ള തിടുക്കം സിദ്ധാർത്ഥനെ വലയ്ക്കുന്നു. "ചോദ്യത്തിനുള്ള ശിക്ഷ വെടിവെയ്പ്പാണ്. പുസ്തകം വലിച്ചെറിയുകയും ആ അറിവിന്റെ സമ്മർദ്ദത്തിൽ സിദ്ധാർഥൻ ഛർദ്ദിക്കുകയും ചെയ്തു." ഇങ്ങനെ പരിഹാസ്യമായ അവസ്ഥയിലാണ് കമ്മ്യൂണിസ്റ്റുകാർ.

രാഷ്ട്രാധികാരത്തെ ന്യായീകരിക്കുന്ന ചരിത്രവാദത്തിന്റെയും വക്താക്കളാണ് ധർമപുരിയിലെ കമ്മ്യൂണിസ്റ്റുകാർ. കമ്മ്യൂണിസ്റ്റു കാർ മാത്രമല്ല, ചരിത്രംതന്നെ അധികാരത്തിനുവേണ്ടിയുള്ളതാണ്. "ചരിത്രത്തെ ഉപേക്ഷിക്കുകയോ? ചരിത്രമില്ലെങ്കിൽ പിന്നെ രാഷ്ട്രമെവിടെ, രാഷ്ട്രമില്ലെങ്കിൽ പിന്നെ അതിർത്തിയെവിടെ?"(65) എന്ന് ദു:ഖ (യുദ്ധ)മന്ത്രി കിഴവനായ രുമണ്വാൻ താൻ വ്യഭിചരിക്കുന്ന ലാവണ്യയോടു ചോദിക്കുന്നു.

ചരിത്രംപോലുള്ള അറിവുരൂപങ്ങൾ അവസാനമായി മനുഷ്യന്റെ ഏറ്റവും അധമമായ ആഗ്രഹങ്ങൾക്കുള്ള ന്യായമായിത്തീരുകയാണ്

എന്ന തിരിച്ചറിവ് ലാവണ്യ എന്ന സ്ത്രീയിലൂടെയാണ് നോവൽ കൊണ്ടുവരുന്നത്. ചരിത്രം എന്നത് അധികാരത്തിന്റെ അമേധ്യം ജനതകളെക്കൊണ്ട് തീറ്റിക്കുന്ന രീതിയാണ്. പെണ്ണിനെ കാഴ്ച വെക്കലാണ്. ഈ രണ്ടു സമർപ്പണങ്ങളുടെയും സംഗമമാണല്ലോ ചരിത്രം എന്ന് രുമണ്വാൻ അവളോട് പറയുന്നു. ലാവണ്യ അപ്പോൾ വർഗങ്ങളുടെ സമരമോ എന്നു ചോദിക്കുന്നു. അതു കേട്ടപ്പോൾ രുമണ്വാൻ നിശ്ശബ്ദനാകുന്നു. അതിന് ലാവണ്യ നൽകുന്ന ഉത്തരം ചരിത്രത്തെ സംബന്ധിച്ച നോവലിന്റെ കാഴ്ചയാണ്. "ചരിത്രത്തിന്റെ ഹേതു മേല്പറഞ്ഞ സമർപ്പണങ്ങളാണെങ്കിൽ ചരിത്രത്തെ നാം ഉപേക്ഷിക്കണം" (64-5). ഗാന്ധിക്കു വഴി കാട്ടിയ ടോൾസ്റ്റോയ് ചരിത്രത്തെക്കുറിച്ച് പറഞ്ഞ വിമർശനത്തോടടുത്തു നില്ക്കുന്നതാണിത്.

"അവളുടെ മുമ്പിൽ അവശജനതകളുടെ വിമോചന സമരചരിത്രവും നയതന്ത്രജ്ഞന്റെ അശ്വമേധങ്ങളും ഒരടുക്കളപ്പുരയോളവും അടുക്കളപ്പുരയിൽ വിമ്മിഷ്ടം കൊണ്ട അസംതൃപ്തമായ ഒരു സംഭോഗത്തോളവും ചെറുതായി, ക്രമേണ അത് ഒരു കിഴവന്റെ വായ്നാറ്റം മാത്രമായി അവശേഷിച്ചു" (65).

"ഇളങ്കോവിന്റെ മക്കളും മറ്റ് ഓഹരിക്കാരും" എന്ന പേരിൽ കമ്മ്യൂണിസ്റ്റ് പ്രസ്ഥാനത്തെ വിമർശിക്കുന്ന ഒരധ്യായം തന്നെ നോവലിലുണ്ട്. ചെവി ചൊറിഞ്ഞ് മുദ്രാവാക്യങ്ങൾ വിളിക്കുന്നതിന് ഏതാനും വർഷങ്ങൾക്ക് മുമ്പ് കമ്മ്യൂണിസ്റ്റുകാർക്ക് ധർമപുരിയിൽ വിചിത്രമായ ഒരു സമരചരിത്രമുണ്ടായിരുന്നു എന്നു പറയുന്നുണ്ട്. ധർമപുരിയിൽ വെള്ളപ്പൊക്കമുണ്ടായപ്പോൾ സോവിയറ്റ് യൂണിയനിൽ വരൾച്ചയായിരുന്നതുകൊണ്ട് അവർ ജനങ്ങളോട് വരൾച്ചയെപ്പറ്റിയാണ് പ്രസംഗിച്ചത്. "വെള്ളം വാർന്നുവെടിഞ്ഞ ശേഷം അവർ തെറ്റുതിരുത്തി. അഞ്ചുവർഷം കഴിഞ്ഞ് കമ്മ്യൂണിസ്റ്റു കക്ഷി ജലവിരോധനയം അംഗീകരിച്ചു. അപ്പോഴേക്ക് ധർമപുരിയിൽ വരൾച്ച തുടങ്ങിക്കഴിഞ്ഞിരുന്നു" (97).

കർക്കിടക വിപ്ലവമാണ് സോവിയറ്റ് യൂണിയൻ പ്രതിനിധീകരിക്കുന്നത്. നേരിട്ടുള്ള സമരമാർഗം ഉപേക്ഷിച്ച് നയം മാറ്റിയതിന്റെ വിവരണവുമുണ്ട്. അധ്യാത്മകക്ഷി കൊടുത്ത മിച്ചമായ അമേധ്യം ഭക്ഷിക്കാൻ ആദ്യമാദ്യം ചെറുപ്പക്കാരായ ചില സഖാക്കൾ മടിച്ചെങ്കിലും പിന്നീട് അവരും അതുമായി ഒത്തുതീർപ്പിലാവുന്നു. "ഇളങ്കോവടികളുടെ വാക്കുകൾ ശാസ്ത്രസത്യമാണ്. അതിൽ തെറ്റോ അവ്യക്തത പോലുമോ ഉണ്ടാകാൻ ന്യായമില്ല."

കറുപ്പും വെളുപ്പുമെന്ന കൊളോണിയൽ വൈരുധ്യം ധർമപുരിയിൽ അപ്പോഴും തുടരുന്നുണ്ട്. കറുത്തതും തവിട്ടുമായ നരരാശിക്കുമേൽ ആധിപത്യം പുലർത്തിയവരാണ് സാമ്രാജ്യത്വങ്ങൾ. വെളുത്തവരോടുള്ള ആരാധന തുടരുന്നു. വെളുത്ത ചാരന്മാരെ ശിക്ഷിക്കുക സാധ്യമല്ലാത്തതിനാൽ ധർമപുരി പകരം സ്വദേശികളെ പിടികൂടിയാണ് തുറുങ്കിലിടുന്നത്. കറുപ്പിനോടുള്ള ദൂരം ആഗോള കമ്മ്യൂണിസത്തിലുമുണ്ട്. റഷ്യയിലെ പാട്രിസ് ലുമുംബ സർവകലാശാലയിൽ റഷ്യക്കാരാരും സ്വന്തം കുട്ടികളെ ചേർക്കുന്നില്ല. നമ്മുടെ അപ്പവും പന്നിയിറച്ചിയും തട്ടിയെടുക്കാനാണ് അന്താരാഷ്ട്രീയ സഖ്യമെന്നും പറഞ്ഞ് കാപ്പിരികൾ ഇവിടെ വന്നിരിക്കുന്നതെന്ന് റഷ്യൻ തൊഴിലാളി നേതാവ് പറയുന്നുണ്ട്. സോവിയറ്റ് യൂണിയനിൽ ഒരു വീട്ടിൽ ചെന്ന് അവിടത്തെ മേശപ്പുറത്തെ തീൻ പണ്ടങ്ങൾക്കു നേരെ കൈനീട്ടുമ്പോൾ ഗൃഹനാഥൻ അയാളുടെ കൈ തച്ചൊടിക്കുന്നു. ഗൃഹനായിക അയാളുടെ വൃഷണം ഉടയ്ക്കുകയും ലിംഗം പിഴുതെറിയുകയും ചെയ്യുന്നു. "വർണ സങ്കരമുണ്ടാകാതിരിക്കാൻ , വർണസങ്കരത്തിന്റെ ഫലമായി ഭഗവാൻ വീണ്ടും അവതരിച്ച് ദ്വന്ദ്വമാന ഭൗതികവാദത്തെ ചോദ്യംചെയ്തു ശല്യമുണ്ടാക്കാതിരിക്കാൻ" (147) ആണ് ഈ പ്രവൃത്തി.

ഗാന്ധിപ്രതീകം ഗോസായിയമ്മാവൻ എന്ന പേരിലാണ് *ധർമപുരാണ*ത്തിൽ വരുന്നത്. ഇക്കാര്യം നേരത്തെ നിരീക്ഷിക്കപ്പെട്ടിട്ടുണ്ട് (ബാലകൃഷ്ണൻ 123). "ഗോസായിയമ്മാവനെ കണ്ടവരുണ്ട്. വടികുത്തി നടന്നുപോയ സിദ്ധനെ പലരും ഓർക്കുന്നു. ഗോസായിയമ്മാവനെ കാണാതായിട്ട് ഇപ്പോൾ കൊല്ലം പലതു കഴിഞ്ഞു. ആ ഓർമ സമൂഹത്തിന്റെ ബോധമെന്ന മൂടൽമഞ്ഞിൽ നിരർത്ഥകമായി അലിഞ്ഞു ചേരുകയും ചെയ്തു. ഗോസായിയമ്മാവൻ എങ്ങനെ മരിച്ചെന്നും എന്നു മരിച്ചെന്നുമുള്ള കണക്കുകൾ കൈമോശം വന്നുപോയി. കൈമോശംവരാതെ കിടന്നത് അമ്മാവന്റെ ഉദകക്രിയ മാത്രമായിരുന്നു. അവർ അമ്മാവന്റെ ചിതാഭസ്മം കടലിൽ കലക്കി ശമിപ്പിച്ചു. ആ ശമനത്തെപ്പറ്റി മാത്രം, നിരർത്ഥകമായി, ധർമപുരിക്കാർ ഓർത്തു. ഭരണകൂടം നാടുനീളെ സ്തൂപങ്ങൾ പണിതു. അവയിൽ അവർ ഗോസായിയമ്മാവന്റെ സൂക്തങ്ങൾ കൊത്തിവെച്ചു. ഈ സൂക്തങ്ങളുപയോഗിച്ചായിരുന്നുവത്രേ ഗോസായിയമ്മാവൻ പറങ്കികളെ ധർമപുരി വിടാൻ നിർബന്ധിച്ചതും പത്തഞ്ഞൂറു കൊല്ലം നീണ്ട പറങ്കിക്കോയ്മ അവസാനിപ്പിച്ചതും"( ).

പ്രജാപതിയും മന്ത്രിമാരും ഗോസായിയമ്മാവന്റെ സൂക്തങ്ങളു രുവിട്ടാണ് രാജ്യം ഭരിക്കുന്നത്. ലാവണ്യയോട് ആരാണ് ഗോസാ യിയമ്മാവൻ എന്നു സിദ്ധാർത്ഥൻ ചോദിക്കുമ്പോൾ ഞങ്ങളുടെ രാഷ്ട്രപിതാവ് എന്ന് ലാവണ്യ മറുപടി പറയുന്നുണ്ട്. ഗാന്ധിയൻ മൂല്യങ്ങളെ പുതിയ ഭരണകൂടം ഭയക്കുന്നു. ഗോസായിയമ്മാവൻ തിരിച്ചുവരുമെന്ന് ചിലർ പറയുന്നുണ്ടെങ്കിലും അങ്ങനെ പറയുന്നത് രാജ്യദ്രോഹമാണ്. "ഗോസായിയമ്മാവൻ തിരിച്ചുവരുമെന്നു പറയു ന്നതു നിരോധിക്കാൻ നിയമമുണ്ട്." ഗോസായിയമ്മാവൻ മരിച്ചില്ലേ എന്നു വാതസേനൻ ചോദിക്കുമ്പോൾ "ഇല്ല, ഗോസായിയമ്മാവനെ നമ്മുടെ ഭരണകൂടം തുറുങ്കിലടച്ചിരിക്കയാണ്" എന്ന് കാഞ്ചനമാല മറുപടി പറയുന്നു.

വാതസേനൻ ഗോസായിയമ്മാവന്റെ തുറുങ്കിനു മുമ്പിൽ ചെന്ന് എന്താണ് അടിമയുടെ ഈ രാത്രിയിൽ തുറുങ്കിന് പുറത്തു കടക്കാ തിരുന്നത് എന്നു ചോദിക്കുന്നു. തടവറയുടെ ആസക്തിയിൽ താൻ മയങ്ങിപ്പോയെന്ന് ഗോസായിയമ്മാവൻ മറുപടി പറയുന്നു.

ഗാന്ധിയൻ സമരത്തിന്റെ രീതിയും അതിന്റെ ധാർമികതയും നോവലിലെ പ്രജാപതിയുടെ വർത്തമാനകാലത്തിനെതിരായി ഉദാത്തമായി നിലകൊള്ളുന്നു. "പറങ്കികൾ ഗോസായിയമ്മാവ ന്റെ മുമ്പിൽ കീഴടങ്ങിയത് പേടിച്ചോ തോറ്റിട്ടോ ആയിരുന്നില്ല. അങ്ങനെയായിരുന്നെങ്കിൽ അതിൽ ഗോസായിയമ്മാവൻ ദുഃഖിക്കു മായിരുന്നു. തോൽവിയില്ലാത്ത മഹായുദ്ധത്തിൽ തന്റെ പ്രതിയോ ഗികളാകാൻ ഗോസായിയമ്മാവൻ അവരെ ക്ഷണിക്കുകയായിരുന്നു ചെയ്തത്. "അവരങ്ങനെ ചെയ്തു. അങ്ങനെ ധർമപുരി സ്വതന്ത്രമായി" (81). ദേശീയ സ്വാതന്ത്ര്യസമരമൂല്യത്തെ നോവൽ ഉയർത്തിപ്പിടി ക്കുന്നു. ആഖ്യാനഭാഷ തന്നെ ഗാന്ധിയുടെ സമന്വയ രാഷ്ട്രീയത്തെ ഉൾക്കൊള്ളുന്നതാണ്. മോഹിത് ചക്രവർത്തി സൂചിപ്പിക്കുന്ന (ഒന്നാം അധ്യായം നോക്കുക) ഗാന്ധിയൻ സൗന്ദര്യശാസ്ത്രത്തിനകത്താണ് അത് നില്ക്കുന്നത്. ആത്മീയമായ ബന്ധമാണത്. ആരോടും ശത്രുത യില്ലാത്ത ബന്ധുത്വത്തിന്റെ ആഖ്യാനമാണ്.

ധാർമികത നഷ്ടപ്പെട്ട വികാസത്തെയും വളർച്ചയെയും പ്രതി രോധിക്കുന്നതും ഗാന്ധിയൻ പ്രതീകമാണ്. "എവിടെ നിന്നോ ഗോസായിയമ്മാവന്റെ ശബ്ദം വിളിച്ചുപറഞ്ഞു. ശാസ്ത്രജ്ഞരേ, സഹോദരന്മാരെ, ധർമത്തിന്റെ കരകൾ വിട്ടു നിങ്ങൾ ബഹുദൂരം കപ്പലോടിച്ചുകഴിഞ്ഞു, തിരിച്ചുവരിക. എന്നാൽ അവസാനമില്ലാത്ത

തേടലിൽ അവരുടെ കപ്പൽപ്പായകൾ നിറഞ്ഞുകഴിഞ്ഞിരുന്നു. തിരിച്ചുവരാൻ വയ്യാത്ത ദൂരങ്ങളിലേക്ക് അവരുടെ കപ്പലുകൾ നീന്തിക്കടന്നു. ഗോസായിയമ്മാവന്റെ ചിതാഭസ്മം ആ കടലുകളിലെവിടെയോ അലിഞ്ഞുശമിച്ചു" (215-16).

ഇരുട്ടിന്റെയും അടിമകളുടെയും രാത്രിയിൽ ഗോസായിയമ്മാവൻ ഇരുന്നു ചിരിക്കുന്നതും ഭ്രാന്തനാകുന്നതും സിദ്ധാർത്ഥൻ കാണുന്നു. ഗോസായിയമ്മാവനെ അവർ തച്ചുകൊല്ലുന്നതിനും സിദ്ധാർത്ഥൻ സാക്ഷിയാകുന്നു.

ഗാന്ധിയൻ മൂല്യങ്ങളുടെ തുടർവാഹകനായി ജാഹ്നവിയുടെ തീരങ്ങളിൽ ചെന്ന് ഇരിക്കുകയാണ് സിദ്ധാർത്ഥൻ. നോവലിന്റെ അവസാനം പരാശരൻ കാണുന്ന മഹാസസ്യത്തിന്റെ തുടർച്ചയാണ് *മധുരം ഗായതി*യിലുള്ളത്.

ഗ്രാമീണമായ ജാതി അധികാര ശ്രേണിയെ ആഗോള രാഷ്ട്രീയത്തിലേക്ക് ഉദ്ഗ്രഥിച്ചുകൊണ്ടാണ് നോവലിന്റെ കഥാപാത്രസങ്കല്പവും ആക്ഷേപഹാസ്യത്തിന്റെ സൗന്ദര്യശാസ്ത്രവും രൂപപ്പെടുന്നത്. അതിൽ ആഗോളാവസ്ഥയിൽ ദളിതന്റെ സ്ഥാനമാണ് ധർമപുരിയിലെ മനുഷ്യർക്കുള്ളത്. "ചാട്ടവാറു ചുഴറ്റുന്ന ഒരു പെന്റഗൺ ഉദ്യോഗസ്ഥനാൽ പിന്തുടരപ്പെട്ട് ഒരു സംഘം തോട്ടികൾ സ്ഥലത്തെത്തി... തോട്ടികളിൽ പലരും ധർമപുരിക്കാർ തന്നെയായിരുന്നു. വൈദ്യത്തിലും വാസ്തുശില്പത്തിലും നിയമത്തിലും ഭാഷാശാസ്ത്രത്തിലുമൊക്കെ ഉയർന്ന ബിരുദങ്ങളെടുത്ത ശേഷം വലിയ വെളുത്ത അപ്പന്റെ നാട്ടിൽച്ചെന്നു പല ധർമപുരിക്കാരും തോട്ടികളായി ജോലി നോക്കാറുണ്ടായിരുന്നു" (46) എന്നു പറയുമ്പോൾ ജാതിഗ്രാമത്തിന്റെ ആഗോളരാഷ്ട്രീയത്തിലേക്കുള്ള ഉദ്ഗ്രഥനമാണ് കാണുന്നത്.

ദളിതത്വം ആഗോളമായ അവസ്ഥയാണ്, *ധർമപുരാണ*ത്തിൽ. രാഷ്ട്രങ്ങൾ തമ്മിലാണ് ദളിതവും സവർണവുമായ ഭേദങ്ങൾ ഉള്ളത്. ദേശീയ രാഷ്ട്രീയത്തെ ആക്ഷേപഹാസ്യത്തിലൂടെ ചിത്രീകരിക്കുമ്പോൾ കേരളീയ ഗ്രാമങ്ങളിലെ ജാതിജന്മി പ്രത്യയശാസ്ത്രത്തിന്റെ രൂപകങ്ങൾ തന്നെയാണ് ഉപയോഗിക്കുന്നത്

ഗുരുസാഗരം: കർഷക ഗ്രാമങ്ങളുടെ നോട്ടം / ജാതി ശ്രേണിയും ദേശീയതയും

1971-ലെ യുദ്ധത്തിന്റെ നിഴലിലാണ് *ഗുരുസാഗര*ത്തിലെ ആഭ്യന്തര അന്തരീക്ഷം രൂപപ്പെടുന്നത്. അഭയാർഥി പ്രവാഹം നടക്കുന്ന

കാലം. ദൽഹിയിൽനിന്ന് പത്രപ്രവർത്തകനായ കുഞ്ഞുണ്ണി കൽക്കത്തയിലേക്ക് പോകുന്ന സന്ദർഭം. "ബംഗാളിന്റെ അതിരുകളിലും റാണാഘട്ടിലും ബോൺഗാവിലും പൈറ്റ്പോളിലും നിരനിരയായി കെട്ടിയിട്ട പനമ്പുവീട്ടുകളിൽ പൂർവപാക്കിസ്ഥാനിൽ നിന്ന് പലായനം ചെയ്തെത്തിയ *അഭയാർത്ഥികൾ* താമസിക്കുന്നു. ആ പാളയങ്ങളിലേക്ക് താൻ പോവുകയാണ്. ഇരുപത്തിയഞ്ചുകൊല്ലം മുമ്പ് ഇവർ തുരത്തിയോടിച്ച ഹിന്ദുക്കൾ ഇപ്പോഴും സിയൽദാ തീവണ്ടിയാപ്പീസിനു ചുറ്റും തമ്പടിച്ചുകഴിയുന്നു. തിരയ്ക്കു പിമ്പേ തിരയായി പൂർവപാക്കിസ്ഥാനിൽനിന്ന് *അഭയാർത്ഥികൾ* പ്രവഹിച്ചു കൊണ്ടിരുന്നു. മാനഭംഗം ചെയ്യപ്പെട്ട മെലിഞ്ഞ പെണ്ണുങ്ങൾ; പടയോട്ടത്തിന്റെ ചോരയും ബീജവും തങ്ങളുടെ ഉടലുകളിൽ ഏറ്റുവാങ്ങി, പാബ്നയിൽ നിന്നും ടങ്കെയ്ലിൽ നിന്നും അങ്ങനെ മാന്ത്രികങ്ങളായ പേരുകളുള്ള മറ്റേതെല്ലാമോ ചതുപ്പുകളിൽനിന്നും ഇങ്ങോളമെത്തി നിരനിരയായ തമ്പുകളിൽ അവർ എന്തിനെന്നില്ലാതെ കാത്തിരുന്നു" (ഗു. സാ 21).

*അഭയാർത്ഥിക*ളിലെപ്പോലെ പട്ടാളത്തിന്റെയും യുദ്ധത്തിന്റെയും ഭൂതകാലമുള്ളയാളാണ് *ഗുരുസാഗര*ത്തിലെ ബാലകൃഷ്ണൻ എന്ന സ്വാമി നിർമലാനന്ദ. മേജറായിരുന്ന ബാലകൃഷ്ണൻ ബേലിറാം എന്ന സിപാഹിയുടെ മരണത്തിന്റെ സാക്ഷിയായിരുന്നു. കേണലിൽ നിന്ന് സന്യാസിയിലേക്കുള്ള പരിണാമമാണ് അയാളുടേത്.

ദേശരാഷ്ട്രഈഗോവിന് എത്തിച്ചേരാവുന്ന വളർച്ചയുടെ അങ്ങേയറ്റം പട്ടാളക്കാരന്റെ രൂപമാണ്. അവിടെനിന്ന് എങ്ങോട്ടാണ് തിരിയേണ്ടത് എന്നതാണ് *അഭയാർത്ഥിക*ളിലും *ഗുരുസാഗര*ത്തിലുമുള്ള പ്രശ്നം. ദേശരാഷ്ട്രത്തിന്റെ ആഭ്യന്തര വിമർശനസ്ഥാനമാണ് പത്രപ്രവർത്തനം. പട്ടാളക്കാരന്റെ മകനാണ് കുഞ്ഞുണ്ണി. കൽക്കത്തയിലേക്കുള്ള അയാളുടെ യാത്ര പട്ടാളക്കാരനായ അച്ഛനോടൊപ്പമുള്ള ചെറുപ്പത്തിലെ യാത്രയുടെ ഓർമകളും ബന്ധങ്ങളും ആനയിക്കുന്നതാണ്. പട്ടാളക്കാരനിൽ നിന്ന് പത്രപ്രവർത്തകനിലേക്കുള്ള മാറ്റമാണ് അച്ഛനിൽ നിന്നും കുഞ്ഞുണ്ണിയിലേക്കെത്തുമ്പോഴുള്ളത്. കൽക്കത്തയിലെ സ്കോട്ടിഷ് ചർച്ച് കോളജിലെ വിദ്യാർത്ഥിയുമായിരുന്നു അയാൾ. മേജറും പർവതാരോഹണ ലേഖകനുമായ സഹസ്രബുദ്ധേ അറുപത്തഞ്ചിലെയുദ്ധത്തിൽ വെടിയേറ്റുവീഴുന്നു. അറുപത്തഞ്ചിലെ യുദ്ധത്തിൽ മരിച്ച പട്ടാളക്കാരന്റെ സഹോദരിയാണ് കുഞ്ഞുണ്ണിയുടെ സഹായിയായ ആറ്റിങ്ങൽക്കാരിയായ ലളിത.

യുദ്ധവീര്യവും സാഹസികതയും കാലത്തിനുമുന്നിൽ എങ്ങനെ അപഹാസ്യമാകുന്നുവെന്ന് സഹസ്രബുദ്ധേയുടെയും അയാളോടൊപ്പം

മരിച്ചവീണ ഗുരുപ്രീതിന്റെയും അനുഭവങ്ങൾ വ്യക്തമാക്കുന്നു. മുറിവേറ്റവരെ കാണാൻ വാർഡുകൾ സന്ദർശിച്ച പ്രധാനമന്ത്രിയെ സൈനികമുറിയിൽ എഴുന്നേറ്റുനിന്ന് സ്വീകരിക്കാൻ ഗുരുപ്രീതിന്റെ കബന്ധങ്ങൾ ഒരുമ്പെട്ടത് പത്രവാർത്തയാകുന്നു. പത്രവാർത്തയുടെ മാസ്മരശക്തിയിൽ അകപ്പെട്ടവളായി ഗുരുപ്രീതിന്റെ ഗർഭിണിയായ ഭാര്യ ആശുപത്രിയുടെ മറ്റു വാർഡുകളിൽ സൈനികരെ ശുശ്രൂഷിച്ചു കൊണ്ട് നടക്കുന്നു. എന്നാൽ അയാൾ മരിച്ചപ്പോൾ അവൾ മറ്റൊരു ഭർത്താവിനെ കണ്ടെത്തുന്നു. മുതുകിലൂടെ വെടിയുണ്ട തുളഞ്ഞുപോയ മരവിച്ച ഉടലുമായി ഓരോ കയ്യിലും ഓരോ വിരലും പെരുവിരലും മാത്രമായി അവശേഷിച്ച സഹസ്രബുദ്ധേയുമൊത്ത് ജീവിതം തുടങ്ങണമെന്ന് ശഠിച്ച അയാളുടെ മുറപ്പെണ്ണ് വീടിനകത്തുകൂടെ അയാളുടെ പിണ്ഡം ചുമന്ന് കുറെ നാൾ ജീവിക്കുന്നു. “ഏതാനും മാസങ്ങൾ കഴിഞ്ഞപ്പോൾ മാനസി കണ്ണീരോടെ വിടവാങ്ങി. പുതിയൊരിണയെത്തേടുന്നതുവരെ അശ്ലീലമായ ആ ഫലിതം അവളെയും പിന്തുടർന്നു” (29). മരിച്ച ബ്രിഗേഡിയറുടെ ഭാര്യ ചെറുപ്പക്കാരനൊപ്പം ശൃംഗരിക്കുന്നു.

രാഷ്ട്രത്തിലും രാഷ്ട്രീയ സങ്കല്പത്തിലുമുള്ള വിശ്വാസം പ്രേമം പോലെ യാണെന്ന തുലനബോധം കാണാം. “തകർന്ന സങ്കല്പങ്ങളിലൊക്കെയും ഇന്നും വിശ്വാസമുണ്ടെന്നു നടിച്ചുകൊണ്ട് ജീവിച്ചില്ലെങ്കിൽ പലരുടെയും ശത്രുവാകേണ്ടി വരും. വാസ്തവത്തിൽ എന്റെ ഭാര്യ മരിച്ചത് എത്ര ഉചിതമായി, അതും പ്രസവിക്കാതെ! അവൾ ജീവിച്ചിരിപ്പുണ്ടായിരുന്നെങ്കിൽ ഈ വയസ്സുകാലത്ത് അവളിൽ എനിക്കും എന്നിൽ അവൾക്കും താത്പര്യമുണ്ടെന്നു വരുത്താൻ എന്തൊക്കെ പറയേണ്ടിവരുമായിരുന്നു!” (30) യുക്തി രാഷ്ട്രയുക്തിയുമായി ഐക്യപ്പെടുമ്പോൾ ജൈവികമായ പ്രതിരോധവും നൈതികതയും അസംബന്ധത്തിന്റെ ഭാഷ കൈക്കൊള്ളുന്നു.

നോവൽ പ്രതിനിധീകരിക്കുന്ന ആധുനികമായ ദക്കാർത്തിയൻ ഈഗോ രാഷ്ട്രവുമായി ഒത്തുപോകുമ്പോൾ അതിനെ ലംഘിക്കുന്ന ക്വിക്സോട്ടിയനായ മറ്റൊരു തലം അതിന്റെ ആധിപത്യത്തെ നിർവീര്യമാക്കുന്നു. സൈദ് പറയുന്ന തരത്തിലുള്ള കൊളോണിയലും രാഷ്ട്രതന്ത്രപരവുമായ ഈഗോയും കുന്ദേര സൂചിപ്പിക്കുന്ന കഥാപരമായ ഈഗോവും തമ്മിലുള്ള സംഘർഷമാണ് ഇവിടെയുള്ളത്. വിജയിക്കുന്ന ഈഗോ ഒടുവിൽ രാഷ്ട്രയുക്തിയിൽത്തന്നെ ചെന്നു ചേരുന്നു. പരാജയം രാഷ്ട്രയുക്തിയുടെ നിരാകരണത്തിലേക്ക് നയിക്കുന്നു.

പത്രാധിപരുടെ കാഴ്ചയിലൂടെ രാഷ്ട്രത്തിന്റെ പരിണാമം വ്യക്തമാക്കുന്നു: "ചെറുപ്പത്തിൽ താൻ പങ്കുചേർന്ന കലാപം ഭരണമാകുന്നതും കലാപകാരികളായ തന്റെ സഖാക്കൾ ഭരണാധികാരികളാകുന്നതും പത്രാധിപർ കണ്ടു. പ്രാകൃതങ്ങളായ ആൾക്കൂട്ടങ്ങൾ പെരുകിവന്ന് സാമ്രാജ്യങ്ങളെ തകിടം മറിച്ച് പകരം സ്വയം സാമ്രാജ്യങ്ങളാവുകയും ചരിത്രത്തിന്റെ തരിശുകളിൽ നിന്ന് ആൾക്കൂട്ടങ്ങൾ വീണ്ടും വീണ്ടും പൊരിഞ്ഞുപൊരുളുകയും ചെയ്യുന്നു" (34).

പത്രാധിപരുടെ കർത്തൃത്വത്തിന്റെ സാമൂഹ്യതലം ഇങ്ങനെ വ്യക്തമാക്കുന്നുണ്ട്: "പുരാണകിലയുടെ പരിസരത്തിൽ കിടന്ന പത്രാധിപരുടെ വീട്ടിൽ കയറുമ്പോഴൊക്കെ വൃദ്ധയെക്കുറിച്ചും വിഫലതയെക്കുറിച്ചും കുഞ്ഞുണ്ണി ഓർത്തുപോകാറുണ്ട്. ചുമരുകളെ മറച്ചു നിന്ന ഗ്രന്ഥശേഖരത്തിന്റ പഴമ ഗ്രന്ഥങ്ങൾക്കകത്ത് കുടികൊണ്ട അറിവുകളുടെ ദൈന്യം. ആ വലിയ വീട്ടിനകത്ത് പത്രാധിപരും അദ്ദേഹത്തിന്റെ ചെറുപ്പകാലത്തെ സന്തത സഹചാരിയായിരുന്ന കരംബഹദൂർ എന്ന കാര്യസ്ഥനും കഴിഞ്ഞുവന്നു" (34). പത്രാധിപർ പഴയ വിപ്ലവകാരിയാണ്. കല്ലച്ചിൽ ലഘുലേഖകൾ അടിച്ചു വിതരണം ചെയ്തയാളാണ്. ഒറ്റിക്കൊടുക്കപ്പെട്ട വിപ്ലവത്തിന്റെ പുരാവസ്തുമന്ദിരം എന്നാണ് സ്വന്തം വീടിനെ പത്രാധിപർ വിളിക്കുന്നത്.

ഇതേ പോലെ സമ്പന്നതയുടെ പശ്ചാത്തലമാണ് കുഞ്ഞുണ്ണിക്കുമുള്ളത്. അയാൾ ഓർക്കുന്ന ഒരു ബന്ധം നെല്ലുകുത്തുകാരി പാറുവമ്മയുടെ മകൾ ഹൈമവതിയുമായുള്ളതാണ്. അവൾ ദാസിയുടെ മകളാണ്.

ആത്മശുദ്ധീകരണമെന്ന ഗാന്ധിയൻ രീതിയാണ് നോവലിന്റെ അന്ത്യത്തിൽ കാണുന്നത്. അതുകൊണ്ടുതന്നെ ഈ കർത്തൃത്വം ദേശീയവാദകാലത്ത് രൂപപ്പെട്ടതും അംബേദ്കർ വിമർശിച്ചതുമായ ഉപരിവർഗ കർതൃബോധത്തിന് ഇണങ്ങുന്നതുമാണ്.

ചെക്കോസ്ലോവാക്യക്കാരി ജിപ്സിയായ ഓൾഗയിലൂടെ കമ്മ്യൂണിസ്റ്റ് വിപ്ലവത്തിന്റെ പരിണാമം ചർച്ച ചെയ്യുന്നു. ഭാരതീയ-ചെക്ക് മൈത്രീസംഘത്തിന്റെ അധ്യക്ഷനായ പത്രാധിപർ ഡ്യൂബ് ചെക്കിന്റെ ദുരന്തം പ്രാഗ് സന്ദർശിച്ച കാലത്തു തന്നെ കണ്ടിരുന്നയാളാണ്. പ്രാഗ് വസന്തത്തെയും അതുണ്ടാക്കിയ പ്രതീക്ഷകളെയും കുറിച്ചുതന്നെയാണ് ഓൾഗയുമായി കുഞ്ഞുണ്ണി ചർച്ച ചെയ്യുന്നത്. .ചെക്കിലെ സോവിയറ്റ് ഇടപെടൽ ഓൾഗയുടെ ജീവിതവുമായും നോവലിൽ ഇഴ ചേർത്തുവെച്ചിരിക്കുന്നു. രഹസ്യപോലീസുകാരനായ

അവളുടെ ഭർത്താവ് റഷ്യയിലേക്ക് കടക്കുകയായിരുന്നു. പ്രാഗ് വസന്തത്തെ പിന്തുണച്ച ഓൾഗ റഷ്യയുടെ അധിനിവേശത്തിന് ഇരയായ ദ്ബുപ്ചെക്കിനെ ദൽഹിയിലിരുന്ന് സ്വപ്നംകണ്ട് കെട്ടിപ്പിടിച്ചുറങ്ങുന്നു.

പീഡിതമായ രണ്ടു രാഷ്ട്രങ്ങളുടെ സ്വത്വബോധത്തെയാണ് കുഞ്ഞുണ്ണിയും ഓൾഗയും പങ്കിടുന്നത്. രാജ്യസ്വത്വവുമായി ബന്ധപ്പെട്ട കർതൃബോധത്തിലാണ് അവർ പരസ്പരം തിരിച്ചറിയുന്നതും. ദേശരാഷ്ട്രസ്വത്വമല്ല, ജനകീയമായയ ദേശീയതകളുടെ സ്വത്വമാണത്. നഗ്നയായി കുഞ്ഞുണ്ണിയെ കെട്ടിപ്പിടിക്കുമ്പോൾ വംശീയവും രാഷ്ട്രാന്തരീയവുമായ ഒരു സൗഹൃദമാകുന്നത് അങ്ങനെയാണ്. "കറുത്ത മനുഷ്യാ, അങ്ങെന്റെ കൂടപ്പിറപ്പാണ്" എന്ന് അവൾ കുഞ്ഞുണ്ണിയോട് പറയുന്നു. കമ്മ്യൂണിസത്തിന്റെ പശ്ചാത്തലത്തിൽ നിന്നുകൊണ്ടുള്ള ഈ ബന്ധങ്ങളിൽ രാഷ്ട്രാന്തരീയമായി അതിന്റെ അപചയമുണ്ടാക്കിയ മോഹഭംഗമാണ് പങ്കിടുന്നത്.

രാഷ്ട്രബോധത്തെ കർഷക ഇന്ത്യയിൽ നിന്നുകൊണ്ട് സംബോധന ചെയ്യുന്നതാണ് കഥാപാത്രനിർമിതിയുടെ മറ്റൊരു വശം. ബാലകൃഷ്ണന്റെ ഭാര്യ പ്രഭ പഞ്ചാബുകാരിയാണ്. കാർഷിക ഗ്രാമങ്ങളിൽ നിന്ന് നഗരങ്ങളെ നോക്കുന്നതാണ് അവരുമായി ബന്ധപ്പെട്ട വ്യവഹാരം. ബേലിറാം ദോഗ്രയാണ്. പിന്നോക്ക പശ്ചാത്തലത്തിൽ നിന്നു വന്ന ബേലിറാം പട്ടാളത്തിൽ വെച്ച് രാഷ്ട്രത്തിനു വേണ്ടി ജീവൻ ബലി നൽകുന്നു. ഈ ബലിയാണ് ബാലകൃഷ്ണന്റെ മനസ്സിനെ ശുദ്ധീകരിക്കുന്നതും സന്യാസത്തിലേക്ക് എത്തിക്കുന്നതും. തന്റെ ഗുരു സിപാഹി ബേലിറാമാണെന്ന് അയാൾ പറയുന്നുണ്ട്.

ബംഗാളി ഭദ്രലോഗിലൂന്നിയ കൊളോണിയൽ ഘട്ടം മുതലേ ആരംഭിക്കുന്ന ഇന്ത്യൻ ദേശീയവാദപരമായ ഈഗോവിനെ പ്രതിനിധീകരിക്കുന്നതാണ് കുഞ്ഞുണ്ണി സന്ദർശിക്കുന്ന കൽക്കത്തയിലെ നിഹാരികാദീദിയുടെ താമസ സ്ഥലം. "ഹസ്തിദന്തങ്ങളെപ്പോലെ പഴകി മഞ്ഞളിച്ച് മിനുസപ്പെട്ടുനിന്ന വീടുകളുള്ള തെരുവുകൾ. ബംഗാൾ നവോത്ഥാനത്തിന്റെ സമ്പുഷ്ടമായ ഒരു തലമുറ പാർത്തു മറഞ്ഞുപോയ വീടുകൾ. ഇന്നവിടെ മാർവാറിൽ നിന്നെത്തിയ വാണിയന്മാർ സ്ഥലം പിടിച്ചുപറ്റുന്നു, ഹസ്തിദന്തങ്ങളെ തല്ലിയുടച്ച് ഒന്നിനുമേൽ ഒന്നായി അടുക്കിവെച്ച തീപ്പെട്ടികളെപ്പോലെ ഫ്ളാറ്റുകൾ പണിയുന്നു. രാം മോഹൻ റോയിയുടെയും ബ്രഹ്മസമാജത്തിന്റെയും രവീന്ദ്രന്റെയും ആദ്ധ്യസത്തകൾ വാണിയന്റെ മുമ്പിൽ

ളുണിയുരിഞ്ഞു ചുറ്റിത്തിരിഞ്ഞ് നൃത്തം വെയ്ക്കുന്നു. പടയോട്ടം" (67). ഹസ്തി ദന്തങ്ങളെന്ന നിയോക്ലാസിക് വിവരണം ആഢ്യദേശീതയു മായി ഒത്തുപോകുന്നതാണ്.

നീഹാരികയുടെ കുടുംബ പശ്ചാത്തലം നവോത്ഥാനത്തിന്റെ തുടർച്ച തന്നെ. "നീഹാരികയുടെ ഭർത്താവും അദ്ദേഹത്തിന്റെ അച്ഛനും ബ്രഹ്മസമാജികളായിരുന്നു. ആ വീട്ടിൽ പണ്ട് രവീന്ദ്രനാഥനും വിഭൂതിഭൂഷണുമൊക്കെ സന്ദർശകരായിരുന്നു. തരുലതയുടെ ആദ്യകാവ്യങ്ങൾ കേൾക്കാൻ ആ വിരുന്നുമുറിയിൽ ബന്ധുജനങ്ങൾ ചേരുക പതിവായിരുന്നു." പുരാതനഗ്രന്ഥങ്ങൾ നിറഞ്ഞ മുറിയിലിരുന്നാണ് കുഞ്ഞുണ്ണി അച്ഛന്റെ അതേ വഴി പിന്തുടരുന്ന നീഹാരികയുടെ മകനായ താപസചന്ദ്രനെ ഉപദേശിക്കുന്നത്.

ഭദ്രലോഗും ബസ്തികളും തമ്മിലുള്ള വൈരുധ്യം നോവൽ തന്നെ തിരിച്ചറിയുന്നുണ്ട്. "ധനാഢ്യരായ രോഗികളുടെ ഭിഷഗ്വരനായി തൊഴില്ല തുടങ്ങിയ സനാതനൻ എവിടെവെച്ചോ വഴിതിരിഞ്ഞു. അഭിജാതയായ നീഹാരികയോടു പറയാൻ വയ്യാത്ത ഒരു രഹസ്യത്തിൽ അയാൾ മുഴുകി. ബംഗാളിലെ ഭീകരപരമ്പരയുമായി സനാതനൻ ബന്ധപ്പെട്ടിരുന്നുവെന്ന് പിന്നീട് ഉദ്യോഗസ്ഥസുഹൃത്തുക്കൾ പറഞ്ഞു. ഏതായാലും സനാതനന്റെ ശ്രദ്ധ ഭദ്രലോഗിൽ നിന്ന് ബസ്തികളിലേക്കു തിരിഞ്ഞു" (67). ആ ബസ്തികളിലൊന്നിലാണ് അയാൾ വെടിയേറ്റുവീണു മരിക്കുന്നത്.

താപസചന്ദ്രനോട് കുഞ്ഞുണ്ണി സംസാരിക്കുമ്പോൾ രണദിവെ തീസിസിന്റെ കാലത്തെ കേരളത്തിലെ കമ്മ്യൂണിസ്റ്റ് അനുഭവം കുഞ്ഞുണ്ണി ഓർക്കുന്നുണ്ട്. "തന്റെ കുട്ടിക്കാലം. ആയിരത്തിത്തൊള്ളായിരത്തി നാല്പത്തിയെട്ട്. ചിന്നേട്ടൻ ഒളിവിൽ കഴിയുന്നു. വിധവയായ തന്റെ അമ്മ, നീഹാരികയെപ്പോലെ ദുഃഖിക്കുന്നു. റോന്തു ചുറ്റുന്ന പോലീസുകാരുമായി ചൂതാടാൻ ധൈര്യപ്പെട്ട് ഏട്ടൻ വീട്ടിലെത്തിയ അപൂർവം രാത്രികൾ." പാലക്കാട്ടുവെച്ച് നീലമ്മയെന്ന തോട്ടിത്തൊഴിലാളി സഖാവിനെയാണ് ഏട്ടൻ കല്യാണം കഴിക്കുന്നത്.

വർഗപരമായ മൂല്യവ്യത്യാസത്തെക്കുറിച്ച്, കീഴാളസംസ്കാരവുമായി ബന്ധപ്പെട്ട രാഷ്ട്രീയത്തെക്കുറിച്ച് നോവലിലെ ആഖ്യാനത്തിന് സ്വയം ബോധ്യമുണ്ട്. ഏട്ടന്റെ ഭാര്യയെ വീട്ടിൽ വരാൻ അനുവദിച്ചില്ലെന്നുള്ളതിന്റെ വിശദീകരണം ഇങ്ങനെയാണ്. "നാശോന്മുഖമായ ഒരു വർഗത്തിന്റെ മൂല്യങ്ങൾ വിലക്കിയ ആ വീട്ടിൽ വിപ്ലവത്തിന്റെ കുലവധു കയറുന്നത് ഒരു പക്ഷേ, ഏട്ടൻ തന്നെ വിലക്കുമായിരുന്നു."

മൂല്യങ്ങളുടെ ചരിത്രപരതയും വർഗപരതയും തിരിച്ചറിഞ്ഞ ഒരാഖ്യാനമാണത്. എന്നാൽ അപ്പോഴും ഉപരിവർഗത്തിൽ നിന്ന് താഴേക്ക് ഇറങ്ങിവരുന്ന മട്ടിലുള്ളതാണ് ആഖ്യാനം.

സാഹസികവും പ്രസാദോന്മുഖവുമായ ഘട്ടം കഴിഞ്ഞുള്ളത് വിപ്ലവത്തിന്റെ തകർച്ചയുടെ ഘട്ടമാണ്. അതിനെ വസ്തുനിഷ്ഠമായ ചരിത്രമായല്ല നോവൽ അടയാളപ്പെടുത്തുന്നത്, കുഞ്ഞുണ്ണിയുടെ അനുഭവത്തിന്റെ രൂപത്തിലാണ്. "വിപ്ലവത്തെ നേരിട്ടറിയുന്നത്, മനുഷ്യരിലൂടെ അറിയുന്നത്, എത്ര ദുഖകരം, പലപ്പോഴും കുഞ്ഞുണ്ണി ചിന്തിച്ചുപോയിരുന്നു. ഗ്രന്ഥത്തിൽ കുറിച്ച സ്തുതിയിലും ശ്രുതിയിലും മാത്രം വിപ്ലവത്തെ അറിഞ്ഞവർക്ക് ഈ വ്യഥ വേണ്ടിവരില്ല." ഏട്ടൻ ഒളിവിലായിരുന്നപ്പോൾ മറ്റൊരു സഖാവിൽ നിന്ന് ഏട്ടന്റെ ഭാര്യ ഗർഭിണിയാകുന്നു. ഏട്ടൻ അവരുടെ വീട്ടിൽ മരിച്ചുകിടന്നു. വർഷങ്ങൾ കഴിഞ്ഞ് ഏട്ടന്റെ സ്വത്തന്വേഷിച്ച് ഭാര്യ വരുന്നു. ഇത്തരത്തിലാണ് വിപ്ലവബന്ധങ്ങളെക്കുറിച്ചുള്ള കുഞ്ഞുണ്ണിയുടെ വ്യക്തിപരമായ അനുഭവം.

നിലവിലുള്ള റഷ്യയിലെ ആളുകൾക്ക് മലയാളികളെ കമ്മ്യൂണിസം പഠിപ്പിക്കാൻ അവകാശമില്ല എന്ന് കുഞ്ഞുണ്ണി ഒരു റഷ്യക്കാരനോട് പറയുന്നുണ്ട്. അതിനുള്ള കുഞ്ഞുണ്ണിയുടെ ന്യായം ഇതാണ്. "നിങ്ങളുടെ വിപ്ലവം എന്നോ നടന്ന ഒരു നാടോടിക്കഥയാണ്. ഞങ്ങളുടെ വിപ്ലവമാകട്ടെ ഇന്നു നടക്കുന്ന സഹനമാണ്." "അതു പറയാൻ നിങ്ങളാരാണ്?" എന്ന റഷ്യക്കാരന്റെ ചോദ്യത്തിന് "ചിന്നേട്ടന്റെ അനുജൻ" എന്ന് കുഞ്ഞുണ്ണി ഉത്തരം പറയുന്നുണ്ട്.

റഷ്യക്കാരനുമായി ഈ സംവാദത്തിൽ ഒടുവിൽ രാജിയായെങ്കിലും കുഞ്ഞുണ്ണി ആലോചിക്കുന്നത് ഇതാണ്: "റഷ്യക്കാരനെ ളുതപ്പുഴയുടെ തീരത്ത് കിട്ടിയിരുന്നെങ്കിൽ എന്ന് കുഞ്ഞുണ്ണി ആഗ്രഹിച്ചു. എങ്കിൽ പൊതിരെ തല്ലാമായിരുന്നു. വാഴ്സാസഖ്യത്തിന്റെ പടനായകന്മാരെ, വടക്കൻ കൊറിയയിൽ കൃത്രിമയുദ്ധം നടത്തിയ കുറ്റവാളികളെ, ആരെ വേണമെങ്കിലും ളുതപ്പുഴയുടെ തീരത്തിട്ട് പൊതിരെ തല്ലാം. പുഴയോരത്തിന്റെ ഈ സമരശുദ്ധിയിലായിരുന്നു ചിന്നേട്ടൻ ഒരു ഭരണകൂടത്തെയത്രയും വെല്ലുവിളിച്ചത്. ആദിവിപ്ലവത്തിന്റെ നിർദ്ദോഷിത്തം നിറഞ്ഞ മനുഷ്യൻ പുഴയോരത്തിന്റെ വന്യതയിൽ ജീവിച്ചു. അവരുടെ ശുദ്ധസങ്കല്പങ്ങളെ തഴുകിക്കൊണ്ട് ളുതപ്പുഴ ശാന്തമായൊഴുകി" (76). ഗംഗാതടത്തിലൂന്നുന്ന *അഭയാർത്ഥികളി*ലെ ഗൗതമന്റെ ദേശീയതാപരമായ ഈഗോവിനെ ശിഥിലീകരിക്കുകയും അതിനെ പ്രദേശിക കർഷക സമരങ്ങളുമായി

തിരിച്ചറിയുകയും ചെയ്യുന്നുണ്ട് കുഞ്ഞുണ്ണി. ഡോൺ നദിയല്ല, ഉത പ്പുഴയാണ് ശാന്തമായി ഒഴുകുന്നത്. ഗാന്ധിയനായ ആത്മീയരൂപ കങ്ങളിലാണ് കമ്മ്യൂണിസം സ്വീകരിക്കപ്പെടുന്നത്. പ്രാദേശികവും ഇന്ദ്രിയപരവുമായ ബിംബങ്ങൾ ദേശത്തെ പ്രതിനിധീകരിക്കുന്നു.

സമരകാലത്തെ കമ്മ്യൂണിസം സാത്വിക ത്യാഗമാകുമ്പോൾ ഭരണകൂടമായ കമ്മ്യൂണിസത്തിനകത്തും ആഖ്യാനം കോളനീക രണം കാണുന്നുണ്ട്. നാമെല്ലാവരും കോളനികളാണ് എന്ന് പോള ണ്ടുകാരൻ റഷ്യ തന്റേതുപോലുള്ള രാജ്യങ്ങളുടെ മേൽ നടത്തുന്ന അധികാരപ്രയോഗത്തെക്കുറിച്ച് പറയുന്നുണ്ട്.

അതിവർത്തനപരമായ ഈഗോ വിപ്ലവപ്രയോഗത്തിന്റെ കർത്തൃ ത്വമല്ല, ധ്യാനാത്മകമായ കർത്തൃത്വമായി മാറുകയാണ് ചെയ്യുക. ഉപരിവർഗദേശീയതയെ പ്രതിനിധീകരിക്കുന്ന തന്റെ വർഗത്തെ ചോദ്യം ചെയ്യുന്നവരാണ് വിപ്ലവകാരികൾ എന്ന് കുഞ്ഞുണ്ണിക്കറി യാം. കുഞ്ഞുണ്ണിയിലൂടെ ആഖ്യാനവും അത് തിരിച്ചറിയുന്നു:

“നിങ്ങൾ എന്തെടുക്കുന്നു?”

പെട്ടെന്നാണ് താനിട്ടിരിക്കുന്നത് ഭദ്രലോഗിന്റെ ഉടുപ്പുകളാണെ ന്ന് കുഞ്ഞുണ്ണിയോർത്തത്.

“ഞാനൊരു പത്രലേഖകനാണ്” കുഞ്ഞുണ്ണി പറഞ്ഞു.

ചെറുപ്പക്കാരന്റെ ശത്രുത ഇപ്പോൾ തെല്ലു ശമിച്ചു. “ഓഹോ”

“എനിക്കു പരിചയമുള്ള സ്ഥലങ്ങളാണ് ഇവയെല്ലാം. എന്റെ കുട്ടിക്കാലത്ത് ഇവിടമെല്ലാം വിശാലമായ ചതുപ്പുകളായിരുന്നു. ചതുപ്പിന്റെ തീരത്ത് ചിതകളുണ്ടായിരുന്നു.”

“ഞങ്ങൾ എരിയുന്നതും കാണണം. അല്ലേ?” “

കുഞ്ഞുണ്ണിയെ ചോദ്യം ചെയ്തത് ബസ്തിയുടെ കീഴാള ജനതയാണ്. വിപ്ലവകാരികളാണവർ. പോലീസിനെ കണ്ടപ്പോഴാണ് അവർ പിൻവാങ്ങിയത്.

മരിച്ചാൽ മാന്യമായി സംസ്കരിക്കാൻ പണമില്ലാത്ത ബസ്തിയിലെ മനുഷ്യരെ അച്ഛൻ കുഞ്ഞുണ്ണിക്ക് പരിചയപ്പെടുത്തിക്കൊടുക്കുന്നുണ്ട്. ബ്രാഹ്മണ്യവും കീഴ്ജാതിബോധവും തമ്മിലുള്ള വൈരുധ്യങ്ങളെ അത് കാണിക്കുന്നു. രണ്ടുതരം സംസ്കാര രീതികളുടെ വ്യത്യാസം അച്ഛൻ പറഞ്ഞുകൊടുക്കുന്നു. “ “ബോൽ, ഹരിബോൽ” എന്നു

പറഞ്ഞുകൊണ്ട് കേവ്ട്ടത്തലയിലേയ്ക്കും നീംതലയിലേയ്ക്കും ആർഭാടപൂർണങ്ങളായ ശവഘോഷയാത്രകൾ പോകുന്നു. അവിടെ വൈദികന്മാരും പരികർമികളും ആഘോഷിച്ച് മന്ത്രോത്സവങ്ങൾക്കുശേഷം പിണങ്ങൾ ചന്ദനത്തിന്റെ ചിതകളിൽ കത്തിച്ചാമ്പലാകുന്നു. ചതുപ്പിൻതീരത്തെ ചിതകളിൽ ചന്ദനമില്ല, ശവങ്ങൾ ചാണകപ്പിരട്ടിയിലെരിഞ്ഞു" (75).

ചാണകത്തിൽ നിന്നും ചന്ദനത്തിൽ നിന്നും വിളിക്കുന്നത് കൃഷ്ണൻ എന്ന ഒരേ ദൈവത്തിനെയാണ്. ചന്ദനത്തിൽ നിന്നല്ല, ചാണകത്തിൽ നിന്നാണ് കൃഷ്ണൻ വിളിച്ചാൽ കേൾക്കുക എന്നിടത്തേക്ക് അതുവഴി "ഭക്തിയും വിഭക്തിയും" എന്ന പൂന്താനം - മേൽപ്പത്തൂർ തർക്കത്തിലേക്ക് എത്തുന്നുണ്ട് ആഖ്യാനം.

ആര്യാവർത്തത്തിന്റെ പൗരാണികതയിലേക്ക് ശംബൂകനിലൂടെ തിരിഞ്ഞു നോക്കുന്നുണ്ട്. "രാമന്റെ കൈകൊണ്ട് കൊല്ലപ്പെട്ട ശംഭൂകന്റെ ഗോത്രങ്ങൾക്ക് ആരാധനയുടെ സ്വാതന്ത്ര്യം നേടിക്കൊടുത്തത് കടന്നുവന്ന മുസ്ലിം അധികാരമാണ് എന്ന് സൂചിപ്പിക്കുന്നുണ്ട് ആഖ്യാനം. "ആ ചോര മണത്ത് ആര്യാവർത്തത്തിലേയ്ക്ക് കടന്ന മരുഭൂമിയുടെ വാൾക്കാർ ശംഭൂകന്റെ ഗോത്രങ്ങൾക്ക് ആരാധനയും ദൈവസാമീപ്യവും നേടിക്കൊടുത്തു. അഗ്രചർമ്മങ്ങളുരുത്ത് യജ്ഞത്തിന്റെ ചോരയൊഴുക്കിൽ അവരെ പുതിയൊരുടമ്പടിയിൽ പങ്കാരാക്കി. വികലമായ ആരാധനയിലൂടെ അന്തർമുഖരായിത്തീർന്ന ദേവമൂർത്തികളെ മരുഭൂമിയുടെ വാൾക്കാർ തല്ലിത്തകർത്തു. തകർന്നുടഞ്ഞ ശിലാരൂപങ്ങളിൽ നിന്ന് ഉയിർത്തെഴുന്നേറ്റ ദേവതകൾ അവരുടെ ഉറവിടമായ അഖണ്ഡത്തിൽ തിരിച്ച് ലയിച്ചു. സോമനാഥിന്റെ തച്ചുടയ്ക്കൽ, തെറ്റിനു തിരുത്ത്, തിരുത്തിന് തെറ്റ്, കുഞ്ഞുണ്ണി ഓർത്തു, രാമരാജ്യത്തിന്റെ സാത്വികമായ നിഷ്ഠുരതയ്ക്കെതിരെ മറ്റൊരു നിഷ്ഠുരത, ആധുനിക ഭാരതത്തിന്റെ വിഭജനം, വിഭജനത്തിനപ്പുറം വീണ്ടും വിഭജനം, ആവർത്തനം. ഇതിന്റെ പൊരുളറിയാതെ ഇന്ത്യയുടെയും പാക്കിസ്ഥാന്റെയും സൈന്യങ്ങൾ വീണ്ടും ഏറ്റുമുട്ടി" (120). ഇങ്ങനെ കീഴാളവും ദളിതവുമായ ഘടകങ്ങളെ ചരിത്രത്തിലേക്ക് ഉൾച്ചേർക്കുന്നുണ്ട് വിജയന്റെ പുരാണകലാഭാവന.

ഗോത്രപരമായ പ്രാദേശികതയിൽ നിന്നുകൊണ്ട് ദേശീയതയെ ചരിത്രത്തിന്റെ നിർമിതിയായിക്കാണാൻ ആഖ്യാനത്തിനു കഴിയുന്നു. "നിരവധി ഗോത്രരാജ്യങ്ങളായിക്കിടന്ന ഭാരതത്തെ ഒന്നിച്ചുകൂട്ടി ഒരു നാടാക്കിയവർ, പിന്നീടതിനെ രണ്ടാക്കി പകുത്തവർ, പിന്നീട്ടും

അതിനെ വിഭജിക്കുന്നവർ." ഇന്ത്യ, ചരിത്രത്തിൽ മുമ്പെ നിലനിന്നതല്ല, കോളനീകരണം നിർമിച്ചതാണെന്ന ബോധം, വിജയന്റെ പ്രാദേശികതയിലൂന്നിയ ചരിത്രബോധത്തിനുണ്ട്. ആധുനികതയെ സ്വാഭാവികമായ ചരിത്രപ്രക്രിയയായി കരുതുന്ന നഗരസ്വത്വത്തിന് തന്റെ ആധുനിക സ്വത്വത്തെ അഴിച്ചുപണിത് ഗോത്രപരമായ ഒരു സ്വത്വസങ്കല്പത്തോട് ഐക്യപ്പെടേണ്ട ആവശ്യകത ബോധ്യപ്പെടുകയില്ല. അത് ആർജ്ജിക്കുക എളുപ്പവുമല്ല.

നഗരത്തിലെ പുസ്തക കേന്ദ്രീകൃത വിപ്ലവകാരികളും യഥാർഥ കർഷകത്തൊഴിലാളികളും എത്ര വ്യത്യസ്തമായാണ് വിപ്ലവത്തെ നോക്കിക്കാണുന്നത് എന്നു വ്യക്തമാക്കുന്ന സന്ദർഭമുണ്ട് നോവലിൽ.

റായിചരൺ എന്ന കർഷകത്തൊഴിലാളിയോട് നിമായി സന്യാൽ എന്ന ജന്മിയുടെ കളപ്പുരയ്ക്ക് തീവെക്കാൻ മാവോവിന്റെ ചുവന്ന പുസ്തകം വായിച്ച ചെറുപ്പക്കാർ ചട്ടം കെട്ടുന്നു. എന്നാൽ അതിനു ചെന്ന അയാൾക്ക് അത് നിർവഹിക്കാൻ കഴിയുന്നില്ല. നിമായി സന്യാലിന്റെ തൊഴുത്തിലെ പൈക്കളുടെ അകിട്ടിൽ ഇടിക്കുന്ന പൈക്കുട്ടികളുടെ ചുണ്ടിലെ പാൽനുര കണ്ടപ്പോൾ അയാളുടെ കൈകൾ തളരുന്നു. നോവൽ ഈ ചരിത്രസന്ദർഭത്തെ ഇങ്ങനെ സംഗ്രഹിക്കുന്നു: "ആയിരത്തിത്തൊള്ളായിരത്തി അറുപത്തിയൊമ്പതിലെ പ്രക്ഷുബ്ധമായ ബംഗാളിന്റെ ഗ്രാമങ്ങളിൽ റായിചരൺമാർ ഈ പാൽനുര കണ്ട് വിമോചിതരായി. തെച്ചിയുടെയും തൈവാഴയുടേതുമായ തങ്ങളുടെ സേനാവ്യൂഹങ്ങളിൽ ലയിച്ച് മണ്ണിലൂടെ പടർന്നുപിടിച്ച് വസന്തത്തിലെ വെള്ളിടിക്കായി അവർ പ്രസാദവാന്മാരായി കാത്തിരുന്നു. എന്നാൽ നഗരത്തിൽ നിന്നുവന്ന പാരായണജപികളാകട്ടെ സൂക്തത്തിന്റെ ശുഷ്കാവശിഷ്ടത്തിൽ തപ്പിത്തടഞ്ഞ് നൈരാശ്യത്തിൽ മുഴുകി." (ഗു. സാ 88).

പിന്നീട് പല തവണ സന്യാലിനെ അക്രമിക്കാൻ ശ്രമിക്കുകയും അത് ഇതേ കാരണങ്ങളാൽ നടക്കാതെ പോകുകയും ചെയ്യുന്നു. ഒടുവിൽ നഗരത്തിൽ നിന്നുവന്ന ബംഗാളി ഭദ്രലോഗിന്റെ തുടർച്ചയെ പ്രതിനിധീകരിക്കുന്ന താപസചന്ദ്രൻ തന്നെ കൊല നടത്തുന്നു.

അറസ്റ്റിലായി വധശിക്ഷയ്ക്കു വിധിക്കപ്പെട്ട താപസചന്ദ്രനെക്കുറിച്ച് അയാളുടെ അമ്മയ്ക്കുള്ള ആധിയെപ്പറ്റിയുള്ള ചർച്ചയുടെ വേളയിൽ കുഞ്ഞുണ്ണി ഓർക്കുന്നത് സമാനമായ തന്റെ അനുഭവമാണ്. സ്വന്തം ഏട്ടനുമായി ബന്ധപ്പെട്ട് തന്റെ അമ്മയ്ക്കുള്ള അനുഭവത്തിന് തുല്യമാണതെന്ന് അയാൾക്കു തോന്നുന്നു. നാവിക സേനയിലെ വൈസ്

അഡ്മിറിലിന്റെ മകനായ ദേവവ്രതൻ എന്ന സഖാവ് കുംഭാരനായ സഖാവിന്റെ വിധവയെ ഭാര്യയാക്കുമ്പോൾ അത് തന്റെ ഏട്ടന്റെ കഥയുടെ ആവർത്തനമായി കുഞ്ഞുണ്ണിക്ക തോന്നുന്നുണ്ട്.

ആഖ്യാനത്തിലെ ആത്മവിമർശനം പത്രക്കാരിലേക്കും ഫോട്ടോ ഗ്രാഫർമാരിലേക്കും തിരിയുന്നുണ്ട്. *അഭയാർത്ഥി*കളുടെ ഫോട്ടോ എടുക്കുന്ന നന്ദൻ മിശ്ര തന്നെ അതിന്റെ അശ്ലീലം അനുഭവിക്കു ന്നു. "ഞാൻ അവരുടെ തുടയും മുലയും ഫിലിമിൽ പകർത്തി. ഈ റോളുകളെ ഡെവലപ്പ ചെയ്യുമ്പോൾ ഞാൻ അതൊക്കെ നോക്കി രസിയ്ക്കും എന്നതു നിശ്ചയം. നാമൊക്കെ എന്തിനാണ് ഇവിടെ വന്നിട്ടുള്ളത്? നമ്മുടെയൊക്കെ തൊഴിലിന്റെ അർത്ഥമെന്ത്?" (111). ആഖ്യാനത്തിന്റെ സ്വയം വിമർശനശേഷി ആധുനികതാവാദപര മായ വിമർശനമായിത്തീരുന്നു. ബലാൽസംഗം ചെയ്യപ്പെട്ട സ്ത്രീകളെ ഒരു നോക്കു കാണാനാണ് സേനാവ്യൂഹങ്ങൾ കാത്തു നില്ക്കുന്നത്.

രാഷ്ട്രത്തെ അതിനകത്തുനിന്ന് വിമർശിക്കുന്നതുപോലെ വിശാലദേശീയതയുടെ ആഢ്യരൂപത്തെ കേരളത്തിലെയും ബംഗാളിലെയും പ്രാദേശികതകൾകൊണ്ട് നോക്കിക്കാണുന്നുണ്ട് നോവൽ. ബംഗാളിൽ ബസ്സിൽ നിന്ന് കുഞ്ഞുണ്ണി കേരളത്തിലെ പട്ടാമ്പി- ശ്രീകൃഷ്ണപുരം ബസ് യാത്ര ഓർക്കുന്നുണ്ട്. ഇന്ദിരാഗാന്ധി യിൽ നിന്ന് നാട്ടിലെ ഇന്ദിരയേട്ടത്തിയമ്മയിലേക്കും തൂതപ്പുഴയിലെ മത്സ്യങ്ങളിലേക്കും ഓർമ നീങ്ങുന്നു.

ആനന്ദിന്റെ *അഭയാർത്ഥി*കളിൽ വളർച്ചയുടെയും വികസനത്തി ന്റെയും വക്താവായിരുന്ന മഹേശ് അർബുദം വന്ന് മരിക്കുകയാണ്. *ഗുരുസാഗര*ത്തിൽ മകൾ കല്യാണിയും മരിക്കുന്നത് അർബുദം കൊണ്ടുതന്നെ. ആയുധമെടുത്ത മനുഷ്യന്റെ സ്ഥൂലതയ്ക്കകത്ത് ഇരുന്ന് അതത്രയും നോക്കി അന്ധാളിച്ച സൂക്ഷ്മശരീരത്തിന്റെ പ്രവർത്തന മായി കല്യാണിയുടെ അർബുദത്തെ *ഗുരുസാഗര*ത്തിൽ വ്യാഖ്യാനി ക്കുന്നുണ്ട്.

പട്ടാളം ആധുനിക ജീവിതത്തിന്റെ രൂപകമായി *ഗുരുസാഗര* ത്തിൽ മാറുന്നു. അതിനെ നിഷേധിച്ചാണ് സന്യാസത്തിലേക്ക് നിർമലാനന്ദൻ പ്രവേശിക്കുന്നത്. രാഷ്ട്രം ഏല്പിച്ച ആധുനിക ദൗത്യത്തിന്റെ ഏറ്റവും ഉച്ചമായ രൂപകമാണത്. രാഷ്ട്ര ഈഗോ ഖസാക്കിൽ അക്ഷരം പഠിപ്പിക്കുന്ന രവിയുടെ ആധുനികമായ അധ്യാപകസ്വത്വത്തിൽ നിന്ന് രാഷ്ട്രത്തിന്റെ പ്രത്യക്ഷരൂപകമായ

പട്ടാളക്കാരനിലേക്കെത്തുകയാണിവിടെ. ബാലകൃഷ്ണനിൽ സന്യാസം ആധുനിക യുക്തിയുടെയും രാഷ്ട്രയുക്തിയുടെയും നിഷേധക്രിയയാകുന്നു.

പർവതപാർശ്വങ്ങളിൽ നിന്നു വരുന്ന ഗിരിവർഗക്കാർ മിക്കപ്പോഴും പട്ടാളത്തിൽ വേലക്കാരോ ഓർഡേർലികളോ ആണ്. *ഗുരുസാഗരത്തിൽ* ശിപാഹി ബേലിറാമും മകൻ നിഹാലുവും കുഞ്ഞുണ്ണിയുടെ വേലക്കാരൻ ശ്യാം നന്ദൻ സിംഗും രാജ്യത്തിന്റെ പർവതപാർശ്വങ്ങളെയോ സീമകളെയോ പ്രതിനിധീകരിക്കുന്നവരാണ്. ശിശുരൂപികളായ ഹിമഗിരി വർഗക്കാരുടെ പ്രതിനിധിയാണ് ബേലിറാം. ദോഗ്രാ റെജിമെന്റിലെ ദേഹണ്ണക്കാരനായിരുന്നു ശ്യാം നന്ദൻ സിംഗ്.

പ്രാദേശികതയിൽ നിന്ന് ദളിതർ ദേശീയതയിലേക്ക് പ്രവേശിക്കുമ്പോൾ വേലക്കാരുടെ സ്ഥാനത്തേ എത്തുന്നുള്ളൂ. ഹനുമാന്റെ സ്ഥാനം എന്ന് ലിംബാളെയെപ്പോലുള്ള ദളിത് നിരൂപകർ ഉന്നയിച്ച വിമർശനത്തെ ശരിവെക്കും വിധമാണ് അവരുടെ പ്രതിനിധാനം. കേവല പ്രതിനിധാനത്തെക്കാൾ അത് സത്യവുമായി ഒത്തുപോകുന്നതുമാണെന്നു കാണാം. ഈ സത്യത്തെ വെളിപ്പെടുത്തുക എന്ന നിലയിൽ വിമർശനാത്മകമായല്ല, ഈ ചിത്രീകരണം എന്നിടത്താണ് അത് ദളിത് രാഷ്ട്രീയത്തിന് എതിരാകുന്നത്. എന്നു മാത്രമല്ല, അവരുടെ ആ സ്ഥാനത്തുനിന്നുള്ള സമർപ്പണരീതിയെ വ്യക്തിപരമോ വർഗപരമോ ആയ 'പെരുമാറ്റ'മായി കൊണ്ടാടുകയും ചെയ്യുന്നു. മറുവശത്താകട്ടെ പ്രാദേശികജീവിതത്തിൽത്തന്നെ ആധികാരികതയുള്ള ജാതികളിൽ നിന്നും വിഭാഗത്തിൽനിന്നും വരുന്നവർക്ക് ദേശീയ ജീവിതത്തിലും മേൽക്കൈ ലഭിക്കുന്നു. ഹിന്ദുജാതി ശ്രേണിയുടെ ഘടനയിലുള്ള ഉയർന്ന സ്ഥാനമാണിത് സാധ്യമാക്കുന്നത്.

പ്രവാചകന്റെ വഴി: രാഷ്ട്രത്തിലെ ന്യൂനപക്ഷങ്ങൾ

ഭൂരിപക്ഷ വിഭാവനയിലും ന്യൂനപക്ഷ വിഭാവനയിലുമുള്ള രാഷ്ട്രസങ്കല്പങ്ങൾ തമ്മിലുള്ള വൈരുധ്യം പ്രകടമാക്കുന്ന സിക്കു വംശഹത്യയാണ് *പ്രവാചകന്റെ വഴിയുടെ* പശ്ചാത്തലം. പത്രവും രാഷ്ട്രവിഭാവനയും തമ്മിലുള്ള ബന്ധത്തിൽ വരുന്ന മാറ്റത്തിന്റെ ഒരു സന്ദർഭവുമാണ് നോവൽ. അടച്ചുപൂട്ടപ്പെടുന്ന ശിവാസ് വീക്ക്‌ലി എന്ന ഇന്ത്യൻ രാഷ്ട്രീയ കാർട്ടൂണിന്റെയും പത്രത്തിന്റെയും തിരോധാനത്തോടൊപ്പം ഒരു മൂല്യവും ഇല്ലാതാകുന്നു. ബ്രിട്ടീഷ് കാലം മുതലുള്ള ചരിത്രത്തിന്റെ സാക്ഷിയാണ് ഈ പത്രം.

സ്വാതന്ത്ര്യാനന്തരം സാമ്രാജ്യത്തിന്റെ ചരിത്രാവശിഷ്ടങ്ങളിലേക്ക് ആരൂഢരായ നേതാക്കൾക്ക് വന്ന മാറ്റത്തോടൊപ്പം ഇന്ത്യൻ പൊതുജീവിതവും മാറുകയാണ്. പത്രവും മാറുകയായിരുന്നു. വേഷപ്പകിട്ടും സംഭാഷണചാതുരിയും ഉള്ള ചെറുപ്പക്കാർ, സുന്ദരന്മാരും സുന്ദരികളും പത്രപംക്തികൾ കയ്യേറി എന്നുതുടങ്ങി ഈ മാറ്റത്തെ നോവൽ നോക്കിക്കാണുന്നുണ്ട്. സ്വാതന്ത്ര്യം നേടിയ മറ്റ് ഏഷ്യൻ രാജ്യങ്ങളുടെ വിധിയുമായി ഇതിനെ ചേർത്തുകാണുകയും ചെയ്യുന്നുണ്ട്. രാഷ്ട്രമൂല്യങ്ങൾക്കുവന്ന പരിണാമം പത്രസംസ്കാരത്തിൽ വന്ന മാറ്റത്തിലൂടെ വെളിപ്പെടുത്തുന്ന *പ്രവാചകന്റെ വഴി*യിൽ ദേശീയതയും അതിലെ ന്യൂനപക്ഷങ്ങളും എന്ന വിഷയം കേന്ദ്രസ്ഥാനത്തേക്കു വരുന്നു. മാർക്സിയൻ പരിപ്രേക്ഷ്യത്തിൽനിന്ന് അകന്നുമാറി ഉത്തരങ്ങൾക്കായി ആത്മീയതയിൽ അന്വേഷിക്കുന്ന പരിണാമത്തിലേക്കാണ് കഥാപാത്രങ്ങളിലൂടെ ആഖ്യാനം എത്തിച്ചേരുന്നത്.

ദേശീയവാദപരമായ ആധുനികതയുടെയും അതിന്റെ ഗാന്ധിയൻ അടിത്തറയായ ഗ്രാമീണഗോത്രബന്ധങ്ങളുടെയും പ്രതിസന്ധി നോവലിലുണ്ട്. ഗാന്ധി നോവലിൽ കടന്നുവരുന്നത് സൂചനകളിലൂടെയാണ്. "എന്നാൽ നൂൽനൂറ്റും ഉപവസിച്ചും സ്വാതന്ത്ര്യദിനാഘോഷങ്ങളിൽ നിന്ന് തിരിഞ്ഞുമാറിയ കിഴവന്റെ വഴി വേറെയായിരുന്നു. ജനുവരി മുപ്പതിന് ഒരു മതഭ്രാന്തൻ വെടിവെച്ചുകൊന്നില്ലായിരുന്നെങ്കിൽ കിഴവന്റെ പദയാത്രയ്ക്കുമേൽ ടാങ്കു കയറ്റേണ്ട ചുമതലയും നമ്മുടെതാകുമായിരുന്നു" (113) എന്ന മട്ടിലാണ് ഗാന്ധിയുടെ പ്രതിനിധാനം .

നേരത്തെ കമ്മ്യൂണിസ്റ്റ് തീവ്രവാദിയായിരുന്ന ജോസഫ് പിന്നീട് ഗാന്ധിയി ലേക്ക് തിരിയുന്നതു കാണാം. പുരോഗതിയെന്നത് പടിഞ്ഞാറിന്റെ മൂല്യങ്ങളാണെന്ന ധാരണയിൽ നിന്നുള്ള മാറ്റമാണ് ജോസഫ് ഉന്നയിക്കുന്നത്. വിജയവും ഈഗോയും തമ്മിലുള്ള ബന്ധം ജോസഫ് തിരിച്ചറിയുന്നു. പരാജയത്തിന്റെ മൂല്യം പടിഞ്ഞാറന് അറിയില്ലെന്നുള്ളിടത്തേക്ക് ജോസഫ് എത്തിച്ചേരുന്നു. ഇതാകട്ടെ നിഷേധാത്മക വൈരുധ്യവാദം (negative dialectics) എന്ന് അഡോർണോ ഉന്നയിച്ച നിലപാടിൽ നിന്ന് ഏറെ അകലെയല്ല.

കളഹണ്ഡിയിൽ തന്റെ വിപ്ലവ പരിചയങ്ങളിൽ ഉൾപ്പെട്ട സുക്രു എന്ന ഗിരിവർഗ നേതാവിനെ ഓർത്തുകൊണ്ട് ഗണിതയുക്തിയിലൂന്നിയ, സ്ഥലകാല പ്രപഞ്ചത്തെ കീഴടക്കുന്ന ആധുനികമായ ഈഗോവിനെ നിഷേധിക്കുകയാണ് ജോസഫ്. കാട്ടും ഗ്രാമവും

തൊടുന്ന പ്രദേശങ്ങൾ വിട്ട് ഉൾക്കാട്ടിലേക്കാണ് സൂക്രു പിൻവാങ്ങിയത്. പാമ്പും കാട്ടു ചിലന്തിയും തപസ്സു ചെയ്യുന്ന പൊന്തകൾ പകുത്ത് വഴി തുറക്കുന്നു. അപ്രാപ്യമായ ആ ഹരിതദുർഗത്തിൽ ഇരുന്നുകൊണ്ട് പുതിയൊരു പ്രപഞ്ച ദർശനത്തിന്റെ ഗണിതശാസ്ത്രം അയാൾ കണ്ടെത്തുകയാണ്.

"ആ ഇരിപ്പിൽ മറ്റൊരു പ്രപഞ്ചദർശനത്തിന്റെ ഗണിതശാസ്ത്രം അയാൾ കണ്ടെത്തി. അയാൾ കൈവിരലുകളും കാൽവിരലുകളും എണ്ണി, പത്തും പത്തും ഇരുപത്, പിന്നെ ആകാശത്തിലേക്ക് ഉയർത്തിയ ചൂണ്ടുവിരലിന്റെ എണ്ണം അതിൽ ചേർത്തു, ഇരുപത്തിയൊന്ന്. അവിടന്നങ്ങോട്ട് എണ്ണാൻ സൂക്രു വിസമ്മതിച്ചു. പത്തും നൂറും ആയിരവും അധ്വാനമില്ലാത്ത പെരുക്കങ്ങളാണ്. ചവറുപോലെ തന്റെ മുന്നിൽക്കിടക്കുന്ന ശൂന്യത്തിന്റെ ഉരുളകളെ പെറുക്കിയെടുത്ത് പ്രപഞ്ചസാംഖ്യത്തെ മനുഷ്യൻ വെല്ലുവിളിക്കേണ്ടതില്ലെന്ന് സൂക്രു നിശ്ചയിച്ചു" (116).

ആധുനിക ഈഗോവിന്റെ തുടക്കം ഗലീലിയനായ ഗണിതശാസ്ത്ര ഈഗോവാണെന്ന് ഹുസ്സേൾ പറയുന്നുണ്ട്(Husserl:23). അതിനെയാണ് അന്തർദർശനപരമായ സ്ഥലകാലങ്ങളായി കാന്റ് തെറ്റിദ്ധരിച്ചതെന്നും അദ്ദേഹം വിശദീകരിക്കുന്നുണ്ട്. പ്രപഞ്ചത്തെ ഗണിതപരമായി അളക്കുന്ന തന്റെ ഈഗോവിനെ നിഷേധിക്കുന്നതിലൂടെ ആധുനികതയുടെ കീഴടക്കുന്ന ഈഗോവിനെ അതിന്റെ അടിവേരിൽത്തന്നെയാണ് സൂക്രു/ നോവൽ നിഷേധിക്കുന്നത്.

പരാജയത്തിന്റെ മൂല്യത്തെ ഗാന്ധിയൻ സമീപനവുമായി ബന്ധിപ്പിക്കുന്നിടത്താണ് അത് സൗന്ദര്യവും രാഷ്ട്രീയവുമായി മാറുന്നത്. പടിഞ്ഞാറ് വിജയത്തിന്റെ സൗന്ദര്യശാസ്ത്രത്തിലും കിഴക്ക് പരാജയത്തിന്റെ സൗന്ദര്യശാസ്ത്രത്തിലും നിലനിന്നു എന്നതാണ് തിരിച്ചറിവ്. ഗുരു അർജ്ജുൻസിംഗിനെയും നഗ്നസന്യാസി ദർവീസിനെയും ബന്ധിപ്പിക്കുന്നത് ഈ പരാജയത്തിന്റെ സൗന്ദര്യശാസ്ത്രമാണ്. അതാകട്ടെ നിരന്തരം പ്രാന്തവൽക്കരിക്കപ്പെടുന്ന, എപ്പോഴും പരാജയം ഏറ്റുവാങ്ങുന്ന നീതിയുടെ ശബ്ദമായിത്തീരുകയും ചെയ്യുന്നു. നോവലിന് അത് പ്രവാചകന്മാരുടെ, *പ്രവാചകന്റെ വഴി*യാണ്.

പരാജയത്തിന്റെ സൗന്ദര്യശാസ്ത്രം ഈഗോവിനെതിരാണ്. അത് ചരിത്രത്തിന്റെയും പുരോഗതിയുടെയും സമീപനങ്ങളിൽ നിന്ന് വ്യത്യസ്തമാണ്.

"ഒരു പാശ്ചാത്യന് പരാജയത്തിന്റെ ആദർശം മനസ്സിലാവില്ല. ജോസഫ് പറഞ്ഞു. പടിഞ്ഞാറിന്റെ ദുരകൾ സാർവത്രിക മൂല്യങ്ങളാണെന്നു ധരിച്ച നമുക്കും അങ്ങനെ തന്നെ. പടിഞ്ഞാറന്മാർ ചിലപ്പോൾ ഡോക്ടർ ഫോസ്റ്റസിന്റെ കഥയിലൂടെ കുറ്റബോധം അനുഭവിക്കും. എന്നാൽ ആ കഥ ഭാരതത്തിന്റെ കഥാസരിത് സാഗരവുമായി തട്ടിച്ചുനോക്കുമ്പോൾ -ഞാനതിനെ താഴ്ത്തിപ്പറയുകയല്ല നാരായണാ. ഇവിടെ വിജ്ഞാനം ഒരിക്കലും കൗശലമായിരുന്നില്ല. അഹന്ത ഒരിക്കലും കീർത്തിമുദ്രയായിരുന്നില്ല. നോക്കൂ, കാളിയന്റെകഥ, രാവണന്റെ കഥ, സുദർശന ചക്രത്തിന്റെ കഥ, എണ്ണിയാലൊടുങ്ങാത്ത കഥകൾ, ഒരേയൊരു ഇതിവൃത്തം, ഞാനെന്ന ഭാവത്തിൽ നിന്നുള്ള വിടുതല" (116-7).

ഗാന്ധിയും നെഹ്റുവും പേരുപറയാതെ കിഴവനെന്ന പേരിലും നേതാവെന്ന പേരിലും രണ്ടു മൂല്യവവസ്ഥകളായി നോവലിൽ പ്രത്യക്ഷപ്പെടുന്നു. നെഹ്റുവിന്റെ മൂല്യങ്ങൾ ഗാന്ധിയിൽ നിന്ന് വ്യത്യസ്തമായി പാശ്ചാത്യമായിരുന്നു. തന്റെ നേതാവും ചരിത്രപുരുഷനുമായ നെഹ്റുവിനെക്കുറിച്ച് പത്രാധിപരായ ശിവൻ പിള്ളയുടെ ഓർമയിൽ ഈ വിമർശനമുണ്ട്. "പ്രവൃത്തിക്കു പകരം അഭിനയമുദ്രകൾ കൊണ്ട് കാലം തള്ളിനീക്കിയാൽ ജനങ്ങളിൽ നിന്ന് അകലാൻ തുടങ്ങും. അദ്ദേഹത്തിനും അതു സംഭവിക്കുകയായിരുന്നു. പ്രസംഗത്തിന്റെ മുദ്രകൾ ജനങ്ങൾക്കും താളലയങ്ങൾ സായ്പിനും വേണ്ടിയായിരുന്നു. ഈ വിരോധാഭാസം അദ്ദേഹത്തെ ഒട്ടേറെ ക്ഷീണിപ്പിച്ചിരിക്കണം."

നെഹ്റുവിലെ വൈരുധ്യം രാവും പകലുമായി ബോധവും അബോധവുമായി വേർതിരിയുന്നു. "എന്റെ നേതാവ് സ്വാതന്ത്ര്യം കൊണ്ടുദ്ദേശിച്ചത് താൻ വെള്ളക്കാരനായി മാറുന്ന ഒരു പുനർജനിയായിരുന്നു. അലഹബാദിൽ, അദ്ദേഹത്തിന്റെ അച്ഛൻ പണിത വീട്ടിൽ പകൽ നൂൽനൂൽപ്പും സത്യാഗ്രഹവുമായിരുന്നെങ്കിൽ, രാത്രി ഒരു യൂറോപ്യൻ രാജകൊട്ടാരത്തിന്റെ ആർഭാടമായിരുന്നു."

ബ്രിട്ടീഷ് സർവസൈന്യാധിപൻ ഒഴിഞ്ഞുപോയ അരമനയിലേക്ക് പരകായപ്രവേശം ചെയ്യുകയാണ് നെഹ്റു ചെയ്തത്. അതിന്റെ കോണുകളിൽ വെള്ളപ്പട്ടാളത്തിന്റെ വാദ്യസംഗീതം ജീർണതയുടെ തരംഗങ്ങളായി തങ്ങിനിന്നിരുന്നു. ഒരു ഗ്രാമത്തിനത്രയും ഉല്ലാസയാത്ര നടത്താൻ ഇടമുണ്ടായിരുന്ന പുൽനിലങ്ങൾ അതിലുണ്ടായിരുന്നു. സ്വാതന്ത്ര്യ പ്രസ്ഥാനത്തിന്റെയും കൊളോണിയൽ അധികാരമൂല്യങ്ങളുടെയും ഇടയിൽ അസ്തിത്വപ്രതിസന്ധിയിലാണ് നെഹ്റു.

"ബഹുരൂപിയായ അസ്തിത്വഭയത്തെ നേരിടാനാവാതെ അദ്ദേഹം വിപ്ലവകാരിയുടെയുടേയും സാമ്രാജ്യപ്രഭുവിന്റെയും വേഷക്കോപ്പുകൾ കൂട്ടിക്കലർത്തി, ചുട്ടികുത്തി, കരടിക്കുട്ടികളെയും പുലിക്കിടാങ്ങളേയും കളിപ്പിച്ചുകൊണ്ട് പുൽപ്പറമ്പിലൂടെ ഇടറി നടന്നു." നെഹ്റു ജീവിച്ചിരുന്ന കാലത്തുതന്നെ ഈ ആരോപണമുണ്ടായിരുന്നു. രാമചന്ദ്രറാവു എന്ന സ്വാതന്ത്ര്യസമരസേനാനിയായ ഗാന്ധിയൻ 1960- ൽ സമരത്തിന്റെ ഭാഗമായി തൊണ്ണൂറ്റൊമ്പതു ദിവസം 1100 മൈൽ നടന്നു നെഹ്റുവിന്റെ താമസസ്ഥലത്തെത്തി നെഹ്റു കൂടുതൽ ലളിതമായി ജീവിക്കണമെന്ന് ആവശ്യപ്പെടുന്നുണ്ട് (Hardiman:206). *ധർമപുരാണ*ത്തിൽ പ്രജാപതി പറങ്കികൾ വിട്ടുപോയ ആർഭാടങ്ങളെല്ലാം സ്വീകരിക്കുന്നുണ്ട്. തന്റെ പൂർവികരുടെ എളിയതും ഗ്രാമീണവുമായ സ്വത്വം തന്നെ പിന്തുടരുന്നതായും ആ അറിവിന്റെ പലായനത്തിൽ അദ്ദേഹം മരിച്ചുവീഴുന്നതായും നോവൽ പറയുന്നു (പ്ര. വ : 137).

നെഹ്റുവിയൻ പാശ്ചാത്യമൂല്യങ്ങളിൽ നിന്ന് അതിന്റെ ആനന്ദങ്ങളിൽ നിന്ന് വ്യത്യസ്തമാണ് യഥാർഥ ഗാന്ധിയൻ മൂല്യങ്ങൾ. നെഹ്റുവിന്റെയും ഗാന്ധിയുടെയും വഴികൾ തമ്മിലുള്ള വ്യത്യാസം സ്വാതന്ത്ര്യാനന്തര മൂന്നാംലോക രാജ്യങ്ങളുടെ പൊതുവിധിയായി നോവൽ കാണുന്നു. "ഇരുളടഞ്ഞ, വിശക്കുന്ന, ജ്ഞാനം നിറഞ്ഞ, അഗാധ ഭൂതകാലങ്ങളുടെ നിധി കാക്കുന്ന നിരവധി നാടുകളിലും ഇതുതന്നെ സംഭവിച്ചു... ഇതു കണ്ട് കിഴവൻ ദുഃഖിച്ചു, കിഴവൻ ഉപവസിച്ചു, മറ്റുള്ളവരുടെ ദുരകൾക്കായി സ്വന്തം മാംസത്തെ പീഡിപ്പിച്ചു, പ്രാർത്ഥിച്ചു." അരമന കൊതിക്കാതിരിക്കാനും കുടിലുകളിൽ കഴിഞ്ഞുകൂടുവാനും പറയുന്ന കിഴവനെ കണ്ട് പുതിയ രാജാക്കന്മാർ ചിരിയമർത്തുന്നുണ്ട്.

വിപ്ലവപ്രവർത്തനത്തിന് അടിസ്ഥാനവും വിപ്ലവത്തിലൂടെ വളർന്നതുമായ ഈഗോയാണ് പിന്നെ വിപ്ലവത്തിനുശേഷം ആനന്ദാന്വേഷിയായി അധികാരമോഹിയായി മാറുന്നത്. "ആത്മപ്രശംസയില്ലാതെ ഒരു വിപ്ലവത്തിനും നിലനില്പില്ല. ഞാൻ കണ്ട ലോകചരിത്രദൃശ്യങ്ങൾ എന്നെ ഭയപ്പെടുത്തുന്നു" എന്ന് നെഹ്റു സ്വയം ആലോചിക്കുന്നുണ്ട്.

"...നാം അറിയുന്ന ചരിത്രത്തിന്റെ ഈ ശകലം നമ്മുടെ സംസ്കാരം, ഈ ലളിതങ്ങൾ വിട്ട് എങ്ങോ തെന്നിയകന്നിരിക്കുന്നു. നീ ഇതു കേട്ടിട്ടുണ്ടോ ഞാൻ ചോക്കലൈറ്റുകളിൽ മരണം കാണുന്നു എന്നു പറഞ്ഞത്"

"ഇല്ല ആരാണതു പറഞ്ഞത്?"

അനവധി കാലം ഒരു വിഡ്ഢിയെന്നോർത്ത് എന്നെപ്പോലുള്ളവർ തള്ളിക്കളഞ്ഞ ഒരു പ്രവാചകൻ. ജോസഫിന്റെ വാക്കുകളിലെ വിനയവും ക്ഷീണവും നാരായണൻ അറിഞ്ഞു. "ഗാന്ധി." (117)

ഇതു നില്ക്കുന്നത് രേഖീയ കാലത്തിൽ നിന്ന് വ്യത്യസ്തമായ മറ്റൊരനുഭവത്തിലാണ്. രേഖീയ കാലബോധം ഈഗോയുമായി ബന്ധപ്പെട്ടതാണ്. അത് നിലനില്ക്കുന്ന നീതിശാസ്ത്രത്തെ ന്യായീകരിക്കുന്നതുമാണ്. അതിനാൽ നിലവിലുള്ള നീതിശാസ്ത്രത്തെ ലംഘിക്കണമെങ്കിൽ ഈഗോവിനെയും ആ കാലബോധത്തെയും ലംഘിക്കണം. അകാലി എന്ന സിക്ക് സങ്കല്പത്തിൽ അത്തരം ഒരു നിഷേധം നോവൽ കാണുന്നു. "ഒരായുസ്സിന്റെ സംയമനമറിഞ്ഞവനേ കാലത്തെ വെല്ലുന്നുള്ളൂ. അവനെ അകാലി എന്നു വിളിക്കുന്നു." റെയിൽവേ സ്റ്റേഷനിൽ കുതിരപ്പുറത്തു വന്ന നിഹാങ്ങിന്റെ കാലബോധത്തെ തീവണ്ടിയുടെ കാലബോധവുമായി താരതമ്യം ചെയ്തു കൊണ്ട് ഈ കാലലംഘനത്തിലെ പ്രതിരോധം വ്യക്തമാക്കുന്നു. "കിഴവനും കുതിരയും പതുക്കെ യാത്ര ചെയ്തു. പുറത്ത് നൂറ്റാണ്ടുകൾ തിമർത്തു പെയ്തു." തീവണ്ടിയിൽ കുതിരപ്പുറത്തു തന്നെ നിഹാങ്ങ് യാത്ര ചെയ്യുന്നു.

ദേശീയതയുടെ പ്രാന്തസ്വരങ്ങൾ നോവലിൽ ഏറെയുണ്ട്. സുജാൻസിംഗ് ഇടയ്ക്ക് തന്റെ ഗോത്ര സ്മരണയിലേക്ക് ചെന്നെത്തുന്ന ആളാണ്. രമ അഞ്ചുവയസ്സുവരെ മലഞ്ചെരിവിലുള്ള ഗ്രാമത്തിൽ വളർന്നവളാണ്. ഡ്രൈവർ സുജാൻസിംഗ് നാലഞ്ചുകൊല്ലം പട്ടാളത്തിലായിരുന്നു. വെള്ളപ്പട്ടാളത്തിനു ശേഷം സുഭാഷ് ബോസിന്റെ വിമോചനസേനയിൽ പ്രവർത്തിച്ചു. സുജാൻസിംഗ് ബഹുമാനിക്കുന്ന ശിവാസ് വീക്ക്ലിയിലെ ഉദ്യോഗസ്ഥൻ നായർസാബാണ്. ശിവാസ് വീക്ക്ലിയിലെ സുന്ദർ ഗിരിവാസിയാണ്.

നാരായണന്റെ അച്ഛനും പട്ടാളക്കാരനാണ്. പട്ടാളത്തിന്റെ ഓർമകൾ അച്ഛനിലൂടെ വരുന്നു. ഒന്നാം ലോകമഹായുദ്ധവും മെസോപൊട്ടാമിയയുടെ മണലാരണ്യവും ഒക്കെ അച്ഛന്റെ മടിയിലിരുന്ന് കേൾക്കുന്നുണ്ട് നാരായണൻ.

ദേശീയപ്രസ്ഥാനവും പത്രസംസ്കാരവും തമ്മിലുള്ള ബന്ധം നാരായണന്റെ ചർച്ചയിൽ സൂചിതമാണ്. "ബ്രിട്ടീഷുകാരുടെ ഉടമയിലുള്ള ഏതാനും പത്രങ്ങളൊഴിച്ചാൽ -അവ പോലും ജനാധിപത്യത്തോടും

അങ്ങനെ നേരിനോട്ടും പ്രതിബദ്ധത പാലിച്ചിരുന്നു- ഇന്ത്യൻ പത്രങ്ങളെല്ലാം തന്നെ ദേശീയ പ്രസ്ഥാനവുമായി ഒരു തരത്തിലല്ലെങ്കിൽ മറ്റൊരു തരത്തിൽ ബന്ധപ്പെട്ടവയായിരുന്നു. സ്വാതന്ത്ര്യലബ്ധിയോടെ സഹനത്തിന്റെ മുഖം മാഞ്ഞു. അവിടെ പകരം, വിപണിയുടെയും സമ്പത്തിന്റെയും കണ്ണുകൾ തെളിഞ്ഞു. പത്രം സമ്പന്നമായ മറ്റൊരു വ്യവസായമായി മാറി. എന്നാൽ മാധ്യമത്തിന്റെ ചുണ വിമത പത്രങ്ങളിൽ കത്തിനിന്നു. ഒരുപറ്റം ചെറു പ്രസിദ്ധീകരണങ്ങളുടെ കർമശുദ്ധിയിൽ, ശിവാസ് വീക്ക്‌ലിയുടെ ഹാസ്യത്തിൽ..."

ദേശീയതയെ ദേശീയവാദവുമായും അതിന്റെ പ്രതിബദ്ധതയുമായി ചേർത്തുകാണുകയാണ് നോവൽ. നാരായണൻ ജോലി ചെയ്യുന്ന പത്രം ദേശീയ മൂല്യങ്ങളുടെ പിൽക്കാല സൂക്ഷിപ്പുകാരായിരിക്കുന്നു. അതാകട്ടെ ഹാസ്യത്തിലൂടെയാണ് മൂല്യങ്ങൾ കാത്തു സൂക്ഷിക്കുന്നത്.

ദേശീയത ഭീഷണമായ രൂപം കൈക്കൊള്ളുന്നത് നാരായണനും പത്രവും അറിയുന്നുണ്ട്. പ്രാദേശികതകൾ അതിന്റെ സ്വാതന്ത്ര്യത്തിനുള്ള ശബ്ദം ഉയർത്തുകയും അത് അടിച്ചമർത്തപ്പെടുകയും ചെയ്യുന്നു.

കാശ്മീരിൽ ഹിതപരിശോധന നടത്തുമെന്ന് പ്രധാനമന്ത്രി വാക്കുകൊടുത്തിരുന്നു എന്ന് വിക്രമൻനായർ നാരായണനെ ഓർമിപ്പിക്കുന്നു. എന്നാൽ സൈനികയാഥാർഥ്യം മറ്റൊരുവിധത്തിൽ പരിണമിച്ചിരിക്കുന്നു. ഭരണകൂടവും രാഷ്ട്രവും രണ്ടായി കണ്ടു കൊണ്ടാണ് നാരായണൻ മറുപടി പറയുന്നത്. "ഭരണകൂടത്തെ ഭദ്രമാക്കാനുള്ള തിരക്കിൽ രാഷ്ട്രത്തെ നാം തകർക്കുകയാണ്. കാശ്മീർ എവിടെ നില്ക്കുന്നുവെന്ന്, വടക്കുകിഴക്കൻ ഗോത്രങ്ങൾക്ക് എന്തുവേണമെന്ന്, മനസ്സിലാക്കാൻ ഒരു വഴിയുള്ളപ്പോൾ നാം ഏതോ മുൾക്കാടുകളിൽ ചെന്നടിഞ്ഞുനില്ക്കുന്നു. വഴി ഇതാണ്-ചോദിച്ചറിയുക, പണച്ചിലവോ ജീവനാശമോ ഇല്ലാത്ത വഴി-"

ദേശസ്നേഹത്തിനു വരുന്ന പരിവർത്തനം പത്രവുമായി സമീകരിച്ചുതന്നെ വീണ്ടും വീണ്ടും ആഖ്യാനം ചെയ്യപ്പെടുന്നു. "സംവാദം നിലച്ചു. ദേശസ്നേഹം പരിണമിച്ച് അയുക്തവും ഭീഷണവുമായി പാറയിൽ വേരുപിടിക്കുന്ന ഒരു വിഷസസ്യത്തെപ്പോലെ എങ്ങും വളരുന്നത് നാരായണനറിഞ്ഞു. ശിവാസ് വീക്ക്‌ലിയുടെ സ്വതന്ത്രതയാണ് ഒരിക്കൽ തന്നെ ആകർഷിച്ചിരുന്നത്. അതിന്റെ ആദ്യവർഷങ്ങളിൽ പത്രപ്രവർത്തനത്തിനും ജീവിതശൈലിക്കും വൈരുധ്യമുണ്ടായിരുന്നില്ല" (പ്ര. വ 34).

കാശ്മീരിനെക്കുറിച്ചും പഞ്ചാബിനെക്കുറിച്ചും ഒന്നും വരയ്ക്കില്ലെ ന്ന് നിശ്ചയിക്കുന്നുണ്ട് നാരായണൻ. "നീയൊക്കെ രാഷ്ട്രത്തിന്റെ അതിർത്തികളെയോർത്ത് ക്ഷോഭിക്കുന്നതു കാണുമ്പോൾ എനിക്ക് ചിരി വരുന്നു. ഈ അതിർത്തികൾ ഇന്ത്യൻ ബൂർഷ്വാസിയുടെ വിപണിയുടെ ചുറ്റളവുകളാണെന്ന് നിനക്കറിഞ്ഞുകൂടേ" എന്ന് ബലരാമനോട് അഖണ്ഡതയുടെ വാദങ്ങളെ നാരായണൻ വിമർശിച്ച സംസാരിക്കുന്നുണ്ട്.

തൊബാർ എന്ന ഗിരിജന ഗോത്രത്തിൽ നിന്നുള്ള ഒരു സിവിലിയന്റെ അനുഭവത്തിൽ നിന്നും ലാമമാരുടെ ഉത്തരത്തിൽ നിന്നും ആധുനിക ഇന്ത്യൻ ദേശീയതയുടെ അധികാരപരവും അക്രമോത്സുകവുമായ ഘടകങ്ങളെ എടുത്തുകാട്ടുന്നുണ്ട് ആഖ്യാനം. തൊബാർ ഗോത്രക്കാരനോട് നാരായണൻ ഇന്ത്യൻ പൗരത്വം ഒരു വികാരമായി താങ്കൾക്ക് അനുഭവപ്പെടുന്നില്ലേ എന്നു ചോദിക്കുന്നു. തൊബാർ അതിനു പറയുന്ന മറുപടി ഇതാണ്:

"ഞാൻ പഠിച്ചത് ദില്ലി സർവകലാശാലയിലാണ്. എന്നെ പഠിപ്പിച്ചത് ഇന്ത്യൻ സർക്കാരാണ്. എനിക്കു ജോലി തന്നതും അവർ തന്നെ. കോളേജിലും ഹോസ്റ്റലിലും എന്റെ കൂടെ കഴിഞ്ഞ പഞ്ചാബികളും ബംഗാളികളും ദക്ഷിണേന്ത്യക്കാരും ഒക്കെ എന്റെ സുഹൃത്തുക്കളായിരുന്നു. നമ്മുടെ ഈ സംഘത്തെ നയിക്കുന്ന ക്യാപ്റ്റൻ ബെൻസർ എന്നെ ഒരു സഹോദരനായി കാണുന്നു. എന്നിട്ടും എന്തുകൊണ്ടോ ഇന്ത്യ എന്റെ വികാരമല്ല. ഭാരതം എന്നെ ആകർഷിക്കുന്ന സങ്കല്പമാണ്" (37).

രാഷ്ട്രവും ഗോത്രസംസ്കാരവും തമ്മിലുള്ള അകലമാണ് വിവരിക്കുന്നത്. തങ്ങളുടെ ഭാഷ ആദി എന്നാണെന്നും ആരാധിക്കുന്നത് ചന്ദ്രനെയാണെന്നും തൊബാർ പറയുന്നു.

സ്ഥിരമായ രാഷ്ട്രം എന്ന സങ്കല്പത്തെത്തന്നെ ചോദ്യം ചെയ്യുന്നതാണ് തൊബാറിന്റെ ജീവിതരീതി. കാലിക്കൂട്ടങ്ങളെ പിൻപറ്റി പുല്ലും കുടിനീരും ഉള്ളിടം തേടി യാത്ര ചെയ്യുകയാണ് അവരുടെ രീതി. അവർ എവിടെയാണോ അവിടെയാണ് അവരുടെ രാഷ്ട്രം. ചിലപ്പോൾ ഇന്ത്യയിൽ ചിലപ്പോൾ ചൈനയിൽ. തൊബാർ രാഷ്ട്രയുക്തിയെത്തന്നെ വിമർശിക്കുന്നു: "എന്നാൽ ഇന്ന്. . പഞ്ചാബിൽ നിന്നും ആന്ധ്രയിൽ നിന്നും തമിഴകത്തുനിന്നും ഇവിടെ വരുന്ന സൈനികന്മാർ ഇന്ത്യയേത്, ചൈനയേത് എന്ന് വിവേചനം ചെയ്യാൻ ഞങ്ങളുടെ കാലിക്കൂട്ടങ്ങളെ പഠിപ്പിക്കുന്നു. പാഠം മറന്ന

മൃഗങ്ങളെ വെടിവെച്ചുവീഴ്ത്തുന്നു" (38).

ആധുനികതയ്ക്കു മുമ്പു നിലനില്ക്കുന്നതും ദേശരാഷ്ട്രരൂപമില്ലാത്തതുമായ ബഹുത്വമാണ് ഭാരതം. ഇന്ത്യയാകട്ടെ ആധുനികതയുടെ മാധ്യസ്ഥതതയുള്ള നവകൊളോണിയൽ നിർമിതിയും. ഇതാണ് നോവൽ സൂക്ഷിക്കുന്ന നിലപാട്. ഭാരതേന്ദു ഹരിശ്ചന്ദ്രയെപ്പോലെ ആധുനികപൂർവ എഴുത്തുകാർ ഇത്തരം ബഹുത്വപരമായ രാഷ്ട്രസങ്കല്പമാണ് കൊണ്ടുവരുന്നത് എന്നും ഇരുപതാം നൂറ്റാണ്ടിലെ ആധുനികവിദ്യാഭ്യാസം നേടിയ പുതിയ വർഗമാണ് ഏകശിലാരൂപമുള്ള രാഷ്ട്രസങ്കല്പത്തെ സ്വാംശീകരിച്ചതെന്നും ശ്രീവാസ്തവ പറയുന്നുണ്ട്.

രാഷ്ട്രത്തെ ഭരണകൂടമായും ജനജീവിതത്തെ ആ അധികാരത്തിൽ നിന്ന് സ്വതന്ത്രമായ സംസ്കാരമായും കാണുന്ന ഈ ചർച്ച മാർക്സിന്റെ ഭരണകൂടം കൊഴിഞ്ഞുവീഴുമെന്നുള്ള സങ്കല്പവുമായി നോവലിൽ ചേർന്നു നില്ക്കുന്നു. ഭരണകൂടം തേഞ്ഞുമാഞ്ഞുപോവുന്നത് സ്വപ്നം കണ്ട ജർമൻ ദാർശനികന്റെ ആത്മാവ് മോഹഭംഗത്തിന്റെ താഴ്വരയിൽ നിലവിളിച്ചലയുന്നു എന്ന് ഈ അവസ്ഥയെ വിലയിരുത്തുന്നു.

ഇന്ത്യയിലെ ജനജീവിതവും ഇന്ത്യൻ രാഷ്ട്രവും തമ്മിലുള്ള വൈരുധ്യത്തെ നാരായണൻ എഴുതിയ യാത്രാവിവരണം ജീപ്പിൽ നിന്ന് തട്ടിയെടുക്കുന്ന ആനക്കുട്ടിയിലൂടെ നോവൽ പ്രതീകവൽക്കരിക്കുന്നു. നാരായണൻ പറയുന്നു: "ഗണേശാ, എന്റെ നോട്ടുപുസ്തകത്തിലെ കുറിപ്പുകൾ ഇന്ത്യയുടെ വ്യാജ ചരിത്രമാണ്, അതിനെ ചീന്തിയെറിയുക. എന്നിട്ട് ഭാരതകഥ കേട്ടെഴുതാൻ കവിഗുരുവിന്റെ സന്നിധിയിൽ വീണ്ടും ചെല്ലുക." വിഘ്നേശ്വരനും വ്യാസനും എന്ന കല്പന ആനന്ദിൽ നിന്ന് വ്യത്യസ്തമായി ആധുനിക ചരിത്രത്തിന്റെയും അതിന്റെ ആഖ്യാനരൂപങ്ങളുടെയും അധികാരവും സങ്കല്പനങ്ങളുടെ ജനാധിപത്യവും തമ്മിലുള്ള വൈരുധ്യമായി വെളിപ്പെടുന്നു. അകലെ ചരിത്രത്തിന്റെയും ഇതിഹാസത്തിന്റെയും അതിരുകൾ പൊരുത്തപ്പെടാതെ കിടന്നു എന്ന വാക്യത്തോടെയാണ് ആ ഖണ്ഡം അവസാനിക്കുന്നത്.

ഇന്ത്യയുടെയും ചൈനയുടെയും എന്ന് അവകാശപ്പെടുന്ന തവാങ്ങിലെ ലാമമാരുടെ ഭിക്ഷുഗൃഹത്തിലേക്കു ചെല്ലുമ്പോഴും ഇതു തന്നെയാണ് നാരായണൻ മനസ്സിലാക്കുന്നത്. പട്ടാള ഓഫീസർ അപ്പോൾ നാരായണന് കൊടുക്കുന്ന സൂചന ഇതാണ്. "ലാമകൾ ഒരു പാട് നുണകൾ പറയും. പണ്ട് ഇവിടത്തുകാർ ചൈനീസ് ചക്രവർത്തിക്ക് കരം കൊടുത്തിട്ടുണ്ട് എന്നൊക്കെ." ആധുനിക ചരിത്രബോധ

ത്തിലും സ്ഥലബോധത്തിലുമൂന്നി നാരായണൻ ചോദിക്കുന്ന എല്ലാ ചോദ്യങ്ങൾക്കും ലാമമാരുടെ ഉത്തരം അറിഞ്ഞുകൂട എന്നതാണ്. ലാമമാരുടെ കലാസൃഷ്ടിയിൽ നിന്നും അവരുടെ ആമന്ത്രണങ്ങളിൽ നിന്നും കൂടുതൽ വ്യത്യസ്തമായ അറിവു നാരായണന് ലഭിക്കുന്നു. "കാണേണ്ടതെല്ലാം ഭിക്ഷുസങ്കേതത്തിന്റെ വാസ്തുശില്പത്തിലും അറിയേണ്ടതെല്ലാം തവാങ്ങിന്റെ ആമന്ത്രണത്തിലും പൂർത്തീകരിച്ച നാരായണനെ ഈ യാത്ര വിനീതനാക്കി."

പൗരത്വത്തെ സംബന്ധിച്ച് രാഷ്ട്രം സൂക്ഷിക്കുന്ന യുക്തികളെ ശിഥിലീകരിക്കുന്ന തവാങ്ങിലെ തന്റെ യാത്രയ്ക്കു ശേഷമാണ് ദേശരാഷ്ട്രത്തിന്റെ മൂല്യങ്ങളെ ഇപ്പോൾ ഉയർത്തിപ്പിടിക്കാൻ ബാധ്യസ്ഥമായ പത്രത്തിന്റെ ജോലിയും വേണ്ടെന്ന് വെക്കാൻ നാരായണൻ ആലോചിക്കുന്നത്. എനിക്ക് ഒരു പത്രക്കാരനായി തുടരാൻ കഴിയുമെന്നു തോന്നുന്നില്ല എന്നാണ് നാരായണൻ വിക്രമൻ നായരോടു പറയുന്നത്. ദേശീയ പത്രങ്ങളുടെ സ്ഥാനം തന്നെ ചോദ്യം ചെയ്യപ്പെടുന്നു. വേരില്ലാത്തവരുടെ സുന്ദരമായ തൊഴിലാണ് പത്രപ്രവർത്തനം എന്ന് വിക്രമൻ നായർ നിരീക്ഷിക്കുന്നിടത്തേക്ക് ഈ സംഭാഷണം വളരുന്നുമുണ്ട്.

രാഷ്ട്രാതിർത്തികളില്ലാതെ പറക്കുന്ന വെട്ടുകിളികളുടെ അപരദൃശ്യത്തിലൂടെ നോവൽ രാഷ്ട്രത്തെ സംബന്ധിച്ച പൗരവ്യവഹാരങ്ങളെ ഒന്നുകൂടി അസ്ഥിരപ്പെടുത്തുന്നുണ്ട്. അതിന്റെ പിറ്റേന്ന് ദേശീയതയുടെ അഖണ്ഡതയെ ചോദ്യം ചെയ്യുന്നവരെന്നു പേരുകേട്ട അകാലികളുടെ പ്രകടനം ദില്ലിയിലൂടെ നടക്കുന്നത് നാരായണൻ വീക്ഷിക്കുന്നു. ദൃഢഗാത്രരായ ശിഖകർഷകന്മാർ, വിഭജനത്തെയും യുദ്ധത്തെയും പലായനത്തെയും അതിജീവിച്ച ശിഖിനികൾ, മുത്തശ്ശിമാർ, കുട്ടികൾ -എല്ലാം ചേർന്ന ഈ സിക്കുകാരുടെ പ്രകടനം സിക്കുകാർ ഇന്ത്യയുടെ രാഷ്ട്രീയ ചരിത്രത്തിൽ വഹിച്ച പങ്കിലേക്കും അവർ എങ്ങനെ ഭാരതത്തിന്റെ ഖഡ്ഗ ഹസ്തമായി എന്നതിലേക്കും നയിക്കുന്ന ചിന്തകളായി മാറുന്നു.

ദേശരാഷ്ട്രപരമായ സ്വത്വത്തക്കാൾ ആഴത്തിലുള്ളതാണ് ഭാഷാപരമായ സ്വത്വം. എന്നാൽ അതിനെ മതസ്വത്വമായി ബോധപൂർവം മാറ്റാനുള്ള ശ്രമം നടക്കുന്നു. ഭാഷാപരവും മതേതരവുമായ സ്വത്വത്തെ മതപരമായ സ്വത്വമാക്കി മാറ്റുന്നത് പഞ്ചാബിനെ മുൻനിർത്തി നോവൽ ചർച്ച ചെയ്യുന്നു. കാനേഷുമാരിക്കണക്കെടുപ്പിൽ പഞ്ചാബിലെ ഹിന്ദുക്കൾ തങ്ങളുടെ തായ്മൊഴി ഹിന്ദിയാണെന്നു

കള്ളം പറഞ്ഞു. അതിനെക്കുറിച്ച് സുജാൻ സിംഗ് വാചാലനാകുന്നുണ്ട്. "ആ നുണയ്ക്ക് ദില്ലിയിലെ അധികാരികൾ കൂട്ടുനിന്നു. പഞ്ചാബിലെ ഹിന്ദു അവന്റെ അമ്മയുടെ മുലമൊട്ടിൽ ചുണ്ടുവെച്ച് പുറപ്പെടുവിച്ച ആദ്യത്തെ സ്വരമാണ് പഞ്ചാബി. അവന്റെ പിഞ്ചുകൈ കൊണ്ട് ആദ്യം മണ്ണിലെഴുതിയ ലിപി ഗുരുമുഖിയും. പിന്നെ അവൻ എന്തിന് ഈ നെറികേടു കാണിച്ചു? വിഭജനങ്ങൾക്കു വഴിവെച്ച മനസ്സ് ആരുടേതായിരുന്നു?" (പ്ര വ 55).

ദേശീയസ്വത്വത്തെ സവർണസ്വത്വമായി നോവൽ സുജാൻ സിംഗിലൂടെ വിമർശനാത്മകമായി തിരിച്ചറിയുന്നു. ഹിന്ദിയെ കേന്ദ്രീകരിച്ചു നില്ക്കുന്നതാണ് ദേശീയതയിലെ ആഢ്യ മണ്ഡലമെന്നും അത് പഞ്ചാബിയുടെ മേലെന്ന പോലെ ദ്രാവിഡത്തിനു മേലും ആധിപത്യം സ്ഥാപിച്ചുവെന്നും രാമകഥയിലെ ഹനുമാനെ മുൻനിർത്തി നാരായണൻ സൂചിപ്പിക്കുന്നുണ്ട്. ഭോജ്പുരിയും മൈഥിലിയും ഹിന്ദുസ്ഥാനിയും സംസാരിക്കുന്നവരെക്കൊണ്ട് അവരുടെ ഭാഷ ഹിന്ദിയാണെന്ന് ബോധ്യപ്പെടുത്തിയതിനു പിന്നിൽ സവർണമായ ഒരു തന്ത്രം സുജാൻസിംഗ് കാണുന്നുണ്ട്. ഹിന്ദി വേരറ്റ ഒരു ന്യൂനപക്ഷത്തിന്റെ തെരുവുഭാഷ മാത്രമാണ് എന്ന് സുജാൻസിംഗ് പറയുന്നുണ്ട്. കായസ്ഥന്റെ കണക്കെഴുത്തിൽ ഇത്തിരി സംസ്കൃതം കലർത്തിയതാണത്. "പഞ്ചാബിയെയും ഗുരുമുഖിയെയും തള്ളിപ്പറഞ്ഞ സവർണഹിന്ദുവാണ് ഇന്ത്യയുടെ രക്തബന്ധങ്ങളെ തകർത്തത്." ഇങ്ങനെ ഭാഷാദേശീയതയെ അംബേദ്കറിൽനിന്ന് വ്യത്യസ്തമായി സവർണാധിപത്യത്തിനെതിരെ വെക്കുന്നു. ഗാന്ധിയെയും അംബേദ്കറെയും ഈ നിലയിൽ സമന്വയിക്കുന്നുവെന്നു പറയാം.

ഡാനിയൽ വൈസ്മൻ എന്ന ബ്രിട്ടനിലെ ജൂതനുമായുള്ള സംഭാഷണം പൗരത്വത്തെ സംബന്ധിച്ച ചർച്ചകളിലേക്ക് നയിക്കുന്നുണ്ട്. സ്നേഹമുണ്ടെങ്കിൽ മനുഷ്യന് ഒന്നിലധികം പൗരത്വങ്ങൾ സൂക്ഷിക്കാൻ കഴിയുമെന്ന് വൈസ്മൻ സുജാൻ സിംഗിനോട് പറയുന്നുണ്ട്.

അകാലികൾ ദൽഹിയിൽ നടത്തിയ പ്രകടനത്തോടെ സുജാൻ സിംഗിന് അരക്ഷിതത്വം അനുഭവപ്പെട്ടുതുടങ്ങുന്നുണ്ട്. ഇന്ത്യയ്ക്കകത്ത് സ്വത്വം പ്രകാശിപ്പിക്കുമ്പോൾ ന്യൂനപക്ഷത്തിനുള്ള ഭയമാണത്.

രാഷ്ട്രത്തെ അതിന്റെ അതിർത്തിയും ഭരണാധികാരവുമായി കാണുന്നതിനു പകരം മനുഷ്യബന്ധങ്ങളായി കാണാൻ നാരായണൻ ശ്രമിക്കുന്നുണ്ട്. "രാഷ്ട്രം എന്നത് ബീഭത്സമായ ഒരു മിഥ്യയാണ്,

സുജാൻസിംഗ്. ഇതാ, ഈ നമ്മുടെ അട്ടപ്പം, എന്റെ നിളാനദി, താങ്കളുടെ മകനുവേണ്ടിയുള്ള കാത്തിരിപ്പ്, ഇതൊക്കെയാണ് ജീവനുള്ള ഒരു നാട്, ഇതൊക്കെ മാത്രം. എന്നാൽ ഈ ക്ഷുദ്രവികാരത്തെ ആയുധക്കച്ചവടക്കാരനും പണംവെട്ടിപ്പുകാരനും റാഞ്ചിക്കൊണ്ടുപോകുന്നു. ഇങ്ങനെ രണ്ടു രാഷ്ട്രങ്ങൾ" (പ്ര വ 81).

രാഷ്ട്രീയപ്രവർത്തനത്തിന്റെ തുടർച്ചയായി നിന്ന പത്രസംസ്കാരത്തിൽ രാഷ്ട്രീയ കാർട്ടൂൺ വരച്ചിരുന്ന നാരായണൻ പത്രമൂല്യങ്ങൾ നഷ്ടപ്പെട്ടപ്പോഴാണ് *പ്രവാചകന്റെ വഴി*, മടക്കത്തിന്റെ വഴി അന്വേഷിക്കുന്നത്. ആധുനികതയുടെ ദേശീയ രാഷ്ട്രീയ യുക്തിയോടുള്ള നിരാസമായാണ് "*പ്രവാചകന്റെ വഴി*" കടന്നുവരുന്നത്.

"അധികാരത്തിന്റെ കാർട്ടൂണുകൾ, അല്ലേ സാബ്?"

... ...

"വഴിയടഞ്ഞിട്ടില്ല സാബ്!"

"അടയാത്ത വഴി ഏതാണ്, സുജാൻ സിംഗ്?

"പ്രവാചകന്റെ വഴി" (82).

ഗുരു അർജ്ജുൻ സിംഗിന് മുഗൾ കാലഘട്ടത്തിൽ നേരിടേണ്ടിവന്ന പീഡനമാണ് പ്രവാചകന്റെ വഴി. നഗ്നനായ സിദ്ധൻ ദർവീസിന് അനുഭവിക്കേണ്ടി വന്ന പീഡനം. സിക്ക് സൂഫി വഴികൾ പീഡനത്തിന്റേതാണ്. പീഡനമാണ് സ്വാതന്ത്ര്യമെന്നിടത്തേക്കാണ് നോവലെത്തുന്നത്.

ദൽഹിയും ശിവാസ് വീക്ക്‌ലിയും ഗാന്ധിയൻ ദേശീയ മൂല്യങ്ങളുടെ തകർച്ചയെ ഒരു വശത്ത് പ്രതിനിധീകരിക്കുമ്പോൾ പാലക്കാടൻ നാട്ടിൻപുറം മാർക്സിസ്റ്റ് വിപ്ലവത്തിന്റെ സ്ഥലമാണ്. നക്സലിസത്തിന്റെ അപചയഘട്ടമാണ് പാലക്കാടൻ സ്ഥലവുമായി ബന്ധപ്പെട്ട ചിത്രീകരിക്കപ്പെടുന്നത്. നാരായണന്റെ ബാല്യകാല സുഹൃത്തുക്കളിലൂടെ ഇത് ദീർഘമായ സംഭാഷണങ്ങളും സന്ദർശനങ്ങളുമായി നോവലിൽ ആഖ്യാനം ചെയ്യപ്പെട്ടിരിക്കുന്നു.

മാർക്സിസത്തെ പ്രതിനിധീകരിച്ചുകൊണ്ട് മാവോ സേതുങ് കാർട്ടൂണിൽ പ്രത്യക്ഷപ്പെടുന്നു. ഈ മുഖം തന്നെ അലട്ടുന്നുവെന്ന് സുന്ദർ പറയുമ്പോൾ എഴുപതു കോടി ചൈനക്കാരെ നയിക്കുന്നത് മാവോവിന്റെ ചിന്തയാണെന്ന് നാരായണൻ മറുപടി പറയുന്നുണ്ട്.

അതേ സമയം കേരളത്തിലെ മാവോയിസത്തിന്റെ പ്രയോഗം കാല്പനികതയായി ചിത്രീകരിക്കപ്പെടുന്നു. ജോസഫും ബ്രഹ്മദത്തനും കൃഷ്ണനുണ്ണിയും മറ്റുമടങ്ങുന്ന പാലക്കാട്ടെ ചെറുപ്പക്കാരായ വിപ്ലവകാരികൾ ഭ്രതകാലമാണ്. "ഞങ്ങളുടെ പാർടി പിളർന്നത് നിനക്കറിയാമല്ലോ. ഇവിടെയുള്ളത് നാലു താവഴികളാണ്. പരസ്പരം ശത്രുക്കൾ. ആദ്യത്തെ മൂന്നു ശാഖകളിൽ ഓരോ അംഗം വീതവും, നാലാമത്തേതിൽ രണ്ടംഗങ്ങളും. ഇതാണ് ലോകവിപ്ലവത്തിന്റെ പാലക്കാടൻ ബാലൻസ് ഷീറ്റ്" (പ്ര വ 194-5).

"സുധിയും ബ്രഹ്മനും ലിൻപിയാവോ പക്ഷത്തും ഞാൻ എതിർപക്ഷത്തും ആണത്രേ" എന്ന് മാവോവാദികളിലെ പിളർപ്പ് ജോസഫ് നാരായണനോട് വിശദീകരിക്കുന്നു. പാലക്കാട്ടും ഒറ്റപ്പാലത്തും വെള്ളിനേഴിയിലുമൊക്കെ ഊടുവഴി നടന്നുപോകുമ്പോൾ പുറകെ ജനകോടികൾ വരുന്നുണ്ടെന്ന് കരുതി ആവേശിതരാകുന്നതിനെ ഭ്രാന്ത് എന്നാണ് നാരായണൻ പറയുന്നത്. അതിൽ ആഭിചാരത്തിന്റേതായ മനോവൃത്തിയും കാണുന്നു.

ആ കൂട്ടത്തിൽ കൃഷ്ണനുണ്ണി ഹരിതരാഷ്ട്രീയത്തിലാണ് എത്തിച്ചേരുന്നത്. ജൈനമെന്നു പറയാവുന്ന പ്രകൃതിയോടും ജീവികളോടുമുള്ള പാരസ്പര്യത്തിൽ. ജയദേവൻ എന്നു പേരുള്ള ചിലന്തിയുടെ മരണത്തിൽ അയാൾ ദുഃഖാചരണം നടത്തുന്നു. "ഓരോ കൃമിയുടെ ചരമത്തിനും മനുഷ്യന്റെ വേർപാടിനോടൊപ്പം വലിപ്പം വന്നു." മനുഷ്യൻ ഭൂമിയുടെ രോഗമാണ് എന്ന പ്രസ്താവനയുണ്ട് നോവലിൽ.

തീവ്രവിപ്ലവവാദികളെ അവരുടെ കാല്പനിക വിപ്ലവമോഹത്തിൽ നിന്ന് പിന്തിരിപ്പിക്കാൻ നോക്കുന്നുണ്ട് നാരായണൻ. ബ്രഹ്മദത്തൻ വിപ്ലവബോധത്തിൽനിന്ന് പിന്മാറിയിട്ടുണ്ടാകുമെന്ന് ജോസഫ് കരുതുന്നുണ്ട്. "സ്വാദ്ധ്യായവും പാൽപ്പായസവും കണിക്കൊന്നകളെപ്പോലെ സുമധന്യകളായി മാറുമറയ്ക്കാതെ മുറ്റം മുറിച്ചുപോകുന്ന വൃഷളികളും ബ്രഹ്മദത്തന്റെ വിപ്ലവശുദ്രിമ എന്നേ അവസാനിപ്പിച്ചു കാണും" എന്നാണ് അയാൾ ഓർക്കുന്നത്.

നാരായണൻ സുധീന്ദ്രന്റെ മുറിയിൽ കണ്ട വിപ്ലവകാരികളുടെ ചിത്രങ്ങളും ആഖ്യാനം ചെയ്യപ്പെടുന്നത് ദൈവരീതിയിലാണ്. "മുറിയുടെ ചുമരുകളിൽ ലിൻപിയാവോവിന്റേയും ചെഗുവേരയുടെയും, പിന്നെ അസംഖ്യം ചെറുദേവതകളുടെയും പടങ്ങളുള്ള പോസ്റ്ററുകൾ, ചുവന്ന അച്ചടിമഷിയുടെ അതിപ്രസരം"

അചഞ്ചലമായ പ്രതിബദ്ധതയും വിപ്ലവഗുരുക്കന്മാരിലുള്ള വിശ്വാസവും ഉണ്ടായിരുന്ന ജോസഫ് വിപ്ലവംവിട്ട് മദ്യഷാപ്പ് നടത്തിപ്പിലേക്കും ഒടുവിൽ കാഷായത്തിലേക്കും തിരിയുന്നു. മാർക്സും അരാജകവാദി ക്രോപോട്കിനും അയാളെ സ്വാധീനിച്ചു. ജയിലിൽ കയറിയ ജോസഫിന്റെ കയ്യിലുണ്ടായിരുന്ന മാവോവിന്റെ ചുവന്ന പുസ്തകം വാങ്ങിയ പോലീസുകാരൻ പകരം നൽകിയത് വീഞ്ഞിനെ സംബന്ധിച്ച പുസ്തകങ്ങളാണ് . അതാണ് അയാളെ ആ വഴിയിലേക്ക് എത്തിച്ചത്. താൻ വധിച്ച പോലീസ് വയർലസ് ഓപ്പറേറ്ററുടെ ഭാര്യയെ കാണാൻ ജോസഫ് ചെല്ലുന്നുണ്ട്. എന്നാൽ മാർക്സിയൻ ഭൂതകാലത്തിൽ നിന്ന് ആത്മീയതയിലേക്ക് മാറുന്നതിന്റെ പ്രതീകമായി കാൾ മാർക്സിന്റെ മൂലധനം മാറ്റി തൽസ്ഥാനത്ത് വിഷ്ണുസഹസ്രനാമം വെക്കുന്നുണ്ട് നാരായണൻ. പുറത്തുവരാതെ രണ്ടു സഖാക്കൾ അപ്പോഴും ജയിലിലുണ്ട്, മുഹമ്മദലിയും രാമൻ കുട്ടിയും.

വിശാലദേശീയതയുടെ പ്രാന്തങ്ങളായി സുജാൻ സിംഗൾപ്പെടെയുള്ള ന്യൂനപക്ഷങ്ങളുടെയും ഉപഗോത്രങ്ങളുടെയും സാന്നിദ്ധ്യം പോലെ ദേശീയതയുടെ മറ്റൊരു വെല്ലുവിളിയായി മാർക്സിസത്തിന്റെ പാലക്കാടൻ പതിപ്പ് വരുന്നു. അതാകട്ടെ ഗ്രാമീണബന്ധങ്ങളും ജാതിമതവൈവിധ്യങ്ങളും ഉള്ളതാണ്. നാട്ടിലെ ചായ മാപ്ലചായയാണ്. അത് അശുദ്ധിയായല്ല, വൈവിധ്യമായാണ് നോവലിൽ പറയുന്നത്. ചായ കൊണ്ടു വന്ന ചെറുക്കന്റെ പുറത്തുതട്ടി കോയാമു അന്വേഷിച്ചു, “ഹമ്ക്കേ, ജ്ജ് പ്പൊ എത്തറാങ്ക്ളാസിലാ?” എന്ന് പ്രാദേശിക വൈവിധ്യത്തോടെ ഈ ഘട്ടത്തിൽ നോവലിലെ ഭാഷയും മാറുന്നുണ്ട്.

പിതൃമരണം രാഷ്ട്രമൂല്യങ്ങളുടെ മരണത്തിന്റെ രൂപകമായി *പ്രവാചകന്റെ വഴി*യിൽ വരുന്നുണ്ട്. നാരായണന്റെ അച്ഛന്റെ അർബുദത്തിലൂടെയുള്ള മരണം ഒരു കാലത്തിന്റെയും മൂല്യവ്യവസ്ഥയുടെയും അന്ത്യമാണ്. . അച്ഛന്റെ മരണത്തോടൊപ്പം വീടും കത്തിയെരിയുന്നുണ്ട്. ജോസഫ് മനോനില തെറ്റി തീവ്രവാദികൾ ചെയ്ത കുറ്റം മുഴുവൻ ഏറ്റെടുക്കുന്നു. മോഷണക്കേസുകളും കൂടി അയാൾ ഏല്ക്കുന്നു. അതിന് ക്രൈസ്തവമായ ബലിയുടെ ഛായ ലഭിക്കുന്നു. ലോക്കപ്പിൽ കയറണമെന്ന് വാശിപിടിക്കുന്ന ജോസഫിന്റെ കാൽപ്പടങ്ങളിലും നെഞ്ചിലും ‘ചോരയുടെ തിരുവരുൾ തെളിഞ്ഞു’ എന്നാണ് ആഖ്യാനത്തിലെ വിശദീകരണം.

ദേശീയതയുടെ ഭൂരിപക്ഷവർഗീയത പൂർണമായും വെളിപ്പെട്ടത് ഇന്ദിരാഗാന്ധിയുടെ കൊലപാതകത്തെത്തുടർന്നാണ്. ലണ്ടനിൽ നിന്ന് വരുന്ന മകനെ വിമാനത്താവളത്തിൽ സ്വീകരിക്കാൻ ചെല്ലുന്ന വഴിയിൽ സുജാൻസിംഗ് ആക്രമിക്കപ്പെടുന്നു. ശിഖന്റെ മുടി മുറിച്ച് വേഷപ്രച്ഛന്നനായാണ് അയാൾ രക്ഷപ്പെടുന്നത്. മകൻ തീവെച്ചു കൊല്ലപ്പെടുന്നു. സുജാൻസിംഗിന്റെ ഭാര്യ ലൈംഗികമായി അക്രമിക്കപ്പെടുകയും കൊല്ലപ്പെടുകയും ചെയ്യുന്നു. വീട്ടിലെ ഗുരുഗ്രന്ഥം കത്തിക്കുന്നു.

സവർണഹിന്ദുത്വത്തിന്റെ ദമിതമായ രൂപം തുറന്നിടപ്പെട്ട ദിവസങ്ങളാണത്. “ഇക്കഴിഞ്ഞ ഏതാനും ദിവസങ്ങളായി മുത്തശ്ശിക്കറിഞ്ഞൂകൂടേ, തെരുവിലിറങ്ങി നടക്കുകയാണ് സർക്കാർ. ഹിന്ദുത്വത്തിന്റെ ശുദ്ധവായു ശ്വസിക്കാൻ” (പ്ര വ 244) എന്ന് സിക്കുകാരി വൃദ്ധയോട് തെരുവുപിള്ളേർ പറയുന്നുണ്ട്. എയർലൈൻസ് ഉദ്യോഗസ്ഥനായ ഹർമിത് സിംഗ് മുടിമുറിച്ചാണ് സിക്ക് സ്വത്വം ഒളിപ്പിക്കുന്നത്.

സ്ത്രീകളുടെ രാഷ്ട്രത്തിന്റെ കാര്യത്തിൽ നോവൽ വ്യത്യസ്തതയാണ് പുലർത്തുന്നത്. “സ്ത്രീവിമോചനക്കാർ എന്നെ ചിരിപ്പിക്കുകയാണ് സാബ്. രാത്രിയിൽ പുടവയുരിഞ്ഞെറിഞ്ഞ സ്ത്രീയുടെ ഊറ്റം മനസ്സിലാക്കാത്ത പുരുഷപ്പെണ്ണുങ്ങൾ. കണ്ണടവെച്ച ബുദ്ധിജീവികൾ!” എന്ന് ശേവന്തിയെക്കൊണ്ട് സംസാരിപ്പിക്കുന്നുണ്ട് നോവൽ. സ്ത്രീയുടെ രാഷ്ട്രീയ കർത്തൃത്വം കണക്കിലെടുക്കപ്പെടുന്നില്ല. അത് അല്പമെങ്കിലും കണക്കിലെടുക്കുന്നത് ആനന്ദിന്റെ നോവലുകളിലാണ്.

രാഷ്ട്രത്തെ അതിന്റെ ദേശീയ വ്യവഹാരത്തിൽ വിഭാവനം ചെയ്യുന്നത് ഏതു വർഗമാണെന്ന ചോദ്യം പ്രസക്തമാണ്. നാരായണന്റെ നാട്ടിലെ പാരമ്പര്യം നാലുകെട്ടിന്റേതാണ്. കോയാമുവിന് അയാൾ “യസ്മൻ കുട്ടി” യാണ്. സ്വന്തം നാലുകെട്ടിൽനിന്നാണ് മനുഷ്യസ്പർശമില്ലാത്ത ഭഗവത്ഗീത അയാൾ കണ്ടെടുക്കുന്നത്.

അതുപോലെ പാലക്കാട്ടെ ഇടതുതീവ്രവാദ രാഷ്ട്രീയവും ഹാസ്യാത്മകമായി നാരായണന് തോന്നുന്നത് അതിന്റെ അന്താരാഷ്ട്രീയമായ വലിപ്പത്തിന്റെ പശ്ചാത്തലത്തിൽ വെച്ചുനോക്കുമ്പോഴാണ്. ബ്രഹ്മദത്തൻ ലിൻപിയാവോ ലൈനിലാണെന്ന പ്രസ്താവം വെള്ളിനേഴിയിലെ ഒരു നമ്പൂതിരിയില്ലത്തെ തട്ടിൻപുറത്ത് ലിൻപിയാവോ ഒളിച്ചിരിക്കുന്നതിന്റെ ഹാസ്യമായി മാറുന്നുണ്ട്. “ബ്രഹ്മരക്ഷസ്സ്, വധശിക്ഷയുടെ ഭീഷണിയില്ലായിരുന്നെങ്കിൽ ഒരു പുരുഷായുസ്സത്രയും

ചിരിക്കാനുള്ള വകയാണത്”എന്നു പോകുന്നുണ്ട് ഈ ചിന്ത. “ചിരി, ജെയിംസ്തർബറുടെ ദുരന്തഹാസം, ശിവാസ് വീക്ക്‌ലിയുടെ നിസ്വത” എന്ന് ഇതിന് ദേശീയ-അന്തർദേശീയ മാനങ്ങൾ പെട്ടെന്ന് വരികയും ചെയ്യുന്നു.

ദേശീയവ്യക്തിത്വമായ നാരായണന് ഗ്രാമീണപശ്ചാത്തലത്തിൽ ലഭിക്കുന്ന കേന്ദ്രസ്ഥാനമാണ് ആഖ്യാനത്തിന്റെ രാഷ്ട്രീയത്തെ നിർണയിക്കുന്നത്. പ്രാദേശിക സമൂഹങ്ങളിൽ നിന്നല്ല, നാരായണന്റെ ദേശീയാനുഭവങ്ങളിൽ നിന്നാണത് ആരംഭിക്കുന്നത്. നോവലിന്റെ രൂപപരമായ പരിമിതിയെ ലംഘിക്കാൻ കഴിയാതിരിക്കുന്നത് ഇതുകൊണ്ടു തന്നെ.

അവർണ്ണ സ്വത്വങ്ങളുടെ തലമുറകൾ

ദേശീയ സ്വത്വബോധത്തെ നിരാകരിക്കുന്ന പുതിയ പ്രാദേശിക ജാതീയസ്വത്വങ്ങളെക്കുറിച്ചുള്ള തിരിച്ചറിവിന്റെ ഘട്ടത്തിലാണ് *തലമുറകൾ* എഴുതപ്പെടുന്നത്. മരത്തെ പ്രകീർത്തിക്കുന്ന ജനതയെ രാമനെ പ്രകീർത്തിക്കുന്നവരാക്കിത്തീർത്തതിന്റെ സൂചനകളിലാണ് നോവൽ ആരംഭിക്കുന്നത്. കീഴാളത്വത്തിന്റെ ഏറ്റവും അടിയിലെ സാമൂഹ്യവിഭാഗമല്ല, പിന്നോക്കമെന്നു പറയാവുന്ന അവർണവിഭാഗത്തിന്റെ പ്രതിനിധികളായ ഈഴവരാണ് *തലമുറക*ളിലെ സമുദായം. പൊൻമുടി എന്ന തറവാടിന്റെയും അതിലെ പരമ്പരയുടെയും കഥ. ചാമിയാരപ്പന്റെ രണ്ടുമക്കളായ പങ്കജാക്ഷിയും മകൻ പവിത്രനും. പങ്കജാക്ഷിയുടെ മകനായ ചന്ദ്രൻ ഹോങ്കോംഗിൽ ജർമൻ പെൺകുട്ടി റോസ്മേരി വാഗ്നറുമായി ബന്ധപ്പെടുന്നു. അവർ തമ്മിലുള്ള സംഭാഷണം പൊന്മുടിയുടെ പൂർവകഥാഖ്യാനമാണ്. അതാകട്ടെ മുത്തശ്ശി ചന്ദ്രനോടു പറഞ്ഞ കഥയുടെ ആവർത്തനവുമാണ്.

ചാമിയാരപ്പന്റെ മറ്റെ മകൻ പവിത്രനാകട്ടെ തോലന്നൂരിലെ പറയരുമായി ബന്ധപ്പെട്ട് ആഭിചാരങ്ങളിൽ ഏർപ്പെടുകയാണ്. ചന്ദ്രനും റോസ്മേരിയുമായുള്ള സംഭാഷണത്തിലൂടെ ആധുനികപൂർവവും പ്രാദേശികവുമായ അനുഭവത്തെ ആധുനികവും ശാസ്ത്രീയവുമായ ആഗോളതയിലേക്ക് വിവർത്തനം ചെയ്യുവാൻ ശ്രമിക്കുന്നുണ്ട്. അവിടെ വെച്ച് ചരിത്രത്തിന്റെ പുരോഗതിയെക്കുറിച്ചുള്ള സങ്കല്പത്തെയും സ്ഥലവ്യത്യാസത്തെയും നിരാകരിച്ചുകൊണ്ട് പ്രാദേശികതയ്ക്ക് ആഗോളതയിൽ സ്ഥാനം ലഭിക്കുന്നു. മറുവശത്ത് പ്രാദേശികത കീഴാളമായ നിഗൂഢതയിൽ അദൃശ്യമാകുന്നു.

ചന്ദ്രൻ റോസ്മേരിയോടു പറയുന്ന സംഭാഷണത്തിലൂടെ ഇത് വ്യക്തമാണ്:

"ജാതിയുടെ രഹസ്യങ്ങൾ എന്നെ ചിലപ്പോൾ അമ്പരപ്പിക്കുന്നു. ചന്ദ്രൻ റോസ്മേരിയോടു പറഞ്ഞു. മത്സരത്തിൽ പരാജയപ്പെട്ട് അധ:കൃതത്ത്വത്തിലേക്ക് വീണുപോയ ജാതികൾ ഒരു വശത്ത്. മറു ഭാഗത്ത് ഗൂഢമായ ഒരു ഫിസിക്സിലകപ്പെട്ട് ഭൂമിയുടെ രഹസ്യങ്ങൾ തേടിയ പറയന്മാർ, അസ്പൃശ്യതയിലും ബഹിഷ്കരണത്തിലും സുരക്ഷ നേടി ഗവേഷണം തുടർന്ന മായാമനുഷ്യന്മാർ, പരകായപ്രവേശം ചെയ്യുന്നവർ, എന്റെ പ്രാചീനമായ നാട്ടിൻ പുറത്തെ ആണവശാസ്ത്രജ്ഞന്മാർ" (*തലമുറകൾ*: 40). ആധുനികമായ സ്ഥലകാലബോധം വഴി പ്രാദേശിക അസ്തിത്വത്തിനു സംഭവിക്കുന്ന ആധികാരികതാനഷ്ടത്തെ ആഭിചാരത്തിലൂടെ തിരിച്ചുപിടിക്കാമെന്നതാണ് ഇതിനകത്തെ ഒരു മന:ശാസ്ത്രം. രാഷ്ട്രവും സാമ്രാജ്യത്വവും മൂലധനവുമായി ബന്ധപ്പെട്ട വലിയ സ്ഥലങ്ങൾ നഗരങ്ങൾ എന്നിവ പ്രധാനസ്ഥലങ്ങളും അല്ലാത്തവ അപ്രധാനവുമാകുന്നതാണ് ആധിപത്യത്തിലിരിക്കുന്ന യുക്തി. അതുപോലെ ചരിത്രത്തിലൂടെ വലിയ കാലത്തെ പ്രതിനിധീകരിക്കുന്നവരായി ധരിക്കപ്പെടുന്ന ജനതയും അത്തരം രേഖകളുടെ പിൻബലമില്ലാത്ത അധികാരമില്ലാത്ത ജനതയും എന്ന ദ്വന്ദ്വവും ഇവിടെ പ്രവർത്തിക്കുന്നു. ഇങ്ങനെ യുക്തി സ്ഥലകാലങ്ങളുടെ വലിപ്പച്ചെറുപ്പങ്ങൾ സൃഷ്ടിക്കുമ്പോൾ അതിന്റെ നിഷേധത്തിലൂടെ പ്രാദേശികതയ്ക്ക് ആധികാരികത സൃഷ്ടിക്കാൻ കഴിയുന്നത് ഭാവനയുടെ വഴിയിലൂടെയാണ്.

ചാമിയാരപ്പന്റെ അനുജൻ മായപ്പന്റെ മകനായ ഗോപാലനാകട്ടെ ബ്രഹ്മചര്യത്തിന്റെയും വിദ്യാർത്ഥിയുടെ ജാഗ്രതയുടെയും സ്വന്തമായ ദീർഘദർശനത്തിന്റെയും വഴി സ്വീകരിച്ച് ഗ്ലാസ്ഗോവിൽ എഞ്ചിനിയറിംഗ് വിദ്യാർത്ഥിയാകുകയാണ്.

ലണ്ടനിലെത്തി മില്ലി പെറ്റിഫർ എന്ന നരവംശശാസ്ത്രഗവേഷകയെ കണ്ടുമുട്ടുന്നതോടെ അയാളുടെ വഴി ചരിത്രത്തിലേക്കും നരവംശശാസ്ത്രത്തിലേക്കും കടക്കുന്നു. കാൾ മാർക്സ് ഉപയോഗിച്ച ബ്രിട്ടീഷ് മ്യൂസിയം ഗ്രന്ഥശാലയും പബ്ബും തന്നെ ഗോപാലനും മില്ലിയും ഉപയോഗിക്കുന്നു. മില്ലി ജാതിയെക്കുറിച്ച് പറഞ്ഞപ്പോൾ തന്റെ ജാതിസ്വത്വം യൂറോപ്പിലും തന്നെ പിന്തുടരുന്നതായി ഗോപാലൻ അറിയുന്നു. ക്രിസ്തുമതം സ്വീകരിക്കണമോ എന്ന് അയാൾ ആലോചിക്കുന്നുണ്ട്. എന്നാൽ ക്രിസ്തുമത സ്വീകരണം ചാമിയാരപ്പന്റെ ജാതി അനുഭവത്തിന് തെല്ലുപോലും പോറലേൽപ്പിച്ചില്ലെന്ന് അയാൾ ഓർമിക്കുന്നു.

അയാൾ ഇസ്ലാം മതത്തെ സ്വീകരിച്ച് ഇംതിയാസ് ഹസ്സനാകുന്നു. ജർമനിയിലെത്തി ജസ്സീക്ക ബ്ലൂം എന്ന ഫ്രഞ്ചുയുവതിയെ ജർമൻ ഭാഷയുടെ സഹായിയാക്കുന്നു. അവർ വിവാഹിതരായി പാരീസിലെത്തുന്നു. അവിടെ നിന്നും പാലക്കാടൻ ചുരത്തിലൂടെ വരുന്ന കാറ്റിനും പരുക്കനായ കർഷകന്റെ സംഭാഷണത്തിനും കൊച്ചുദൈവങ്ങൾക്കും തന്റെ പേരിനും വേണ്ടി അയാൾ കൊതിക്കുന്നു.

പ്രാദേശിക ജാതിബന്ധങ്ങളെ ദേശീയ അന്തർദ്ദേശീയ തലങ്ങളുമായി ബന്ധിപ്പിക്കുകയാണ്, റോസ്മേരി വാഗ്നറിലൂടെ. അതിന് ജൂതർക്ക് അനുഭവിക്കേണ്ടി വന്ന പീഡനവുമായും ബന്ധം വരുന്നു. ആധുനികയൂറോപ്പിലേക്ക് ജാതി വ്യത്യാസം കടത്തിയ ആളായി ഹിറ്റ്ലറെ വിശേഷിപ്പിക്കുന്നുണ്ട്. മനുസ്മൃതിയെ ബ്രാഹ്മണന്റെ മെയ്ൻകാംഫ് എന്നും വിളിക്കുന്നു. സ്ഥലഭാവനയാണ് ഇത്തരം ഒരു സംവാദത്തെ ആവശ്യമാക്കുന്നത്. പ്രാദേശികതയെ സാർവലൗകികതയുമായി സ്ഥലപരമായി ഉദ്ഗ്രഥിച്ച് പ്രാദേശികതയ്ക്ക് ആധികാരികത നൽകലാണ് ഇവിടെ സംഭവിക്കുന്നത്.

മലയളനാടിനെ ഭ്രാന്താലയമെന്ന് വിവേകാനന്ദൻ വിശേഷിപ്പിച്ച കാലത്താണ് ചാമിയാരപ്പന്റെ യൗവനം. യുക്തിവാദിയായ ചാമിയാരപ്പൻ കല്പാത്തിക്ഷേത്രത്തിനടുത്തുകൂടെ നടക്കുകയും അടിയേറ്റ് ബോധരഹിതനാകുകയും ചെയ്യുന്നു. ചികിത്സ കഴിഞ്ഞ് തിയോഡർ എന്ന പേരിൽ ക്രിസ്ത്യാനിയാകുന്നു.

ചാമിയാരപ്പന്റെ മകൾ പങ്കജാക്ഷിയെ വിവാഹം ചെയ്യുന്നത് മാപ്പിള ലഹള ശമിപ്പിക്കാൻ ഉണ്ടാക്കിയ എം. എസ്. പിയിലെ സുബേദാർ മേജറായ വേലപ്പനാണ്. കോൺഗ്രസുകാരനായ ചാമിയാരപ്പനും ബ്രിട്ടീഷ് പോലീസായ മകളുടെ ഭർത്താവും പ്രതിനിധീകരിക്കുന്ന വഴികൾ തമ്മിലുള്ള വ്യത്യാസം ആധുനികതയുടെ കൊളോണിയലും ദേശീയവുമായ രൂപങ്ങൾ തമ്മിലുള്ള ഭേദമാണ്. ചാപ്പൻ നായരുടെ പീടികയിൽ നിന്ന് ചായ കുടിച്ച ശേഷം ഗ്ലാസ് കഴുകിച്ചതിന് ചെകിടത്ത് അടിക്കാൻ കഴിഞ്ഞത് ബ്രിട്ടീഷ് പോലീസായതുകൊണ്ടാണ്. അതേ സമയം സ്വാതന്ത്ര്യസമരസേനാനി സത്യമൂർത്തിയെ മലപ്പുറത്ത് വെച്ച് അറസ്റ്റ് ചെയ്യുമ്പോൾ വേലപ്പന്റെ കണ്ണിൽ നിന്ന് കണ്ണീർവരുന്നുമുണ്ട്.

ഈഴവരും ചെറുമരും തമ്മിലുള്ളത് മേൽകീഴ്ബന്ധമാണ്. പണിക്കാരനായ തീത്തായി ചെറുമൻ തന്റെ ഭാര്യയുടെ മുടിയിൽ കുടുങ്ങിയ വൈക്കോൽ തുരുമ്പ് എടുത്തുമാറ്റിയതിന് ചെറുമനെ

വെട്ടിക്കൊല്ലുകയും അതിന് ശിക്ഷയേറ്റുവാങ്ങുകയും ചെയ്യുന്നു. സ്ത്രീ ധനത്തിന്റെ ഭാഗമായി രണ്ട് ചെറുമിക്കുട്ടികളെയും വണ്ടിതെളിക്കാൻ ആ മാപ്പിളച്ചെക്കനെയും കൂടെക്കൊണ്ടുപോകും എന്ന് പൊന്മുടി യിലെ കോച്ചിക്കുട്ടി പറയുമ്പോൾ അധികാരം വ്യക്തമാണ്.

പ്രാചീന ഇന്ത്യൻ പാഠങ്ങളെ ജാതിയുടെ കാഴ്ചപ്പാടിൽ നിന്ന് അപനിർമിക്കുക അംബേദ്കർ ചിന്തയുടെ ഭാഗമായിരുന്നു. ഭഗവത്ഗീതയെ ജാതിയുടെ ന്യായമായി കാണുന്ന പഠനങ്ങൾ അംബേദ്കറും അംബേദ്കറുടെ പ്രസ്ഥാനവുമാണ് മുന്നോട്ടുവെച്ചത്. അതിന്റെ സ്വാധീനം *തലമുറക*ളിൽ കാണാം. ഭഗവത്ഗീതയും ഫ്യൂറർ ബങ്കറും തുല്യനിലയിൽ ജാതിയുടെ ന്യായങ്ങളാണ്.

സംസ്കൃതം ആരുടെ ഭാഷയാണെന്ന് ചാത്തുണ്ണി വൈദ്യർ ചോദി ക്കുന്നുണ്ട്. "സംസ്കൃതം ആര്യന്റെ ഭാഷയല്ല, വേദങ്ങളും ഉപനിഷ ത്തുകളും ഒന്നും അവന്റേയല്ല. മാംസഭോജിയും ബലാൽസംഗിയും തെണ്ടിയുമായ ആര്യൻ നേതി നേതി എന്നു പാടിയിരിക്കാൻ സാധ്യതയില്ല. ചാതുർവർണ്യം മയാസൃഷ്ടം, ഇത് ഗീതയല്ല. തിരോ ഭവിയ്ക്കാനൊരുങ്ങുന്ന ഏതോ ഒരു കൊച്ചു നരവംശത്തിന്റെ ഗ്രന്ഥപ്പുര തുരന്ന് വിശുദ്ധഗ്രന്ഥങ്ങൾ കവർന്ന് ആര്യൻ അവയിൽ സ്വാർത്ഥ ത്തിന്റേയും അഹന്തയുടെയും വിഷം കലർത്തി."

ചന്ദ്രനും മുത്തശ്ശനായ ചാമിയാരപ്പനുമായുള്ള സംഭാഷണത്തിൽ തുടങ്ങുന്ന നോവൽ ദളിതാവസ്ഥയുമായി രാമനിഷേധത്തെ ബന്ധി പ്പിക്കുന്നുണ്ട്. രാമനെ ഇഷ്ടമില്ലാത്ത ചന്ദ്രൻ തന്നോട് ചെള്ളിയെ ന്ന ചെറുമൻ പങ്കിട്ട ഒരു രഹസ്യം പറയുന്നു. സംസ്കൃതം പഠിച്ചാൽ രാമൻ കൊല്ലുമെന്നുള്ളതാണ് ആ രഹസ്യം. "ചെറുമനോ ഈവനോ ആയിരുന്ന ശംബൂകൻ എന്ന മനുഷ്യനെ അങ്ങനെയാണ് രാമൻ കൊന്നത്." ഈ ആഖ്യാനത്തിലൂടെ ഭാഷയും സംസ്കാരവുമായി ബന്ധ പ്പെട്ട ദേശീയതയുടെ നില്പും അതിൽ നിന്ന് പുറന്തള്ളപ്പെടുന്ന കീഴാ ളതയുടെ സാന്നിധ്യവും നോവൽ അടയാളപ്പെടുത്തുന്നു. കൂട്ടുകാരനായ ചെള്ളിക്ക് സ്വന്തം പേര് ഇഷ്ടമല്ലാത്തതു കൊണ്ട് ചന്ദ്രൻ അവന് യേശുക്രിസ്തു എന്ന പേരു കൊടുക്കുന്നു. ബുദ്ധന് പകരം ക്രിസ്തുവാണ് ഇവിടെ കീഴാളന് അപരവും ആശ്രയവുമായി വരുന്നത്.

"നാട്ടുവാഴികൾക്കു മാത്രമല്ല അന്നു സൈന്യമുണ്ടായിരുന്നത്. പണിയാളുകളായ ചെറുമക്കൾക്കും ഉണ്ടായിരുന്നു സംഖ്യാബലവും ആയുധിയും" എന്ന് ദളിതരുടെ ഒരുകാലത്തെ സാമൂഹ്യനിലയെക്കു റിച്ച് സൂചനയുണ്ട്.

ഇന്ത്യയെ ആധുനിക ഇന്ത്യൻ ഭാഷകളിലൂടെയാണോ സംസ്കൃത്തിലൂടെയാണോ സങ്കല്പിക്കേണ്ടത് എന്നത് സംസ്കാരത്തെ സംബന്ധിച്ച ഒരു ചോദ്യമാണ്. ആധുനിക ഇന്ത്യൻ ഭാഷകളുടെ ഭൂതകാലമാണോ അതോ സംസ്കൃതത്തിന്റെ തുടർച്ചയിൽ നിന്നാരംഭിക്കുന്ന ഒരു കാലബോധമാണോ ഇന്ത്യൻ ചരിത്രഭാവനയുടെ അടിത്തറ എന്നതാണ് ഇവിടത്തെ ചോദ്യം. ജാതി, അധികാരം തുടങ്ങിയ രാഷ്ട്രീയ പ്രശ്നങ്ങളുമായും അത് ബന്ധപ്പെട്ടിരിക്കുന്നു.

സംസ്കാര പഠിതാക്കൾ ഈ പ്രശ്നം ഉയർത്തിയിട്ടുണ്ട്. ജി. എൻ. ദേവിയും ഷായിൽ മായാറാമും ഇക്കാര്യം ചൂണ്ടിക്കാട്ടുന്നുണ്ട്. സംസ്കൃതം, ഇംഗ്ലീഷ് തുടങ്ങിയ ഭരണഭാഷയോട് ചേർന്നു നില്ക്കുന്ന ഇന്ത്യൻ ബുദ്ധിജീവികൾക്ക് ഇന്ത്യയിലെ സാധാരണ ജീവിതത്തിലേക്ക് കടക്കാൻ കഴിയാതിരിക്കുന്ന പ്രശ്നം ദേവി ഉന്നയിക്കുന്നുണ്ട് (Devi: 1993). വെർണാകുലർ എന്നു പറയുന്ന നാട്ടുഭാഷകൾക്കാണ് ദൈനംദിന ജീവിതത്തിലേക്ക് കടക്കാൻ കഴിയുക എന്ന് ഷായിൽ മായാറാം ഇതിനെ പിന്തുണയ്ക്കുന്നു.

ദേശീയതയെ ഭാഷയുമായി ബന്ധപ്പെട്ട ഒരു പ്രശ്നമായി കാണാൻ ശ്രമിച്ച ഒരാളായിരുന്നു ഗാന്ധി. ഇന്ത്യൻ ദേശീയതയെ ഇന്ത്യയിലെ വിവിധ പ്രാദേശിക ഭാഷാസമൂഹങ്ങളുടെ സമുച്ചയമായി കാണുകയും ഹിന്ദിയെ-പിന്നീട് ഹിന്ദുസ്ഥാനിയെ- ഇന്ത്യയിലെ പൊതുവായ ഭാഷയായി മാറ്റാൻ ശ്രമിക്കുകയുമാണ് ഗാന്ധിജി ചെയ്തത്. ഭൂതകാലബദ്ധവും പാഠകേന്ദ്രിതവുമായ സംസ്കൃതത്തെയല്ല, ജനങ്ങൾ സംസാരിക്കുന്ന ഹിന്ദുസ്ഥാനിയെയായിരുന്നു ഗാന്ധി രാഷ്ട്രഭാഷയായി കണ്ടത്.

ദേശീയതയുടെ സ്വത്വബോധത്തെ പ്രാദേശികതയിലേക്ക് അഴിച്ചിടണമോ അതോ അതിനെ തുടർന്നും വഹിച്ചുകൊണ്ടുപോകണമോ എന്നത് ഭാഷാപരവും സൗന്ദര്യാത്മകവുമായ മണ്ഡലങ്ങളുമായി ബന്ധപ്പെട്ട സ്വത്വ പ്രശ്നമാണ്. തീർച്ചയായും ഇതിന് സാമ്പത്തിക രാഷ്ട്രീയ തലങ്ങളുമുണ്ട്. കൃഷ്ണനമ്മാവൻ അതിന്റെ ഭൂതരൂപമാണ്.

ദേശീയ ജീവിതത്തിന്റെ രാഷ്ട്രീയമായ ചലനാത്മകത നഷ്ടപ്പെടുകയും പ്രാദേശികവും കീഴാളവുമായ പുതിയ സ്വത്വം എൺപതുകളോടെ ഇന്ത്യൻ മണ്ഡലത്തിൽ സജീവവുമാകുകയും ചെയ്യുന്ന ഘട്ടത്തിലാണ് ഈ പ്രശ്നം ആധുനികതയുടെ എഴുത്തുകാർ അനുഭവിക്കുന്നത്. ചരിത്രത്തിലൂടെ ഒരിന്ത്യയെ കണ്ടെത്താൻ കഴിയുമോ,

ജ്ഞാനത്തിന്റെ പാരമ്പര്യത്തിലൂടെ ഏകീകൃതമായ ഒരിന്ത്യയെ കണ്ടെത്താൻ കഴിയുമോ എന്നതാണ് ഇവിടത്തെ പ്രശ്നം.

പൊൻമുടിയുടെ ചരിത്രത്തിലേക്കു നോക്കുമ്പോൾ കൃഷ്ണനമ്മാവനെയാണ് ആഖ്യാനം കാണുന്നത്. "മനുസ്മൃതിയുടെ സത്യങ്ങളും അസത്യങ്ങളുമായ നിബന്ധനകൾ നിലനിന്നകാലമാണത്. ചാതുർവർണ്ണ്യത്തിന് ഒരപവാദമെന്നോണം സംസ്കൃതജ്ഞാനികളായ ഏതാനും അവർണവൈദ്യന്മാർ അന്ന് മധ്യകേരളത്തിൽ ഉണ്ടായിരുന്നു. ചാത്തുണ്ണി വൈദ്യരുടേത് അത്തരമൊരു പരമ്പരയായിരുന്നു. ഈ അവർണ വൈദ്യന്മാർക്ക് രോഗിയുടെ ജാതി ഒരു വിലക്കായില്ല. സ്പർശിക്കാം തൊട്ടുഴിയാം. ശുദ്ധം മാറലിനു പകരം ധന്വന്തരിയുടെ ആശ്ലേഷം. ഈ അശ്വിനിദേവകളുടെ കയ്യിൽ സംസ്കൃതം കാട്ടുചെടിയും തൈലവും സിന്ദൂരവുമായി. നിരോഗതയുടെ *തലമുറക*ളായി, ബ്രാഹ്മണന്റെ കയ്യിലാകട്ടെ അത് സമർത്ഥമായ അശ്ലീലത്തിലും ശ്ലേഷത്തിലും തടഞ്ഞുനിന്നു" (*തലമുറകൾ*: 12-13). അറിവിന്റെ ബ്രാഹ്മണേതരമായ ഒരു പാരമ്പര്യം കണ്ടെടുക്കാൻ നോവൽ ശ്രമിക്കുന്നുണ്ട്. സംസ്കൃതത്തെ ബ്രാഹ്മണ്യത്തിൽ നിന്ന് അടർത്തിമാറ്റിക്കാണാനുള്ള ശ്രമമാണത്. ചരിത്രപരമായി നോക്കിയാൽ ബുദ്ധമതത്തിന്റേതാണ് ഇത്തരമൊരു പാരമ്പര്യം. എന്നാൽ നോവൽ നേരിട്ട് ബുദ്ധമതത്തിലേക്ക് അത്തരമൊരു നോട്ടമയക്കുന്നില്ല.

അറിവിന്റെ ബ്രാഹ്മണക്കുത്തക തകർക്കാനാണ് കൃഷ്ണനമ്മാമൻ സംസ്കൃതം പഠിച്ചത്. "പൂണൂലിട്ട നമ്പൂതിരിക്ക് ചെയ്യാവുന്നതൊക്കെ ബ്രാഹ്മണ്യം വരിച്ച ഒരധഃകൃതന് ചെയ്യാനാവുമെന്ന് ലോകത്തെ അറിയിക്കുക. സംസ്കൃതത്തിന്റെ എഴുത്തിനും ഉച്ചാരണത്തിനും അപ്പുറം" എന്ന് കൃഷ്ണനമ്മാവൻ ഇത് വിശദീകരിക്കുന്നുണ്ട്. അപ്പോഴും ബ്രാഹ്മണ്യം വരിച്ച ഒരധഃകൃതൻ എന്നാണ് സ്വയം വിശേഷിപ്പിക്കുന്നത് എന്നത് ശ്രദ്ധേയമാണ്.

"ആര്യസാഹസത്തിന്റെയും ദ്രാവിഡപലായനത്തിന്റെയും ചരിത്രം വിശ്രമം കൊണ്ട സിന്ധുഗംഗാതടങ്ങളിലേക്ക് ചാത്തുണ്ണിവൈദ്യരുടെ ഈ വാക്കുകൾ കൃഷ്ണനമ്മാവന്റെ ജിജ്ഞാസയെ തിരിച്ചു" (14).

ആനന്ദിന്റെ *അഭയാർത്ഥിക*ളിൽ ദേശീയതയുടെ പ്രതീകമായി വരുന്ന ഗംഗാതീരം *തലമുറക*ളിൽ അവർണന് കീഴടക്കേണ്ട അറിവിന്റെ സ്ഥലമാണ്. ഈഴവനായ കൃഷ്ണനമ്മാവൻ ഭവത്രാദൻ എന്ന ബ്രാഹ്മണന്റെ പൂണൂൽ വാങ്ങി ധരിച്ച് ബ്രാഹ്മണനെന്ന മട്ടിൽ

കാശിയിൽ ചെന്ന് സംസ്കൃതപാണ്ഡിത്യം നേടുകയാണ്. കാശിയെ തെക്ക നിന്ന നോക്കുകയാണ് ആഖ്യാനം. "ദ്രാവിഡന്റെ പ്രാചീന മായ കൈകൾ സിന്ധുവിന്റെ ചിത്രാക്ഷരിയിൽ നിന്ന് തിരിഞ്ഞ് കൃഷ്ണനമ്മാവനെ തൊട്ടു വിളിച്ചു" എന്ന് പറയുമ്പോൾ ഗംഗയെ അതിലും പുരാതനമായ സിന്ധുവിന്റെ സംസ്കാരം കൊണ്ട് അധിക രിക്കാനാണ് ആഖ്യാനം ശ്രമിക്കുന്നത്. അപ്പോഴും ഗംഗാതീരത്ത് പത്മാസനത്തിലിരിക്കുന്ന ജ്ഞാനികളെ ആദരവോടെയാണ് ആഖ്യാനം കാണുന്നത്. "മുഗളനും യവനനും പിന്നെയും അസംഖ്യം മതഭ്രാന്തന്മാരായ കൊച്ചുസുൽത്താന്മാരും കാശിയിലൂടെ പടയോട്ടം നടത്തി; ചോരയും അശ്വധൂളിയും ഗംഗാതീരത്തെ പത്മാസനങ്ങളെ ഉണർത്തിയില്ല." മുസ്ലിം ആക്രമണത്തെക്കുറിച്ചുള്ള കൊളോണിയൽ പാഠങ്ങളിൽ നിന്ന് വിമുക്തമല്ല ആഖ്യാനം എന്നും ഇത് വ്യക്തമാ കുന്നു. ജാതിയെ ന്യായീകരിക്കുന്ന മനുസ്മൃതി കൃഷ്ണനമ്മാവൻ ഗംഗ യിലെറിഞ്ഞുകളയുന്നു.

കൃഷ്ണനമ്മാവനും മേലോട്ടുമനയ്ക്കലെ ഭവത്രാദൻ നമ്പൂതിരിയും തമ്മി ലുള്ള സംഭാഷണത്തിനിടയിൽ യേശുക്രിസ്തുവും അക്കാലത്ത് ഒരധഃ കൃതനാണെന്ന് ഒരു സായ്പ് പറഞ്ഞത് വൈദ്യർ സൂചിപ്പിക്കുന്നുണ്ട്. ഇങ്ങനെ അധഃകൃതത്ത്വത്തിന് സാർവലൗകികമായ മനുഷ്യാവസ്ഥ യുമായി ബന്ധം കണ്ടെത്തുന്നു. യേശുക്രിസ്തു വെളുത്തവനായിരുന്നി ല്ല, നമ്മെപ്പോലെ തവിട്ടുനിറക്കാരനായിരുന്നുവെന്നും പറയുന്നുണ്ട്. അവശജാതിക്കാർ ക്രിസ്തുമതത്തിലേക്ക് പരിവർത്തിക്കപ്പെടുന്നതിന്റെ സൂചനയുമുണ്ട്.

"ചാത്തുണ്ണീ" എന്ന് പേരുമാത്രം ഭവത്രാദൻ നമ്പൂതിരി വിളി ച്ചതിന് ചാത്തുണ്ണി വൈദ്യർ പറയുന്ന മറുപടിയിൽ ഓർമയുടെ രാഷ്ട്രീയമുണ്ട്." ഭവത്രാദൻ നമ്പൂരിയ്ക്കുണ്ടായത് ഓർമത്തെറ്റല്ല ഓർമയാണ്. മനസ്സിന്റെ ആഴങ്ങളിൽ ഉറങ്ങിക്കിടന്ന ജാത്യാധി പത്യം. താനൊഴിച്ച് മറ്റെല്ലാവരും അധമരായി, അസ്പൃശ്യരായി" (15-16). ക്രിസ്തുവിന്റെ സാന്ത്വനത്തിന് സ്പർശവുമുണ്ടെന്നും എന്നാൽ അത് ജാതിപാലിക്കുന്ന ബ്രാഹ്മണന്റെ ചികിത്സയിൽ ഇല്ലാതെ പോയെന്നും പറയുന്നുണ്ട്. കാരുണ്യമില്ലാത്ത ചികിത്സയിലാണ് "അഷ്ടാംഗ ഹൃദയം" സ്തംഭിച്ചത്.

ചരിത്രത്തിൽ പിന്നോട്ടുപോകുമ്പോൾ ജാത്യവമാനത്തിന്റെ കഥകളിലേക്ക് പൊന്മുടി എത്തുന്നുണ്ട്. സുമതി എന്ന പിതാ മഹിയോട് പതിനാല് ഈഴവപ്പാട് അകന്നു മാറാനായിരുന്ന

നായർവീട്ടിലെ നായരുടെ നിർദ്ദേശം. അതിനനുസരിച്ച് മാറിയ സുമതി ചളിയിൽ വീണ് വീട്ടിൽ തിരിച്ചെത്തുമ്പോൾ രക്കനാകൻ എന്ന ചെറുമനെക്കൊണ്ട് നായരെ വകവരുത്തുന്നുണ്ട്. ഈഴവനായ പങ്ങേലപ്പനോട് അടിയൻ എന്ന് പറയുമ്പോൾ "അടിയന്റെ ആവശ്യ മില്ല, രക്കനാകാ. നാം രണ്ടുപേരും ഒരേ ചേറിൽ വീണുകിടപ്പാണ്. ഈ ചേറു നമുക്കു കഴുകിക്കളയണം" എന്ന് പങ്ങേലപ്പൻ പറയു ന്നുണ്ട്. ദളിത്-പിന്നോക്ക ഐക്യത്തിന്റെ പ്രത്യയശാസ്ത്രമാണ് ഇവിടെ രൂപപ്പെടുന്നത്. "പങ്ങേലപ്പണിക്കരേ" എന്നാണ് തിരിച്ചു പേരെടുത്ത് രക്കനാകൻ സംബോധന ചെയ്യുന്നത്.

ആര്യം-ദ്രാവിഡം എന്ന വിഭജനബോധം *തലമുറക*ളിൽ പ്രത്യക്ഷ തലത്തിൽ തന്നെയുണ്ട്. സംസ്കൃതത്തിന്റെ നിഗൂഢമായ അറിവിനെ കീഴ്പ്പെടുത്താൻ അപ്പുക്കാരണവർ ശിവകാമിയെന്ന ബ്രാഹ്മണ സ്ത്രീയെ വെപ്പാട്ടിയാക്കി വെച്ച് അവളെക്കൊണ്ട് പുലരും മുമ്പ് നഗ്നയായി ഗായത്രി മന്ത്രം ചൊല്ലിക്കുന്നു. അതിന്റെ സ്ഥായിയെ അനുകരിക്കാൻ ശ്രമിച്ച് പരാജയപ്പെട്ടപ്പോഴാണ് അയാൾ ദ്രാവിഡ മായ ആഭിചാരത്തിൽ അഭയം തേടുന്നത്.

ദേശരാഷ്ട്ര ആധുനികത തീവണ്ടിയുടെ രൂപത്തിൽ കടന്നുവരുന്നു. തീവണ്ടിക്കുപിന്നാലെ ഇന്ത്യയിൽ ഒരു തൊഴിലാളി വർഗം പിറ ക്കുന്നതും നോവലിൽ വിവരിക്കുന്നുണ്ട്. വെല്ലസ്ലി പ്രഭു നാട്ടുരാജ്യ ങ്ങളെ പിടിച്ചുപറ്റി ഒന്നിച്ചു ചേർത്തപ്പോൾ അശോകനും മുഗളനും തുടങ്ങിവെച്ച സാമ്രാജ്യവൽക്കരണം തുടർന്നുപോവുക മാത്രമായി രുന്നു. എന്നാൽ തീവണ്ടിയാണ് അതിനെ മറ്റൊന്നാക്കി മാറ്റിയത്. തീവണ്ടിക്കെതിരെ ഗാന്ധിയൻ രീതിയിലുള്ള പ്രതിരോധം ഇന്ത്യ യിലെന്ന പോലെ ഇംഗ്ലണ്ടിലെ കർഷകരിൽ നിന്നും ഉണ്ടായി. തീവണ്ടിയുടെ താളം അപകടമാണ്, കോഴിമുട്ടകൾ വിരിയാതാകും എന്നാണ് ഇംഗ്ലണ്ടിലെ കർഷകർ പറഞ്ഞതെങ്കിൽ ഇത് ഔദ്ധത്യം, ഭൂമി ദേവിയെ ഇരുമ്പു ചങ്ങലകൾ കൊണ്ട് ബന്ധിച്ച് വശം കെടു ത്തുകയാണ് എന്നാണ് ഇന്ത്യയിലെ ആർഷന്മാർ പറഞ്ഞത്. ആര്യദേശത്തും ദ്രാവിഡദേശത്തും ഇൻക്വിലാബിന്റെ ഭാഷാഭേദ ങ്ങൾ വന്നു. പുരറ്റ്ചി ഓങ്കെ എന്ന് ദ്രാവിഡത്തിൽ. എന്നിങ്ങനെ രാഷ്ട്രത്തിന് വിവിധ ഭാഷാഭേദങ്ങളുണ്ട് ആഖ്യാനത്തിൽ. അതാകട്ടെ ദേശരാഷ്ട്ര ആധുനികതയിൽനിന്ന് വ്യത്യസ്തമായ ബഹുത്വപൂർണ മായ ദേശീയവാദ ആധുനികതയുടെ സൂചനയുമാണ്.

ജനകീയ ആധുനികതയുടെ സന്ദേശം ഇതോടൊപ്പം റഷ്യൻ വിപ്ലവത്തിന്റെ വാർത്തയിലൂടെയും കമ്മ്യൂണിസ്റ്റ് മാനിഫെസ്റ്റോ

എന്ന പുസ്തകത്തിലൂടെയും പ്രചരിക്കുന്നുണ്ട്. വാർത്തയും പുസ്തകവും ദേശരാഷ്ട്രത്തിന് അപ്പുറത്തുള്ള പുതിയ വിഭാവനകളിലേക്ക് ഇങ്ങനെ നയിക്കുന്നുണ്ട്. രാഷ്ട്രത്തിന് ഭാവനയുമായി മറ്റൊരു തരം ബന്ധമാണുണ്ടാവുന്നത്. എന്നാൽ ഇതിനെ ഹാസ്യാനുകരണമായും നോവൽ കാണുന്നുണ്ട്. "മാർക്സിന്റെ തത്ത്വശാസ്ത്രവും ലെനിന്റെ വിശദീകരണവും കടലും കരയും താണ്ടി വന്ന് പൊന്മുടിയുടെ കളപ്പുരയിൽ ഹാസ്യാനുവർത്തനമായി... റെയിൽവേ തൊഴിലാളികളുടെ ആദ്യത്തെ രക്തസാക്ഷിയായ പരമശിവം മുതലിയാർ" എന്നാണ് മാർക്സിസത്തിന്റെ ആഘാതം നോവലിൽ വരുന്നത്. മതഭേദങ്ങളെ ലംഘിച്ചുകൊണ്ട് സഖാവ് എന്ന വാക്ക് കടന്നുവരുന്നു. ഗോവിന്ദൻ നമ്പ്യാരുടെ സഖാവായി ഹംസക്കുട്ടി മാറുന്നു. മനുഷ്യബന്ധത്തെ നവീകരിച്ച ഈ മാറ്റം ഇങ്ങനെയാണ് ചിത്രീകരിക്കുന്നത്.

"ഹംസക്കുട്ടീ!"

"എന്തോ?"

"ഞാനിപ്പോൾ മേലെടത്ത് തറവാട്ടിലെ വല്യജമാനനല്ല എന്ന് നീ അറിഞ്ഞിട്ടുണ്ടോ?"

അറിഞ്ഞിട്ടില്ല, അറിയാൻ ആഗ്രഹവും ഹംസക്കുട്ടിയിൽ ഉണ്ടായിട്ടില്ല. അയാളിൽ നിറഞ്ഞത് എണ്ണിയാൽ ഒടുങ്ങാത്ത കൊച്ചുങ്ങളുടെ ഉല്ലാസം മാത്രമായിരുന്നു.

"നീ അറിഞ്ഞില്ലെങ്കിൽ" ഗോവിന്ദൻ നമ്പ്യാർ പറഞ്ഞു. "ഇപ്പോൾ അറിയണം. ഞാൻ നിന്റെ സഖാവാണ് മനസ്സിലായോ?"

"മനസ്സിലായി" മനസ്സിലാകാതെ ഹംസക്കുട്ടി ഭംഗിവാക്കു പറഞ്ഞു.

"നീ എന്റെ സഖാവാണ് എന്നു വെച്ചാൽ എന്റെ കൂട്ടുകാരൻ. നല്ലകാര്യങ്ങൾ ചെയ്യാൻ എന്നെ സഹായിക്കുന്ന സ്നേഹിതൻ. എന്തുകൊണ്ടും എനിക്കു തുല്യൻ-"

രണ്ടുപേരും കുറെ നേരത്തേക്ക് സംസാരിച്ചില്ല. സഖാവ് എന്ന പദം നാദബ്രഹ്മത്തിൽ നിന്ന് തെറിച്ചുവീണ ഒരു ജൈവവസ്തുവിനെപ്പോലെ ഉത്തരകേരളത്തിലെങ്ങും എന്തെല്ലാമോ അറിവുകളെ ഉണർത്തിക്കൊണ്ട് ഓടി നടന്നു" (131).

ആനന്ദിന്റെ *അഭയാർത്ഥികളി*ലെന്ന പോലെ പണിമുടക്ക് *തലമുറക*ളിലുമുണ്ട്. മുപ്പത്തിമൂന്നു ദിവസം നീണ്ടുനിന്ന റെയിൽവേ

പണിമുടക്ക്. അതിൽ പരമശിവം മുതലിയാർ രക്തസാക്ഷിയായി. നേതാവായ ഗോവിന്ദൻ നമ്പ്യാരെ രക്ഷിക്കാൻ പോലീസിന്റെ ശ്രദ്ധ തിരിച്ചുവിടാൻ പപ്പമ്മ സ്വന്തം ചോരക്കുഞ്ഞിനെ തറയിലി ടിച്ചു കൊന്നു. പരമശിവം മുതലിയാർ രക്തസാക്ഷിയായി അംഗീ കരിക്ക പ്പെട്ടെങ്കിലും പപ്പമ്മ ഓർമിക്കപ്പെട്ടില്ല... "പപ്പമ്മ ഊരുവ ലത്തിന്റെ പ്രതീകമായില്ല. അവളുടെ ഭർത്താവ് ജയിലിൽ വെച്ചു മരിച്ചു. അവൾക്ക് ഭ്രാന്തായി. അവളുടെ ഒരു മാസം പ്രായം ചെന്ന കുട്ടിക്ക് പേരിടാത്തതു കാരണം ചരിത്രത്തിൽ ഇടം കിട്ടിയതുമില്ല. മോസ്കോവിലും ലണ്ഡനിലും ദില്ലിയിലും വിപ്ലവശാസ്ത്രത്തിന്റെ പണ്ഡിതന്മാർ ഗ്രന്ഥങ്ങളിൽ മുഴുകി. കൂടുതൽ, കൂടുതൽ ആഴത്തിൽ" ().

കമ്മ്യൂണിസത്തിന്റെ പുസ്തകപരതയെ നൈതികതയിൽ നിന്നും മനുഷ്യ വേദനയിൽ നിന്നുമാണ് വിമർശിക്കുന്നത്. ഇതിനെ ലോക കമ്മ്യൂണിസത്തിന്റെ നൈതികതയുമായും ഹംഗറിയിലെ ഇമ്രേജാനോ വിന്റെ മരണവുമായും തമരതമ്യം ചെയ്യുന്നുണ്ട്.

ആയിരത്തിത്തൊള്ളായിരത്തി നാല്പത്തിരണ്ടിൽ വിദ്യാർ ത്ഥി ഫെഡറേഷന്റെ ജാഥ നോവലിൽ പരാമർശിക്കുന്നു. യുദ്ധം ജനകീയ യുദ്ധമെന്ന് പാർടി തീരുമാനിച്ചതിന്റെ പിന്നാലെയുള്ള ജാഥയായിരുന്നു അത്. ചീമുട്ടയേറു കിട്ടി വരുന്ന ജാഥ. എം. എസ്. പിക്കാരനാണ് മകളുടെ ഭർത്താവ് എന്നതിനാലാണ് ചാമിയാരപ്പൻ പാർടിയിൽ നിന്ന് അകന്നത് എന്നു കരുതി ഇപ്പോൾ എം. എസ്. പിയും പാർടിയും ഒരേ ഭാഗത്താണ് എന്ന് ബോധ്യപ്പെടുത്താൻ നോക്കുന്നുണ്ട് സഖാവായ നാരായണൻ നമ്പൂതിരി. നൽഗുണ്ടയിൽ തെലങ്കാനയിലെ കർഷക കമ്മ്യൂണിസ്റ്റ് സമരത്തെ നേരിടാൻ വേലപ്പൻ നിയമിതനാകുന്നു. നൽഗുണ്ടയിൽ വെടിവെക്കാൻ മുന്നിൽ നിർത്തിയ ഏഴു ചെറുപ്പക്കാരെ വേലപ്പൻ വെടിവെക്കാതെ വെറുതെ വിടുകയും അടുത്ത ദിവസം അവധിയെടുക്കുകയും അതിന്റെ അവസാനത്തിൽ മലപ്പുറത്ത് വന്ന് രാജി സമർപ്പിക്കുകയും ചെയ്യുന്നു. കമ്മ്യൂണിസ്റ്റ് വിപ്ലവകാരികളെ വെടിവെക്കാൻ വിസമ്മതിച്ചാണ് വേലപ്പൻ രാജിവെക്കുന്നത്.

ബോംബെയിൽ ട്രേഡ് യൂണിയൻ രംഗത്തു പ്രവർത്തിച്ച് നിരാശനായ നാരായണൻ നമ്പൂതിരി ചാമിയാരപ്പനെ അന്വേഷിച്ച് കുറെക്കാലത്തിനു ശേഷം തിരിച്ചുവരുന്നുണ്ട്. ട്രേഡ് യൂണിയനുണ്ടാ ക്കിയ നിരാശ ഇങ്ങനെയാണ് നാരായണൻ നമ്പൂതിരി വിശദീക രിക്കുന്നത്. "ഞാനൊരു പഴങ്കാല നമ്പൂതിരിയാണെന്ന് എനിക്കു

മനസ്സിലായി. ബോംബെ നഗരം എന്റേതല്ല. മില്ലുടമസ്ഥന്മാരും പഞ്ഞിക്കമ്പോളത്തിലെ ഊഹക്കച്ചവടക്കാരും നേതാക്കന്മാരും ഒത്തുകളിക്കുന്നത് എന്റെ നമ്പൂതിരി വിഡ്ഢിത്തത്തിന് അപ്പുറമായിരുന്നു. പാർടിയിലുള്ള വിശ്വാസം സംഭരിച്ച് ഭ്രാന്തുവരാതിരിക്കാൻ ശ്രമിക്കുകയാണ് ഞാൻ. പാലക്കാട്ടെ പാട്ടക്കുടിയാന്മാരുടെ സംഘടനയിൽ പ്രവർത്തിക്കാൻ പാർടി എനിക്ക് അനുവാദം തന്നു" (252-3) നാഗരികത നൽകുന്നത് നിഷേധാത്മകമായ രാഷ്ട്രീയ പാഠങ്ങളാണെന്നും ഗ്രാമീണതയിലാണ് ആർജ്ജവമുള്ള രാഷ്ട്രീയം നിലനില്ക്കുന്നത് എന്നുമാണ് ആഖ്യാനത്തിലൂടെ രൂപപ്പെടുന്ന ന്യായം. കുടിയാന്മാരുടെ വലിയ സമരം പാർടി ഏറ്റെടുക്കാൻ പോകുകയാണെന്നും അതിൽ പഴയ സഖാവായ തിയോഡറിന്റെ പിന്തുണ വേണമെന്നും അയാൾ ആവശ്യപ്പെടുന്നുണ്ട്.

സായുധതീവ്രവാദി നയങ്ങളുമായി നില്ക്കുന്ന സുകുവാണ് കമ്മ്യൂണിസത്തിന്റെ മറ്റൊരുവശം. അയാൾ ചൈനീസ് പാതയിലാണ് വിശ്വസിക്കുന്നത്. കമ്മ്യൂണിസ്റ്റ് നേതാവായ മാണികോരയെ അയാൾ കൊല്ലുന്നു.

ഹംഗറിയിലെ സോവിയറ്റ് നടപടിക്കെതിരെ ചന്ദ്രൻ അഭിപ്രായം പറയുമ്പോൾ പാർടി സഖാക്കൾ രഹസ്യമായി തെറ്റ് സമ്മതിക്കുന്നുണ്ടെങ്കിലും പരസ്യമായി അതിനെ ന്യായീകരിക്കുന്നു. സ്റ്റാലിനിസത്തെ വിമർശിക്കുന്നത് ചാമിയാരപ്പന്റെ ഭ്രാന്ത് വർധിപ്പിക്കുകയേയുള്ളൂ എന്ന് അച്ഛൻ ചന്ദ്രനോട് പറയുന്നുണ്ട്.

മകളുടെ ഭർത്താവ് ഏറ്റെടുത്ത മംഗലം ഡാമിലെ ചാലു കീറലുമായി ബന്ധപ്പെട്ട തൊഴിൽത്തർക്കം തീർക്കാൻ ചെന്ന ചാമിയാരപ്പനെ പാർടി ആഫീസിൽ വെച്ച് ഒരു ചെറുപ്പക്കാരൻ ഉപദേശിക്കുന്നുണ്ട്. "ഓരോ പ്രശ്നത്തിനും അതിന്റെ രാഷ്ട്രീയവശമുണ്ട്, കാരണവരേ. ഒരു ഫ്യൂഡൽകുടുംബത്തിൽ നിന്ന് വരുന്ന താങ്കാൾക്ക് രാഷ്ട്രീയം മനസ്സിലാക്കാൻ വിഷമമായിരിക്കും. കാലം മാറുന്നു എന്നറിയണം."

നോവലിൽ തോട്ടിത്തറ എന്ന ഒരിടമുണ്ട്. തോട്ടിത്തൊഴിലാളി യൂണിയന്റെ ആപ്പീസിൽ ക്ഷീണിതനായി കയറിച്ചെല്ലുന്ന ചാമിയാരപ്പൻ സ്റ്റാലിന്റെ ചിത്രത്തിനോട് തന്നെ രക്ഷിക്കണമെന്ന് പ്രാർത്ഥിക്കുന്നുണ്ട്. റോഡിൽ വീണ ചാമിയാരപ്പനെ തോട്ടിത്തൊഴിലാളി യൂണിയന്റെ പ്രവർത്തകരാണ് വീട്ടിലെത്തിക്കുന്നത്. പുതിയ തലമുറയിലും പൊന്നുടിയിൽ കാര്യസ്ഥത്വം തുടരുന്നുണ്ട്. തോട്ടിത്തൊളിലാളി സഖാവിന്റെ അനുജൻ കുത്തപ്പൻ ഇപ്പോൾ

പൊന്മുടിയുടെ കാര്യസ്ഥനാണ്. ജാതിയും വർഗപരവും തമ്മിലുള്ള വ്യത്യാസം തുടർന്നും തുടരുന്നു. കുത്തപ്പന്റെ കാര്യസ്ഥത്വം തങ്ങളെ ചൂഷണം ചെയ്യുന്നതാണെന്ന് അവർക്കനുഭവപ്പെടുന്നു.

രാജ്യാതിർത്തി കടക്കുമ്പോൾ ജാതിയും വംശീയതയും മുഖാമുഖം കാണുന്നു. ഇന്ത്യയുടെ ജാതിയിൽ നിന്ന് രക്ഷപ്പെടാൻ ഓടിയ ഗോപാലൻ നാത്സിക്യാമ്പിൽ ജൂതയുവതിയുടെ ഭർത്താവെന്ന നിലയിൽ പീഡനത്തിന് വിധേയമാകുന്നു.

ഇന്ത്യയിലെ ജാതിസംഘർഷങ്ങളെക്കുറിച്ച് ചന്ദ്രൻ ഒരു പശ്ചിമയൂറോപ്യൻ പത്രത്തിന് മൂന്ന് ലേഖനങ്ങൾ എഴുതിയയക്കുന്നുണ്ട്. അതിലൊരധ്യായം ഗോപാലമ്മാമന്റെ തിരോധാനത്തെക്കുറിച്ചാണ്. സൈറ്റ് യുങ് എന്ന ആസ്ട്രിയൻ പത്രത്തിന് താത്പര്യമുള്ള ആസ്റ്റർഡാമിലെ സ്ഥാപനത്തിൽ ചെല്ലാൻ ചന്ദ്രൻ ക്ഷണിക്കപ്പെടുന്നു. മനുഷ്യാവകാശ ഫൗണ്ടേഷനുമായി ബന്ധപ്പെട്ട സ്ഥാപനമാണത്. തുടർന്ന് അയാളെത്തുന്നത് ഹോങ്കോങ്ങിലാണ്. ആഫ്രിക്കയി ലേക്ക് ആയുധം കടത്തുന്നയാളായും മാറുന്നു.

ദേശരാഷ്ട്രം കൊണ്ടുവരുന്ന കൊളോണിയൽ ആധുനികതയ്ക്കും ദേശീയവിപ്ലവകാരികൾ (ദേശീയവാദികളും തൊഴിലാളിവർഗവും) കൊണ്ടുവരുന്ന ആധുനികതയ്ക്കും ഇടയിൽ ഒരു സന്നിഗ്ധത നോവൽ അനുഭവിക്കുന്നുണ്ട്. എം. എസ്. പിക്കാരനായ വേലപ്പനിലൂടെയും ദളിതയായ സ്റ്റെല്ലയിലൂടെയുടെയുമാണിത് ചിത്രീകരിക്കുന്നത്. സ്റ്റെല്ല പണ്ട് ചന്ദ്രൻ യേശുക്രിസ്തുവെന്ന് പേരിട്ട ചെറുമനായ ചെള്ളിയുടെ മകളാണ്. സ്റ്റാൻലി ചാത്തൻ പള്ളി എന്ന് ചെള്ളി പേരുമാറ്റിയിരുന്നു. ഇംഗ്ലീഷിന്റെയും സായിപ്പിന്റെയും ഉച്ചാരണത്തിലൂടെ അയാൾ ബി. എ പാസാകുന്നു. "സംസ്കൃതത്തിനോ പാലിഭാഷയ്ക്കോ ആദിദ്രാവിഡത്തിനോ നേടാൻ കഴിയാത്ത ഈ വിമോചനത്തിൽ ഇംഗ്ലീഷ് ഭാരതദേശീയതയുടെ സുശക്തമായ വാഹനമായി. ഇതൊക്കെ ഞാൻ ഡയറിക്കുറിപ്പുകളായി എഴുതിവെക്കുന്നു. ഈ കുറിപ്പുകളുടെ വലയം കടന്ന് എനിക്ക് എഴുതണം. പത്രങ്ങളിൽ, ഇംഗ്ലീഷ് പത്രങ്ങളിൽ, വിദേശപത്രങ്ങളിൽ, താങ്കൾ എന്നെ സഹായിക്കുമല്ലോ" എന്നാണ് സ്റ്റാൻലി പറയുന്നത് (339).

"നോക്കണം, അമ്മേ അച്ഛാ, മലബാർ സ്പെഷ്യൽ പോലീസാണ് ദേശീയ പ്രസ്ഥാനമെന്ന് അച്ഛൻ പറഞ്ഞത് ഞാൻ ഒരു തമാശയായി എടുത്തു. ജാതി വ്യവസ്ഥയെ അകറ്റാൻ ഒരു ഭാഷയുണ്ടെങ്കിൽ അത് ഇംഗ്ലീഷാണ്. എം. എസ്. പിയെപ്പോലെ ഇംഗ്ലീഷ് നമ്മുടെ ദേശീയ

പ്രസ്ഥാനത്തിന്റെ ആയുധമായിത്തീരുന്നു"എന്നാണ് ചന്ദ്രൻ അമ്മയ്ക്കും അച്ഛനും എഴുതുന്നത്.

ഹോങ്കോംഗിലെ കാറപകടത്തിൽ ചന്ദ്രൻ മരിക്കുന്നു. സ്നേഹിത മേരി വാഗ്നർ പ്രസവിക്കുന്നു. അവൾ മരിച്ചുകൊണ്ടിരിക്കേ ജന്മം നൽകിയ ശിശുവിന് ജീവൻ വെക്കുന്നു. ആ കുട്ടി കീഴച്ചിറയിൽ തിരിച്ചെത്തി വായുരൂപികളായ മുത്തച്ഛനെയും മുത്തശ്ശിയെയും കണ്ട് തിരിച്ചുപോകുന്നിടത്താണ് കഥ തീരുന്നതും. ഇങ്ങനെ പ്രാദേശികതയിൽ നിന്ന് ലോകസമുദായത്തിലേക്കുള്ള മാറ്റത്തെയാണ് നോവൽ സങ്കല്പിക്കുന്നത്. രാഷ്ട്രയുക്തിയായ നോവൽ രാഷ്ട്രത്തെ കടന്ന് ലോകത്തെ ആശ്ലേഷിക്കുന്നു. കീഴാളത്വം ചെള്ളിയുടെ മകളിലൂടെ ഒരു വശത്ത് ക്രിസ്ത്യാനിത്വത്തിലൂടെയും ഇംഗ്ലീഷിലൂടെയും ലോകകേന്ദ്രങ്ങളിലെത്തിപ്പെടുന്നു. മറുവശത്ത് കുത്തപ്പനിലൂടെ വ്യാജവാറ്റിലേക്കും ജയിലിലേക്കും എത്തുന്നു. നാട്ടിൽത്തന്നെ ജീവിക്കുന്ന കുത്തപ്പന്റെയും സന്തതികളുടെയും കീഴാളത്വത്തിൽ നിന്നുള്ള മോചനത്തെക്കുറിച്ച് നോവൽ നിശ്ശബ്ദമാണ്. ദേശീയ പ്രസ്ഥാനത്തിലും കമ്മ്യൂണിസത്തിലും കൂടിയുള്ള സാമൂഹ്യമോചനത്തിന്റെ ഘട്ടം കഴിഞ്ഞ് ക്രിസ്ത്യാനിത്വത്തിലൂടെയും ഇംഗ്ലീഷിലൂടെയുമുള്ള ദേശരാഷ്ട്ര ആധുനികതയുടെ തുടർച്ചയായി വ്യക്തിമോചനത്തെ സംബന്ധിച്ച ഒരു സ്വപ്നത്തെ മുന്നോട്ടുവെച്ചാണ് നോവൽ അവസാനിക്കുന്നത്. കൊളാണിയൽ ഘട്ടത്തിലെ ബ്രിട്ടീഷ് പോലീസ് നിർമിച്ച ദേശീയതയുടെ തുടർച്ചയാണിതെന്ന് നോവൽ തന്നെ വ്യക്തമാക്കുന്നു.

പുറത്തേക്കുള്ള വികാസത്തിന്റെ വഴിയായി കുടുംബകഥയെ മാറ്റുമ്പോൾ അതിനുപുറത്ത് നാട്ടിലെ കീഴാളത്വത്തിന്റെ സമഗ്രമായ ജീവിത ചിത്രം നൽകുന്നതിൽ നോവലിന് താത്പര്യമില്ല. പുതുകാലത്തെ സംഘടിത സമരങ്ങളുടെ പ്രാദേശിക രാശികൾ ആധുനിക നോവലിന് കയ്യെത്തിപ്പിടിക്കാൻ കഴിയാതെ പോകുന്നു. അഥവാ അതിന് നോവലീകരണം സാധ്യമാകുന്ന വ്യവഹാരമായി മാറാൻ കഴിയാതെ പോകുന്നു.

പത്രപ്രവർത്തകന്റെയും കാർട്ടൂണിസ്റ്റിന്റെയും കർത്തൃസ്ഥാനത്തിരുന്ന് ദേശീയതയുടെ രൂപങ്ങളെ അപനിർമിക്കുന്ന വിജയന്റെ കൃതികൾ. ദേശ- ഭാഷാ-സംസ്കാര വൈവിധ്യങ്ങളെയും ജാതിഭേദങ്ങളെയും അത് കണക്കിലെടുക്കുന്നുണ്ട്. എന്നാൽ ജനകീയമായ ഒരു ദേശീയതാബോധത്തിൽ നിന്നുകൊണ്ടല്ല ഈ തിരിച്ചറിവ്.

എം. മുകുന്ദൻ

ദേശം: അകവും പുറവും

"നിങ്ങളുടെ പേര്?"

"അരവിന്ദൻ"

"എന്നു വെച്ചാല്"

അരവിന്ദനു ചോദ്യം മനസ്സിലായില്ല. അവൻ രാമുണ്ണിയുടെ മുഖത്തുനോക്കി.

"വെറും അരവിന്ദൻന്നാണോ"

"അതെ"

"അതെങ്ങനെയാ?"

"സോറി മനസ്സിലായില്ല..."

രാമുണ്ണി അടവൊന്നു മാറ്റി

"അച്ഛന്റെ പേരെന്താണ്?"

ചോദ്യം കേട്ടപ്പോൾ ദേഷ്യമാണു തോന്നിയത്. കളിയാക്കുകയാണോ? അല്ലെങ്കിൽ കിറുക്കാണോ? എന്തിനാണയാൾ ഇതൊക്കെ ചോദിക്കുന്നത്?

"നിങ്ങളുടെ പേര് [illegible]"

"രാമുണ്ണീന്നോ?"

"അതെ"

"വെറും രാമുണ്ണീന്ന്?"

അയാൾ ഉദ്ദേശിക്കുന്നതു പൊടുന്നനവേ പിടി കിട്ടി. രാമുണ്ണിക്കറിയേണ്ടതു മറ്റൊന്നുമല്ല. പേരിനു പിമ്പിലുള്ള വാലാണ്. തന്റെ അച്ഛൻ വെറും രാമുണ്ണി അല്ല. താൻ വെറും അരവിന്ദൻ അല്ല. നിലനില്ക്കണമെങ്കിൽ അരവിന്ദൻ അരവിന്ദൻ നായരോ അരവിന്ദൻ നമ്പൂതിരിയോ അരവിന്ദമേനോനോ അരവിന്ദവാരിയരോ എന്തെങ്കിലും ആകണം.

"... ന്നിട്ട്, അച്ഛന്റെ പേര് വെറും രാമുണ്ണീന്നാണോ?"

"അല്ല, രാമുണ്ണി മേനോൻന്ന്" (12-13).

"നിലനില്ക്കണമെങ്കിൽ..." എന്നത് സ്വത്വത്തെ സംബന്ധിച്ച തിരിച്ചറിവാണ്. ദൽഹി എന്ന രാഷ്ട്ര തലസ്ഥാനത്ത് ഗണനീയനായ ഒരാളായി നിലനില്ക്കണമെങ്കിൽ എന്നാണ് അതിന്റെ ഒരർത്ഥം. *ദൽഹി* എന്ന നോവലിൽ കഥാപാത്രമായി നിലനില്ക്കണമെങ്കിൽ എന്നാണ് മറ്റൊരർത്ഥം.

നോവലിൽ കഥാപാത്രമായി നിലനില്പ്പ നേടുവാൻ പറ്റുന്ന മട്ടിലാണ് അരവിന്ദന്റെ കർത്തൃത്വം രൂപപ്പെടുത്തിയിട്ടുള്ളത്. *ദൽഹി*യിലെ അരവിന്ദൻ പ്രാദേശികമായ ആഢ്യസംസ്കാരത്തിന്റെ പാരമ്പര്യമുള്ളയാളാണ്. അച്ഛൻ രാമുണ്ണി മേനോൻ അധ്യാപകനാണ്. അമ്മ നാരായണിയമ്മ കഥകളി വിദഗ്ധനായ കാരണവരുടെ മകളാണ്. ജ്യേഷ്ഠൻ കോളജ് അധ്യാപകനായിരിക്കെയാണ് മരിക്കുന്നത്. പ്രദേശത്ത് ഉന്നതമായ സാംസ്കാരിക മൂലധനമുള്ള പ്രാദേശിക കർത്തൃത്വം ദൽഹിയിൽ, ദേശീയ തലത്തിൽ, കലാകാരനെന്ന നിലയിലുള്ള സ്വത്വം സ്ഥാപിക്കാൻ ശ്രമിച്ച് പരാജയപ്പെടുന്നതാണ് *ദൽഹി*യിലെ പ്രമേയം.

ഇതാകട്ടെ കേവലം കലയുടെ മണ്ഡലത്തിൽ നടക്കുന്ന ഒരു പുറന്തള്ളലിന്റെ പ്രശ്നമായല്ല, ദേശീയമായ മൂല്യവ്യവസ്ഥയിൽ വന്ന മാറ്റത്തിന്റെ ഭാഗമായിക്കൂടിയാണ് നോവൽ കൈകാര്യം ചെയ്യുന്നത്. ഇവിടെയാണ് ദേശീയമായ ആധുനികതയുടെ പ്രമേയങ്ങളുമായി നോവലിന് സംവാദം സാധ്യമാകുന്നത്.

രാമുണ്ണി പേരുചോദിക്കുമ്പോൾ ജാതിപ്പേരിന്റെ പ്രാധാന്യം ആഖ്യാനത്തിനു തന്നെ ബോധ്യമുള്ളതായിക്കാണാം. രാമുണ്ണി എന്നു തന്നെയാണ് അരവിന്ദന്റെ അച്ഛന്റെ പേര്. ആ നിലയിൽ ആ ഫ്രോയ്ഡിയൻ-ലക്കാനിയൻ യുക്തിയിൽ ചോദ്യം അച്ഛന്റേതാണ്. പിതൃഭ്രതമാണത്. നാട്ടിലെ അധികാരിയായ പിതാവിന്റെ

രാഷ്ട്രരൂപത്തിലുള്ള ഭ്രതം. നിർബന്ധിച്ച് ജാതി പറയിപ്പിക്കുന്ന ഈ അച്ഛൻ വ്യവഹാരം തന്നെയാണ്. അതിന് കീഴ്പെടുന്ന മകൻ അതിന്റെ പ്രജയുമാണ്.

കലാകാരനെന്ന നിലയിൽ പ്രാദേശികമായ സംസ്കാരത്തിന്റെ കുടുംബചരിത്രം കഥകളിയാണ്. രണ്ടാം തലമുറയിലെത്തുമ്പോഴാണ് കഥകളിയിൽ നിന്ന് ആധുനിക കലാകാരനിലേക്കുള്ള മാറ്റം അനിവാര്യമാകുന്നത് അപ്പോഴാണ്. ഫ്യൂഡൽ പ്രാദേശിക രാശികൾ വിട്ട് ദേശീയ രാശികൾ അനിവാര്യമാകുന്നത്. കഥകളിയുടെ പശ്ചാത്തലത്തിലൂടെ ഒരാധ്യദേശീയത സ്ഥാപിച്ചെടുക്കാൻ നോവൽ ശ്രമിക്കുന്നില്ല. ആര്യമായ കലാസാംസ്കാരിക മൂല്യത്തിലൂടെ ദേശത്തെ വിഭാവനം ചെയ്യുന്നതിന്റെ പ്രത്യക്ഷ ചിത്രം നോവലിലില്ല. പ്രാദേശികമായ ആഢ്യകലാസ്വത്വത്തോടു ചേർന്ന നിന്നുകൊണ്ടു മാത്രമേ ഇന്ത്യ എന്ന ദേശത്തെ വിഭാവന ചെയ്യാൻ കഴിയുന്ന കർതൃത്വത്തിലേക്ക് പ്രവേശിക്കാൻ കഴിയൂ എന്നാണ് അബോധമായി ആഖ്യാനം കൊണ്ടുവരുന്ന പാഠം.

കമ്മ്യൂണിസ്റ്റ് പാർടിയുടെ വിദ്യാർത്ഥിസംഘടനയായ വിദ്യാർത്ഥി ഫെഡറേഷന്റെ നേതാവായിരുന്നു പഠിക്കുന്ന കാലത്ത് അരവിന്ദൻ. 1961 -ൽ കോളജിൽ നടന്ന ക്ലാസ് ബഹിഷ്കരണത്തിൽ പങ്കെടുത്ത് ഇംഗ്ലീഷ് ലക്ചററെ കയ്യേറ്റം ചെയ്തുവെന്നും ലൈബ്രറിക്ക് തീവെക്കാൻ ശ്രമിച്ചുവെന്നും ആരോപിക്കപ്പെടുകയും കോളജിൽ നിന്ന് അതിന്റെ പേരിൽ പുറത്താക്കപ്പെടുകയും ചെയ്യുന്നുണ്ട് അരവിന്ദൻ. ദൽഹിയിലേക്ക് വണ്ടി കയറുന്നത് 1965-ലാണ്. ഗാന്ധിയൻ ദേശീയ പ്രസ്ഥാനത്തിന്റെ തുടർച്ച വഹിക്കുന്ന ഖദർ ഇപ്പോൾ ജനവിരുദ്ധമാണ്. അതിന്റെ എതിർവശത്താണ് അരവിന്ദൻ നില്ക്കുന്നത്.

*ദൽഹി*യിൽ പ്രതീകങ്ങളിലൂടെയുള്ള കർതൃത്വനിർമിതിയുണ്ട്. ദേശീയ മാനവികതയുടെ മനുഷ്യസങ്കല്പത്തെ മറ്റൊരു തരത്തിൽ അബോധമായി പാഠം ചോദ്യം ചെയ്യുന്നുണ്ട്. അതേ സമയം പൂർവ പാരമ്പര്യമായ കഥകളിയിൽ നിന്ന് ആധുനിക കലാസങ്കേതമായ എണ്ണഛായാ ചിത്രത്തിലേക്ക് അയാൾ എത്തിച്ചേരുന്നുമുണ്ട്. മനുഷ്യൻ മാതൃകയായ വ്യവഹാരത്തിൽ മൃഗമാണ് അരവിന്ദൻ ഐക്യപ്പെടുന്ന രൂപകം. 'മൃഗം' എന്ന എണ്ണഛായാ ചിത്രത്തിനാണ് അയാൾക്ക് സമ്മാനം ലഭിക്കുന്നത്. ആനയും കണ്ടാമൃഗവും സസ്യഭുക്കാണ്. താൻ സസ്യഭുക്കല്ല എന്ന് അരവിന്ദൻ തന്നോടുതന്നെ പറയുന്നത് അഹിംസയുടെ വഴിയല്ല തന്റേത് എന്നു സൂചിപ്പിക്കാനാണ്.

പകരം സിംഹമാകാനാണ് അയാൾ ആഗ്രഹിക്കുന്നത്.

"ഗർജിച്ചുകൊണ്ട് ദൽഹിയിലെ രാജപാതകളിലൂടെ പായും. കരിഞ്ചന്തക്കാരെയും കള്ളക്കടത്തുകാരെയും കടിച്ചുതിന്നും. ഖദർ തൊപ്പിക്കാരെ ജീവനോടെ വിഴുങ്ങും. സോഷ്യലിസംകൊണ്ടുയരുന്ന ഒരു സിംഹത്തെ പെയിന്റ് ചെയ്യണം" (57).

സിംഹം എന്നത് കേരളീയ വ്യവഹാരങ്ങളിൽ ഒരു എതിർസ്വത്വമായി കീഴാള ആധുനികതയുടെ ആരംഭകാലത്ത് നിലനിന്നിട്ടുണ്ട് (ആശാന്റെ സിംഹപ്രസവം, സിംഹനാദം എന്നീ കൃതികൾ ഉദാഹരണം). നായ, കീരി തുടങ്ങിയ മൃഗങ്ങളും തലസ്ഥാനത്തെ മൃഗശാലയും ഒരു അപരലോകമായി ദൃശ്യമാകുന്നുണ്ട്. ദേശീയ മനുഷ്യസങ്കല്പത്തിന് എതിരെ നില്ക്കുന്നതാണ് ചെറുമൃഗങ്ങളുടെ സംഘാതമായ സിംഹപ്രതീകം. അപരമായ ഒരു ദേശീയമൃഗം തന്നെ അത്.

അരവിന്ദൻ കയ്യേറ്റം ചെയ്യുന്നത് ഇംഗ്ലീഷ് ലക്ചററെയാണ്. സമരത്തിൽ ക്ലാസ് വിടാൻ വിസമ്മതിച്ചതിന്റെ പേരിലാകണം ലക്ചററെ രാഷ്ട്രീയക്കാരനായ അരവിന്ദൻ കയ്യേറ്റം ചെയ്യുന്നത്. ഇംഗ്ലീഷ് ക്ലാസ് കലാലയത്തിൽ ജനകീയസംസ്കാരത്തിൽ നിന്ന് ഏറ്റവും അകന്നുനില്ക്കുന്നതാണെന്ന അബോധപാഠമുണ്ട് ഇതിൽ.

പ്രാദേശിക രാശിയിൽനിന്ന് ദേശീയ രാശിയിലേക്കുള്ള ബന്ധം അരവിന്ദൻ കെട്ടിപ്പടുക്കുന്നത് നോക്കിയാൽ അതിലെ ആഢ്യസംസ്കാരത്തിന്റെ ശൃംഖലാബന്ധങ്ങൾ രൂപപ്പെടുന്നത് കാണാം. പ്രാദേശിക ആഢ്യസംസ്കാരവും ദേശീയസംസ്കാരവും തമ്മിൽ നിലനില്ക്കുന്ന ബന്ധങ്ങളുടെ ആധികാരികതയ്ക്കുള്ളിലാണ് അത് രൂപപ്പെടുന്നത്. കേരളത്തിൽനിന്ന് ദൽഹിയിലേക്കുള്ള തന്റെ യാത്രയെ പ്രോത്സാഹിപ്പിച്ചത് കരുണനും കുഞ്ഞുരാമൻ നായരുമാണ്. തന്റെ ഏട്ടനായ മരിച്ചുപോയ കോളജ് ലക്ചറർ ദാസന്റെ ആത്മസുഹൃത്തും തന്റെ രക്തബന്ധുവുമായ കരുണൻ വഴിയാണ് എംബസിയിലെ ഇൻഫർമേഷൻ സെന്ററിൽ ജോലി കിട്ടുന്നതിനുള്ള ബന്ധം അരവിന്ദൻ സ്ഥാപിക്കുന്നത്. അത് അരവിന്ദനറിയാതെ തന്നെ സ്ഥാപിക്കപ്പെട്ടു കഴിഞ്ഞിരിക്കുന്നു. രാമുണ്ണിമേനോൻ എന്ന പേരിൽ നിന്നും അത് നായർ - ഉദ്യോഗസ്ഥ ബന്ധത്തിന്റെ ദേശീയ രാശിയിലേക്കുള്ള പ്രവേശത്തിന്റെ പൂർവരൂപത്തിലാണ് നില്ക്കുന്നത് എന്നു വരുന്നുണ്ട്. വി. കെ. കൃഷ്ണമേനോന്റെ പ്രസംഗം ദൽഹിയിൽ വെച്ചു പിന്നീട് അരവിന്ദനും കൂട്ടുകാരിയും കേൾക്കുന്നുണ്ട്. കൃഷ്ണമേനോന്റെ

രക്ഷാകർത്തൃത്വമുള്ള പരിചിതമാക്കപ്പെട്ട കേരളീയ നായർ സ്വത്വത്തിന്റെ രാഷ്ട്രീയ- പ്രത്യയശാസ്ത്രബലത്തിലാണ് ദൽഹിയിൽ അരവിന്ദൻ എത്തിച്ചേരുന്നത്. നേരത്തെ സ്ഥാപിക്കപ്പെട്ട നായർ ജാതി ബന്ധത്തിൽ നിന്നാണ് പ്രദേശവും ദേശവുംതമ്മിലുള്ള കർത്തൃത്വവിനിമയം നടക്കുന്നത്. കേരളത്തിൽ നിന്ന് ദൽഹിയിലേക്കോ ഇന്ത്യയിലേക്കോ കടക്കണമെങ്കിൽ പ്രതീകാത്മകമായി നായർ കർത്തൃത്വം സ്ഥാപിച്ചെടുക്കണമെന്നർത്ഥം. ലോഡ്ജുടമസ്ഥനായ കുഞ്ഞുരാമൻ നായരും അച്ഛനും തമ്മിലുള്ള ബന്ധവും ദൽഹിയിലേക്കുള്ള അരവിന്ദന്റെ വരവിന്റെ പശ്ചാത്തലമാണ്. "നായർ തന്റെ ആരുമല്ല. പരിചയം തന്നെ ഉണ്ടോ? പണ്ടെപ്പൊഴോ കുട്ടിയായ കാലത്ത് കണ്ട ഓർമ മാത്രമുണ്ട്. പക്ഷേ കുഞ്ഞുരാമൻ നായർ രാമുണ്ണി മാസ്റ്ററുടെ സ്നേഹിതനാണ്. രാമുണ്ണി മാസ്റ്റർ കുഞ്ഞുരാമൻ നായരുടെ സ്നേഹിതനാണ്. അതുകൊണ്ട് തനിക്കു ദിവ്യന്മാരുടെ ഇരിപ്പിടം കിട്ടി" എന്നു പറയുമ്പോൾ അതു വ്യക്തമാണ്. കരുണൻ അരവിന്ദനെ സായ്‌വിന് വിശദമായി പരിചയപ്പെടുത്തുന്നുണ്ട്. വ്യക്തിപരിചയം വ്യക്തിതലത്തിലല്ല, അതിന്റെ ശൃംഖലാബന്ധത്തിന് ഒരു രാഷ്ട്രീയമുണ്ട്. "പരിചയപ്പെടുത്തൽ" സ്വാധീനമുള്ള വർഗത്തിന്റെ രാഷ്ട്രീയ പ്രയോഗം തന്നെയാണ്. സാംസ്കാരികാധികാരമില്ലാത്ത വർഗത്തെ സ്ഥാപനങ്ങളിൽ നിന്ന് പുറന്തള്ളുന്ന രീതിയാണത്. ജന്മബന്ധം കൊണ്ട് കിട്ടിയ ഈ മൂലധനം നോവലിനെ സംബന്ധിച്ച് നായരിൽ നിന്ന് നായരിലേക്ക് നീങ്ങുന്നതാണ്. അരവിന്ദനെത്തിച്ചേരുന്നതിനു മുമ്പുതന്നെ നായർകർത്തൃത്വം ദേശീയരാശിയിൽ ഈ നിലയിലെല്ലാം പ്രതീകാത്മകമായ ബന്ധുത്വമുറപ്പിച്ചു കഴിഞ്ഞിരുന്നു.

എന്നാൽ അരവിന്ദനിലെ ഒരപരസ്വത്വം ഈ ജാതി സ്വത്വബന്ധങ്ങളെയും അതിന്റെ ലബ്ധികളെയുമെല്ലാം നിഷേധിക്കുന്നുണ്ട്. "വർഷങ്ങളോളം ജോലി കിട്ടാതെ അലയാനും കഷ്ടപ്പെടാനും താൻ ആഗ്രഹിക്കുന്നു. ആ കഷ്ടപ്പാടിനെ താൻ നരകപ്പാടാക്കി മാറ്റും. അതിൽ നിന്ന് സന്തോഷം ഞെക്കിയെടുക്കും. സ്വർഗത്തിൽ നിന്നു നരകവും നരകം കൊണ്ട് സ്വർഗവും പണിയുന്ന ഒരു പ്രക്രിയയായി മാറട്ടെ തന്റെ ജീവിതം." ഈ അപരൻ പരിചയങ്ങളിലൂടെ തന്നെ ഉന്നതങ്ങളിലെത്തിച്ച എല്ലാറ്റിനെയും നിഷേധിക്കുന്ന മറ്റൊരു കർത്തൃത്വമാണ്. ഈ നിഷേധാത്മക കർത്തൃത്വം കലയുടേതാണ്.

ദൽഹിയിലേക്ക് തന്നെ അയച്ചവരുടെ ഉദ്ദേശ്യമല്ല, അരവിന്ദന് ദൽഹിയിലെത്താൻ പ്രേരകമായത്. ആധുനിക കലാകാരന് സ്വത്വം സാക്ഷാത്കരിക്കാൻ പറ്റിയ നഗരമാണതെന്ന കാഴ്ചയാണ്.

"എന്തിനാണ് ദൽഹിയിൽ വന്നത്? സ്വയം ചോദിക്കാറുള്ള ചോദ്യം. ഒരു ജോലി സമ്പാദിച്ച് അച്ഛനെ വയസ്സുകാലത്ത് സഹായിക്കാനോ? ഒരെക്സിബിഷൻ നടത്തി ചിത്രകാരനാകാനോ? നാട്ടിൽ തനിക്ക് രക്ഷയില്ലായിരുന്നു. ഒരു ജോലി കിട്ടാൻ നിവൃത്തിയില്ലായിരുന്നു. കോളജിൽനിന്ന് വിധ്വംസന പ്രവർത്തനത്തിന് പുറത്താക്കിയ തനിക്ക് ആര് ജോലി തരാൻ? നാട്ടിൽ ഒരു ചിത്രകാരന് രക്ഷയില്ല. ഒരു ചിത്രകാരൻ ജനിച്ചേക്കാം അവിടെ. ഒരു ചിത്രകാരന് വളരാൻ കഴിയില്ല അവിടെ. ദൽഹിയിൽ വളരാൻ കഴിയുമോ? കഴിയണം. എം. എഫ്. ഹുസൈനും എൻ. എച്ച്. കൽക്കർണിയും ബിരൺദേയും സ്വാമിനാഥനും ജീവിക്കുന്ന ദൽഹിയിൽ തനിക്ക് ജീവിക്കാൻ കഴിയും." ദേശീയ ചിത്രകാരന്മാർ മാത്രമല്ല, ആധുനികലോക ചിത്രകാരന്മാർ മുഴുവൻ പ്രതിനിധീകരിക്കുന്ന പുതിയ ലോകത്തിലേക്കുള്ള പ്രവേശമാണ് അരവിന്ദന് ദൽഹി. കല സ്വാതന്ത്ര്യത്തിന്റെ പ്രതീകമാകുന്നു. ജാതിവിഭജിതവും തൊഴിലിന്റെ അടിമത്തവും കൊണ്ട് അസ്വതന്ത്രമായ ലോകത്തിൽ നിന്നുള്ള രക്ഷോപായമാണ് കല.

മൃഗം എന്ന കലാസ്വത്വമാണ് നായരിൽനിന്ന് വ്യത്യസ്തമായ കണ്ണിലൂടെ ദൽഹിയെ നോക്കാൻ പ്രേരിപ്പിക്കുന്നത്. നപുംസകങ്ങളും വേശ്യകളും പുറത്തിറങ്ങുന്ന സമയത്ത് അരവിന്ദൻ നഗരത്തെ നോക്കിക്കാണുന്നത് ദേശീയ ജീവിതത്തിന്റെ മുഖ്യധാരാകർതൃത്വത്തിൽ നിന്ന് കലാകർതൃത്വത്തിലേക്കുള്ള പരിണാമത്തെ വെളിപ്പെടുത്തിക്കൊണ്ടാണ്: "ടാക്സി മുന്നോട്ടു നീങ്ങി. കെട്ടിടങ്ങളും മരങ്ങളും പിറകോട്ടുനീങ്ങി. നഗരം പിന്നോട്ടൊഴുകി. പിറകോട്ടൊഴുകുന്ന നദികളെയും പിറകോട്ടു നടക്കുന്ന മനുഷ്യരെയും മലർന്നു പറക്കുന്ന കാക്കകളെയും കിഴക്കസ്തമിക്കുന്ന സൂര്യനെയും കുറിച്ച് ചിന്തിച്ചുകൊണ്ട് ഒഴുക്കുകൾക്കിടയിൽ ഇരുന്നു. മനുഷ്യൻ കണ്ണുകൾ കൊണ്ടു കേൾക്കുന്നു. കാതുകൾ കൊണ്ടു കാണുകയും വായ കൊണ്ട് വാസനിക്കുകയും ചെയ്യുന്നു. കൈകളിൽ നടക്കുന്നു. പാദങ്ങൾ കൊണ്ടു ചിന്തിക്കുന്നു. അങ്ങനെ കണ്ണുകൾക്ക് ചെവികളെന്നും കാതുകൾക്ക് കണ്ണുകളെന്നും, വായക്ക് നാസികയെന്നു കൈകൾക്ക് കാലുകളെന്നും പാദങ്ങൾക്ക് തലയെന്നും പേരുണ്ടാകുന്നു." കലാസ്വത്വം വിമർശനസ്വത്വമായി ലോകത്തെ തലതിരിച്ചു പരിശോധിക്കലായി മാറുകയാണ്. നഗരവേഗതയ്ക്ക് കുറുകെയുള്ളതുമാണത്. ആധുനിക കാലവേഗത്തിന് തന്നെ കുറുകെ. നപുംസകങ്ങളുടെയും വേശ്യകളുടെയും പക്ഷത്തുനിന്നുള്ള കാഴ്ച. വിജനമായ ബഫറ്റിന്റെ നഗരചിത്രത്തിന്റെ സംസ്കാരത്തിന്റെ മറ്റൊരു മുഖം. "നഗരം ചലനമറ്റു

കിടക്കുന്നു. മരിച്ചു കഴിഞ്ഞ നഗരത്തിന് താൻ കാവൽ നില്ക്കുന്നു. താൻ മരണത്തിന്റെ ദൃക്സാക്ഷിയാണ്. താൻ ചണ്ഡാളനാണ്" എന്ന് പ്രകാശിതമാകാത്ത ഈ മറുലോകം കീഴാള ഛായയുള്ളതുമാണ്. പകലിന്റെ യുക്തിയിൽ മരിച്ചു കഴിഞ്ഞ ഈ നഗരം രാത്രിയിൽ അതിന്റെ അപരലോകത്തെ, ചണ്ഡാളലോകത്തെ ഉണർത്തുന്നു. യഥാർഥ ലോകം പരേതരുടേതാണ്. അവിടെ മനുഷ്യർ മരിക്കുന്നില്ല എന്ന് പല ഘട്ടത്തിലും പരേത ലോകത്തെ അരവിന്ദൻ വാഴ്ത്തുന്നുണ്ട്. ഈ പരേതലോകത്താണ് കലാകാരന്മാർ താമസിക്കുന്നത് എന്ന് പറയുന്നുമുണ്ട്.

അധഃകൃതവർഗത്തിന്റെ പ്രതീകമായ തോട്ടി എംബസിയുടെ ആഫീസിലുമുണ്ട്. തോട്ടി ഫൂൽറാം തന്നെക്കാൾ തൊട്ടുതാഴെ മാത്രമാണ് എന്നാണ് അരവിന്ദന്റെ തോന്നൽ.

അതേ സമയം സമുദായബന്ധത്തിൽ നിന്ന് ആരംഭിച്ച് സമുദായ കർത്തൃത്വമായി വരുന്ന അരവിന്ദൻ കാണുന്ന ദൽഹിയും സമുദായപരവും സാമൂഹ്യവുമായ കർത്തൃത്വങ്ങളാൽ നിബിഡമാണ് (കേവലമായ മനുഷ്യശരീരങ്ങളായി *ആൾക്കൂട്ട*ത്തിൽ കാണുന്ന ബോംബെ റെയിൽവേ സ്റ്റേഷനിൽനിന്ന് ഭിന്നമാണത്). കേരളമെന്ന ഭൂതവും അതിന്റെ ചിഹ്നങ്ങളും ദൽഹിലും അപ്രത്യക്ഷമാകുന്നില്ല. ചെമ്പടയായി പോർട്ടർമാരെ രൂപകല്പന ചെയ്യുന്നതിൽത്തന്നെ കേരളത്തിലെ കമ്മ്യൂണിസ്റ്റ് സംസ്കാരത്തിന്റെ തുടർച്ചയുണ്ട്.

"നനഞ്ഞ പ്ലാറ്റ്ഫോമിലൂടെ ഇടകലർന്നൊഴുകുന്ന യാത്രക്കാരെ അരവിന്ദൻ നോക്കിനിന്നു. യാത്രക്കാരുടെ ഇടയിൽ രാജസ്ഥാനിലെ വരണ്ട മണൽ ചുമക്കുന്നവരുണ്ട്. പനങ്കള്ളു കുടിച്ചു ബോധം കെട്ടുനടക്കുന്ന ബീഹാറികളുണ്ട്. അരയിൽ കത്തിയണിഞ്ഞ പത്താന്മാരുണ്ട്. കൽക്കത്തയിൽ നിന്നുവരുന്ന ബുദ്ധിജീവികളുണ്ട്. ഗോവയിലെ തേവിടിശ്ശികളുണ്ട്. ഏമ്പക്കം വിടുകയും വളിയിടുകയും ചെയ്യുന്ന വൃദ്ധബ്രാഹ്മണരുണ്ട്. അവർ നഖങ്ങൾക്കുള്ളിലും തലമുടിയിലും കൽക്കരിപ്പൊടി അണിഞ്ഞിരുന്നു. മലയാളത്തിലും തെലുങ്കിലും കന്നടയിലും മറാട്ടിയിലും സംസാരിച്ചു. ഫ്രഞ്ചിലും റഷ്യനിലും ജർമനിലും സംസാരിച്ചു" (6-7).

ആനന്ദിന്റെ *ആൾക്കൂട്ട*ത്തിൽ നിന്ന് വ്യത്യസ്തമായി ബഹുഭാഷാദേശീയതയായാണ് ഇന്ത്യ സങ്കല്പിക്കപ്പെട്ടിരിക്കുന്നത്. പ്രദേശങ്ങൾ സ്റ്റീരിയോ ടൈപ്പിന്റെ സൂചനയുള്ള കർത്തൃബന്ധങ്ങളിലാണ് നില്ക്കുന്നതും. ദൽഹി ഇന്ത്യൻ പ്രദേശം മാത്രമല്ല, അതിൽ

ളുടക്കത്തിൽത്തന്നെ അന്താരാഷ്ട്രീയമായ ഒരു സാങ്കല്പികസമൂഹവു മുണ്ട്. ആഖ്യാനം പ്രകടമായും ബ്രാഹ്മണ്യത്തെ ചൂഷകബിംബങ്ങളി ലാണ് ചിത്രീകരിക്കുന്നത്.

ഏകാന്തവും ധ്യാനാത്മകവുമായ കേവലവ്യക്തി ശുദ്ധസ്ഥലത്തെ നോക്കിക്കാണുന്നതാണ് *ആൾക്കൂട്ട*ത്തിലെ റെയിൽവേസ്റ്റേഷൻ രംഗം. രാജ്യം സ്ഥലമായി നേരത്തെ തന്നെ നിൽക്കുന്നു. അതിലേക്ക് ആളുകൾ വരികയാണ്. അവർ പോയ ശേഷം ശൂന്യസ്ഥലം ബാക്കി യാവുന്നു. ആധുനിക ഭൂമിശാസ്ത്രാവബോധം അവിടെ ഇടനിലയായി നില്ക്കുന്നു. എന്നാൽ *ദൽഹി*യിൽ വിവിധസമൂഹങ്ങളിൽ നിന്നുള്ള ആളുകൾ വന്ന് രൂപപ്പെടുത്തുന്നതാണ് നഗരം. സാമൂഹ്യമായ ആത്മ നിഷ്ഠതയ്ക്കകത്താണ് സ്ഥലം ഭാവിതമാകുന്നത്. രൂപങ്ങളും ചിഹ്നങ്ങ ളും പ്രതീകങ്ങളും വഹിക്കുന്ന ആളുകളാണ് അവർ. ജനമേളനത്തിൽ നിന്ന് രൂപപ്പെടുന്നതാണ് സ്ഥലം.

ദൽഹിയിലെത്തി സായ്പിന്റെ മുമ്പിൽ എസ്സെഫിലായിരുന്നു വെന്ന കാര്യം പറയേണ്ടെന്ന് കരുണൻ പറയുമ്പോൾ അരവിന്ദൻ അതനുസരിക്കുന്നു. കമ്മ്യൂണിസ്റ്റ് ഭൂതകാലമുണ്ടെന്ന് വെള്ളക്കാര ന്റെ മുമ്പിൽ പറഞ്ഞുകൂട. കേരളത്തിന് കമ്മ്യൂണിസത്തിന്റെ പരി വേഷമുണ്ട് ദൽഹിയിൽ. ശാലിനിയുടെ അച്ഛൻ അരവിന്ദനോട് മലയാളിയാണെന്നറിഞ്ഞപ്പോൾ ആർ യൂ എ കമ്മ്യൂണിസ്റ്റ്? എന്നു ചോദിക്കുന്നുണ്ട്.

“വടക്കേ ഇന്ത്യക്കാർക്ക് എല്ലാ മലയാളിയും കമ്മ്യൂണിസ്റ്റാണ്” എന്നാണ് ആഖ്യാനം നൽകുന്ന വിശദീകരണം. (158) കേരളത്തിൽ പറയേണ്ടാത്ത ജാതി ദൽഹിയിൽ പറയണമെന്നും കേരളത്തിൽ പറയുന്ന കമ്മ്യൂണിസം ദൽഹിയിൽ പറയരുതെന്നുമുള്ള പാഠം അരവിന്ദന് കിട്ടുന്നുണ്ട്.

അന്താരാഷ്ട്രീയമായും ഇടതുപക്ഷത്തോടൊപ്പമാണ് അരവിന്ദന്റെ നില്പ്. മൂന്നാംലോകത്തെ പ്രതിനിധീകരിക്കുന്നതാണ് അരവിന്ദന്റെ ദൽഹിയിലെ സുഹൃദ് വലയം. നൈജീരിയക്കാരും ക്യൂബക്കാര നും ഒക്കെ ചേരുന്നതാണ് ആ കൂട്ടായ്മ. അവരുടെ ചർച്ചയിലാണ് ഹോചിമിനും വിയറ്റ്നാമുമൊക്കെ കടന്നുവരുന്നത്. വിയറ്റ്നാം നമുക്കിവിടെ ഉണ്ടാക്കാമെന്നു പറയുമ്പോൾ വിയറ്റ്നാം ഉണ്ടാക്കാം ഹോചിമിനെയോ ജനറൽ ഗ്യാപിനെയോ ഇവിടെ ഉണ്ടാക്കാനാ വില്ലെന്ന് ഇന്ത്യയുടെ ഇടതുവിരുദ്ധമായ ദേശീയാവസ്ഥയെപ്പറ്റി വിമർശനമുണ്ട്.

പാട്രിസ് ലുമുംബയുടെ വധത്തിൽ പ്രതിഷേധിച്ച് യോഗം വിളിച്ചുകൂട്ടി അതിൽ പ്രസംഗിച്ച ചരിത്രമുണ്ട് അരവിന്ദന്. നോവലിൽ വിയറ്റ്നാം യുദ്ധത്തിന്റെ നിരവധി പരാമർശങ്ങളുണ്ട്. വിയറ്റ്നാം യുദ്ധത്തിൽ അമേരിക്കക്കെതിരായ കടുത്ത നിലപാടിലാണ് അരവിന്ദൻ. ലാറ്റിനമേരിക്കക്കാരനായ, ക്യൂബക്കാരനായ റോഡ്രിഗോയോട് നിങ്ങൾ ചെഗുവേരയെ കണ്ടിട്ടുണ്ടോ, കാസ്ട്രോവിനെ കണ്ടിട്ടുണ്ടോ എന്ന് ചോദിക്കുന്നുണ്ട് ഒക്കവെ.

രാഷ്ട്രത്തിന്റെ അച്ചടക്കത്തിലേക്ക് ഉദ്ഗ്രഥിക്കാൻ ശ്രമിക്കുന്നതാണ് ശുദ്ധമായ ഈഗോ. സാർവലൗകികമായ ഒരു നോട്ടസ്ഥാനത്തേക്കുള്ള ക്ഷണമാണത്. രാഷ്ട്ര യുക്തിയും ശുദ്ധമായ ഈഗോയും ഒന്നിച്ചുപോകുന്നു. ശുദ്ധമായ ഈഗോവിനെ തകർക്കുന്നത് ഇന്ദ്രിയാത്മക ഘടകങ്ങളെ കനപ്പിച്ചുകൊണ്ടാണ്. ആധുനിക നോവലിൽ അത് ഭക്ഷണമായി, രതിയായി, കടുത്ത നിറമായി, വസ്ത്രഭേദമായി ഒക്കെ കടന്നുവരുന്നുണ്ട്. നിറങ്ങൾ കൊണ്ടും വെളിച്ചം കൊണ്ടും മാത്രം ദൽഹിയെ വരക്കാൻ ആഗ്രഹിക്കുന്നുണ്ട് അരവിന്ദൻ. രൂപ പരിധികൾ നിശ്ചയിക്കുന്ന യാഥാർത്ഥ്യ- സ്ഥലബോധത്തിൽ നിന്ന് രക്ഷപ്പെടാനും പരിധികൾ ലംഘിക്കാനുമുള്ള പ്രേരണയാണത്. ഖര-ഘന യാഥാർത്ഥ്യത്തെ അതിവർത്തിക്കാൻ. ദേശീയ മനുഷ്യലോകത്തെ നിരാകരിക്കുന്നതിന് സമാനമാണ് കലയിലൂടെയുള്ള ഈ സ്വപ്നവും.

ദൽഹിയിൽ ഈഗോ ശുദ്ധമായി നില്ക്കാത്തിന്റെ ഒരു കാരണം മനുഷ്യന്റെ ഭക്ഷണമുൾപ്പെടെയുള്ള ശാരീരികാവശ്യങ്ങളും സാംസ്കാരിക സവിശേഷതകളും അഭിരുചിയും ഭാവനാമണ്ഡലത്തിലേക്ക് കടന്നുവരുന്നവെന്നുള്ളതാണ്. അതാണ് ദേശീയ സ്വത്വത്തിന്റെ ഏകത്വത്തെ ശിഥിലമാക്കുന്നത്. നിറം, മണം, രുചി എന്നിങ്ങനെ മാനുഷികവും വികാരപരവുമായ ഘടകങ്ങൾ കടന്നുവരുന്നു. നായർ മലയാളിസ്വത്വത്തിനപ്പുറത്ത് സംസ്കാരം എന്ന നിലയിൽ മലയാളി സ്വത്വം പ്രകടമാക്കിക്കൊണ്ടാണ് അത് ചില ഘട്ടങ്ങളിൽ കടന്നുവരുന്നത്. "എന്തെണ്ണയായിരിക്കും അയാൾ തേക്കുന്നത്?വെളിച്ചെണ്ണ, നല്ലെണ്ണ, കടുകെണ്ണ" എന്ന് രാമുണ്ണി തേക്കുന്ന എണ്ണയെക്കുറിച്ച് അരവിന്ദൻ ചിന്തിക്കുന്നിടത്ത് ഇതുണ്ട്.

"ഉണ്ടിട്ട് നാലാമത്തെ ദിവസമാണ് ഇന്ന്. വീട്ടിൽനിന്ന് പുറപ്പെട്ടതിനുശേഷം ചോറു തിന്നിട്ടില്ല" എന്ന് ഭക്ഷണത്തിൽ ഇതു വരുന്നു. അന്തോണിയുടെ പട്ടച്ചാരായമായും അതിന് സാന്നിധ്യമുണ്ട്.

നാട്ടിലെ ജാനുവിന്റെ ഓർമയിലാകട്ടെ അരവിന്ദന്റെ പുരുഷലൈംഗിക കർത്തൃത്വത്തിന് മേൽജാതിയുടെ ഛായ വരുന്നു.

വേലക്കാരികളുമായുള്ള ഉപരിവർഗ പുരുഷത്വത്തെ സ്വാംശീകരിച്ചുകൊണ്ടാണ് അരവിന്ദൻ നാടിനെ സംബന്ധിച്ചുള്ള ഭാവനയിൽ ആണത്തമുറപ്പിക്കുന്നത്. ജാനുവിന്റെ ചിത്രം അത്തരത്തിലുള്ളതാണ്. "കിഴക്കേപ്പടവിൽ അടിപ്പാവാട മാത്രം ധരിച്ച് നാണുവിന്റെ പെണ്ണ് അലക്കുന്നു. നഗ്നമായ മാറിടങ്ങൾക്കു മുകളിൽ പൊന്നിൻതകിടു കെട്ടിയ കറുത്ത ചരട്... ജാനുവെ നഷ്ടപ്പെട്ടു. നാണുവിന്റെ പെണ്ണിനെ നഷ്ടപ്പെട്ടു" എന്ന് മേൽജാതി പുരുഷന് കീഴ്ജാതിക്കാരികളോടുള്ള സ്വാഭാവികമായ ആധിപത്യത്തിന്റെ ഛായയുണ്ട് ഇതിന്.

ഈ കേരളീയ മനസ്സ് ഇടതുപക്ഷവുമാണ്. മൂന്നാംലോക കൂട്ടായ്മയിലൂടെ അരവിന്ദൻ ഇതു പ്രകടമാക്കുന്നുമുണ്ട്. വർത്തമാന ലോകം ജനതകളായി ഭൗതികമായി സന്നിഹിതമാണ് ഇവിടെ. അതിന്റെ ഇന്ദ്രിയാത്മകമായ വൈവിധ്യങ്ങളോടെ. ഇന്ത്യയും സമകാലിക ഇന്ത്യയായി അതിന്റെ വൈവിധ്യമായി നിലനില്ക്കുന്നു (അതില്ലാത്തത് ആനന്ദിലാണ്).

തെക്കെ ഇന്ത്യക്ക് ഒരു സ്ഥലമെന്ന നിലയിൽ അസ്തിത്വമുണ്ട്. ആദ്യം ചെന്നു താമസിക്കുന്ന സ്ഥലം സൗത്ത് ഇന്ത്യൻ ലോഡ്ജാണ്. ഇന്ത്യ കാണാൻ ആഗ്രഹിക്കുന്ന ഭാവാനന്ദ് സൗത്തൊക്കെയൊന്ന് കാണണമെന്നുണ്ട് എന്നുള്ളതിന്റെ വിശദീകരണം നൽകുന്നത് ഏക്കേജിയുടെയും അണ്ണാദുരെയുടെയും നാട് എന്നാണ്. ഇടതുപക്ഷരാഷ്ട്രീയത്തിന്റെയും ദ്രാവിഡ രാഷ്ട്രീയത്തിന്റെയും സമകാലിക ഭാഷയിലാണ് തെക്കെ ഇന്ത്യ വിവരിക്കപ്പെടുന്നത്. മലയാളിസമാജത്തിലെ ഗോപിനാഥൻ നായരുൾപ്പെടെയുള്ളവർ വിമോചന സമരത്തിൽ കേരളസർക്കാരിനെ പിരിച്ചുവിട്ടപ്പോൾ പ്രതിഷേധിച്ചവരുമാണ്.

ആധുനികയുക്തിയുടെ അതീതസ്ഥലങ്ങൾ പരിചിതമായ മാനുഷിക സ്ഥലങ്ങളായി മാറുന്നുണ്ട്. "ലോകം എന്നാൽ ലോകത്തിലെ ജനങ്ങളാണ്. ഇന്ത്യ മുഴുവനുമോ ലോകം മുഴുവനുമോ കണ്ടതുകൊണ്ട് ഫലമില്ല. ദൽഹിയിലും മോസ്കോവിലും പാരീസിലും വാഷിംഗ്ടണിലും ലോകം ഒരേ പോലെയാണ്. ഇന്ത്യക്കാരനും റഷ്യക്കാരനും ഫ്രഞ്ചുകാരനും അമേരിക്കക്കാരനും ഓരോ തലയും ഈ രണ്ടു കാലുകളുമേ ഉള്ളൂ. അവർ കാലുകളിൽ നടക്കുന്നു. കണ്ണുകളാൽ കാണുകയും ചെവികളാൽ കേൾക്കുകയും ചെയ്യുന്നു. ഉണ്ണുകയും

ഉറങ്ങുകയും ചെയ്യുന്നു." ഈ മൂർത്തത ഇന്ദ്രിയാത്മകമാണ്. കേവല സ്ഥലകാലങ്ങളുടെ അതീതരാശിയല്ല. കേവലവും അമൂർത്തവുമായ ഈഗോ അല്ല അത്.

ഇടതുപക്ഷാവബോധത്തിലൂടെ ഒരിന്ത്യ സങ്കല്പിക്കാൻ കഴിയാതിരിക്കുമ്പോഴും ഒരു ബദൽ ഇടതുപക്ഷലോകം സൃഷ്ടിക്കാനുള്ള പ്രതീകാത്മകമായ ശ്രമമുണ്ട്. വിയറ്റ്നാം ആക്രമണത്തിനെതിരെ അമേരിക്കൻ എംബസിക്കു മുമ്പിൽ ആഫ്രിക്കക്കാരുൾപ്പെടെ ലോകത്തിന്റെ വിവിധ രാജ്യങ്ങളിലെ പ്രതിനിധികളെ ചേർത്ത് നടത്താൻ പ്ലാനിടുന്ന ജാഥ അതിലേക്കുള്ള സൂചനയാണ്.

സാമ്രാജ്യത്വത്തിന്റെ ശിഥിലീകരണം വിയറ്റ്നാമിൽ പൂർണമാകുന്നു എന്ന ടൈംസിന്റെ ലേഖകനായ, വിയറ്റ്നാമിനെക്കുറിച്ച് പുസ്തകമെഴുതുന്ന, ഗോപിനാഥൻ നായരുടെ അഭിപ്രായത്തോട് അരവിന്ദൻ യോജിപ്പ് പ്രകടിപ്പിക്കുന്നുണ്ട്. എന്നാൽ വിയറ്റ്നാമിൽ നടക്കുന്നത് വർഗസമരമാണെന്നതിനോട് വിയോജിക്കുകയും ചെയ്യുന്നു(102-3). അരവിന്ദന്റെ വിയോജിപ്പ് ജന്തുവാസനയാണ് യുദ്ധം എന്ന യുക്തിയിൽനിന്നു കുടിവരുന്നതാണ്. മാർക്സിസത്തിന്റെ വിശകലന രീതിയല്ല അരവിന്ദന്റേത്.

വിയറ്റ്നാമിൽ പ്രവഹിക്കുന്ന ചോരയുടെ മുമ്പിൽ ദില്ലിയിലും ലാഹോറിലും ഒഴുകിയ ചോര ചോരയല്ലെന്നും ലോകം ഇപ്പോൾ വിയറ്റ്നാമാണെന്നും അരവിന്ദൻ മറ്റൊരു സന്ദർഭത്തിൽ ഓർക്കുന്നുണ്ട്.

എഴുത്തുകാരൻ പ്രതിബദ്ധനായിരിക്കണമെന്ന അഭിപ്രായക്കാരനാണ് അരവിന്ദൻ.

"ഒരു മാർക്സിസ്റ്റ് സജഷൻ അല്ലേ?"

ഭവാനന്ദിന്റെ നെറ്റിയിലെ വരകൾ മാഞ്ഞു. "സാർത്രിയൻ റാദർ ദാൻ മാർക്സിസ്റ്റ്"

"ഒരു ഹിസ്റ്റോറിയന് അരവിന്ദന്റെ അഭിപ്രായം ബാധകമാണോ?"

"അതെ"

ചരിത്രത്തെ നിഷ്പക്ഷബുദ്ധിയോടെ നോക്കിപഠിക്കുന്ന ചരിത്രകാരന്മാർ ചരിത്രകാരന്മാരല്ല എന്ന് അവൻ പറഞ്ഞു" (61-62).

മാർക്സും സാർത്രുമായി ചേർന്നാണ് അരവിന്ദന്റെ രാഷ്ട്രീയബോധം പ്രവർത്തിക്കുന്നത്.

ആഫ്രിക്കക്കാരായ ഒക്കുവെ, ഈവ്‌ലിൻ എന്നിവർ നോവലിൽ സാമ്രാജ്യത്വവിരുദ്ധമായ രാഷ്ട്രീയത്തിന്റെ അന്തരീക്ഷനിർമിതിയിൽ പങ്കുവഹിക്കുന്നുണ്ട്.

മധ്യവർഗത്തിന് സാധ്യമാകുന്ന മട്ടിൽ അമേരിക്കൻ വിരുദ്ധവും വിയറ്റ്നാമിന് അനുകൂലവുമായ പ്രതികരണങ്ങൾക്ക് അവർ ശ്രമിക്കുന്നുണ്ട്. "ഒക്കുവെ തൊണ്ട നേരെയാക്കി മൂർച്ചയുള്ള സ്വരത്തിൽ സംസാരിക്കാൻ തുടങ്ങി. വിയറ്റ്നാമിനെക്കുറിച്ചാണ് അയാൾ പറഞ്ഞത്. അമേരിക്കൻ ബോംബുകൾ വീണു തകർന്നു. ചോരയൊലിക്കുന്ന വിയറ്റ്നാമിനെക്കുറിച്ച് ഒക്കുവെ സംസാരിച്ചുകൊണ്ടിരിക്കുമ്പോൾ ഒരു സിനിമയിലെന്ന പോലെ വിയറ്റ്നാം അവർ കണ്ടു. യാങ്കി വിമാനങ്ങൾ വിസർജ്ജിച്ച തീയിൽ വെന്തെരിയുന്ന പാടങ്ങൾ, നിലംപൊത്തുന്ന കുടിലുകൾ, കത്തിയാളുന്ന പള്ളിക്കൂടങ്ങൾ, പൊള്ളലേറ്റു പിടയുന്ന കുഞ്ഞുങ്ങൾ... ഹാനോയിലെയും ഹെയ്ഫോംഗിലെയും മണ്ണ് ചോര ഉറഞ്ഞുണ്ടാകുന്നതാണ്" (172-3).

വിയറ്റ്നാം അസോസിയേഷനുണ്ടാക്കുക, വിയറ്റ്നാമിനെപ്പറ്റി നാടകമെഴുതുക തുടങ്ങിയ ആലോചനകൾക്കൊടുവിൽ അവർ അമേരിക്കൻ എംബസിക്കു മുമ്പിൽ പ്രകടനം നടത്തുക എന്ന തീരുമാനത്തിലെത്തുന്നു. സമൂഹത്തിലെ പല വിഭാഗത്തിൽ നിന്നുള്ള ആളുകളുടെ പ്രതിനിധികൾ ചേർന്ന പ്രകടനം. അഞ്ചുടാക്സികൾ ഏർപ്പാടു ചെയ്യുന്നു. ഓരോ ടാക്സിയിലും നന്നാലു പേർ. രാവിലെ പത്തുമണിക്ക് അഞ്ചു ടാക്സികളും ഒരുമിച്ച് ചാണക്യപുരിയിലെത്തും. എല്ലാം രഹസ്യമായാണ് പ്ലാൻ ചെയ്യുന്നത്. പ്ലക്കാർഡുകളുമായി മുദ്രാവാക്യങ്ങൾ മുഴക്കാതെ നിശ്ശബ്ദം പ്രതിഷേധം രേഖപ്പെടുത്തുക. എന്നാൽ രഹസ്യം പുറത്താകുകയും ടാക്സികൾ എത്താതിരിക്കുകയും ചെയ്യുന്നു. ഇതാണ് അരവിന്ദനെ രാഷ്ട്രീയമായ നിരാശയിലെത്തിക്കുന്നത്.

ഖദർ സമകാലിക ദേശീയതയുടെ ഭാഗമെന്ന നിലയിൽ ആക്ഷേപിക്കപ്പെടുമ്പോഴും ഗാന്ധി സാമ്രാജ്യത്വത്തിനെതിരെ ആഫ്രിക്കയുടെയും ഇന്ത്യയുടെയും പൊതുവികാരത്തെ പ്രതിനിധീകരിക്കുന്ന ആശയമായാണ് നോവലിൽ വരുന്നത്. "ഗാന്ധിയൻ ചിന്തകളും ആഫ്രിക്കയും" എന്ന വിഷയത്തിൽ ഗവേഷണം നടത്തുന്നയാളാണ് ഒക്കുവെ. പാട്രിസ് ലുമുംബയുടെ ചോര കാണുവാനുള്ള നിർഭാഗ്യം ഒക്കുവെക്കുണ്ടായിരുന്നുവെന്നു പറയുമ്പോൾ ഗാന്ധിയുടെ ചോര കണ്ടവരാണ് ഞങ്ങൾ എന്നു ഭവാനന്ദ് പറയുന്നുണ്ട്. "ഗാന്ധി ഭാരതീയനും ലുമുംബ നീഗ്രോവുമാണ്. താൻ കാണുന്നത് മനുഷ്യന്റെ

ചോരയാണ്. ടെക്സാസിലും അലാബാമയിലും ഒഴുകുന്ന നീഗ്രോവിന്റെ ചോര. ദിയെൻ ബിയോൺ ഫൂവിലൊഴുകിയ വിയറ്റ്നാമിന്റെ ചോര. പാത്തറ്റ് ലവോവിന്റെ ചോര. ആൾജീരിയയിലൊഴുകിയ എഫ്. എൽ എന്നിന്റ ചോര" എന്ന് കൊളോണിയൽ വിരുദ്ധബോധം മാനവികതാബോധത്തിന്റെ ഭാഗമാണ് അരവിന്ദനിൽ.

ദളിതൻ അപരനായി അരവിന്ദന്റെ ചിന്തയിലും വരുന്നുണ്ട്. കരുണന്റെ തീൻമേശമേലെ അമേരിക്കൻ വിഭവങ്ങൾ അരവിന്ദനെ ചെടിപ്പിക്കുന്നു. കരുണന്റെ പേര് കരുണൻ എന്നല്ല, ഡാൽട്ടൺ എന്നാണ് എന്ന് അരവിന്ദൻ മനസ്സിൽ ആക്ഷേപിക്കുന്നു. തന്നെ അയാൾ അപരിഷ്കൃതനെന്നു കരുതിയേക്കാം എന്നു കരുതുന്നതിന്റെ ആഖ്യാനം ഇങ്ങനെയാണ്. "അപരിഷ്കൃതൻ എന്നു കരുതിയേക്കാം. തന്റെ പേര് അരവിന്ദൻ എന്നല്ല, കോരൻ എന്നോ ചാത്തൻ എന്നോ മറ്റോ ആണ്. ഒരു ഡാൽട്ടൻ ആകുന്നതിലും ഭേദമല്ലേ ഒരു ചാത്തനോ കോരനോ ആകുന്നത്?" (22) വ്യക്തമായും ദളിതത്ത്വത്തെ അപരത്വമായി കാണുന്നതിന്റെ സൂചനയാണിത്. ഉപരിജാതിബോധത്തിന്റെ യുക്തിയിൽ നിന്നാണ് ചാത്തനും കോരനും അപരത്വത്തിന്റെ അർത്ഥം കിട്ടുന്നത്. കോരൻ പ്രാദേശികവും കീഴാളവുമായ പേരും അരവിന്ദൻ ആഢ്യദേശീയതയുടെ പേരുമാണ്. (ദശകങ്ങൾക്കു ശേഷം കീഴാളൻ മുകുന്ദന്റെ നോവലിൽ (*പുലയപ്പാട്ട്*) പ്രത്യക്ഷപ്പെട്ട് രാഷ്ട്രപതിയാകുമ്പോഴും പേര് കോരൻ എന്നോ ചാത്തൻ എന്നോ അല്ല ബൗദ്ധദേശീയതയെ പ്രതിനിധീകരിക്കുന്ന ഗൗതമൻ എന്നാണ്).

ആൺപെൺ ബന്ധത്തിന്റെ യുക്തിയിലും ഉപരിവർഗത്തിന്റേതായ സൗന്ദര്യസംസ്കാരം കടന്നുവരുന്നതായി കാണാം.

"സായ്‌വിന്റെ ശ്വാസം മുഖത്തു വീണു. ശീമമദ്യത്തിന്റെയും യൂഡി കൊളോണിന്റെയും പുകയിലയുടെയും മണം. പുരുഷന്റെ മണം. അത് ആദാമിന്റെ മണമാണ്. ഹെർക്കുലീസിന്റെ മണമാണ്. കാമദേവന്റെ മണമാണ്...

ഞാനൊരു പെണ്ണായിരുന്നെങ്കിൽ ആ ഗന്ധത്തിൽ അലിഞ്ഞ് അതിന്റെ ഒരു ഭാഗമായി അപ്രത്യക്ഷമാകാമായിരുന്നു" (44) എന്ന അരവിന്ദന്റെ ചിന്ത സ്വാംശീകരിക്കുന്ന പുരുഷത്വം വെളുത്തതും യൂറോപുരുഷകേന്ദ്രീകൃതവുമാണ്. അരവിന്ദന്റെ മാനവികത (Humanism) യുടെ ആധുനികമായ പരിമിതി തന്നെയാണിത്.

“സായ്‌വിന്റെ പ്രൈവറ്റ് സെക്രട്ടറി വെള്ളക്കാരി അവധിയിൽ യൂറോപ്പിലാണ്. അതുകൊണ്ട് ഇടയ്ക്കിടെ താൻ വെള്ളക്കാരിയും ആകുന്നു” എന്ന് തന്റെ അധ്വാനഭാരത്തെപ്പറ്റി അരവിന്ദൻ ഓർമിക്കുമ്പോൾ കൊളോണിയലിസത്തോടുള്ള ആ കീഴായ്മയിൽ ലൈംഗികമായ ഛായയും വരുന്നുണ്ട്.

അതേ സമയം അന്താരാഷ്ട്രീയമായി കോളനിവിരുദ്ധസമരത്തിന്റെ ഭാഗമായി ഉയർന്നുവന്ന കറുപ്പിന്റെ രാഷ്ട്രീയം നോവലിൽ സന്നിഹിതവുമാണ്. ഹ്യൂഗസ്സിന്റെ അയാം എ നീഗ്രോ എന്നു തുടങ്ങുന്ന കവിത ഈവ്‌ലിൻ ഉദ്ധരിക്കുന്നുണ്ട്. എന്നാൽ അതിന്റെ ഇന്ത്യൻ ഭാഷ്യം അരവിന്ദന്റെ പെരുമാറ്റത്തിൽ നിന്നു വരുന്നുമില്ല.

ഭദ്രലോഗിന്റേതായ ഒരു സംസ്കാരം സൗന്ദര്യബോധമായി അഭിജാത ദേശീയബോധത്തിന്റെ സഹായിയായി നിലനില്ക്കുന്നുണ്ട്. കോരനെ അപരനാക്കി രാവുണ്ണി മേനോന്റെ മകനായി ദൽഹിയിലെത്തുന്ന അരവിന്ദന് അനുയോജ്യമാണ് ഈ ഭാഗധേയം.

“കരുണൻ ഭാവാനന്ദിനെയും അരവിന്ദനെയും പരസ്പരം പരിചയപ്പെടുത്തി.

ശാലിനി

ഭവാനന്ദ് അയാളുടെ കൂടെയുള്ള പെൺകുട്ടിയെ പിരിചയപ്പെടുത്തി. ശാലിനിക്ക് അധികം ഉയരമില്ല. മെലിഞ്ഞിട്ടുമല്ല. ഉലയാത്ത, വിടർന്നുനില്ക്കുന്ന കോട്ടൺ സാരി അവൾക്കു തടി തോന്നിച്ചു.

വലിയ ബംഗാളി കണ്ണുകൾ. ഇരുനിറം. കണ്ടാൽ ബംഗാളിയാണെന്നു തോന്നും. ശിലിനി ടാഗോർ എന്നോ ശാലിനി സെൻ എന്നോ വിളിക്കാൻ തോന്നും

ആദ്യഘട്ടത്തിൽത്തന്നെ രണ്ടുപേരെയും ഇഷ്ടപ്പെട്ടു” (60).

ശാലിനിയുടെ അച്ഛൻ വിദ്യാഭ്യാസ വകുപ്പിലെ ഡെപ്യൂട്ടി സെക്രട്ടറിയായ പ്രഭുദത്ത് സന്യാൽ ദൈവങ്ങളുടെ ഒരിന്ത്യയെക്കുറിച്ചുള്ള പുസ്തകമെഴുതുന്നുണ്ട്. അയാളോട് കേരളത്തിലെ ദൈവങ്ങളെ അരവിന്ദൻ പറയുമ്പോൾ അതിൽ കീഴാള ദൈവങ്ങളല്ല ഉള്ളത്.

നാഗരിക പരിസരത്ത് ദളിത് സ്ത്രീത്വം ഇനിയും രംഗപ്രവേശം ചെയ്തിട്ടില്ല. നഗരങ്ങളിൽ ഉന്നതമായ സമാഗമങ്ങളിൽ സ്ത്രീത്വത്തിന്റെ പ്രതീകമായിരിക്കുന്നത് ഭദ്രലോഗാണ്. അതിനാൽത്തന്നെ

ഇന്ദ്രിയാത്മകവും അനുഭൂതിപരവുമായ മണ്ഡലങ്ങളിൽ പെണ്മയായി അംഗീകരിക്കപ്പെടുന്നത് അതാണ്.

ദേശീയതയുടെ ഗുണാത്മക മൂല്യങ്ങളുടെ തകർച്ചയാണ് അരവിന്ദനെ നിരാശയിലെത്തിക്കുന്നത്. അയാളുടെ മൂന്നു പരാജയങ്ങളും മൂല്യബോധത്തിന്റെ തകർച്ചയുമായി ബന്ധപ്പെട്ടതാണ്. വിയറ്റ്നാം പ്രശ്നത്തിൽ അമേരിക്കൻ എംബസിക്കു മുമ്പിൽ പ്രകടനം നടത്താനുള്ള ശ്രമം രഹസ്യം പുറത്തായതിനെത്തുടർന്ന് പൊളിഞ്ഞത്, മലയാളി സമാജത്തിന്റെ തെരഞ്ഞെടുപ്പിൽ മലയാളികൾക്കു വേണ്ടി കഠിനാധ്വാനം ചെയ്ത ഗോപിനാഥൻ നായരുടെ പാനൽതോല്ക്കുകയും ഉലഹന്നാന്റെ പാനൽ ജയിക്കുകയും ചെയ്തത്. തന്റെ എക്സിബിഷനെക്കുറിച്ച് റിവ്യൂ എഴുതണമെങ്കിൽ പണം വേണമെന്ന് നിരൂപകൻ ആവശ്യപ്പെട്ടത് -എല്ലാം ചേർന്നാണ് അരവിന്ദന്റെ നിരാശ രൂപപ്പെടുന്നത്. അത് രാഷ്ട്രീയമാനങ്ങളുള്ളതാണ്.

തന്നെ ദൽഹിയിലെത്തിച്ച നായർസ്വത്വത്തിന്റെ എല്ലാ ചിഹ്നങ്ങളോടും ബന്ധം മുറിച്ചുകൊണ്ടാണ് അരവിന്ദൻ ചിത്രകാരൻ എന്ന കർത്തൃത്വം ഉറപ്പിക്കാൻ ശ്രമിക്കുന്നത്. തന്നോട് ജാതി ചോദിച്ച പിതൃഭൂതമായ രാമുണ്ണിയാണ് തനിക്ക് മുറിയിലിരുന്ന് ചിത്രം വരയ്ക്കുന്നതിനുള്ള മുഖ്യമായ ശല്യം. മുറി ഒഴിയുന്നതോടെ രാമുണ്ണിയും കുഞ്ഞുരാമൻ നായരുമായുള്ള തന്റെ ബന്ധവും മുറിയുന്നു. നായരുടെ ലോഡ്ജിൽ നിന്ന് കാശ്മീരിലാലിന്റെ ലോഡ്ജിലേക്ക് താമസം മാറുന്നതോടെ ഭൂതകാലബന്ധം വിച്ഛേദിക്കപ്പെടുകയാണ്. ചിത്രകാരൻ എന്ന സ്വത്വത്തിലേക്കുള്ള വികാസത്തിന് തടസ്സമായിരുന്നു നായരുമായുള്ള ബന്ധം. "ആദ്യത്തെ പ്രതിബന്ധം കുഞ്ഞുരാമൻ നായരായിരുന്നു. നായരുടെ ലോഡ്ജ് താൻ തകർത്തു. നായരെ വഴിയിൽ നിന്ന് മാറ്റി നിർത്തി." ആപ്പീസിലെ ജോലി രാജിവെക്കുന്നതോടെ തന്നെ ദൽഹിയിലെത്തിച്ച കുടുംബസൗഹൃദത്തിന്റെ അവസാനത്തെ കണ്ണിയും ഇല്ലാതാകുന്നു. കരുണനിൽ നിന്നും അകലുന്നു.

ഇവിടെയാണ് അരവിന്ദന്റെ പ്രതീകാത്മകമായ മൃഗസ്വത്വവും ചിത്രകാരസ്വത്വവും യോജിക്കുന്നത്. മൃഗസ്വത്വം നിലനില്ക്കുന്ന മാനവികതാസ്വത്വത്തിൽ നിന്നുള്ള പലായനമാണ്. മനുഷ്യർ ചേർന്ന രാഷ്ട്രസ്വത്വത്തെ മൃഗസ്വത്വത്തിൽനിന്ന് നോക്കിക്കാണുമ്പോൾ അത് രാഷ്ട്രത്തിനു നേരെയുള്ള വിമർശനാത്മകമായ നോട്ടമാകുന്നു. ആ വിടുതിക്കും പലായനത്തിനുമുള്ള ഉപാധിയാണ് കല. ഒരു വശത്ത് അത് പിന്തള്ളപ്പെട്ടവരുടെ പ്രതിനിധാനമാണ്. മറുവശത്ത്

അത് അതിനെതിരെയുള്ള പ്രതിഷേധമാണ്. നഗരത്തിലെ മൃഗശാലയായും നഗരത്തെ മുഴുവൻ തിന്നുതീർക്കുന്ന സിംഹമായും ഈ ബിംബം മാറി മാറി വരുന്നുണ്ട്. വേശ്യകൾ, ഹിപ്പികൾ, ഹിജഡകൾ എന്നിവരെല്ലാം പ്രതിനിധീകരിക്കുന്ന നഗരത്തിന്റെ അപരത്തിലാണത് നില്ക്കുന്നത്. "താൻ കാടനാണ്. അരയിൽ മൃഗചർമ്മം ചുറ്റി, മുടിയഴിച്ചിട്ട്, കൈയിൽ മുട്ടൻവടിയുമായി, കാട്ടിലൂടെ താൻ മേഞ്ഞുനടക്കുന്നു. തീക്കുണ്ഡത്തിനു ചുറ്റും നൃത്തം ചെയ്യുന്നു. ഗുഹയിൽ വീണുറങ്ങുന്നു" എന്ന് നാഗരികസ്വത്വത്തിനു നേരെ പ്രതിഷേധിക്കുന്ന കാടനായി ഇതു വരുന്നു. മൃഗസ്വത്വത്തിന്റെ അർത്ഥം നേരിട്ട് ഇതിനെത്തന്നെ പ്രതിനിധീകരിക്കുന്നതാണ്. സർട്ടിഫിക്കറ്റുകൾ എടുത്ത് ഒന്നൊന്നായി മറിച്ചുനോക്കി. തനിക്ക് ഇവയിൽ ഏറ്റവും പ്രിയങ്കരം ഏതാണ്? "മൃഗ"ത്തിനു കിട്ടിയ പ്രശംസാപത്രമല്ലേ? അതെ, തനിക്കേറ്റവും പ്രിയപ്പെട്ടത് അതു തന്നെ" എന്ന് തന്റെ വിദ്യാലയസർട്ടിഫിക്കറ്റുകളുടെ അപരസ്വത്വമായി കലാസ്വത്വം ഉറപ്പിക്കപ്പെടുന്നു. "മൃഗം ശരീരം നിറയെ രോമങ്ങളുള്ള എരിയുന്ന കണ്ണുകളുള്ള ഒരു മനുഷ്യന്റേതാണ്. അത് ലൂസിഫറും മെഫിസ്റ്റോഫിലീസുമാണ്. കംസനും കീചകനു മാണ്. കുഷ്ഠവും ക്ഷയവുമാണ്" എന്ന് നിഷേധാത്മകതയുടെ രാഷ്ട്രീയം വ്യക്തമാകുകയാണ്. നിഷേധാത്മക വൈരുധ്യവാദ(negative dialectics)മെന്ന് അഡോർണോ സൂചിപ്പിച്ച ആധുനികകലയുടെ പ്രതിരോധതന്ത്രമാണിത്.

കരുണനിൽ നിന്നും യാന്ത്രികമായ തൊഴിലിൽ നിന്നും അരവിന്ദൻ ഒരേ സമയം മോചിതനാകുന്നു.

"ഇനിയത്തെ പ്രതിബന്ധം ആപ്പീസാണ്.

ആപ്പീസും താൻ തകർക്കും. ഗ്രിമിസായ്യിനെ വഴി മുടക്കി നില്ക്കാൻ താനനുവദിക്കില്ല.

ആപ്പീസിനു താൻ തീവെക്കും . ഗ്രിമിസായ്യിനെ ബന്ധനസ്ഥനാക്കും" (120).

തൊഴിലുമായുള്ള അന്യവൽക്കരണമാണ് അരവിന്ദനെ രാജിയിലെത്തിക്കുന്നത്. പെയിന്റിംഗ് കോഴ്സിന് ചേരുന്നതിനുള്ള അനുവാദം ലഭിക്കാതിരിക്കുന്നു. "സ്വന്തം മുറിയിൽ ചെന്ന് സീറ്റിൽ കുത്തിയിരുന്നു. പണിയെടുക്കാൻ തോന്നിയില്ല. ടൈപ്പു ചെയ്യാൻ വിരലുകൾ കൂട്ടാക്കിയില്ല. വായിക്കുവാൻ കണ്ണുകൾ പ്രതിഷേധിച്ചു. തന്റെ അവയവങ്ങൾ ആപ്പിസിനെതിരായി ശബ്ദിക്കുകയാണ്...

ആപ്പീസിൽ ഒരു നിമിഷം പോലും കഴിച്ചുകൂട്ടാൻ വയ്യെന്നായി... ഇക്കാലമത്രയും ചിലവഴിച്ചത്, ജീവിച്ചതുതന്നെ ഇവിടെയാണ് എന്നു പറയാം. ഇന്ന് ഇപ്പോൾ പൊടുന്നനവെ താനിവിടെ അപരിചിതനായിരിക്കുന്നു. ഇതുവരെയും താനിരുന്ന കസേര തന്റേതല്ല. ഈ മേശ തന്റേതല്ല. ഈ മുറി തന്റേതല്ല" (127). അസ്തിത്വവാദപരമായ അന്യവൽക്കരണത്തെക്കാൾ തൊഴിൽപരമാണ് ഈ അന്യവൽക്കരണം. ഗ്രിമി സായിവിനെയും ഗ്രിമി സായിവിന്റെ ആപ്പീസിനെയും താൻ സ്നേഹിക്കുന്നു. സായിവും ആപ്പീസും തന്നെ സ്നേഹിക്കുന്നില്ല എന്നാലോചിക്കുമ്പോൾ ഈ അന്യവൽക്കരണം സ്നേഹശൂന്യതയുമാണ്. "ആപ്പീസ് അരവിന്ദനെ കാണുകയോ മനസ്സിലാക്കുകയോ ചെയ്യുന്നില്ല. ആപ്പീസിനവനെ ആവശ്യമില്ലല്ലോ. ആവശ്യം അവന്റെ കൈകളിലെയും തലച്ചോറിലെയും യുവത്വം നിറഞ്ഞ കരുത്താണ്. അരവിന്ദൻ എന്ന മനുഷ്യനെ ആപ്പീസിനാവശ്യമില്ല. അരവിന്ദൻ എന്ന ചിത്രകാരനിൽ ആപ്പീസിനു താത്പര്യമില്ല" എന്ന് തൊഴിൽപരമായ അന്യവൽക്കരണമാണ് സംഭവിക്കുന്നത്. അങ്ങനെയാണയാൾ രാജിവെക്കുന്നത്.

യഥാർഥലോകം പരേതരുടേതാണ് എന്ന ചിന്തയിലാണ് അപരലോകങ്ങളെ അന്വേഷിച്ച് അരവിന്ദൻ നടക്കുന്നത്. ശവം, മരണം തുടങ്ങിയവയാണ് എതിർലോകങ്ങൾ. രംഗത്തിപ്പോൾ സന്ത് നഗറാണ്;യമന്മാരെപ്പോലുള്ള പോത്തുകൾക്കിടയിലൂടെയാണ് ശവ കുടീരം അന്വേഷിച്ചു നടക്കുന്നത്. ദളിതരുൾപ്പെടുന്ന അപരലോകത്തിന്റെ പ്രതിനിധിയാണ് മദ്യം. കുശവൻ തന്ന പട്ടച്ചാരായം കുടിച്ച് ചിറി തുടച്ചാണ് അരവിന്ദൻ ദയാനന്ദ് കോളനിയിലേക്ക് നടക്കുന്നത്. അത്തരമൊരപരത്വമാണ് ഭാംഗ്. സർദാരിണിയാണ് അത് വില്ക്കുന്നത്. ഭാംഗ് സ്വത്വത്തെ അപരമാക്കി മാറ്റുന്നതാണ്. ഭാംഗിന്റെ വിശേഷണങ്ങളിലൊന്ന് അത് കാളിഘട്ടിലെ ചണ്ഡാളർ കുടിക്കുന്നതാണ് എന്നതാണ്.

കലയിലൂടെ അഭിജാതമായ ഇന്ത്യയെ നിർമിക്കുക എന്ന ആനന്ദ കുമാരസ്വാമിയുടെയും മറ്റും ഓറിയന്റലിസത്തിന്റെ സംസ്കാരത്തിൽ നിന്നല്ല, അരവിന്ദനിലെ കലാകാരനെ സംബന്ധിച്ച സങ്കല്പത്തിന്റെ ആഖ്യാനം വരുന്നത്. പകരം അരികുകളിൽ നില്ക്കുന്ന മൃഗസ്വത്വങ്ങളുടെ കാഴ്ചയിൽ നിന്നാണത് രൂപപ്പെടുന്നത്. കഥകളിയിലൂടെ നിർമിക്കപ്പെടാവുന്ന അഭിജാത സ്വത്വത്തെ നിരാകരിച്ചുമാണിത് രൂപപ്പെടുന്നത്.

പത്രത്തിലൂടെ സൃഷ്ടിപ്പെടുന്ന രാഷ്ട്രം കലയോട് നീതി പുലർത്തു ന്നതല്ല. പ്രതിഫലമില്ലാതെ കല റിപ്പോർട്ട് ചെയ്യപ്പെടുന്നില്ല. അതിൽ അരവിന്ദന്റെ പ്രദർശനത്തെക്കുറിച്ചുള്ള വാർത്ത വരുന്നില്ല. മുണ്ഡനം ചെയ്യപ്പെട്ട് രാഷ്ട്രത്തിൽ നിന്ന് പുറത്താക്കുന്നിടത്താണ് നോവൽ അവസാനിക്കുന്നത്. കലാകാരൻ എന്ന എതിർസ്വത്വമാണ് രാഷ്ട്ര ത്തിൽ നിന്ന് പുറത്താക്കപ്പെടുന്നത്. പ്ലാറ്റോവിന്റെ ആദർശരാഷ്ട്ര ത്തെ ഓർമിപ്പിക്കുന്ന വിധത്തിൽ കലാകാരൻ പുറത്താകുന്നതോടെ രാഷ്ട്രസ്വത്വം ഭദ്രമാകുന്നു.

പോലിസ് എന്ന അച്ചടക്കത്തിന്റെ രൂപകത്തിൽ നിന്ന് നേരെ എതിരാണ് കല നിലകൊള്ളുന്നത് എന്ന ഴാക് റാൻസിയറുടെ സമീപനത്തെ ശരിവെക്കുന്ന അന്ത്യമാണ് നോവലിന്റേത്. നില വിലിരിക്കുന്ന ഐക്യപ്പെടലിന്റെയും വർഗീകരണത്തിന്റെയും യുക്തിയെ ചോദ്യം ചെയ്യുന്ന വിഷയിയാണ് രാഷ്ട്രീയ വിഷയി എന്ന റാൻസിയറെയുടെ വാദവുമായി ഒത്തുപോകുന്നതാണ് മനുഷ്യസ്വത്വ ത്തിനെതിരെ മൃഗസ്വത്വത്തെ പൗരത്വത്തിനെതിരെ കലാസ്വത്വവും മുന്നോട്ടുവെക്കുന്ന കർതൃത്വം (Ranciere 2004:90).

നിഷേധാത്മകമെന്ന് വിലയിരുത്തപ്പെട്ട എം. മുകുന്ദന്റെ നോവ ലുകളിൽ നിന്ന് ഒരു മാതൃക എന്ന നിലയിലാണ് *ദൽഹി* ഇവിടെ വിശദമായി ചർച്ചയ്ക്ക് വിധേയമായത്. നിഷേധാത്മകത പ്രമേയമായ *കൂട്ടം തെറ്റി മേയുന്നവർ*, *ഹരിദ്വാരിൽ മണികൾ മുഴങ്ങുന്നു* തുടങ്ങിയ മറ്റു നോവലുകളുടെ വിശദമായ ചർച്ചയ്ക്ക് ഈ പഠനത്തിൽ ശ്രമിക്കു ന്നില്ല. ഹരിദ്വാരിലും ചൂടേളിനെയും വെള്ളക്കാളയെയും പോലുള്ള നിഷേധ ചിഹ്നങ്ങളിലേക്കാണ് രമേശ് പണിക്കർ (ജാതി സ്വത്വം) സുജയെ വിട്ട് തിരിച്ചുപോകുന്നത്. നിഷേധാത്മകതയ്ക്ക് ദേശരാഷ്ട്ര പരിസരത്ത് രാഷ്ട്രീയ ധ്വനികളുണ്ടെന്ന് വ്യക്തമാക്കുന്നതിന് ഒരു കൃതിയെന്ന നിലയിൽ ദൽഹിയുടെ വിശദീകരണം പര്യാപ്തമാകു മെന്നും കരുതുന്നു.

ദേശീയ മൂല്യങ്ങളുടെ തകർച്ച

ഗാന്ധിയൻ ദേശീയ മൂല്യങ്ങളുടെ തകർച്ച *ആവിലായിലെ സൂര്യോദയ*ത്തിന്റെ പശ്ചാത്തലമാണ്.

"പോണ്ടിച്ചേരിയിൽ നിന്നു പട്ടിവീരംപട്ടിയും കടലൂരും സേലവും താണ്ടി ആവിലായിലെത്തിയ കാറ്റു പറഞ്ഞു:

"ഗോവിന്ദക്കുറുപ്പ് മന്ത്രിയായി" എന്ന പ്രസ്താവനയിൽ

ആരംഭിക്കുന്ന നോവൽ രാഷ്ട്രീയസംസ്കാരത്തിന്റെ അധഃപതനത്തെ യാണ് എടുത്തുകാട്ടാൻ ശ്രമിച്ചത്. ആവിലായിലെ ഏറ്റവും പഴക്കം ചെന്ന രാഷ്ട്രീയക്കാരനായ സദാനന്ദൻ മാസ്റ്ററോ ഫ്രാൻസിൽ പോയി പഠിച്ച ബിരുദം നേടിയ പുരുഷോത്തമനോ പരീക്ഷ പാസായ നാണുവോ മന്ത്രിയാകാതെ കൂട്ടിക്കൊടുപ്പുകാരനും കള്ളക്കടത്തു കാരനുമായ ഗോവിന്ദക്കുറുപ്പ് മന്ത്രിയായത് ദേശീയ-ഗാന്ധിയൻ യുഗത്തിന്റെ മൂല്യങ്ങളുടെ തകർച്ചയാണ് കാണിക്കുന്നത്. സദാനന്ദൻ മാസ്റ്ററെ തോല്പിച്ച് തന്റെ അച്ഛൻ ഗോവിന്ദക്കുറുപ്പിനെ ജയിപ്പിച്ച നാട്ടുകാ രോടും നാട്ടുനീതിയോടുമുള്ള പ്രതിഷേധമാണ് പ്രഭാകരന്റെ അസ്തിത്വചിന്തയുടെ ഒരു പശ്ചാത്തലം. നഗരപിതാവും എം. എൽ. എയും മന്ത്രിയുമായുള്ള ഗോവിന്ദക്കുറുപ്പിന്റെ വളർച്ച മകന് അസഹ നീയമാണ്.

"ആവിലായ് ഹൃദയമില്ലാത്തവരുടെ ഭാഗത്താണ്.

അവർ നീണ്ട ജാഥകൾ നടത്തി.

അവർ മുദ്രാവാക്യങ്ങൾ വിളിച്ചു.

ഗാന്ധിജി കീ ജേയ്

പണ്ഡിറ്റ് നെഹ്റു സിന്ദാബാദ്" (ആ.സൂ :129)

ഗാന്ധിയൻ നെഹ്റുവിയൻ മൂല്യങ്ങൾ അപചയത്തിന് വിധേ യമാകുകയാണ്.

ഇബ്രാഹിം സാഹിബിന്റെ ആൺവേശ്യയായി ജീവിച്ചയാളാണ് കുറുപ്പ്. ഇബ്രാഹിം സാഹിബും കുറുപ്പും കൂടിയാണ് നാരായണിയെന്ന പെണ്ണിനെ ബലാൽസംഗം ചെയ്തു കൊന്നത്.

നഗരത്തിൽ പ്രഭാകരൻ കണ്ടുമുട്ടുന്നതും ഗോവിന്ദക്കുറുപ്പുമാ രെയാണ്. മാന്യവും ഉന്നതവുമായ ജീവിതം നയിക്കുന്നവളെന്നു തോന്നിച്ച ഊർമിള വേശ്യയാണെന്നും ലാലാജി കൂട്ടിക്കൊടുപ്പുകാ രനാണെന്നും തിരിച്ചറിയുമ്പോൾ നാട്ടിലെ അതേ മൂല്യത്തകർച്ച നഗരത്തിലും അയാൾ അഭിമുഖീകരിക്കുന്നു.

"ശപ്പൻ, നാണമില്ലാത്തവൻ. അവന്റെ പൈപ്പ്. അവന്റെ പുസ്തകം. അവൻ പൈപ്പ് വലിക്കുന്നത് പൈപ്പിനവമാനമാണ്. അവൻ കാമുവിന്റെ പുസ്തകം വായിക്കുന്നത് കാമുവിനും അപമാനമാണ്.

ഒരു വേശ്യയുടെ വീട്ടിലാണ് താൻ താമസിക്കുന്നത്?

തന്റെ അമ്മ വ്യഭിചരിച്ചിട്ടുണ്ട്. അവർ ഇബ്രാഹിം സാഹേബിന്റെ കൂടെ ഉറങ്ങിയിട്ടുണ്ട്. തന്റെ അച്ഛമ്മയും വ്യഭിചരിച്ചിട്ടുണ്ട്. അവർ അന്തോണി സായിവിന്റെ കൂടെയും കണാരന്റെ കൂടെയും ചോയി മൂപ്പന്റെ കൂടെയും ശയിച്ചിട്ടുണ്ട്. അവർ വ്യഭിചാരിണികളായിരുന്നു. വേശ്യകളായിരുന്നില്ല.

ഇപ്പോൾ താൻ ഒരു വേശ്യയുടെ കൂടെയാണ് താമസിക്കുന്നത്. ഊർമ്മിള വ്യഭിചരിച്ച് ഉണ്ടാക്കിയ വീട്ടിൽ.

..ഭട്ട് നഗർ ഒരു പുതിയ മുഖം ധരിച്ചിരിക്കുന്നു. ഗോവിന്ദക്കുറുപ്പിന്റെയും ഇബ്രാഹിം സഹേബിന്റെയും മുഖങ്ങളോട് സാമ്യമുള്ള ഒരു മുഖം" (47-8).

"ഗോവിന്ദക്കുറുപ്പിൽ നിന്ന് വ്യത്യസ്തനല്ല ഭാട്ട് നഗർ. ഭാട്ട് നഗറിൽ നിന്ന് വ്യത്യസ്തനല്ല ലാലാജി" (172).

ഗോവിന്ദക്കുറുപ്പ തന്നെയല്ലേ ഭാട്ട് നഗർ? ഭാട്ട് നഗർ തന്നെയല്ലേ ലാലാജി?" (180).

"സാഹേബും ഗോവിന്ദക്കുറുപ്പും പൊട്ടിച്ചിരിക്കുന്നു. ആവിലായിന്ന മുകളിൽ, ദൽഹിക്ക മുകളിൽ ബനാറസ്സിന മുകളിൽ അവരുടെ ചിരി മുഴങ്ങുന്നു"

മാർക്സിസം വ്യക്തിവാദത്തോട്ടും ആധുനികതാവാദത്തോട്ടും ഹിപ്പിയിസത്തോട്ടും ചേർന്നാണ് നഗരത്തിൽ ഒരു അപരം രൂപപ്പെടുന്നത്. ഗ്രാമവും നഗരവും ഒരേ മൂല്യത്തകർച്ചയിലെത്തി നില്ക്കുന്നു. നഗരത്തിൽ കണ്ട ഹിപ്പിയുടെ കീശയിൽ ഹോ ചിമിന്റെ പടമുണ്ട്. . ആധുനികതാവാദം മാർക്സിസത്തിന്റെ വ്യക്തിവാദ പതിപ്പുമായി ഇണങ്ങിയാണ് നിലനില്ക്കുന്നത്.

പ്രഭാകരനെ ഭാര്യ ദാമ്പത്യത്തിലും ചതിക്കുന്നിടത്താണ് നോവൽ അവസാനിക്കുന്നത്. ഈ കുടുംബമൂല്യവും ആധുനികതയുടെ മൂല്യത്തിന്റെ ഭാഗമാണ്. മാർക്സിയൻ എന്നതിനേക്കാൾ ആധുനികപുരുഷ മൂല്യമാണത്.

ദേശീയസമരത്തിൽ തുടങ്ങി, കമ്മ്യൂണിസ്റ്റ് പ്രസ്ഥാനത്തിലൂടെ ആധുനികതയുടെ ഘട്ടത്തിലേക്കെത്തുന്നതിന്റെ രേഖീയ പരിണാമമുണ്ട് *മയ്യഴിപ്പുഴയുടെ തീരങ്ങളിൽ* എന്ന നോവലിൽ. ദേശീയ രാഷ്ട്രീയം കലങ്ങുന്ന സമയത്താണ് മയ്യഴിയും രാഷ്ട്രീയത്തിന്റെ വിളി കേൾക്കുന്നത്. ലോകം കലങ്ങിമറിഞ്ഞുകൊണ്ടിരുന്നു. ഹിറ്റ്ലർ

വെർസായ് ഉടമ്പടി ലംഘിച്ചു. അങ്ങനെ മറ്റൊരു ലോകമഹായുദ്ധത്തിന്റെ തീജ്വാലകൾ പടരുവാൻ തുടങ്ങി. ഇന്ത്യയിലാണെങ്കിൽ എങ്ങും കലാപങ്ങൾ. ഗാന്ധിയുടെ നിസ്സഹകരണ പ്രസ്ഥാനം കൊട്ടുമ്പിരിക്കൊണ്ടു. വിനോബഭാവെ ജയിലിൽ. കോൺഗ്രസ് പാർട്ടിയിൽ എസ്. സി. ബോസിന്റെ നേതൃത്വത്തിൽ ഇടതുപക്ഷം ശീതസമരം തുടരുകയാണ് (മയ്യഴി : 70). പഴയ യൂത്ത് ലീഗ് പിരിച്ചുവിട്ട് മഹാജനസഭ എന്ന സംഘടന കണാരന്റെ നേതൃത്വത്തിൽ മയ്യഴിയിൽ രൂപപ്പെടുന്നു.

ഗാന്ധി ഭക്തനായ കണാരൻ മയ്യഴിയുടെ സ്വാതന്ത്ര്യസമരത്തെ നയിക്കുന്നു. "മയ്യഴിയുടെ അതിർത്തികളിൽ ഖദർ ധരിച്ച വിമുക്തഭടന്മാർ പെരുകി വന്നു. ഗാന്ധിയുടെ കാലഘട്ടത്തിലെ സത്യത്തിന്റേയും സ്വാതന്ത്ര്യത്തിന്റെയും സന്ദേശം പരത്തി നടന്ന മാലാഖകളുടെ പുനരവതാരമായിരുന്നു അവർ" എന്ന് ആഖ്യാനം ഗാന്ധിയന്മാരെ മതിപ്പോടെയാണ് കാണുന്നത്. സ്വാതന്ത്ര്യത്തിനു ശേഷവും മൂപ്പൻ സായ്‌വിന്റ കസാരയിലിരിക്കുമ്പോഴും കണാരേട്ടന് മാറ്റമില്ല എന്ന് ആദരപൂർവം ദാസൻ മനസ്സിലാക്കുന്നുണ്ട്.

കുഞ്ഞനന്തൻ മാസ്റ്റർ ഇടതു പക്ഷത്തെ പ്രതിനിധീകരിക്കുന്നു. ആരോഗ്യം മറന്നുകൊണ്ടാണ് അയാൾ സ്റ്റഡീ ക്ലാസുകൾ എടുക്കുന്നത്. "കമ്മ്യൂണിസ്റ്റ് വ്യവസ്ഥിതിയിൽ മാത്രമേ യുദ്ധം ഇല്ലാതിരിക്കൂ. ആഗോള കമ്മ്യൂണിസം മാത്രമാണ് യുദ്ധത്തിനുള്ള പരിഹാരം"എന്ന് കുഞ്ഞനന്തൻ മാസ്റ്റർ യുദ്ധകാലത്ത് ആളുകളെ പ്രബുദ്ധരാക്കുന്നുണ്ട്. മൂപ്പൻസായ്‌വിന്റെ വീട്ടിൽ പപ്പൻ പോസ്റ്റർ ഒട്ടിക്കുന്നു. ശുദ്ധമെറ്റീരിയലിസ്റ്റാണ് പപ്പൻ.

ഫ്രാൻസിൽ ഉപരിപഠനത്തിനുള്ള സ്കോളർഷിപ്പ്, അല്ലെങ്കിൽ സെക്രത്താരിയായിൽ ഉദ്യോഗം എന്ന വാഗ്ദാനം ദാസനു മുമ്പിൽ മൂപ്പൻ സായ്‌വ് വെക്കുന്നു. തന്നെ കാണാനും പറയുന്നു. ഈ ക്ഷണം നിരസിക്കുന്നതോടെ, മൂപ്പൻ സായ്‌വിനെ കാണാൻ വിസമ്മതിക്കുന്നതോടെയാണ് ദാസന്റെ രാഷ്ട്രീയ നിലപാടിന് പക്വത വരുന്നത്. "ഒരേ സമയം വെള്ളക്കാരുടെ സംസ്കാരത്തെ അംഗീകരിക്കാനും അവരുടെ ഭരണത്തെ എതിർക്കാനും എങ്ങനെ കഴിയുമെടാ?"എന്ന വാസൂട്ടിയുടെ ചോദ്യം ദാസന്റെ വളർച്ചയെ സംബന്ധിച്ച പ്രതിസന്ധിയുടെ പ്രകാശനമാണ്.

മാർക്സിസത്തോടു താത്പര്യമുണ്ടെങ്കിലും ചോരയൊഴുക്കുന്നതിനെതിരാണ് ദാസൻ. "ഞ്ഞി ഗാന്ധിയാകാൻ നോക്ക്?" എന്നു പപ്പൻ

ചോദിക്കുമ്പോൾ "എനിക്കു ഗാന്ധീം മാർക്സും ആകണ്ട-മനുഷ്യനായാൽ മതി" എന്നു ദാസൻ മറുപടി പറയുന്നുണ്ട്.

"പപ്പാ, ഫ്യൂഡലിസത്തിന്റെ കാലത്ത് നീയൊരു ബൂർഷ്വയാകൂ, ബൂർഷ്വാസിയുടെ കാലത്ത് നീയൊരു പ്രോലിറ്റേറിയനാകൂ. പക്ഷേ പപ്പാ, ആദ്യന്തം നീയൊരു മനുഷ്യനാകൂ" എന്ന് ദാസൻ പപ്പനോട് പറയുന്നുണ്ട്. ആഖ്യാനം മാർക്സിയൻ ചരിത്രബോധത്തെ കൃത്യമായി വ്യക്തമാക്കുന്ന സന്ദർഭമാണിത്.

ഫ്രഞ്ച് ഇന്ത്യൻ കോൺഗ്രസിന്റെ മീറ്റിംഗിന് ദാസൻ പോണ്ടിച്ചേരിയിൽ പോകുന്ന അതേ ദിവസം പപ്പൻ കൊമ്മിസ്സാറെ കൊന്ന് അതിർത്തികടക്കുന്നു. അതിന്റെ പേരിൽ ദാസനെ അന്വേഷിച്ചു ചെല്ലുന്ന പോലീസ് ദാസന്റെ അച്ഛനെയാണ് പിടിക്കുന്നത്. നോവൽ ഈ കൊലപാതകത്തെ ന്യായീകരിക്കുന്നില്ല. ഗാന്ധിയനായ കണാരേട്ടന്റെ മനസ്സിൽ പപ്പൻ ആഴത്തിലുള്ള മുറിവാണുണ്ടാക്കിയത് എന്നും അയാൾക്ക് ഒരിക്കലും പപ്പന് മാപ്പു കൊടുക്കാൻ കഴിയില്ലെന്നും ദാസൻ നിരീക്ഷിക്കുന്നുണ്ട്. ശുദ്ധ മെറ്റീരിയലിസ്റ്റായ പപ്പനോടൊപ്പമല്ല, ആ യാന്ത്രികതയെ നിഷേധിക്കുന്ന ആർദ്രതയിലാണ് ദാസന്റെ മാർക്സിസം നിലനില്ക്കുന്നത്. ഗാന്ധിയനായ ഒരാർദ്രത എന്നു വേണമെങ്കിൽ വിശേഷിപ്പിക്കാം.

വോട്ടവകാശമുള്ളവർക്കെല്ലാം കാർഡ് നൽകുവാനുള്ള പ്രതിഷേധ ജാഥയെ നയിക്കുന്നത് ദാസനാണ്. മയ്യഴിയെ താത്കാലികമായി മോചിപ്പിച്ച ശേഷം കലാപത്തെ അടിച്ചമർത്താൻ ഫ്രഞ്ച് പടക്കപ്പൽ വരുന്നതു കണ്ടപ്പോൾ മയ്യഴിക്ക് പുറത്തു കടന്ന് പടക്കപ്പലുകളെ തോല്പിക്കുന്ന പുതിയൊരു ജനകീയ വിപ്ലവത്തിന് തയ്യാറെടുക്കാൻ ദാസൻ കണാരേട്ടനോട് ആവശ്യപ്പെടുന്നുണ്ട്.

അതിർത്തി കടന്ന ദാസനെ പോലീസ് അറസ്റ്റ് ചെയ്ത ശേഷം പപ്പൻ തന്റെ കമ്മ്യൂണിസ്റ്റ് ആശയങ്ങളിലേക്ക് തിരിഞ്ഞുനോക്കുന്നുണ്ട്. "തലയണയുടെ ചുവട്ടിൽ കമ്മ്യൂണിസ്റ്റ് പാർട്ടിയുടെ മാനിഫെസ്റ്റോവുണ്ടായിരുന്നു. എല്ലാവേദനകളിൽ നിന്നും മോചനം തരുന്ന വേദഗ്രന്ഥം. ഉറക്കം വരാതിരിക്കുമ്പോൾ എടുത്തു കണ്ണോടിച്ചാൽ മതി- ഉറക്കംവരും. മനസ്സ് അസ്വസ്ഥമാണെങ്കിൽ ശാന്തമാകും. മാർക്സിസം ലെനിനിസം അയാളുടെ വിശപ്പും ദാഹവും ശമിപ്പിക്കുമായിരുന്നു- കാമവികാരത്തെപ്പോലും.

"ലോകതൊഴിലാളികളേ സംഘടിക്കൂ. നഷ്ടപ്പെടുവാൻ നിങ്ങൾക്കു കൈച്ചങ്ങലകൾ മാത്രം" - മാനിഫെസ്റ്റോവിലെ അവസാന

വാചകം ആദ്യമായി വായിച്ചപ്പോൾ തനിക്ക് സ്ഖലനം ഉണ്ടാകുകയാണെന്ന് അയാൾക്ക് തോന്നുകയായി" (182). കാമത്തിന് പകരമായി വിപ്ലവത്തെയും വേദത്തിന് പകരമായി മാനിഫെസ്റ്റോയെയും കാണുകയാണ് പപ്പൻ.

സ്വാതന്ത്ര്യാനന്തരം ഊർജ്ജം നഷ്ടപ്പെടുന്നത് ദാസനു മാത്രമല്ല, പപ്പനെയും വാസൂട്ടിയെയും അത് ബാധിക്കുന്നുണ്ട്. " സമരം അയാളുടെ ജീവിത രീതിയായിത്തീർന്നിരുന്നു. മറ്റൊരു രീതി കൈക്കൊള്ളാൻ അയാൾക്ക് കഴിയില്ല.

പപ്പൻ അലസനും മടിയനുമായിത്തീർന്നു. അയാൾ നിരന്തരം കിടന്നുറങ്ങും. ഉറങ്ങാത്തപ്പോൾ ദാസനെ തേടിപ്പിടിച്ച് അയാളോടൊപ്പം അലഞ്ഞുനടക്കും. ചിലപ്പോൾ വാസൂട്ടിയുമുണ്ടാകും. സ്വാതന്ത്ര്യാനന്തരം ഉത്തരകേരളത്തിലുള്ള മട്ടിലുള്ള കർഷക സമരങ്ങളിലേക്ക് പോണ്ടിച്ചേരിയുടെ ഭാഗമായ മയ്യഴിയിലെ കമ്മ്യൂണിസ്റ്റുകാർ പോകുന്നില്ല.

ഗാന്ധിസത്തിനും മാർക്സിസത്തിനും ആദരവു നൽകുന്ന ആഖ്യാനം കീഴാളനെ ഈ പ്രക്രിയക്കിടയിൽ ആഭ്യന്തരമായ ഒരു വൈരുധ്യത്തിൽ പിന്തള്ളുകയാണ് ചെയ്യുന്നത്.

കീഴാള സംസ്കാരവും കമ്മ്യൂണിസവും തമ്മിൽ രൂപപ്പെടുന്ന വൈരുദ്ധ്യം ഉത്തമനിലൂടെ പ്രകടമാവുന്നു.

"നിയ്യൊരു കമ്മ്യൂണിസ്റ്റാണോ?

സംശ്യണ്ടോ?

കമ്മ്യൂണിസ്റ്റാണെങ്കിൽ ആദ്യം മാർക്സിസ്റ്റാകണം. മാർക്സിസ്റ്റാകണെങ്കില് മെറ്റീരിയലിസ്റ്റാകണം. ഞ്ഞി മെറ്റീരിയലിസ്റ്റാണോ?

സംശ്യം ഉണ്ടോ?

ഉത്തമന്റെ നെറ്റി ചുളിഞ്ഞു. പപ്പൻ അവനെ മുട്ടുകുത്തിക്കാൻ നോക്കി.

മെറ്റീരിയലിസവും മന്ത്രവാദവും തമ്മിൽ ഒരുമിച്ചു പോകില്ല" (84).

"സംശ്യണ്ടോ" എന്നു ചോദിക്കുകയല്ലാതെ ഉത്തമന് ഉത്തരം പറയാൻ കഴിയുന്നില്ലെന്ന് ശ്രദ്ധിക്കേണ്ടതാണ്. പപ്പന് സ്ഖലനമുണ്ടാക്കുന്ന ഭൗതികവാദം ഉത്തമനെ നിശ്ശബ്ദനാക്കുകയും ആഭ്യന്തര വൈരുധ്യത്തിൽ അയാളെ ഇല്ലാതാക്കുകയുമാണ് ചെയ്യുന്നത്.

തിറ കെട്ടുന്ന മലയനാണ് ഉത്തമൻ. മന്ത്രവാദിയും തെയ്യംകെട്ടുന്നയാളുമായ മലയൻ കുറുമ്പൻ മരിച്ചപ്പോൾ ഉത്തമനാണ് തെയ്യം കെട്ടുന്നത്. വ്രതം ലംഘിച്ച് കോലം കെട്ടുന്ന ഉത്തമൻ മണ്ഡപത്തിനു മുമ്പിൽ കമിഴ്ന്നടിച്ചുവീണു മരിക്കുകയാണ്.

ദളിതന് മരണം കല്പിച്ചുകൊടുക്കുന്ന മരണത്തിന്റെ ഈ രാഷ്ട്രീയം കറുത്തവംശത്തെ സംബന്ധിച്ച യൂറോ-അമേരിക്കൻ നോവലുകളുടെ വിമർശനത്തിൽ ഉന്നയിക്കപ്പെട്ടിട്ടുണ്ട്. ദളിത് വിമർശനത്തിലും അത് കടന്നുവന്നിട്ടുണ്ട്. യാന്ത്രിക മാർക്സിസത്തിന്റെ സാംസ്കാരിക യുക്തിയുടെ ഘടനയ്ക്കകത്ത് ദളിതന് കർതൃജീവിതം സാധ്യമല്ലെന്നുള്ളതാണ് ആഖ്യാനം നൽകുന്ന സൂചന.

ഗാന്ധിസത്തിന് ആദരവു നൽകിക്കൊണ്ട് മാർക്സിസത്തോടൊപ്പം ജീവിതകാമനയോടെ ആഖ്യാനം നില്ക്കുമ്പോൾ ദളിതൻ ദേശീയധാരയിലും മാർക്സിസ്റ്റ് ധാരയിലുമെത്താതെ മരണപ്പെടുകയാണുണ്ടാകുന്നത്. അവരുടെ അവസ്ഥയെ ന്യായീകരിക്കാനുള്ള പ്രത്യയശാസ്ത്രം, അവർക്ക് ജീവിച്ചിരിക്കാനും പോരാടാനും കഴിയുന്ന ഒന്ന് നോവലിനകത്ത് ഇല്ലാതെ പോകുന്നു.

ആഗോളവും പ്രാദേശികമായ പ്രയോഗഭേദങ്ങളില്ലാത്തതുമാണ് പപ്പൻ മുന്നോട്ടുവെക്കുന്ന ഭൗതികവാദം. അക്രമോത്സുകവുമാണത്. പിന്നീട് യാന്ത്രികമായ ബഹുത്വത്തെ അംഗീകരിക്കാത്ത ഭൗതികവാദത്തെ പിന്തള്ളിക്കൊണ്ട് പുലിമറഞ്ഞ തൊണ്ടച്ചൻ എന്ന പ്രാദേശിക ദൈവത്തിന്റെ പിന്തുണയിലാണ് കീഴാളത്വത്തിന്റെ മുന്നേറ്റം ഗൗതമനിലൂടെ *പുലയപ്പാട്ടിൽ* മുന്നോട്ടുവെക്കുന്നത്.

നാഗരികതയുടെ ആകർഷണം നഷ്ടപ്പെടുകയും കാടും ആദിവാസികളും ദേശീയതയുടെ പ്രാന്തങ്ങളും മോഹാനുഭൂതിപരമായ അനുഭവമാകുകയും ചെയ്യുന്നതാണ് *കിളി വന്നു വിളിച്ചപ്പോൾ* എന്ന നോവൽ. യൂറോപ്യൻ ആധുനികതയിൽ കാടത്വവാദം (ഫോവിസം) ഒരു സമീപനമായി ഉണ്ടായിരുന്നു. നമ്മുടെ ആധുനികതയിൽ കാട് ഒരു പ്രമേയമായി വരുന്നത് പിന്നീടാണ്. ഹോസ്റ്റലിലേക്ക് ഡ്രൈവർ അച്ചുതൻ നായരോടൊപ്പം വരുന്ന ലില്ലി വഴിയിൽ വെച്ച് കാട്ടിലിറങ്ങി സ്വയം നഷ്ടപ്പെടുന്നു. അമേരിക്കയിൽ സ്ഥിര താമസമാക്കിയ ഡോക്ടറുമായുള്ള കല്യാണം നിരസിച്ചുകൊണ്ടാണ് ലില്ലി സംഗീതറെക്കാഡുകളുമായി കാട്ടിൽ മറയുന്നത്. കാട്ടിൽ അവളെ കണ്ടെത്താൻ നിയോഗിക്കപ്പെടുന്ന കരിയന്റെ മകൻ കാളു അവളെ കണ്ട് കാമാസക്തനാകുന്നു.

കാളുവിനെ കാടനാണെന്ന് ലില്ലി തെറ്റിദ്ധരിക്കുന്നുണ്ട്. ദളിതത്ത്വവും ആദിവാസിത്വവും ചേർന്ന അപരരൂപമാണ് കാളു. അമേരിക്കൻ അധികാരികളെ പ്രകോപിപ്പിച്ച ഫ്രാങ്ക് സാപ്പയുടെ, ജാസിന്റെ പാരമ്പര്യത്തിലുള്ള നിഷേധശേഷിയുള്ള സംഗീതമാണ് അവൾ കാട്ടിൽ വെച്ച കാസറ്റ് പ്ലേയറിൽ കേൾക്കുന്നത്. പിഗ്മി ട്വിലിറ്റ് കാട്ടിൽ ഉയരുന്നു. ധനവും രതിയും അധികാരവും നിഷേധിക്കുന്ന ഫ്രാങ്ക് സാപ്പയുടെ സംഗീതം അവൾക്കു പ്രിയങ്കരമാണ്. കാട്ടുവള്ളികൾ പോലുള്ള നീണ്ട മുടിയുള്ള ഫ്രാങ്ക് സാപ്പയുടെ ഒരു വലിയ കളർ പോസ്റ്റർ അവളുടെ ഉറക്കറയിലെ ചുവരിൽ കാണാം (കിളി: 68).

കറുപ്പ്, വെളുപ്പ് എന്ന ദ്വന്ദ്വം കാട്ടിൽ പ്രവർത്തിക്കുന്നുണ്ട്. "കരിയാത്തിയുടെ കറുത്തുണങ്ങിയ ശരീരവും അതിലെ ആറു കുഞ്ഞുങ്ങൾ ചപ്പിയ അമ്മിഞ്ഞകളും മാത്രം കണ്ടിട്ടുള്ള കാളു ഉടനെ ഒരു സ്വപ്നാടനക്കാരനായി മാറി. അയാളുടെ കുറിയ ശരീരത്തിലെ രക്തധമനികൾ രക്തയോട്ടത്താൽ വീർത്തു" (69).

കീഴാളന്റെ സ്വത്വത്തിലെപ്പോഴും വംശീയതയുണ്ട്. സ്വന്തം വ്യക്തി മനസ്സല്ല, ഗോത്ര മനസ്സാണ് അവരിൽ ആരോപിക്കുന്നത്. കാളുവിനെ തടയുന്നത് മാരിയമ്മയാണ്. "ദുഷ്ടാ നീ എന്താണ് ചെയ്യുന്നത്? കാട്ടിലകപ്പെട്ട ഈ പെൺകിടാവിനെ എന്തു ചെയ്യാനാണ് നിന്റെ ഭാവം?"

അയാളെ അനുനയിച്ച് പറഞ്ഞയക്കുന്നു. അവിടെ വെച്ച് അവൾ കൂട്ടുകാരനായ സത്യനോടൊപ്പം പോകുന്നു. ആദിവാസികൾക്കിടയിൽ അവരുടെ ഉന്നമനത്തിനായി പ്രവർത്തിക്കാൻ ഉദ്ദേശിക്കുന്നയാളാണ് സത്യൻ.

ഇന്ത്യൻ ദേശീയതയുടെ കേന്ദ്രം വിട്ട് പ്രാന്തങ്ങൾ മെല്ലെ സൗന്ദര്യാത്മകതയിലേക്ക് പ്രവേശിക്കുന്നതിന്റെ സൂചനയുണ്ട് ഈ നോവൽ വ്യവഹാരത്തിൽ. ദേശീയാഖ്യാനത്തിലെ സൗന്ദര്യാത്മകതയുടെ അന്യങ്ങൾ ആധുനികതയുടെ ഭാവനാമണ്ഡലത്തിലേക്ക് പ്രവേശിച്ചു തുടങ്ങുകയാണ്.

കമ്മ്യൂണിസ്റ്റ് മൂല്യങ്ങളുടെ അപചയം

മയ്യഴിപ്പുഴയുടെ തീരങ്ങൾ എന്ന നോവലിന്റെ ഒരർത്ഥത്തിലുള്ള തുടർച്ചയാണ് *ദൈവത്തിന്റെ വികൃതികൾ* (1982).

മയ്യഴിയുടെ സ്വാതന്ത്ര്യത്തോടെയാണ് *മയ്യഴിപ്പുഴയുടെ തീരങ്ങൾ* അവസാനിക്കുന്നതെങ്കിൽ മയ്യഴിയുടെ ഇരുപത്തഞ്ചാം

സ്വാതന്ത്ര്യാഘോഷത്തോടെയാണ് *ദൈവത്തിന്റെ വികൃതികൾ* ആരംഭിക്കുന്നത്. മയ്യഴിയുടെ രാഷ്ട്രീയ യാഥാർത്ഥ്യവുമായി ബന്ധം നഷ്ടപ്പെട്ട സ്ഥലത്തവശേഷിച്ച വെള്ളക്കാരൻ ജാലവിദ്യക്കാരനായി ഭൂമിയുടെ കാര്യകാരണനിയമങ്ങളിൽ നിന്ന് സ്വതന്ത്രമായാണ് നില്ക്കു ന്നത്. കഞ്ചാവു പുക ഉള്ളിൽ ചെല്ലുമ്പോൾ അയാൾക്ക് മയ്യഴി തന്റെ സൃഷ്ടിയാണെന്ന തോന്നും. വെള്ളക്കാരൻ സൃഷ്ടിച്ച മയ്യഴി ഇപ്പോൾ വെള്ളക്കാരന്റെ ലഹരിയുടെ അവസ്ഥയിൽ മാത്രം അനുഭവപ്പെടു ന്ന ഒരു തോന്നൽ മാത്രമാണ്. മയ്യഴിക്കാറ്റിൽ ഇപ്പോൾ അയാളുടെ തൊപ്പി തലയിലുറയ്ക്കുന്നില്ല. മയ്യഴിയുടെ മോചനം ആഘോഷിക്കുന്ന ആ ദിവസം പിന്നെ അയാൾ കൂർക്കം വലിച്ചുറങ്ങുകയാണ്.

കൊളോണിയൽ അവശിഷ്ടം കൂർക്കം വലിക്കുകയും ഉറങ്ങുക യും ചെയ്യുമ്പോൾ മയ്യഴിയുടെ ദേശീയധാര പകൽവെളിച്ചത്തിൽ ആഘോഷിക്കുന്നു. മയ്യഴിയുടെ സ്വാതന്ത്ര്യാഘോഷത്തിൽ നിറയെ വെള്ളക്കുപ്പായവും ഗാന്ധിത്തൊപ്പിയും ധരിച്ച വിമോചനഭടന്മാർ അണിനിരക്കുന്നുണ്ട് (ദൈ. വി :5). “എന്താ നീ എനിക്ക് ജയ് വിളി ക്കാത്തത്? നീയെന്നെ മറന്നോ?” എന്നു ചോദിച്ച് നേരെ മുന്നിൽ മഹാത്മാഗാന്ധി നില്ക്കുന്നത് കുമാരൻ കാണുന്നു. വടികുത്തി പല്ലുകളി ല്ലാത്ത തൊണ്ണുകൾ കാട്ടി കുമാരനെ നോക്കി ഗാന്ധി ചിരിച്ചു.

ഗാന്ധി മയ്യഴിയിൽ അവതാരപുരുഷനായാണ് ആദ്യം മനസ്സിലാ ക്കപ്പെട്ടത്. നരച്ച ബെഞ്ചിൽ കുഞ്ഞിക്കുട്ടി വൈശ്യർ ഗാന്ധിജിയുടെ കൈ പിടിച്ചു. കുമാരൻ ശ്രദ്ധയോടെ ഗാന്ധിയുടെ പ്രസംഗം കേട്ടുനി ന്നു. അയാൾ പത്താം ക്ലാസ് പാസ്സായി വെറുതെ നടക്കുന്ന കാലം. അച്ഛനിൽനിന്ന് കുറെശ്ശേ ആയുർവേദം പഠിച്ചു പോന്നു. “അവതാരാ, സംശയം ല്ല. കുഞ്ഞിക്കുട്ടിവൈശ്യർ പറഞ്ഞു. കൈയ് തൊട്ടപ്പോ ന്റെ മേലാകെ കോരിത്തരിച്ചു.” അയാൾ ഗാന്ധിയെ തൊട്ട കൈയിൽ വിശ്വാസം വരാതെ വീണ്ടും വീണ്ടും നോക്കി. തന്റെ കൈ പൊന്നായി മാറിയതു പോലെ അയാൾക്കു തോന്നി. അന്നു തുടങ്ങി കുഞ്ഞിക്കുട്ടി വൈശ്യർ ഖദർ ധരിക്കുവാൻ തുടങ്ങി” (6).

ഗാന്ധി എങ്ങനെ ദൈവികമായ പരിവേഷത്തോടെ കർഷക ജനതയ്ക്കിടയിൽ പ്രചരിച്ചുവെന്ന് ഷാഹിദ് അമീൻ ഖൊരക് പൂരിനെ കേന്ദ്രീകരിച്ചു നടത്തിയ പഠനത്തിൽ പറയുന്നുണ്ട്. 1921 മുതൽ ഗാന്ധിയുടെ ദിവ്യമായ ശക്തിയെക്കുറിച്ചുള്ള അത്ഭുത കഥകൾ ആ പരിസരത്ത് പടർന്നിരുന്നു (അമീൻ:73). ഇതിൽ പത്രങ്ങളും പങ്കുവ ഹിച്ചുവെന്നും അദ്ദേഹം പറയുന്നുണ്ട്.

നാല്പത്തിയെട്ടിലെ കലാപത്തിൽ പങ്കെടുത്ത വൈശ്യർ മർദ്ദന മേറ്റു കിടപ്പിലാവുകയും മരിക്കുകയുമാണ്. അയാളുടെ ഭാര്യ മന്ദിയമ്മ "കാന്ധീ. ഞ്ഞി ന്റെ തിയ്യനെ കൊന്നു. ഇന്റെ തലയില് ഇടിത്തീ വീഴും. നോക്കിക്കോ" എന്നു ശപിക്കുന്നു.

ഗാന്ധിസം ഒരാശയമല്ല, ഇന്ദ്രിയാനുഭവമാണ്. ഭാര്യാഭർത്തൃബന്ധ ങ്ങളെ വരെ ബാധിക്കുന്ന നിരന്തരമായ ഗാർഹിക സാന്നിധ്യമാണ്. മകൻ കുമാരൻ ഖദറിടാതിരിക്കാൻ അവർ ആദി തിയ്യനോടും മയ്യഴി മാതാവിനോടും പ്രാർത്ഥിക്കുന്നുണ്ട്.

"ഞ്ഞി അമ്മ പറയുന്നതു കേൾക്കണം. എനക്ക് ഇനി ഇഞ്ഞിയേ ഉള്ളൂ" .

"അമ്മ പറയുന്നതു ഞാൻ എന്നെങ്കിലും കേൾക്കാതിരുന്നി ട്ടുണ്ടോ?"

"ന്റെ മോൻ ഖതറിന്റെ കുപ്പായാം ഇടണ്ട, കാന്ധീന്റെ ഫോട്ടോം വെക്കണ്ട. "

"അമ്മയാണോ ഗാന്ധിജിയുടെ ഫോട്ടോ എടുത്തു പത്തായത്തിൽ വെച്ചത്?"

മന്ദിയമ്മ മകന്റെ മുഖത്തു നോക്കിയില്ല" (8).

ഗാന്ധിയുടെ മരണത്തിൽ കോൺഗ്രസുകാർ വിലാപയാത്ര നടത്തുമ്പോൾ കൊളോണിയൽ ശക്തികൾ മദ്യത്തിൽ അത് ആഘോഷിക്കുന്നു.

"ഗാന്ധി ചത്തു

എങ്ങനെയാ ഓൻ ചത്തത്?

കൊന്നതാണ്" (46).

നാട്ടിലെ വായനശാലയിൽ കൃഷ്ണപ്പിള്ളയുടേയും എ. കെ. ജിയുടെയും ഫോട്ടോ ഉണ്ട്. രാഷ്ട്രീയ സംസ്കാരം കുടുംബസംസ്കാരവു മാണ്. "ജാതക്ക് പോണം. സിന്താബാദ് വിളിക്കണം" എന്നാണ് കുമാരൻ വൈശ്യറുടെ മകൻ ശിവൻ ശാഠ്യം പിടിക്കുന്നതു തന്നെ. സാങ്കല്പികമായ ഒരു കൊടിയുണ്ടാക്കി ശിവനും ശശിയും ജാഥ വിളിച്ചുപോകുന്നുണ്ട്.

അൽഫോൻസച്ചന്റെ സാങ്കല്പിക രാജ്യത്തു നിന്നും ഗാന്ധിയു ടെയും കൃഷ്ണപിള്ളയുടെയും രാജ്യത്തു നിന്നും വ്യത്യസ്തമായ ഒരു

സാമുദായിക യുക്തിയിൽ മയ്യഴി സങ്കല്പിക്കപ്പെടുന്നുണ്ട്. "കടലോരത്തോളം നീണ്ടുകിടക്കുന്ന കാട്... തമ്പുരാനേ, ആദി തീയ്യാ രക്ഷിക്കുക... ". രാത്രിയിൽ കുമാരൻ കാണുന്ന മയ്യഴിയാണത്.

തീയസമുദായത്തിനകത്തുമുണ്ട് വർഗ വ്യത്യാസം. "ആറുപുരയിൽ കട്ടുങ്ങോനോ കുഞ്ഞാമൻ വക്കീലോ അതുപോലുള്ള തിയ്യത്തറവാട്ടുകാർ ചായപ്പീടികയിൽ കയറി ചായ കുടിക്കില്ല. അവരെപ്പോലെ തിയ്യത്തറവാട്ടുകാരനാണെങ്കിലും കുമാരന് അതിനൊന്നും മടിയില്ല... കാതുകളിൽ സ്വർണക്കട്ടുക്കനിട്ട് കുതിരവണ്ടിയിൽ സഞ്ചരിക്കുന്ന കറുത്തിരുണ്ട കട്ടുങ്ങനെ നാട്ടുകാർക്കാകെ ഭയമാണ്. മുമ്പ് അയാൾ മഞ്ചലിലാണ് സഞ്ചരിച്ചിരുന്നത്" (33).

വർഗബന്ധങ്ങൾ കൂടുതൽ വ്യക്തമാക്കുന്നുണ്ട്. "കനത്ത മയ്യഴി മാവിൻ നിഴലുകൾ വീണ മുറ്റത്ത് അടയ്ക്കയും തേങ്ങയും കൂമ്പാരമായി കിടന്നിരുന്നു. കറുത്ത തിയ്യന്മാരും മുല മറയ്ക്കാത്ത തിയ്യത്തികളും മുറ്റത്തും പറമ്പിലും പണിയെടുത്തുകൊണ്ടിരുന്നിരുന്നു. മാളികയിൽ നിന്ന് അകലെയല്ലാതെ കരിനിഴലുകൾ വീണ ആദിതിയ്യ ക്ഷേത്രം. മഞ്ഞുവീണ നനഞ്ഞ തറയിൽ നെയ് വിളക്ക് കരിന്തിരി കത്തുന്നു" (33).

എന്നാൽ ആറുപുരയിൽ കട്ടുങ്ങന്റെ കുടുംബം വെള്ളക്കാരുടെ മുമ്പിൽ തലകുനിച്ചില്ല. "മയ്യഴിയിലെ മറ്റു പല തിയ്യത്തറവാട്ടുകാരും അങ്ങനെ ചെയ്തെങ്കിലും മയ്യഴിയിലെ ആദിതിയ്യന്റെ നേർപരമ്പരയിൽ പെട്ട മറ്റൊരു താവഴിയായ കുഞ്ഞാമൻ വക്കീലിന്റെ കുടുംബം വെള്ളക്കാരുടെ ആശ്രിതരായി ഉയർന്ന വിദ്യാഭ്യാസം നേടി ധനികരും പരിഷ്കാരികളുമായി കഴിയുന്നു" (35).

"എല്ലാവരും വെള്ളക്കാരെ പറഞ്ഞയച്ചു. തൃപ്തിയായോ ഇനിക്ക്?" എന്ന് കുഞ്ഞാമൻ വക്കീൽ കട്ടുങ്ങോനോടു ചോദിക്കുന്നുണ്ട്. വെള്ളക്കാരുടെ സാന്നിധ്യമാണ് മയ്യഴിയിലെ തീയരെ ആധുനികതയിലേക്ക് നയിച്ചതെന്ന് കുഞ്ഞാമൻ കരുതുന്നു. "പഠിപ്പും വിവരോം ല്ലാതെ കാട്ടാളമ്മാരെപ്പോലെ കയിഞ്ഞോലാ ഇവ്ടത്തെ തിയ്യമ്മാര്. ഇപ്പോ തിയ്യമ്മാരെ എടേല് ഡോക്റ്റർമാരും എഞ്ചിനിയർമാരുമുണ്ട്. കുട്ടിയച്ചന്റെ മൂത്തമോനിപ്പം അംബാസഡറാ. ആരാ ഇതില്ലാം കാരണം? പാല് തന്നെ കൈക്കാ ഞ്ഞി കൊത്തിയത് കട്ടുങ്ങാ" (37) എന്ന് കട്ടുങ്ങോനെ തീയ്യനായ കുഞ്ഞാമൻ വക്കീൽ വിമർശിക്കുന്നു.

മയ്യഴിയുടെ സാമൂഹ്യമണ്ഡലത്തിലെ യഥാർഥ വൈരുധ്യമാണ് വെള്ളക്കാരെ പിന്തുണയ്ക്കുന്ന വർഗത്തിലൂടെ വെളിപ്പെടുന്നത്.

“മയ്യഴിയെ സംബന്ധിച്ചിടത്തോളം ശത്രു സാമ്രാജ്യത്വം മാത്രമായിരുന്നില്ല. അവരുടെ പിന്തുണക്കാരായ നാടൻ പ്രമാണിമാരുണ്ടായിരുന്നു. ഈ രണ്ടു കൂട്ടരും ചേർന്നാൽ അതൊരു പ്രബലശക്തിയായിരുന്നു അവിടെ. ഫ്രഞ്ചുഗവണ്മെന്റിന്റെ ഔദാര്യം പറ്റി ജീവിച്ചിരുന്ന ഇവർ ആചന്ദ്രതാരം മയ്യഴിയിൽ ഫ്രഞ്ചുഭരണം നിലനില്ക്കണമെന്ന അഭിപ്രായക്കാരായിരുന്നു” (പ്രശാന്ത് മിത്രൻ: 128) എന്ന നിരീക്ഷണവുമായി ഒത്തുപോകുന്നതാണ് നോവലിൽ ഈ വർഗത്തിന്റെ സാന്നിധ്യം.

കറുത്ത തീയ്യൻ കട്ടങ്ങോൻ വെള്ളക്കാർക്കെതിരെ നില്ക്കുമ്പോൾ വെളുത്ത തീയ്യൻ കുഞ്ഞാമൻ വക്കീൽ വെള്ളക്കാർ പോയതിൽ അനാഥത്വമാണ് അനുഭവിക്കുന്നത്. അൽഫോൻസച്ചന്റെ തലയിലും കുഞ്ഞാമന്റെ തലയിലുമാണ് വെള്ളക്കാരുടെ തൊപ്പി അവശേഷിക്കുന്നത്. വെള്ളക്കാരുടെ തൊപ്പിക്കെതിരെയുള്ളതാണ് ഗാന്ധിത്തൊപ്പി.

ദേശീയ പ്രസ്ഥാനത്തിന്റെ ശക്തികൾ രാഷ്ട്രീയമായി സൃഷ്ടിക്കുന്ന മയ്യഴിയല്ല, നാടുവിട്ടുപോയവർ തിരിച്ചു പണവുമായി വന്ന് സൃഷ്ടിക്കുന്ന പുതിയ മയ്യഴിയാണ് അതിനെ അരാഷ്ട്രീയമാക്കുന്നത്. പട്ടാളത്തിൽ നിന്ന് പണമയക്കുന്ന ധർമപാലൻ അച്ഛൻ ചാത്തുവിനോട് ഇനി ആടിനെ പോറ്റേണ്ട എന്നു പറയുന്നുണ്ട് (ദൈ. വി :57).

അതേ സമയം രാഷ്ട്രീയത്തിൽ മേൽകീഴകൾ പ്രത്യക്ഷപ്പെടുകയും ചെയ്യുന്നു. മാധവൻ പണി ചോദിച്ചു ചെല്ലുമ്പോൾ നേതാവായ കൃഷ്ണൻ കയ്യൊഴിയുന്നു. ഭടന്മാരെക്കൊണ്ട് തന്റെ മാളിക വീട്ടിൽ നിന്ന് അയാളെ പുറത്താക്കുന്നു.

നക്സലിസത്തിന്റെ ധാര കുമാരൻ വൈദ്യരുടെ മകനായ ശിവനിലൂടെ മയ്യഴിയിലെത്തുന്നുണ്ട്. കൈക്കൂലി വാങ്ങുകയും അഴിമതി കാണിക്കുകയും ചെയ്ത പ്രൊഫസറെ ജനകീയ വിചാരണ നടത്തിയതിന് മെഡിക്കൽ വിദ്യാർത്ഥിയായ ശിവനെ മെഡിക്കൽ കോളജിൽ നിന്ന് സസ്പെൻഡ് ചെയ്യുന്നു. അയാൾ പിന്നീടൊരിക്കൽ വീട്ടിൽ വരുന്നത് പാർടിയുടെ സ്വകാര്യസമ്മേളനത്തിൽ പങ്കെടുത്ത് വിജയവാഡയിൽ നിന്നാണ്. പിന്നീട് ആറുപുര കട്ടങ്ങോനെ കൊല്ലുന്നത് ശിവനാണ്. ആറുമാസം കഴിഞ്ഞ് ആന്ധ്രയിൽ നിന്ന് പോലീസ് പിടിച്ച് അയാൾ ജയിലിലാകുന്നു.

ഈഴവരുൾപ്പെടെയുള്ള മേൽജാതികളുടെ സ്വത്വബോധത്തിന് മാറ്റുകൂട്ടുന്ന വിധത്തിലാണ് ദളിത ചിത്രീകരണം. സമ്പന്നരായ തീയർ മുക്കുവരുമായി അയിത്തം പാലിക്കുന്നുണ്ട്. വെളുത്ത തീയനായ കുഞ്ഞാമൻ വക്കീലിന്റെ മക്കൾ മുക്കുവക്കുട്ടികൾക്കൊപ്പമിരുന്ന്

സ്കൂളിലെ ഉച്ചക്കഞ്ഞി കുടിച്ചുവെന്ന് അറിയുമ്പോൾ അമ്മ ദമയന്തി തല കറങ്ങി വീഴുന്നു. ദമയന്തിയും കുഞ്ഞാമനും അന്ന് ഭക്ഷണം കഴിക്കുന്നില്ല. ഫ്രാൻസിൽ നിന്നു വരുന്ന ഫൽഗുനനിൽ നിന്ന് പണം വാങ്ങാൻ വരുന്നവരിൽ വണ്ണാത്തി കല്ലുവും മകൻ ഇന്ദ്രനുമുണ്ട്.

പതിനെട്ടു വയസ്സിൽ വിപ്ലവകാരിയായി നാട്ടുകടത്തപ്പെട്ട മാധവൻ ആറു വർഷത്തിന് ശേഷം സ്വതന്ത്ര മയ്യഴിയിലേക്ക് തിരിച്ചുവരുന്നു. പേറ്റിച്ചി കുഞ്ചിരുതയുടെ മകനാണ് മാധവൻ.

ദളിത പശ്ചാത്തലമുള്ളവർ തോട്ടിപ്പണിയുമായി മയ്യഴിയിലുണ്ട്. ആടിനെ പോറ്റുന്ന ചാത്തുവിന്റെ ആട്ടു ചത്തപ്പോൾ തോട്ടി രാമനും തോട്ടിച്ചി മാരിയമ്മയും അതിനെ കൊണ്ടുപോയി തിന്നുന്നു. വണ്ണാൻ ഇന്ദ്രൻ എം. എൽ. എ ആകുന്നു. ശവം, മലം തുടങ്ങിയവയുമായി ബന്ധപ്പെട്ടാണ് കീഴാളർ പ്രത്യക്ഷപ്പെടുന്നത്.

മയ്യഴിയെക്കുറിച്ച് പഠിക്കാൻ വന്ന കുഞ്ഞിക്കണ്ണൻ ഇങ്ങനെയാണ് തന്റെ ഒരു ലേഖനം അവസാനിപ്പിക്കുന്നത്. "ഒരു കാലം വെള്ളക്കാരും ചട്ടക്കാരുമായിരുന്നു മയ്യഴിയിലെ പ്രതാപികൾ. പുഴക്കരയിൽ നിരന്നുനില്ക്കുന്ന അവരുടെ മാളികകൾ അവരുടെ ഐശ്വര്യത്തിന്റെ പ്രതീകങ്ങളായിരുന്നു. ഇന്ന് മയ്യഴിയിൽ വെള്ളക്കാർ ഇല്ല. ചട്ടക്കാരിൽ പലരും തിരോധാനം ചെയ്തു. അവർ പണിയിച്ചതായ ബംഗ്ലാവുകൾ കാലപ്പഴക്കത്താൽ ജീർണിച്ചു തുടങ്ങി. പക്ഷേ ആ ബംഗ്ലാവുകളെ അതിശയിപ്പിക്കുന്ന പുതിയ ബംഗ്ലാവുകൾ ഇന്ന് മയ്യഴിയിൽ പ്രത്യക്ഷപ്പെട്ടു തുടങ്ങിയിരിക്കുന്നു. മയ്യഴിക്കു സ്വാതന്ത്ര്യം ലഭിച്ചിട്ടും ഫ്രഞ്ചു പൗരത്വം കൈവെടിയാതിരുന്ന ചില മയ്യഴിക്കാർ വെള്ളക്കാരന്റെ നാട്ടിൽ ചെന്നു രക്ഷപ്പെട്ടു. പണിയെടുത്ത് മയ്യഴിയിൽ തിരിച്ചുവന്നു നിർമിച്ച ബംഗ്ലാവുകളാണ് അവ. ഉദാരശീലരായ അവരുടെ ധനം മയ്യഴി സൂര്യന് തിളക്കം വർധിപ്പിച്ചു. അങ്ങനെ തിരോധാനം ചെയ്ത വെള്ളക്കാരുടെ സ്ഥാനത്ത് കൊളോണിയലിസത്തിന്റെ അസ്തമിക്കാത്ത സൂര്യസ്മരണകളുമായി ഒരു പുതിയ സമ്പന്ന സമൂഹം വളർന്നുവരുന്നു. മയ്യഴിയുടെ സാമ്പത്തിക സാംസ്കാരിക ജീവിതത്തിന്റെ കടിഞ്ഞാൺ ഇനി ഇവരുടെ കയ്യിലായിരിക്കും." കൃത്യമായ മാർക്സിസ്റ്റ്‌വിശകലനമാണിത്

കേശവന്റെ വിലാപങ്ങൾ (1999) പ്രത്യക്ഷമായും ഒരു മാർക്സിസ്റ്റ് വിഷയം കൈകാര്യം ചെയ്യുന്നതാണെന്നു പറയാം. "അപ്പുക്കുട്ടന്റെ വിലാപങ്ങൾ" എന്ന പേരിൽ നോവലെഴുതുന്ന കേശവൻ ശത്രുക്കളാൽ കൊല്ലപ്പെടുന്നു.

നോവലിലെ ആഭ്യന്തരകാലം കമ്മ്യൂണിസം ലോകമാസകലം ഒരു ഭരണവ്യവസ്ഥയെന്ന നിലയിൽ തകർന്ന ഘട്ടമാണ്. അത് ഒരു പരാമർശത്തിലൂടെ നോവലിൽ കടന്നു വരുന്നു. തന്റെ ആഫീസിലെ കസാരയെക്കുറിച്ചുള്ള ഒരു സൂചനയിലാണതുള്ളത്. " ആ കസേരക്ക് ഒരു തകരാറുണ്ട്. ചിലപ്പോൾ മുന്നറിയിപ്പില്ലാതെ പെട്ടെന്ന് ഒരു വശത്തേക്ക് ചാഞ്ഞുകളയും. ഒരു തമാശയ്ക്കുവേണ്ടി ആർത്തിറൈറ്റിസ് ബാധിച്ച കസാരയാണ് തന്റേത് എന്ന് കേശവൻ പറയാറുണ്ട്. അതിന്റെ സന്ധികൾക്കാണു കുഴപ്പം. അത് ഇടത്തോട്ടോ വലത്തോട്ടോ എങ്ങോട്ടു വേണമെങ്കിലും ചാഞ്ഞുകൊള്ളട്ടെ. പെരസ്ത്രോയിക്കയും ഗ്ലാസ്നോസ്തും വന്നതിനു ശേഷം ചായ്‌വുകൾക്ക് പ്രസക്തിയില്ലാതായിരിക്കയാണല്ലോ. മിഖായേൽ ഗോർബച്ചേവ് ഇടതും വലതും ഒന്നു തന്നെയെന്നല്ലേ തെളിയിക്കുന്നത്?കേശവൻ പുറത്തു കാണിക്കാതെ ഉള്ളിൽ ചിരിച്ചു" (കേ. വി : 28). കമ്മ്യൂണിസത്തിന്റെ ഇടതുപക്ഷസ്വഭാവം ആഗോളമായിത്തന്നെ ചോദ്യം ചെയ്യപ്പെട്ടതിനെ ഈ നിലയിൽ ഒട്ട് ഹാസ്യാത്മകമായാണ് കേശവൻ മനസ്സിൽ കാണുന്നത്. നോവലിലെ കമ്മ്യൂണിസത്തിന്റെ സ്വാംശീകരണത്തിന്റെ യുക്തിയെത്തന്നെ അത് ബാധിക്കുന്നു.

ജന്മിത്തവിരുദ്ധകാലത്തെ കമ്മ്യൂണിസമല്ല, അക്കാലത്തെ കമ്മ്യൂണിസ്റ്റ് സമരങ്ങളുടെ നേതാവ് ഇ. എം. എസ് ഒരു ബിംബവും ചിത്രവുമായിത്തീർന്ന ഘട്ടമാണ് നോവലിലേത്. ഇ. എം. എസ് ജനപ്രിയവാരികകൾക്ക് പറ്റുന്ന വിഷയമായിക്കഴിഞ്ഞിട്ടുണ്ട്. തോമസ് കുഞ്ഞ് അതിനായി അയാളെ സമീപിക്കുന്നുണ്ട്. ജനങ്ങളുടെ ദുരിതങ്ങളിലൂടെയും ജനകീയ യാഥാർഥ്യങ്ങളിലൂടെയുമല്ല അപ്പുക്കുട്ടൻ കമ്മ്യൂണിസത്തെ ആദ്യമായി അറിയുന്നത് ഇ. എം. എസിന്റെ ചുവരിൽതൂക്കിയ ചിത്രം ശിശുവായ ഘട്ടത്തിൽതന്നെ നോക്കിക്കൊണ്ടും അതിനോട് ഐക്യപ്പെട്ടുകൊണ്ടുമാണ്. " കൈകാലുകൾ ചലിപ്പിച്ചുകൊണ്ട് തൊട്ടിലിൽ കിടക്കുന്ന അപ്പുക്കുട്ടന്റെ നോട്ടം ചുമരിൽ ഫ്രെയിം ചെയ്തുവെച്ച ഇ. എം. എസിന്റെ ചിത്രത്തിൽ പതിഞ്ഞു... തൊട്ടിലിൽ കിടക്കുന്ന അപ്പുക്കുട്ടനെ ആകർഷിച്ചത് ആ ചിത്രത്തിലെ ചുവപ്പു നിറമായിരുന്നു. അങ്ങനെ ആ ചുവപ്പു നിറം കണ്ട് തൊട്ടിലിൽ കിടന്നു കളിച്ച് അപ്പുക്കുട്ടൻ വളർന്നു."

"ഇപ്പോൾ അപ്പുക്കുട്ടൻ കരയുമ്പോൾ അവന്റെ അമ്മ അവന് ഗ്രേപ്പ് വാട്ടർ കൊടുക്കാറില്ല. അവൾ ചുമരിൽ നിന്ന് ഈയെമ്മസിന്റെ ഫോട്ടോ എടുത്ത് തൊട്ടിലിൽ വെച്ചുകൊടുക്കും.

അവനു മാത്രം മനസ്സിലാകുന്ന ഭാഷയിൽ ഈയെമ്മസ്സുമായി സംസാരിച്ചും അദ്ദേഹവുമായി കളിച്ചും ചിരിച്ചും അപ്പുക്കുട്ടൻ വളർന്നു."

മാധ്യസ്ഥീകരണം എന്ന ആശയത്തെ സ്വീകരിക്കുന്നതുവഴി രാഷ്ട്രീയവിശകലനത്തിന്റെ അടുത്ത ഘട്ടത്തിലേക്ക് കടക്കുകയാണ് ആഖ്യാനം. രാഷ്ട്രീയവുമായുള്ള മന:ശാസ്ത്രബന്ധമാണ് വിഷയമാകുന്നത്.

ഇ. എം. എസിന്റെ ചിത്രത്തെ തന്റെ തന്നെ സാങ്കൽപിക ഈഗോ ആക്കി മാറ്റിക്കൊണ്ടാണ് അപ്പുക്കുട്ടൻ വളരുന്നതെന്നു ലക്കാനിയൻ രീതിയിൽ പറയാം. മാധ്യമങ്ങളുടെ കാലത്തെ മാധ്യസ്ഥീകരണത്തിന്റെയും വസ്തുരതിയുടെയും മണ്ഡലങ്ങൾ ഇവിടെ സന്നിഹിതമാണ്. രാഷ്ട്രീയ സംസ്കാരമായല്ല, ഇന്ദ്രിയാനുഭവമായി കമ്മ്യൂണിസ്റ്റ് പ്രതീകങ്ങൾ മാറിക്കഴിഞ്ഞ ഘട്ടമാണത്. ഇന്ദ്രിയാനുഭവമെന്ന നിലയിൽ അടുത്ത തലമുറയിലെ കുട്ടികളെ അതാകർഷിച്ചു തുടങ്ങുന്ന ഘട്ടം. *മയ്യഴിപ്പുഴയുടെ തീരങ്ങളിൽ*ത്തന്നെ സ്റ്റാലിന്റെ ചിത്രത്തിൽ ആകർഷിക്കപ്പെടുന്ന സ്ത്രീയുണ്ട്.

കേശവൻ ഈ നോവൽ എഴുതുന്നത് ചുവന്ന മഷികൊണ്ടാണ്. നാട്ടുത്സവത്തിന്റെ നിറമാണ് ചുവപ്പ്. ഉത്സവവുമായി ബന്ധപ്പെട്ടാണ് ആ ചിത്രം വീട്ടിൽ എത്തുന്നതും. "അനന്തകൃഷ്ണന്റെ ജ്യേഷ്ഠൻ രാമകൃഷ്ണൻ അണ്ടല്ലൂർകാവിലെ ഉത്സവത്തിന് വാങ്ങി ഫ്രെയിം ചെയ്ത് തൂക്കിയിട്ടതാണ് ആ ചിത്രം. അത് അവിടെനിന്ന് എടുത്തു മാറ്റാൻ അനന്തകൃഷ്ണൻ പലതവണ ശ്രമിച്ചിരുന്നു. ആ കാര്യത്തിനായി ജ്യേഷ്ഠനുമായി തർക്കിക്കുകയും വഴക്കിടുകയും ചെയ്തിരുന്നു. അനന്തകൃഷ്ണനെക്കാളും പത്തിരുപതു വയസ്സ് പ്രായക്കൂടുതലുള്ള രാമകൃഷ്ണൻ ഈയിടെയാണ് അന്തരിച്ചത്." ജനകീയ-ഉത്സവ സംസ്കാരവുമായി അത്രത്തോളം ബന്ധപ്പെട്ടു കഴിഞ്ഞിരുന്നു കമ്മ്യൂണിസ്റ്റ് സംസ്കാരം. കമ്മ്യൂണിസ്റ്റ് സംസ്കാരത്തിന്റെ ഭാഗമായിരുന്നു ഒരു കാലത്ത് വീട്ടിൽ ഇ. എം. എസ് ഉൾപ്പെടെയുള്ളവരുടെ ഫോട്ടോ വെക്കുന്നത്. ദൈവത്തെ ആദേശം ചെയ്തുകൊണ്ടാണ് ഇവ കടന്നു വരുന്നതും. സവർണ ഗൃഹങ്ങളിൽ അവിടെ ദൈവങ്ങളായിരിക്കും. ഉത്സവത്തിലെ ദൈവങ്ങളുടെ പരിവേഷം ഇ.എം.എസ്സിനും വന്നു കഴിഞ്ഞെന്നും വ്യാഖ്യാനിക്കാം. കമ്മ്യൂണിസ്റ്റ് കുടുംബങ്ങളിലെ മൂന്നാം തലമുറയെ സംബന്ധിച്ച് പാർടി ചിഹ്നങ്ങൾ ഫെറ്റിഷിസമായി മാറിക്കഴിഞ്ഞിരുന്നു. മാധ്യമങ്ങളിലൂടെ മാധ്യസ്ഥീകരിക്കപ്പെട്ടാണ് അവർ പാർട്ടിയെ അറിയുന്നത്. ജനകീയ സംസ്കാരത്തിൽ നിന്ന്

ജനപ്രിയ സംസ്കാരത്തിലേക്ക് പാർടി ചിഹ്നങ്ങൾ മാറിത്തുടങ്ങുന്ന ഘട്ടം.

പിന്നീട് ആമൻസാർ എന്ന തന്റെ അധ്യാപകനുമായി ചേർന്ന് പാർടി സമ്മേളനം കാണുവാൻ പോകുമ്പോൾ ഈ ഉത്സവജന കീയ സംസ്കാരം കൂടുതൽ വ്യക്തമാണ്. അതിൽ ഇ. എം. എസിന് അമാനുഷിക പരിവേഷവും ലഭിക്കുന്നു.

പരീക്ഷയിൽ തോറ്റ അവസ്ഥയിൽ നിന്നും ക്ലാസിലെ ഒന്നാം സ്ഥാനത്തേക്കുള്ള അപ്പുക്കുട്ടന്റെ കയറ്റത്തിന്റെ പിന്നിലുമുള്ളത് ഇ. എം. എസാണ്. " ചോദ്യക്കടലാസ് കാത്തിരിക്കുന്ന കുട്ടികൾക്കിട യിൽ മൗനവും ആശങ്കയും വളർന്നുവന്നു. അപ്പുക്കുട്ടനിൽ മാത്രം ഒരു സംഘർഷവുമുണ്ടായില്ല... ചോദ്യക്കടലാസ് കൈയിൽ കിട്ടിയപ്പോൾ അതിൽ നോക്കുന്നതിനു മുൻപ് അപ്പുക്കുട്ടൻ ഒരു നിമിഷം കണ്ണടച്ചി രുന്നു. ആ ധ്യാനത്തിൽ ഇ. എം. എസിന്റെ മുഖം തെളിഞ്ഞുവന്നു. ഒരു വശത്തേക്ക് ചായ്ച്ച ചീകിയ മുടിയും കട്ടിയുള്ള ഫ്രെയിമുള്ള കണ്ണടയും മുറിയൻ കൈകളുള്ള പരുത്ത വെള്ള ഷർട്ടും. ആ ധ്യാനം അവന് ആത്മവിശ്വാസം നൽകി.

കണ്ണുതുറന്ന് ചോദ്യക്കടലാസിൽ നോക്കി ശാന്തനായി അപ്പുക്കു ട്ടൻ എഴുതാൻ തുടങ്ങി.

എല്ലാ ദിവസവും അങ്ങനെയാണ് അവൻ പരീക്ഷയെഴുതിയത്. അങ്ങനെയാണ് ക്ലാസിൽ നാലാമനായി ജയിച്ചത്." ആത്മത്തിന്റെ ഭാഗമായി ആത്മവിശ്വാസവും ജീവിതവിജയവും നൽകുന്ന പ്രാർത്ഥ നാചിഹ്നമായി ഇ. എം. എസ് മാറിക്കഴിഞ്ഞിരിക്കുന്നു. ദൈവികമായ ആരാധനക്കും താരങ്ങളോടുള്ള ആരാധനക്കും ഇടയിലാണ് അപ്പുക്കു ട്ടന്റെ ഇ. എം. എസ് ആരാധന. "ദേവാനന്ദ്ന്ന സിനിമാസ്റ്റാറിനെ നിനക്ക് അറ്യാലോ. അയാളെപ്പോലെ മുടി ചീകി നടക്കുന്ന ആളുകള് പണ്ട് ഇവിടേണ്ടായിരുന്നു. സാധനാകട്ട് എന്ന പേരില് മുടി കട്ട് ചെയ്ത പെങ്കുട്ട്യോളും ഉണ്ടായിരുന്നു. പക്ഷേങ്കില് ഒരു കമ്മ്യൂണിസ്റ്റ് നേതാവിനെ അനുകരിച്ച് മുടി ചീകി നടക്കുന്ന ആദ്യത്തെ ആള് അപ്പൂട്ടാ, നിയ്യാ" എന്ന് ആമൻ സാർ പറയുമ്പോൾ ഒളിച്ചുവെക്കാൻ ആഗ്രഹിച്ച രഹസ്യം പെട്ടെന്ന് കണ്ടുപിടിക്കപ്പെട്ടതിൽ അപ്പുക്കുട്ടൻ ചമ്മുന്നു.

ഈ നിലയിൽ ആരാധനയായും സ്വത്വമായും കമ്മ്യൂണിസ്റ്റ് പ്രതീ കങ്ങൾ സ്വാംശീകരിച്ചതുകൊണ്ടാണ് ഇ. എം. എസിന്റെ പോസ്റ്റർ കീറാൻ നോക്കുമ്പോൾ കുടിയൻ ശരവണനെ അപ്പുക്കുട്ടൻ വെട്ടുന്നത്.

രണ്ടാം തലമുറ കമ്മ്യൂണിസത്തെ സ്വാംശീകരിച്ച രീതിയുടെ ഫലമാണ് ഈ വികാരപരത. ജന്മിയോടോ മുതലാളിത്തത്തോടോ ഭരണകൂടത്തോടോ അല്ല ഇവിടെ ഏറ്റുമുട്ടൽ, പഴയ നക്സലൈറ്റായി ഇപ്പോൾ അരാജകവാദിയായി തെരുവിൽ എല്ലാ സമയവും കള്ളു കുടിച്ചു നടക്കുന്നയാളെയാണ് അപ്പുക്കുട്ടൻ വെട്ടുന്നത്. കമ്മ്യൂണിസം ആദ്യ തലമുറയിൽ നിന്ന് രണ്ടാം തലമുറയിലെത്തിയപ്പോഴുള്ള രണ്ടു വഴികളാണത്. ഒന്ന് ചിത്രമായി അതിനെ വസ്തുവൽക്കരിക്കുകയും ബിംബവൽക്കരിക്കുകയും ചെയ്ത വിഭാഗം. രണ്ടാമത് അതിനെ ഇടതു തീവ്രവാദമായി വികസിപ്പിച്ച നക്സലിസം. അത് രാഷ്ട്രീയ നിരാശയായി ശരവണനിൽ അരാജകവാദമായി മാറിയിരിക്കുന്നു.

രാവുണ്ണി, പവിത്രൻ, ഉണ്ണിക്കുറുപ്പ് എന്നീ ട്യൂട്ടോറിയൽ കോളജ് അധ്യാപകരായ സുഹൃത്തുക്കൾ രചനയുടെ സന്ദർഭത്തിൽ നിരന്തരം കേശവനെ സന്ദർശിക്കുന്നുണ്ട്. ഇ.എം.എസിനെക്കുറിച്ച് നിനിക്കെന്തറിയാം എന്ന് കമ്മ്യൂണിസ്റ്റുകാരനായ രാവുണ്ണി കേശവനോടു ചോദിക്കുന്നുണ്ട്. അറിയാത്ത വിഷയത്തെക്കുറിച്ച് എഴുതരുത് എന്നു പദേശിക്കുന്നു. അനുഭവവും ആവിഷ്കാരവും തമ്മിലുള്ള ബന്ധവും ആ നിലയിൽ ഈ ഘട്ടത്തിൽ അറ്റുതുടങ്ങുന്നുവെന്നു പറയാം. രചനയെ സംബന്ധിച്ച വ്യത്യസ്ത വീക്ഷണമാണത്. അനുഭവത്തിൽ നിന്നും പ്രത്യക്ഷരാഷ്ട്രീയത്തിൽനിന്നും അകന്നുനില്ക്കുന്ന എഴുത്തുകാരന്റെ രാഷ്ട്രീയനോവൽ രചനയും രാഷ്ട്രീയപ്രവർത്തനവും രണ്ടാണെന്ന ധാരണ ഉറപ്പിക്കുന്നു.

അപ്പുക്കുട്ടന്റെ അച്ഛൻ അനന്തകൃഷ്ണൻ നക്സലൈറ്റായി പിന്നീട് ഭക്തിമാർഗത്തിലേക്ക് തിരിഞ്ഞയാളാണ്. അമ്മ നേരത്തെ മരിച്ചുപോകുകയും ചെയ്യുന്നു. കമ്മ്യൂണിസത്തിലേക്ക് അയാളെ അടുപ്പിക്കുന്നത് അധ്യാപകനായ ആമൻസാർ ആണ്. ഇങ്ങനെ പിതൃബിംബമായി പല നിലയിൽ കമ്മ്യൂണിസം ബന്ധപ്പെട്ടു നില്ക്കുന്നു. അനന്തകൃഷ്ണന്റെ അപരമാണ് ശരവണൻ.

പത്മാവതിയുടെ അച്ഛൻ കോൺഗ്രസുകാരനാണ്. ഗാന്ധിയൻ സംസ്കാരത്തിന്റെ സാന്നിധ്യം മങ്ങിയ നിലയിൽ ഇങ്ങനെയാണ് നില്ക്കുന്നത്. "പത്മാവതിയുടെ അച്ഛൻ ഖദറിട്ടു നടക്കുന്നതുകൊണ്ട് അയാൾ കോൺഗ്രസ്സാണോ എന്ന് അപ്പുക്കുട്ടൻ നേരത്തെ സംശയിച്ചിരുന്നു. എങ്കിലും അയാൾ എല്ലായ്പോഴും കോൺഗ്രസ്സല്ല എന്ന് അവൻ തുടർന്നു മനസ്സിലാക്കി. കാരണം ചിലപ്പോൾ ഖദറിടാതെ സാധാരണ കുപ്പായം ഇട്ടുകൊണ്ട് അയാൾ നടക്കുന്നത് അവൻ കണ്ടിട്ടുണ്ട്" (84).

നക്സലിസത്തിന്റെ സാന്നിധ്യം അനന്തകൃഷ്ണൻ എന്ന അപ്പക്കുട്ടന്റെ ഭൂതകാലമായും ശരവണൻ എന്ന കള്ളുകുടിയനായും നോവലിലുണ്ട്. "പ്രത്യയശാസ്ത്രപരിസരത്തുണ്ടായ ദയനീയവും വിനാശകരവുമായ ഒരു പരിവർത്തനം എന്ന് കെ. വേണു വിശേഷിപ്പിച്ച അനന്തകൃഷ്ണന്റെ ഈ മാറ്റം ചിത്രീകരിക്കാൻ കേശവന് ഏതാനും വാക്കുകൾ മതിയായിരുന്നു." തോക്കു പിടിച്ച കൈയിൽ ശംഖ് പിടിക്കുന്നതായി അതു സൂചിതമാകുന്നു (84).

ദേശീയമൂല്യങ്ങളുടെയും കമ്മ്യൂണിസ്റ്റ് മൂല്യങ്ങളുടെയും തകർച്ചയ്ക്കെതിരെ പഴയ നക്സലൈറ്റും ഇപ്പോൾ മുഴുക്കുടിയനുമായ ശരവണൻ പ്രസംഗിക്കുന്നു. ആ പ്രസംഗത്തിനു ശേഷം ഇ എം എസിന്റെ ചിത്രം പറിക്കാൻ കൈപൊങ്ങുമ്പോഴാണ് കഴുത്തുപിടിച്ച് ഞെരിച്ച് അയാളെ അപ്പക്കുട്ടൻ എന്ന പതിനഞ്ചു വയസ്സുകാരൻ, കൊല്ലുന്നത്. കമ്മ്യൂണിസ്റ്റ് മൂല്യങ്ങളുടെയും ദേശീയ മൂല്യങ്ങളുടെയും അന്ത്യത്തിലും അതിന്റെ വിപര്യയത്തിലുമാണ് നോവൽ ഈ നിലയിൽ അവസാനിക്കുന്നത്.

പുലയപ്പാട്ട്: ദളിതരുടെ ദേശപ്രവേശം

ദളിത് രാഷ്ട്രീയം ഇന്ത്യയിൽ ശക്തമായ സ്വാധീനമായി വന്നതിനു ശേഷം രചിക്കപ്പെട്ട നോവലാണ് *പുലയപ്പാട്ട്*. ബോധപൂർവം തന്നെ ദളിത് ഘടകങ്ങളെ നോവൽ രചനയുടെ പ്രമേയമാക്കുന്നു എന്നത് ദളിത് രാഷ്ട്രീയം വ്യവഹാരപരമായും സൗന്ദര്യാത്മകമായും അംഗീകരിക്കപ്പെട്ടു എന്നതിന്റെ സൂചനയാണ്. പിന്നോക്ക രാഷ്ട്രീയം നേരിട്ട് വിജയന്റെ *തലമുറക*ളിൽ വരുന്നുണ്ടെങ്കിലും അത് ഈഴവവിഭാഗം വരെ എത്തിനില്ക്കുന്നേയുള്ളൂ. ജാതിവ്യവസ്ഥയുടെ അടിസ്ഥാനമായ ദളിതരിലേക്ക് എത്തിച്ചേർന്നിട്ടില്ല.

ദളിത് പരിപ്രേക്ഷ്യത്തിലുള്ള വിമർശനം എന്ന നിലവിട്ട് ദളിത് സാഹിത്യം എന്ന തലത്തിലേക്കുള്ള ചർച്ചാമണ്ഡലം ഈ കൃതി ആവശ്യപ്പെടുന്നുണ്ട്. ദളിത് സാഹിത്യത്തെക്കുറിച്ച് നിലവിലിരിക്കുന്ന സങ്കൽപങ്ങളുമായി ബന്ധപ്പെട്ട കാര്യങ്ങൾ ഇവിടെ ആലോചിക്കേണ്ടതുണ്ട്. *പുലയപ്പാട്ടി*ന്റെ അനുബന്ധമായി നൽകിയ അഭിമുഖത്തിൽ (മനോജ് മേനോൻ) രണ്ടു ചോദ്യങ്ങൾക്ക് മുകുന്ദൻ ഉത്തരം പറയുന്നുണ്ട്.

"ദളിതനല്ലാത്ത ഒരാൾ എഴുതുന്ന ദളിത് രചനയാണോ ഇത്?

കഴിഞ്ഞ രണ്ട് ദശകങ്ങളിലായി രാജ്യത്തിലുണ്ടായിട്ടുള്ള

ശക്തമായ സാഹിത്യശാഖയാണ് ദളിത് സാഹിത്യം. ഒരുപാട് പേർ എഴുതുന്നുണ്ട്. മഹാരാഷ്ട്രയിലൊക്കെയാണ് കൂടുതൽ. പിന്നെ തമിഴ്നാട്ടിൽ. പാമയെപ്പോലുള്ള എഴുത്തുകാർ . ഇതൊക്കെ ദളിതർ ദളിതരുടെ ജീവിതത്തെക്കുറിച്ച് എഴുതുന്നതാണ്. പുലയപ്പാട്ട് ദളിത നല്ലാത്ത ഒരാൾ എഴുതിയ ദളിതരുടെ കഥയാണ്. അതിന്റേതായ ചില സവിശേഷതകൾ ഇതിലുണ്ടാകും.

വിമർശനങ്ങളും നേരിടേണ്ടി വന്നേക്കാം?

അതുണ്ടായേക്കാം. അവനവന്റെ കഥ മാത്രമല്ല, മറ്റുള്ളവരുടെ കഥകളും എഴുതാമല്ലോ. കമ്യൂണിസ്റ്റുകാരനല്ലാത്ത ഒരാൾക്ക് കമ്യൂണിസത്തെക്കുറിച്ച് എഴുതാം. മരിക്കുന്നതിനു മുമ്പെ മരണത്തെക്കുറിച്ച് എഴുതാം. ഈ നോവലിന്റെ പ്രത്യേകത അതായിരിക്കും. ദളിതനല്ലാത്ത ഒരാൾ അവരുടെ കഥയെഴുതുമ്പോൾ വളരെ ഡിറ്റാച്ച്ഡ് ആയി കാര്യങ്ങൾ കാണാൻ കഴിയും. ഒരു ദളിതന് അത് സാധിക്കില്ല. നമുക്ക് ഒരു സ്ക്രീനിൽ പ്രോജക്റ്റ് ചെയ്ത് ദൂരെ നിന്നു നോക്കുന്നതു പോലെ എഴുതാൻ കഴിയും. ആ ഒരു പ്രത്യേകത ഈ നോവലിനുണ്ടാകും."

ദളിതരല്ലാത്തവരെഴുതുന്നത് ദളിത് സാഹിത്യമാണോ എന്ന പ്രശ്നം മറാഠിയെ മുൻനിർത്തി ലിംബാളെ ഉന്നയിക്കുന്നുണ്ട് (Limbale: 104-5). 1967-ലെ ദളിത് സെമിനാറിൽ തന്നെ ഈ പ്രശ്നം ഉയർന്നുവന്നിരുന്നു. അതിൽ പങ്കെടുത്ത നിരൂപകനായ കവി അനിൽ വാദിച്ചത് ദളിത് ജീവിതത്തെ അനുഭാവത്തോടെ എഴുതുന്ന സാഹിത്യമാണ് ദളിത് സാഹിത്യം എന്നാണ്. ദളിതർക്കു മാത്രമേ ദളിത് സാഹിത്യം രചിക്കാൻ കഴിയൂ എന്ന നിലപാട് അദ്ദേഹം സ്വീകരിക്കുന്നില്ല. ദളിതരല്ലാത്തവർക്കും ദളിത് സാഹിത്യം രചിക്കാം. വിദ്യാധർ പണ്ടാലിക് ദളിതർക്ക് മാത്രമേ ദളിത് സാഹിത്യം രചിക്കാൻ കഴിയൂ എന്നത് പരിമിതിയുള്ള വാദമാണെന്ന് പറഞ്ഞു. ദളിതരല്ലാത്തവർക്ക് ഭാവന കൊണ്ട് ദളിത് സാഹിത്യം രചിക്കാം. ഇതു സൂചിപ്പിച്ചു ലിംബാളെ ചോദിക്കുന്നു. എവിടെയായിരുന്നു ദളിതരല്ലാത്തവരുടെ ദളിത ജീവിതത്തെ ചിത്രീകരിക്കുന്ന ഭാവന ഇത്രയും കാലം ഒളിച്ചിരുന്നത്?വിദ്യാധർ പ്രസാദ് തന്റെ ഗ്രാമത്തിന് സ്വയം പുറത്തിറങ്ങാൻ തയ്യാറല്ല. പക്ഷേ അദ്ദേഹത്തിന്റെ ഭാവനാശക്തിക്ക് അത് കഴിയും എന്ന് ലിബാളെ പരിഹസിക്കുന്നുണ്ട്. സവർണന് ദളിത ജീവിതം ചിത്രീകരിക്കാൻ കഴിയുമെന്നത് പരിമിതമായ വാദമാണെന്ന് ലിംബാളെ പറയുന്നു. ജന്മംകൊണ്ട് ദളിതനായ ആൾ

കലാപവും ഗർഹണവും നിറച്ച് ദളിത് ബോധത്തിന് പ്രകാശനം നൽകുന്ന മട്ടിലുള്ള സാഹിത്യമാണ് ദളിത് സാഹിത്യം എന്നാണ് ലിംബാളെ ഇതിൽ നിന്നെത്തുന്ന സ്വന്തം നിലപാട്. ജാതിപരമായി സവിശേഷമായ അനുഭവത്തെ ഭാവനയിലൂടെ വിനിമയം ചെയ്യുക സാധ്യമല്ലെന്നാണ് അദ്ദേഹത്തിന്റെ വാദം.

കീഴാളതയെ ദേശീയതയുമായി ചിഹ്നപരമായിത്തന്നെ ബന്ധിപ്പിക്കാവുന്ന മട്ടിൽ ഗൗതമൻ എന്ന പേരാണ് മുഖ്യകഥാപാത്രത്തിന് നോവലിസ്റ്റ് നൽകിയിരിക്കുന്നത്. പ്രാദേശികതയെ തള്ളി വേഗം ദേശീയതയുമായി ബന്ധപ്പെടാൻ ഇത് സഹായിക്കുന്നു. ദളിത് രാഷ്ട്രീയത്തെ അംബേദ്കറുടെ കാലം തൊട്ടുതന്നെ ബുദ്ധമതവുമായി ബന്ധിപ്പിക്കാനുള്ള ശ്രമം നടന്നിട്ടുമുണ്ടല്ലോ.

വെളുത്തായി, ചീരൻ, ചാത്തൻ, കുഞ്ഞൻ തുടങ്ങി സ്വന്തം ജാതിക്കാർക്ക് പറഞ്ഞുവെച്ച പേരുകൾ വിട്ടാണ് കറപ്പൻ മകനെ ഗൗതമൻ എന്നു വിളിക്കുന്നത്. എവിടുന്നാണ് ഈ പേര് കിട്ടിയതെന്ന് ചിരുകണ്ടൻ നമ്പ്യാർ ചോദിക്കുമ്പോൾ "ഏടന്നും കിട്ട്യതല്ല ഏമാനേ, ആരും പറഞ്ഞുതന്നതല്ല ഏമാനേ" എന്ന് കറപ്പൻ മറുപടി പറയുന്നുണ്ട്. "പേരെന്ത് വേണേങ്കിലും ഇട്ടോ. ചെക്കനെ പൊലയനായി വളർത്ത്യാല് മതി" എന്നു ചിരുകണ്ടൻ മറുപടി പറയുന്നു. ആ പേരിട്ടതിന്റെ പേരിൽ കറപ്പൻ തന്നെ സ്വയം ശപിക്കുന്നുണ്ട്. "പണ്ട് ഇതേ പേരുള്ള ഒരു രാജകുമാരൻ കപിലവസ്തുവിൽ ജീവിച്ചിരുന്നുവെന്ന് ഈശാനൻ വാധ്യാരെപ്പോലെ ചില മേൽജാതിക്കാർക്കു മാത്രമറിയാം" (പുല. 15). സ്വന്തം പേരുപോലും തനിക്കൊരു ഭാരമാണെന്ന് പിന്നീട് അറിഞ്ഞപ്പോൾ ഗൗതമൻ ചിരിക്കാത്ത ബാലനുമായി.

*ചണ്ഡാലഭിക്ഷുകി*യിലേതുപോലുള്ള ശുദ്ധീകരണ പ്രക്രിയ. ദേശീയതയുടെ ഭാരവും ലക്ഷ്യവും ദളിതനെ വൈകാരികമായി ദമിതനാക്കുന്നു.

ദളിത് രാഷ്ട്രീയത്തിന്റെ ഭൂതകാലം ബുദ്ധമതത്തിൽ കണ്ടെടുക്കാൻ അംബേദ്കർ നടത്തിയ പരിശ്രമം പിന്നീട് നവബുദ്ധിസത്തിലൂടെയും സമകാലത്ത് കാഞ്ച ഇലയ്യയെപ്പോലുള്ളവരുടെ ദളിത് പരിപ്രേക്ഷ്യത്തിലൂടെയും വികസിച്ചിട്ടുണ്ട്. ദളിത് രാഷ്ട്രീയത്തിൽ ഇത് പല സംവാദങ്ങൾക്കും തുടക്കം കുറിക്കുകയും ചെയ്തു (ഉദാഹരണത്തിന് അംബേദ്കറുടെ തുടർച്ചയവകാശപ്പെടുന്ന ദളിത് പാന്തേഴ്സ് അംബേദ്കറുടെ മതംമാറ്റത്തെ മുഖ്യവിഷയമായി കണ്ട് ബുദ്ധപ്രതീകങ്ങളെ മുന്നോട്ടുവെക്കുന്ന സമീപനങ്ങളെ അംഗീകരിക്കുന്നില്ല).

ഈശാനൻ വാധ്യാരുടെ വീടും അളത്താറുടെ കണ്ണെത്താത്ത നെൽവയലുകളുമുള്ള കാരിക്കളത്തു നാട്ടിലാണ് കീഴാളനായി ഗൗതമൻ ജനിച്ചുവീഴുന്നത്. ദളിതാവസ്ഥ ശരീരഭാഷയിൽത്തന്നെ വ്യത്യസ്തത വരുത്തിയിരിക്കുന്നു. "മഞ്ചലുകളിൽ സഞ്ചരിക്കുന്നത് സദാ മേൽജാതിക്കാരാണ്. ദൂരെ അവരെക്കാണുമ്പോൾ തന്നെ ഗൗതമന്റെ തല കുനിയും. വയസ് പത്തുപന്ത്രണ്ടായിട്ടും തല ഉയർത്തി മറ്റുള്ളവരെ നേരെ നോക്കുവാൻ അവന് ഇനിയും വയ്യ. സദാ തലകുനിച്ചു നടക്കുന്നതു കാരണം മണ്ണ് മാത്രമേ അവൻ കാണുന്നുള്ളൂ. അങ്ങനെ പുലയമടയിലെ മാത്രമല്ല, കാരിക്കളത്തെ മുഴുവൻ മണ്ണിന്റെയും ഭൂമിശാസ്ത്രം അവനു മനഃപ്പാഠമായി."

വേട്ടക്കൊരുമകൻ ദൈവത്തിന്റെ കാവിലേക്ക് ദളിതർക്ക് പ്രവേശനമില്ല. വേട്ടക്കൊരുമകൻ കാവിന്റെ ചുറ്റളവിലൊന്നും പുലയർ കാൽകുത്താൻ പാടില്ലെങ്കിലും പാത്തും പതുങ്ങിയും ആരും കാണാതെ പല തവണ ഗൗതമൻ അവിടെ ചെല്ലുന്നുണ്ട്. വേട്ടക്കൊരുമകൻ കാവെന്നും ക്ഷേത്രമെന്നും മാറി മാറി ഉപയോഗിക്കുന്നുണ്ട് നോവലിൽ. കാവ് -ക്ഷേത്രം എന്ന അനാര്യ ആര്യവിഭജനങ്ങളെ അപ്രസക്തമാക്കിക്കൊണ്ടാണ് ആഖ്യാനം ഇതു ചെയ്യുന്നത്.

ദൈവങ്ങളെ സംബന്ധിച്ച ഒരു സംവാദത്തിലാണ് നോവലിൽ ഗൗതമൻ സംസാരിച്ചുതുടങ്ങുന്നതുതന്നെ. മേൽജാതിക്കാരിൽ വെച്ച് അല്പം മയമായി പെരുമാറുന്ന ചിരുകണ്ടൻ നമ്പ്യാർ നട്ടുച്ചയ്ക്ക് ആളൊഴിഞ്ഞ വഴിയിൽ ഒറ്റയ്ക്കിരിക്കരുതെന്നും അത് വേട്ടക്കൊരുമകന്റെ വരവുള്ള നേരമാണ് എന്നും ഉപദേശിക്കുമ്പോൾ "അത് ഞാളെ ദൈവോംല്ല. ഞാളെ ദൈവം പുലി മറഞ്ഞ തൊണ്ടച്ചനാ" എന്ന ആധുനിക സ്വത്വവാദപരവും പരസ്പരനിരാകരണപരവുമായ ദൈവസങ്കല്പം ഗൗതമൻ മുന്നോട്ടുവെക്കുന്നുണ്ട്. ആധുനികപൂർവമായ സ്വത്വസങ്കല്പമല്ല ആധുനികമായ സ്വത്വ സങ്കൽപമാണിത്. എന്നാൽ നഗ്നനായി കെട്ടിയിട്ടിടത്തു നിന്നും ചിരുകണ്ടൻ നമ്പ്യാർ ഗൗതമനെ അഴിച്ച് രക്ഷപ്പെടുത്തുമ്പോൾ പുലിമറഞ്ഞ തൊണ്ടച്ചനിൽ നിന്ന് പറശ്ശിനിക്കടവ് മുത്തപ്പനിലേക്കുള്ള വഴിയിലൂടെയാണ് അവൻ കിഴക്കോട്ടു പോകുന്നത്.

സാക്ഷരത എന്ന ആധുനികസ്വത്വത്തിന്റെ അടിസ്ഥാനത്തിലൂന്നിക്കൊണ്ടാണ് ഗൗതമന്റെ ആഗ്രഹലോകത്തെ നിർമിക്കുന്നത്. "ആരെയും തോല്പിക്കുവാൻ അവനു പൂതിയില്ല. എഴുത്തും വായനയും പഠിക്കുക. അതാണ് അവന്റെ ഏറ്റവും വലിയ പൂതി."

കുപ്പായമിടാൻ അവകാശമില്ലാത്ത ഗൗതമന് ഷർട്ടിടുക എന്നതാണ് പുതിയ ആഗ്രഹം. ആഖ്യാനത്തിന്റെ വാത്സല്യദൃഷ്ടിയാണ് ഈ വിവരണത്തിലുള്ളത്. ഇത്തരം ആഖ്യാനങ്ങൾ ദളിതത്ത്വത്തെ സംബന്ധിച്ച രക്ഷാകർത്തൃബോധത്തിൽ നിന്നുളവാകുന്നതാണെന്ന വിമർശനമുണ്ട്. ദളിതതത്ത്വത്തെ സംബന്ധിച്ച സമരോന്മുഖ രാഷ്ട്രീയത്തിൽ നിന്നല്ലാതെ ദേശീയവാദത്തിന്റെ രക്ഷാകർത്തൃത്വപരമായ കാഴ്ചയിൽ നിന്നുള്ള ആഖ്യാനങ്ങളുടെ പരിമിതിയാണിത്.

അക്ഷരമറിയില്ലെങ്കിലും പാട്ടുണ്ട് പുലയർക്ക്. എഴുത്തും വായനയും അറിയില്ലെങ്കിലും ഗൗതമന് പാട്ടുകെട്ടിയുണ്ടാക്കാനറിയാമെന്നും ഓരോ പുലയന്റെ ഉള്ളിലും ഒരു പാട്ടുകാരനുണ്ട് എന്നും നോവൽ പറയുന്നുണ്ട്. പട്ടിണിയും ദാരിദ്ര്യവും അവരുടെ പാട്ടിന്റെ നെഞ്ചിന്റെ ഈണമാണ് എന്നും. ഈശാനൻ വാധ്യാരുടെ സ്കൂൾപരിസരത്ത് ഒളിച്ചിരുന്ന് അക്ഷരം പഠിക്കുകയും അതിനുള്ള ശിക്ഷ കിട്ടുകയും ചെയ്യുന്നു. എന്നിട്ടും അമ്മ എന്ന അക്ഷരം ആ ഓർമയിൽ അവൻ പഠിച്ചെടുക്കുന്നു. മേലാളർ വെളുത്തിട്ടാണെന്നും പുലയർ കറുത്തിട്ടാണെന്നും അമ്മ ഗൗതമനോടു പറയുന്നുണ്ട്. അതുവഴി ജാതിക്ക് നിറത്തിന്റെ തലവും ലഭിക്കുന്നു. കോളനീകരണത്തോടെ മാധ്യസ്ഥീകരിക്കപ്പെട്ട വർണബോധവുമാണിത്.

ഗൗതമന്റെ ജനനത്തെ ബുദ്ധന്റെ ജനനസന്ദർഭവുമായി താരതമ്യം ചെയ്യുന്നുണ്ട്. കറപ്പനും ചിരുതയും തമ്മിലുള്ള സംഭാഷണം ശുദ്ധോദനന്റെ മായാദേവിയുമായുള്ള സംഭാഷണവുമായി ചേർത്തുവെക്കുന്നു. പുലി മറഞ്ഞ തൊണ്ടച്ചനാണ് മറ്റൊരു രൂപകം.

ചിയ്യയ്യിക്കുട്ടിയുടെ അമ്മ നഞ്ച ഗൗതമൻ പുലി മറഞ്ഞ തൊണ്ടച്ചന്റെ തനിസ്വരൂപമാണെന്ന് സങ്കല്പിക്കുന്നുണ്ട്. ചിയ്യയ്യിക്കുട്ടിയാകട്ടെ മനസ്സിൽ തൊണ്ടച്ചനെ കാമുകനായി വരിച്ചിരിക്കയാണ്. കീഴാളബാല്യത്തിന് ആധികാരികത ലഭിക്കാനാണ് ദേശീയഭൂതകാലവുമായുള്ള ഈ ചേർത്തുവെക്കൽ. ദേശീയവും പ്രാദേശികവുമായ മിത്തുകളെ മുന്നിലും പിന്നിലും നിർത്തിയാണ് പ്രത്യയശാസ്ത്രപരമായ ആധികാരികതയില്ലാത്ത കീഴാളബാല്യത്തെ ആധികാരികമാക്കാൻ നോവൽ ശ്രമിക്കുന്നത്.

ബിംബിസാരൻ ബുദ്ധനെ ആനപ്പടയുടെ ചുമതലയേല്പിച്ചപ്പോൾ പുലയനായ ഗൗതമനെ കെളക്കാനും കൊയ്യാനുമാണ് ഏല്പിച്ചത് എന്ന നോവലിൽ വിവരണമുണ്ട്.

പാടത്ത് പണിക്കുപോയ ചിയ്യയ്യിക്കുട്ടിയുടെ മാറിലേക്ക് ഇളയ ആളത്താർ ആർത്തിയോടെ നോക്കിയപ്പോഴാണ് ഗൗതമൻ ബ്ലൗസ് കട്ടെടുക്കുന്നത്. തന്റെ മുഖം എങ്ങനെ ഇരിക്കുമെന്ന് നോക്കാൻ പുഴ പോയിക്കാണാൻ ചിയ്യയ്യിക്കുട്ടി ആലോചിക്കുന്നു.

രൂപകപരമായല്ലാതെ മൂർത്തമായി സ്ഥലബോധം വികസിക്കുന്നതിന്റെ ചെറിയ സൂചന കാണാം. പുലയർ എന്നുള്ള സ്വത്വം കാരിക്കുളത്തിനപ്പുറം ചിന്തിക്കുമ്പോഴാണത്. ധർമ്മടം പുഴയുടെ കരയിൽ നമ്പ്യാന്മാരും നായന്മാരും ഇല്ലേ എന്ന് അവൾ ആലോചിക്കുന്നു.

"സകല ദേശത്തും മ്മള് പൊലയന്മാരുണ്ടോ?"

"മണ്ണുള്ളിടത്തെല്ലാം മ്മളും ഉണ്ട്" എന്ന് ഗൗതമൻ അതിനു മറുപടിയും കൊടുക്കുന്നുണ്ട്. എന്നാൽ പുലയരായിത്തന്നെ നിന്ന് രാഷ്ട്രത്തിലേക്ക് സ്വത്വത്തെ വികസിപ്പിക്കാൻ ആഖ്യാനത്തിനുമുന്നിൽ വഴികളില്ല.

തന്റെ മാറിലേക്ക് തുറിച്ച് നോക്കുന്ന ഇളയ ആളത്താറിന് അരിവാൾകൊണ്ട് മുല അറുത്തു നൽകി കണ്ണകിയുടെ രൂപകമായി മാറുന്നുണ്ട് ചിയ്യയ്യിക്കുട്ടി. അപ്പോഴും മിത്തിന്റെ രൂപകബലത്തിലാണ് പ്രതിഷേധം ആധികാരികമാവുന്നത്.

പത്രവും പുസ്തകവുമുൾപ്പെട്ട ആധുനികസംസ്കാരത്തെ നിർമിച്ച വ്യവഹാരങ്ങളിൽ നിന്ന്, ദേശരാഷ്ട്ര ഭാവനയിൽ നിന്ന് ദളിത് കർത്തൃത്വം ഒഴിവാക്കപ്പെടുന്നതുകൊണ്ടാണ് മിത്തിന്റെ ആധികാരികത ആഖ്യാനത്തിന് അനിവാര്യമാകുന്നത്.

ചിയ്യയ്യിക്കുട്ടിയുടെ ഭർത്താവ് ചെറിയവേലൻ മകൾ ഗൗരിയെയുമെടുത്ത് തലശ്ശേരിയിൽ ജഗന്നാഥപ്രതിഷ്ഠയ്ക്കുവന്ന ശ്രീനാരായണഗുരുവിനെ കാണാൻ പോകുന്നതോടുകൂടി കീഴാള ആധുനികതയുടെ അജണ്ട നോവലിലേക്ക് കടന്നുവരുന്നു. ചെറിയവേലനെയും ഗൗരിയെയും നാരായണഗുരുവിന് അച്യുതൻ നമ്പ്യാർ പരിചയപ്പെടുത്തിക്കൊടുക്കുന്നു. ചിയ്യയ്യിക്കുട്ടി മുലമുറിച്ച് പ്രതിഷേധിച്ച കാര്യം നാരായണഗുരുവിനറിയാം.

പിന്നീട് ക്ഷേത്രപ്രതിഷ്ഠാകർമത്തിന് വന്ന ശ്രീനാരായണ ഗുരുവാണ് പുലയരുടെ ഉന്നമനത്തിനായി അയ്യങ്കാളി ചെയ്യുന്ന പ്രവൃത്തിയെ പ്രശംസിക്കുന്നത്. അധഃകൃതർ വിദ്യാഭ്യാസത്തിലൂടെ സ്വതന്ത്രമാകണമെന്നും ഇംഗ്ലീഷ് പഠിക്കുന്നതിൽ ശ്രദ്ധ ചെലുത്തണമെന്നും സ്വാമി പറയുന്നുണ്ട്. കുമാരനാശാന്റെ പത്രാധിപത്യത്തി

ലുള്ള വിവേകോദയത്തിൽ സ്വാമിയുടെ ആഹ്വാനത്തിന്റെ വാർത്ത അച്ചുതൻ നമ്പ്യാർ വെട്ടിയെടുത്ത് സൂക്ഷിക്കുന്നു. കണ്ണൂർ ഇംഗ്ലീഷ് സ്കൂളിൽ പഠിച്ച് ഇംഗ്ലീഷ് അധ്യാപകനായ അച്ചുതൻനമ്പ്യാരാണ് കീഴാളരുമായുള്ള തുല്യതയുടെ സന്ദേശം ആദ്യമായി കാരിക്കുളത്ത് എത്തിക്കുന്നത്. പുലമാടത്തിൽ ആദ്യം കാലുകുത്തുന്ന ഉന്നത ജാതിക്കാരനും അയാൾ തന്നെ. എന്നാൽ അയാളെ ആ പുതിയ ബോധത്തിലെത്തിക്കുന്നത് ചിയ്യയ്യിക്കുട്ടിയുടെ ബലിയും ഗൗതമന്റെ നാടുവിടലുമാണ്. അപ്പോൾ അയാൾ എടുത്ത പ്രതിജ്ഞയാണ് ചിയ്യയ്യിക്കുട്ടിയുടെ മകളെ സ്വന്തം മകളെപ്പോലെ കരുതുമെന്നത്. "പുലയര് അക്ഷരം പഠിക്കണം. പുലയികള് മാറുമറക്കണം" എന്നുള്ളത് അയാളുടെ ജീവിതത്തിന്റെ ലക്ഷ്യമാണ്. ആ സ്വപ്നമാകട്ടെ ഗൗതമന്റേതായിരുന്നു. ഇങ്ങനെ കീഴാളരുടെ ബലിയിൽത്തന്നെയാണ്, അത് മേലാളരിലും ഉണ്ടാക്കിയ ആത്മവിമർശനത്തിൽത്തന്നെയാണ് കാരിക്കുളത്തും കീഴാള ആധുനികതയ്ക്ക് ആധികാരിക കൈവരുന്നത്.

ആഖ്യാനം പൊതുബോധത്തിൽ നിന്ന് താഴേക്കുനോക്കിയാണ് പുലയരെ ചിത്രീകരിക്കുന്നത്. "അവർക്ക് ഓണമില്ല, മാവേലിയാരെന്ന് അവർക്കറിയില്ല. എന്നിട്ടും അവർ പോയകാലത്തിന്റെ സൗഭാഗ്യങ്ങളുടെ പാട്ട് തുടർന്നു പാടി" (147).

"അച്ചുതൻ നമ്പ്യാർ സ്വന്തം ഫലിതം കേട്ടു ചിരിച്ചു. അയാൾ പറഞ്ഞത് മനസ്സിലാകാത്ത നഞ്ച ചിരിച്ചില്ല. പുലയർക്ക് ഫലിതമെന്തെന്ന് അറിയില്ല" (149).

ഗാന്ധിയൻ രീതിയിലുള്ള ആത്മശുദ്ധീകരണമാണ് മേൽജാതിക്കാരനായ ചിരുകണ്ടൻ നമ്പ്യാരെ പുലയരുടെ ഉന്നമനത്തിനായി പ്രേരിപ്പിക്കുന്നത്. അഥവാ അയാൾ അച്ഛനോട് അതാണ് പറയുന്ന ന്യായം. ചിയ്യയ്യിക്കുട്ടിയുടെ മരണത്തിനും ഗൗതമന്റെ തിരോധാനത്തിനും കാരണം തങ്ങളുടെ വർഗമാണെന്ന അറിവാണത്. "നമുക്കെല്ലാവർക്കും അതിൽ പങ്കുണ്ട്. ആ പാപം തീർക്കാൻ നോക്കാ ഞാൻ."

അപ്പു നെടുങ്ങാടിയുടെയും ചന്തുമേനോന്റെയും നോവലുകൾ കണ്ണൂരിൽ പഠിക്കുന്ന കാലത്ത് വായിച്ച അച്ചുതൻ നമ്പ്യാരെ ആകർഷിച്ചത് പോത്തേരി കുഞ്ഞമ്പു അവർകൾ രചിച്ച "സരസ്വതീവിജയം" ആയിരുന്നു എന്നു പറയുമ്പോൾ പുതിയ കീഴാള ചരിത്രബോധത്തിൽ നിന്ന് സാഹിത്യചരിത്രത്തെക്കൂടി നോക്കിക്കാണുകയാണ്

നോവൽ. കണ്ണൂരിലെ എഡ്വേർഡ് പ്രസ്സിലാണ് സരസ്വതീവിജയം അച്ചടിച്ചതെന്ന് അയാൾ കണ്ണൂരിലെത്തിയപ്പോൾ അറിയുന്നുണ്ട്.

കാർഷിക സമ്പദ്വ്യവസ്ഥയിൽ നിന്ന് കൊളോണിയൽ ആധുനികതയുടെ ചിഹ്നമായ കോടതിയുമായാണ് പിന്നീട് അച്ചുതൻ നമ്പ്യാർ ബന്ധപ്പെടുന്നത്. ക്രൈസ്തവ പുരോഹിതനിലൂടെ *സരസ്വതീവിജയ*ത്തിലെ മരത്തനെപ്പോലെയാണ് ഗൗതമൻ മദ്രാസ് പ്രസിഡൻസി കോളജിലെത്തിപ്പെടുന്നത്. പോത്തേരി കുഞ്ഞമ്പുവിന്റെ അച്ചുതൻ നമ്പ്യാരിലൂടെയുള്ള പുനർവിഭാവനമാകുന്നുണ്ട് ആ നിലയിൽ നോവൽ.

അംബേദ്കർ ഉൾപ്പെടുന്ന ഇന്ത്യൻ ദളിത് പ്രസ്ഥാനവുമായി ഗൗതമൻ ബന്ധപ്പെടുന്നതാണ് പിന്നീടുള്ളത്. കീഴാള പ്രസ്ഥാനവും ദേശീയ പ്രസ്ഥാനവും കമ്മ്യൂണിസ്റ്റ് പ്രസ്ഥാനവും ചേരുന്ന (അംബേദ്കറും ഗാന്ധിയും മാർക്സും ചേരുന്ന) ഒരു രാഷ്ട്രീയത്തിലേക്കാണ് ഗൗതമനും ഗൗരിയും കടക്കുന്നത്. ഗൗരി ദേശീയ പ്രസ്ഥാനത്തിലൂടെ കമ്മ്യൂണിസ്റ്റുകാരിയായി മാറുമ്പോൾ ഗൗതമൻ കീഴാള പ്രസ്ഥാനത്തിലൂടെ ദേശീയ പ്രസ്ഥാനവുമായി ബന്ധപ്പെടുകയാണ് ചെയ്യുന്നത്.

എൽഫിസ്റ്റൻ കോളജിൽ നിന്ന് ഉയർന്ന മാർക്കോടെ ബി. എ. ഓണേഴ്സ് പാസായി സിഡ്നേഹാം കോളജിലെ അധ്യാപകനായ ശേഷം സർ നാരായണൻ ഗണേഷ് ചന്ദ്രാർക്കർ ഗൗതമന് അഭിനന്ദിച്ചുകൊണ്ട് കമ്പി അയക്കുന്നു. ചന്ദ്രാർക്കർ ലെജിസ്ലേച്ചറിലേക്ക് അധ:കൃതവർഗത്തിന്റെ സ്വന്തം പ്രതിനിധികളെ തെരഞ്ഞെടുക്കാനുള്ള അവകാശത്തിനുവേണ്ടി നടത്തിയ പ്രക്ഷോഭത്തിൽ ഗൗതമൻ പങ്കെടുക്കുന്നുണ്ട്. ഈ ആവശ്യം ഉന്നയിച്ചുകൊണ്ട് ബ്രിട്ടീഷ് സർക്കാറിനയച്ച നിവേദനത്തിൽ ഗൗതമൻ ഒപ്പുവെക്കുന്നു.. കോൺഗ്രസ് ലീഗിന്റെ അധ്യക്ഷനായ അംബേദ്കറും ഗൗതമനെ അഭിനന്ദിച്ചു കമ്പിയയക്കുന്നു.

സവർണതയും കോൺഗ്രസും തമ്മിലുള്ള ബന്ധം ഗൗതമൻ തിരിച്ചറിയുന്നുണ്ട്. "സവർണമേധാവിത്തം പുലർത്തുന്ന കോൺഗ്രസ് ലീഗ് ലെജിസ്ലേച്ചറിലേക്കുള്ള തിരഞ്ഞെടുപ്പ് അടുത്തതോടെ അധ:കൃതവിഭാഗക്കാരെ പ്രീണിപ്പിക്കുന്നതിനുള്ള ഒരു ശ്രമം നടത്തിവരികയായിരുന്നു. അത് അവരുടെ വോട്ടിൽ കണ്ണുവെച്ചുകൊണ്ടാണെന്ന് മനസ്സിലാക്കാൻ ഗൗതമന് പ്രയാസമുണ്ടായില്ല. കോൺഗ്രസ് ലീഗ് സവർണരോടുള്ള അവരുടെ ആഭിമുഖ്യം അവസാനിപ്പിക്കണമെന്നും

അധ:കൃതസമുദായക്കാരോട് മനുഷ്യത്വത്തോടെ പെരുമാറണ്ണ"മെന്നും ഗൗതമൻ ആവശ്യപ്പെടുന്നുണ്ട്.

"മലബാറിലെ അധ:കൃതർ കാർഷിക രംഗത്തിനു നൽകുന്ന സംഭാവന" എന്ന ഗൗതമന്റെ പ്രബന്ധം പ്രശംസിക്കപ്പെട്ടുകയും അയാൾ ഇംഗ്ലണ്ടിലേക്ക് ക്ഷണിക്കപ്പെട്ടുകയും ചെയ്യുന്നുണ്ട്. ലണ്ടനിൽ നിന്നും ബോംബെയിലേക്ക് മടങ്ങുന്ന വഴി കപ്പലിൽ വെച്ച് അംബേദ്കറെ ഗൗതമൻ കാണുകയും പരിചയപ്പെട്ടുകയും ചെയ്യുന്നു. ബോംബെയിലെ ചേരികൾക്കിടയിൽ താമസിക്കുന്ന അംബേദ്കറെ പിന്നീട് ഗൗതമൻ നേരിട്ടു ചെന്നുകാണുന്നു. അമേരിക്കയിൽ ചെന്ന് ഗവേഷണം നടത്തുവാൻ ഇംഗ്ലണ്ടിൽ വെച്ച് മാർഗരറ്റ് ഗോൾഡ് ബർഗുവഴി ക്ഷണം കിട്ടിയിട്ടും മലബാറിൽ ചെന്ന് അധ:കൃതർക്കുവേണ്ടിയുള്ള പ്രക്ഷോഭണത്തിൽ പങ്കെടുക്കുവാനാണ് ഗൗതമന് താത്പര്യം. ഗൗതമനോട് അമേരിക്കയിലേക്ക് പോകാനും ബുദ്ധിപരമായ മണ്ഡലത്തിൽ പ്രവർത്തിക്കാനും പറയുന്നതും അംബേദ്കറാണ്.

അബേദ്കർ പ്രസ്ഥാനത്തിന്റെ മാത്രമായ കീഴാളസമീപനത്തിൽ ത്തന്നെ ഉറച്ചുനില്ക്കാൻ ഗൗതമനെ ആഖ്യാനം അനുവദിക്കുന്നില്ല. മലബാറിലെയും കേരളത്തിലെയും മലയാളത്തിലെ രാഷ്ട്രീയ വ്യവഹാരത്തിൽ ഒന്നാകെയും ദേശീയതയുടെ ബിംബമായി അംബേദ്കർക്ക് ലഭിച്ചതിനേക്കാൾ സ്ഥാനം ഗാന്ധിക്കാണെന്നത് നോവലിൽ കഥാപാത്രത്തിന്റെ കീഴാളരാഷ്ട്രീയവുമായി ബന്ധപ്പെട്ട വൈരുധ്യമായി മാറുന്നുണ്ട്.

നോവലിന്റെ ഈ ആഖ്യാനം ചരിത്രപാഠങ്ങളിൽ നിന്ന് അകലെയുമല്ല. അടുത്ത കാലത്ത് അംബേദ്കർ ജാതിവിരുദ്ധസമരത്തിന്റെ മുഖ്യപ്രതീകമായി ഉയർന്നുവന്നിട്ടുണ്ടെങ്കിലും ഗാന്ധിയും അംബേദ്കറും ജീവിച്ചിരുന്ന കാലത്ത് അതായിരുന്നില്ല ദേശീയമായ പൊതു ചിത്രം. "ഭൂരിപക്ഷം അസ്പൃശ്യരുടെയും പിന്തുണ നേടാനായതാണ് അംബേദ്കറുടെ വിജയം എന്ന് കരുതേണ്ടതില്ല. മറിച്ച് അസ്പൃശ്യരിൽ ഭൂരിഭാഗവും മറുഭാഗത്തായിരുന്നു എന്നു തെളിയിക്കുന്നതിനാവാശ്യമായ തെളിവുകൾ ഏറെയുണ്ട്. എം സി രാജയെപ്പോലെ സ്വാധീനശേഷിയുശള്ള നേതാക്കൾ ഈ പ്രശ്നത്തിൽ ഗാന്ധിജിക്കൊപ്പമാണ് നിലകൊണ്ടത്" (നാഗരാജ്: 36). അബേദ്കറെ മുഷിപ്പിച്ചുകൊണ്ടാണ് ഗൗതമൻ ഗാന്ധിയെ ചെന്നുകാണുന്നത്:

"ഒരേ സമയം കീഴാളരുടെയും രാജ്യത്തിന്റെയും മോചനത്തിനു വേണ്ടി പ്രവർത്തിക്കുന്ന ഗാന്ധിയെ അടുത്തറിയുവാൻ ശ്രമിച്ചവരികയാണ് ഗൗതമൻ. ഒരിക്കൽ ദക്ഷിണാഫ്രിക്കയിൽ കഴിയുന്ന ഗാന്ധിയെ ബോംബെയിൽ വന്നപ്പോൾ അദ്ദേഹത്തെ ചെന്നുകാണുവാൻ അയാൾ ശ്രമിച്ചിരുന്നു" (പുലയപ്പാട്ട്: 275) ഗാന്ധിയും അംബേദ്കറും തമ്മിലുള്ള വൈരുധ്യം അംബേദ്കറുടെ വാക്കുകളിലൂടെ തന്നെ നോവലിൽ പറയുന്നുണ്ട്. "ആദ്യം നാടിന്റെ സ്വാതന്ത്ര്യം. അതുകഴിഞ്ഞ് അധഃകൃതവർഗത്തിന്റെ മോചനം. അങ്ങനെയാണ് ഗാന്ധി പറയുന്നത്. ഇക്കാര്യത്തിൽ എനിക്ക് ഗാന്ധിയോടു വിയോജിപ്പുണ്ട്. അംബേദ്കർ മുഷിഞ്ഞ കർട്ടനുനേരെ നോക്കി തുടർന്നു."

"എന്റെ അഭിപ്രായത്തിൽ കീഴാളരുടെ മോചനത്തിനുവേണ്ടിയാണ് നാം ആദ്യം പ്രവർത്തിക്കേണ്ടത്. അതുകഴിഞ്ഞു മതി നാടിനു സ്വാതന്ത്ര്യം. ഗൗതമാ, ഗാന്ധി മറിച്ചു പറയുന്നത് അയാൾക്ക് സവർണരിലുള്ള താത്പര്യം കൊണ്ടാണ്" എന്ന് അംബേദ്കർ പറയുന്നു.

ഗാന്ധിയുടെ ഉദ്ദേശ്യം ഗൗതമനോട് അംബേദ്കർ വിശദീകരിക്കുന്നു. "അധഃകൃതർ അവരുടെ അടിമത്തം അവസാനിപ്പിക്കുകയും വിദ്യാഭ്യാസം നേടുകയും ചെയ്താൽ എന്തു സംഭവിക്കും? അവർ രാഷ്ട്രീയത്തിന്റെ പൊതുധാരയിലേക്കു കടന്നുവരും. അങ്ങനെ വന്നാൽ എന്തു സംഭവിക്കും? ബ്രിട്ടീഷുകാർ ഒഴിഞ്ഞുപോകുമ്പോൾ സവർണർക്ക് ഭരണാധികാരം കീഴാളരുമായി പങ്കിടേണ്ടിവരും. സ്വതന്ത്രഭാരതത്തിന്റെ ഭരണാധികാരം സവർണർക്കു പൂർണമായി കൈയാളണമെങ്കിൽ അധഃകൃതവർഗം വിദ്യാഭ്യാസമില്ലാതെ അടിമത്തത്തിൽത്തന്നെ തുടരണം. ഗാന്ധിയുടെ ഉദ്ദേശ്യം അതാണ്." രാജ്യത്തിന്റെയും കീഴാളരുടെയും മോചനത്തിനുവേണ്ടി ഒരേ സമയം പ്രവർത്തിച്ചുകൂടേ, അത് പരസ്പര പൂരകമായ പ്രക്രിയയല്ലേ എന്ന ഗൗതമന്റെ ചോദ്യത്തിന് അംബേദ്കർ "ഒരിക്കലുമല്ല" എന്ന ഉത്തരം പറയുന്നു.

കീഴാളരുടെ മുമ്പിൽ എന്റെ ആശ്രമത്തിന്റെ വാതിലുകൾ എല്ലായ്പ്പോഴും തുറന്നുകിടക്കുന്നു എന്ന് ഗാന്ധി ഗൗതമന്റെ കത്തിന് എഴുതിയ മറുപടിയെക്കുറിച്ച് അംബേദ്കറോടു പറയുമ്പോൾ "നിന്റെ ഈ ഗാന്ധിയില്ലേ, ഹിയീസ് എ ക്ലെവർഗൈ. അതിസമർത്ഥൻ" എന്ന് അംബേദ്കർ ഗാന്ധിയെ വിമർശിക്കുന്നുണ്ട്.

ഗൗതമൻ സബർമതിയിൽ ചെന്ന് ദണ്ഡിമാർച്ചിനു തയ്യാറെടുക്കുന്ന ഗാന്ധിയെ കാണുന്നു. ഗാന്ധിയെ കണ്ട ശേഷമുള്ള ഗൗതമന്റെ

അവസ്ഥയുടെ ആഖ്യാനമിതാണ്: "ഒരുപാട് ചോദ്യങ്ങൾക്ക് ഉത്തരം തേടിയാണ് ഗൗതമൻ ഗാന്ധിജിയുടെ ആശ്രമത്തിൽ ചെന്നത്. ആ ചോദ്യങ്ങൾക്കൊന്നിനു പോലും തൃപ്തികരമായ ഉത്തരം കിട്ടിയില്ല. മനസിൽ അങ്ങോട്ടുപോകുമ്പോഴുണ്ടായിരുന്നതിലേറെ ആശയക്കുഴപ്പവുമായായാണ് ഗൗതമൻ സബർമതിയിൽ നിന്നു പുറത്തുവന്നത്. ഗാന്ധിജി അയാൾക്ക് നിരവധി അടിയൊഴുക്കുകളുള്ള ഒരു തടാകമായി കാണപ്പെട്ടു. എങ്കിലും അദ്ദേഹം ഒരു മഹാസാന്നിധ്യമായി ഗൗതമനിൽ നിലകൊണ്ടു" (308).

ചരിത്രത്തിന്റെ കണ്ണിലൂടെ നോക്കിയാൽ ദണ്ഡിമാർച്ചിനു മുമ്പല്ല ശേഷമാണ് അയിത്തക്കാരുടെ പ്രത്യേകനിയോജകമണ്ഡലപ്രശ്നത്തിൽ ഗാന്ധിജിയുടെ നിരാഹാരസത്യാഗ്രഹവുമായി ബന്ധപ്പെട്ട് അംബേദ്കറും ഗാന്ധിജിയുമായുള്ള സംഘർഷത്തിന്റെ ഏറ്റവും വലിയ പ്രശ്നങ്ങൾ ഉടലെടുക്കുന്നത്. ആ കാര്യത്തിലേക്ക് പക്ഷേ നോവൽ കടന്നുചെല്ലുന്നില്ല.

ഉന്നതമായ അധ്യാപനത്തിലേർപ്പെട്ടശേഷം അംബേദ്കറും ഗാന്ധിജിയുമായി ചർച്ച ചെയ്തതിനു ശേഷവും ഗൗതമൻ നാട്ടിൽ വന്ന് വീട്ടുകാരുടെ ആവശ്യത്തിനു വേണ്ടി പുലി മറഞ്ഞ തൊണ്ടച്ചന് പയങ്കുറ്റി കഴിപ്പിക്കുന്നുണ്ട്.

നാട്ടിലാകട്ടെ അച്ചുതൻനമ്പ്യാരിലൂടെ രൈരുനായരിലൂടെ, കെ. കേളപ്പനിലൂടെ മഹാത്മാഗാന്ധിയുടെ പ്രസ്ഥാനത്തിലേക്കാണ് ഗൗരിയും എത്തിച്ചേരുന്നത്. രൈരുനായരുടെ നേതൃത്വത്തിൽ ഒരു സംഘം കോൺഗ്രസുകാർ ഗാന്ധിയെ കാണാൻ ദില്ലിയിൽ ചെന്ന കാര്യം ഗൗരി കത്തിലൂടെ ഗൗതമനെ അറിയിക്കുന്നുണ്ട്. ഗാന്ധിയന്മാരാണ് ഗൗരിയെ സ്കൂളിൽ പഠനത്തിനുള്ള സമരത്തിൽ സഹായിക്കുന്നത്. മറ്റു കുട്ടികൾ അവളുടെ അടുത്തിരുന്ന് പഠിക്കാൻ വിസമ്മതിച്ചപ്പോൾ രൈരുനായർ തന്റെ ബന്ധത്തിൽപെട്ട കുട്ടിയെ അവളുടെ അടുത്തിരുത്തുന്നു. സ്വദേശി പ്രസ്ഥാനവും ഹരിജനക്ഷേമവും ഒന്നിച്ച് അജണ്ടയാക്കിയെടുത്തവരാണ് നാട്ടിലെ കോൺഗ്രസ് പ്രവർത്തകർ. "അവിടെ ഇരുന്നിരുന്ന മറ്റുരണ്ടുപേർ സ്വദേശി പ്രസ്ഥാനത്തിനും ഹരിജനക്ഷേമത്തിനും വേണ്ടി പ്രവർത്തിക്കുന്ന ഇ. നാരായണൻ നായരും എം. പി. കൃഷ്ണൻ നമ്പ്യാരുമായിരുന്നു.. അവരുടെയും ശ്രദ്ധ ഗൗരിയിലായിരുന്നു." കോൺഗ്രസിന്റെ നേതൃത്വത്തിലുള്ള ഹരിജൻ വെൽഫർ സെന്ററിലാണ് ഗൗരി പലപ്പോഴും അന്തിയുറങ്ങുന്നത്.

പ്രാദേശികതയും ദേശീയതയും തമ്മിലുള്ള കർത്തൃത്വപരമായ ബന്ധവിനിമയം കത്തുകളിലൂടെയാണ്. ഗൗരി ഗൗതമനയക്കുന്ന കത്തിലൂടെ വ്യക്തിപരമെന്നതുപോലെ നാട്ടിലെ രാഷ്ട്രീയ കാര്യങ്ങളും ഗൗതമനറിയുന്നു. ഗൗതമന്റെ കത്ത് ദേശീയകാര്യങ്ങളെ ഗൗരിയെന്ന പ്രാദേശിക കർത്തൃത്വത്തിലുമെത്തിക്കുന്നു.

കീഴാളത്വത്തിനില്ലാത്തതായി കരുതപ്പെടുന്ന സ്വത്വബലവും ഭാഷണബലവും നഷ്ടപ്പെട്ട് സ്വത്വം ചിതറുന്ന സന്ദർഭത്തിൽ പുലിമറഞ്ഞ തൊണ്ടച്ചന്റെ സാന്നിധ്യം ഗൗതമൻ തേടുന്നുണ്ട്. കോളജിൽ വെച്ച് തന്നെ പരിഹസിച്ച സവർണനെ ക്ലാസിൽ നിന്ന് ഇറക്കിവിടുന്നതിനുള്ള ഗൗതമന്റെ ആജ്ഞ പുലിമറഞ്ഞ തൊണ്ടച്ചന്റെ ഗർജ്ജനമായിരുന്നുവെന്ന് പറയുന്നുണ്ട്. കീഴാളന്റെ ശബ്ദം പൊങ്ങാൻ സർവകലാശാലയിലും മിത്തിന്റെ പിൻബലം വേണ്ടിവരുന്നു.

കേരളത്തിലെ കീഴാള സമരങ്ങളെ ദേശീയതലത്തിലുള്ള കീഴാളപ്രസ്ഥാനവുമായി ബന്ധിപ്പിക്കാനുള്ള ദുർബലമായ ശ്രമം നോവൽ നടത്തുന്നുണ്ട്. നാസിക്കിലെ കാളരാമ ക്ഷേത്രത്തിൽ ആരാധനാസ്വാതന്ത്ര്യത്തിനുവേണ്ടി താൻ നടത്തുന്ന സമരത്തിന്റെ പ്രചോദനം വൈക്കം സത്യാഗ്രഹമാണെന്ന് അംബേദ്കർ ഗൗതമനോട് പറയുന്നു. അവിടത്തെ സത്യാഗ്രഹത്തിൽ പങ്കെടുക്കാൻ അഭ്യർത്ഥിക്കുകയും ചെയ്യുന്നു.

കാരിക്കുളത്ത് ഗൗതമനെ കാണാൻ വരുന്നവർ മിക്കവരും ഖദറും ഗാന്ധിത്തൊപ്പിയും ധരിച്ചവരാണ്. സബർമതി ആശ്രമത്തിൽ ഗൗതമൻ ഗാന്ധിക്കൊപ്പം ഇരിക്കുന്ന ഫോട്ടോ മാതൃഭൂമിയിൽ അച്ചടിച്ചുവരുന്നുണ്ട്. അധഃകൃത സമുദായത്തെ പ്രതിനിധീകരിച്ച് വട്ടമേശ സമ്മേളനത്തിൽ ഗൗതമൻ ഇരിക്കുന്ന ചിത്രം മലയാളമനോരമയിലും വരുന്നു. ഒരു സംഭാഷണത്തിൽ റഷ്യൻ വിപ്ലവത്തെ പ്രശംസിച്ച് ഗൗതമൻ ഗൗരിയോട് സംസാരിക്കുകയും ചെയ്യുന്നു.

സ്വാതന്ത്ര്യം കിട്ടി അംബേദ്കർ നിയമവകുപ്പ് മന്ത്രിയാകുന്നതും ഹിന്ദുകോഡിന് രൂപം നൽകുന്നതും അദ്ദേഹം ബുദ്ധമതത്തിലേക്ക് മാറുന്നതും നോവൽ ചിത്രീകരിക്കുന്നു. അദ്ദേഹത്തോടൊപ്പം ഗൗതമനും ഗൗരിയും പങ്കെടുക്കുന്നു. "ബുദ്ധനും കാൾ മാർക്സും" (ചരിത്രത്തിൽ അത് "ബുദ്ധനോ കാൾ മാർക്സോ" എന്നാണ്) എന്ന കൃതി അംബേദ്കർ എഴുതുന്ന കാര്യവും നോവലിലുണ്ട്. അതേസമയം തന്നെ ഗൗതമൻ നെഹ്റുവിനെയും ചെന്നുകാണുന്നു. വൈസ് ചാൻസലർ സ്ഥാനത്തുനിന്ന് പ്ലാനിംഗ് കമ്മിഷൻ ഡപ്യൂട്ടി

കമ്മിഷനറിലേക്കും തുടർന്ന് ഇന്ത്യൻ പ്രസിഡന്റ് സ്ഥാനത്തേക്കു മാണ് ഗൗതമൻ എത്തിച്ചേരുന്നത്.

ഗൗരിയാകട്ടെ കോൺഗ്രസിലൂടെ അഭിനവ് യുവക് സേവക് സംഘത്തിലൂടെ കർഷകസംഘത്തിലൂടെ എ.കെ.ജിയുടെയും എ.വി. കുഞ്ഞമ്പുവിന്റെയും മറ്റും അനുയായിയായിട്ടാണ് രാഷ്ട്രീയ മായി വളരുന്നത്. ഗൗരി അതിനിടയിൽ സസ്യഭുക്കുമാകുന്നുണ്ട്. എന്നാൽ ഗാന്ധിയനായ രൈരുനായരുടെ അനുഭവക്കുറിപ്പിൽ കണ്ട സംസ്കൃതത്തിന്റെ അമിതമായ സ്വാധീനമുള്ള മലയാളം ഗൗരിക്ക് ഇഷ്ടപ്പെടുന്നില്ല. അംബേദ്കറുടെ നാസിക്കിലുള്ള ധർമ്മദീക്ഷയിൽ പങ്കെടുക്കുന്ന ഗൗരി അംബേദ്കറെ പരിചയപ്പെടുന്നു. "എനിക്ക് നിന്നെ ഇഷ്ടമാണ്. ഇഷ്ടമില്ലാത്തത് നിന്റെ പാർട്ടിക്കാരുടെ റഷ്യൻ പ്രേമമാണ്" എന്ന് അംബേദ്കർ ഗൗരിയോടു പറയുകയും അവളെ ചേർത്തുപിടിക്കുകയും ചെയ്യുന്നുണ്ട്.

കീഴാളപ്രസ്ഥാനത്തിൽ നിന്ന് കർഷകപ്രസ്ഥാനത്തിലേക്കാണ് ഗൗരി വളരുന്നത്. മർദ്ദനമേറ്റ കേളുണ്ണി ഇടതുകൈ കൊണ്ടെഴുതിയ ലേഖനം ഗൗരി വായിച്ചെടുക്കുന്നു. മൊറാഴയിൽ നിന്ന് കൊളുത്തിയ കർഷക പ്രക്ഷോഭത്തിന്റെ തീ ഇന്ന് മലബാറാകെ പടരുകയാണ് എന്നാണ് കേളുണ്ണി എഴുതുന്നത്. കേളുണ്ണിയാണ് പിന്നീട് ഗൗരിയുടെ ഭർത്താവാകുന്നത്. പി. കൃഷ്ണപിള്ള കർഷകപ്രസ്ഥാനത്തിൽ സ്ത്രീകളെ അണിനിരത്താൻ ഗൗരിയെ ചുമതലപ്പെടുത്തുകയും ചെയ്യുന്നുണ്ട്.

ചിരുകണ്ടൻ നമ്പ്യാർ താൻ പൊതിഞ്ഞുകൊണ്ടുവന്ന പത്ര ത്തിൽ ഗാന്ധിയുടെ ഫോട്ടോ കാണുന്നുണ്ട്. രാജ്യം എന്ന സങ്കല്പം കാരികുളത്തേക്ക് കടന്നുവരികയാണ്. "ആ തപ്പിപ്പിടിച്ചുള്ള വായന അയാൾക്ക് നൽകിയ അറിവ് ഇതാണ്. രാജ്യമാകെ അശാന്തമാകു കയാണ്" (280).

മലബാറിനെയും ദില്ലിയെയും ബന്ധിപ്പിക്കുന്ന ഒരു വ്യവഹാരം നിർമിക്കാൻ, ദേശീയതയെയും പ്രാദേശികതയെയും ഒരു വ്യവ ഹാരത്തിൽ ഐക്യപ്പെടുത്താൻ അംബേദ്കർ പ്രസ്ഥാനത്തിന് നോവലിൽ സാധ്യമാകുന്നില്ല. അയ്യങ്കാളി നാരായണഗുരു പ്രസ്ഥാ നങ്ങൾക്ക് അംബേദ്കർ ഉൾപ്പെടുന്ന മറാഠ-ഉത്തരേന്ത്യൻ ദേശീയ ധാരയുമായി നേരിട്ട് ബന്ധപ്പെടാനാവുന്നില്ല. ആ ശൈഥില്യം കീഴാള പ്രത്യയശാസ്ത്രത്തിനകത്തെ ചരിത്രപരമായ വിള്ളലായി നോവലിൽ കടന്നുവരുന്നു. മറുവശത്ത് അയ്യങ്കാളി-നാരായണഗുരു പ്രസ്ഥാനങ്ങൾ ക്കുതന്നെ മുപ്പതുകളിലും നാല്പതുകളിലും നിർണായകമായി വളരാൻ

കഴിയാതെ പോയത് നോവലിൽ ഗൗരിയെ കമ്മ്യൂണിസ്റ്റ് പ്രസ്ഥാനത്തിന്റെ വ്യവഹാരസന്ദർഭത്തിലേക്ക് എത്തിക്കുകയും ചെയ്യുന്നു.

"തെക്കെ മലബാറിലുടനീളം പ്രക്ഷോഭങ്ങൾ നടത്തുവാനാണ് രൈരുനായർ ആലോചിക്കുന്നത്. കാരിക്കളുത്തു മാത്രമല്ല ധർമ്മടത്തും മാടായിയിലും കാഞ്ഞങ്ങാട്ടുമെല്ലാം. എഴുത്തും വായനയും നിഷേധിക്കപ്പെട്ടവരാണ് പുലയക്കുട്ടികൾ. ഗൗരിയെപ്പോലെ അവർക്കും സ്കൂളിൽ ചെന്നിരുന്ന് പഠിക്കുവാനുള്ള സ്വാതന്ത്ര്യം നേടിക്കൊടുക്കണം." നാരായണഗുരുവിന്റെയും അയ്യങ്കാളിയുടെയും പ്രസ്ഥാനം മുപ്പതുകളുമായി ബന്ധപ്പെട്ട പ്രാദേശിക-ദേശീയ വ്യവഹാരങ്ങളിൽ നിന്ന് അപ്രത്യക്ഷമാകുന്നത് നോവലിലും ആവർത്തിക്കുന്നു. ദേശീയ ചരിത്രത്തെ സംബന്ധിച്ച വ്യവഹാരങ്ങളിൽ നിന്ന് നോവലിന്റെയും ചരിത്രഭാവന മാറിനില്ക്കുന്നില്ല.

നാടിനെ സംബന്ധിച്ചിടത്തോളം സ്വാതന്ത്ര്യാനന്തരം ദേശീയ ചിഹ്നങ്ങൾക്കെന്താണ് സംഭവിക്കുന്നത് എന്ന് കാരിക്കുളത്ത് അധ:കൃതക്ക് പ്രവേശനമില്ലാത്ത ആളത്താർ മെമ്മോറിയൽ സ്കൂൾ "മഹാത്മാഗാന്ധി ഹൈസ്കൂൾ" എന്നായി പേരുമാറുന്നതിലൂടെ വ്യക്തമാക്കുന്നുണ്ട്. ഏതു വർഗമാണെന്നതുപോലെ തന്നെ ഏതു വർണമാണ് പിന്നീട് ദേശീയതയെ കൈക്കൊണ്ടതെന്നും ഇതു സൂചിപ്പിക്കുന്നു. സ്വന്തം ചിഹ്നങ്ങളിൽ നിന്ന് ഗാന്ധിയൻ ദേശീയതാചിഹ്നങ്ങളിലേക്ക് സവർണ വർഗത്തിന് ആദേശം ചെയ്യാൻ എളുപ്പം കഴിഞ്ഞു എന്ന ധാരണ ആഖ്യാനത്തിനുണ്ട്.

ദേശീയതയെക്കുറിച്ച് കീഴാളന് സംസാരിക്കാൻ ദേശീയ മധ്യവർഗപ്രസ്ഥാനമായ കോൺഗ്രസുമായും അതിന്റെ പ്രത്യയശാസ്ത്രവുമായും ഒത്തുതീർപ്പുണ്ടാക്കേണ്ടിവരുന്നു. ദേശീയത, ബുദ്ധമതം എന്നിവയുടെ മാധ്യസ്ഥതയിലൂടെയാണ് ഗൗതമന് രാഷ്ട്രകർത്തൃത്വമാകാൻ കഴിയുന്നത്. ജനകീയ രാഷ്ട്രീയത്തോട് നീതിപുലർത്തി കീഴാളനെ ഇന്ത്യൻ പ്രസിഡന്റാക്കുന്നതിനുള്ള ശ്രമമാണ് നോവലിന്റെ പല വൈരുധ്യങ്ങളും സൃഷ്ടിക്കുന്നത്. ദേശീയതയെ സംബന്ധിച്ച പ്രത്യയശാസ്ത്രപരമായ അട്ടിമറി സംഭവിക്കാതെ കഥാപാത്രത്തെ ചരിത്രത്തിലൂടെ സഞ്ചരിപ്പിക്കുന്നതുകൊണ്ടാണ് ഈ വൈരുധ്യം രൂപപ്പെടുന്നത്.

ഇന്ത്യൻ പ്രസിഡന്റായി ചിയ്യയ്യിക്കുട്ടിയുടെ പ്രതിമ കാരിക്കുളത്ത് സ്ഥാപിക്കുകയും അതിനു ശേഷം പ്രസിഡന്റ് സ്ഥാനം രാജിവെച്ചൊഴിയുകയുമാണ് ഗൗതമൻ. തുടർന്ന് സാരാനാഥിലും ബോധഗയയിലും ഏകാകിയായി നടന്ന് അജ്ഞാതനാകുകയും ചെയ്യുന്നിടത്താണ്

നോവൽ അവസാനിക്കുന്നത്. ചിയ്യയ്യിക്കുട്ടിയുടെ പ്രതിമ നിർമിക്കുന്നതാകട്ടെ ദേവദത്തൻ നമ്പൂതിരിയുമാണ്. അങ്ങനെ കീഴാളപ്രതീകത്തെ നാട്ടിലും കീഴാളനെ ദേശീയ രാഷ്ട്രീയത്തിലും പ്രതിഷ്ഠിച്ചുകൊണ്ടാണ് നോവൽ അവസാനിക്കുന്നത്.

ആധുനികീകരണ പ്രക്രിയക്കിടയിൽ ദളിതന്റെ ലൈംഗിക കർത്തൃത്വം നിരസിക്കപ്പെടുന്നുണ്ട്. അവിവാഹിതനായാണ് ഗൗതമൻ ജീവിതത്തിലുടനീളം നില്ക്കുന്നത്. ദളിത് രാഷ്ട്രീയത്തിന്റെ വർത്തമാനത്തിലേക്ക് പ്രവേശിക്കാതെ നിയോബുദ്ധിസത്തിന്റെ പ്രതീതിയുളവാക്കുന്ന ശൂന്യതയിലാണ് ഗൗതമൻ ചെന്നെത്തുന്നത്.

ചിയ്യയ്യിക്കുട്ടിയുടെ പ്രതിമ പ്രതിഷ്ഠിച്ച ശേഷം രാഷ്ട്രപതിഭവനിലെത്തി സ്വന്തം സ്ഥാനം രാജിവെക്കുകയാണ് ഗൗതമൻ. "കുറെ നാൾ കഴിഞ്ഞപ്പോൾ ക്ഷീണിതനായ ഒരു വൃദ്ധൻ സാരാനാഥിലെ പുരാതനമായ വീഥികളിലൂടെയും ബോധഗയയിലെ പീപ്പൽ വൃക്ഷ ഛായകളിലൂടെയും ഏകാകിയായി നടന്നുപോകുന്നതു കണ്ടു. പിന്നീട് അയാൾക്ക് എന്ത് സംഭവിച്ചുവെന്ന് ആർക്കും അറിയില്ല..." എന്ന് നോവൽ അവസാനിക്കുന്നു.

കാലം കൊണ്ട് *പുലയപ്പാട്ടി*നു മുമ്പ് എഴുതപ്പെട്ട (1996) ഒരു ദളിത് *യുവതിയുടെ കദനകഥ* ദളിത് അനുഭവമെന്ന നിലയിൽ ആത്മനിഷ്ഠതലത്തിൽ *പുലയപ്പാട്ടി*നെക്കാൾ അകലെയാണ് നില്ക്കുന്നത്. നേരിട്ട് ദളിത് പ്രശ്നം പറയുക എന്നതിനേക്കാൾ ദളിതമായ ഒരു വിഷയം കലയായി മാറുമ്പോൾ സംഭവിക്കുന്നതെന്ത് എന്ന ചോദ്യമാണ് ഇതിലെ പ്രമേയമായി വരുന്നത്.

നഗ്നയായി ഒരു ഭാഗം അഭിനയിക്കുന്നതിന്റെ നാടകീയതയാണ് അതിലെ പ്രമേയം. ഒരു സംഭവകഥയെ മുൻനിർത്തിയാണ് നാരായണൻ ആ നാടകം രചിച്ചതെന്നു പറയുന്നുണ്ട്. ആ നാടകത്തിന്റെ ഉത്പാദനത്തിനു വേണ്ടി അയാൾ ജടാധാരി എന്ന ഗ്രാമത്തിൽ ചെന്ന് നേരിട്ട് അന്വേഷണം നടത്തുന്നുണ്ട്. ഗുണ്ടേച്ച എന്ന ഭൂവുടമയുടെ മാളികയിൽ പത്രപ്രവർത്തകനാണെന്ന പ്രതീതിയിൽ താമസിച്ച് അയാൾ ചെയ്ത പാതകത്തിനെതിരെ നാടകമെഴുതുകയാണ് നാരായണൻ. പൂണൂൽ ധരിച്ച് സവർണപ്രതീതിയുണ്ടാക്കിയാണ് അയാൾ ചെല്ലുന്നത്. ഭഗവന്തിയെക്കുറിച്ചാണ് നാടകമെഴുതുന്നത് എന്നറിഞ്ഞപ്പോൾ തോക്കുപയോഗിച്ച് ഭീഷണിപ്പെടുത്തുന്നുണ്ട് ഗുണ്ടേച്ച.

സവർണനായ ഉണ്ണേച്ച ഭഗവന്തിയെ നഗ്നയാക്കി പരേഡ് ചെയ്യിക്കുന്ന രംഗമുണ്ട് നാടകത്തിൽ. ഭഗവന്തിയുടെ വേഷമിട്ട വസുന്ധരയുടെ ശരീരത്തിലെ അവസാനത്തെ തുണിയും ഉണ്ണേച്ച അഴിക്കുമ്പോൾ ക്യാമറകൾ അത് ക്ലിക്കു ചെയ്യുകയും പിറ്റേന്ന് ഒരു ലക്ഷം പേർ പത്രത്തിന്റെ മുൻപേജിൽ അത് കാണുകയും ചെയ്തു. നാരായണൻ അതിന്റെ ഷോക്കിൽ നാടകം കത്തിച്ചുകളയുന്നു. പുതുസാങ്കേതികവിദ്യ നാടകത്തെത്തന്നെ എങ്ങനെ പരാജയപ്പെടുത്തുന്നുവെന്നതിന്റെ ഉദാഹരണവും മറ്റുമായി ഈ നോവൽ ചർച്ച ചെയ്യപ്പെട്ടിട്ടുണ്ട്. കമ്പോളവും പ്രതീതി യാഥാർഥ്യവും മറ്റുമുൾപ്പെടുന്ന ഉത്തരാധുനിക ചർച്ചയ്ക്കാണ് ഈ ലഘുനോവൽ വിധേയമായിട്ടുള്ളത്, ദളിത് രാഷ്ട്രീയ ചർച്ചയ്ക്കല്ല.

ആധുനിക മാർക്സിസ്റ്റ് തിയറ്റർ സങ്കല്പത്തിന്റെ വക്താവായ ബ്രെഹ്റ്റിന്റെ നാടകസങ്കല്പമാണ് പുതിയ കാലത്ത് പൊളിയുന്നത്. സന്ദർഭം ദളിത് പ്രശ്നവുമാണ്. ദളിത് പ്രശ്നത്തെ കൈകാര്യം ചെയ്യാൻ പാരമ്പര്യ മാർക്സിസ്റ്റ് കലാസങ്കേതം അപര്യാപ്തമാണെന്ന് ഇതിൽ നിന്ന് വായിക്കാം. അതോടൊപ്പം പത്രമാധ്യമലോകത്ത് സൃഷ്ടിക്കപ്പെടുന്ന ദേശീയതയ്ക്ക് ദളിത് പീഡനം ശരീരത്തിനപ്പുറത്തുള്ള ഒരു വിഷയവുമല്ല എന്നും വരുന്നു. ദേശീയതയിലെ ദളിത് സംവേദനശൂന്യതയെ നോവൽ അങ്ങനെ പ്രകാശിപ്പിക്കുന്നു.

(ഒ വി വിജയൻ അഭയാർഥിത്വത്തിന്റെ ദയനീയവും നഗ്നവുമായ രംഗങ്ങളെടുക്കുന്നതിനെക്കുറിച്ച് പറയുമ്പോഴും (ഗുരുസാഗരം) ഇതു കാണുന്നുണ്ട്). മാധ്യമങ്ങളുടെ രാഷ്ട്രീയ വിരുദ്ധത ദളിത് വിരുദ്ധതയായി മാറുന്നു. കമ്പോള യുക്തിക്കു മുമ്പിൽ ദളിത് രാഷ്ട്രീയം പരാജയപ്പെടുന്നു.

പ്രവാസം: അതിർത്തികൾക്ക് അപ്പുറം

പ്രവാസത്തെ ഒരു പ്രമേയമായി എടുത്തു ചർച്ച ചെയ്യുന്ന എം. മുകുന്ദന്റെ *പ്രവാസം* (2008) മാർക്സിസത്തെ മയ്യഴിക്കും കേരളത്തിനും പുറത്തേക്ക് കൊണ്ടുപോകുന്നുണ്ട്. ആഖ്യാനത്തിനകത്തെ ആഖ്യാനം എന്ന *കേശവന്റെ വിലാപങ്ങളി*ലെ കഥനരീതിയാണ് ഈ നോവലിലും ഉപയോഗിക്കുന്നത്. എസ്. കെ. പൊറ്റെക്കാട്ടിലൂടെ, എം. മുകുന്ദനിലൂടെ കഥാകഥനം നടത്തുന്ന നോവൽ പ്രവാസത്തെ ആധുനികമായ ഒരവസ്ഥയാക്കുന്നുണ്ട്. ബർമയിലേക്കുള്ള പ്രവാസത്തിലാണ് നോവൽ ആരംഭിക്കുന്നത്. ബർമയിൽ ബ്രിട്ടീഷ് കമ്പനിയുണ്ടാക്കുന്ന റെയിൽപാതയാണ് തൊഴിലാളികളായി

മലയാളികളെ അങ്ങോട്ടു വിളിക്കുന്നത്. കൊറ്റിയത്ത് കുമാരനും അങ്ങോട്ടുപോകുന്നത് അതുകൊണ്ടാണ്.

എസ്. കെ. പൊറ്റക്കാട് മാഹിയിലെ സ്ഥലങ്ങൾ കാണുമ്പോൾ ഗാന്ധിയുടെ ഓർമ വരുന്നുണ്ട്. "ആവി പൊങ്ങുന്ന നിരത്തിലൂടെ ഉച്ചച്ചൂടേറ്റ് നടന്ന് മാഹി കണ്ടു. വിശുദ്ധ തെരേസാപള്ളിയും വെള്ളക്കാരുടെ ബംഗളാവുകളും ചട്ടക്കാരുടെ സെമിത്തേരിയും കുന്നിൻമുകളിലെ തച്ചോളി ഒതേനന്റെ കാൽപാടുകളും കണ്ടു. മഹാത്മാഗാന്ധി പ്രസംഗിച്ച പുത്തലമ്പലവും കണ്ടു" എന്നിങ്ങനെ ഗാന്ധി ജനകീയമായ സംസ്കാരത്തിന്റെ ഓർമയുടെ ഭാഗമാണ് (പ്രവാസം: 28).

ഗാന്ധി പുത്തലത്തമ്പലത്തിൽ വന്നപ്പോൾ പ്രസംഗം കേൾക്കാൻ നാണുമാഷും സുനന്ദയും കുട്ടിയായ ശ്രീധരനും പോകുന്നുണ്ട്. കൊള്ളോത്ത് കുടുംബം മുഴുവനും അവിടെയുണ്ടായിരുന്നു.

മഹാത്മാഗാന്ധി വെടിയേറ്റു മരിച്ചതിന്റെ പിറ്റേ ദിവസം ആഖ്യാതാവായ പൊറ്റക്കാട് കൊറ്റിയത് കുമാരനെ വഴിയിൽ വെച്ച് കാണുന്നുണ്ട്. "എടുപ്പുകളുടെ മുകളിലും വാഹനങ്ങളിലും കറുത്ത കൊടികൾ കെട്ടിയിരുന്നു. ഖദറിന്റെ കുപ്പായവും ഗാന്ധിത്തൊപ്പിയും ധരിച്ച് നെഞ്ചിൽ കറുത്ത ബാഡ്ജ് കുത്തിയ കുറേ ആളുകൾ നിശ്ശബ്ദം എങ്ങോട്ടോ നടന്നു പോകുന്നതു കണ്ടു. എല്ലായിടത്തും ശോകം തളംകെട്ടിക്കിടന്നു. അന്നത്തെ പത്രത്തിന്റെ മുൻപേജിൽ കെ. പി. കേശവമേനോന്റെ മഹാത്മാഗാന്ധിയെക്കുറിച്ചുള്ള ഒരു പ്രസ്താവനയുണ്ടായിരുന്നു."

ലഹളകൾ കണ്ട് മനസ്സിനു സുഖമില്ല എന്നു കുമാരൻ പറയുമ്പോൾ "എനിക്കും മനസ്സിനു സുഖോംല്ല കുമാരേട്ടാ. ഇന്നലെ ഒരു പോള കണ്ണടച്ചിട്ടില്ല. കണ്ണടയുമ്പോ മഹാത്മാഗാന്ധീടെ മുഖമാ മനസ്സില്... നെഞ്ചില് വെടിയുണ്ടേടെ തുളകളുമായുള്ള ആ കെടപ്പ്. ജീവിതത്തിലൊരിക്കലും അതെന്റെ മനസ്സീന്ന് മായില്ല കുമാരേട്ടാ" എന്നു പൊറ്റെക്കാട് പറയുന്നുണ്ട്.

നോവലിന്റെ ആദ്യഘട്ടത്തിലെ ആഖ്യാതാവായ എസ്. കെ. പൊറ്റെക്കാട്ട് ഗുജറാത്തി സ്കൂളിലെ ഉദ്യോഗം വേണ്ടെന്നു വെക്കുന്നത് രാഷ്ട്രീയമായ കാരണങ്ങളാലാണ്. "ആ കാലം സ്വാതന്ത്ര്യസമരപ്രസ്ഥാനങ്ങളിൽ ഞാൻ കുറശ്ശെയായി പങ്കെടുക്കുവാൻ തുടങ്ങിയിരുന്നു. ത്രിപുര കോൺഗ്രസ് സമ്മേളനത്തിനു പോകാൻ വേണ്ടിയാണ് ഗുജറാത്തി സ്കൂളിലെ അധ്യാപകവൃത്തി വേണ്ടെന്നുവെച്ചത്." ഈ നിലയിൽ ആഖ്യാതാവ് തന്നെ ദേശീയപ്രസ്ഥാനത്തിന്റെ

ചായ്‌വോടെയാണ് *പ്രവാസ*ത്തിൽ നിലക്കൊള്ളുന്നത് .

കമ്മ്യൂണിസ്റ്റുകാരനായ കൊറ്റിയത്ത് ഗിരി മാഹിയിൽ നിന്ന് വണ്ടി കയറുമ്പോൾ ത്രിവർണപതാകയുമായി നില്ക്കുന്ന കോൺഗ്രസ്സുകാരെ കാണുന്നുണ്ട്. അവരെല്ലാവരും ഖദറിന്റെ കുപ്പായവും ഗാന്ധിത്തൊപ്പിയും ധരിച്ചിരുന്നു. മാഹി വിട്ട് കോഴിക്കോട് റെയിൽവേ സ്റ്റേഷനിലെത്തുമ്പോൾ ഭാരത് മാതാ കീ ജയ് എന്ന മുദ്രാവാക്യം ഉയരുന്നുണ്ട്. പ്ലാറ്റ് ഫോമിൽ നിന്ന് ഖാദികുപ്പായക്കാരൻ ആ കമ്പാർട്ടുമെന്റിലേക്കു കയറിപ്പോകുന്നു.

പൊതുബോധത്തിന്റെയും ദൈനംദിനജീവിതത്തിന്റെയും ഭാഗമാണ് രാഷ്ട്രീയം. കോയിന്നൻ നായരുടെ തപാൽ സഞ്ചിയെക്കുറിച്ചുള്ള കമന്റിൽ അതു കാണാം. "എത്രയെത്ര കത്തുകൾ... മകൻ അച്ഛനും ആങ്ങള പെങ്ങൾക്കും ഭർത്താവ് ഭാര്യയ്ക്കും കാമുകൻ പ്രണയിനിക്കും കോൺഗ്രസുകാർ കമ്മ്യൂണിസ്റ്റുകാർക്കും എഴുതിയയച്ച എന്തെല്ലാം കത്തുകൾ... ആ കത്തിൽ ആഹ്ലാദങ്ങളുണ്ടാകും. നെടുവീർപ്പുകളുണ്ടാകും. ഗദ്ഗദങ്ങളുണ്ടാകും. പരാതിയും പരിഭവവുമുണ്ടാകും. നവോത്ഥാനവും വിപ്ലവവുമുണ്ടാകും" എന്ന് രാഷ്ട്രീയ ജീവിതം എല്ലാ മേഖലയിലും ഇഴുകിച്ചേർന്നതായി എടുത്തു പറയുന്നുണ്ട്.

മയ്യഴിയിൽ നിന്ന് ഫ്രാൻസിലേക്കു പോയി മിച്ചിലോട്ട് മാധവൻ കമ്മ്യൂണിസ്റ്റായി രക്തസാക്ഷിയാകുകയാണ് ചെയ്യുന്നതെങ്കിൽ കൊറ്റിയത്ത് ഗിരി നാട്ടിൽത്തന്നെ കമ്മ്യൂണിസ്റ്റായി പി. ബി. അംഗം വരെ വളരുകയാണ്. മാധവന്റെ നാട്ടിലെ കാമുകിയെയാണ് ഗിരി വിവാഹം കഴിക്കുന്നതും. ആ നിലയിൽ പ്രേമത്തിന്റെയും കുടുംബത്തിന്റെയും സംസ്കാരത്തിൽത്തന്നെ കമ്മ്യൂണിസം ഇഴചേർന്നു നില്ക്കുന്നു.

മാഹിയിലെയും പോണ്ടിച്ചേരിയിലെയും പാസാകുവാൻ കഴിയുന്ന എല്ലാ പരീക്ഷകളും പാസായി പാരീസിൽ സൊർബോൺ സർവകലാശാലയിൽ ഉപരിപഠനത്തിനു പോയ മിച്ചിലോട്ടു മാധവൻ അധിനിവേശത്തിനെതിരായി പ്രതിരോധം പടുത്തുയർത്തുന്നതിന് ആഹ്വാനം ചെയ്യുന്ന നോട്ടീസുകളിലും പത്രപ്രസ്താവനകളിലും ഒപ്പുവെക്കുകയും ഗെസ്റ്റപ്പോവിന്റെ നോട്ടപ്പുള്ളിയാകുകയും ചെയ്യുന്നു. കാമുകിയായ സെലഗോനോടൊന്നിച്ച് മാധവൻ സാർത്രിനെ സന്ദർശിക്കുന്നുണ്ട്. സർവകലാശാലയിൽ വെച്ച് അയാൾ അറസ്റ്റ് ചെയ്യപ്പെടുന്നു. വധിക്കപ്പെടുന്നതിനു മുമ്പ് അയാളുടെ ആത്മഗതം സ്വാതന്ത്ര്യത്തെക്കുറിച്ചുള്ളതാണ്.

“എന്നെക്കൊണ്ടുപോകുക
വെടിവെച്ചുകൊല്ലുക
മഞ്ഞുകാലത്തിന്റെ അവസാനം
സൂര്യൻ ഉദിക്കാതിരിക്കയില്ല
അപ്പോൾ ഞാനിവിടെ തിരിച്ചെത്തും
ഇളവെയിലായി സ്വാതന്ത്ര്യമായി”

വർഷങ്ങൾക്കുശേഷം സുനന്ദ ഭർത്താവോടും കുഞ്ഞിനോടുമൊപ്പം ഫ്രാൻസിൽ ചെന്ന് മാധവന്റെ കുഴിമാടം സന്ദർശിക്കുന്നു.

പുറത്തേക്ക് കമ്മ്യൂണിസ്റ്റ് പാർടി പത്രമായ ദേശാഭിമാനിയുടെ ഫണ്ട് പിരിക്കാനായി എ. കെ. ജി റങ്കൂണിലുമെത്തുന്നു. കൊറ്റിയത്തു കുമാരൻ അവിടെ വെച്ച് അഞ്ചുപവന്റെ ഏലസ്സും ഒരു കെട്ടു നോട്ടും എ. കെ. ജിയെ ഏല്പിക്കുന്നുണ്ട്.

കൊറ്റിയത്ത് ഗിരിയുടെ കാമുകിയായിത്തീരുന്ന ഘട്ടത്തിൽ കൊള്ളോത്ത് സുനന്ദ ക്ലാസിൽ പോകാതെ കമ്മ്യൂണിസ്റ്റ് പാർടിയുടെ സ്റ്റഡി ക്ലാസിൽ പങ്കെടുക്കുന്നു. “വീട്ടിൽ നിന്നിറങ്ങിപ്പോകുന്നവരാണ് കമ്മ്യൂണിസ്റ്റുകാരെന്ന് മനസ്സിലാക്കുവാനുള്ള അറിവ് നാണുമാസ്റ്റർക്കുണ്ടായിരുന്നു.”

സ്ഥലകാലങ്ങളെ അടയാളപ്പെടുത്തുന്ന ആഖ്യാനത്തിന്റെ ഭാഗം കൂടിയാണ് മുകുന്ദനെ സംബന്ധിച്ചിടത്തോളം ദേശീയ പ്രസ്ഥാനത്തിന്റെയും ഗാന്ധിയുടെയും കമ്മ്യൂണിസ്റ്റ് പ്രസ്ഥാനത്തിന്റെയും നക്സലൈറ്റ് പ്രസ്ഥാനത്തിന്റെയും സാന്നിധ്യം. സ്ഥലവും കാലവും ശുദ്ധനായ ആധുനികവ്യക്തിക്കുമുമ്പിലുള്ള ന്യൂട്ടോണിയൻ കേവലതകളല്ല, പകരം ജനകീയമായ ചരിത്രത്തിന്റെ സന്ദർഭങ്ങളാണ്. സ്വത്വം അത്തരത്തിൽ പ്രദേശ സ്ഥലകാലങ്ങളാൽ അങ്കനം ചെയ്യപ്പെട്ടതും അതിനാൽ രൂപപ്പെട്ടതും അതിന്റെ ബലതന്ത്രങ്ങളാൽ നയിക്കപ്പെടുന്നതുമാണ്. രാഷ്ട്രീയ സംസ്കാരം ആ നിലയിൽ ആഖ്യാനത്തിന്റെ ഭാഗം തന്നെയായിരിക്കുന്നു.

ട്രോട്സ്കി കണ്ണട, ഗാന്ധിക്കണ്ണട തുടങ്ങിയ പ്രയോഗങ്ങളിലൂടെ കമ്മ്യൂണിസത്തിന്റെ സംസ്കാരം നോവലിന്റെ അനുഭവലോകത്തിന്റെ സാമാന്യതകളെ അടയാളപ്പെടുത്തുന്നുണ്ട്.

രാഷ്ട്രീയസംസ്കാരം അബോധത്തിലേക്കുകൂടി കടന്നുവരുന്നു. കൊറ്റിയത്ത് ഗിരിയുടെ മിഥ്യാഭ്രമങ്ങളിലും അതു വരുന്നുണ്ട്. “അരനാഴികദൂരം നടന്നപ്പോൾ തീവണ്ടിയാപ്പീസിൽനിന്നും പുറപ്പെട്ട

ആ നിരത്ത് വിലങ്ങനെ പോകുന്ന തലശ്ശേരി-വടകര റോഡിൽ ചെന്നു മുട്ടി. അവിടെ വലതുവശം കുറച്ചു വെളിച്ചം ഊറിനിന്നിരുന്നു. അയാൾക്ക് പെട്ടെന്ന് ആ വെളിച്ചത്തിൽ കുറെ ഖദർധാരികൾ ത്രിവർണപതാകകൾ പിടിച്ചുനില്ക്കുന്നതായി തോന്നി. അത് വെറും തോന്നലായിരുന്നു" (50).

ദളിതന്റെ സാന്നിധ്യം നോവലിലുള്ളത് മൂരിവണ്ടിക്കാരൻ വെള്ളോന്റെ രൂപത്തിലാണ്. കൊറ്റിയത്തു വീട്ടിലെ ചോയിക്കുട്ട്യച്ചൻ വെള്ളോനോട് ഇത്മ്മലെ മൂട്ടിര ഏട്ത്തു എന്നു ചോദിക്കുമ്പോൾ "അറീല്ല ഏമാനേ" എന്നാണ് വെള്ളോന്റെ ഉത്തരം.

സഞ്ചാരികളുടെ കണ്ണിൽ ദളിതൻ പെടുന്നില്ല. പ്രവാസിയായി ഒരു ദളിതനും പോകുന്നതായി കാണിക്കുന്നില്ല.

മാർക്സിയൻ സാമ്പത്തിക വിശകലനത്തിന്റെ യുക്തിക്ക് ഇടംനൽകുന്ന മട്ടിലാണ് മയ്യഴിയുടെ വികാസം കാണിക്കുന്നത്. ആഭ്യന്തര ഉല്പാദനം ഇല്ലാതിരിക്കുകയും പകരം വിദേശ തൊഴിലിനും വിദേശവസ്തുക്കൾക്കും വേണ്ടിയുള്ള വാസന രൂപപ്പെടുകയും ചെയ്യുന്ന സ്വാതന്ത്ര്യാനന്തര ഘട്ടമാണ് മയ്യഴിയുടെത്.

മയ്യഴി മൊത്തത്തിൽ പ്രവാസത്തിന്റെ അസ്തിത്വത്തിലേക്ക് എത്തിച്ചേരുന്നതിന്റെ ചിത്രമാണ് നൽകുന്നത്. മറ്റൊരു അടിസ്ഥാന രാഷ്ട്രീയം രൂപപ്പെടുന്നുമില്ല. കൊറ്റിയത്ത് ഗിരിയുടെയും സുനന്ദയുടെയും മകൻ അമേരിക്കയിൽ മിന്നസോട്ട സർവകലാശാലയിൽ എം. ബി. എ വിദ്യാർത്ഥിയാണ്. ഗിരിക്ക് തുടക്കത്തിൽ മകന്റെ അമേരിക്കയിലേക്കുള്ള പോക്കിന് ശക്തമായ വിരോധമാണുണ്ടായിരുന്നത്.

അച്ഛനും പാർടി നേതാവുമായ ഗിരി മാത്രമല്ല, ഗിരിയുടെ അച്ഛൻ കുമാരനും അമേരിക്കൻ വിരോധം ശക്തമായി ഉപബോധത്തിൽ പോലും കൊണ്ടു നടക്കുന്നുണ്ട്

കുടിച്ചു പൂസായ സമയത്തും തന്നെ വീട്ടിലേക്ക് കൂട്ടാൻ വന്ന അശോകനോട് "പോടാ, ചോര കുടിയൻ റെയിഗന്റെ നാട്ടീന്നല്ലേ നിയ്യ് വന്നത്. പോടാ പോ" എന്നു പറയുന്നു.

"അമേരിക്കൻ ചാരൻ. സി. ഐ. എ ഏജന്റ്. ഫാ, എരപ്പാളീ" എന്ന് അമേരിക്കയിൽ പഠിക്കുന്ന പേരക്കുട്ടിയെ അയാൾ ആട്ടുന്നുണ്ട്.

സാമ്രാജ്യത്വവിരുദ്ധസമരത്തിന്റെ രാഷ്ട്രീയമായ ഓർമ മറ്റെല്ലാ ഓർമകളെക്കാളും ശക്തമാണ്.

"എമ്പതു കഴിഞ്ഞ തന്റെ അച്ഛാച്ഛൻ സ്വന്തം ഭാര്യയെയും റബ്ബുണിൽ അയാൾക്കൊരു ജീവിതം നൽകിയ ബീരാൻ കുട്ടിയെയും സ്വന്തം മകൻ ഗിരിയെയും മറന്നിരിക്കാം. പക്ഷേ, അമേരിക്കയെയും സി. ഐ. എയെയും ഇപ്പോഴും കൊറ്റിയത്തു കുമാരൻ ഓർക്കുന്നു" എന്ന് ആഖ്യാനം ഈ രാഷ്ട്രീയമായ ഓർമയെപ്പറ്റി അത്ഭുതപ്പെടുന്നുണ്ട്.

പാർടി ജനറൽ സെക്രട്ടറിയും പോളിറ്റ് ബ്യൂറോ അംഗവുമായ ഗിരിക്ക് അമേരിക്കയോടുള്ള മനോഭാവം കാലം കൊണ്ട് മാറുകയും അയാൾ അമേരിക്കയെയും അവിടത്തെ തൊഴിലിനെയും അംഗീകരിക്കുകയും ചെയ്യുന്നു. അസ്ഥിര സ്വത്വങ്ങളെ അംഗീകരിക്കുന്നതോടെ സ്ഥിരസ്വത്വബോധത്തിലൂന്നുന്ന പഴയ രാഷ്ട്രീയനിലപാട് അസാധ്യമാകുന്നു. പിന്നീട് ഉത്തരാധുനിക ദശയിലുള്ള പരിസ്ഥിതിയുടെയും മറ്റും രാഷ്ട്രീയമാണ് സുനന്ദയിലൂടെ മയ്യഴിയിൽ നിലനില്ക്കുന്നത്.

കേരളത്തിന്റെ രാഷ്ട്രീയ സംസ്കാരം രാജ്യം വിട്ടുമ്പോഴും ഗൃഹാതുരത്വത്തിന്റെ ഭാഗമാണ്. വർഗീസ് കുറ്റിക്കാടനെപ്പോലുള്ള അമേരിക്കൻ മലയാളികൾക്ക് ആ നഷ്ടബോധം കേരളം വിടുമ്പോൾ തന്നെ, ദില്ലിയിലെത്തുമ്പോൾത്തന്നെ സംഭവിക്കുന്നുണ്ട്.

"നാടുവിട്ട് അമേരിക്കയിലെത്തിയതോടെ മീനച്ചിലാറും അതിൽ നിന്നു പിടിച്ച പൊള്ളിച്ച കരിമീനും മാത്രമല്ല, കൊടിയും മുദ്രാവാക്യവും സമരവും ബന്ദും കൂടി അയാൾക്കു നഷ്ടപ്പെട്ടു. ആ നഷ്ടം അറിഞ്ഞുതുടങ്ങിയത് ദൽഹിയിൽ പോയതോടെയാണ്. അമേരിക്കയിലെത്തിയതോടെ അത് പൂർണമായി."

കുടിയേറുന്ന അമേരിക്ക രാഷ്ട്രീയമായി ഇന്ത്യയെക്കാൾ ദരിദ്രമാണെന്ന് നോവലിന് ബോധ്യമുണ്ട്. "സ്വന്തം നാട് ഏതു പാർടിയാണ് ഭരിക്കുന്നതെന്നുപോലും വലിയൊരു വിഭാഗം അമേരിക്കക്കാർക്കറിയില്ല. എന്നാൽ മുന്തിയതരം കോട്ടൻ ചീസ് ചുരുങ്ങിയ വിലയ്ക്ക് അമേരിക്കയിലെ ഏതു സൂപ്പർ മാർക്കറ്റിൽ കിട്ടുമെന്ന് അവർക്കെല്ലാവർക്കും അറിയാം."

സ്വത്വ നഷ്ടത്തെ ചിഹ്നങ്ങളിലൂടെ അവർ അമേരിക്കയിലും സൂക്ഷിക്കുന്നു. അമേരിക്കയിൽ വിന്ദുജയുടെ മുറിയിൽ കടുംവർണത്തിൽ വരച്ച മുത്തപ്പൻ ദൈവത്തിന്റെ ചിത്രമുണ്ട്. പക്ഷേ രാഷ്ട്രീയ ചിഹ്നമൊന്നും കടൽ കടന്നുപോകുന്നില്ല (ശ്രീനിവാസന്റെ അറബിക്കഥയിലെ കഥാപാത്രം അത്തരത്തിൽ ശ്രമിക്കുന്നുണ്ടെങ്കിലും).

പൂജയും പ്രാർത്ഥനയുമുള്ള വീടാണ് വിന്ദുജയുടെത്. അമ്പലമുറ്റത്ത് നില്ക്കുന്നതു പോലെയുണ്ട് അവിടെ നില്ക്കുമ്പോൾ എന്ന് അശോകൻ വിന്ദുജയുടെ സഹോദരൻ ശ്രീകുമാറിനോട് പറയുന്നുണ്ട്.

മുത്തപ്പൻ ദൈവത്തെ പൂജാമുറിയിൽ സൂക്ഷിച്ച് നാടൻ വിഭവങ്ങൾ ഉണ്ടാക്കി ഭക്ഷണം കഴിക്കുന്ന വിന്ദുജ മറുവശത്ത് അമേരിക്കയിൽ പ്രൊഫഷണലായി വിജയിക്കുന്നുണ്ട്. അവൾ ഡ്രൈവ് ചെയ്യുന്ന രീതി കണ്ട് അവൾ ജീവിക്കാൻ പഠിച്ചിരിക്കുന്നുവെന്ന് അശോകന് തോന്നുന്നുണ്ട്. എന്നാൽ തന്റെ അവസ്ഥ അങ്ങനെയല്ലെന്നും.

"താൻ ജോലി ചെയ്യുന്ന അന്താരാഷ്ട്ര കമ്പനിക്ക് ലാഭമുണ്ടാക്കിക്കൊടുക്കുവാൻ മാത്രമേ അയാൾക്കറിയൂ. അതിൽ മാത്രമേ അയാൾ വിജയിച്ചിട്ടുള്ളൂ. മറ്റെല്ലായിടത്തും താൻ പരാജയപ്പെടുകയാണെന്ന് അയാൾക്ക് തോന്നിത്തുടങ്ങിയിരിക്കുന്നു.

ഇനിയുള്ള കാലം അങ്ങനെയായിരിക്കും. എല്ലാവരും പ്രൊഫഷണൽസ് ആയിരിക്കും. അവർ ജോലി ചെയ്യുന്ന മേഖലയിൽ മാത്രം അവർ ജയിക്കും. ഭർത്താവെന്ന നിലയിൽ വിജയം കൈവരിക്കണമെങ്കിൽ ഒരു പ്രൊഫഷണൽ ഭർത്താവായിരിക്കണം. കമിതാവാകണമെങ്കിലും അങ്ങനെതന്നെ. " വിവാഹംകഴിക്കുന്നതിനു മുമ്പ് കിടക്കയിലെ നിങ്ങളുടെ കഴിവ് ആദ്യം തെളിയിക്കു എന്ന് പഴയ കാമുകി ബിൻസി പറഞ്ഞത് അയാൾ ഓർക്കുന്നുണ്ട്. "യൂ പ്രൂവ് യൂ കാൻ പെർഫോം വെൽ ഇൻ ബെഡ്." മുതലാളിത്തപരമായ അന്യവൽക്കരണം ജീവിതത്തിന്റെ എല്ലാ മേഖലകളിലേക്കും കയറിക്കഴിഞ്ഞിരിക്കുന്നു.

അമേരിക്കൻ മുതലാളിത്തത്തിന്റെ തൊഴിൽ ബന്ധങ്ങൾ വളരെ സ്വാഭാവികമായി സ്വീകരിക്കപ്പെടുന്നുണ്ട്. രാജീവ് മൽഹോത്ര എന്ന എഞ്ചിനീയർക്ക് ഒരു ദിവസം ഓഫീസിൽ നിന്ന് ഇനി മുതൽ തൊഴിലിലല്ല എന്നു കാണിക്കുന്ന പിങ്ക് സ്ലിപ്പ് കിട്ടുന്നുണ്ട്. അങ്ങനെ നാട്ടിൽ നിന്നും വ്യത്യസ്തമായ, രാഷ്ട്രീയമോ കൊടിയോ ഇല്ലാത്ത, മുതലാളിത്ത ലോകവുമായി സമരസപ്പെട്ട, നാട്ടിലെ രാഷ്ട്രീയത്തിനു പകരം ദൈവങ്ങൾ മാത്രമുള്ള ലോകം പ്രവാസത്തിൽ നിലനില്ക്കുന്നു.

നാട്ടിൽ വർഗ രാഷ്ട്രീയം പോവുകയും പരിസ്ഥിതിയുടെ രാഷ്ട്രീയവും മറ്റും സമകാലികമെന്ന രീതിയിൽ കടന്നുവരികയും ചെയ്യുന്നത് ഈ ഘട്ടത്തിലുമാണ്. സുനന്ദ പരിസ്ഥിതി പ്രവർത്തകയായി ഓടി നടക്കുകയാണ്. "സുഗതകുമാരിയുടെയും മേധാപട്കറുടെയും

മഹാശ്വേതാദേവിയുടെയും കൂടെ കാട്ടിലും മലയിലും നടന്ന ഈ കാലുകൾ എത്രവേഗമാണ് കരുത്തുനഷ്ടപ്പെട്ട് നിർജ്ജീവങ്ങളായത്." മാർക്സിയൻ രാഷ്ട്രീയത്തിൽ നിന്ന് ഗാന്ധിയൻ രാഷ്ട്രീയത്തിലേക്ക് വീണ്ടുമുള്ള മടക്കത്തിന്റെ പ്രതീകമായി പരിസ്ഥിതി രാഷ്ട്രീയം ഇന്ത്യൻ പരിസരത്ത് മനസ്സിലാക്കപ്പെട്ടിട്ടുമുണ്ട്. ചിപ്കോ പ്രസ്ഥാനവും സുന്ദർലാൽ ബഹുഗുണയും ബാബാ ആംതെയും മറ്റും ഗാന്ധിയൻ രാഷ്ട്രീയത്തിന്റെ തുടർച്ചയിലാണ് നില്ക്കുന്നത് (Hardiman 221-234).

മറുവശത്ത് ഗിരിയുടെ ശ്രദ്ധ അപ്പോഴേക്കും കിടപ്പിലായ സുനന്ദയുടെ കൂടെയുള്ള കുടുംബജീവിതത്തിലേക്ക് അധികമധികമായി ഒതുങ്ങുന്നു. "ജനാവലിയെ അഭിമുഖീകരിച്ച് പ്രസംഗിക്കുമ്പോൾ പെട്ടെന്ന് അവൾക്ക് സുനന്ദാലയം എന്ന ആ വലിയ വീട്ടിൽ രണ്ടു ഹോംനേഴ്സുമാരുടെ കൂടെ കഴിയുന്ന സുനന്ദയെ ഓർമ വരും... ഹൈന്ദവ ഫാസിസ്റ്റുകൾക്കും തീവ്ര ഇടതുപക്ഷക്കാർക്കും എതിരെയുള്ള അയാളുടെ ആക്രമണങ്ങൾക്കു മൂർച്ച കുറയും."

അമേരിക്കയിലെ തൊഴിൽ ബന്ധങ്ങൾ പോലെ നാട്ടിലെ സാമ്പത്തികാധികാരവും ചോദ്യം ചെയ്യപ്പെടാത്തമട്ടിലെത്തിയിരിക്കുന്നു. പുതിയ ഫ്യൂഡലിസമായി അത് വിശേഷിപ്പിക്കപ്പെടുന്നുണ്ട്. "ഈ ഗൾഫുകാരെക്കൊണ്ട് നാട്ടുകാർക്ക് ജീവിക്കാൻ കയ്യ്യാണ്ടായി. എവിടെ ഇത്തിരി ഭൂമീണ്ടെങ്കിലും അവർ പാഞ്ഞുവന്ന് പൊന്നുവില കൊടുത്ത് വാങ്ങും. മ്മക്ക് തല ചായ്ക്കാൻ ഒരു പുര പണ്യാൻ ഒരു തുണ്ട് സ്ഥലം വേണംന്ന്ച്ചാല് എവ്ട്യ കിട്ട്വാ? പുതു ഫ്യൂഡലിസ്റ്റുകളാ ഈ ഗൾഫുകാര്. കലികാല ഫ്യൂഡലിസ്റ്റുകള്. ദൂബായിയും മസ്കത്തും കടലില് മുങ്ങിപ്പോട്ടെ" (339).

ഇതു മുകുന്ദനോടു പറയുന്ന യുവാവ് താടിയും മുടിയും വെട്ടിയിട്ട് കാലം കുറെയായെന്നു തോന്നി എന്നാണ് വിശദീകരണം. മയ്യഴിയെ പുതുക്കേണ്ട പുതിയ യുവത്വത്തിന്റെ നിസ്സഹായതയുമാണത്. താടിയും മുടിയും നീട്ടിയ ഈ പുതിയ യുവാവ് മയ്യഴിയിലെ ദാസന്റെയും ദിനേശന്റെയും തുടർച്ചയുമാണ്. പുതിയ സമ്പത്തിന്റെ ശക്തിയുടെ മുമ്പിൽ രാഷ്ട്രീയമായ നിസ്സഹായാവസ്ഥ അനുഭവിക്കുന്നവരാണ് നാട്ടുകാർ. പുത്തൻ സമ്പദ് ശക്തികളാകട്ടെ പഴയ സമ്പന്നരുടെ തുടർച്ചയാണ്. ദളിതരായ ഒരാളും അതിൽ ഉൾപ്പെടുന്നില്ല.

പ്രസാദാത്മകതയുടെ ഇടയിൽ വിന്ദുജയുടെ അകത്തെ സത്യം നോവൽ അവസാനം വെളിപ്പെടുത്തുന്നു. അവൾ വന്ധ്യയാണെന്നതാണത്. മാതൃത്വവും സ്ത്രൈണതയും നഷ്ടപ്പെട്ട ജൈവികമായി

അന്യവൽക്കരണം വന്ന ജീവിതങ്ങളിലേക്ക് പുതിയ മുതലാളിത്ത വ്യവസ്ഥ മനുഷ്യരെ എത്തിച്ചിരിക്കുന്നു.

അശോകൻ അതിന് പ്രതിവിധി പറഞ്ഞുകൊടുക്കുന്നു. "നീ മരമണ്ട്യാ. ഐ. വി. എഫ് പോലെ എന്തെല്ലാം വഴീണ്ട് ഇപ്പോ? പ്രത്യേകിച്ച് അമേരിക്കയില്? ലോകത്തിലെ ഏറ്റോം കൂട്ടതല് വന്ധ്യതേള്ള നാടാ അമേരിക്ക. ന്നിട്ട് ഇവ്ടെ ആരും കല്യാണം കഴിക്ക്ന്നില്ല? അല്ലെങ്കില് പെണ്ണായാല് പെറണംന്ന് ന്താത്ര നിർബന്ധം? ഒരു കുഞ്ഞിനെ വേണംന്ന്ച്ചാല് ദത്തെടുത്താല് പോരെ? അതിനാന്ന്ച്ചാല് അനാഥാലയങ്ങളിൽ ഷ്ടം പോലെ കുട്ട്യേളുണ്ട്." അശോകനും വിന്ദുജയും വിവാഹിതരാകുകയും അവർക്ക് കുട്ടിയുണ്ടാകുകയും ചെയ്യുന്നു. അവർ നാട്ടിലേക്ക് മടങ്ങുന്നു. "ഓവറീസ് മെച്വേർഡാകാത്ത, മാസാമാസം എഗ്ഗ് റിലീസ് ചെയ്യാത്ത" വിന്ദുജക്ക് പിന്നീട് ഒരു മകനുണ്ടാകുന്നു. സ്വാഭാവികമായ ഗർഭപാത്രത്തിന്റെ ചൂട്ടും തണുപ്പുമേറ്റു വളരാത്ത ഈ ശിശുവാണ് നാളത്തെ പ്രവാസി. നാടിന്റെ രാഷ്ട്രീയ ജീവിതത്തിന്റെ ചൂട്ടും തണുപ്പുമേറ്റു വളരാത്തവൻ കൂടിയാണവൻ. ദേശീയ പ്രസ്ഥാനത്തിന്റെയും ഗാന്ധിയൻ പ്രസ്ഥാനത്തിന്റെയും കമ്മ്യൂണിസ്റ്റ് പ്രസ്ഥാനത്തിന്റെയും രാഷ്ട്രീയത്തിന്റെ ജൈവികമായ തുടർച്ചയാണ് മാഹി എന്ന മൂന്നാം ലോകത്തിലെ കൊച്ചുപ്രദേശത്തിന് നഷ്ടമാകുന്നത്.

സാമ്പത്തിക ബന്ധങ്ങളിലെ മാറുന്ന സമവാക്യത്തെക്കുറിച്ചുള്ള ബോധ്യത്തോടെയാണ് ആഖ്യാനം ഈ പരിണാമത്തെ നോക്കിക്കാണുന്നത്. ആ നിലയിൽ മാർക്സിയനായ ഒരു സംവേദനക്ഷമതയുണ്ട് സമകാലിക ചരിത്രത്തെ നോക്കിക്കാണുന്നതിൽ. അത് ആ രാഷ്ട്രീയ പ്രക്രിയയെ സൂക്ഷ്മമായി വിലയിരുത്തുന്നില്ലെങ്കിലും.

ജാതി നിരാകരിക്കുന്നതിൽ സിനിമ പങ്കുവഹിക്കുന്നു. കോറണേഷൻ തിയേറ്ററിൽ നിന്ന് *നീലക്കുയിൽ* കാണുന്ന തപാൽ ശിപായി കോയിന്നൻ നായരുടെ ജാതി ബോധത്തിൽ മാറ്റം വരുന്നു. "ഒരു ദിവസം ശങ്കരൻ കുട്ടി രസകരമായ ഒരു കാഴ്ച കണ്ടു. കോയിന്നൻനായർ ഒരു ചെറുമന്റെ തോളിൽ കയ്യിട്ടുകൊണ്ട് മിഠായിത്തെരുവിലൂടെ നടക്കുന്നു.

അതാണ് സിനിമയുടെ സ്വാധീനം. ശ്രീനാരായണ ഗുരുവിന് ചെയ്യാൻ കഴിയാഞ്ഞതാണ് പി. ഭാസ്കരന്റെ നീലക്കുയിലിന് കഴിഞ്ഞത്." സിനിമയുടെ ആഘാതശേഷിയെ നോവൽ നവോത്ഥാനത്തിന്റെ യുക്തിക്കും മേലെ സ്ഥാപിക്കുകയാണ് ചെയ്തിരിക്കുന്നത്.

മാർക്സ്, ഗാന്ധി, അംബേദ്കർ- ഉത്തരാധുനിക ഘട്ടത്തിലെ മാറുന്ന മുൻഗണനകൾ

നെഹ്റുവിയൻ കാലഘട്ടം മുതൽ ആഗോളവൽക്കരണത്തിന്റെ അഥവാ പുതു കോളനീകരണത്തിന്റെ ഘട്ടംവരെയുള്ള നോവലുകളാണ് നാം പരിശോധിച്ചത്. ദേശീയ സമരകാലത്ത് വിഭാവനം ചെയ്ത പുതിയ ഇന്ത്യയും പുതിയ കേരളവും രൂപപ്പെടുത്താനുള്ള ശ്രമങ്ങളുടെ കാലമായിരുന്നു അത്. അത് രൂപപ്പെടുത്തുന്നതിനുള്ള രാഷ്ട്രീയ ഇച്ഛാശക്തി പ്രകടിപ്പിച്ചതും ആ ദൗത്യം ഏറ്റെടുത്തതും ഇന്ത്യൻ നാഷണൽ കോൺഗ്രസും കമ്മ്യൂണിസ്റ്റു പാർടികളും സോഷ്യലിസ്റ്റുകളും മറ്റുമായിരുന്നു. ഈ രാഷ്ട്രീയ ഇച്ഛാശക്തിയോടൊപ്പം നില്ക്കുന്നതായിരുന്നില്ല ആധുനികതാവാദ നോവലുകൾ. അതിനെ ചോദ്യം ചെയ്യുന്നതായിരുന്നു. ആ നിലയിൽ അവയെ "അരാഷ്ട്രീയ"മെന്നു വിളിക്കാം. അങ്ങനെയാണ് പ്രതിബദ്ധതയുടെ അക്കാലത്ത് വിളിക്കപ്പെട്ടതും. ഈ പശ്ചാത്തലത്തിലാണ് മൂന്നു പ്രധാന രാഷ്ട്രീയ ധാരകളെ മുൻനിർത്തി ആധുനികതാവാദ നോവലുകളെ പരിശോധിക്കാൻ ശ്രമിച്ചത്.

മൂന്നു തലത്തിൽ വെച്ചാണ് ഈ പഠനം നടത്തിയിട്ടുള്ളത്.

1. നോവൽ എന്ന ജനുസ്സിന്റെ തന്നെ ആധുനികതാവാദഘട്ടത്തിലെ സൗന്ദര്യാത്മകവും രാഷ്ട്രീയവുമായ വിവക്ഷകളെന്താണ് എന്ന് വിശദീകരിക്കാനാണ് ശ്രമിച്ചത്.
2. ആനന്ദിന്റെയും ഒ. വി. വിജയന്റെയും എം. മുകുന്ദന്റെയും നോവലുകളിൽ പ്രത്യക്ഷതലത്തിൽത്തന്നെ ഗാന്ധി, മാർക്സ്,

അംബേദ്കർ എന്നിവരുടെ ആശയങ്ങളുടെ സാന്നിധ്യം എങ്ങിനെ കടന്നുവരുന്നുവെന്ന് അന്വേഷിച്ചു.

3. അതോടൊപ്പം നോവലുകളെ ആഖ്യാനമായി കണ്ട് ആഖ്യാനത്തെയും ആഖ്യാനകർത്തൃത്വത്തെയും പ്രശ്നവൽക്കരിക്കുന്ന മട്ടിൽ ഗാന്ധി, മാർക്സ്, അംബേദ്കർ എന്നിവരുടെ കാഴ്ചപ്പാടിനെ വിമർശനാത്മകമായ ഒരു വീക്ഷണമാക്കാനും ശ്രമിച്ചു.

ഒന്നു കൂടി ഇതിനെ അടുത്തുനിന്നു നോക്കിക്കാണാം:

വാമൊഴിയിൽ മനുഷ്യർ തമ്മിൽ നേരിട്ട് വിനിമയം ചെയ്യുന്ന നാട്ടു ജീവിതത്തിൽ നിന്നും രാഷ്ട്രജീവിതത്തിലേക്കുള്ള പ്രവേശത്തിന്റെ ഇടനിലയായി വന്നത് അച്ചടിയും പത്രവും പുസ്തകവുമാണ്. അതിനൊപ്പമാണ് നോവൽ എന്ന ഗണവും വളർന്നുവന്നത്. രാഷ്ട്രത്തെ സ്ഥാപിക്കുന്ന ഘട്ടമായിരുന്നു നോവലിന്റെ ആദ്യകാലം. ആധുനിക ഈഗോവിന്റെ ജന്മവുമായി അതു ബന്ധപ്പെട്ടിരിക്കുന്നു. *ഇന്ദുലേഖ* പോലുള്ള മലയാളത്തിലെ നോവൽ പിറവി കൊള്ളുന്നത് അപ്പോഴാണ്.

എന്നാൽ അതേ സമയം ആധുനികമായ ഏകീകരിക്കപ്പെട്ട കാഴ്ചയ്ക്കും അത്തരം ഈഗോവിനും എതിരെയുള്ള നീക്കം നോവൽ എന്ന ജനുസ്സിലുണ്ട്. ഡോൺ ക്വിക്സോട്ടിന്റെ പാരമ്പര്യത്തിൽ ഈ സമീപനമാണ് നിരൂപകർ കണ്ടെടുത്തിട്ടുള്ളത്. ഇതിലേതാണ് ഓരോ നോവലിന്റെയും (നോവലിസ്റ്റിന്റെയും) അബോധം പങ്കിടുന്നത് എന്നത് നോവലിന്റെ രാഷ്ട്രീയ ദർശനത്തെ നിർണയിക്കുന്ന വസ്തുതയാണ്. കഥാപാത്രമെന്ന നിലയിൽ ഈഗോയായും അതിനെ നിർണയിക്കുന്നരാഷ്ട്രീ യവ്യവഹാരരൂപമെന്ന നിലയിൽ വിഷയിയായും ഇതു പ്രവർത്തിക്കുന്നു. വ്യക്തികൾ സ്വാംശീകരിക്കുന്ന രാഷ്ട്രീയ ആത്മബിംബം ദേശവിഭാവനയുടെ ഭാഗമാണ്. ആ നിലയിൽ നോവൽ വിശകലനത്തിൽ ഈ വിഷയിയെ ഈഗോയെന്നു വിളിക്കാം. വ്യവഹാരത്തിന്റെയും ആഖ്യാനത്തിന്റെയും നിർമിതിയെന്ന നിലയിൽ വിഷയിയെന്നും.

ദേശരാഷ്ട്ര ഈഗോയും ദേശീയവാദഈഗോയും രണ്ടു തരത്തിലുള്ള ഊന്നലുള്ളതാണ്. ഒന്ന് രാഷ്ട്രത്തെത്തന്നെ ഒരു അധികാരരൂപമെന്ന നിലയിൽ സ്വാംശീകരിക്കുന്നതാണെങ്കിൽ മറ്റത് കൊളോണിയൽ ദേശരാഷ്ട്രത്തെത്തന്നെ നിഷേധിക്കുന്ന ദേശീയതാവാദത്തിന്റെ പ്രഖ്യാപനത്തെയാണ് സൂചിപ്പിക്കുന്നത്. കീഴാള

കർഷക പ്രസ്ഥാനത്തിന്റെ പിൻബലത്തിൽ മറ്റൊരു വ്യവഹാരം കൂടി പിന്നീട്ട വരുന്നുണ്ട്. അത് ദേശരാഷ്ട്രത്തെയെന്ന പോലെ, ദേശീയ ഈഗോവിനെയും പ്രശ്നവൽക്കരിക്കുന്നതാണ്.

രാഷ്ട്രസ്ഥാപനത്തിന്റെയും ദേശീയ ഈഗോവിന്റെയും ഈ ഘട്ടം കഴിഞ്ഞാണ് രാഷ്ട്രത്തിന്റെയും ആധുനിക ഈഗോവിന്റെയും പ്രതിസന്ധി സൂചിപ്പിക്കുന്ന ആധുനികതാവാദ നോവലുകൾ വരുന്നത്. ഇന്ത്യയിൽ നെഹ്റുവിയൻ ഘട്ടത്തിലാണ് ഇതുണ്ടാകുന്നത്. യൂറോപ്യൻ ആധുനികതാവാദത്തെ അതുണ്ടായ അതതു രാഷ്ട്രങ്ങളിലെ ആഭ്യന്തര രാഷ്ട്രീയത്തിന്റെ പശ്ചാത്തലത്തിൽ വിശദീകരിച്ചാൽ പോര, എന്നും പകരം അത് കൊളോണികളിലെ അപരങ്ങളുടെ ഉയർന്നുവരവുമായി ബന്ധപ്പെട്ട് വിശദീകരിക്കണമെന്നുള്ള ഫ്രെഡറിക് ജെയിംസന്റെ വാദം, നമ്മുടെ ദേശരാഷ്ട്ര ഈഗോവിന്റെ പ്രതിസന്ധിയുമായും താരതമ്യം ചെയ്യാവുന്നതാണ്. കേന്ദ്രീകൃത നെഹ്റുവിയൻ ദേശരാഷ്ട്രത്തിനു നേരെ ഉയരുന്ന വെല്ലുവിളികൾ ദേശരാഷ്ട്ര ഈഗോവിനെയും ദേശീയവാദ ഈഗോവിനെയും പ്രതിസന്ധിയിലാക്കുന്ന സന്ദർഭമാണ് നമ്മുടെ ആധുനികതാവാദ നോവലുകളുടെ ഘട്ടമെന്നു പറയാം. ദേശരാഷ്ട്രനിർമിതിയോടൊപ്പം വളർന്നുവന്ന സവിശേഷമായ ഈഗോവിന്റെ അപചയമാണ് ആധുനികതാവാദ ഘട്ടത്തിൽ ഉണ്ടാകുന്നത്.

ദൽഹി, ബോംബെ തുടങ്ങിയ ദേശീയ നഗരങ്ങളുടെ പശ്ചാത്തലത്തിലാണ് നമ്മുടെ ആധുനികതാവാദ നോവലുകൾ രൂപപ്പെടുന്നത്. ഗാന്ധിയനായ ദേശീയവാദം, മാർക്സിസവുമായി ബന്ധപ്പെട്ട കർഷക-തൊഴിലാളി സമരങ്ങൾ, അംബേദ്കർ പ്രതിനിധീകരിക്കുന്ന കീഴാള സമരങ്ങൾ എന്നിവയോടു ബന്ധപ്പെട്ട ദേശീയ വ്യവഹാരങ്ങളുമായി ചേർന്നാണ് നോവൽ എന്ന ആഖ്യാനവും ആധുനികതാവാദത്തിലേക്ക് കടക്കുന്നത്. ഏതു രാഷ്ട്രീയ വ്യവഹാരത്തിന്റെ (വിഷയിയുടെ) നിർമിതിയായിരുന്ന ഈ ഈഗോ എന്നതിൽനിന്ന് നോവലിന്റെ രാഷ്ട്രീയ സൗന്ദര്യശാസ്ത്രത്തിലേക്ക് പ്രവേശിക്കാൻ കഴിയും.

രാഷ്ട്രത്തെ ഭൂമിശാസ്ത്രപരമായ ഒരു സ്ഥലമായാണോ, അതോ ജനതകളുടെ വൈവിധ്യമായാണോ കാണുന്നത് എന്നത് രാഷ്ട്രവിഭാവനയിൽ നിർണായകമാണ്. രാഷ്ട്രം എന്ന ഭൂപടബോധവുമായി ഐക്യപ്പെടുമ്പോൾ അത് ഏകതാബോധമാണ് നൽകുന്നത്. വിവിധ ജനതകളായാണ് കാണുന്നതെങ്കിൽ അത് വൈവിധ്യത്തെയാണ്

മുന്നോട്ടുവെക്കുക. നാടിൽ നിന്ന് ദേശീയ നഗരങ്ങളിലെത്തിപ്പെടുന്ന സന്ദർഭത്തിന്റെ ചിത്രീകരണം വിവിധ നോവലുകളിൽ എങ്ങിനെയാണെന്നത് ഇതിലേക്കുള്ള സൂചനയാണ്.

നാടിൽ നിന്ന് രാഷ്ട്രത്തിലേക്കുള്ള യാത്രയുടെ പ്രതീകമായി തീവണ്ടി ആനന്ദിന്റെ ആൾക്കൂട്ടം, ഒ. വി. വിജയന്റെ *ഗുരുസാഗരം*, എം. മുകുന്ദന്റെ *ദൽഹി* എന്നീ നോവലുകളിൽ വരുന്നുണ്ട്. നഗരത്തെ ഒരു ഭൂമിശാസ്ത്ര സ്ഥലമായാണ് ആനന്ദിന്റെ *ആൾക്കൂട്ട*ത്തിന്റെ തുടക്കത്തിൽ കാണുന്നത്. ആ സ്ഥലത്താണ് വിവിധ വ്യക്തികൾ (മുഖമില്ലാത്ത വ്യക്തികൾ) തീവണ്ടിയിൽ നിന്ന് ഇറങ്ങിവരുന്നത്. എന്നാൽ ഇന്ത്യ എന്ന രാഷ്ട്രത്തിലേക്ക് പ്രവേശിക്കുമ്പോഴും കേരളീയ മുദ്രകൾ നിലനിർത്തുന്നതാണ് *ദൽഹി*യിലെ അന്തരീക്ഷം. നിറം, മണം, രുചി തുടങ്ങിയ ഇന്ദ്രിയാത്മകമായ തലത്തിന്റെ സാന്നിധ്യമാണ് ഈ മൂർത്തത നോവലിന്റെ അന്തരീക്ഷത്തിന് നൽകുന്നത്. വിവിധ ഭാഷാസംസ്ഥാനങ്ങളിൽ നിന്നു വരുന്ന മനുഷ്യരാണവർ. അതോടൊപ്പം ലോകത്തിന്റെ വിവിധ ഭാഗങ്ങളിൽ നിന്നു വരുന്നവരുമാണവർ. ഇത്തരം ഘടകങ്ങളുടെ സാന്നിധ്യം കുറഞ്ഞ, ചിന്താപരവും ധ്യാനാത്മകവുമായ അന്തരീക്ഷമാണ് *ആൾക്കൂട്ട*ത്തിലുള്ളത്. ഇന്ത്യയ്ക്കകത്തെ വൈവിധ്യങ്ങൾ അവിടെ താരതമ്യേന അദൃശ്യമാണ്. നെഹ്റുവിയൻ ഇന്ത്യയുടെ അഖണ്ഡസ്വഭാവമാണ് അവിടെ കൂടുതൽ ദൃശ്യമാകുന്നത്. സ്ഥലം, അതിലെ വ്യക്തികൾ, ഭരണകൂടം എന്നിങ്ങനെ യുക്തിഭദ്രമായാണത് വിന്യസിക്കപ്പെട്ടിരിക്കുന്നത്.

രാഷ്ട്രത്തെ സ്ഥലമായാണോ ജനതയായാണോ വ്യവഹാരം സങ്കല്പിക്കുന്നത് എന്ന ചോദ്യം ഗാന്ധി, മാർക്സ്, അംബേദ്കർ എന്നിവരുടെ രാഷ്ട്രീയസംസ്കാരത്തെ മുൻനിർത്തിയുള്ള ഈ വിശകലനത്തിൽ പ്രസക്തമാണ്. രാഷ്ട്രത്തെ അതിന്റെ വർത്തമാനമായും ജനതയുടെ വൈവിധ്യമായും കണ്ടാൽ മാത്രമേ പ്രാദേശിക ജീവിതമുദ്രകൾ, അതിന്റെ വിമോചനപരമായ രാഷ്ട്രീയ സംസ്കാരം എന്നിവ ദേശീയതാവ്യവഹാരത്തിലും ദൃശ്യമാകുകയുള്ളൂ. കർഷക- കീഴാള സമരങ്ങളുടെ (മാർക്സ്, അംബേദ്കർ) സാന്നിധ്യം തെളിയണമെങ്കിൽ രാഷ്ട്രവിഭാവനയിൽ പ്രാദേശിക വൈവിധ്യം നിലനില്ക്കണം.

ഗാന്ധിസത്തിന്റെയും മാർക്സിസത്തിന്റെയും അംബേദ്കറിസ ത്തിന്റെയും പ്രതിനിധികൾ പ്രസ്ഥാനങ്ങളായി, അതിനെ പ്രതിനിധീകരിക്കുന്ന കഥാപാത്രങ്ങളായി ഇത്തരം നോവലുകളിൽ സ്ഥാനം നേടുന്നു. സാമൂഹ്യബന്ധങ്ങളിലേക്ക് കടന്നുകയറാൻ ഈ

കഥാപാത്രങ്ങൾക്ക് കഴിയുന്നു. ആ നിലയിൽ രാഷ്ട്രഭാവനയുടെ അകത്ത് അവർക്ക് നേരിട്ട് അതിന്റെ കർത്താക്കളെന്ന നിലയിൽ, അത് വിഭാവനം ചെയ്യുന്ന ആളുകളെന്ന നിലയിൽത്തന്നെ പ്രാതിനിധ്യ മുണ്ട്. രാഷ്ട്രവിഭാവനയും ഈ ആശയങ്ങളും ഏകീഭവിക്കുകയാണ് ഇവിടെ.

ഗാന്ധിയും മാർക്സും അംബേദ്കറും പ്രതിനിധീകരിക്കുന്ന ആശയങ്ങൾ കഥാപാത്ര രൂപം കൈക്കൊള്ളാതെ മറ്റു കഥാപാത്രങ്ങളുടെ ചിന്തയിലും ചർച്ചയിലും കടന്നുവരിക എന്നതാണ് നോവലുകളിലെ മറ്റൊരു തരം സാന്നിധ്യം. ഇവിടെ ഈ ആശയങ്ങളുടെ പ്രതിനിധികളായി, അവയെ വിഭാവനം ചെയ്യുന്ന കർത്താക്കളായി അവർ മാറുന്നില്ല. രാഷ്ട്രവിഭാവനയോട് ഇവിടെ കഥാപാത്രമെന്ന നിലയിലുള്ള ഐക്യപ്പെടലില്ല, പകരം രാഷ്ട്രത്തിനകത്തെ ഒരു ആശയ ഘടകമായി ഇവയെ സംബന്ധിച്ച ചിന്തകൾ വരുന്നതേയുള്ളൂ.

വ്യക്തിജീവിതത്തിലും സാമൂഹ്യജീവിതത്തിലും ഗാന്ധിയുടെയും മാർക്സിന്റെയും അംബേദ്കറിന്റെയും ദർശനങ്ങളെ ആഖ്യാന കർത്തൃത്വം സ്വീകരിക്കുന്നതാണ് അതിന്റെ മറ്റൊരു തലം. നോവലിന്റെ ആഖ്യാതാവിന്റെ രീതിശാസ്ത്രം തന്നെയായി ഇവരുടെ ആശയങ്ങളും ദർശനങ്ങളും മാറിത്തീരുകയാണത്. ഒരു ജനസ്സെന്ന നിലയിൽ ഈ ആശയങ്ങൾ നോവലിന്റെ ഭാഗമാകുകയാണ് ഇത്തരം സന്ദർഭങ്ങളിൽ.

ഈ മൂന്നു ചിന്താധാരകളിൽ പ്രസ്ഥാനമെന്ന നിലയിൽ നോവൽകാലത്ത് ഏറ്റവും സ്വാധീനമുള്ളത് ഗാന്ധിസത്തിനും മാർക്സിസത്തിനുമാണ്. അതിൽത്തന്നെ മാർക്സിസത്തിനാണ് കൂടുതൽ പ്രാധാന്യം.

മുകുന്ദന്റെ നോവലുകളിൽ മയ്യഴിയിലെ സാമാന്യജീവിതം ചിത്രീകരിക്കുമ്പോഴാണ് മാർക്സിസത്തിന്റെ പ്രസ്ഥാനമെന്ന നിലയിലുള്ള സാന്നിധ്യം ഏറ്റവും കൂടുതലായി കാണുന്നത്. *മയ്യഴിപ്പുഴയുടെ തീരങ്ങളിലും* *ദൈവത്തിന്റെ വികൃതികളിലും* *കേശവന്റെ വിലാപങ്ങളിലും* പ്രവാസത്തിലുമെല്ലാം കമ്മ്യൂണിസം പ്രസ്ഥാനപരമായി സാന്നിധ്യമറിയിക്കുന്നുണ്ട്. എന്നാൽ നവോത്ഥാന നോവലുകളിലെപ്പോലെയല്ല ഈ സാന്നിധ്യം.

ഒ.വി. വിജയന്റെ *ഖസാക്കിന്റെ ഇതിഹാസം* മുതലുള്ള കൃതികളിൽ കമ്മ്യൂണിസ്റ്റുകാരുടെ പ്രസ്ഥാനപരമായ സാന്നിധ്യമുണ്ട്. ബീഡിത്തൊഴിലാളി യൂണിയൻ രൂപപ്പെടുന്നതും അതിൽ നൈസാമലി പ്രവർത്തിക്കുന്നതും ഖസാക്കിലുണ്ട്. കൊഴണശ്ശേരിയിലെ കമ്മ്യൂണിസ്റ്റുകാർ രവിയെ അവസാനം സമീപിക്കുകയും പിന്തുണ പ്രഖ്യാപിക്കുകയും ചെയ്യുന്നു. *ഗുരുസാഗര*ത്തിൽ വിപ്ലവകാരിയായിരുന്ന ഏട്ടന്റെ ഗ്രാമീണപശ്ചാത്തലത്തിലുള്ള ത്യാഗത്തെ സമകാലിക സോവിയറ്റ് കമ്മ്യൂണിസത്തെക്കാൾ ആദരവോടെയാണ് ചിത്രീകരിക്കുന്നത്. നഗരത്തിലെ കമ്മ്യൂണിസ്റ്റ് പ്രവർത്തനത്തെക്കാൾ ആത്മാർത്ഥമാണ് ഗ്രാമത്തിലെ പ്രവർത്തനമെന്ന് *തലമുറക*ളിൽ സൂചനയുണ്ട്. ബോംബെയിലെ ട്രേഡ് യൂണിയൻ രംഗത്തു പ്രവർത്തിച്ച നിരാശനായി നഗരപ്രവർത്തനത്തിലെ കാപട്യത്തിൽ മനസ്സു മടുത്ത് *തലമുറക*ളിലെ നാരായണൻ നമ്പൂതിരി ഗ്രാമത്തിലെ പാട്ടക്കുടിയാന്മാരുടെയിടയിലേക്ക് പ്രവർത്തനം മാറ്റുന്നു. മില്ലുടമസ്ഥരും പഞ്ചിക്കമ്പോളത്തിലെ ഊഹക്കച്ചവടക്കാരും നേതാക്കന്മാരും ഒത്തുകളിക്കുന്നതാണ് നഗരത്തിൽ അയാൾകാണുന്നത്. കമ്മ്യൂണിസത്തിന്റെ ആദ്യഘട്ടത്തെ പ്രസ്ഥാനമെന്ന നിലയിൽ പൊതുവെ ചിത്രീകരിക്കുമ്പോൾത്തന്നെ വിജയന്റ പിൽക്കാല കൃതികളിൽ (*ഗുരുസാഗരം*, *തലമുറകൾ*) നക്സലിസവും കടന്നുവരുന്നു. കമ്മ്യൂണിസത്തിന്റെ ആദ്യഘട്ടത്തെ ചിത്രീകരിക്കുമ്പോഴുള്ള ആർദ്രവും അനുഭാവപരവുമായ സമീപനമല്ല, നക്സലിസത്തോട് വിജയന്റെ നോവലുകൾ സ്വീകരിക്കുന്നത്. ആത്മാർത്ഥതയുള്ളതെങ്കിലും ജനകീയാടിത്തറയില്ലാത്ത ചെറുപ്പക്കാരുടെ ഭ്രമമായാണത് ചിത്രീകരിക്കുന്നത്.

ആനന്ദിന്റെ നോവലുകളിൽ സാമൂഹ്യജീവിതമെന്ന നിലയിൽ കമ്മ്യൂണിസത്തിന്റെ സാന്നിധ്യം കുറവാണ്. എന്നാൽ *ആൾക്കൂട്ട*ത്തിൽ ആധുനിക തൊഴിലാളി വർഗം എന്ന നിലയിൽ പണിമുടക്കിലൂടെ കമ്മ്യൂണിസം അതിന്റെ സാന്നിധ്യമറിയിക്കുന്നു. രണ്ടു കഥാപാത്രങ്ങൾ (ജോസഫ്, രാധ) പ്രകടമായി തൊഴിലാളിവർഗ പക്ഷപാതം കാണിക്കുന്നുണ്ട്. *മരണസർട്ടിഫിക്കറ്റി*ലെ മുഖ്യകഥാപാത്രങ്ങളിലൊന്ന് കമ്മ്യൂണിസ്റ്റുകാരൻ സ്നേഹിതനാണ്. *അഭയാർത്ഥിക*ളിലെ സുമൻ കമ്മ്യൂണിസത്തിന്റെ വൈകാരികവശമുള്ള പ്രവർത്തകനാണ്. *വ്യാസനും വിഘ്നേശ്വരനു*മെന്ന നോവലിലെ വർധമാനൻ നക്സലിസ്റ്റ് എഴുത്തുകാരനാണ്.

കമ്മ്യൂണിസത്തെ മുൻനിർത്തി ആശയതലത്തിലുള്ള ചർച്ച ഏറ്റവും കൂടുതൽ നടക്കുന്നത് ആനന്ദിന്റെ കൃതികളിലാണ്. *ആൾക്കൂട്ടം* മുതൽ മിക്കവാറും എല്ലാ നോവലുകളിലും (*ആൾക്കൂട്ടം, മരണസർട്ടിഫിക്കറ്റ്, ഉത്തരായണം, അഭയാർത്ഥികൾ, വ്യാസനും വിഘ്നേശ്വരനും, വിഭജനങ്ങൾ*) കമ്മ്യൂണിസം ഒരാശയമെന്ന നിലയിൽ ചർച്ചയ്ക്കു വിധേയമാണ്. *അഭയാർത്ഥി*കളിൽ നീണ്ട ഖണ്ഡങ്ങൾ തന്നെ കമ്മ്യൂണിസത്തെ മുൻനിർത്തിയുള്ള ചർച്ചയ്ക്കായി മാറ്റിവെച്ചിരിക്കുന്നു. ആദ്യകാലത്തെ നോവലുകളിലെ ചർച്ചകൾ കമ്മ്യൂണിസത്തോട് അനുഭാവപരമായ സമീപനമാണ് സ്വീകരിക്കുന്നതെങ്കിൽ ആനന്ദിന്റെ പിൽക്കാല രചനകളിൽ അതിനെ നിരാകരിക്കുന്നതിനുള്ള ചർച്ചകളാണുള്ളത്.

ആശയമെന്ന നിലയിൽ യുക്തിഭദ്രമായ നീണ്ട ചർച്ചകളില്ലെങ്കിലും മുകുന്ദന്റെ നോവലുകളിലും കഥാപാത്രങ്ങൾ സുഹൃത്തുക്കളെന്ന നിലയിൽ പറയുന്ന കമന്റുകളുടെ രൂപത്തിൽ കമ്മ്യൂണിസത്തെക്കുറിച്ചുള്ള വിലയിരുത്തലുണ്ട്. ഇത് *ദൽഹി* മുതൽ *പ്രവാസം* വരെയുള്ള നോവലുകളിൽ കാണാം.

വിജയന്റെ നോവലുകളിൽ ആശയമെന്ന നിലയിലുള്ള ചർച്ചകളല്ല, ഭൂതകാലത്തെ പ്രതിനിധീകരിക്കുന്ന കമ്മ്യൂണിസ്റ്റുകാരെ സംബന്ധിച്ച ആദരവോടെയുള്ള ഓർമകളാണുള്ളത്. ആശയത്തെക്കാൾ വ്യക്തി സാന്നിധ്യത്തിനാണ് വിജയനിൽപ്രാധാന്യം. ഗാന്ധിയൻ മൂല്യ സങ്കല്പം പോലെ അതും ഒരു വ്യക്തമൂല്യമായിത്തീരുകയാണ്. വർത്തമാനകാലത്തെ അപചയത്തെ സൂചിപ്പിക്കാൻ കൂടിയുള്ളതാണ് ഈ തിരിഞ്ഞുനോട്ടം. നാഗരികതയും പാർലമെന്റ് രാഷ്ട്രീയപരിസരവും ചേരുന്നിടത്താണ് സമകാലത്ത് കമ്മ്യൂണിസം വിമർശനവിധേയമാകുന്നത്.

നോവലുകളിലെ ആഖ്യാന കർത്തൃത്വം പൊതുവെ കമ്മ്യൂണിസത്തോട് ചേർന്നാണ് പോകുന്നത്. വിശാലാർത്ഥത്തിൽ ഇടതുപക്ഷമെന്നു പറയാവുന്ന ആഖ്യാനസ്ഥാനത്തിരുന്നുകൊണ്ടാണ് ആധുനികതാവാദ നോവലുകളുടെ നിർവഹണം.

എന്നാൽ കമ്മ്യൂണിസ്റ്റ് സാന്നിധ്യം അവസാനം വരെ പുലർത്തി അതിനെ ആഖ്യാനത്തിന്റെ കേന്ദ്രമായി നിലനിർത്തുന്ന രീതി ഈ നോവലുകളിലൊന്നുമില്ല. നവോത്ഥാന നോവലുകളിൽ നിന്നുള്ള ഏറ്റവും പ്രകടമായ വ്യത്യാസം ആധുനിക നോവലുകൾ ഇക്കാര്യത്തിൽ സൂക്ഷിക്കുന്നു. ഖസാക്കിൽ കൊഴണശ്ശേരിയിലെ

കമ്മ്യൂണിസ്റ്റുകാർ ഭാഗികമായി പരിഹാസ്യരാണ്. *ധർമപുരാണ*ത്തിൽ മുഖം നഷ്ടപ്പെട്ടവരും സോവിയറ്റ് നിലാപാടിനൊപ്പം താളം തുള്ളുന്നവരുമാണ് കമ്മ്യൂണിസ്റ്റുകാർ.

*ആൾക്കൂട്ട*ത്തിൽ പണിമുടക്കിന്റെ പരാജയത്തോടെ കമ്മ്യൂണിസ്റ്റ് ആശയങ്ങൾ ആഖ്യാനകേന്ദ്രത്തിൽ നിന്ന് അകലുന്നു. മയ്യഴിയിൽ ദാസന്റെ ജീവിതത്തിലെ ഒരു ഘട്ടത്തെയാണ് കമ്മ്യൂണിസം പ്രതിനിധാനം ചെയ്യുന്നത്. എന്നാൽ ജനജീവിത സംസ്കാരത്തിന്റെ സാന്നിധ്യം നിലനിർത്തുന്നതിനാൽ കമ്മ്യൂണിസത്തിന്റെ ഗ്രാമീണജീവിതാന്തരീക്ഷം ഏറ്റവും കൂടുതൽ കാണുന്നത് മയ്യഴിയെ പ്രമേയമാക്കുന്ന മുകുന്ദന്റെ നോവലുകളിലാണ്. സൗന്ദര്യശാസ്ത്രപരമായി മാർക്സിസത്തോട് ഏറ്റവും അടുത്തു നില്ക്കുന്നത് മുകുന്ദന്റെ ആഖ്യാനമാണ്.

മാർക്സിസം കഴിഞ്ഞാൽ ഏറ്റവുമധികം സന്നിഹിതമായ രാഷ്ട്രീയസംസ്കാരം ഗാന്ധിസത്തിന്റേതാണ്. അതു പ്രസ്ഥാനമെന്ന നിലയിലും ആശയമെന്ന നിലയിലും ആഖ്യാനസംസ്കാരമെന്ന നിലയിലും നോവലുകളിൽ സന്നിഹിതമാണ്.

പ്രസ്ഥാനമെന്ന നിലയിൽ ഗാന്ധിസത്തിന്റെ സാന്നിധ്യത്തിന് രണ്ടു ഘട്ടങ്ങളുണ്ട്. ഒന്ന് ഇന്ത്യൻ ദേശീയ പ്രസ്ഥാനകാലം. അത് കഴിഞ്ഞ് സമകാല ഇന്ത്യയിലെ ഭരണകക്ഷിയെന്ന നിലയിൽ ഗാന്ധിസത്തിന്റെ വക്താക്കളുടെ സാന്നിധ്യം. ഗാന്ധിയെന്ന വ്യക്തി മുന്നോട്ടുവെച്ച ഗാന്ധിയൻ ദർശനമെന്നു പറയാവുന്ന രാഷ്ട്രീയം ഈ കാല പരിഗണനകൾക്കപ്പുറത്താണ്.

ഇന്ത്യൻ ദേശീയപ്രസ്ഥാന കാലത്തെ ഗാന്ധിയൻ പ്രവർത്തനങ്ങളെ ആദരവോടെയാണ് നോവലുകൾ കാണുന്നത്. എന്നാൽ ഭരണകക്ഷിയെന്ന നിലയിലുള്ള ഗാന്ധിസത്തിന്റെ സമകാലിക വക്താക്കൾക്കു നേരെ ഏറ്റവും ശക്തമായ വിമർശനമാണ് ആധുനികതാവാദ നോവലുകൾ മുന്നോട്ടുവെക്കുന്നത്. ഒരർത്ഥത്തിൽ ആധുനികതാവാദ നിരൂപകർ അക്കാലത്തെ നോവലുകളിലെ ഈ രാഷ്ട്രീയ വിമർശനത്തെ മൂടിവെക്കാനാണ് ശ്രമിച്ചത്. മാർക്സിയൻ നിരൂപകർ ഇതിനെ മനസ്സിലാക്കുന്നതിൽ പരാജയപ്പെടുകയും ചെയ്തു.

ദേശീയ പ്രസ്ഥാനം കൊളോണിയൽ വിരുദ്ധമായ സമരമെന്ന നിലയിൽ ആദരവു നേടുന്നതും സംസ്കാരമായി വേരുപിടിക്കുന്നതും *മയ്യഴിപ്പുഴയുടെ തീരങ്ങ*ളിൽ പ്രകടമാണ്. ഇന്ത്യയ്ക്ക് സ്വാതന്ത്ര്യം

ലഭിച്ചിട്ടും തുടർന്ന സമരമാണ് മയ്യഴിയുടെ മോചനത്തിനുള്ള പ്രക്ഷോഭങ്ങൾ. എന്നാൽ ഖദർ സംസ്കാരം സമകാലികതയിൽ നിശിതമായ ആക്രമണത്തിന് മുകുന്ദന്റെ നോവലുകളിൽ വിധേയ മാകുന്നു. *ദൽഹി*യിലെ അരവിന്ദൻ ഖദറിട്ടവരെ സിംഹമായി വന്ന് തിന്നാൻ ആഗ്രഹിക്കുന്നുണ്ട്. *ആവിലായിലെ സൂര്യോദയ*ത്തിൽ ഖദറിട്ട സംസ്കാരം അഴിമതിയും ക്രിമിനൽ സ്വഭാവവും ചേരുന്ന മാഫിയയുടെ പ്രതിനിധിയുമാണ്.

ആനന്ദിന്റെ കൃതികളിൽ സമകാലികമായ സാന്നിധ്യമെന്ന നിലയിൽ ദേശീയ പ്രസ്ഥാനം നേരിട്ട് സംബോധന ചെയ്യപ്പെട്ടു ന്നില്ല. നെഹ്രുവിനെ *ആൾക്കൂട്ട*ത്തിൽ വിമർശിക്കുന്നുണ്ട്. എഴുപതു കളോടെ ദേശീയ പ്രസ്ഥാനം ഭരണകൂട ഫാസിസമായി മാറിയത് *ഉത്തരായണ*ത്തിൽ ചിത്രീകരിക്കുന്നുണ്ട്. സമകാലിക ഗാന്ധിയ ന്മാർ *അഭയാർത്ഥിക*ളിൽ വിമർശനമേറ്റു വാങ്ങുന്നു.

ഒ.വി. വിജയന്റെ ഖസാക്കിൽ കോൺഗ്രസുകാർ പ്രസ്ഥാന മെന്ന നിലയിൽ സന്നിഹിതരല്ല. കടക്കാരന്റെ രവിയോടുള്ള ലോഹ്യം പറച്ചിലിന്റെ ഒരൊറ്റ പരാമർശത്തിൽ അത് ഒതുങ്ങുന്നു. പ്രതീകാത്മകമായ പേരെടുത്തു പറഞ്ഞ് ഭരണകക്ഷിയെന്ന നിലയിൽ കോൺഗ്രസ് നിശിതമായ ആക്രമണത്തിന് വിധേയമാ കുന്നത് *ധർമ്മപുരാണ*ത്തിലാണ്, അഹിംസാകക്ഷിയെന്ന പേരിൽ. അതിന്റെ സർക്കാർ അധികാരത്തിന്റെ അശ്ലീലമായിരിക്കുന്നു. രൂക്ഷമായ പരിഹാസത്തിന്റെ ഭാഷയാണ് ഇവിടെ വിജയൻ സ്വീ കരിക്കുന്നത്.

കഥാപാത്രങ്ങളെന്ന നിലയിൽ രണ്ടു തരത്തിൽ ഗാന്ധിയൻ പാരമ്പര്യം വരുന്നുണ്ട്. സ്വാതന്ത്ര്യം കിട്ടിയ ശേഷം കോൺഗ്രസിൽ ചേക്കേറിയ ജനവിരുദ്ധർ. *ആവിലായിലെ സൂര്യോദയ*ത്തിലെ പ്രഭാ കരന്റെ അച്ഛൻ ഗോവിന്ദക്കുറുപ്പ് അത്തരക്കാരനാണ്. മറ്റൊരു കൂട്ടർ അവശേഷിച്ച ഗാന്ധിയൻ മൂല്യങ്ങളുടെ വക്താക്കളാണ്. *അഭയാർ ത്ഥിക*ളിലെ ഹരിദാസ് അത്തരത്തിലുള്ള ഉദാത്തമായ സാന്നിധ്യ മാണ്. അത് ആദരവോടെ ചിത്രീകരിക്കപ്പെടുന്നു. ഗാന്ധി നേരിട്ട് പ്രതീകമായി നില്ക്കുകയും ആ വെളിച്ചം അന്വേഷിക്കുകയും ചെയ്യുന്ന നാടകഖണ്ഡങ്ങൾ അഭയാർഥികളിലുണ്ട്. *ധർമപുരാണ*ത്തിൽ ഗാന്ധിയുടെ പേരിലുള്ള സമകാലികമായ അശ്ലീലത്തി നെതിരെയു ള്ള ധ്രുവം രൂപപ്പെടുന്നത് ഗാന്ധിയന്മാരിൽ നിന്നാണ്. ഗോസായി അമ്മാവ(ഗാന്ധി)ന്റെ പക്ഷത്തു നില്ക്കുന്ന സിദ്ധാർത്ഥനിലും പരാശ രനിലുമാണ് *ധർമപുരാണ*ത്തിലെ പ്രതീക്ഷ.

ആശയ ചർച്ചയെന്ന നിലയിൽ ഗാന്ധിസം മുകുന്ദന്റെ കൃതികളിലില്ല. *ആൾക്കൂട്ട*ത്തിൽ സുനിൽ ഗാന്ധിസത്തോട് ചേർന്നു നിന്നു കൊണ്ടു തന്നെ അതിന്റെ പരിമിതികൾ, അതിന്റെ പിൽക്കാല പരിണാമങ്ങൾ ഒക്കെ വിമർശനാത്മകമായി സമീപിക്കുന്നുണ്ട്. *അഭയാർത്ഥി*കളിൽ ഹരിദാസിലൂടെ ഗാന്ധിസത്തെക്കുറിച്ചുള്ള നീണ്ട ചർച്ചയുണ്ട്. വിജയനിലും സൂക്ഷ്മവും ഹ്രസ്വവുമായ പരാമർശങ്ങളിലൂടെ ഗാന്ധിയുടെ മേന്മ വാഴ്ത്തപ്പെടുന്നുണ്ട്. ഗാന്ധിസമെന്നതിനേക്കാൾ ഗാന്ധി എന്ന വ്യക്തിയാണ് അതിലെ വാഴ്ത്തുകളെന്നപോലെ പരിമിതിക്കും കാരണമാകുന്നത്.

ആഖ്യാനസംസ്കാരമെന്ന നിലയിൽ ഗാന്ധിയൻ സാന്നിധ്യം സൂക്ഷിക്കുന്നത് ഒ.വി. വിജയന്റെ കൃതികളാണ്. ഗാന്ധിയൻ സൗന്ദര്യശാസ്ത്രത്തിന്റേതെന്നു പറയാവുന്ന സ്വഭാവങ്ങളാണ് വിജയന്റെ കൃതികൾ പ്രകടിപ്പിക്കുന്നത്. പ്രത്യേകിച്ചും പിൽക്കാലകൃതികളിൽ ഇത് പ്രകടമാണ്. ആധുനികതാവാദപരമായ അകംനോട്ടത്തിന്റ സൗന്ദര്യശാസ്ത്രം ഗാന്ധിയൻ സമീപനമവുമായാണ് കൂടുതൽ ചേർന്നു പോകുന്നത്. നിഷേധാത്മക വൈരുദ്ധ്യവാദമായി അഡോർണോ സൂചിപ്പിച്ച സമീപനം ദേശീയതയുടെ പ്രതിസന്ധി ഘട്ടത്തിൽ ഗാന്ധിസവുമായാണ് ഒത്തു പോകുന്നത്.

അംബേദ്കറിസത്തെയും പ്രസ്ഥാനമെന്ന നിലയിലും ആശയമെന്ന നിലയിലും ആഖ്യാനമെന്ന നിലയിലും ആധുനികതാവാദ നോവലുകളിൽ കണ്ടെടുക്കാം:

അംബേദ്കർ പ്രസ്ഥാനമെന്ന നിലയിൽ കേരളത്തിൽ നേരിട്ട് സ്വാധീനം ചെലുത്തിയിരുന്നില്ലെന്ന ചരിത്രവസ്തുത പ്രധാനമാണ്. എന്നാൽ രണ്ടു തരത്തിൽ പ്രസ്ഥാനത്തിന്റെ സാന്നിധ്യം അപ്പോഴും സാധ്യമാണ്. കേരളത്തിലെ അയ്യങ്കാളി- ശ്രീനാരായണഗുരു പ്രസ്ഥാനത്തിന്റെ പശ്ചാത്തലമാണ് ഒന്ന്. അതിനെ ആധുനികതാവാദം എങ്ങിനെ നോക്കിക്കണ്ടു എന്നത് പ്രസക്തമാകുന്നു. രണ്ടമാത്തേത് ഇന്ത്യൻ ദേശീയതയുടെ സമകാലിക ജീവിതത്തിലെ അംബേദ്കർ പ്രസ്ഥാനത്തിന്റെ സൂചനകൾ കൃതികൾ വഹിക്കുന്നുണ്ടോ എന്നതാണ്. രണ്ടും ചർച്ചയർഹിക്കുന്നു.

കീഴാള പ്രസ്ഥാനം നേരിട്ട് വരുന്ന കൃതി *പുലയപ്പാട്ട്* മാത്രമാണ്. അതിന്റെ രചനയാകട്ടെ ആധുനികതാവാദ ഘട്ടം കഴിഞ്ഞ ശേഷവുമാണ്. ആധുനികതയിലെ മറ്റൊരു കൃതിയിലും കീഴാളത്വം പ്രസ്ഥാനമായി കടന്നുവരുന്നില്ല. അതിലും ശ്രീനാരായണഗുരു

അയ്യങ്കാളി പ്രസ്ഥാനങ്ങൾ ഗാന്ധിയൻ ദേശീയ പ്രസ്ഥാനത്തിലൂടെ ഇടതുപക്ഷത്തേക്ക് ചെന്നു ചേരുന്ന മട്ടിലാണ് ചിത്രീകരിച്ചിരിക്കുന്നത്. ദളിത് പ്രസ്ഥാനം ഇന്നുന്നയിക്കുന്ന തരത്തിൽ ഇടതുപക്ഷരാഷ്ട്രീയവും കീഴാള രാഷ്ട്രീയവും തമ്മിലുള്ള വൈരുധ്യത്തിന്റെ ഘടകങ്ങളൊന്നും അതിൽ പ്രകടവുമല്ല. കാളരാമക്ഷേത്രത്തിൽ താൻ നടത്തുന്ന സമരം വൈക്കം സത്യാഗ്രഹത്തിൽ നിന്ന് പ്രചോദനമുൾക്കൊണ്ടതാണെന്ന് അംബേദ്കർ ഗൗതമനോട് പറയുന്നുണ്ട്. എന്നാൽ പ്രാദേശികവും ദേശീയവുമായ ഈ സമരങ്ങൾ പ്രസ്ഥാനപരമായി ബന്ധിക്കപ്പെടുന്നില്ല.

ചിയ്യയ്യിക്കുട്ടിയുടെ ഭർത്താവ് ചെറിയവേലൻ മകൾ ഗൗരിയെയുമെടുത്ത് തലശ്ശേരിയിൽ ജഗന്നാഥപ്രതിഷ്ഠയ്ക്കു വന്ന ശ്രീനാരായണഗുരുവിനെ കാണാൻ പോകുന്നതോടെയാണ് കീഴാള ആധുനികതയുടെ അജണ്ട *പുലയപ്പാട്ടിൽ* വരുന്നത്. പിന്നീട് ഗൗരി കീഴാളത്വത്തിൽ നിന്ന് കോൺഗ്രസിലൂടെ അഭനവ് യുവക് സേവക് സംഘത്തിലൂടെ, കർഷക സംഘത്തിലൂടെ ഇടതുപക്ഷ പ്രസ്ഥാനത്തിലേക്ക് എത്തുമ്പോൾ ഗൗതമൻ കേന്ദ്രീകൃതാധികാരത്തിലൂടെ നെഹ്റുവിയൻ ഇടനിലയിലൂടെ ഇന്ത്യൻ രാഷ്ട്രപതിയാകുകയാണ് ചെയ്യുന്നത്. അംബേദ്കർ നേരിട്ട് കഥാപാത്രമായി *പുലയപ്പാട്ടിൽ* വരുന്നു. മറ്റൊരിടത്തും അംബേദ്കറിന്റെ പരാമർശമില്ല.

സ്ഥലപരമായി നോക്കിയാൽ അംബേദ്കറിന്റെ ആശയങ്ങൾ കടന്നുവരേണ്ടിയിരുന്ന ഒരു നോവലായിരുന്നു ബോംബെ പശ്ചാത്തലമായുള്ള *ആൾക്കൂട്ടം*. അവിടെ അത് കടന്നുവരുന്നേയില്ല. അംബേദ്കറിന്റെ ദളിത് സമീപനപരമായ ആശയങ്ങൾക്ക് കടന്നുചെല്ലാനേ കഴിയാത്ത ദേശരാഷ്ട്രപരമായ ആഖ്യാനമാണ് ആനന്ദിന്റെ കൃതികളിലുള്ളത്. *വ്യാസനും വിഘ്നേശ്വരനു*മെന്ന നോവലിൽ "നിഷാദപുരാണം" എന്ന കൃതി സങ്കല്പിക്കുമ്പോഴും അത് മൂർത്തമായ ജാതിപ്രശ്നത്തിലേക്ക് കടക്കാതെ അമൂർത്തതയിൽ ചെന്ന് അവസാനിക്കുകയാണ് ചെയ്യുന്നത്.

ബ്രാഹ്മണ്യത്തിനും സവർണതയ്ക്കും ഹിന്ദുത്വപരമായ ദേശീയതാസങ്കല്പത്തിനുമെതിരെയുള്ള ആശയങ്ങൾ ഒ. വി. വിജയന്റെ *ഗുരുസാഗര*ത്തിലും *പ്രവാചകന്റെ വഴി*യിലും *തലമുറക*ളിലുമുണ്ട്. ഭദ്രലോകവും ബസ്തികളുമെന്ന വൈരുധ്യം *ഗുരുസാഗര*ത്തിലുണ്ട്. ചാണകവും ചന്ദനവുമുപയോഗിക്കുന്ന രണ്ടു തരം സംസ്കാരരീതികൾ വർണപരമായ ഭേദത്തെയാണ് എടുത്തുകാട്ടുന്നത്. ചന്ദനത്തിൽ നിന്നല്ല ,

ചാണകത്തിൽനിന്നാണ് ഭഗവാൻ വിളി കേൾക്കുക എന്ന കുഞ്ഞുണ്ണി യുടെ അച്ഛന്റെ വാക്കുകൾ ദേശീയവാദ കാലഘട്ടത്തിലെ ഗാന്ധിയൻ ആശയങ്ങളോടാണ് കൂടുതൽ ചേർന്നുപോകുക.

പുരാണപാഠങ്ങളെ ദളിത് കാഴ്ചപ്പാടിൽ നോക്കിക്കാണൽ അംബേദ്കറിസ്റ്റ് വിമർശനത്തിന്റെ രീതിയായിരുന്നു. ശംബൂകന്റെ വധത്തിലേക്ക് *ഗുരുസാഗരം* തിരിഞ്ഞുനോക്കുന്നുണ്ട്. ഗോത്രങ്ങൾക്ക് ആരാധനാസ്വാതന്ത്ര്യം കിട്ടിയത് മുസ്ലീം വരവോടെയാണെന്നും നോവൽ വിശദീകരിക്കുന്നുണ്ട്. *പുലയപ്പാട്ടിൽ* അംബേദ്കർ നേരിട്ട് കഥാപാത്രമായി വന്ന് തന്റെ ആശയങ്ങൾ പ്രകടിപ്പിക്കുന്നുണ്ട്. എന്നാൽ മുഖ്യകഥാപാത്രമായ ഗൗതമൻ അംബേദ്കറെയും ഗാന്ധിയെയും ഒന്നിച്ച് അംഗീകരിക്കുന്നതിനാൽ ആ ആശയങ്ങൾക്ക് കേന്ദ്രസ്ഥാനം കിട്ടുന്നില്ല.

ആഖ്യാന കർത്തൃത്വങ്ങൾ ഈ നോവലുകളിലൊന്നിലും ഒരിക്കലും ദളിത് പക്ഷ സമീപനം സ്വീകരിക്കുന്നില്ല. ആധുനികതയോടുള്ള സമീപനത്തിൽ അംബേദ്കറിൽത്തന്നെയുള്ള സന്ദിഗ്ധത ഈ പ്രശ്നത്തെ കൂടുതൽ സങ്കീർണമാക്കുന്നു.

എല്ലാ തരം വിഭജനങ്ങളെയും നിരാകരിക്കുന്ന ആനന്ദിന്റെ ആഖ്യാനം അംബേദ്കറിസത്തിന് യാതൊരു ഇടവും കൊടുക്കുന്നില്ല. എന്നു മാത്രമല്ല, ദളിത് പക്ഷത്തുനിന്നുള്ള എല്ലാതരം പ്രശ്നവൽക്കരണത്തെയും അത് വിഘടനവാദവും സങ്കുചിതവാദവുമെന്ന് മുദ്രകുത്തുകയും ചെയ്യുന്നുണ്ട്. കേന്ദ്രീകൃതവും ഏക പൗരത്വത്തിലൂന്നിയതുമായ സ്വത്വബോധത്തിന് എതിരാണ് ദളിത-പിന്നോക്ക സംവരണം പോലുമെന്ന വാദം വിഭജനങ്ങളിലുണ്ട്.

ഇന്ത്യൻ ദേശീയതയുടെ ബ്രാഹ്മണ മൂല്യത്തെ വിമർശിക്കുന്നതിന് അംബേദ്കറിൽ നിന്ന് വ്യത്യസ്തമായ രീതികൾ വിജയന്റെ നോവലുകൾ സ്വീകരിക്കുന്നുണ്ട്. ഉത്തരേന്ത്യ-ദക്ഷിണേന്ത്യ, ആര്യം-ദ്രാവിഡം, കറുപ്പ് -വെളുപ്പ്, ഹിന്ദി- അഹിന്ദി, സംസ്കൃതം-ആധുനികഭാഷകൾ എന്നീ വിഭജനങ്ങളിലൂടെ വർണ പ്രശ്നത്തെ സാംസ്കാരികരാഷ്ട്രീയ പ്രശ്നമാക്കാനാണ് വിജയന്റെ ആഖ്യാനത്തിൽ ശ്രമിക്കുന്നത്. ഇത് അംബേദ്കറിന്റെ വ്യക്തിപരമായ രാഷ്ട്രീയത്തെക്കാൾ ഇ.വി. രാമസ്വാമിയും മറ്റുമുന്നയിച്ച സമീപനങ്ങളോടാണ് അടുപ്പം പുലർത്തുന്നത്. വിജയന്റെ ആഖ്യാനത്തിലെ ഗാന്ധിയൻ സാത്വികത കീഴാളസ്വത്വത്തെ അതിന്റെ സംഘർഷശക്തിയോടെ പ്രകാശിപ്പിക്കുന്നതിന് തടസ്സവുമാണ്.

കീഴാളത്വം കലാപരമായ രീതിയിൽ പ്രകാശിപ്പിക്കാനുള്ള ശ്രമം മുകുന്ദന്റെ കൃതികളിലുണ്ട്. ദേശീയമാനവികതയ്ക്ക് എതിരായി മൃഗം എന്ന കലാസ്വത്വമാണ് അരവിന്ദൻ ദൽഹിയിൽ സ്ഥാപിക്കാൻ ശ്രമിക്കുന്നത്. മയ്യഴിയിൽ മാർക്സിസത്തിന്റെ യാന്ത്രികവാദത്തിന് അടിപ്പെട്ട ഉത്തമൻ എന്ന ദളിതന്റെ കലാസ്വത്വം മരണത്തിലെത്തിച്ചേരുന്നു. ദേശരാഷ്ട്രയുക്തിയുമായി ഐക്യപ്പെട്ട് പ്രാദേശിക രാശികളിലെ സമരസംസ്കാരത്തിൽ നിന്ന് അകന്ന *പുലയപ്പാട്ടി*ലെ ഗൗതമന്റെ സ്വത്വമാകട്ടെ കാമനകളെ നിഷേധിച്ച് സ്വയം നിരാകരണത്തിലെത്തി കർത്തൃത്വത്തെ നിഷേധിക്കുകയാണ് ചെയ്യുന്നത്. വരേണ്യമായ ഏകാന്തതയെ താരതമ്യേന ആഘോഷിക്കാത്ത, നിറവും മണവും രുചിയും ഉൾപ്പെട്ട ഭൗതികജീവിതത്തെ അതിന്റെ ഇന്ദ്രിയപരതയോടൊപ്പം മുന്നോട്ടുവെക്കുന്ന മുകുന്ദന്റെ ആഖ്യാനമാണ് ദളിത് പക്ഷത്തോട് ആഖ്യാനസംസ്കാരമെന്ന നിലയിൽ കൂടുതൽ അടുപ്പം കാണിക്കുന്നത്.

ആധുനികതാവാദം നേരത്തെ നിലനിന്ന വരേണ്യ ഭാവുകത്വത്തെ ശക്തിപ്പെടുത്തിയെന്നും അതിനെ തകർത്തുവെന്നും രണ്ടു തരത്തിലുമുള്ള വിമർശനങ്ങളുണ്ടായിട്ടുണ്ട്. മാർക്സിസ്റ്റ് പക്ഷത്തു നിന്നും ദളിത് പക്ഷത്തു നിന്നും ഈ വിമർശനങ്ങൾ രൂപപ്പെട്ടിട്ടുണ്ട്. ആധുനികതാവാദ കൃതികൾ നേരത്തെയുണ്ടായിരുന്ന ആഢ്യത്വത്തെ തകർത്ത് പുതിയ ദളിതസാഹിത്യത്തിന്റെ വരവിന്റെ അന്തരീക്ഷമൊരുക്കി എന്ന് ലിംബാളെ പറയുന്നത് മുമ്പ് സൂചിപ്പിച്ചു. അതേ സമയം അത് അരാജകമായിരുന്നുവെന്നും നിരീക്ഷിക്കുന്നുണ്ട്. മറുവശത്ത് കേരളത്തിലെ മാർക്സിസ്റ്റ് നിരൂപകരുൾപ്പെടെ ആധുനികതാവാദത്തെ വരേണ്യമാണെന്ന് വിലയിരുത്തിയിട്ടുമുണ്ട്.

ആധുനികതാവാദത്തിന്റെ രാഷ്ട്രീയത്തെ സംബന്ധിച്ച ഈ പ്രശ്നത്തിലേക്ക് കടക്കണമെങ്കിൽ നോവൽ എന്ന വ്യവഹാരത്തിന്റെ രൂപീകരണത്തെ രാഷ്ട്രീയമായി നോക്കിക്കാണേണ്ടതുണ്ട്. രാഷ്ട്രവും നോവലും തമ്മിൽ പുലർത്തുന്ന ബന്ധത്തെക്കുറിച്ചുള്ള മൂന്നാം ലോക പരിപ്രേക്ഷ്യം അതിന് ആവശ്യവുമാണ്.

ദേശരാഷ്ട്രത്തെയും ദേശീയതയെയും ഏകീകരിക്കുന്ന മട്ടിലുള്ള പാശ്ചാത്യ സംസ്കാരപഠിതാക്കളുടെ സമീപനം മൂന്നാം ലോകത്തെ സംബന്ധിച്ചിടത്തോളം അതേ പോലെ തന്നെ ബാധകമല്ല. ദേശരാഷ്ട്രമെന്നതുപോലെ ദേശീയവാദവും മൂന്നാം ലോകത്തെ സംബന്ധിച്ചിടത്തോളം പ്രധാനമാണ്. കൊളോണിയൽ കാലം തൊട്ടേ

ദേശീയവാദത്തോട് ഐക്യപ്പെടുക എന്നാൽ ദേശരാഷ്ട്രത്തോട് ഐക്യപ്പെടലായിരുന്നില്ല തന്നെ. ദേശരാഷ്ട്രം ഏകവും ദേശീയത ബഹുത്വമുള്ളതുമാണ്. ദേശരാഷ്ട്രം മേലെ നിന്ന് രാഷ്ട്രനിർമാണ പരമായ മർദ്ദനങ്ങളും നിയമങ്ങളും രേഖകളും വഴി നിർമിക്കപ്പെടുന്നതാണെങ്കിൽ കൊളോണിയൽവിരുദ്ധ സമരത്തിലൂടെ വന്ന ദേശീയത ജനകീയ സംസ്കാരത്തിന്റെ ഇടനില കൂടി ചേരുന്നതാണ്. അതിൽത്തന്നെ ദേശീയവാദത്തിന് കൂടുതൽ ജനാധിപത്യപരമായ കീഴാള-ജനകീയ മുഖവുമുണ്ട്. ദേശരാഷ്ട്രത്തിന്റെ കൊളോണിയൽ രൂപം സ്വാതന്ത്ര്യാനന്തരം നെഹ്റുവിയൻ ദേശരാഷ്ട്രമായി മാറുകയായിരുന്നു. കൊളോണിയൽ ദേശരാഷ്ട്രത്തെ പൊതുസമൂഹത്തിൽ സ്ഥാപിച്ചെടുത്തത് കൊളോണിയൽ അധികാരവും അതിന്റെ വ്യവഹാരങ്ങളുമായിരുന്നെങ്കിൽ നെഹ്റുവിയൻ ദേശരാഷ്ട്രത്തെ പൊതുബോധത്തിൽ ഉറപ്പിച്ചെടുത്തത് നാഗരിക- മധ്യവർഗ യുക്തിയാണ്. എന്നാൽ കോളനിവിരുദ്ധ സമരത്തിലൂടെ വളർന്നു വന്ന ദേശീയവാദത്തിന്റെ ഒരു ധാര ദേശീയ സ്വാതന്ത്ര്യത്തിനു ശേഷവും ദേശരാഷ്ട്രയുക്തിയായി ഖരീഭവിക്കാൻ തയ്യാറാകാതെ പ്രതിരോധമായി തുടർന്നും ഇന്ത്യയിലെ പൊതുമണ്ഡലത്തിൽ നിലനിന്നു. ഗാന്ധി പലപ്പോഴും പ്രതീകമായത് ഈ തലങ്ങളിലാണ്.

ദേശരാഷ്ട്രയുക്തിയിൽ നിന്നുള്ള നോട്ടം ദേശീയതയുടെ ബഹുത്വത്തെ അംഗീകരിക്കുന്നതല്ല, ബഹുത്വമാണ് പ്രാഥമികമെന്നും ഏകത അതിൽ നിന്ന് നിർമിക്കപ്പെടുന്നതാണെന്നുമുള്ളതല്ല, ഏകതയുടെ വിവിധ തരത്തിലുള്ള പ്രകാശനമാണ് ബഹുത്വമെന്നാണ് ദേശരാഷ്ട്രയുക്തി കരുതുന്നത്. നാനാത്വത്തിൽ നിന്നു രൂപപ്പെടുന്ന ഐക്യബോധമല്ല, ഏകതയുടെ തന്നെ നാനാത്വമായാണ് അത് സംസ്കാരത്തെ സങ്കല്പിക്കുന്നത്. ഭാഷ, ജാതി, വർഗം തുടങ്ങിയവയെ മുൻനിർത്തി രൂപപ്പെട്ട രാഷ്ട്രീയസംസ്കാരത്തിലെ സങ്കല്പങ്ങളെ ആഖ്യാന കർതൃത്വം സ്വാംശീകരിക്കുന്നുണ്ടോ എന്നത് നോവലിന്റെ രാഷ്ട്രഭാവനയുടെ അടിസ്ഥാന രാഷ്ട്രീയത്തെത്തന്നെയാണ് സ്പർശിക്കുന്നത്. രാഷ്ട്രത്തെ മേലേ നിന്നുള്ള ഒരധികാരം എന്ന നിലയിൽ ബലപ്പെടുത്തുന്ന ദേശരാഷ്ട്ര ഈഗോവിന്റെയും അതിന്റെ പ്രത്യയശാസ്ത്ര ബന്ധുക്കളെയുമാണോ ആഖ്യാനം ആനയിക്കുന്നത്? അതോ ദേശീയതയുടെ ബഹുത്വത്തിൽ നിന്നുകൊണ്ട് അതിന്റെ വിമർശനാത്മക രാഷ്ട്രീയ സംസ്കാരത്തിൽ നിന്നുള്ള വിമോചന മൂല്യങ്ങളെയാണോ? ആഖ്യാനത്തെയും രാഷ്ട്രീയത്തെയും ബന്ധിപ്പിക്കുന്നത് ഈ പ്രശ്നമാണ്. നോവൽ ആധുനിക ഈഗോവിന്റെ ബലപ്പെടുത്തലാണോ അതിന്റെ

വിമർശനമാണോ എന്ന തുടക്കത്തിൽ കണ്ട നിർവചനപ്രശ്നത്തിലേക്ക് ഇതു വീണ്ടുമെത്തിക്കുന്നു. ഇതിലേതെങ്കിലും ഒന്നാണ് ശരി എന്ന ഉത്തരത്തിലേക്കല്ല, രണ്ടും ശരിയാണെന്നും അതിലോരോന്നും രാഷ്ട്രത്തോടുള്ള ഓരോ തരം പ്രത്യയശാസ്ത്ര സമീപനമാണെന്നുമുള്ളതാണ് നൽകാവുന്ന ഉത്തരം. ദേശരാഷ്ട്ര വിഷയി, ദേശീയവാദ വിഷയി, കീഴാള-ജനകീയ വിഷയി എന്നിങ്ങനെ ആഖ്യാന കർത്തൃത്വങ്ങൾക്കുള്ള വ്യത്യാസങ്ങൾ അപ്പോൾ തെളിഞ്ഞു വരും.

ഈ കാഴ്ച വെച്ചുകൊണ്ട് ആധുനികീകരണ പ്രക്രിയയുടെ സാക്ഷിയും പങ്കാളിയും വിമർശകനുമെന്ന നിലയിൽ നോവൽ എങ്ങിനെയാണ് ഇടപെട്ടത് എന്ന് അന്വേഷിക്കേണ്ടതുണ്ട്. ആദ്യമായി, നാടിൽ നിന്ന് ദേശരാഷ്ട്രത്തിലേക്കുള്ള ഉദ്ഗ്രഥനത്തിൽ എന്താണ് സംഭവിക്കുന്നത് എന്ന് ഗാന്ധി, മാർക്സ്, അംബേദ്കർ പരിപ്രേക്ഷ്യത്തിൽ നിന്നു നോക്കാം.

നാടിൽ നിന്ന് ആധുനിക ദേശരാഷ്ട്രത്തിലേക്കുള്ള പരിവർത്തനത്തെ സംബന്ധിച്ച ഗാന്ധി, മാർക്സ്, അംബേദ്കർ പരിപ്രേക്ഷ്യം തന്നെ സങ്കീർണമായ പരസ്പര ബന്ധമാണ് സൂക്ഷിക്കുന്നത്. ഉദാഹരണത്തിന് ആധുനികീകരണം എന്ന പ്രശ്നത്തിൽ ഗാന്ധിയെക്കാൾ നെഹ്റുവിനൊപ്പമാണ് അംബേദ്കർ വീക്ഷണം നില്ക്കുന്നത് എന്നു പറയാം. ആ അർത്ഥത്തിൽ ലിബറൽ ഭരണകൂടത്തിനെതിരെയുള്ള ഗാന്ധിയൻ വിമർശനത്തോടൊപ്പമല്ല, അംബേദ്കർ പരിപ്രേക്ഷ്യം നിലകൊള്ളുക. മാർക്സിസത്തിന്റെ നാഗരികതൊഴിലാളിവർഗത്തിന്റെ വിമോചനത്തിൽ വിശ്വസിക്കുന്ന ക്ലാസിക്കൽ നിലപാടും ഇതു തന്നെ. ഗാന്ധിയെക്കാൾ നെഹ്റുവിനോടൊപ്പമാണ് അത് നില്ക്കുക. ഈ നിലയിൽ നെഹ്റുവിയൻ ദേശരാഷ്ട്രയുക്തി ഒരു പരിധിവരെ സ്വാംശീകരിക്കുന്ന ആനന്ദിന്റെ ആഖ്യാനത്തോടൊപ്പമാണ് അംബേദ്കറിന്റെയും ക്ലാസിക്കൽ മാർക്സിസത്തിന്റെയും വീക്ഷണം നില്ക്കേണ്ടത്(എന്നാൽ കർഷക വർഗത്തിലൂന്നുന്ന മാർക്സിസത്തിന്റെ മൂന്നാംലോക- മാവോ മാതൃക ഇതിൽ നിന്ന് വ്യത്യസ്തവുമാണ്).

കൊളോണിയൽ ദേശരാഷ്ട്രത്തിനെതിരെ ഉയർന്നു വന്ന ഇന്ത്യൻ ദേശീയത സ്വാതന്ത്ര്യത്തിന്റെ രണ്ടു ദശകങ്ങൾ കഴിഞ്ഞ് 1970-കളോടുകൂടി രാഷ്ട്രയുക്തിയുമായി നിഷേധാത്മകമായി ഏകീഭവിക്കുന്നുണ്ട്. എഴുപതുകൾ ദേശീയതയെ നിഷേധാത്മകമൂല്യമാക്കുന്നു. ദേശീയ ഈഗോവിന് സംഭവിച്ച ഈ പ്രതിസന്ധിയെ

ഏറ്റവും ആഴത്തിൽ തൊട്ടറിയുന്നത് ആനന്ദിന്റെയും വിജയന്റെയും രചനകളാണ്. ദേശീയതയുടെ പേരിൽ കമ്പനിയുക്തിയും രാഷ്ട്രയുക്തിയുമാണ് ജനതയുടെ പേരിൽ അടിച്ചേല്പിക്കപ്പെടുന്നത് എന്ന് ബംഗ്ലാദേശ് യുദ്ധത്തിന്റെ ജയം മുതൽ അടിയന്തിരാവസ്ഥ വരെ നീണ്ടു നില്ക്കുന്ന ഈ കാലത്ത് ഈ രചയിതാക്കളുടെ കൃതികളിലെ തിരിച്ചറിവാണ്. *മരണസർട്ടിഫിക്കറ്റും ഉത്തരായണവും ധർമപുരാണവും* എല്ലാം ഇതിന്റെ തിരിച്ചറിവാണ്. ദേശീയമായ അസ്തിത്വം തന്നെ മനുഷ്യവിരുദ്ധവും അക്രമോത്സുകവുമാകുന്ന ഈ ഘട്ടം ഓഷ്വിറ്റ്സിനു ശേഷമുള്ള യൂറോപ്യൻ കലയിലെതുപോലുള്ള കുറ്റബോധം രാഷ്ട്രീയ ഈഗോവിൽ സൃഷ്ടിക്കുന്നുണ്ട്. ഈ ആത്മവിമർശനത്തിന്റെ ഘട്ടത്തിലാണ് ഗാന്ധിയനായ, അകത്തേക്കു നോക്കുന്ന ഒരു സൗന്ദര്യശാസ്ത്രം ആധുനികതാവാദ നോവലുകളെ സ്വാധീനിക്കുന്നത്. ഗാന്ധി പ്രമേയമായും ബിംബമായും സൗന്ദര്യബോധമായും ഈ ഘട്ടത്തിൽ ശക്തമായി വരുന്നതു കാണാം. നെഹ്റുവിയൻ പാരമ്പര്യത്തിനെതിരെയുള്ള ബദലെന്ന നിലയിൽ തന്നെ വിജയനിൽ ഇത് വികസിക്കുന്നുമുണ്ട്. ഭാഷാപരമായും സാംസ്കാരികമായും മതപരമായും ബഹുത്വപൂർണമായ ഇന്ത്യയെ തിരിച്ചറിഞ്ഞുകൊണ്ടാണ് വിജയന്റെ പിൽക്കാല ആഖ്യാനം ഇതിനെ കൈകാര്യം ചെയ്യുന്നത്. പ്രബുദ്ധതായുക്തിയെ നിരാകരിക്കുന്ന ബഹുത്വബോധം വിജയന്റെ ആഖ്യാനത്തെ ഇതിന് സഹായിക്കുകയും ചെയ്യുന്നു.

രാഷ്ട്രത്തിന്റെ ചരിത്രത്തിലേക്കുള്ള തിരിഞ്ഞുനോട്ടമായാണ് ഈ കുറ്റബോധത്തിന്റെ സൗന്ദര്യശാസ്ത്രം ആനന്ദിൽ പ്രവർത്തിക്കുന്നത്. പ്രബുദ്ധതയുടെ യുക്തിയെയും ദേശരാഷ്ട്ര ഈഗോവിനെയും സംശയമില്ലാതെ സ്വാംശീകരിക്കുന്ന ആനന്ദിന്റെ ആഖ്യാനത്തിന് ന്യൂനപക്ഷ-ദളിത് രാഷ്ട്രീയത്തെ പ്രമേയമായി എടുക്കാൻ കഴിയാതെ പോകുന്നു. എന്നു മാത്രമല്ല, ദളിതപ്രശ്നത്തെ തികച്ചും അനുഭാവരഹിതമായാണ് അത് നോക്കിക്കാണുന്നത്. സാമൂഹ്യജീവിതത്തിന്റെ ബഹുത്വമല്ല, ആധുനികമായ പൗരത്വമാണ് ആനന്ദിന്റെ ദേശീയ ജീവിതത്തിന്റെ മാനദണ്ഡം.

ദേശീയ ഈഗോവിന്റെ പ്രതിസന്ധി വിജയനെ ഭാഗികമായെങ്കിലും ദേശീയതയെ നിർമ്മിച്ച ജനജീവിതത്തിന്റെ വൈവിധ്യത്തിലേക്ക് നോക്കാൻ പ്രേരിപ്പിച്ചെങ്കിൽ ആനന്ദിനെ അത് പ്രേരിപ്പിച്ചത് രാഷ്ട്രനിർമിതിയുടെ പാഠങ്ങളിലേക്ക് തിരിഞ്ഞുനോക്കാനാണ്. അതുകൊണ്ടു തന്നെ ദൈനംദിന ജീവിത്തിൽ നിന്ന് പിന്മാറി അത് പണ്ഡിതോചിതമായ, പാഠത്വപരമായ ഒരു വിശകലനത്തിന്

വഴിമാറുകയും ചെയ്തു. സ്വാഭാവികമായും ആധുനികത്വത്തിന്റെ യുക്തിയിൽ നിന്ന് അത് പുറത്തുകടക്കുകയുമുണ്ടായില്ല.

ഗാന്ധിസത്തെയും മാർക്സിസത്തെയും ഒരു പരിധി വരെ സ്വാംശീകരിക്കുന്ന ഒ. വി. വിജയന്റെയും മുകുന്ദന്റെയും ആഖ്യാനങ്ങളാണ് ദളിത് സമീപനത്തോട് താരതമ്യേന കൂടുതൽ അനുഭാവപരമായ സമീപനം കൈക്കൊള്ളുന്നത്. രാഷ്ട്രം, ശാസ്ത്രം, പുരോഗതി എന്നീ മൂല്യങ്ങളിലൂന്നുന്ന ഏകകർത്തൃത്വവ്യവസ്ഥ ദേശരാഷ്ട്രവുമായി ഐക്യപ്പെട്ടപ്പോൾ പൗരത്വയുക്തി മാത്രമായിത്തീരുകയാണ് ചെയ്യുക. പൗരത്വത്തിന്റെയും പട്ടാളത്തിന്റെയും ഇടയിലാണ് ആനന്ദിന്റെ ആഖ്യാനകർത്തൃത്വങ്ങൾ *അഭയാർത്ഥികൾ* തൊട്ടുള്ള നോവലുകളിൽ വിശേഷിച്ചും നില്ക്കുന്നത്.

ആനന്ദിന്റെ രാഷ്ട്ര നിർമിതിയുടെ ഉപകരണങ്ങളിൽ ശാസ്ത്രം, ചരിത്രം, കല എന്നിവയെല്ലാം വരുന്നുണ്ട്. കൂടുതൽ ധ്യാനാത്മകതയിലേക്കും അതുവഴി സങ്കല്പരാഷ്ട്രത്തിലേക്കും കടക്കുന്നുണ്ട്. ഈ കല ആനന്ദകുമാരസ്വാമിയൊക്കെ പ്രകീർത്തിക്കുന്ന ഭാരതീയകലയുമാണ്. സാങ്കല്പിക രാഷ്ട്രം നിഷേധാത്മകമായ മതസമൂഹനിർമിതിയായിത്തീരുന്നതെങ്ങിനെ എന്ന് റോമില ഥാപ്പർ സൂചിപ്പിച്ച കാര്യവുമായി ഇതിനെ ബന്ധിപ്പിച്ചു കാണാവുന്നതാണ്. എന്നാൽ പത്തൊമ്പതാം നൂറ്റാണ്ടിലെ മതസമൂഹനിർമിതിയുടെ ഉപകരണങ്ങളിൽ നിന്ന് വ്യത്യസ്തമാണ് സ്വാതന്ത്ര്യാനന്തര-നെഹ്റുവിയൻ ദേശരാഷ്ട്രത്തിന്റെ നിർമിതി.

ആധുനിക ദേശരാഷ്ട്രത്തിന്റെ സാമൂഹ്യ ആസ്പദത്തെക്കുറിച്ച് ദളിത് ചിന്തകർ ഉന്നയിച്ച വിമർശനം പ്രസക്തമാകുന്നത് ഇവിടെയാണ്. രാഷ്ട്രഭാവനയെയും നോവൽ എന്ന ജനുസ്സിനെയും ഇത് പ്രശ്നവൽക്കരിക്കുന്നു. മുതലാളിത്തത്തെയും സോഷ്യലിസത്തെയും മുൻനിർത്തിയുള്ള ആധുനിക വ്യവഹാരങ്ങൾ രണ്ടിലും ദളിത് ചിന്തകർ വിമർശനം മുന്നോട്ടുവെച്ചു. മുതലാളിത്തത്തിൽ തന്നെ മൂലധനത്തിന്റെ ജാതിവൽക്കരണം നടന്നുവെന്നതാണ് അവരുടെ വിമർശനം. ഇന്ത്യയിൽ മുതലാളിത്തം ജാതിമുതലാളിത്തമായി എന്ന വിമർശനം നേരത്തെ ചർച്ച ചെയ്തു. അതുപോലെ ഇന്ത്യൻ സോഷ്യലിസ്റ്റ് സങ്കല്പങ്ങൾക്കു നേരെയും അവർ വിമർശനമുന്നയിച്ചു. ഘനവ്യവസായം, ശാസ്ത്രസാങ്കേതിക സ്ഥാപനങ്ങൾ, സർവകലാശാലകൾ എന്നിവയൊക്കെ ചേർന്നു നില്ക്കുന്ന നെഹ്റുവിയൻ സോഷ്യലിസം ബ്രാഹ്മണിക്കൽ സോഷ്യലിസമായിരുന്നുവെന്ന

വിമർശനമാണത്. സവർണ സോഷ്യലിസ്റ്റ് ബുദ്ധിജീവിയുടെ രൂപീകരണമാണ് അവിടെ നടക്കുന്നത് എന്നതിലാണവർ ഊന്നിയത്.

ഈ ദേശീയ നാഗരിക ബുദ്ധിജീവിത്വം ഭാഷാസംസ്ഥാനവാദത്തെയും ദളിത്‌വാദത്തെയും സ്ത്രീവാദത്തെയുമെല്ലാം ശൈഥില്യമായാണ് നോക്കിക്കാണുന്നത്. ആനന്ദിന്റെ ആഖ്യാനത്തെ ഇതുമായി ബന്ധിപ്പിക്കാവുന്നതാണ്. പ്രദേശങ്ങളിൽ നിന്ന് ദേശത്തേക്ക് നോക്കുന്ന നോട്ടമല്ല, ദേശീയ തലസ്ഥാനത്തു നിന്നുള്ള നോട്ടമാണ് ആനന്ദിന്റെ ആഖ്യാനങ്ങളിൽ കാണുന്നത്. ഗാന്ധിസത്തിന്റെയും മാർക്സിസത്തിന്റെയും അംബേദ്കറിസത്തിന്റെയും രാഷ്ട്രീയ സംസ്കാരത്തിന് വിരുദ്ധവും മുതലാളിത്ത-ലിബറൽ ദേശരാഷ്ട്ര യുക്തിക്ക് ഇണങ്ങുന്നതുമാണിത്.

ഇന്ത്യയിലെ പ്രാദേശിക ജീവിതത്തിലെ വർണവ്യവസ്ഥയുടെ വിപുലീകരിക്കപ്പെട്ട രൂപം തന്നെയാണ് ദേശീയ ജീവിതത്തിലും വരുന്നത്. നാട്ടിലെ ജീവിതത്തിൽ കീഴ്ജാതികളായി കണക്കാപ്പെട്ടുന്നവർ ദേശീയ ജീവിതത്തിലും അത്തരം സ്ഥാനങ്ങൾ തന്നെയാണ് സ്വീകരിച്ചുനില്ക്കുന്നത്. പ്രാദേശികതയും ദേശീയതയും തമ്മിലുള്ള കർത്തൃത്വ വിനിമയത്തിന്റെ രാഷ്ട്രീയം ആഖ്യാനത്തെ നിർണയിക്കുന്നു. ഗാന്ധിയും മാർക്സും അംബേദ്കറും ഉൾപ്പെടുന്ന രാഷ്ട്രീയ സംസ്കാരത്തിന്റെ വൈവിധ്യം നാട്ടിൻപുറത്തെ ജീവിതത്തെയെന്ന പോലെ അതിന്റെ ഇരട്ടിച്ച രൂപത്തിൽ നഗര-ദേശരാഷ്ട്ര-ദേശീയ ജീവിതത്തിലും പുലരുന്നു.

ദൽഹിയിലെത്തുന്ന അരവിന്ദന് സ്വന്തം അച്ഛന്റെ ജാതിപ്പേര് വെളിപ്പെടുത്തേണ്ടി വരുന്നുണ്ട്. "നിലനില്ക്കണമെങ്കിൽ അരവിന്ദൻ അരവിന്ദൻ നായരോ അരവിന്ദൻ നമ്പൂതിരിയോ അരവിന്ദമേനോനോ അരവിന്ദവാരിയരോ എന്തെങ്കിലും ആകണം" എന്ന *ദൽഹി*യിലെ അരവിന്ദന്റെ തിരിച്ചറിവ് ആധുനികതാവാദത്തിന്റെ സാംസ്കാരിക സ്വത്വരാഷ്ട്രീയത്തിലേക്കുള്ള പ്രവേശകമാണ്. ഇന്ത്യയിലെ വിവിധ പ്രദേശങ്ങളിൽ മേൽജാതികളെന്ന നിലയിൽ രജിസ്റ്റർ ചെയ്യപ്പെട്ട ജാതിയുടെ പേർ സ്വീകരിക്കാൻ ആഖ്യാന കർത്തൃത്വങ്ങൾ ബാധ്യതപ്പെടുന്നു. ആഖ്യാനത്തിന്റെ ഈ ബലതന്ത്രത്തെ നിഷേധിക്കണമെങ്കിൽ സ്വത്വത്തെത്തന്നെ നിഷേധിക്കേണ്ടിവരും. ഈ നിലയിൽ സ്വത്വാധികാരത്തെ നിഷേധിച്ചു നില്ക്കാൻ സാധ്യമാകുന്ന കർത്തൃത്വം ശുദ്ധ കലയുടേതാണ്. അത് ഭാരതീയ കലയല്ല, ആധുനികകലയാണ്.

ദേശീയതാവ്യവഹാരങ്ങളെ കർത്തൃബന്ധങ്ങളെ മുഴുവൻ പ്രാദേശികതയിലെ ഈ ജാതി-വർണ-ലിംഗ ബന്ധങ്ങൾ നിർണയിച്ചു നില്ക്കുന്നത് മുകുന്ദനിലും കാണാം. അരവിന്ദൻ നാട്ടിൽ ജാനുവുമായുള്ള ബന്ധം ഓർക്കുമ്പോൾ മേൽജാതി പുരുഷസ്ഥാനത്തു നിന്നാണ് അത് ഓർക്കുന്നത്. ഒ. വി. വിജയനിലും ഇത്തരത്തിൽ പ്രാദേശിക ലൈംഗിക കർത്തൃസ്ഥാപനം നടക്കുന്നത് കീഴാളസ്ത്രീകളെ മുൻനിർത്തിയാണ്. അത് ആധിപത്യപരമായ പുരുഷയുക്തിയെയും രൂപപ്പെടുത്തുന്നു.

വിവിധ പ്രദേശങ്ങൾ തമ്മിലുള്ള ബന്ധത്തിലൂടെ ദേശീയതയിൽ ഒരു വരേണ്യവിഭാഗം രൂപപ്പെടുന്നുണ്ട്. അവരാണ് നായകപരമായ കർത്തൃത്വം കയ്യാളുന്നത്. ദേശീയതയുടെ പ്രാന്തങ്ങളെ പ്രതിനിധീകരിക്കുന്നവർ അതിൽ കീഴായ്മയുടെ സ്ഥാനത്താണുള്ളത്. *ഗുരുസാഗരം* നോക്കുക. പർവതപാർശ്വങ്ങളിൽ താമസിക്കുന്ന ഗിരിവർഗക്കാർ മിക്കപ്പോഴും പട്ടാളത്തിൽ വേലക്കാരോ ഓർഡർലികളോ ആണ്. ദേശീയതയെ പ്രതിനിധീകരിക്കുന്ന സവർണഛായയുള്ള മുഖ്യകഥാപാത്ര കർത്തൃത്വത്തിന് മാറ്റുകൂട്ടുന്ന സ്ഥാനങ്ങൾ മാത്രമാണവർ. പ്രാന്തങ്ങളിൽ നിന്നു വരുന്ന ബേലിറാമും ശ്യാം നന്ദൻ സിംഗും ഒക്കെ അത്തരം കർത്തൃത്വത്തെയാണ് പ്രതിനിധീകരിക്കുന്നത്.

ദേശീയതയെ ചരിത്രവൽക്കരിക്കുന്നിടത്ത് ഭൂരിപക്ഷവർഗീയതയുടെ പ്രത്യയശാസ്ത്രത്തിന് അടിമപ്പെടുന്നുണ്ട് ആനന്ദിന്റെ ആഖ്യാനം. പാക്കിസ്ഥാൻ ഉണ്ടായിട്ട് ഇത്രയായിട്ടും അതിന്റെ ആളുകളിൽ നിന്നോ അതിന്റെ പിന്തുടർച്ചക്കാരിൽ നിന്നോ കുറ്റസമ്മതമില്ലാത്തതിൽ ആശ്ചര്യപ്പെടുന്ന *വിഭജനങ്ങ*ളിലെ ആഖ്യാനം ഭൂരിപക്ഷവർഗീയതയുടെ ദേശരാഷ്ട്രസങ്കല്പത്തെ അബോധമായി വഹിക്കുകയാണ് ചെയ്യുന്നത്.

ദേശീയവ്യവഹാരമായി നോവലിനെ മാറ്റിയത് പൊതുമണ്ഡലത്തിലെ സാക്ഷരസംസ്കാരമാണ്. അതാകട്ടെ വർണ-വർഗ-ലിംഗ ബന്ധങ്ങളുടെ രാഷ്ട്രീയവുമായി നേരിട്ട് ചേർന്നു നില്ക്കുന്നതുമാണ്. ആ സംസ്കാരത്തിൽ പ്രാന്തജനതകൾക്ക് സ്ഥാനം നേടിയെടുക്കണമെങ്കിൽ അവരുടെ ഭാഷണങ്ങൾക്ക് ദേശീയതലത്തിൽ അംഗീകാരം ലഭിക്കേണ്ടതുണ്ട്. എത്രത്തോളം രാഷ്ട്രാഭിമുഖമാകുന്നുവോ അത്രത്തോളം ഇതിനുള്ള സാധ്യത കുറയുകയാണ് ചെയ്യുന്നത്. കീഴാളവും ജനകീയവുമായ ഒരു സാംസ്കാരികമൂലധനം ദേശീയതലത്തിൽ സൃഷ്ടിക്കപ്പെടാത്തത് ദേശീയതയുടെ ചിഹ്നങ്ങളെയെല്ലാം

വരേണ്യയുക്തിയിൽ ആഖ്യാനം ചെയ്യാൻ നോവലിനെ പ്രേരിപ്പിക്കുന്നു. സാമാന്യവ്യവഹാരത്തെ കീറി മുറിച്ചുകൊണ്ടു മാത്രമേ ഈ യുക്തിയെ അട്ടിമറിക്കാൻ കഴിയൂ. യുക്തിയുടെയും ശാസ്ത്രത്തിന്റെയും ചരിത്രത്തിന്റെയും ഭാഷ ഈ മുൻവിധികളെ ശരിവെക്കുമ്പോൾ കലയ്ക്കാണ് അതിന്റെ തന്ത്രങ്ങൾക്കാണ് അതിനെ അട്ടിമറിക്കാൻ കഴിയുക. ആധുനികതാവാദ നോവലുകൾ അതിൽ വിജയിച്ചുവെന്നു പറയാനാകില്ല. പ്രാദേശികാനുഭവങ്ങളിലെ ജനാധിപത്യസംസ്കാരം എത്രത്തോളം കുറഞ്ഞിരിക്കുന്നുവോ അത്രത്തോളം ഈ ജനാധിപത്യവൽക്കരണം കുറഞ്ഞിരിക്കുന്നു.

ആധുനിക ഈഗോവിനെ വെല്ലുവിളിക്കുന്ന ആൾക്കൂട്ടത്തെപ്പോലെ നോവൽ എന്ന ജനുസ്സിനെ വെല്ലുവിളിക്കുന്ന സിനിമയും ഒരു ഭീഷണിയായി ആധുനിക നോവലിൽ പ്രത്യക്ഷപ്പെടുന്നുണ്ട്. ആനന്ദിന്റെ നോവലുകൾ പൊതുവെ ഈ രണ്ടിനെയും ഭീഷണിയായാണ് കാണുന്നത്. നെഹ്റുവിയൻ ദേശരാഷ്ട്ര ആധുനികതയാണ് ആനന്ദിന്റെ കൃതികളിലെ ആഖ്യാനത്തെ അടിസ്ഥനപരമായി നിർണയിക്കുന്നത്. ആധുനിക നാഗരിക തൊഴിലാളിവർഗം സൃഷ്ടിക്കുന്ന ഇന്ത്യയുടെ പരാജയമാണ് ആനന്ദിന്റെ *ആൾക്കൂട്ട*ത്തിലുള്ളത്. വിജയന്റെ കൃതികളിലാകട്ടെ കൊളോണിയൽവിരുദ്ധ സമരകാലത്തെ ഗാന്ധിസവുമായി ബന്ധപ്പെട്ട ബഹുത്വമാണ് മുന്നോട്ടുവെക്കപ്പെടുന്നത്. നെഹ്റുവിയൻ ദേശരാഷ്ട്രയുക്തിയെ വിമർശിക്കുന്ന ഗാന്ധിയൻ രാഷ്ട്രീയമാണ് അതിന്റെ മാതൃക. കർഷക ജനതയുമായി അത് സംവാദബന്ധം സ്ഥാപിക്കുകയും ചെയ്യുന്നു.

വിജയന്റെ നോവലിൽ ആൾക്കൂട്ടവിമർശനം നേരിട്ടില്ല. ഒരിടത്ത് സിനിമയെയും സ്ത്രൈണതയെയും പുരുഷ ആത്മതത്വത്തിനെതിരെയുള്ളതായി ചിത്രീകരിക്കുന്നുണ്ട്. ഈ രണ്ടിനെയും ഗുണപരമായി ചിത്രീകരിക്കുന്നത് മുകുന്ദന്റെ നോവലുകളുമാണ്. ധ്യാനാത്മകവും ആശയപരവുമായ കർത്തൃത്വത്തിനപ്പുറത്ത് ദേശീയതയുടെ ബഹുത്വത്തിലും മണം, കേൾവി, രുചി തുടങ്ങിയ ഭൗതികമായ അനുഭവങ്ങളിലും കൂടി കെട്ടിപ്പടുത്തതാണ് മുകുന്ദന്റെ ആഖ്യാനങ്ങൾ. ആ നിലയിൽ ഇന്ദ്രിയപരത രാഷ്ട്രത്തിന്റെ ധ്യാനാത്മകമായ ഏകത്വത്തെ നിഷേധിക്കുന്നതും ഇന്ദ്രിയാത്മകവും സൗന്ദര്യാത്മകവുമായ മൂർത്ത ജീവിതത്തിന്റെ ബഹുത്വത്തെ മുന്നോട്ടുവെക്കുന്നതുമായി അത് പ്രവർത്തിക്കുന്നു. ധ്യാനാത്മകതയെ ഇന്ദ്രിയപരത കൊണ്ട് അസ്ഥിരപ്പെടുത്തുന്ന അന്തരീക്ഷത്തിന്റെ പേരിലും ജീവിതത്തെ ജനജീവിത ബന്ധമായി ചിത്രീകരിക്കുന്നതിന്റെ പേരിലും ഈ

നിലയിലൊക്കെ മാർക്സിയൻ ഭൗതികവാദവുമായി മുകുന്ദന്റെ നോവലുകൾ കൂടുതൽ അടുപ്പം സൂക്ഷിക്കുന്നു.

ഗാന്ധിയെയും മാർക്സിനെയും അവർ പ്രതിനിധാനം ചെയ്യുന്ന രാഷ്ട്രീയത്തെയും സ്വീകരിച്ച മട്ടിൽ അംബേദ്കർ പ്രതിനിധാനം ചെയ്യുന്ന കീഴാളതയെ ആധുനികതാവാദത്തിന്റെ പ്രതിനിധികളായ ഈ എഴുത്തുകാർ സ്വീകരിച്ചിട്ടില്ലെന്നു വ്യക്തമാണ്. ദളിത് രാഷ്ട്രീയബോധത്തെ അവഗണിക്കുക മാത്രമല്ല, എതിർക്കുകയും ചെയ്യുന്ന സ്വരം ആനന്ദിൽ വരുന്നുമുണ്ട്. അംബേദ്കർ എന്ന വ്യക്തിയുടെ സാന്നിധ്യമില്ലെന്നതല്ല, കീഴാള സമീപനം തന്നെയില്ലെന്നതാണ് ശ്രദ്ധേയം. ഇന്ത്യൻ ഗ്രാമീണജീവിതത്തെ ജാതിപരമായി പ്രശ്നവൽക്കരിക്കുന്നതിലുള്ള പരാജയമാണ് ഇതിന്റെ അടിസ്ഥാന കാരണം. ഗ്രാമത്തെ സംബന്ധിച്ച് കാല്പനികമോ ഉപരിജാതിപരമോ ഫെറ്റിഷിസ്റ്റിക്കോ ആയ ആഖ്യാനങ്ങളാണ് നോവലുകളിലുള്ളത്. ആനന്ദിന്റെ ഗ്രാമം അതിന്റെ അകത്തെ ജാതി ബന്ധങ്ങളിലേക്ക് ഒരിക്കലും കടക്കുന്നില്ല. മാറ്റം വരാത്ത ഇന്ത്യൻ ഗ്രാമത്തെക്കുറിച്ച് കേവലമായ കാലഭാവനയിൽ നിന്ന് ആനന്ദ് വിമർശനമുന്നയിക്കുമ്പോഴും അതിന്റെ അടിസ്ഥാനമായ സമൂഹ്യബന്ധമായ ജാതിവ്യവസ്ഥയെയോ സ്വത്തുബന്ധങ്ങളെയോ പ്രശ്നവൽക്കരിക്കാനേ മുതിരുന്നില്ല. ഗ്രാമം/ നഗരം എന്ന ഇരട്ടയെ മുൻനിർത്തിയുള്ള മധ്യവർഗ സാമൂഹ്യശാസ്ത്ര വിമർശനത്തിനപ്പുറത്തേക്ക് അത് ഒരിക്കലും വളരുന്നില്ല.

പത്രത്തിലൂടെയും പുസ്തകത്തിലൂടെയും നിർമിക്കപ്പെട്ട ആധുനിക ദേശീയ വിഷയി ആണ് ആനന്ദിന്റെയും ഒരളവോളം വിജയന്റെയും കൃതികളുടെ അടിസ്ഥാനം. ജീവിത ബഹുത്വത്തിൽനിന്നും അതിന്റെ ഇന്ദ്രിയാത്മകതയിൽ നിന്നുമാണ് മുകുന്ദന്റെ ആഖ്യാനത്തിന്റെ വിഷയി രൂപപ്പെടുന്നത്. ദേശീയ ജീവിതം അവിടെ തുടക്കത്തിലെ നിഷേധാത്മകമാണ്. സവർണ പ്രതീകങ്ങളിലാണ് രാഷ്ട്രം സങ്കല്പിക്കപ്പെട്ടിട്ടുള്ളത് എന്ന് *ദൽഹി*യിലെ അരവിന്ദന് തിരിച്ചറിവുണ്ട്.

ദേശീയ വിഷയിത്വമാണ് ആഖ്യാനത്തിന്റെ അടിത്തറ എന്നതുകൊണ്ടാണ് എഴുപതുകളിൽ ദേശീയ ഈഗോവിന് വന്ന നിഷേധാത്മക പരിവർത്തനം ആനന്ദിന്റെയും വിജയന്റെ കലാഭാവനയെ ക്ഷോഭജനകമായ വിധത്തിൽ ഉത്തേജിപ്പിച്ചതും ദേശീയമാനങ്ങളുള്ള "വലിയ" കൃതികൾക്ക് ജന്മം നൽകിയതും. മുകുന്ദനെ അത് പൊതുവെ സ്പർശിക്കാതെ പോയതും ഇതു കൊണ്ടു തന്നെ. നിറം,

മണം, ശബ്ദം, ചലനം തുടങ്ങിയവയിലെ സൂക്ഷ്മസംസ്കാരത്തിന്റെ പരിവർത്തനം പിൽക്കാലത്ത് മുകുന്ദന്റെ ആഖ്യാനത്തിന്റെ വിഷയിത്വത്തെ നിർണയിക്കുകയും ചെയ്യുന്നു.

ആധുനികതാവാദ നോവലുകൾക്ക് പൊതുവെ ഒരു രാഷ്ട്രീയമല്ല ഉള്ളതെന്നും ആധുനിക എഴുത്തുകാരിൽത്തന്നെ വിമോചനപരവും മർദ്ദനപരവുമായ രീതിയിൽ ആധുനികത പ്രവർത്തിക്കുന്നുണ്ട് എന്നുമാണ് ഇതെല്ലാം വ്യക്തമാക്കുന്നത്. ആധുനിക ഇന്ത്യയിലെ രാഷ്ട്രീയ സംസ്കാരത്തെ ഏതു രീതിയിൽ, എത്രത്തോളം ഉൾക്കൊണ്ടു എന്നതാണ് സൗന്ദര്യാവബോധത്തെ നിശ്ചയിക്കുന്നത്. രാഷ്ട്രസംസ്കാരത്തെ സംബന്ധിച്ച പുസ്തക ജ്ഞാനമാണോ, ദേശീയതയെ നിർമിച്ച ദൈനംദിന ജനജീവിതവുമായുള്ള ബഹുത്വപൂർണമായ ആഭ്യന്തര ബന്ധമാണോ ആഖ്യാനത്തിന്റെ അബോധത്തെ നിശ്ചയിക്കുന്നത് എന്നതാണ് ഇതിൽ നിർണായകം. പുസ്തകത്തിലൂടെ വരുന്ന ധ്യാനാത്മകജ്ഞാനമാണോ വർത്തമാന ജീവിതത്തിലൂടെയും ജീവിത സമരങ്ങളിലൂടെയും വരുന്ന തെളിച്ചങ്ങളാണോ ആഖ്യാനത്തിന്റെ അബോധത്തെ നിർണയിക്കുന്നത് എന്നതു തന്നെയാണ് ആധുനികതാവാദകൃതികളിലെയും രാഷ്ട്രീയവൈരുധ്യത്തെ നയിക്കുന്നത്.

ഈ ജീവിത സമരങ്ങൾ ജനകീയ ബന്ധങ്ങൾക്കിടയിൽ നിന്നും ഇന്ത്യയിലെ പ്രാദേശിക ഭാഷകളിൽ നിന്നുമാണ് രൂപപ്പെട്ടിട്ടുള്ളത്. പ്രാദേശിക വിനിമയങ്ങളെ ഉൾക്കൊള്ളാൻ കഴിയാത്ത മാനകഭാഷ അമൂർത്തമായ ഒരാശയബോധത്തിന്റേതാണ്. മലയാളത്തെ സംബന്ധിച്ചിടത്തോളം ഗാന്ധിയൻ വിജ്ഞാനത്തിന്റെ വലിയൊരു ശേഖരമില്ല. അത് വിപുലമായ പഠനമേഖലയായി വികസിച്ചിട്ടുമില്ല. കേരളീയ ആസൂത്രണത്തിൽ ഒരിക്കലും ഗാന്ധി ഗൗരവത്തിൽ ചർച്ച ചെയ്യപ്പെട്ടിട്ടുമില്ല. ഗാന്ധിയന്മാർ എന്നു പറയുന്നവരുടെ സാന്നിധ്യമായാണതിൽ നിലനിന്നത്. അതിനാൽതന്നെ ആധുനികതാവാദ നോവലുകളിലും ഗാന്ധി പ്രതീകങ്ങളായി മാത്രമാണ് നിലനില്ക്കുന്നത്. മാർക്സിസമാകട്ടെ ഇതിൽനിന്നും വ്യത്യസ്തമായി ജനകീയ സമരങ്ങളെന്ന നിലയിലും മാത്രമല്ല, മലയാളത്തിലെ വിവിധ വിജ്ഞാനശാഖകളിൽ സ്വാധീനം ചെലുത്തുന്ന വ്യവഹാരമേഖലയായിതന്നെ വികസിച്ചിട്ടുണ്ട്. ആനന്ദിന്റെ നോവലുകളിൽ മാർക്സിസം വിമർശന വിധേയമാകുമ്പോൾ അതിന്റെ ചരിത്ര സങ്കല്പങ്ങളും ചർച്ച ചെയ്യപ്പെടുന്നുണ്ട്. അംബേദ്കർ പ്രതിനിധീകരിക്കുന്ന കീഴാള ധാര ആധുനികതാവാദ നോവലുകളുടെ ഘട്ടത്തിൽ ദേശീയതാവ്യവഹാരങ്ങളെ സംബോധന ചെയ്യുന്ന മട്ടിൽ മലയാളത്തിൽ വളർന്നിരുന്നില്ല.

അയ്യങ്കാളി-ഗുരു പാരമ്പര്യങ്ങൾ ദേശീയതാവ്യവഹാരത്തെയും അതുവഴി രാഷ്ട്രത്തെ സംബോധന ചെയ്യുന്ന ആധുനിക നോവലിന്റെ പ്രത്യയാസ്ത്രത്തിനകത്തേക്കും കടന്നു ചെന്നില്ല.

അച്ചടിയിലൂടെ രൂപപ്പെട്ടുകയും വിനിമയം ചെയ്യുകയും ചെയ്യുന്ന ആധുനിക വിജ്ഞാനങ്ങൾക്ക് തീർച്ചയായും മാനകഭാഷ അനിവാര്യമാണ്. അമൂർത്ത സങ്കല്പങ്ങൾ കൊണ്ടാണ് അവ തനത് ശാസ്ത്രങ്ങൾ കൈകാര്യം ചെയ്യുന്നത്. പ്രകൃതിശാസ്ത്രവും സാമൂഹ്യശാസ്ത്രവും ഈ നിലയിൽ സൃഷ്ടിച്ച മാനകഭാഷ മലയാളത്തിന്റെ പുരോഗതിയെത്തന്നെയാണ് സൂചിപ്പിക്കുന്നത്. ആധുനികത്വത്തെ അത് പ്രതിനിധീകരിച്ചിരുന്നു. എന്നാൽ ആധുനികതാവാദം ഈ വിജ്ഞാനശാഖകളുടെ തന്നെ വിമർശനമാണ്. അധികാരപരമായ ഒരഹംബോധത്തെ അന്തർവാസനകൾ കൊണ്ട് (ഈഗോവിനെ ഇദിനെ കൊണ്ട്) ചോദ്യം ചെയ്യുന്നതുപോലെയാണ് ആധുനികത്വത്തിന്റെ ശാസ്ത്ര-സാമൂഹ്യശാസ്ത്ര വിജ്ഞാനശാഖകളെ സർഗ സാഹിത്യം ചോദ്യം ചെയ്യുന്നത്. ആധുനികത്വത്തിന്റെ വിമർശനമാണ് ആധുനികതാവാദം എന്നു പറയുന്നത് അതിനാലാണ്. ഏകാത്മകവും ദേശരാഷ്ട്രത്തിലൂന്നുന്നതുമായ ദേശീയതയെ ബഹുത്വപൂർണവും ജനകീയവുമായ ദേശീയതയാക്കുന്നതാണത്. ജനകീയ ദേശീയതകളാൽ ദേശരാഷ്ട്രം ചോദ്യം ചെയ്യപ്പെടുന്നതിന്റെ രാഷ്ട്രീയമാണത്. ഇന്ത്യയിലെ പ്രാദേശിക ഭാഷകൾക്കകത്ത് രൂപപ്പെടുന്ന ഈ ജനകീയതയാണ് ആധുനികതാവാദത്തിന്റെ വിമോചന ഘടകങ്ങളെ പ്രതിനിധീകരിക്കുന്നത്. സാഹിത്യവ്യവഹാരത്തിനകത്ത് അധികാരസ്ഥാനങ്ങളെ നിഷേധിക്കുന്ന വിമർശശക്തിയായാണത് പ്രത്യക്ഷപ്പെടേണ്ടത്. മലയാളത്തിലെ ആദ്യകാലത്തെ ജാതി വിരുദ്ധ കൃതികളിൽ ഈ ഘടകം കാണാം. മൂലൂർ. എസ്. പത്മനാഭ പണിക്കരും പണ്ഡിറ്റ് കെ. പി. കറുപ്പനും മറ്റും ജാതിയുടെ ദേശീയ-പ്രദേശിക രൂപങ്ങളെ വിമർശിക്കാൻ ഹാസ്യം പ്രയോജനപ്പെടുത്തിയിട്ടുണ്ട്. മേൽജാതിയിൽപ്പെട്ട എഴുത്തുകാർ ഹാസ്യത്തെ അധകൃതരുടെയോ സ്ത്രീകളുടെയോ ദയനീയാവസ്ഥകളെയോ ഗതികേടുകളെയോ ആണ് പരിഹസിക്കാൻ ശ്രമിച്ചതെങ്കിൽ ദളിത് സ്വഭാവമുള്ള രചനകളിൽ അത് അധികാര വിമർശനമായാണ് മാറിയത്. അസംബന്ധത കൊണ്ടും ഹാസ്യം കൊണ്ടും സൗന്ദര്യാത്മകമായ ഇത്തരമൊരു വിമർശനം മുകുന്ദന്റെയും വിജയന്റെയും നോവലുകളിൽ കാണാം. അവയിൽ ലൈംഗികതയുൾപ്പെടെയുള്ള വ്യവഹാരങ്ങൾ ഈ നിലയിലുള്ള നിഷേധശേഷിയായി പ്രത്യക്ഷപ്പെടുന്നുണ്ട്. അതിനാൽ തന്നെ സാഹിതീയം എന്നു പറയാവുന്ന ഘടകം കൂടുതലുള്ളതും ഇവരുടെ നോവലുകളിൽ തന്നെ.

മാർക്സിസത്തിന്റെ പ്രയോഗവും ശക്തമായ കമ്മ്യൂണിസ്റ്റ് പ്രസ്ഥാനത്തിന്റെ സാന്നിധ്യവുമാണ് കേരളത്തെ ഇന്ത്യയുടെ പൊതുധാരയിൽ നിന്ന് വ്യത്യസ്തമാക്കി നിർത്തുന്നത്. ബംഗാൾ, ത്രിപുര എന്നിങ്ങനെ കമ്മ്യൂണിസ്റ്റ് പ്രസ്ഥാനം ഭരണത്തിലേറിയ ഇടങ്ങളെക്കാൾ അതിന്റെ സ്വാധീനം കേരളത്തിലെ ദൈനംദിന വ്യവഹാരത്തിലുണ്ട്. ഭൂപരിഷ്കരണവും സംഘടിത തൊഴിലാളി പ്രസ്ഥാനങ്ങളും സാമൂഹ്യബന്ധങ്ങളിൽ കൂടുതൽ മാറ്റങ്ങളുണ്ടാക്കിയതും കേരളത്തിൽ തന്നെ. ഇന്ത്യൻ ദേശീയ പ്രസ്ഥാനത്തിന്റെയും ഗാന്ധിസത്തിന്റെയും തുടർച്ച പ്രതീകാത്മകമാണെങ്കിലും കേരളത്തിലെ കോൺഗ്രസ് പ്രസ്ഥാനത്തിലുമുണ്ട്. ആ നിലയിൽ മലയാളിയുടെ പൊതുബോധത്തിൽ മാർക്സിയൻ, ഗാന്ധിയൻ ഇടങ്ങൾ നിലനില്ക്കുന്നുണ്ടെന്നും പറയാം. മാർക്സിസത്തെ ഉയർത്തിപ്പിടിക്കുന്ന കൃതികളെക്കാൾ അതിനോടു വിമർശനാത്മകമായി സംവദിക്കുന്നതാണ് ആധുനിക, ആധുനികോത്തര ഘട്ടങ്ങളിലെ കൃതികൾ. മാർക്സിസത്തിന്റെ മൂല്യത്തകർച്ചയെക്കുറിച്ച് എഴുപതുകളിലുണ്ടായ വിമർശനത്തിന്റെ തുടർച്ച സമകാലിക ഘട്ടത്തിലും കാണാം. സോവിയറ്റ് തകർച്ചയ്ക്കു ശേഷവും എല്ലാവിധ സൗന്ദര്യാത്മക വിമർശനങ്ങൾക്കും ശേഷവും മാർക്സിസം കേരളത്തിൽ പ്രസ്ഥാനമെന്ന നിലയിൽ നിലനില്ക്കുന്നു.

ഉത്തരേന്ത്യയിൽ കോൺഗ്രസിന് തിരിച്ചടിയേറ്റെങ്കിലും അതിന്റെ സംഘടനാപരമായ സ്വാധീനത്തിന് കേരളത്തിൽ വലിയ ഇടിവുണ്ടായിട്ടില്ല. കേരള കോൺഗ്രസും മുസ്ലിംലീഗും പോലുള്ള സംഘടനകളുമായി ചേർന്ന് പ്രാദേശിക സ്വഭാവം കൂടി ഉൾക്കൊണ്ടാണ് കേരളത്തിൽ കോൺഗ്രസ് നിലകൊള്ളുന്നത്. ആധുനികതാവാദ ഘട്ടത്തിൽ ഗാന്ധിയന്മാർ നേരത്തെ തന്നെ വിമർശിക്കപ്പെട്ടിരുന്നു. എന്നാൽ നവ സാമൂഹ്യ പ്രസ്ഥാനങ്ങളിലൂടെ, വിശേഷിച്ച് പരിസ്ഥിതി സമരങ്ങളിലൂടെ ഗന്ധിയൻ ധാര മറ്റൊരു തരം ഉയിർപ്പിന് ഇപ്പോൾ ശ്രമിക്കുന്നുണ്ട്. ആധുനികതാവിമർശനം എന്ന നിലയിൽ ഗാന്ധി ദാർശനികമായും വിലയിരുത്തപ്പെട്ടുകൊണ്ടിരിക്കുന്നു. നോവലുകൾ ഉൾപ്പെടെയുള്ള സാഹിത്യ രൂപങ്ങളിൽ ഈ പുതുധാര ഇനിയും സ്വാധീനം ചെലുത്തിയിട്ടില്ല.

അംബേദ്കർ പ്രതിനിധീകരിക്കുന്ന ധാര നാരായണഗുരു, അയ്യങ്കാളി പ്രസ്ഥാനത്തിലൂടെ കേരളത്തിലെ മാർക്സിസ്റ്റ്, കോൺഗ്രസ് സമീപനങ്ങളിലും സ്വാധീനം ചെലുത്തിത്തുടങ്ങിയിട്ടുണ്ട്. അംബേദ്കറിസ്റ്റ് ദേശീയധാരയുടെ സ്വാധീനം കേരളത്തിൽ ശക്തിപ്പെട്ടുകൊണ്ടിരിക്കുന്നുണ്ട്. സവർണ ഹിന്ദുത്വം മേൽക്കോയ്മ നേടുന്ന ഘട്ടത്തിൽ ഇന്ത്യയിലെ പ്രതിരോധ പ്രത്യയശാസ്ത്രത്തിലെ

ശക്തമായ ധാരയാണത്. അതോടൊപ്പം മതന്യൂനപക്ഷങ്ങളുടെ അവകാശ സമരങ്ങളും മുന്നിലേക്കു വരുന്നുണ്ട്.

ഇന്ത്യയിൽ ഇന്ന് ഉയർന്നു വന്നിട്ടുള്ള രാഷ്ട്രീയ സാഹചര്യങ്ങൾ ആധുനികതാവാദനോവലുകൾ സംബോധന ചെയ്ത കാലത്തിന്റേതല്ല. ഉത്തരാധുനിക ഘട്ടത്തിലെ കൃതികളിലാണ് ഈ പുതുധാര വികസിക്കുന്നത്. മണ്ഡൽ കമ്മിഷനും ബാബരി മസ്ജിദ് ആക്രമിച്ച് നശിപ്പിച്ചതിനും ശേഷമുള്ള പുതിയ ഇന്ത്യയാണത്. ആഗോളവൽക്കരണത്തിന്റെയും പുത്തൻ സാങ്കേതികവിദ്യയുടെ വിനിമയത്തിന്റെയും ഘട്ടം. പൗരനിൽ നിന്നും നെറ്റിസനിലേക്ക് സാങ്കല്പിക തലത്തിൽ മാറുമ്പോഴും കേരളം, ഇന്ത്യ എന്നീ സാമ്പത്തിക, സാമൂഹ്യ, രാഷ്ട്രീയ യാഥാർത്ഥ്യം തന്നെയാണ് ദൈനംദിന ജീവിതത്തിൽ നമ്മെ ബന്ധിപ്പിക്കുന്നത്. സവർണാധികാരമുള്ള ഗ്രാമ സങ്കല്പങ്ങൾ വഴി മാറിക്കൊടുക്കുന്നു. പ്രദേശങ്ങളെ പുതിയ കാഴ്ചസ്ഥാനങ്ങളിൽ നിന്ന് നോക്കിക്കാണുക, അതുവരെ ചിത്രീകരിച്ചിട്ടില്ലാത്ത വിഭാഗങ്ങളുടെ ചരിത്രവികാസമായി ദേശത്തെ ചേർത്തുവെക്കുക, അപരങ്ങളായി നിർത്തിയവർ സ്വത്വങ്ങളായി സ്വയം സംസാരിക്കുക എന്നിവയെല്ലാം ഈ കാലത്തിന്റെ സ്വഭാവമായിരിക്കുന്നു. മുത്തങ്ങയും ചെങ്ങറയും പോലുള്ള സമരങ്ങൾ പുതിയ കേരളത്തെയും വിഭാവനം ചെയ്യാൻ പ്രേരിപ്പിക്കുന്നുണ്ട്. ആദിവാസി മേഖലയിൽ നിന്ന് നോവലുകളും കവിതകളും വന്നു തുടങ്ങിയിരിക്കുന്നു. സ്ത്രീവാദത്തിന്റേതു മാത്രമല്ല, ലിംഗഭേദത്തെ നിരാകരിക്കുന്ന സമീപനങ്ങളും സജീവമായിരിക്കുന്നു. ഈ ഘട്ടത്തിൽ രാഷ്ട്രീയത്തെ കുറിച്ചുള്ള സങ്കല്പങ്ങൾ തന്നെ പുനർവിഭാവനം ചെയ്യപ്പെട്ടുമെന്ന കാര്യത്തിൽ സംശയമില്ല.

കൂടുതൽ ബഹുത്വപൂർണമായ ഒരു ഇന്ത്യയും ബഹുസ്വരമായ ഒരു കേരളവും തന്നെയാണ് വരാനിരിക്കുന്ന മലയാള സാഹിത്യം മുന്നോട്ടുവെക്കുന്നത്. ഇന്ത്യയിലെ ബഹുത്വങ്ങളുടെ അടിസ്ഥാനം ഭാഷാപരമായ ബഹുത്വമാണ്. ഇന്ത്യൻ ഭാഷകളിൽ നോവലുകൾ ഉൾപ്പെടെയുള്ള സാഹിത്യരൂപങ്ങൾ പുതിയ ഇന്ത്യയെ കണ്ടെടുക്കുകയും നിർമിക്കുകയും അപനിർമിക്കുകയും ചെയ്തുകൊണ്ടിരിക്കുന്നുണ്ട്. മാർക്സിസത്തിനും ഗാന്ധിസത്തിനും വരുന്ന പുനർവായനകൾക്കൊപ്പമാണ് ഇത് സംഭവിക്കുന്നത്. അംബേദ്കറിസത്തിനാകട്ടെ മുമ്പൊരിക്കലുമില്ലാത്ത പ്രാധാന്യം വന്നുകൊണ്ടിരിക്കുകയും ചെയ്യുന്നു. നോവലുകൾ ഉൾപ്പെടെയുള്ള പുതിയ സാഹിത്യരൂപങ്ങളെ ഇനിയും പുതുക്കിയെഴുതാൻ പോകുന്നത് ഈ രാഷ്ട്രീയ ധാരയാണെന്നു കരുതാം. എന്തെന്നാൽ മാർക്സിസവും ഗാന്ധിസവും

പ്രസ്ഥാനങ്ങളെന്ന നിലയിൽ മുമ്പുണ്ടായിരുന്ന ഇടങ്ങളിൽ നിന്ന് പിൻവാങ്ങുമ്പോഴും അംബേദ്കറിസവും ദളിത് സമീപനങ്ങളും സമരരൂപങ്ങളെന്ന നിലയിൽ പുതിയ ഇടങ്ങളിലേക്ക് പ്രവേശിക്കുകയാണ് ചെയ്യുന്നത്. ഇതിനോട് സംവദിച്ചുകൊണ്ടു മാത്രമേ ഗാന്ധിസത്തിനും മാർക്സിസത്തിനും തുടർന്ന് സജീവമാകാനും കഴിയൂ.

ഗ്രന്ഥസൂചി

അച്യുതൻ എം	2003	*സ്വാതന്ത്ര്യസമരവും മലയാള സാഹിത്യവും*, സാഹിത്യ അക്കാദമി, തൃശ്ശൂർ.
അപ്പൻ കെ പി	2003	ക *കെ.പി.അപ്പന്റെ തെരഞ്ഞെ ടുത്ത കൃതികൾ* വാല്യം ഒന്ന്., ഡി.സി.ബുക്സ്, കോട്ടയം.
	008	*സമയ പ്രവാഹവും സാഹിത്യകല* യും, ഡി.സി.ബുക്സ്, കോട്ടയം.
അമീൻ ഷാഹിദ്	2006	*ഗാന്ധിയും മഹാത്മയും ഖൊരക്പൂർ ജില്ല 1921-22*, കീഴാള പഠനങ്ങൾ, എഡി.സൂസി താരു. എസ്.സഞ്ജീവ്, ഡി സി.ബുക്സ്, കോട്ടയം.പു46-106
അരവിന്ദാക്ഷൻ.കെ	1997	*ഗാന്ധിയുടെ ദളിത് സമീപനം, രാമൻ ഗാന്ധി അംബേദ്കർ,* പൂർണോദയ ബുക്സ്, കൊച്ചി.
അംബേദ്കർ ബി.ആർ	2007	*ഡോ.അംബേദ്കർ സമ്പൂർണകൃ തികൾ* വാല്യം 1, വിവ.ജി.കെ. തമ്പി, കേരളഭാഷാ ഇൻസ്റ്റിറ്റ്യൂട്ട് തിരുവനന്തപുരം.
	1997	*ഡോ.അംബേദ്കർ സമ്പൂർണകൃ തികൾ* വാല്യം 3, വിവ.ജി.കെ. തമ്പി, കേരളഭാഷാ ഇൻസ്റ്റിറ്റ്യൂട്ട് തിരുവനന്തപുരം.

ആനന്ദ്	1982	*ആൾക്കൂട്ടം*, ഡി. സി ബുക്സ് കോട്ടയം
	1983	*സംഭാഷണങ്ങൾ*, പ്രസക്തി ലൈബ്രറി, കോട്ടയം.
	1974	*മരണസർട്ടിഫിക്കറ്റ്*, നവധാര പബ്ളിഷേസ് കോ- ഓപ്പറേറ്റീവ് സൊസൈറ്റി, തിരുവനന്തപരും.
	1985	*ഉത്തരായണം*, ഡി. സി. ബുക്സ്, കോട്ടയം.
	1984	*അഭയാർത്ഥികൾ*, ഡി. സി. ബുക്സ്, കോട്ടയം.
	1989	*മരുഭൂമികൾ ഉണ്ടാകുന്നത്*, ഡി.സി.ബുക്സ് കോട്ടയം.
	1995	*ഗോവർധന്റെ യാത്രകൾ*, ഡി.സി. ബുക്സ്, കോട്ടയം.
	1996	*വ്യാസനും വിഘ്നേശ്വരനും*, ഡി.സി ബുക്സ്, കോട്ടയം.
	2001	*അപഹരിക്കപ്പെട്ട ദൈവങ്ങൾ*, ഡി.സി.ബുക്സ, ് കോട്ടയം.
	2005	*സംഹാരത്തിന്റെ പുസ്തകം*, ഡി.സി ബുക്സ്, കോട്ടയം
	2006	*വിഭജനങ്ങൾ*, ഡി സി ബുക്സ് കോട്ടയം.
	2007	*പരിണാമത്തിന്റെ ഭൂതങ്ങൾ*, ഡി സി ബുക്സ്, കോട്ടയം.
ഇ എം എസ് നമ്പൂതിരിപ്പാട്	1994	*ഗാന്ധിയും ഗാന്ധിസവും*, ചിന്ത പബ്ലിഷേഴ്സ്, തിരുവനന്തപുരം.

ഐലയ്യ, കാഞ്ച	2001	*ഞാനെന്തുകൊണ്ടൊരു ഹിന്ദുവല്ല?* പരി: എസ്.സഞ്ജീവ്, സംവാദം/ ഇൻസൈറ്റ്, തിരുവനന്തപുരം.
	2006	*ദൈവമെന്ന രാഷ്ട്ര മീമാംസകൻ-* ബ്രാഹ്മണിസത്തോടുള്ള ബുദ്ധന്റെ വെല്ലുവിളി, വിവ.പി.കെ. ശിവദാസ്, ഡി.സി.ബുക്സ്, കോട്ടയം.
കുമരപ്പ ജെ.സി	1999	*നിലനില്പിന്റെ സമ്പദ് വ്യവസ്ഥ* വിവ.സി.പി.ഗംഗാധരൻ, പൂർണോദയ ബുക്സ്, ഗാന്ധി ഭവൻ, കൊച്ചി.
കൃപലാനി ആചാര്യ	1998	*ഗാന്ധി ഒരു രാഷ്ട്രീയപഠനം,* വിവ. എ.വി. ശ്രീകണ്ഠപൊതുവാൾ, പി.കെ.ബ്രദേഴ്സ്, കോഴിക്കോട്.
കൃപലാനി കൃഷ്ണ	1964	*എല്ലാ മനുഷ്യരും സഹോദരർ* (ഗാന്ധിജി യുടെ മഹദ്വചനങ്ങൾ), വിവ: കുറ്റിപ്പുഴ കൃഷ്ണപിള്ള, സാഹിത്യപ്രവർത്തക സഹകര ണസംഘം, കോട്ടയം.
കൃഷ്ണൻ കുട്ടി പൂപ്പന	1974	*ഡോ.അംബേദ്കർ,* നാഷണൽ ബുക്ക് സ്റ്റാൾ, കോട്ടയം.
ഗാന്ധി എം.കെ	2008	*ആത്മകഥ അഥവാ എന്റെ സത്യാന്വേഷണ പരീക്ഷണകഥ,* പരി: ജോർജ് ഇരുമ്പയം, നവജീവൻ പബ്ലിഷിംഗ് ഹൗസ്, അഹമ്മദാബാദ്.
ജയപ്രകാശ് നാരായണൻ	1998	*സമ്പൂർണ്ണ വിപ്ലവം,* വിവ: എൻ.പി.സുകുമാരൻ, കേരള ഗാന്ധി സ്മാരക നിധി, തിരുവന ന്തപുരം.

ടോൾസ്റ്റോയി, ലിയോ	1991	*എന്താണ് കല?* - വിവ. കെടാകുളം കരുണാകരൻ, സാഹിത്യ പ്രവർത്തക സഹകരണസംഘം, കോട്ടയം.
ഡാംഗെ എസ് എ	2004	*ഗാന്ധി vs ലെനിൻ*, പരി: ഓച്ചിറ രാധാകൃഷ്ണൻ പ്രഭാത് ബുക്ക് ഹൗസ്, തിരുവനന്തപുരം.
തെൽതുംദേ, ആനന്ദ് ഡോ.	2004	*അംബേദ്കറും മാർക്സിസവും*, മൊഴിമാറ്റം: ബി. ബിന്ദു, ഗ്രാംചി സാംസ്കാരിക പഠന കേന്ദ്രം, കൊല്ലം.
നാഗരാജ് ഡി.ആർ	2008	*ജ്വലിക്കുന്ന പാദങ്ങൾ* പരി: പി.എസ്. മനോജ് കുമാർ ഫേബിയൻ ബുക്സ്, ആലപ്പുഴ.
പവിതൻ പി	2002	*ഭൂപടം തലതിരിക്കുമ്പോൾ* മാധ്യമം ആഴ്ചപ്പതിപ്പ്, മെയ് 3, 10
പ്രശാന്ത് മിത്രൻ	1999	*സോഷ്യലിസ്റ്റ് പ്രസ്ഥാനം* കേരളത്തിൽ, പൂർണോദയ ബുക്സ്, കൊച്ചി.
ബാബുരാജ് കെ.കെ	2008	*മറ്റൊരു ജീവിതം സാധ്യമാണ്*, സബ്ജക്റ്റ് ആന്റ് ലാംഗ്വേജസ് പ്രസ്സ്, കോട്ടയം.
ബാലകൃഷ്ണൻ കല്പറ്റ	1998	*ഗാന്ധിജിയുടെ സ്വാധീനത മലയാളകഥാ സാഹിത്യത്തിൽ, ഗാന്ധിജിയും മലയാള സാഹിത്യവും*, പി.കെ. പരമേശ്വരൻ നായർ സ്മാരക ട്രസ്റ്റ്, സാഹിത്യപ്രവർത്തക സഹകരണസംഘം, കോട്ടയം.
മത്തായി എം.പി.	2007	*മഹാത്മാഗാന്ധിയുടെ പ്രപഞ്ചവീക്ഷണം*, കറന്റ് ബുക്സ്, കോട്ടയം.

മഹാത്മാഗാന്ധി	1999	ക *കമ്മ്യൂണിസവും കമ്മ്യൂണിസ്റ്റുകാരും* വിവ.സി.എൻ.നാരായണൻ, പൂർണോദയ ബുക്ക്സ്റ്റ്, കൊച്ചി
	1999	ഖ *അയിത്തം ജാതി ഹിന്ദുത്വം,* വിവ.ഡോ.കെ.എസ്.രാധാകൃഷ്ണൻ, പൂർണോദയ ബുക്ക്സ്റ്റ്, കൊച്ചി
	2001	*ഹിന്ദ്സ്വരാജ്* പരിഭാഷ: സി.പി.ഗംഗാധരൻ, നവജീവൻ പബ്ലിഷിംഗ് ഹൗസ് അഹമ്മദാബാദ്.
മുകുന്ദൻ, എം	1995	*ആവിലായിലെ സൂര്യോദയം,* ഡി.സി.ബുക്സ്, കോട്ടയം.
	1996	*ഒരു ദളിത് യുവതിയുടെ കദനകഥ,* ഡി.സി.ബുക്സ്, കോട്ടയം.
	1999	*കേശവന്റെ വിലാപങ്ങൾ,* ഡി.സി. ബുക്സ്, കോട്ടയം.
	2000	*ദൽഹി,* ഡി.സി.ബുക്സ്, കോട്ടയം.
	2004	*മയ്യഴിപ്പുഴയുടെ തീരങ്ങളിൽ,* ഡി.സി.ബുക്സ്, കോട്ടയം.
	2005	*പുലയപ്പാട്ട്,* മാതൃഭൂമി, കോഴിക്കോട്.
	2006	*കിളി വന്നു വിളിച്ചപ്പോൾ,* ഡി.സി.ബുക്സ്, കോട്ടയം.
	2006	*ദൈവത്തിന്റെ വികൃതികൾ,* ഡി.സി.ബുക്സ്, കോട്ടയം.
	2008	*പ്രവാസം,* ഡി.സി.ബുക്സ്, കോട്ടയം.
രഞ്ജിത് തങ്കപ്പൻ	2008	*അച്ചടി മാധ്യമങ്ങളും ദളിതരും പ്രതിനിധാനത്തിന്റെ രാഷ്ട്രീയം, ആഖ്യാനത്തിലെ അപരസ്ഥലികൾ* എഡി.അരുൺ.എ.സബ്ജക്റ്റ് ആൻഡ് ലാംഗ്വേജ് പ്രസ്സ്, കോട്ടയം.

രാമകൃഷ്ണൻ ഇ.വി	2001	*ഒരു സംബന്ധത്തിന്റെ കഥ-ഇന്ദുലേഖ പിറകോട്ടു വായിക്കുമ്പോൾ, ഇന്ദുലേഖ വായനയുടെ ദിശകൾ,* എഡി.ഇ.പി.രാജഗോപാലൻ, സാഹിത്യ അക്കാദമി. തൃശ്ശൂർ.
രാമദാസ് ചെറായി	2008	*അംബേദ്കർ കേരളത്തിൽ വന്നത് ആരും അറിഞ്ഞില്ല,* (മാതൃഭൂമി ആഴ്ചപ്പതിപ്പ്, 2008 ഏപ്രിൽ 13-19, പുസ്തകം 86, ലക്കം 6, പു 8-9)
രാമചന്ദ്രൻ നായർ കെ. (സമ്പാ.)	2003	*ഗാന്ധിജിയും കേരളവും, കേരള ഗാന്ധി സ്മാരക നിധി,* സാംസ്കാരിക പ്രസിദ്ധീകരണ വകുപ്പ്, കേരള സർക്കാർ.
വിജയൻ എം.എൻ	2009	*എം.എൻ.വിജയൻ സമ്പൂർണകൃതികൾ* വാല്യം അഞ്ച് സംസ്കാരം 1, ജന.എഡി. എൻ.പ്രഭാകരൻ, കറന്റ് ബുക്സ്, തൃശ്ശൂർ
വിജയൻ, ഒ.വി	1985	*ധർമ്മപുരാണം*, ഡി.സി.ബുക്സ്, കോട്ടയം.
	1991	*ഗുരുസാഗരം,* ഡി.സി.ബുക്സ്, കോട്ടയം.
	1997	*തലമുറകൾ,* ഡി.സി.ബുക്സ്, കോട്ടയം.
	2000	*പ്രവാചകന്റെ വഴി,* ഡി.സി. ബുക്സ്, കോട്ടയം.
	2004	*ഖസാക്കിന്റെ ഇതിഹാസം,* ഡി.സി.ബുക്സ്, കോട്ടയം.
വേലായുധൻ നായർ, ഡോ.കെ	2005	*ഗാന്ധിൻ സോഷ്യലിസം,* കേരള ഭാഷാ ഇൻസ്റ്റിറ്റ്യൂട്ട്, തിരുവനന്തപുരം

ശെൽവമണി. കെ.ബി	2009	*മാധ്യമങ്ങളുടെ ദളിത് പാഠങ്ങൾ- എം.മുകുന്ദന്റെ ഒരു ദളിത് യുവതിയുടെ കദനകഥയെ മുൻനിർത്തിയുള്ള പഠനം, ദളിത് തിരിച്ചറിവുകൾ* എഡി. ഡോ. അജു കെ നാരായണൻ, ജന.എഡി.വി പി മാർക്കോസ്, ഭൂമി മലയാളം, യു സി കോളജ് ആലുവ.
ഷൊളോഖോവ്, മിഖായേൽ	2008	*ഹൃദയത്തിന്റെ മഹത്വം*, മഹാത്മാ ഗാന്ധി 100 വർഷങ്ങൾ, ഡി സി ബുക്സ്, കോട്ടയം.
Achabe, Chinua	2001	*An Image of Africa: Racism in Conrads Heart of Darkness* in *Postcolonial Discourses- An Anthology* ed. Gregory Castle, Blackwell Publishers, Massachussets.
		Adorno Negative Dialectics
Ambedkar B.R	2002	*The Essential Writings of B.R.Ambedkar*, Ed. Valerian Rodrigues, Oxford University Press, New Delhi.
Anderson, Benedict	1991	*Imagined Communities*, Rev. Edtion Verso, London.
Basham.A.L	2006	*Traditional Influences on the Thought of Mahatma Gandhi, in Debating Gandhi,* ed.A.Raghuramaraju, Oxford University Press, New Delhi.
Bikhu Parekh	1989	*Colonialism, Tradition and Reform- An Analysis of Gandhis Political Discourse*, Sage Publications, New Delhi.

Biswas .C.C	2004	*Bengals Response to Gandhi,* Minerva Associates (Publications) pvt Ltd, Kokatta.
Brennen Timothy	1999	*The National Longing for Form* in Nation and Narration, Homi Bhabha (ed) Rutledge, London
Chalam.K.S.	2004	*Globalisation and the Future of Dalits*, Vikas Adhyayan Kendra, Mumbai
		Chatteree, Partha 1998 The Present History of West Bengal - *Essays in Political Criticsism,* Oxford University Press, Delhi
Cohen, Bernard.S	1997	*Colonialism and Its Forms of Knowledge- The British in India* Oxford University Press, Delhi.
Despande.G.P		*The Selected Writings of Jotirao Phule*, Left Word, New Delhi.
		Devadoss.T.S 1995 *Mahatma Gandhi*, University of Madras.
Devi .G.N	1993	*After Amnesia*, Orient Longman, Delhi.
During Simon	1999	*Literature- Nationalisms Other? The Case of Revision in Nation and Narration, Homi Bhabha (ed)* Routledge, London and New York.
Ferguson,, Harvie	1995	*Melancholy and the Critique of Modernty-Soren Kierkegaards Religious Psychology*, Routledge, London New York.
Gilroy, Paul	1987	*There Aint No Black in the Union Jack,* Routlegde, London.

Gopal Guru/ V.Geetha	2006	*Dalit Intellectual Activism : Recent Trends* VAK Publication.Mumbai.
Gramsci, Antonio	2009	*Selections From the Prison Notebooks*, Orient Blackswan, Hyderabad.
Jameson, Frederic	1990	*Modernism and Imperialism in Nationalism, Colonialism and Literature,* Intr. Seamus Dean, University of Minnesota Press, Minneapous.
John Chathanatt	2004	*Gandhi and Guttierrez-Two Paradigms of Liberative Transformatio*n, Decent Books, New Delhi.
Habermas, Jurgen	1987	*The Philosophical Discourse of Modernity,* Polity Press, Cambridge.
Hardiman, David	2003	*Gandhi in His Time and Ours,* Permanent Black, Delhi.
Husserl, Edmund	1970	*The Crisis of European Sciencesand Transcendental Phenomenology,* Tr.In David Carr, North West University Press, Evaston.
Kundera, Milan	1993	*The Art of The Novel,* Rupa & co. New Delhi.
Limbale, Sharankumar	2004	*Towards an Aesthetic of Dalit Literature,* Tr. and Ed. with a commentary by Alok Mukharjee, Orient Longman, Hyderabad.
Madhu Kishwar	2006	*Gandhi on Women, in Debating Gandhi,* ed.A.Raghuramaraju, Oxford University Press, New Delhi.

Markovits, Claude	2004	*The Un-Gandhian Gandhi- The Life and after life of the Mahatma,* Permanent Black, Delhi.
Marx, Karl	1977	*Economic and Philosophic Manuscripts of 1844*, Progress Publishers, Moscow. *Mayaram Shail* 2004 Against History, Against State, Permanent Black, Delhi.
Mohit Chakrabarti	1991	*Gandhian Aesthetics* Atlantic Publishers & Distributers New Delhi.
Omvedt, Gail	1994	*Dalits and The Democratic Revolution.* Sage Publications, New Delhi.
	1995	*Dalit Visions- The Anti-caste Movement and the Construction of an Indian Identity*, Orient Longman, Hyderabad.
Omvedt, Gail	2003	*Buddism in India- Challenging Brahmanism and Caste*, Sage Publications, New Delhi.
Partha Chatterjee	1993	*Nation and Its Fragments*, Princeton University Press.
Prathima Chatterjee	2007	*The Work of Imagination- Temporality and Nationhood in Colonial Bengal in Dalit, Muslims and The Fabrications of History* ed. Shail Mayaram, M.S.S Pandian, Ajay Skaria, pp280-322
Prathima Chatterjee	2006	*Politics of Time, Primitives and History Making in a Colonial Society,* Oxford University Press, New Delhi.

Raghava Iyer	1973	*The Moral and Political Philosophy of Mahatma,* Oxford Unversity Press, Oxford.
Ranciere, Jacques	2004	*The Politics of Aesthetics,* Tr.& Intro by Gabriel Rockhill, Continuum, London.
Rodrigues, Valerian (ed)	2002	*Introduction, The Essential Writings of B.R.Ambedkar,* Oxford University Press, New Delhi.
Rudolph Lloyd I & Susanne Hoeber Rudolph	2006	*Postmodern Gandhi and Other Essays-* Gandhi in the World and at Home, Oxford University Press, New Delhi.
Said, Edward	1994	*Culture and Imperialism,* Vintage Books, New York.
Srivaastava, Sanjay	1998	*Constructing Post-Colonial India-National Character and the Doon School,* Routledge, London and New York
Snead, James	1999	*European Pedigrees/ African Conta- gions: Nationality, Narrative and Communality in Tutuola, Achebe and Read in Nation and Narration,* Homi Bhabha Ed, Routledge, London and New York.
Teltumbde, Anand	2008	*Khairlanji - A Strange and Bitter Crop,* Navayana, New Delhi.
Thapar, Romila	2000	*Cultural Pasts, Essays in Early Indian History,* Oxford University Press, Delhi.

Williams, Raymond	1989	*The Politics of Modernism,* Verso, London, New York.
Thomson E.P	1992	*Introduction, Nationalism, Rabindranath Tagore*, Rupa& Co.Calcutta.
Weber, Thomas	2007	*Gandhi as Desciple and Mentor,* Cambridge University Press, New Delhi.
White, Hyden	2000	*Metahistory-The Historical Imagination in Nineteenth-Century Europe,* John Hopkins University Press Baltimore & London.
Zizek, Slavoj (ed)	2006	*Lacan- The Silent Partners,* Verso, London, New York.

www.ingramcontent.com/pod-product-compliance
Lightning Source LLC
LaVergne TN
LVHW090257051026
849518LV00005B/1548
* 9 7 8 9 3 5 5 1 7 9 0 1 2 *